D1771732

உம்மத்

உம்மத்

ஸர்மிளா ஸெய்யித் (பி.1982)

இலங்கையின் ஏறாவூரில் பிறந்தவர். சமூகப் பணித்துறையில் பட்டப்படிப்பையும் இதழியல், கல்வி முகாமைத்துவம், உளவியல் துறைகளையும் பயின்றவர். பத்திரிகைத் துறையில் பணியாற்றியவர். சமூகச் செயற்பாட்டாளர். 'மந்த்ரா லைஃப்' நிறுவனத்தின் நிறுவனர்.

இதுவரை 'சிறகு முளைத்த பெண்', 'ஒவ்வா', 'பணிக்கர் பேத்தி' 'உயிர்த்த ஞாயிறு' ஆகிய படைப்புகள் வெளிவந்துள்ளன.

மின்னஞ்சல்: sharmilaseyyid@yahoo.com

ஸர்மிளா ஸெய்யித்

உம்மத்

காலச்சுவடு பதிப்பகம்

உம்மத் ♦ நாவல் ♦ ஆசிரியர்: ஸர்மிளா ஸெய்யித் ♦ © ஸர்மிளா ஸெய்யித் ♦ முதல் பதிப்பு: டிசம்பர் 2013, திருத்தப்பட்ட மூன்றாம் (குறும்) பதிப்பு பிப்ரவரி 2021, நான்காம் (குறும்) பதிப்பு: பிப்ரவரி 2022 ♦ வெளியீடு: காலச்சுவடு பப்ளிகேஷன்ஸ் (பி) லிட்., 669, கே.பி. சாலை, நாகர்கோவில் 629001

ummat ♦ Novel ♦ Author: Sharmila Seyyid ♦ © Sharmila Seyyid ♦ Language: Tamil ♦ First Edition: December 2013, Revised Third (Short) Edition: February 2021, Fourth (Short) Edition: February 2022 ♦ Size: Demy 1 x 8 ♦ Paper: 18.6 kg maplitho ♦ Pages: 432

Published by Kalachuvadu Publications Pvt. Ltd., 669 K.P. Road, Nagercoil 629001, India ♦ Phone: 91-4652-278525 ♦ e-mail: publications @kalachuvadu.com ♦ Printed at Adyar Students xerox Pvt. Ltd., No.9, Sunkuraman Street, Parrys, Chennai 600001

ISBN: 978-93-82033-21-9

02/2022/S.No. 556, kcp 3483, 18.6 (4) uss

எந்தைக்கும் தாய்க்கும்
என் தோன்றாத் துணைக்கும்

முன்னுரை

மருள் நீங்கி

இது என் முதல் நாவல். மனிதக் கூட்டத்தின் நடத்தைப் பதிவுகளுடன் இந்த வெளிக்குள் பிரவேசிப்பதில் மகிழ்ச்சி.

'சிறகு முளைத்த பெண்' கவிதை நூலுக்கு முன்பாகவே எழுதப்பட்டாலும் 'உம்மத்' காலந் தாழ்த்தியே வெளியிடப்படுகிறது.

நாவல் இலக்கியத்தின் செழுமையைக் கூட்டவோ புதிய மாற்றங்களை ஏற்படுத்துவதற் காகவோ இதை எழுதவில்லை. எந்தவொரு நுட்பமான கணக்குகளுமில்லாது மனம் அற இதனை எழுதி முடித்த கணத்தில் உண்மையான திருப்தி பரவ உணர்ந்தேன்.

வாழ்வைச் சிக்கலானதாக, பெண்களின் உலகம் எப்போதும் மூடப்பட்ட சாளரங்கள் கொண்டதாகக் கட்டமைத்திருக்கும் சமூகத்தின் இறுக்கங்களைப் பதிவு செய்வதன் பிரயத்தன மாகவே இந்த நாவல் உங்கள் கைகளை வந்தடைந் திருப்பதாக நம்புகிறேன். ஈழத்துச் சூழலில் போருக்குப் பின்னரான பெண்களின் எதிர்காலம், போரில் பங்கேற்ற பெண்களின் இயல்பு வாழ்வு என்பன சவால், ஏமாற்றம், துயரம், அவமானம், குற்றவுணர்வுகளின் கலவையாகத் தொடர்கின்ற நிர்ப்பந்த சூழலே இன்னமும் நிலவுகிறது.

சமயத்தின் புனிதங்களைப் பேண அல்லது சமூக விடுதலைக்குப் போன்ற கோஷங்களுடன்

ஸ்தாபிக்கப்படுகிற எப்பேர்பட்ட அமைப்பும் இயக்கமும் பெண்ணைக் கையாளுவதில் தெளிவான நோக்கங்கள் இல்லாதவையே.

சமூகத்தை மாற்ற முற்படுகிற சக்திகள் மக்களின் பொதுச் சிந்தனையை மழுங்கடிக்கின்றன. இலக்கற்ற, கொஞ்சமும் அறநெறியில்லாத சிந்தனைகளை மக்களிடத்தே திணிப்பதில் இயக்கங்கள் எளிமையாக வெற்றியடைந்தே வருகின்றன.

தனிமனித சுய இலக்குகள், இச்சைகள் சமூகத்தின் போக்கையே மாற்றிவிடுவதுடன், தூரநோக்குச் செம்மையற்ற சித்தாந்தங்களும், இடைவெளிகள் நிரம்பிய போராட்டக் குழுக்களும் பொதுஜன இயல்பு வாழ்வில் ஏற்படுத்துகிற தாக்கங்கள் பல்வேறு கோணங்களில் மனதையும் உடலையும் வருத்தக்கூடியன. ஈழப் போராட்ட அனுபவத்திலிருந்து கிடைக்கக்கூடிய பாடமென்பது இத்தகையதுதான்.

ஜனநாயக மதிப்பீடுகள் போலிக்கனவாக இருக்கும் பகுத்தறிவற்ற சூழலில் காரண காரியத் தொடர்புகள் அற்ற சமயத்தின் பொருள்கோடல்களும் வாழ்க்கையின் நலன்களுக் கெதிரான கலாசாரத் தொங்கட்டான்களும் பெண்களின் இயல்போட்டங்களைப் புரட்டிப் போடுகின்றன. தேசிய விடுதலைப் போராட்டம் ஏதோ ஒரு நிலையில் முடியக் கூடியது. வெற்றியை – விடுதலையை மட்டுமே சித்தாந்தமாகக் கொண்டு இயங்கும் குழுக்களின் இலக்குகள் சிதைந்து விடுவதும், சிறு கணமும் சிந்தித்துப் பாராத இழப்புகளுடன் தோல்வியைச் சந்திக்க நேர்வதும் எதார்த்தமானதே. மதத்தின் பேரலான வன்முறைகளும், கலாசாரத்தின் பேரிலான கதவடைப்புகளும் ஒருபோதும் முடிவுறாதவை. அதன் பொருட் டான போராட்டங்கள் உலகெங்கும் அறியாத மூலை முடுக்கு களிலும் இடம்பெற்றுக்கொண்டேதான் இருக்கின்றன. அத்தகைய போராட்டங்கள் புதுப்புது ரூபங்களில் வெளிப்பட்டுக் கொண்டே வருகின்றன. உலகம் முன்னோக்கி நகர நகர சமயத்தின் தத்துவங்களைத் தாங்கிப்பிடித்திருக்கும் அடிப்படை வாதிகள் எதிர்த்திசையில் நகர்ந்துகொண்டிருக்கின்றனர். சமகாலப் பிரச்சினைகளுக்குத் தக்க தீர்வுகளைச் சொல்வதி னூடாகவும், கருத்தியல் ரீதியான விவாதங்கள், பகிரங்கமான கருத்துப் பரிமாறல் மூலமாகவும் சமயத்தின் தவறுகளையும் சரிகளையும் மதிப்பிடும் நிலைகளுக்கு வருவதற்குப் பதில் வன்முறை மேலோங்கக் குரல்களை நெறிக்கும் சக்திகள் ஒருபுறமும், சமூக மதிப்பீடுகளில் தடுமாறி, சமூகத் தராசுகளில்

நிறைகாண முடியாமல் சிக்குண்டு வாழ்க்கையின் பொறிக்குள் வசப்பட்டவர்கள் இன்னொரு புறமுமாக 'மனிதக் கூட்டத்தின்' கோலங்கள் இரு பிரிவாக இருக்கின்றன.

'உம்மத்' என்ற பெயர் இப்படியான முகாந்திரத்தின் பொருட்டே நாவலுக்கு வைக்கப்பட்டது. 'உம்மத்' என்ற அரபுச் சொல்லானது 'சமூகம்', 'மனிதக் கூட்டம்' போன்ற அர்த்தங்களைத் தரக்கூடியது.

இந்த நாவல் முயற்சியில் அர்ப்பணிப்புடன் செயல்பட்டவர் கவிஞர் சுகுமாரன். மிகுந்த அக்கறை எடுத்துக்கொண்டு செம்மையாக்க ஆலோசனைகள் தந்தார். அவருக்கு என் உளப்பூர்வமான நன்றியும் ப்ரியமும்.

இதிலிருந்து சற்றும் தவிர்க்க முடியாதவள் எனது தோழி றமீஸா. இக்கட்டில் மாட்டிக்கொண்ட பொழுதுகளில், கண்ணே, கண்மணியே என்று கொஞ்சிய தோழர்கள் ஆசார வேலி களுக்குள் நின்றபடி வன்மம் சூழ்ந்த பின்னூட்டங்களால் திணறடிக்கச் செய்த பொழுதுகளில் கரம் பற்றி நின்றது அவள் மட்டுமே. அவளுக்கு என் ப்ரியங்கள்.

கடமைக்கு அப்பாலும் கூடுதல் கரிசனத்துடன் இணைந்து நாவல் செம்மையாக்கத்தில் ஆர்வம் காண்பித்த – நட்பினா லான வாஞ்சையும் பொறுப்புணர்வும் ஒன்றையொன்று மிஞ்ச இடந்தராத அற்புதமான தோழியாகத் தற்சமயம் நெருக்க மாகியிருக்கும் ஷாலினிக்கு எனது அன்பும் நன்றியும். அத்துடன் பதிப்பாளர் கண்ணன், நேர்த்தியாக வடிவமைப்பதில் முனைப்பு காட்டிய ரா. தங்க அகிலா மற்றும் ரெத்தினகுமாரி, 'உம்மத்'துக்குப் பொருந்துகிற, ஒரே பார்வையில் பிடித்துப் போன, அட்டைப்பட ஓவியத்தை வடிவமைத்துத் தந்த ப. மணிவண்ணன் எல்லோருக்கும் நன்றிகள்.

இந்த நாவலில் எனது பத்ரி இழந்த பல முத்தங்களும் அணைப்புகளும் அங்கங்கே தேங்கிக் கிடக்கின்றன. பதிலீடாக போனஸ் முத்தங்களும் அணைப்பும் அவனுக்கு.

இலங்கை **ஸர்மிளா ஸெய்யித்**
15.01.2013

ஒன்று

எவன் என்னைப் படைத்தானோ அத்தகையவனைத் தவிர (வேறு யாரையும் வணங்கமாட்டேன்) ஆகவே நிச்சயமாக அவனே எனக்கு நேர்வழி காட்டுவான்.

அல்குர்ஆன் (அத்தியாயம் 43 வசனம் 27)

1

“உன் கஷ்டமெல்லாம் தீர்ந்துபோச்சுக்கா. நீ எங்களுட்ட வந்துட்டே.”

ஊன்றுகோலும் ஒற்றைக் காலுமாக நின்ற அக்காமீது கலாவிற்கு அளவிட முடியாத பச்சாதாபம் உண்டாயிற்று. விதியின் போக்கில் தான் எல்லோரும் செயற்படுகிறார்கள், எல்லாமும் நடக்கின்றன என்பதாகக் கலா நம்பினாள். விதியின் விகாரமான போக்கே அக்கா யோகாவின் வாழ்வைத் திசைமாற்றியதாக அவள் ஏற்றுக்கொண் டிருந்தாள். யோகாவில் குற்றம் காணவோ, இந் நிலைக்கு உன் பிழையான தீர்மானம்தான் காரணம் என்று கீறவோ அவள் மனம் ஒப்பவில்லை.

அக்காவின் கன்னத்தை முத்தமிட்டாள். ஈரப்பசையற்ற உதடுகள் லேசாகப் பிரிய மெல்ல மாய்ப் புன்னகைத்தாள் யோகா. அவள் முகம் வறண்டு எந்த அசூசையுமற்றுத் தெரிந்தது. சோர்ந்து சோபையிழந்து நீர் தத்தளித்துக் கொண்டிருந்த அவளது கண்கள் தெளிவற்ற காலம் குறித்த அச்சத்தில் மிதப்பதுபோலிருந்தது. மூக்கு சிவந்து விடைக்க அக்காவும் தங்கையும் ஆளாள்மாறிப் பார்வையால் அளந்தனர். எப்போதோ சிறுபிராயத் தில் பார்த்துப் பதிந்த முகங்கள்!

தயார்படுத்தியிருந்த ஆரத்தித்தட்டில் கற்பூர தீபம் பதுங்கிப் பதுங்கி ஒளிர்ந்தது. யோகாவின் முகத்திற்கு நேராக மூன்று முறை ஆரத்தியைச் சுற்றினாள் கலா. அக்காவின் வருகை வீட்டில் உண்டுபண்ணக்கூடியதென அவள் ஊகித்த விஷயங்கள்தாம் மனவோட்டத்தில் தோன்றி இனம்புரியாத பய உணர்வை ஊசலாடச் செய்துகொண்டிருந்தது.

ஆட்டோவிலிருந்து இறக்கிய பேக்குகளை மௌனமாக உள்ளே இழுத்துக்கொண்டிருந்தாள் பத்மா. இவர்களின் நெகிழ் தலையோ ஆரத்தி வரவேற்பையோ அவள் கண்டுகொண்ட தாகத் தெரியவில்லை. இறுகிப்போயிருந்த அவளது முகத்தில் எந்த உணர்வையும் கண்டுகொள்ள முடியாதிருந்தது. வயதையும் மிஞ்சிய முதுமையின் அடையாளங்களால் அவளது உடல் வனப்பிழந்திருந்தது. நிலத்தை நோக்கி லேசாக வளைந்திருந்த முதுகும், இளைத்த தேகத்தின் தோற்றமும், தோல் சுருக்கமும் கடுமையான உழைப்பினதும், ஏழ்மையினதும் அடையாளங் களாக வெளிப்பட்டுக்கொண்டிருந்தன.

கலாவின் கறுத்த இறுகிய முகத்தில் என்றுமில்லாத பிரகாசமும், ஒளியும். அக்காவின் வரவு அவளைச் சொல்ல முடியாத மகிழ்ச்சிக்கு இட்டுச் சென்றதால் திறந்துவிட்ட கோழிக்குஞ்சுபோலப் பரபரத்தாள். யோகாவுக்கும் கலாவுக்கும் நான்கு வருடங்களே வயது வித்தியாசம். பிரிந்த காலத்திலிருந்தே அக்கா முகம் சிதிலடையாமல் மனதே ஒட்டியிருந்தது. அக்கா நினைவுவரும்போதெல்லாம் வருந்துவதும், அவளுக்காகக் கடவுளை வேண்டிக்கொள்வதுமாக இருந்தவள். இளமைக் காலத்தில் பிரிந்தவளை மீண்டும் காணும் இப்படியொரு அபூர்வ நிகழ்வு வாழ்வில் இடம்பெறும் என்று அவள் எண்ணியும் பார்த்திருக்கவில்லை.

உயரமான வீட்டுப்படியில் ஊன்றுகோலுடன் ஏறுவதற்குச் சிரமப்பட்ட யோகாவிற்குத் தோள் பிடித்து உதவினாள் கலா.

“பத்திரமாப் பார்த்து... நீ உள்ளுக்குப் போ அக்கா நான் இந்தா வந்திடறேன்”, தாவிக்கொண்டு ஓடினாள்.

கிணற்றடிப் பக்கமாக ஓடிச்சென்ற அவள் வேலிக்கு மேலாகத் தலையை உயர்த்தி,

“ஏ செண்பகம்... யோகா அக்கா வந்திட்டுது...” எனக் குரல் கொடுத்துக்கொண்டிருந்தாள்.

யோகாவிற்குப் பகீரென்றது. தன் இயலாமையை மிஞ்சும் வேகத்துடன் உந்தி உந்தி எதிர் இருந்த அறைக்குள் நுழைந்தாள்.

‘எதற்கிவள் ஊரைக் கூப்பிடுறாள்...’ என்ற அதிருப்தி மனதில் பரவியபோதும் ‘செண்பகம்’ என்ற பெயர் ராக இதமளித்தது.

கட்டிலில் அமர்ந்து அறையைச் சுற்றிலும் நோட்ட மிட்டாள். சிற்றிசையுடன் காற்று எல்லா இடங்களையும் இஷ்டத்திற்கு ஊடுருவி வேவு பார்த்துக்கொண்டிருந்தது,

இதமாக. அவளது கவனம் ஜன்னலை ஊடறுத்து முற்றத்திற்குத் தாவியது. முற்றத்தில் கெண்டைக்கால் புதைந்திடுமளவு தூய குருத்துமணல். வாசல் முழுதும் சின்னஞ்சிறு செடிகள் நடப் பட்டு நேர்த்தியாகப் பராமரிக்கப்பட்டிருந்ததும், மரக்கன்று களைச் சுற்றித் தேங்காயின் உரி மட்டைகளைக் கவிழ்த்து பாத்தியமைத்திருந்த விதமும் சூழலுக்கு இசைவாக, இயற்கை யோடு ஒன்றி எடுப்பளிக்க, ஆங்காங்கே சில பூச்செடிகள் சிறிய மட்பானைகளிலும் வேலியின் ஓரமாகவும் முற்றத்தின் அழகை மேலும் கூடுதலாகக் காண்பித்துக்கொண்டிருந்தன. கிணற்றடிப் பக்கம் சுற்றிலுமிருந்த வாழைகளில் சில குலை தள்ளியிருந்தன. அந்தச் சூழல் இன்னமும் அழகு. சில வாழைகள் குலைகளின் பாரத்தைத் தாங்கொண்ணாமல் துவண்டு விழும்போலத் தோன்றிற்று. விழாதிருப்பதற்காக உறுதியான தடித்த கம்புகள் முட்டுக் கொடுக்கப்பட்டிருந்தன.

முற்றிலும் புதிதான அந்நியமான சூழலில் இருப்பதைப் போன்றே அவள் உணர்ந்தாள். இந்தக் கல்வீடு, சுற்றிலுமுள்ள வேலி எல்லாமும் அவளுக்குப் புதிதுதான். வேலியே இல்லாமல் திறந்த வெளியில் களிமண் தரையும், ஓலைக் குடிசையும் இருந்ததுதான் யோகா ஞாபகத்தில் பதிவாகியிருந்தது. இப்போது வீட்டின் பெரிய வளவைச் சுற்றிலும் பனைமரத்தின் ஓலை கொண்டு வேய்ந்த நெஞ்சளவு வேலியிருப்பதைப் பார்த்தாள். வேலியமைப்பில் ஓர் அழகு தெரிந்தது. வேலியை வேய்ந்தவர் களின் கலை உணர்வைப் பாராட்ட வேண்டும். பச்சை பனை யோலைகளைக் கிழியாத வகையில் அகல விரித்து வெயிலில் காயவைத்து வேலியை அமைத்திருந்தார்கள். பென்னம் பெரிய விசிறிகள் போலவிருந்த ஒவ்வொரு பனை ஓலையினை யும் வலமொன்றும், இடமொன்றுமாக அடுக்கி வேலியமைத் திருந்த அழகு ஈர்த்தது. வெளியாய்க் கிடந்த வளவில் காலத்தை வென்று கல் வீடொன்று நிமிர்ந்து நிற்பதில் அவளுக்கு ஆச்சரியம் ஒன்றுமில்லை. காலத்தின் மாறுதல்களையும், எதார்த்தப் போக்கினையும் விளங்கிக்கொள்ளப் போதுமான பக்குவத்தை அடைந்திருந்தாள். காலம் எவ்வளவு மாறிவிட்டது என்பதை ஏற்றுக்கொண்டிருந்தாள். உலகில் நேரிய பாதைகளே கிடையாது. நெளிவு சுளிவுகள் நிறைந்த பாதையில்தான் வாழ்நாள் முழுவதும் நடக்க வேண்டியிருக்கிறதென்பதைப் புரிந்து கொண்டிருந்தாள்.

பிறந்த இடத்திற்கு வந்துவிட்டதை அவளால் நம்பவும், மறுக்கவும் முடியாமலே இருந்தது. என்னென்னவோ எண்ணி எங்கெல்லாமோ பயணித்து முடிவில் ஆரம்பித்த புள்ளியில் நிற்கிறாள். பால்ய நினைவுகள் அலைக்கழித்தன. வத்சலா

அக்கா, கலா மூன்று தம்பிகளுடன் தானுமாக ஒற்றை ஓலைப் பாயில் முண்டிக்கொண்டு படுத்துறங்கியதெல்லாம் நினைவை உந்தின.

எண்ணெய் தோயாத வறண்ட கேசம் அலையலையாகக் கிடக்க அழுக்குச் சட்டை, வட்டமுகம், சதைப்பற்றில்லாத கன்னம், நேர் மூக்கு, அலட்சியமான ஆனால் சிரிக்கும் சிறிய வட்டக் கண்கள், சின்ன நெற்றி.

யோகா அம்மாவுடன் வயலில் களை பிடுங்கினாள். கதிர் பொறுக்கினாள். கஞ்சியைக் கடைசிச் சொட்டுவரை குடித்து முடித்து விரல்களால் கோப்பையை வழித்து வழித்து நக்கினாள். திருப்தியுறாது கோப்பையை நாக்கால் நக்க அம்மா தலையில் குட்டிவிடுகிறாள். குட்டுவிழுந்த தலை கோப்பைக்குள் விழ மூக்கு நுனியில் கஞ்சி. வத்சலா அதட்டுகிறாள். "அடியே, மூக்கெப் பாருடி . . ." கலாவும் தம்பிகளும் சிரிக்கிறார்கள். மூக்கில் கஞ்சி. மூக்கிலிருந்த ஒரு பொட்டுக் கஞ்சியையும் விட்டுவிட முடியாதவளாய் மழித்து விரலைச் சூப்புகிறாள். மாரிகால சில நாள் பட்டினிக்குப் பின் எப்போதாவது இப்பிடிக் கஞ்சி கிடைக்கும். கைப்பிடி அரிசியில் தண்ணீர் சேர்த்துச் சுள்ளென்று உப்புச் சேர்த்துக் கடைந்த கஞ்சி. வெங்காயம், பச்சை மிளகாயைக் கடித்துக்கொண்டு "ஊ", "ஸ்" என உறிஞ்சிக் குடிக்கையில் இருக்கிற சுகம், யோகாவுக்கு அதுவே அமிர்தம்.

கண்ணாடியில் வார்த்த தண்ணீராகக் கடந்துபோன நினைவுகள் அவள் மனதில் பரவின.

சோர்ந்து திரும்பியவளுக்கு எதிரே அப்பாவின் படம். மாலை சாத்தப்பட்டிருந்தது. அவளை மீறி உதடுகள் துடித்தன.

"அப்பா உங்கடை சாவுக்குக்கூட வராத உங்கடை மகள் வந்திருக்கன் . . . என்ர நிலைமையைப் பார்த்தியளே அப்பா ஒரு காலில்லாத முடமா, ஊன்றுகோலில நிற்கிறன் . . . பார்த்தியளே . . ."

கடைசியாக அப்பாவைச் சந்தித்த அந்தக் கணங்கள் மனக்கண்ணில் வந்தன. சில மாதங்களாகவே சவரம் செய்யப் படாததினால் முரட்டுத்தனமாக வளர்ந்த முடிகள் முகத்தை மூடி அடர்ந்திருக்க அநிச்சயமான அலையும் சோர்ந்த விழி களும் குழிவிழுந்த கன்னமும் மிக மோசமாக இளைத்துச் சுங்கானாகிப்போன தேகமுமாக இயக்கத்தின் பயிற்சி முகாமுக்கு அவர் வந்திருந்தார். செழிப்பான அடர்ந்த கேசத்தைக் கத்தரித்துக்கொண்டு சர்ட்டும் ரவுசருமாக ஆண் போலவே நின்றிருந்த மகளைப் பார்த்ததும் தலையில் அடித்துக்கொண்டார்.

இயக்கத்தின் இடமாக இருந்தபடியால் முழுமையாக அவரை வெளிப்படுத்த முடியாத இயலாமை அழுத்த நெஞ்சு வெடித்திடும்போல் விம்மிக்கொண்டு நின்றார்.

“என்ன காரியம் பண்ணிட்ட பிள்ளை ... உன்ட பாதுகாப்புக்கென்டெல்லே அம்மா உன்ன டவுண் வீட்டில விட்டவ. இப்பிடி எல்லாரையும் ஏமாத்திப்போட்டியே ... அங்க அம்மா சோறு தண்ணி இல்லாம அழுது புலம்பிக்கிட்டுக் கிடக்காள் ...”

அப்பாவுக்கு அழவும் தெரியும் என்று அன்றுதான் பார்த்தாள். அம்மா என்றதுமே ஆத்திரம் பரவ அவள் செய்த காரியமே இந்த முடிவுக்கு காரணம் என்பதாக விரோதமும் சலிப்புமாகச் சொற்களால் வீசியடித்தாள். “அம்மாவே ... அவவப்பத்தி ஒன்டும் கதைக்காதேயும் ... அவெவாலதான் நான் இண்டக்கி இங்க வந்து நிக்கிறன். நான் சண்டைக்குப் போய் கெதியா செத்துப்போயிடுவன் என்டு அவக்கிட்டச் சொல்லுமப்பா ... செத்தாலும் இனி வீட்டுக்கு வரமாட்டன். என்ன கேடாயிருந்தாலும் பெத்த பிள்ளய தன்னட்டயே வெச்சிப் பாக்கிறவள்தான் தாய் ... ஓமோ இல்லயே, நீர் மட்டும் என்ன யோக்கியவானே ... எனக்குச் செய்தது நியாயமே ...”

மழை மேகங்கள் கூடித் தன் நெஞ்சிலேயே இடித்ததைப் போன்றிருந்தது அவருக்கு. அவளைச் சின்னக் குழந்தை என்றே அவர் எண்ணிக்கொண்டிருந்தார். இப்படியெல்லாம் பேசுவதற்கு அவள் எப்படி அறிந்தாள் என அவருக்குப் புதிராக இருந்திருக்க வேண்டும். அவளது சொற்கள் ஒவ்வொன்றும் ஊசியாகக் குத்தியது. ‘ஏன் இப்படியெல்லாம் பேசுகிறாள்? குடும்பச் சூழல், எதையும் சமாளிக்க முடியாத நிலைகளால்தானே பத்மா தீர்மானித்ததிற்கு நானும் ஒத்துப்போனேன். இத்தனை விபரீதமாக முடியும் என்று எண்ணியும் பார்க்கலியே.’

யோகா சுய விருப்பத்துடன் போராட்டத்தில் இணைந்தவள் என்ற காரணத்தினால்தான் சுப்பிரமணியம் சந்திப்பதற்கு இயக்கம் அனுமதித்திருந்தது. பலவந்தமாகப் பிடித்துக்கொண்டு வரப்பட்ட பிள்ளைகள் உடனடியாக இடமாற்றப்பட்டனர். சொந்த இடத்தைவிட்டுத் தூரத்திலேயே அவர்களுக்குப் பயிற்சிகள் வழங்கப்பட்டுக்கொண்டிருந்தன.

திடீரென்று அறைக்கதவைத் தள்ளிக்கொண்டு அம்மா நுழைந்ததும், கண்களைத் துடைத்துக்கொண்டாள். பயணக் களை தீராததன் குறியீடுகள் அம்மாவின் முகத்தில் குடியேறியிருந்தன. முகத்தைத் தண்ணீரில் அலம்பிக்கொண்டு ஈரத்துடனே

வந்தாள். அவளது கண்கள் துயரத்தைச் சுமைந்தலைவனபோல மருட்சியடைந்திருந்தன.

“இஞ்சை என்ன செய்றாய் பிள்ளை ... இது வத்சலாட வெட்ருமு ... இங்காலை வா முதல் ...” கடுகடுப்பான உத்தரவிடும் தொனியில் கூறிவிட்டு விருட்டென்று சென்றாள்.

அம்மாவுக்கு இன்னும் கோபம் தீரவில்லை என்பதை வவுனியாவிலேயே விளங்கிக்கொண்டிருந்தாள். பம்பைமடு முகாமில் இருக்கும்போது வீட்டுக்குப் பல கடிதங்கள் எழுதி யிருந்தாள். நான்கு கடிதங்களுக்குப் பதில் வரவில்லை. அவர்கள் பழைய விலாசத்தில் இல்லையாயிருக்கலாமென்றே அவள் உறுதியாக நம்ப வேண்டியதானது. போர் காரணமாக இடம் பெயர்ந்து வேறெங்காவது சென்றிருக்கக்கூடும். ஏன், போரில் அவர்கள் கொல்லப்பட்டும் இருக்கலாம்!

வாழ்வுப் பயணத்தின் அடுத்த நகர்வை எண்ணிப் பார்க்கவே ஒண்ணாத காலத்தின் திரை எதிர்காலத்தின் விடைகளை மறைத்துக்கொண்டிருக்கிறது. கடந்தகாலம் விரைவாகக் கடந்தோடிவிட்டது. நிகழ்காலம் கோரமாகப் பல்லிளித்துக் கொண்டிருக்கிறது. வாழ்வின் இத்தனை கால இருள் அரங்கேற்றம் முடிந்துவிட்டது. இதோ வெகு விரைவாக வெளிச்சத்திற்கு வந்துவிடப் போகிறேன் என கனாக் கண்ட நேரத்தில்தான் சோதிடர்களும், அரசியல் விஞ்ஞானிகளும் எதிர்வுகூறாத, ஆருடங்களுக்குள் அகப்படாத சூழல், அரசியல் மாற்றங்கள் ஏற்பட்டு எதிர்காலத்தின் திசைகளும், பசுமைகள் புறப்பட்டுவரத் தயாராய் இருந்த கதவுகளும் மூடப்பட்டு, அவளை இங்கு கொணர்ந்து நிறுத்தியுள்ளது.

தொடர்ச்சியாக அனுப்பிய கடிதங்களுக்குப் பதில் வராத நிலையில் பம்பைமடு புனர்வாழ்வளிப்பு நிலையத்தில் நிரந்தர மாகத் தங்கிவிடலாமென்றே தீர்மானித்திருந்தாள். முகாமில் நிரந்தரமாகத் தங்கிவிட முடியாதா என மேலதிகாரிகளைக் கோரினாள். அங்கிருந்த அனைவருக்குமே பரிதாபத்தின் மகுட மாக அவள் காட்சியளித்துக்கொண்டிருந்தாள். அந்த நேரத்தில் தான் ஐந்தாவது கடிதத்திற்குப் பதில் வந்தடைந்தது.

> *“அக்கா நாங்கள் எல்லாரும் போரில் நீ செத்துட்டாய் என்றே நம்பிக்கொண்டிருக்கிறோம். உனது கடிதம் கண்டதும் எங்களுக்கு மிகுந்த மனமகிழ்வாக உள்ளது. உன்னை வந்து பார்க்க வேண்டும் என்ற பேரவாவுடன் இருக்கிறோம். வவுனியாவுக்கு வருவதென்றால் பணம் வேணும். அதனால் உன்னை விடுவிக்கும் திகதியை எங்களுக்கு அறிவித்தாயானால் அந்நேரத் தில் மட்டும்*

அழைத்துவரக் காத்திருக்கிறோம். உன்னைப் பார்க்க வரவில்லையே என வருந்தாதே. அம்மாவின் கையில் பணமில்லை. ஆனால் உன்னை அழைத்துவருவதற்கு எப்பாடு பட்டாவது அம்மா வருவா. தைரியமாக இரு ... "

கலாவின் கடிதம் புது நம்பிக்கைகளை விதைத்தது. பதினைந்து இருபது வருடங்களுக்கு முந்தியது போன்ற வறுமையின் சாபப் பிடியிலேதான் தற்போதும் தனது குடும்பநிலையிருக்கிறது என்பதைக் கடிதத்தில் கலா எழுதியிருந்தவற்றிலிருந்து விளங்கிக்கொண்டிருந்தாள். குடும்பத்தின் மீதான வறுமையின் சாபம் மனதைக் கசக்கியது. அக்கா வத்சலா, தம்பிகள் குறித்து அறிந்துகொள்ளும் ஆர்வத்தைக் குறிப்பிட்டிருந்தபோதும், அது தொடர்பாகக் கலாவினால் எதுவும் எழுதப்பட்டிருக்காதது ஏமாற்ற மளித்தது, வருத்தமளித்தது. எனினும், தன்னை அழைத்துப் போக அம்மா வருவாள் என்ற செய்தி நம்பிக்கையையும் புத்துணர்ச்சியையும் ஏற்படுத்தியது.

அதன் பின்னரும் எழுதிய ஓரிரு கடிதங்களுக்குப் பதில் இல்லை. இறுதியாக விடுதலை செய்யப்படும் தேதியைக் குறிப்பிட்டெழுதிய கடிதத்திற்கு அம்மா அழைத்துச் செல்ல வருகிற தினத்தை உறுதிப்படுத்திக் கலா பதில் எழுதியிருந்தாள்.

முகாமிலிருந்து அவள் விடுதலை செய்யப்படுகிற தினத் தன்றே பத்மா வந்து சேர்ந்தாள். அவளைப் போன்றே வேறு பல தாய்மாரும் சகோதரிகளும் தந்தையரும் தமையன் களும் பம்பைமடுவுக்கு வந்திருந்தனர். விடுவிக்கப்பட்ட சக போராளிகளைக் குடும்பத்தினர் கட்டியணைத்து அழுதனர். நெற்றியில் முகர்ந்து நெஞ்சாற அணைத்துக் குமுறினர். பெருமிதத் திற்குரியதாக மண்ணை மீட்கும் மகத்தான போரில் பங்கேற்றதன் போற்றுதற்குரிய அடையாளங்களாகவே அங்கக் குறைகளைச் சிலர் கொண்டாடினர்.

போராளிகள் ! ஈழத்துக்காகப் போராடியவர்கள். சமூகத்தின் விடுதலைக்காக விடிவுக்காக வாழ்வையும் உள, உடல் தேவைகளையும் அர்ப்பணித்தவர்கள். இளமையினதும், இயல்போட்டத்தினதும் தன்மைகளைப் புறந்தள்ளி வாழ்ந்த வர்கள் !

மூன்று தசாப்த போரில் வீரச்சாவடைந்து மாவீரர்களான வர்கள், பொதுமக்கள் பிரயாணம் செய்த பேருந்துகளிலும் மக்கள் ஒன்றுகூடுகின்ற அரங்குகளிலும் வெளிகளிலும் ஒரேயொரு சிங்கள அரசியல் செயல்பாட்டாளனைக்

கொல்வதற்கு ஒரு நூறு மக்கள் கொல்லப்படுவது பற்றி அக்கறைப்படுவதிலிருந்து தடுக்கப்பட்ட – குண்டைக் கட்டிக்கொண்டு உயிரைத் தியாகம் செய்தவர்கள், இறுதிப் போரில் காட்டிக்கொடுப்பாளர்களாக மாறிய சிலர், அதற்கு முன்பாகவே துரோகிகளாக வெளியேறியவர்கள், இறுதிப் போரில் இராணுவத்தினரால் காணாமல்போனோராக்கப் பட்டவர்கள், சித்திரவதை முயற்சிகளைப் பரிசோதிப்பதற் காகவே சரணடைந்தவர்களிலிருந்து இராணுவம் தேர்வு செய்த முக்கிய உறுப்பினர்கள் போக எஞ்சியவர்களே இவ்வாறு மறுவாழ்வளிக்கப்பட்டவர்கள்.

அம்மாவும் கட்டியணைத்து அழுவாள், முத்தமிட்டு நெஞ்சணைப்பாள் என யோகா எதிர்பார்த்தாள். பதினெட்டு வருடங்கள் போராட்டகரமான அசாதாரண வாழ்வை வாழ்ந்தவள் என்பதோ தற்போதைய காலிழந்த நிலையோ அம்மாவைப் பாதிக்கவில்லை என்பது அதிர்ச்சியே. களத்து முனையில் குண்டடிபட்டு வலது காலை முற்றிலும் இழந்தே பம்பைமடுவில் இருப்பதாகவும், மாற்றுத்திறனாளி என்பதாலேயே விரைவாக விடுதலை செய்யப்படுவதாயும் அவள் கடிதங்களில் எழுதியிருந்தாள். முன்கூட்டியே அறிந்த நிகழ்ச்சிகளால் அம்மா அதிர்ச்சியடைய வழியில்லை எனத் தன்னை ஆசுவாசப்படுத்திக் கொண்டாள். ஏதோவொரு நிர்ப்பந்தம் காரணமாக விடுதலைப் பத்திரத்தில் கையெழுத்திடவே வந்தவள் போலதான் பத்மாவின் செயற்பாடுகள் ஒவ்வொன்றும் இருந்தன.

பதினெட்டு வருடங்களுக்கு முன்னிருந்த இளமையையும், அழகையும் முழுவதும் இழந்து உருக்குலைந்திருந்தாள் அம்மா. இளமையும் தேகக்கட்டுமாக மூட்டை மூட்டையாக நெல் சுமந்தவள் அவள். இடுப்புச் சோர்வின்றி நாற்றுநட்டு, களையெடுத்தவள். மரைக்கால் கணக்கில் அவல் இடித்துக் குமித்தவள். கூரை மேலேறி ஓலை மேய்ந்தவள். சுப்பிரமணியத் தோடு சரிசமனாக வயலிலும் தோட்டந்துறையிலும் வேலை செய்தவள். அந்த அம்மா இல்லை இவள். மிக மெலிந்து, கறுத்து கடுமையும் இறுக்கமுமான முகத்துடன் காணப்பட்டாள். அம்மாவைக் கட்டியணைத்து அழ உணர்வு மேலிட்ட போதும், எதுவோ தடுத்தது.

இத்தனை வருடங்கள் கழிந்தபின்னும் கோபத்தைத் தக்க வைத்துக்கொள்ள அம்மாவால் முடியுமாக இருந்தால், தனது நியாயத்தையும், தான் இவ்வாறான நிலைக்கு ஆளானதில் அவரது பங்களிப்பு கணிசமாக இருப்பதையும் மறுக்கும் மனம் அவளுக்கில்லை.

வவுனியாவிலிருந்து மட்டக்களப்பு வரையான நீண்ட தூரப் பிரயாணத்தின்போது அவளுடன் அம்மா ஒரு வார்த்தை தானும் பேசவில்லை. வண்டியில் ஏறுவதற்கும், சாமான்கள், பைகளை ஏற்றுவதற்கும் நிசப்தமாக ஒத்துழைத்தாள். மகா பிரயத்தனப்பட்டு அவள் மௌனத்தைக் கடைபிடித்துக்கொண் டிருப்பது விளங்கியதும் அம்மா அவள் விரும்புவதுபோல அவள் போக்கிலேயே இருக்கட்டும் என வேறு திசையில் கவனித்துக்கொண்டிருந்தாள் யோகா.

அம்மாவின் கோபம் நியாயம் என்றும் தோன்றிற்று. 'நான் செய்த காரியத்தினால் யாருக்கு என்ன... நான்தானே துன்பப்படுகிறேன். தூக்கியெறிந்துவிட்டுப்போன இடத்திற்குத் தானே திரும்பிக்கொண்டிருக்கிறேன். யாரும் வேண்டாம் என்று போனவள், பிறகேன் இங்கு வரப்போகிறாளாம் என்று ஒதுக்காமல், கையெழுத்திட்டு அழைத்துச் செல்ல வந்ததே ஆறுதல்தான்'

பயணம் நெடுகிலும் பலவாறான எண்ணங்களால் தன்னை ஆசுவாசப்படுத்திக்கொண்டிருந்தாள்.

செண்பகத்தை வராந்தாவில் உட்காரச் செய்துவிட்டு கலா உள்ளே ஓடிவந்தாள்.

"செண்பகம் வந்திருக்கு. வந்து பேசுக்கா..."

கண்களில் ஒளி மின்னக் கைகளைப் பற்றி இழுத்த தங்கையின் பிடியை மறுக்காது அறையை விட்டு வெளியே வந்தாள் யோகா.

பால்ய சினேகிதி யோகாவைக் காண வேண்டுமென அவளின் குடும்பத்தைவிடவும் ஆவலுடன் காத்திருந்தவள் செண்பகம். அவளின் வரவினால் மனம் நெகிழ்ந்து பரவசிப் பவள்.

யோகா காணாமல்போன அன்று செண்பகத்தைத்தான் எல்லோரும் கேள்வி கேட்டுக் குடைந்தார்கள். உனக்குத் தெரியாமல் அவள் எங்கும் போயிருக்கமாட்டாளென்ற அசைக்க முடியாத நம்பிக்கையுடன் அவளை இம்சித்தார்கள்.

யோகா, இயக்கத்தின் பரப்புரையைக் கேட்டு அதன்பால் கவரப்பட்டோ, தமிழீழம், தனிநாட்டின் அவசியம் கருதியோ போராட்டத்தில் இணைந்துகொண்டவள் அல்ல. அவற்றை யெல்லாம் விளங்கிக்கொள்ளும் அனுபவமும் அறிவும்கூட அப்போது அவளுக்கிருக்கவில்லை. அவளுள் பரவியிருந்த ஒரேயொரு எண்ணம் செத்தொழிய வேண்டும் என்பதே.

தன்னைத்தானே மாய்த்துக்கொள்ளும் வழியும், துணிவும் இல்லாமல்தான் அவள் இயக்கத்தில் இணைந்தாள்.

செண்பகத்தை எதிர்பாராத நேரத்தில் எதிர்பாரா இடத்தில் மட்டக்களப்பு டவுணில் சந்திக்க நேர்ந்தபோது, இயக்கத்தின் பலாத்கார ஆட்சேர்ப்பு காரணமாகத் தான் டவுணில் உள்ள பெரியப்பாவின் வீட்டுக்கு வந்துவிட்டதாக செண்பகம் குறிப்பிட்டபோது யோகா தனக்குள் தோன்றிய கேள்விகளைக் கேட்டுச் செண்பகத்திடம் அது குறித்துப் பேசியிருந்தாள். தவிரவும், தானும் இயக்கத்தில் இணைந்து கொள்ள வேண்டும் என்ற சுய விருப்பமோ, ஈடுபாட்டுணர்வோ அப்போது அவளுக்குத் துளியும் இருக்கவில்லை.

"ஏன்டீ செண்பகம், இயக்கம் சின்னப் பெடியன் பெட்டையளைச் சேர்க்கினமல்லே ... அவையள் களத்தில சண்டையிடுவினமே ..?"

"போடி பைத்தியம் ... நம்மளையே எடுப்பமே ... நாமெல்லாம் போனா ஒரு சண்டைக்குக்கூட தாக்குப்பிடிக்க மாட்டம்டி செத்துப்போயிருவம் ..."

'செத்துப்போயிருவம்' என்ற பிரயோகமே ஒரு நிலையில் அவளை இயக்கத்தின்பால் இழுத்துச் சென்றது. செத்தொழிவது திண்ணம் என்று எண்ணித்தான் அவள் அந்தத் தீர்மானத்தை மேற்கொண்டாள்.

மட்டக்களப்பிலுள்ள பசுமை நிறைந்த கிராமங்களில் ஒன்று மாவடிவேம்பு. இயற்கைச் சூழலும் இயல்பான மக்களும். அடிபருத்த மரங்கள் சூழத் தாவரங்களுக்கு வளமான மண்ணில் வாசமுள்ள, நிசப்தமான, அடர்ந்த பூவசர மரங்களின் உதிர்ந்த இலைகளின் சலசலப்பும் வெயில்படாத கிளைகளில் சிறகடித்துக் கொண்டிருக்கும் செண்பகங்களின் கூவலும் உயிரை நிறைக்கும் குயில்களின் பாடலும் பஞ்சுக்கூட்டம் போன்ற அணில்களின் தாவலுமாக அது விருட்சங்களின் பறவைகளின் பிராணிகளின் அற்புத கிராமம். யோகாவுக்கு யோகலட்சுமி என்று காரணத் தோடுதான் பெயர் இட்டனர். மூன்றாவதாய் பெண் குழந்தை பிறந்தால் மூலையெல்லாம் பொன் விளைகிற அளவுக்குச் செல்வச் சிறப்பென்பது சிலரிடத்தே ஐதீகமாயிருந்தது. யோகாவின் பிறப்பின் பிற்பாடு அவள் குடும்பம் சீரும் சிறப்பும் பெறும் என நம்பித்தான் அவளுக்கு அந்தப் பெயர் சூட்டப் பட்டது. பத்மாவுக்கு முதல் பிரசவத்தில் பிறந்தது ஆண் பிள்ளை. பிறந்து ஏழு வாரத்திலேயே அது தவறிப்போனது. இரண்டாவது பெண்பிள்ளை, வத்சலா. மூன்றாவதாய்ப் பிறந்த பெண் யோகலட்சுமி ஆனாள்.

யோகமும் லட்சுமி கடாட்சமும் அவள் பெயரில்தான் இருந்தது. பள்ளிக்கூடத்தில், கவனத்தை பாடத்தில் நிலைகுத்த முடியாதளவுக்குப் பசி வயிற்றைப் பிறாண்டி, தலை கிறுகிறுக்க மயக்கத்தை வருவிக்கும். வகுப்பறையில் மயங்கிச் சரியும் போதெல்லாம் செண்பகம் ஓடிவந்து வீட்டுக்குத் தகவல் சொல்வதும் அம்மா வந்து தூக்கிச் செல்வதும் வாடிக்கை.

வீட்டில் யாருமே பள்ளிக்கூடம் போவதில்லை. பள்ளிக் கூடத்திற்கு அனுப்பவென அப்பாவோ, அம்மாவோ உந்துவது மில்லை. அதிகாலையில் வயல்வேலைக்குப் போனால் இருட்டிய பிறகுதான் இருவரும் வந்துசேர்வார்கள். ஆறு பிள்ளைகளுக்குச் சாப்பாடு தர வேண்டுமே! வயலிலும், தோட்டங்களிலும் அன்றாடம் போராடுவதில்தான் அவர்கள் கவனம் குவிந்திருந் தது. அதையே அவர்கள் சாணக்கியம் என நம்பினார்கள்! தலைக்கு மேலாகக் காலம் சுழன்று கடப்பதைப்பற்றி அக்கறைப் பட அவர்களுக்கேது அவகாசம். நாள் முழுதும் போராடி வியர்வை சிந்தியும், மதியச் சாப்பாடு மட்டும்தான். வத்சலா மூத்த பெண்ணாக வீட்டுப் பொறுப்புகளைச் சுமந்திருந்தாள். மதியச் சாப்பாட்டைச் சமைத்து எல்லோருக்கும் பங்கிட்டுப் பின், வயலில் வேலை செய்யும் அம்மா, அப்பாவுக்கும் எடுத்துச் சென்று கொடுப்பாள்.

யோகாவின் சீருடை அழுக்காக இருப்பது பற்றியோ, தலைசீவி இரட்டை ஜடை, சப்பாத்துடன் அவளைப் பள்ளிக் கூடத்திற்கு அனுப்புவது பற்றி அக்கறைப்படவோ ஒருவரு மில்லை. ஆர்வத்துடன் மட்டுமே சென்றவளை வாஞ்சையுடன் பள்ளிக்கூடம் ஏற்றுக்கொண்டிருந்தது. செல்வநாயகம் ரீச்சர் போல இடுப்புக்குக் கீழேவரையும் ஒற்றை ஜடை பின்னல் பின்னழகில் தாவி அலைய, குடையும் புத்தகங்களுமாகப் பூனை நடை நடந்து வரணும் என்றும் ஆனால் அவரைப் போலப் பிரம்பால் பிள்ளைகளை மிரட்டாமல் அன்பாகப் பாடம் சொல்லித்தர வேண்டுமென்றும் யோகாவுக்குக் கலர் கலராய் கனவுகள் இருந்தன.

பள்ளிக்கூடத்தில் மயங்கி விழுந்ததும் தூக்கிச் செல்ல வரும் அம்மா வீட்டுக்கு வந்து சீறிப் பாய்வாள்.

"இவள ஆரு பள்ளிக்கூடம் போகச் சொன்னவெ... அங்க போயி விழுந்து சனியன் நம்மட உயிர வாங்குதே..."

சுப்பிரமணியத்திற்கு யோகாதான் செல்லம். பொறுமை யானவள். வம்பு செய்யத் தெரியாதவள். தந்திரங்களின்றித் தானும் தன்பாடுமாக இருப்பாள். பசியைக்கூடப் பொறுத்துக் கொண்டு சோர்ந்து கிடப்பாளே தவிர அழமாட்டாள்.

எதற்கெடுத்தாலும் சண்டையும், போட்டியுமிடுகிற தன் பிள்ளைகளுக்கு மத்தியில் யோகா வித்தியாசம் என்பது அவரது மதிப்பீடு. அதுமாத்திரமன்றி, என்றைக்கென்றாலும் யோகா, லட்சுமிகரமாக யோகத்தை அள்ளித்தரத்தான் போகிறாள் என்ற நப்பாசையும் அவர் மனதில் இருக்கவே செய்தது. யோகா எல்லாவற்றிற்கும் சண்டையிடுகிற சிறுமி இல்லை யாயினும், பிடிவாத குணமுடையவள் என்றும் அறிந்தே இருந்தார்.

"சும்மா ஏன் பிள்ளைய திட்டுறாய் . . . அதுக்குப் படிப்புல விருப்பம், அதான் பள்ளிக்கூடம் போவுது . . ."

"ஆ . . . இவ பள்ளிக்கூடம் போய்ப் படிச்சி கிழிச்சிதான் நமக்கு விடியப் போவுதாக்கும் . . . நா சொல்லிட்டன், இதுக்குப் புறவும் மயங்கி உழுந்தா நா போவ மாட்டன் தூக்கிட்டு வாறதுக்கு . . . ஒத்துப்பாடுற நீங்கதான் போவியள், காதில கேக்குதே . . ."

"ஆ அதெல்லாம் கேக்குது . . . அத நான் பாக்கிறன் . . . நீ உன்ட அலுவலப் பாரு . . ."

இந்த சம்பாஷணைக்குப் பிறகு அப்பா சுப்பிரமணியத்தில் யோகாவுக்குக் கொள்ளை அன்பு. தனது முயற்சி, விருப்பத்தை அப்பா புரிந்துகொள்கிறாரே என்ற எண்ணம் அவரில் கொள்ளை மரியாதையை ஏற்படுத்திற்று. 'ஓடி விளையாடு பாப்பா . . . நீ ஓய்ந்திருக்கலாகாது பாப்பா . . .' என்று பாடிய மகா கவி சுப்பிரமணி பாரதிக்கும் அப்பா சுப்பிரமணியத்திற்கும் ஒற்றுமை இருப்பதாக உருவகித்தாள். செல்வநாயகம் ரீச்சர் கற்பித்த மகாகவி சுப்பிரமணி பாரதி போன்றே, அப்பாவும் முற்போக்காளர் என்பதாகப் பெருமிதமடைந்தாள். வறுமை, தீயநாகம்போலக் குடும்பத்தின் கழுத்தை இறுக்கிப் பிடிக்காதிருந் தால் அப்பா தன் படிப்புக்கு உறுதுணையாக இருந்திருப்பார் என உறுதியாக நம்பினாள். இந்த சம்பவத்திற்குப் பிறகு இருபது தாள்களே கொண்ட ஒற்றை வரி நோட்டுக்களிரண்டையும் ஒரு பென்சிலையும் யோகா அப்பாவிடமிருந்து பெற்றாள். இதுவரைக்கும் பள்ளிக்கூடத்தில் ஆசிரியர்கள் யாராவது தருகிற கொப்பிகளும் வகுப்புத் தோழிகள் தருகிற பாதி உபயோகித்த பென்சில்களையும் கொண்டுதான் அவள் படித்துக் கொண்டிருந்தாள். புத்தகங்களும் சீருடையும் கல்வியும் இலவசமென்பது யோகாவுக்கு வரப்பிரசாதமாகவே இருந்தது.

எந்த வித பாராட்டுதல்களும் இல்லாமலேயே ஏழாம் வகுப்புவரைக்கும் கரையேறிட்டாள் யோகா. பள்ளி

ஆசிரியர்கள் சுப்பிரமணியம், பத்மா இருவரையும் பாட சாலைக்கு வரவழைத்திருந்தனர்.

“யோகா நல்லா படிக்கிற பிள்ளை. ஒத்துழைச்சு ஊக்குவிச் சென்டால் இன்னும் நல்லாப் படிப்பா, விளங்குதே . . . வெறும் வயிற்றோட வாறதனாலதான், வகுப்புல பிள்ளை மயக்க மாயிடுது . . . சட்டையெல்லாம் ஊத்தை . . . சுத்தமால்ல . . . மத்தப் பிள்ளைகளோட சேர்ந்து பழகைக்கெ பிள்ளைக்குத் தாழ்வுச் சிக்கல் உண்டாகும். உங்கள்ர பிள்ளையிட நல்லதுக்கு தான் சொல்றம் . . .”

ஆசிரியர்களின் ஆலோசனையை அம்மாவும், அப்பாவும் பரம்பொருள் மந்திரம்போல் கேட்டுக்கொண்டிருந்தார்களே ஒழிய, அது பஞ்சாகிப் பறந்தது. ‘இவளெ ஆர் பள்ளிக்கூடம் போகச் சொல்லிக் கேட்டவெ . . .’ என்பது அம்மாவின் முனகல். யோகாவின் நிலையில் ஒரு மாற்றமும் நேரவில்லை.

நாட்டின் அரசியல் சமூக நிலைகளில் பாரிய மாறுபாடு களும், சிக்கல்களும் தோன்றி உருமாறிக்கொண்டிருந்தன. அகிம்சாவாத வழிமுறைகள் பயனளிக்கத் தவறியதாக, சமூக நோக்கங்களை அடைந்துகொள்வதற்கானது என்ற அடையாளத் துடனான செயற்பாடுகள் போராட்டமாக வடிவம்கூட்டப் பட்டுப் பல்வேறு கோணங்களில் உக்கிரமாக வெளிப்படுத்தப் பட்டுக்கொண்டிருந்தன. சமூக விடுதலை, அடையாள உரித்து என்பவற்றை மையப்படுத்தும் போராட்டச் சூழலொன்று உருவாகி, பொதுமக்களின் இயல்பு வாழ்வில் பல்வேறு மட்டங் களிலும் பாதிப்புகளை ஏற்படுத்திக்கொண்டும் அழிவுகளையும், சமூகப் பிளவுகளையும் உருவாக்கிக்கொண்டுமிருந்தது.

முதன்முறையாக இடப்பெயர்வென்னும் புதியதோர் அனுபவத்தினுள் மக்கள், குறிப்பாக இலங்கையின் வடக்கு கிழக்குப் பிராந்தியங்களில் வாழ்ந்த மக்கள் தள்ளப்பட்டனர். உக்கிரப் போர் மக்களை அவர்தம் சொந்த இடங்களிலிருந்து விரண்டோடச் செய்தது. போரை – போரை ஏற்படுத்தியவர்களை எதிர்கொள்வதற்கான திறமையோ தந்திரமோ திராணியோ இல்லாத மக்கள், தாங்கள் பிள்ளைகள் போன்று வளர்த்த கால்நடைகளைச் சாய்த்துக்கொண்டு மூக்கைத் துளைத்து உயிரை நிறைக்கிற பண்படுத்தப்பட்ட உழப்பட்ட மண்ணை யிழந்து திணிக்கப்பட்ட உடுப்பு மூட்டைகள் பாத்திரங்கள் தட்டுமுட்டுச் சாமான்களுடன் மாட்டுவண்டிகளிலும் கால் நடையாகவும் குழந்தைகளைத் தலையிலும் தோளிலும் சுமந்தபடி பரந்த, மக்கள் நெருக்கமற்ற பிரதேசத்தைத் தாண்டி மாசுறாத பச்சையான வளங்களைத் தாண்டி தெளிவற்ற சிந்தனை

களுடன் மண்ணின் புழுதி ஆட்களை மறைக்கும் தோகைகளாகியிருக்க காலத்தின் துல்லிய ஒழுங்குகளைக் கணிக்கத் தெரியாமலேயே இடம்பெயர்கின்றனர். கோழிகளையும் முட்டைகளையும் வெள்ளாடுகளையும் பசுங்கன்றுகளையும் சிலர் அவசர அவசரமாக வழிநெடுகிலும் விற்றுவந்தனர். எல்லா மக்களையும் சரிந்து விழச் செய்துகொண்டிருந்த போர் அனுபவங்கள் யோகாவினதும் அவளது குடும்பத்தினதும் நாளாந்த செயற்பாடுகளிலும், வாழ்வியலிலும் தாக்கங்களை ஏற்படுத்தியது. இடப்பெயர்வினால் படிப்பை இடைநிறுத்தும் நிலை ஏற்பட்டதுமே அவள் கடுமையான மனத்தாக்கத்திற்கு ஆளானாள். மாவடிவேம்பிலிருந்து அவர்கள் ஈரளக்குளத்திற்கு இடம்பெயர்ந்தார்கள். அங்கு பள்ளிக்கூடம் செல்லும் பிள்ளைகளுடன் இணைந்து செல்வதற்கு யோகாவும் எத்தனித்தாள்.

இடப்பெயர்வென்பது தொடர்ந்தேச்சியான ஒன்றாக ஆகிவிட்டிருந்தது. எந்த வித ஒத்துழைப்புமின்றிப் படிப்பைத் தொடர்வதென்பது சிறுமி யோகாவுக்குப் பலத்த சவால். அவளது ஒரேயொரு வெள்ளைச்சட்டை அழுக்காகி அழுக்காகி நிறம் மங்கி அடுப்படித் துண்டினைப் போலாகி பின்னர் காணாமலேயாகிவிட்டிருந்தது. அதுபற்றிய அவளது முறைப்பாடுகளை முனகலைப் பொருட்படுத்த யாருமில்லை. சில நாட்கள் வீட்டில் இருக்கிறபடியே முட்டி தெரிகிற பாவாடையும் சட்டையுமாகப் பள்ளிக்குச் செல்வதுண்டு. தொழில் வாய்ப்புகள் நெருக்கடிக்குள்ளான காலகட்டமாகையால் வறுமையின் பிடி மேலும் அவர்களை இறுக்கத் தொடங்கியிருந்தது.

வராந்தாவில் செண்பகத்தைக் கண்டதுமே இருப்புக் கொள்ளவில்லை. புன்னகையின் நிழல் முகத்தில் ஊசலாட அவளை எதிர்கொண்டாள். கண்ணீரைக் கட்டுப்படுத்த முடியவில்லை. அம்மாவையும், உடன்பிறந்தவளையும் கண்டபோது ஏற்படாத கழிவிரக்கம் செண்பகத்தைக் கண்டதும் பிரவாகித்தது. செண்பகத்தின் தோள் சாய்ந்து கேவினாள். தழுவிக்கொண்டும் அழுதுகொண்டும் மாசற்றத் தோழமையை அவர்கள் கொண்டாடினர். செண்பகத்தின் கண்கள் கலங்கித் தொண்டை கமறியது. யோகாவின் உதடுகள் ஏதேதோ முணுமுணுத்தன. பிறப்பாலும் ஏனைய பந்தங்களாலும் ஏற்படுகிற உறவுகளைக் காட்டிலும், நட்பால் உண்டாகும் பிணைப்பு ஆழமானதும், இறுக்கமானதும், கோபதாபங்கள், வெறுப்புகளுக்கு அப்பாற்பட்டதுமே!

"எப்படி இருக்காய் . . ."

செண்பகத்தின் விசாரணை யோகாவில் ஆறுதலை ஏற்படுத்திற்று. உள்ளக்கிடக்கைகளை இந்தக் கேள்வி சாவியாகத்

திறந்துவிட்டதாக உணர்ந்தாள். விடியுமட்டும் பேசினாலும் தீர்ந்துபோகாத கதைகளில் எதைச் சொல்வதென்று தெரியாமல் தடுமாறுகிறவள்போல நகைத்தபடி கூறினாள்.

"இன்னும் ஏனிருக்கேன் என்டு நினக்கிறன்... வீட்டுக்கு வாறத்துக்கு முதல் எப்படியாச்சும் வந்து சேர்ந்திடணும்போல யிருந்திச்சி... இப்போ ஏன் வந்தெனென்டு இருக்கு... எனக்குச் சொந்தமான ஒரு இடத்தில இருக்கிறாப்போலவே இல்லயடி... எங்கயோ அந்நியமான இடத்தில இருக்கிறாப் போல இருக்குது..."

யோகா மனதைப் புரிந்துகொள்வது செண்பகத்திற்கு எளிதாகவே இருந்து. அவளது வரவை முன்னிட்டு இந்த வீட்டில் நடந்த புரளிகள் அனைத்தையும் செண்பகம் அறிந்தே இருந்தாள். அது புரியாமலேயே இவள் இப்படிச் சலிப்படைந் துள்ளாள் என ஊகித்தாள்.

யோகாவின் கடிதங்கள் ஒவ்வொன்றுமே இந்த வீட்டில் மகா புரளியைக் கிளப்பின. கடிதம் கண்டதும் முதலில் பத்மா மகிழவே செய்தாள். இறந்துவிட்டாளென்று எண்ணியிருந்த மகளிடமிருந்து கடிதம் வந்ததினால் அவளடைந்த மகிழ்ச்சியின் பசுமை நீடிக்க வழியிருக்கவில்லை.

வத்சலாவின் வீடுதான் முழுக் குடும்பத்திற்கும் நிழல். அவளது கணவன் வியாபாரத்தில் குறிப்பிட்டுக் கூறக்கூடிய முன்னிலையில் இருக்கிறான். அத்தானுக்குச் சொந்தமான, வந்தாறுமூலைச் சந்தியில் அமைந்துள்ள கொமினிகேசன் ஒன்றில் தான் யோகாவின் இரண்டு தம்பிகளும் வேலை செய்கின்றனர். மற்றையவன் சித்தாண்டியில் இருக்கிற அத்தானுக்குச் சொந்த மான பலசரக்குக் கடையைப் பார்த்துக்கொள்கிறான். இரவு பகல் பாராமல் தம்பிமார் அத்தானுக்காக உழைப்பதைச் செண்பகம் விபரித்தாள்.

செண்பகம் சொல்லச் சொல்ல பல நூறு கேள்விகளாகி மனதைச் சலனப்படுத்தின. தம்பிகள் இத்தனை கடின உழைப்பாளிகளாக இருந்தும், 'வவுனியாவுக்கு உன்னைப் பார்க்க வர அம்மாவின் கையில் பணமில்லை' என்று கலா எழுதியது ஏன்? என்பது புதிராக இருந்தது. வறுமையின் பிடியிலிருந்து தனது குடும்பம் மீளவில்லையென எண்ணிக் கொண்டிருப்பதற்கும் செண்பகம் சொல்வதற்கும் தொடர்பு இருப்பதாகத் தெரியவில்லையே என்பது மர்மமானதும் சந்தேகமானதுமான நிலைக்கு இட்டுச் சென்றது.

“வத்சலா அக்கா, அவையள் வந்தாறுமூலையில புதுசா வீடு கட்டினம் தெரியுமே. இந்த வீடு கலாவுக்கென்டு சொல்லி யிருக்கினம்போல . . .”

“வத்சலா அக்கா பிள்ளைகளக் கூட்டிக்கிட்டு வீட்டு வேல நடக்கிதே அங்கதான் போயிருக்கும் . . . எந்நாளும் இப்பிடித்தான் இரவாகித்தான் வீட்டுக்கு வரும். தம்பிகள் நல்லா வளர்ந்துட்டானுகள் தெரியுமே, அங்கைதான் கடை யிலெயே தங்கிடுவானுகள் . . . கரடி புறை காண்றாப்போல தான் அவனுகளக் காணுறது . . .”

அவசியம் தெரிந்திருக்க வேண்டுமான குடும்ப விபரங் களை ஒவ்வொன்றாக விபரித்துக் கூறினாலும் யோகாவின் வரவுகுறித்து நடந்த புரளிகள் பற்றிச் செண்பகம் மூச்சுவிடத்தானு மில்லை.

“மனசத் தளரவிடாத, யோகா . . . தைரியமா இரு. அத்தானை உனக்குத் தெரியா. அவர் உனக்குப் புதிய ஆளாத் தெரிஞ்சாலும் இந்தக் குடும்பத்துக்குப் பழைய ஆள் . . . அவரால தான் இந்த வீட்டில எல்லாரும் சந்தோஷமா இருக்கினம் . . . உன்டை அப்பா சாவுக்குப் பிறகு இஞ்சை எல்லாம் அவருதான். அதப் புரிஞ்சிக்கிட்டு அனுசரிச்சி நடந்துக்க . . . நான் நாளைக்கு உன்ன வந்து பார்க்கிறன் . . .”

செண்பகம் கூறியவற்றின் உள்ளர்த்தங்களை அவள் உடனடியாகப் புரிந்துகொள்ளவில்லை. ஆயினும் ஏதோ விவகாரம் இருப்பதாக அறிவு எச்சரித்தது.

செண்பகம் செல்வதற்காக எழுந்தாள். தனது தனிமையை, கண்ணீரைப் பற்றிய எதையும் அறியாமலே செண்பகம் விடை பெறுவதாகத் தோன்ற யோகா ஏமாற்றத்துடன் அவளைப் பார்த்தாள்.

“யோகா ஒன்டயும் யோசிக்காம நிம்மதியா இரு . . .”

“இப்பவே போவணுமே . . .” சிறுமியைப் போலச் செண்பகத்தின் கைகளைப் பற்றி இழுத்தாள்.

“நானென்ன தூரத்திலா இருக்கன். கூப்பிடுற தூரம். செண்பகம்னு ஒரு குரல் குடுத்தா ஓடி வந்திடப்போறன் . . . இன்னும் எவ்வளவோ பேசயிருக்கு . . . எனக்கு ரெண்டு பிள்ளை கள் இருக்கினம் தெரியுமே. ஒன்டு ஆண். மத்தது பெண். இது அத்தான் வாற நேரம் . . . நாளைக்கு விபரமாப் பேசலாம் . . . நீயும் உன்ட கதைகளை எல்லாம் சொல்லணும் எனக்கு, சரியே . . .” சிரித்துக்கொண்டே விடைபெற்றாள்.

இந்தச் செண்பகம் மட்டும் எப்படித்தானோ எப்போதும் கலகலவென்றே இருக்கிறாள். பள்ளிக்கூடத்தில் படிக்கையிலும் இப்பிடித்தான் துருதுருவென்று பேசுவாள்; சிரிப்பாள். அவள் படிப்பைத் தொடர்ந்தாளா இல்லையா என்றுகூடக் கேட்கலியே! நாளை மறக்காமல் கேட்டுவிட வேண்டும்!

வறுமையின் பிடியும், இடப்பெயர்வும் வாழ்வின் போக்கை மாற்றியமைத்ததில் யோகா இழந்தது செண்பகத்தின் அன்பையும் நட்பையும்கூடத்தான். இத்தனை ஆண்டுகள் கடந்த பின்னும் ஈரம் உலராமலும், விட்டுச் சென்றதுபோல இடைவெளியே இல்லாமலும் முழுவதுமாகச் செண்பகத்தின் அன்பும் நட்பும் கிடைத்தது அவளைப் பெரும் மகிழ்ச்சியில் ஆழ்த்தியது. அதியற்புதமான இளமைக்காலம் முடிவற்றதாக இருந்திருக்கக் கூடாதா என்றே தோன்றியது. மண்ணைத் தொடுவதில் ஒன்றையொன்று போட்டியிட்டுக்கொண்டு மூர்க்கத்தனமாக வளர்ந்திருந்த விழுதுகளும் ஆலமரங்கள் நிறைந்த கரைகளுமாக இருந்த பள்ளிக்கூடமும், வகுப்பறையிலிருந்து ஓடிவந்து விழுது களில் ஊஞ்சல் ஆடிய நியாபகங்களும் மனஅடுக்குகளின் கீழ்த்தளத்திலிருந்து வெளிப்படும் ஈரநாற்றமாக அவளை அரித்தது.

அவள்மட்டில் இடப்பெயர்வென்பது இடத்தைவிட்டு இடம் பெயர்வது மட்டுமல்ல, குடும்பங்களை உறுப்பு உறுப்பாகப் பிரிப்பது, ஒவ்வொருவரின் திசைகளையும் மாற்றுவது, நம்பிக்கை களைச் சிதைத்துக் கனவுகளை மூழ்கடிப்பது, விரக்தியில் ஆழ்த்துவது, இருளுக்குள் தள்ளுவது.

இடப்பெயர்வு அவளை வீட்டிலிருந்து பிரித்தது, உடன் பிறப்புகளிடமிருந்து பிரித்தது, உறவுகளிடமிருந்து பிரித்தது, எல்லோரிடத்திருந்தும் எல்லாவற்றிலிருந்தும் பிரித்து வேறொரு திசைக்கு அழைத்துச் சென்றது.

2

போர் ஒன்று முடிவுக்கு வந்ததன் பின்னரான நிலைமைகள் பல்வேறு கண்ணோட்டங்களில் வெவ்வேறு சமூகக் குழுக்களின் தேவைகளை அடிப்படையாகக் கொண்டு ஆராயப்பட வேண்டியவை. போரின் பின்னரான இயல்பு நிலை எளிதாக ஏற்பட்டுவிடக் கூடியதல்ல. போரினால் சீரழிந்த ஒரு சமூகத்தின் சிறப்பான செயற்பாட்டிற்கும் அபிவிருத்திக்கும் ஒவ்வொரு தனிமனிதனினதும் அடிப்படைத் தேவைகள் பூர்த்தி செய்யப்பட வேண்டியது அவசியமாகும். அடிப்படைத் தேவைகளின் பூர்த்தியே இயல்பு வாழ்வைத் தீர்மானிக்கும் பிரதான விடயமாக அமைகிறது. மக்களுக்காகச் செய்யப்படுகிற பணிகள் எல்லாமே அவர்களின் தேவையில் இருந்து செய்யப்படுதல் வேண்டும். அவ்வாறு செய்யப்படுகிற பணிகளால்தான் மக்களின் நிலையில் மாற்றங்களைக் கொண்டுவர முடியும்.

போருக்குப் பின்னர் சமூக இயல்பு நீரோட்டத்தை ஏற்படுத்துகிற பாரிய சவாலைத் தனி மனிதனோ குழுக்களோ அரசாங்கமோ தனியார் அமைப்புகளோ தனித்து நின்று சாதித்துவிட முடியாது, அது கூட்டுச் செயற்பாடு. போரினால் பாதிப்புற்ற மக்களின் வாழ்க்கையை மீளமைப்பதும், அவர்களின் பலதரப்பட்ட தேவைகளை நிவர்த்திக்க முயற்சியெடுப்பதும் பல வழிகளில், பல மட்டங்களில் மேற்கொள்ளப்பட வேண்டியது.

போரினால் ஆகிய விதவைகள், இடம் பெயர்ந்தோர், மீளக்குடியமர்ந்தோர், மாற்றுத் திறனாளிகள், சிறுவர்கள், பெண்கள் தவக்குலின் கவனத்தை ஈர்த்திருந்தனர். அவர்களின் உரிமைகள், சவால்கள் குறித்த அக்கறையை அவள் பலவிதமான செயற்பாடுகள் வழியாக வெளிப்படுத்தும் பணிகளில் ஈடுபட்டுக்கொண்டிருந்தாள்.

கிழக்கிலங்கையின் மட்டக்களப்பு மாவட்டத்தில் போரினால் பாரியளவில் அழிவுக்குள்ளான, பல தசாப்தங் களாக அபிவிருத்தியின் வாசனையைக்கூட நுகராத கொக்கட்டிச் சோலையில் பாதிக்கப்பட்ட பெண்களுடனான கலந்துரை யாடலில் ஈடுபட்டிருந்தாள் தவக்குல்.

அங்கிருந்த பெண்கள் ஒவ்வொருவரும் அதிர்ச்சியி லிருந்தும் பயங்கரமான போரின் தாக்கங்களிலிருந்தும் மீளாதவர் களாக இருந்தனர். குடிபோதையில் இருக்கிறவனைப்போல அந்தப் பெண்களில் சிலர் சொன்னதையே திரும்பச் சொல்லிக் கொண்டும் தனிமையில் உளறிக்கொண்டுமிருந்தனர். அவர்கள் கனத்த இதயத்துடனிருந்தனர்.

"எனக்கென்டா பாழாப்போன யுத்தத்திலிருந்து நாங்க ஏன் தப்பினோமென்ட கேள்விதான் வருகிது. தலைதூக்க ஏலாத இந்தக் கஷ்டங்களிலயிருந்து வெளிவாறது எப்படி யென்டே தெரியல்ல . . ."

சிறையில் இருக்கும் போர்க் கைதிகளில் ஒருவன் மனைவியான மல்லிகாவின் முறைப்பாடு இப்படியாக இருந்தது. அவளது பத்து மாதக் குழந்தைக்குப் பால்மா தீர்ந்து போனதும், பள்ளிக்கூடம் சென்றிருக்கும் பிள்ளைகள் வீடு திரும்புகையில் பரிமாற மதியச் சாப்பாட்டுக்கு வழியற்ற நிலையையும் எந்தவித நூதனமுமின்றி அவள் விபரித்தாள். "ஏனம்மா . . . சிறையில இருக்கிற என்ட புருஷனை வெளியெடுக்க உதவி செய்ய மாட்டியளே . . . உங்களுக்குத்தான் பெரிய பெரிய அமைப்புகள்ட தொடர்பு இருக்குமே" என மிகுந்த எதிர் பார்ப்புடன் கேட்டாள்.

"தனியாட்களும், அமைப்புகளும் தலையிட்டுத் தீர்க்கக் கூடிய பிரச்சினையில்லையம்மா அது. யுத்தக் கைதிகள்ர விடுதலை ஒரு தேசியப் பிரச்சின . . . அதுக்குக் காலந்தான் பதில் சொல்லணும். அது தொடர்பா என்னால எந்த வாக் குறுதியும் தரயேலா. உங்கட பொருளாதாரச் சிக்கல்களை முறியடிக்கிற ஒழுங்குகள் குறித்து நான் கவனத்தில எடுக்கிறன். சுயதொழிலொன்றை ஏற்படுத்தித் தாரதில நான் உங்களுக்கு உதவலாம் . . ."

யுத்தக் கைதிகள் விடயத்தில் எதுவும் செய்ய முடியாதென்ற போதும், அது பற்றிச் சிந்திப்பதிலிருந்து மனதை விடுவிக்க முடியாமல் அவதியுற்றாள்.

அவள் ஒரு விடயத்தை உறுதியாக நம்பினாள். மக்கள்தான் உலக வரலாற்றைப் படைக்கும் சக்தி படைத்தவர்கள். தமக்கு

எதிராக இழைக்கப்படும் அநீதிகளை எதிர்க்கிற திறனை அவர்கள் கொண்டுள்ளனர். எந்தப் பெரிய சக்தியாலும் தடுத்து நிறுத்த முடியாத சுனாமிபோலக் கொந்தளித்து எழுவதற்கும் எல்லையற்ற ஆற்றல் படைத்தவர்கள். ஏகாதிபத்தியவாதிகள், ஊழல் அதிகாரிகள், யுத்த பிரபுக்களைச் சவக்குழிகளுக்குள் வாரி வீசும் புரட்சியைச் செய்யவும் வல்லமை படைத்தவர்கள். எல்லா மனிதனுக்குள்ளும் புரட்சிகரமான உணர்வுகள் மண்டிக் கிடக்கின்றன. அநீதிக்கு எதிராகக் கிளர்ந்தெழும் சிந்தனைகளைத் தட்டி எழுப்புகிற தலைமைகள்தான் மக்களுக்குத் தேவைப்படுகின்றனர். மாற்றத்தை விரும்புகிற, சுய விருப்பங்களைப் புறந்தள்ளிய உண்மையான ஐக்கியத்தை, ஜனநாயகத்தை ஏற்று நடக்கிற ஒரு தலைமையினால்தான் மக்களை ஒன்று படுத்தவும் புரட்சிகளை வெற்றிபெறச் செய்யவும் முடியும். மக்களிடையே இருந்து அவர்களின் அனுபவங்களைக் கற்றுத் தொகுத்துச் சிறந்த கோட்பாடுகளையும் வழிமுறைகளையும் அவர்களுக்குப் பிரச்சாரம் செய்து அவற்றைச் செயல்படுத்த வருமாறு அறைகூவல் விடுக்க முடியும். அவர்களுடைய பிரச்சினைகளுக்குத் தீர்வு கண்டு விடுதலையும் இன்பமும் நிறைந்த வாழ்வு வாழ வருமாறு அவர்களை ஒன்றிணைக்கவும், அவர்களைச் சாதிக்கச் செய்யவும் சிறந்த தலைமையினால் தான் முடியும்.

பெண்களால் கொண்டுவரப்பட்ட பிரச்சினைகள் ஒவ்வொன்றும் அவளைப் பல்வேறுவிதமான சிந்தனைக் கிளறலுக்கு ஆளாக்கின. துன்பந்தரும் தொந்தரவளிக்கும் வார்த்தைகளைச் செவிமடுப்பது அத்தனை எளிதல்ல, அது திகிலூட்டும் உணர்வுகளைக் கிளறக் கூடியது.

ஒரு பெண் போரினால் மிக மோசமாக ஊனமடைந் திருந்தாள். குண்டுத்தாக்குதலில் காயமுற்று அவள் முகம் சிதைந்திருந்தது. அவளது வலக்கண்ணின் மணி கலைந்து வெண் பளிங்குபோல் சகிக்காத தோற்றத்தை அளித்துக் கொண்டிருந்தது. கழுத்துச் சதைகள் கோணல்மாணலாக இழுத்துக் கோத்தது போல – முகத்தோற்றம் முற்றிலும் விகாரம். இருபத்திநான்கே வயது.

"இந்த விகாரமான முகம் போரின் பிம்பம்" எனக் கூறிய அவள், வயது முதிர்ந்த தாய்க்காகவே உயிரைச் சுமந்துகொண் டிருக்கிறேன் என்றாள்.

"என்ட இந்த அருவருப்பான முகத்தை ஏத்துக்க ஆருக்காச்சும் மனசு வருமே சொல்லும் அக்கா ..."

"வாழவே புடிக்கல்ல தெரியுமே, எத்தினயோ தரம் சாவுறதுக்கு முயன்டு முயன்டு, முடியாமக் கிடக்கிறன். அம்மாவப் போட்டுட்டுப் போக மனமில்லாம இருக்கன் ..."

"நான் ஓட்டுமரம் விக்கிறன் அக்கா. அதால ஒன்டும் பெரிய வருமானம் கிடக்கிறல்ல. எப்பவாச்சும் இருந்திருந்திட்டு ஒரு ஓட்டுமரந்தான் விக்கிது. சீவியம் நடத்துறதே பெரிய கஷ்டமாக் கிடக்குது ... வேறொரு தொழிலுந் தெரியா. ஏதாச்சும் தொழில் செய்ய உதவினியள் என்டா புண்ணியம் கிடைக்கும் உங்களுக்கு."

பிரச்சினைகள் ஒவ்வொன்றும் வெவ்வேறு தேவைகளின் மையத்திலிருந்து உருப்பெற்றிருந்தன. இந்தச் சவால்கள் அத்தனை எளிதில் முறியடிக்கக் கூடியதல்ல.

தவக்குல்லின் வேண்டுகோளுக்கிணங்க பிரதேசச் செயலகத்திலேயே கூட்டத்தினை நடத்துவற்குப் பிரதேசச் செயலாளர் ஏற்பாடுகள் மேற்கொண்டிருந்தார். மதிய உணவு நேரத்தில் உடன் அமர்ந்து சம்பாஷித்துக்கொண்டிருந்த பிரதேசச் செயலாளரிடம் பல கேள்விகளைச் சந்தேகங்களை அவளால் தெளிவுபடுத்த முடிந்தது.

"யுத்தத்துக்குப் பின்னரான மக்கள்ர மீளமைப்புத் தேவைகளுக்கு அரசாங்கம் எந்த மாதிரியான நடவடிக்கை களை முன்னெடுத்திருக்கு?"

பிரதேசச் செயலாளரை நோக்கி நேரடியாக எடுத்தெறியப் பட்ட இக்கேள்விக்கான பதில் முழுமையாகத் திருப்திப்படுத்த வில்லை என்றாலும், அவரின் வார்த்தைகளை நம்பிக்கையுடன் செவிமடுத்தாள் தவக்குல். பிரதேசச் செயலாளர் ஒரு பெண்ணாக இருந்ததில் அவளுக்கு இருமடங்கு திருப்தி. சமூகப் பிரச்சினை களைப் பெண்களால் எளிதில் அடையாளம் காண முடியு மெனவும், மக்களின் மனங்களைத் தொடுவது பெண்களுக்கு எளிதில் சாத்தியமெனவும் நம்பினாள்.

பிரதேசச் செயலாளர் முயற்சியுடைய, மக்களின் பிரச்சினை களை நன்கு உள்வாங்கிக்கொண்டு, தீர்வுகளைப் பெற்றுக் கொடுக்க முழுமூச்சாகச் செயற்படத்தக்கவரும், நிர்வாகத்திறன் பெற்றவரும் என்ற நம்பிக்கையும் அவளுக்கு இருந்தது.

"பல்வேறு பிரச்சினைகளை இனங்கண்டிருக்கிறம். எல்லாத்தையும் உடனடியாக நிவர்த்திக்க ஏலாதே. ஒவ்வொன்றா நிவர்த்திக்கிற வேலத் திட்டங்களை ஆரம்பிச்சிருக்கிறம். இப்ப

மீளக்குடியேறினவையளுக்கு வீடுகளை நிர்மாணிக்கிற, சேதமடைஞ்ச வீடுகளைத் திருத்துற வேலைகளத்தான் முன்னெடுக்கிறம். தனியார் அமைப்புகள் சில தொழில் முயற்சிகள், பாலர் கல்வி தொடர்பான பணிகளை முன்னெடுக்கினம்."

போரின் பின்னரான அபிவிருத்தி நீண்ட காலச் செயற்பாடு என்பதே பிரதேசச் செயலாளரின் பதில் சுருக்கம்.

மதிய நேர உணவு முடிந்த பின்னும் அவர்கள் நீண்ட நேரம் உரையாடினர். உத்தியோகபூர்வமற்ற, நட்புரீதியான உரையாடலில் பலதரப்பட்ட கருத்துக்களைப் பரிமாறிக் கொண்டனர். பயன்மிக்க அவ்வுரையாடலில் பிரதேச அமைப்பு முறை, சமூக அமைப்புகள், பொதுவான பிரச்சினைகள், யுத்தத்திற்கு முன்னரான, பின்னரான பிரச்சினைகளை அலசினர்.

"இஸ்லாமியச் சமூகத்துப் பெண், துணிச்சலா எங்கட பிரதேசத்துக்கு வந்து பாதிக்கப்பட்ட எங்கட மக்களுக்கு உதவி செய்யுற முயற்சிக்கு நான் எப்போதும் உறுதுணையா இருப்பன் . . ."

பிரதேசச் செயலாளரின் அணுகுமுறையால் மிகக் கவரப்பட்டபோதும், கைக்கடிகாரம் நான்கு மணியெனக் காண்பித்துப் பேச்சைத் துரிதமாக முடித்து அவளை விடைபெறத் தூண்டியது.

மண்முனைத்துறையடிக்குச் சென்று 'பாதை'யில் ஆற்றைக் கடந்து மட்டு நகரூடாக ஏறாவூருக்குச் செல்ல வேண்டியிருந்ததால் அவசரமாகப் பிரதேசச் செயலகத்தை விட்டு வெளியேறி நடந்தாள்.

ஆட்டோவில் ஏறச் சென்ற அவளை, "அக்கா, உங்கட பேரு தவக்குல் ஆ . . ." என்ற சிறுமியின் குரல் இடைமறித்தது. பத்துப் பன்னிரண்டு வயதிருக்கும் அவளுக்கு. எண்ணெய் தோய்த்து இழுத்துவாரப்பட்ட இரட்டை ஜடையும், பவுடர் அப்பிய முகமுமாய்ச் சிரித்து நின்றாள்.

"நான் தெரேசா சிறுவர் இல்லத்தில இருந்து வர்றன் அக்கா . . . அங்கை எங்களோட இருக்கிற ஒரு அக்கா உங்களுக்கிட்டக் குடுக்கச் சொல்லி இந்தக் கடிதத்தத் தந்தாவ் . . ."

ஆச்சரியத்திலிருந்து மீளாமலும், சிறுமியில் பதித்த பார்வையைத் திருப்பாமலும் கடிதத்தைப் பிரித்தாள் தவக்குல். மிக அழகான கையெழுத்தில் தெளிவாக எழுதப்பட்டிருந்த வரிகளைக் கண்களால் மேய்ந்தாள்.

அன்புள்ள அக்கா,

எனது பெயர் தெய்வானை. நான் தெரேசா சிறுவர் இல்லத்தில் இருந்து இதை எழுதுகிறேன். போரினால் பாதிக்கப்பட்ட பெண்களுக்கு நீங்கள் உதவிகள் செய்வதாகவும், அது பற்றிய கூட்டமொன்று இன்று பிரதேசச் செயலகத்தில் நடந்ததாகவும் கேள்வியுற்றேன். நானும் போரினால் பாதிக்கப்பட்டவள் தான். ஒரு காலை முழுமையாக இழந்து செயற்கைக்கால் பொருத்திக்கொண்டு இருக்கிறேன். என்னால் கூட்டத்தில் கலந்துகொள்ள முடியவில்லை. உங்களைச் சந்திக்க விருப்பமாக உள்ளேன். உங்களால் எனக்கு உதவி புரிய முடியும் என நம்புகிறேன். தயவுசெய்து என்னை வந்து பாருங்கள் அக்கா.

தாழ்மையுடன்,
தெய்வானை

மிக நேர்த்தியாகக் கடிதத்தின் முறையான வடிவில் திருத்தமாக எழுதப்பட்ட கடிதத்தை வாசித்து மடித்தவாறே சிறுமியைப் பார்த்துக் கேட்டாள்.

"தெரேசா சிறுவர் இல்லம் இங்கயிருந்து எவ்வளவு தூரம். நீ என்னைக் கூட்டிப் போறியா . . ."

"ஆ . . . கூட்டிப் போறன் அக்கா . . . நானும் அங்கைதான் இருக்கேன் . . . இந்தக் கடிதத்தெத் தந்த தெய்வானை அக்காதான் எங்களுக்கு உதவியா இருக்கு வார்டன் மாதிரி . . ."

சிறுமி துடிப்பானவள். துருதுரு விழிகளை உருட்டிப் பதில் கூறினாள். அவளையும் ஏற்றிக்கொண்டு, அவள் காண்பித்த வழிகளில் ஆட்டோ விரைந்தது.

தெய்வானை ஆளுமை மிக்கவள். செயற்கைக் காலில் நடப்பவள் என்று கூற முடியாதளவு கம்பீரமாக நிமிர்ந்து நடந்தாள். அவளது உடலமைப்பும், தேகக்கட்டும் முறையாகப் பராமரிக்கப்பட்டது போலிருந்தது. சிரித்த முகத்துடன் நிறைவாக இருந்தாள்.

"நப்பாசையிலதான் கடிதம் அனுப்பினன் அக்கா. நீங்க இப்பிடி உடனே நேரில வருவீங்க என்டு நான் நினைக்கவேயில்ல . . . உங்களக் கண்டதில எனக்குச் சந்தோசமாக இருக்கு . . ."

"எனக்கும்தான் தெய்வானை . . . உன்னைப் போல நம்பிக்கையான பெண்களை நான் அதிகம் நேசிக்கிறன். உன்ட நம்பிக்கயெ எழுத்துக்கள்ல பார்த்தன். அவநம்பிக்கை

யாக்கிக் கடந்துபோக முடியாத வரிகளைப் பதிவு செஞ்சிருந் தாய்... உன்னப் பத்திச் சொல்லேன்..."

அவளது அணுகுமுறை தெய்வானைக்கு வியப்பளித்திருக்க வேண்டும். முன்னரிலும் பார்க்க அதிக ஆழமாகத் தவக்குல்லைப் பார்த்தாள்.

"எப்படி அக்கா என்னை முதலே தெரிஞ்சாப்போலப் பேசுறியள்... என்னமோ தெரியல்ல... உங்களப் பாத்ததும் எனக்குப் புது நம்பிக்கை வந்தமாதிரி இருக்கு..."

தெய்வானையின் ஒவ்வொரு வார்த்தையிலும் பக்குவம் பளிச்சிட்டது. இந்தப் பக்குவத்தை எங்கிருந்து, எந்த அனுபவத்தி லிருந்து அவள் பெற்றாள் என அறியும் ஆவல் தவக்குல்லைத் தூண்டியதை வெளிப்படையாகக் காண முடிந்தது.

தெய்வானை ஒரு பெண் போராளி. போரில் பங்கேற்று மாற்றுத்திறனாளியான அவள், குடும்பத்திற்குச் சுமையாக இருக்க விரும்பாது தெரேசா சிறுவர் இல்லத்தில் தங்கியிருப்ப தாகவும், இங்குள்ள பிள்ளைகளுக்கு ஒரு பாதுகாவலர்போலச் செயற்படுவதாகவும் விபரித்தாள்.

"யோசிச்சுப் பார்த்தன் அக்கா. இந்த இல்லத்துக்குள்ளே அடைபட்டுக் கிடந்து மக்கிப்போறதே என்ட கேள்வி வந்திச்சி. இதவிட்டு வெளிய போனா என்ன செய்யிறதென்டு யோசிச்சன். நீங்க பாதிக்கப்பட்ட, காயப்பட்ட பொம்புளைகளுக்கு உதவி செய்யுறீயளாமே, அதான் உங்களப் பாக்கிறதுக்கு நினச்சன். மன்னிச்சிடுங்க அக்கா. முறையா நான்தான் உங்களைத் தேடி வந்திருக்கணும்..." அவளது குரலில் குற்றவுணர்ச்சி மிகுந்திருந்தது.

சுதந்திரத்தை விரும்புகிற பெண்ணாகத் தன்னை அடையாளப்படுத்திக்கொண்டாள் தெய்வானை. யாரிலும் தங்கி நிற்காத வாழ்வை அவள் அவாவினாள்.

"ஓயெல் சோதினை எழுதாமத்தான் உட்டுப்போட்டு இயக்கத்துக்குப் போனன். கொஞ்சம் படிச்சதினால கணக்கு வழக்குச் செய்வன் என்டு டவுணுக்குள்ள ஒரு புத்தகக் கடையில வேல குடுத்திச்சினம். இயக்கத்தில இருந்தனென்டு தெரிஞ்சதும் கலச்சிப்போட்டினம்."

"எனக்குப் புத்தகம் கட்டுற தொழில் செய்ய விருப்பம். அதப் பத்தி ஒரு முன்னறிவும் இல்ல. இந்த ஊருல அந்தத் தொழிலச் செஞ்சா நல்ல வருமானம் வரும், தெரியுமே.

டிஎஸ்ட ஒப்பிஸ்ல, இஞ்சை இருக்கிற பள்ளிக்கூடத்தில எல்லாம் கட்டுக்கட்டா கட்டுற வேலகள் இருக்கு. எல்லாரும் டவுனுக்குத் தான் கொண்டுபோய்ச் செய்யினம். பள்ளிக்கூட பிள்ளையளும் ஒப்படை அது இதென்டு கட்டுற வேலக்கெல்லாம் டவுனுக்குத் தான் போயினம். அதச் சரியாப் படிச்சிட்டு செஞ்சா நல்லா சம்பாதிக்கலாமெண்டு நினக்கிறன் . . ."

"இங்கயெ இருந்து பயிற்சி எடுக்கேலாது தெய்வானை. டவுணில வந்து தங்கினாத்தான் சாத்தியம். ஒவ்வொரு நாளும் பயணம் செய்யவும் ஏலாதில்லயா . . . வெளியில் வந்து தங்கியிருந்து பயிற்சி பெற இல்லத்தில் அனுமதிப்பாங்களா?"

"விடுவினம் அக்கா . . . எப்பிடியாவது பெரியவரிட்ட கதைச்சி அனுமதி எடுக்கிறன். நான் கெதியாப் படிச்சிருவன், தெரியுமே . . . ரெண்டு கிழம காணும் எனக்கு. ஏலுமே அக்கா . . ."

"முயற்சி பண்ணுறன் தெய்வானை. உன்னை நான் எப்படித் தொடர்புகொள்ளுறது . . ."

இல்லத்தின் தொலைபேசி இலக்கத்தைப் பெற்றுக்கொண்டு தவக்குல் விடைபெற்றாள்.

தெய்வானையைக் காணவரும்போது ஆரஞ்சு நிறத்திலிருந்த மாலை வெளிச்சத்தில் இப்போது இருள் கவியத் தொடங்கி யிருந்தது. ஆட்டோ ஓட்டுநரும் முணுமுணுக்க ஆரம்பித்திருந் தான். காலையில் எட்டு மணிக்கு அவளுடன் வந்தவன் அவன். ஊர்க்காரன்தான். எங்கு செல்வதாக இருந்தாலும் அவனுடைய ஆட்டோவில் செல்வதை வழக்கமாகக் கொண் டிருந்தாள் அவள்.

"நாளைக்கு வாகரைக்குப் போற வேலயிருக்கு அஸீம் . . ."

இருளைக் கிழித்துக்கொண்டு ஆட்டோவை வேகமாக ஓட்டிக்கொண்டிருந்த அஸீம், தவக்குல்லைத் திரும்பிப் பார்த்துச் சிரித்தான்.

"நாளைக்கும் இப்பிடித்தானா . . ."

"அனேகமாக . . . பஸ்ஸில போனா வேலயெல்லாம் முடிச்சிட்டுத் திரும்பிவர நேரம் காணா. அதெல்லாம் மீட்கப் பட்ட பகுதிகள். நேரத்திற்குத்தான் பஸ் சர்விஸ் நடக்குது. அதனாலதானெ உங்களக் கூட்டிக்கிட்டு திரியுறேன்."

தூர இடங்களுக்குச் செல்வதாக இருந்தால் முன்கூட்டியே அஸீமுக்குத் தெரியப்படுத்துவாள். வேறு எங்கும் செல்லாமல் காலையிலேயே வந்துவிடுவான். அவளது சமூகப்பணிகளை

மிக உன்னிப்பாகக் கவனிக்கிறவர்களில் அவனும் ஒருவன். அவளது பயணங்கள், செயற்பாடுகளைச் சிலர் தவறான கண்ணோட்டத்தில் அவதானித்துக்கொண்டிருப்பதையும் அவன் அறிவான்.

"எங்கடா போறாள் அவள்... அதிர்ஷ்ட மச்சம் இருக்கு மச்சான் உனக்கு... உன்ன மட்டும்தான் கூட்டிக்கிட்டுப் போறாள். உனக்குத்தான் தெரிஞ்சிருக்கும்... செல்லென்... துண்டு எப்படிடா அது..."

நண்பர்களின் தவக்குல் பற்றிய கண்ணோட்டத்தை அறிந்தபோது கொதிப்படையாதிருக்க முடியுமா அவனால். அவளது சந்திப்புகளை அறிந்தவன். அவளது கடமையின் ஒழுங்குகளை உன்னிப்பாகக் கவனிக்கிறவன். சகிக்க முடியாமல் பல தடவை நண்பர்களுடன் கருத்து முரண்பட்டிருக்கிறான்.

"நாக்கு அழுகிப்போகும்டா... சமூகத்துக்கு நல்லது செய்யணும்டு நினக்கிறவங்க அவங்க... அதுக்காகவே கஷ்டப்படுறவங்க..."

"இப்பிடித்தான் உன்ன ஏமாத்தி வச்சிரிக்காளாக்கும். சமூகச் செயற்பாடாவது மண்ணாங்கட்டியாவது... அது என்னடா ஒரு நாளக்கு ஒரு ஊருக்குப் போனா அதுக்குப் பேரு சமூகச் செயற்பாடு, சேவையா..."

இஷ்டம்போல் அவர்கள் விமர்சித்ததை அவனால் பொறுக்கவே முடியவில்லை. தவக்குல்லிடமும் ஒப்புவித்தான்.

"விடுங்க அஸீம், இதுக்கெல்லாம் காதுகுடுத்தா அவதிதான் மிஞ்சும். இப்படி ஆயிரம் கதைகளெ நானும்தான் கேள்விப் படுறன். அதெல்லாம் நான் கணக்கெடுக்கிறதேயில்ல..."

அவளது இந்தக் குணம் அஸீமுக்கு ஆச்சரியமளித்தது. பொதுவாகப் பெண்கள் எளிதில் இறங்கிவரக் கூடியவர்கள். எதற்கும் இசைந்து கொடுப்பார்கள், அவர்கள் வெட்கமுடைய வர்கள், அவமானத்தைச் சகிக்க முடியாதவர்கள் என்றே அவன் அறிந்திருந்தான். ஆனால் இவளிடம் இவை எடுபடா தெனவும், இவள் இவற்றிற்கு அப்பாற்பட்டவள் என்றும் இச்சந்தர்ப்பத்திலேதான் புரிந்துகொண்டான்.

தவக்குல் வீட்டை வந்தடையும்போது இரவு எட்டு மணியாகியிருந்தது.

"இருட்டாவுறத்துக்கு முதல் வீட்டுக்கு வா என்டு எத்தின தரம் சென்னாலும் காதில ஏறுதில்லியே..."

ஸர்மிளா ஸெய்யித்

உம்மாவின் அதிருப்தி வார்த்தைகளில் உதிர்ந்தது. இது அவள் வழமையாகப் பெறுகிற வரவேற்பு.

"போன இடத்தில எதிர்பாராம சுணங்கிட்டு ..."

"காலம் அப்பிடியிருக்கேம்மா ... நாம சரியாத்தான் இருக்கிறம். நம்மளப் பாக்கிற கண்கள் எல்லாமும் சரியாவா பாக்கும். பொம்புளகள்ர பாதுகாப்பு வெளிச்சத்திலேயே கேள்வியா இருக்கு. நம்மள நாமதான் காப்பத்திக்கணும் ..."

பேச்சை வளர்க்க விரும்பாதவளாக உள்ளே சென்றாள். பெண்களுக்கெனச் சமூகம் வரையறுத்துள்ள நியதிகளை உடைத்தெறிந்து செயற்படுவதென்பது மிகவும் சிக்கலானதும், சில நேரங்களில் முற்றிலும் எதார்த்தத்திற்கு முரணானதாகவும் அமைவதை அவள் அறிவாள். கலாசாரத்தின் கட்டுக்கள் பெண்களை மாத்திரம் இலக்குவைத்ததாக அமைகிற பல சந்தர்ப்பங்களில் அவற்றின் பொருள்கோடல்கள் சலிப்பையும், தாங்க இயலாத தொந்தரவையும் தருவதாகத் தோன்றியது. சமூக, கலாசார அடையாளங்களை முற்றிலும் புறந்தள்ளி, தான் சுதந்திரமானவள் எனப் பிரகடனப்படுத்துவதிலும் அவளுக்கு நம்பிக்கை இல்லை. சமய, கலாசார அடையாளங் களுடன் தனது சுதந்திரத்தை நிரூபிப்பதில்தான் அவள் விருப்பு கொண்டிருந்தாள். சுதந்திரத்திற்குத் தடையில்லாத அடையாளங்களைக் கலாசாரத்திலிருந்து தேர்வுசெய்து பின்பற்றுவதும், பின்பற்றத் தொந்தரவானவற்றைக் களைந் தெறிவதும் எதிர்த்தலுக்கு ஆளாக்குபவை. பலத்த மனச் சஞ்சலத்தை உண்டுபண்ணுபவை.

"கொக்கட்டிச்சோலை எப்பிடியிருக்கு மகள். இயக்கத்திட கோட்டை என்டு சொல்லப்படுற இடமில்லவா, அது ..."

ஹபீப் ஆர்வத்துடன் கேட்டார். ஒரு காலத்தில் கொக்கட்டிச் சோலையைத் தபால்காரன் கணக்காக அறிந்திருந்த அவர் இன்று மகளின் கண்களும் அனுபவமும் சொல்வதைக் கேட்கும் விருப்பத்துடன் தவக்குல் எதிராக அமர்ந்தார்.

"ஓம் வாப்பா. ஆத்தைக் கடந்து போவணும். வேற வழிகளும் இரிக்காம். நாங்க துறையடியாலதான் போனம். 'பாதை'யில ஆற்றக் கடக்கிறது எனக்குப் புதிசி. ஆமி கேம்பக் காணக்குல்ல கொஞ்சம் பயமா இருந்திச்சி. நான் முக்காட்டோட போனதும் எல்லாருமே நின்டு திரும்பிப் பார்த்தாங்க தெரியுமா? பாவம் அந்தச் சனம், எவ்வளவு கஷ்டம் தெரியுமா. புருஷனில்லாத பொம்பிளைகளும், தகப்பனில்லாத குடும்பங்களும் படுற கஷ்டத்தச் சொல்ல ஏலா. பொம்புளையள்தான் குடும்பத்த

நடத்துறாங்க. அவங்கட தலையிலதான் குடும்பத்த இழுக்கிற பொறுப்பு சுமத்தப்பட்டிருக்கு. நிறைய ஆம்புளையள் சிறையில இருக்காங்க, யுத்தத்தில செத்தவங்களும், காணாமப்போன வங்களும் எக்கச்சக்கம். அவங்கட கதைகளைக் கேட்டாலே மனக்கஷ்டம் வாப்பா . . .”

“இயக்கம் தனிநாடு கேட்டுப் போராடிக் கடைசில சனத்துக்குக் கஷ்டந்தானே மிஞ்சிருக்கு. தூரநோக்கா யோசிச் சிருந்தா மக்களுக்கு இப்பிடியொரு அவலம் வந்திருக்காது. இயக்கம் ஒன்டு உருவாகாமப் போயிருந்தா, தமிழ் ஆக்கள் படிப்பாலயெ இலங்கையை வென்டு இருப்பாங்கள். ஒரு காலத்தில இலங்கையில உயர் படிப்புப் படிச்ச ஆக்கள் என்டா அது தமிழ் சமூகத்தச் சேர்ந்தவங்களாகத்தான் இருந்தாங்கள். ஆயுதத்தக் கையில எடுத்து மக்கள விடுதலென்ட மாயையில தள்ளி . . . பாசாங்குதானெ எல்லாம். குளத்தோடக் கோவிச்சிக் கிட்டு சூத்துக் கழுவாமப் போன கதையாகப் போய்ட்டு இயக்கத்திட நிலெம . . .”

ஹபீப் பெருமூச்செறிந்தார். கால்களை நீட்டி மேலும் சற்று சௌகரியமாக அமர்ந்துகொண்டார். சம்பாஷணையில் அவர் லயித்துவிட்டதன் அடையாளமாகக் கால்களை ஆட்டிக் கொண்டிருந்தார்.

“உண்மதான் வாப்பா . . . இயக்கக் கட்டுப்பாட்டுல இருந்த இடங்களுக்குப் போய்ப் பார்த்தாத்தான் தெரியும், பல்லாயிரக்கணக்கான ஏக்கர் நில வளங்கள அவங்க ஆக்கிர மிச்சி இருந்திருக்காங்க. எத்தினயோ விளை நிலங்கள் கரிசலாவிக் கிடக்கு. அபிவிருத்தியே இல்ல. அங்க இருக்கிற புள்ளயள் அறிவின் வாசனையக்கூட அறியாம இருக்காங்க. மூன்று தசாப்தம் . . . மூன்று தலைமுறை . . . அதிகாரத்துக்காகச் சமூகத்தின் மொத்தக் கனவுகளயுமே பணயம் வச்சிருக்காங்க. அதிகார மோகங்கொண்ட கூட்டத்துக்கு அடிமையாவி இப்ப துன்பத்தத் தொடரா அனுபவிக்கிற அந்த மக்கள்தான் பாவம் . . .”

உம்மாவும், தங்கைகளும் பரிதாப உணர்வுகளையும் கவலைகளையும் வெளியிட்டனர்.

“அப்பிடிக் கஷ்டப்படுற ஆக்களுக்கு என்னயாச்சும் உதவி செஞ்சாப் புண்ணியந்தான் மகள் . . .” நிஸா கூறினாள்.

“நீங்க இப்ப செய்யிறது உண்மையில நல்ல வேலைத் திட்டம் றாத்தா . . . இத நீங்க வெத்தியாச் செய்யணும் . . .” இளைய தங்கை ஜானா உற்சாகப்படுத்தினாள்.

3

கையுதவிக்கு என்ற பெயரில் வேலைக்கு அமர்த்தப்பட்டவள் பெரிய வேலையாட்கள் செய்ய வேண்டிய வேலைகளையும் செய்யப் பணிக்கப்பட்டாள். தம்பதிகள் இருவருமே வேலைக்குச் செல்பவர்கள். அந்த வீட்டின் மனிதர் பெரிய அரசாங்க அதிகாரி என்பதைச் சென்ற சில நாட்களிலேயே யோகா அறிந்துகொண் டிருந்தாள். அவளைவிடவும் வயதில் மூத்த இரண்டு பெண் பிள்ளைகள் அவர்களுக்கு. சிசிலியா கொன்வன்டில் படித்துக்கொண் டிருந்தார்கள். அவர்கள் பள்ளிக்கூடம் செல்லும் போதெல்லாம் முடிவற்ற வாயில்களைத் திறந்து விடும் கனவாக இருந்த படிப்பை இழக்க நேர்ந்த துயரத்தின் நினைவோடையில் வசதிகளற்ற வகுப்பறைகளில் பறவைக் குஞ்சுகளாக இரையும் பிள்ளைகளின் – தோழிகளின் நியாபகங்கள் வெண்கற்களாக உருண்டோட நேசமற்ற காலத்தின் மீது அவளுக்குத் தீராத கோபம் உண்டாகும். ஆழ்ந்த இருளும் நிசப்தமும் குடிகொண்ட நிலவறை யாகப் பூட்டப்பட்ட மனது விம்மும். ஏன் நான் இப்பிடியொரு சந்தர்ப்பத்தை இழந்தேன் எனப் புலம்பிய மனம் ஏன்தான் பிறந்தேனோ என்பதாக வெறுப்பில் முடியும். 'உனக்குப் பிறக்கச் சம்மதமே'ன்டு கடவுள் கேட்டிருந்தால், 'ஐயோ வேணாம்' என்றே சொல்லியிருப்பேன்.

தினமும் அதிகாலை ஐந்து மணிக்கு எழுந்து வீட்டுக்கார அம்மாவுக்குச் சமையலுக்கு உதவி செய்ய வேண்டும். சமையல் முடிந்ததும் சட்டி, பாத்திரங்களைக் கழுவுவது, துணிமணிகள் துவைப்பது, உலரவிட்டு மடிப்பது, வீட்டைத் துப்புரவாக்குவதென்று இயந்திரம்போல வேலை செய்ய நிர்ப்பந்திக்கப்பட்டாள்.

இரவுகளில் உறக்கம் அவளை அணைப்பதேயில்லை. திகைப்பூட்டும் ஆவிகள் கனவுகளில் பயமுறுத்தின. ‘என்ன கஷ்டமோ நஷ்டமோ என்னெ இப்பிடித் தனியே விட்டது நியாயமே?’. கேள்விகள் மோதி மோதி மனதை இறுகச் செய்தன. வெறுப்பும் ஏமாற்றமுமாக அம்மா, அப்பாவில் ஆத்திரம் வளர்ந்தது.

வத்சலாவை மட்டக்களப்பு சித்தியின் வீட்டில் தங்கவைப்பதற்காக அம்மா அழைத்துச் சென்றாள்.

“குமருப்பிள்ளைய எத்தின இடத்துக்கென்டு இழுத்துத் திரியுறது, கண்டியளே. ஆமிக்காரனுகளெக் கண்டாலே அடிவயிறு கலங்குது . . . கேள்விப்படுகிற செய்தி ஒன்டும் நல்லாயில்ல . . . வத்சலா இஞ்சை இருக்கட்டும் . . . நிலமை சரியானதும் வந்து கூட்டிப் போறன் . . .”

முன்னேற்பாடாக வத்சலாவைப் பத்திரமான இடத்தில் சேர்த்துவிட்ட திருப்தியோடு யோகாவுக்கும் ஓர் ஏற்பாட்டை மேற்கொண்டாள்.

மட்டக்களப்பு நகரத்து வீடொன்றில் வேலைக்கு அனுப்பும் ஏற்பாடே அது. அம்மாவின் இத்தீர்மானம் யோகாவுக்கு அதிர்ச்சியை ஏற்படுத்தியபோதும், குடும்ப நிலைகள், பெண் பிள்ளைகளின் பாதுகாப்பில் தான் சரியான தீர்மானத்தையே மேற்கொண்டுள்ளதாகப் பத்மா திருப்திப்பட்டுக் கொண்டாள்.

“வத்சலா அக்காவோட நானும் சித்திட வீட்டிலெ நிக்கட்டே . . .”

“அவையள் எத்தின பேருக்கு ஆக்கிப் போடுவினம்ஹா . . . அங்கயும் நாலஞ்சு பிள்ளயள் இருக்கினம். சண்டையும், சச்சரவுமாக் கிடக்கு . . . மனுசர் தொழிலுக்குப் போக ஏலாமக் கிடக்கினம் . . . உன்னயும் அங்க சும்மா விடயேலுமே . . . அக்கா குமருப்பெட்டை . . . நம்பி வேலைக்கு வீடுகள்ல நிப்பாட்ட ஏலுமே. காலங்கெட்டுக் கிடக்கு. நீ சின்னவள்தானே, ஒன்றும் ஆக்கிக் கொட்டுற வேலை தரமாட்டினம். சும்மா சின்னச் சின்ன அலுவல்தான் தருவினம். வேளக்கிச் சாப்பிட்டுட்டுப் பத்திரமா இரும் என்ன . . .”

யோகாவை வீட்டு வேலைக்கு அனுப்பத் தீர்மானித்ததில் சுப்பிரமணியத்திற்கு மனத்தாங்கல்தான். அந்தச் சந்தர்ப்பத்தில் கைகூடக்கூடிய ஒரேயொரு உத்தியாகவும் அதுவே இருந்தது. உறவினர்களும் அவர்களைப் போலத்தான் இடம்பெயர்ந்து பாதுகாப்புத் தேடி, உழன்று அலைமோதித் திரிகையில் யார் யாருக்கு உதவுவது.

“நாமென்ன, அவ சம்பாதிச்சுத் தரட்டுமேன்டே வீட்டு வேலைக்கு அனுப்பப்போறம். கிழமைக்கொரு இடம் அலைஞ்சி திரியுறம். பசியும், பட்டினியுமாக் கிடக்கிறம். அங்க சின்ன அலுவல்களச் செஞ்சிக்கிட்டு வேளக்கிச் சாப்பிட்டுப் பத்திரமா இருக்கட்டுமே . . .”

சுப்பிரமணியத்தை இப்படியாகப் பத்மா சமாதானப் படுத்தினாள்.

சிறுமியாக இருந்ததினால் அம்மாவுடனே இருக்கப் பெற்றாள் கலா. தம்பிகள் சிறுசுகளாயிருந்தாலும் ஆங்காங்கே ஓடியாடி பத்து, ஐம்பது வருமானம் கொணர்ந்தனர். ஒருவன் சைக்கிள் பழுதுபார்க்கும் கடையில் வேலை செய்துகொண் டிருந்தான். மற்றையவன் குச்சி ஐஸ் விற்றுக்கொண்டிருந்தான். இன்னொருவன், அவன்தான் கடைசி ஆறாமவன். அவனுக்கு அப்போது ஐந்து வயதே. கலாவும், அவனும் அதிர்ஷ்டம் செய்தவர்கள் என்பதே யோகாவின் கணிப்பு. என்னயிருந் தாலும் சொந்தக் குடிசையில், குடும்பத்துடன் இருப்பதைத்தான் அவள் மனம் உவந்தது. மர்மம் நிறைந்த காலத்தின் இந்தப் பயணம் விரைவிலே முடிவுக்கு வந்திராதா எனத் தோன்றியது. மீண்டும் குளிர்ச்சி நிறைந்த அந்த ஓலைக் குடிசைக்குள் ஒன்றுகூடவும் வாழை மரத்தின் அடியின் ஈரலித்த நிலத்துள் புதைத்திருக்கும் இஞ்சி துளிர்த்துள்ளதை ஒவ்வொரு காலை யிலும் பரிசோதிக்கவும், மாமரத்தின் பிஞ்சுகளை எண்ணிக் கணக்கிட்டுக் காய்கள் நிறைந்த கிளையைத் தனதென்று கொண்டாடவும் அணில் கடித்த மாம்பழங்களைப் பொறுக்கவும் அது தனது கிளையிலிருந்து வீழ்ந்ததாக வாதிடவும் முந்திரிக் கொட்டைகளை நெருப்பில் சுட்டுத் தட்டித் தின்னவுமான காலம் இனி கைகூடுமா என்பதே அவளுக்குச் சந்தேகமாக இருந்தது.

‘என்னதான் நடக்குது? ஏன் எங்கட சொந்த வீட்ட விட்டிட்டு அங்கயும் இஞ்சயும் திரியுறம் . .? சண்டை நடக்கு தென்டு சொல்லினம், ஏன் சண்டை பிடிக்கினம். என்னத்துக்குச் சண்டை பிடிக்கினம் . . .’ அவளால் எதையும் விளங்க முடியா திருந்தது. மனதை வருத்திய கேள்விகளுக்குப் பதிலறியாமலேயே கால ஓட்டத்தில் தன்னை இணைத்துக்கொள்ளப் பழகியிருந்தாள்.

வேலைக்குச் சேர்ந்து ஒரு மாதம்கூட ஆகியிராது, உடல் இளைத்துப்போனாள். அம்மா, அப்பா பார்க்க வரவில்லையே என்ற கவலை அவளை ஏய்த்தது. இதே நகரத்திற்குள் இருக்கும் அக்காகூட காணவராமல் இருக்கிறாளே!

யோகாவின் உலகத்திற்கு வெளியே பூதாகரமான சூழ்நிலைகள் உருவாகியிருந்தன. போர் தீயின் வேகத்தில் வளர்ந்து பரவிக்கொண்டிருந்தது. மட்டக்களப்பு மாவட்டத்தில் பெரும்பாலும் தமிழர் வாழ்ந்த பிரதேசங்கள் இயக்கத்தின் கட்டுப்பாட்டில் இருந்தன. நாளாந்தம் குண்டுவெடிப்புகளாலும், திட்டமிட்ட படுகொலைகளினாலும் மக்கள் பீதியின் பிடியில் வாழ்ந்துகொண்டிருந்தனர். அழகியவை புராதனமானவை பெருமிதத்திற்குரியவை எனப்பட்ட நகரங்களும் கட்டடங்களும் போரின் குறிகளாயின. கிராமங்கள் இனரீதியாகச் சுத்திகரிப்புச் செய்யப்பட்டன. கண்ணி வெடிகளால் நிலத்தின் உடல் நிரம்பியது. பாதைகள் மறிக்கப்பட்டு போக்குவரத்துக்குத் தடையேற்பட்டிருந்தது. நகரெங்கும், வீதிகள்தோறும் இராணுவச் சோதனைச் சாவடிகள் உருவாகி இயல்பு வாழ்வு முற்றாகப் பாதிக்கப்பட்டது. வன்முறைப் பண்பாட்டின் அளவும் தீவிரமும் பாரியளவில் அதிகரித்திருந்ததுடன், மோசமான அழிவுகளும், பாரிய மனிதவள இழப்புகளும் ஏற்பட்டுக்கொண்டிருந்தன.

அதிகாரப் பகிர்விற்கான போராட்டம் யுத்தமாக மாறி உயிர்ச் சேதங்களையும் பொருட்சேதங்களையும் விளைவித்த துடன், கலாசார விழுமியங்களிலும் பாரிய சிதைவுகளை ஏற்படுத்திக்கொண்டிருந்தது. வடபகுதியில் வாழ்ந்த முஸ்லிம் மக்கள் அதிகாரப் பகிர்விற்காகப் போராடும் இயக்கத்தினால் பலவந்தமாக வெளியேற்றப்பட்டதனை யோகா செய்திகளில் பார்க்கப் பெற்றாள். மன்னார், முசலி பிரதேசங்களிலிருந்து தொன்மையான வரலாறுகளுடன் வாழ்ந்த அவர்கள் பூர்வீக பூமியிலிருந்து வெறுங்கையுடன் ஆயுதமுனையில் அகதிகளாக்கப் பட்டதாகத் தொலைக்காட்சிச் செய்தியொன்று காண்பித்துக் கொண்டிருந்தது. காலங்காலமாகப் பொருளாதாரச் செழிப்புடன் வாழ்ந்த முஸ்லிம்கள் அவர்கள். மிகப் பரந்ததும் விசாலமானது மான வயல்வெளிகளின் முற்றிய காய்களும் கனிகளும் நிறைந்த தோட்டங்களின் சொந்தக்காரர்கள். மன்னாரின் ஒரு புறத்தில் விரிந்து கிடந்த கடல் வளமிருந்தது. இன்னொரு புறத்தில் ஆறும் வயல்களுமிருந்தன. முஸ்லிம்களும் தமிழர்களும் முரண்பாடுகளின்றியேதான் வாழ்ந்தார்கள். மந்திரித்துவிட்ட பேய்களாக உருவெடுத்த இயக்கம் அவர்களை விரட்டியடித்தது. முஸ்லிம்களை மற்றுமொரு சிறுபான்மைச் சமூகமாக, இனமாகப் பார்க்கத் தவறியதுடன் முஸ்லிம்கள் ஓர் உதிரி இயக்கமென்ற புலிகள் இயக்கத்தின் கண்ணோட்டத்தினாலேயே இம்மாதிரி யான விபரீதச் செயல்கள் அரங்கேறிக் காலத்தின் அழியாத கறைகளாயின. எதுவித முகாந்திரமுமின்றி முஸ்லிம்கள்

இனச்சுத்திகரிப்பு செய்யப்பட்டதைக் கிட்டத்தட்ட அனைத்துச் சேனல்களும் ஒப்பாரிவிட்டுக்கொண்டிருந்தன. வடக்கிலிருந்து புத்தளம் அநுராதபுரம் நகரங்களுக்கான சாலைகளில் ஆயிரக் கணக்கான முஸ்லிம்கள் அகதிகளாகத் தேங்கினர். வரலாற்றில் மிகவும் வேதனை தரும் அனுபவமாகவும் என்றென்றைக்கும் மறக்க முடியாத ஒன்றாகவும் அது அமைந்துவிட்டிருந்தது. ஆட்டுப்பண்ணை போச்சே மாட்டுப்பண்ணை போச்சே அறுவடைக்கு நாள் குறித்த வயல் போச்சே நகை போச்சே நட்டுபோச்சே என்றெல்லாம் பெண்களும் ஆண்களும் ஒப்பாரி வைத்தனர். சிலர் குறைந்தபட்சம் உயிரோடு விட்டானுகளே பாவிகள் என ஆறுதல்பட்டனர்.

மறுக்கப்பட்ட உரிமைகள், நிறைவேற்றத் தவறிய வாக்குறுதிகளை அடிப்படையாகக் கொண்டு தூயவழியில், சமூக விடுதலைக்கானது என்ற அடையாளத்துடன் ஆரம்பிக்கப் பட்டதொரு போராட்டம் அரசாங்கத்தை அச்சுறுத்துவதற் காகவும், சர்வதேசத்தின் கவனத்தை ஈர்க்கவும் வளர்ச்சியையும் பலத்தையும் நிரூபிக்கவும் சிறுபான்மையினமான முஸ்லிம்களைக் கொல்வதையும், அவர்கள் மீது தாக்குதல்கள், திட்டமிட்ட படுகொலைகள் மேற்கொள்வதையும், அவர்களது காணிகள், வயல்களை ஆக்கிரமிப்பதையும் இயக்கம் குயுக்தியாகக் கையாண்டது. சமூக விடுதலைக்கான போராட்டம் முழு மக்களையும் அச்சுறுத்தும் வடிவமெடுத்து, வடக்கு, கிழக்கின் எல்லைகளைக் கடந்து நாட்டின் ஏனைய பாகங்களிலும் பரவி, முழு இலங்கைவாழ் மக்களையும் பீதியில் தள்ளியது.

பதின்மூன்று வயதின் ஆரம்பத்தில் இருந்த யோகா இவற்றினாலும் சிறிது கலக்கத்திற்கு ஆளானாள். 'எதற்கிவையள் போராட்டம் நடத்தினம், ஏன் சனங்களச் சாகடிக்கினம், என்னப்போல எத்தினை ஆயிரம் சிறுமிகள்ர வாழ்வு நெருக் கடிக்கு ஆளாகியிருக்கும் ..? என்ர குடும்பத்தப்போல நாதியற்ற நிலயெ எல்லாருக்கும் பொதுக்குறியா மாத்துறதே இந்தப் போராட்டத்தின்ர நோக்கம்?' கேள்விகளும் சிந்தனைகளும் உருப்பெற்று அது பற்றித் தெளிவான தீர்மானத்தை அடைய முடியாத மனக்குழப்பத்தில் அவளை ஆழ்த்தியது.

கவலையும், துயரமுமாக, பதில்களற்ற கேள்விகளுமாக சுவரோடு பேசிக்கொண்டே அந்த வீட்டில் எட்டு மாதங்களுக்கு மேல் யோகா கழித்திருந்தாள். சாப்பாடும் அவ்வப்போது சில துணிமணிகளையும் தவிர அவளுக்கு வேறெந்த ஊதியமோ கவனிப்போ அங்கு கிடைக்கவில்லை.

இதனிடையே பெண்குறியில் இருந்து திடீரென வெளிப்பட்ட இரத்தப் பெருக்கு கால்களுக்கிடையே வடியத் தொடங்கியது. இரண்டு தினங்களாக நிம்மதியிழந்துபோயிருந் தாள். ஏதோ தீர்க்கவொண்ணாத நோயின் அறிகுறி என்கிற ஊர்ஜிதத்தில் நொய்ந்துபோனாள்.

'இந்த நோய் என்னென்டே தெரியலியே? இந்த வருத்தந்தான் என்னைச் சாகடிக்கப் போவுதென்டு நினக்கிறன். மரணம் என்னக் கொண்டு செல்லப்போற நாளை நான் நெருங்கிட்டன்...'

அதில் அவளுக்கு மகிழ்ச்சியே. 'இப்பிடியொரு வாழ்வு வாழ்றதைக் காட்டிலும் இறப்பது மேல்' என்கிற எண்ணம் சாந்தப்படுத்தியது. தனது மரணம் விரைவில் நடந்தேற வேண்டும் என்று கடவுளைக் கரம்கூப்பி வேண்டிக்கொண்டிருந்தாள்.

கட்டுப்படுத்த முடியாதளவு வயிற்றுவலியும், சோர்வும் மிகையாகியது. அடிவயிற்றில் முட்புதர்கள் முளைத்து விட்டாற்போன்று அமைதியைக் குலைத்தது வலி. பாவாடையை மாற்றுவதற்கென அறைக்கும் அது நனைந்துள்ளதா எனப் பரிசோதிப்பதற்காக அடிக்கடி கழிவறைக்குமாக ஓடிக் கொண்டிருந்தாள். இந்த வினோதத்தை இனியும் பொறுக்க முடியாது என்ற நிலை.

"என்னன்டே தெரியல்லெ... வயிறு வலிக்குது, ரத்தம் வருது, பயமாக் கிடக்குது..."

வீட்டுக்கார அம்மாவிடம் தயக்கத்துடன் அவஸ்தையை ஒப்புவித்தாள்.

"இது வருத்தமில்லடி... நீ குமராயிட்டாய்..."

"ரத்தப்போக்கு தானா நிக்கும்... துணி வச்சா சரி..."

இனம்புரியாத உணர்வலைகள் அவளுக்குள் திடீரென ஊற்றெடுத்துப் பாய்ந்தன. அது இன்பமோ துயரோ கிடையாது. பயம்!

'அக்கா வத்சலா குமர் என்டல்லே பாதுகாப்புக்காக சித்தியின்ர வீட்டில தங்க வெச்சவ அம்மா. இப்ப நானுந்தான் குமராயிட்டன். என்ர பாதுகாப்புக்கு ஆர் உத்தரவாதம்..?' கேள்வியும் வெறுமையும் ஒருசேரக் குழப்பியது.

வேலைப்பளு இருந்ததே தவிர, அந்த வீடு பாதுகாப்பானது என்பதில் அவளுக்குத் துளியும் சந்தேகமில்லை. ஆனாலும் மன அவசத்தைத் தவிர்க்க முடியவில்லை அவளால்.

வத்சலா அக்கா குமரானபோது அம்மா கவனித்துக் கொண்டதெல்லாம் நினைவுக்கு வந்தன.

'அக்கா குமராயிட்டா என்டு அம்மா வீட்டுக்குள்ளெ மறச்சி வச்சவே. உது இப்பிடித்தான் நடக்கும்போல. அக்காக்கும் உப்பிடித்தான் இரத்தம் வந்திருக்குமே. அக்கா குமரானதும் கொஞ்ச நாள் காலத்தாலயில முட்டையைப் பச்சையா குடிக்கல்லோ குடுத்தவ ... நல்லெண்ணையைச் சூடாக்கி இடுப்பில நீவினவே ...'

மஞ்சள் தேய்த்து அக்காளும் அம்மாவும் தன்னைக் குளிக்கவைப்பதாகவும், ஒளிந்து பார்த்த கலாவையும், தம்பிகளையும் அம்மா விரட்டுவது போலும் மனக்கண்ணில் தோன்ற, உதட்டோரம் புன்னகை வந்து மறைந்தது.

'நானொரு அதிர்ஷ்டம் கெட்டவளாக்கும் ... உதெல்லாம் கனவுல கண்டு சிரிக்க வேண்டியதுதான். இந்தப் பாக்கிய மெல்லாம் உனக்குக் கிடையாதென்டு கடவுள் எழுதிப் போட்டார். பச்சை முட்டையும், நல்லெண்ணெய் நீவலும், மஞ்சள் குளியலுமென்டு கனவு காணத்தான் எனக்கு விதிச்சிருக்கு ...'

சில பழைய துணித்துண்டுகளைத் தந்து இரத்தம் பரவாமல் அவற்றைக் கால்களுக்கிடையே உபயோகிப்பதெப்படி என்று வீட்டுக்கார அம்மாள் விபரித்தபோது இயல்பாகவே கூச்ச சுபாவம் கொண்ட அவள் வெட்ககரமாக உணர்ந்தாள். உபயோகிக்கப்பட்ட உள்ளாடைகள் சிலவும் கிடைத்தன. அவை அருவருப்பூட்டுவதாகப் பாம்பின் செட்டைகளைப் போன்றிருந்தன. கசங்கிச் சுருங்கியிருந்த பழைய உள்ளாடைகளை அணிகிற அனுபவம் அவளைக் கடுமையாகத் தொந்தரவு செய்தது. இவற்றை நிராகரிக்கிறபோது இரத்தம் பரவாமல் தடுக்க வேறு மார்க்கம் இருப்பதாகவும் தெரியவில்லை. 'ஏன் இப்பிடி நடக்கிது. பெட்டைப் பிள்ளையள் எல்லாத்துக்கும் இப்பிடி நடக்குமே. உதிலயிருந்து ஆரும் தப்ப ஏலாதே ... உது கடவுளின்ர சாபமே, ஆசிர்வாதமே?'.

வீட்டு வேலைகளைச் செய்வதிலிருந்து இந்த இரத்தப் பெருக்கு விடுதலை பெற்றுக் கொடுத்தது, சற்று ஆறுதலாக இருந்தபோதும் அது அலுப்பூட்டியது. பருவமடைந்துவிட்டதற் கான விசேட கவனிப்புகள் ஆலாபனைகளுக்காக இல்லாமல் தீட்டிலிருந்து ஒதுங்கியிருக்கும் பொருட்டான தனிமைப்படுத்தல் மனிதாபிமானமற்ற துண்டிப்பு என்பதாக விளங்கிக்கொண் டிருந்தபோதும் இயலாமையுடன் சில தினங்கள் அடைபட்டுக்

கிடந்தாள். இந்த நாட்களில் தனிமையைக் கற்றபடி ஒரேயொரு போர்வையைத் தவிர தோழமை எதுவுமற்ற அறையில் கிடந்தாள். பழைய உடைந்த தளவாடங்களும் சட்டிப் பானைகளும் நிறைந்த அந்த அறையில் சில கரப்பான்பூச்சிகளும் பல்லிகளும் கூட இருந்தன. இரவின் இருட்டில் அதன் நிழல்கள் பூதங்களாக மாறி அவளை அச்சுறுத்துவதுமுண்டு. கரப்பான்பூச்சியை சும்மா பார்த்துவிட்டாலே அரை கிலோமீற்றருக்கு ஓடிப் பாய்கிறவள் இப்போது கரப்பான்பூச்சிகளுடனே படுத்துறங்கப் பழக்கப்பட்டிருந்தாள். கூரையைத் தொடுகிற தூரத்தில் பூனை நுழையக்கூடிய ஜன்னல் வழியாக வழிந்து, அறையில் பரவும் நிலா அவளைப் பரவசப்படுத்துவதுண்டு.

பருவமடைந்து ஒன்பதாம் நாள் குளித்துச் சாமி கும்பிட்டு நெற்றியில் விபூதியிட்டுக்கொண்டாள். எஜமானியின் கால்களில் விழுந்து ஆசிர்வாதம் பெற்றாள். அந்த வீட்டுக்காரியில் எதுவித மரியாதையும் பற்றும் அபிப்பிராயமும் இல்லாதிருந்தபோதும் அன்று அப்படிச் செய்யத் தோன்றியது. மர்மமானதும் இரகசியமானதுமான தன் உட்கதவுகள் திறந்துகொண்டாற் போன்ற பெருமிதம் பரவியிருப்பதாக உணர்ந்தாள். புனர் ஜென்மம்போல அந்தரத்தில் மிதப்பதுபோலக் குளிர்ச்சி பெற்ற குருதி அவளைக் கிளர்ச்சிகொள்ளச் செய்தது.

“என்ர அம்மா, அப்பா இருக்கினமா என்டே தெரியல்ல. அம்மாபோல நீங்கள்தான் இருக்கியள். என்னப் பாதுகாத்துக் காப்பாத்துவியளே . . . இவ்வளவு நாளும் நான் வெளியால போகணும் என்டு நினைச்சதேயில்லெ. இன்டக்கி வெளியால போகணும்போல ஆசையாக் கிடக்கு. என்னக் கோவிலுக்குப் கூட்டிப் போறியளெ . . .”

இந்தச் செயற்பாடு அந்த அம்மாளுக்குப் புதிதாகத் தெரிந்ததுடன் அவளில் பச்சாதாபத்தையும் உண்டுபண்ணி யிருக்க வேண்டும். யோகாவுக்குப் புதுப்பாவாடை சட்டை வாங்கித் தந்தாள்; குண்டு மல்லிப்பூவும். அடர்ந்த குங்கும நிறத்தில் பொன்னிறக் கம்பிகள் இழைத்த அகன்ற வாட்டியு மாகக் கொசுவப் பாவாடை. அரைக்கைச் சட்டை. அவளுக்கா கவே தயாரித்தாற்போன்று கச்சிதமாயிருந்தது. மிக உயர்ந்த தரத்திலானது போன்ற பகட்டான, முன்னொருபோதும் அணிந்திராத வகையிலான இந்த ஆடையை வாங்கித்தந்த எஜமானியில் அவளுக்குக் கொள்ளைப் பிரியமும் நன்றிப் பெருக்கும் உண்டாயிற்று.

தலையில் பூச்சூடிக்கொண்டதும் இதுவே முதல் அனுபவம். பூவின் வாசனை உடல் முழுக்கப் பரவி அவளை

முழுவதும் ஆட்கொண்டது. ரம்மிய உணர்வுகளால் மனம் லயித்தாள். கண்ணாடியின் முன்நின்றதும் பிரமித்துப்போனாள். நகர விரும்பாமல் பார்த்துக்கொண்டே நின்றாள். தான் திடீரென்று உயர வளர்ந்துவிட்டாற்போலும், கன்னங்களில் மினுக்கத்தையும், கண்களில் ஒளிர்வையும் கண்டு திகைப்பா யிருந்தது. வானவில்லில் இழைந்த வண்டாக உள்ளுணர்வு பரபரத்தது. இக்கணம் அதிசய தருணமாய்த் தோன்றியது.

அன்று மாலையே கோவிலுக்கு அழைத்துச் செல்லப் பட்டாள். வாழ்வில் முதன்முறையாக வேண்டுகோளொன்று நிறைவேற்றப்பட்ட திருப்தி அவளுக்கு. அன்றைய நாள் ஆசிர்வதிக்கப்பட்ட நாளாகத் தோன்றியது. அம்மாவைக் காண வேண்டுமெனும் ஆவல் படர்ந்தது. எல்லாம் நல்லதாய் நடக்கக் கடவுளைப் பிரார்த்தித்துக்கொண்டாள். கோவிலில் அவளுக்குப் பேரின்ப அதிர்ச்சியொன்றும் காத்திருந்தது.

கோவிலுக்குள் நுழைந்ததுமே இதயம் நெகிழ்ந்தது. உணர்வலைகளால் மனம் பூரிப்பில் நிரம்பியிருந்தது. வீட்டுச் சூழல் பற்றிய எண்ணங்கள் மண்ணில் இறுகிய வேர்போல மனம் முழுக்கவும் பரவியிருந்தது.

‘இந்த நேரத்தில நான் என்ர வீட்டிலதான் இருந்திருக்கணும். என்ர அம்மாவோட இருந்திருக்கணும்.’

எதிர்பாராத இடத்தில் எதிர்பாராத சூழ்நிலையில் நிகழ்கிற சந்திப்புகள்கூட வாழ்வில் முக்கியமாக அமைந்து விடுவதுண்டு.

பக்கத்து வீட்டாளும், பள்ளித் தோழியுமான செண்பகத்தைக் கோவிலில் பார்த்ததும் இப்படியும் வாழ்வில் எதிர்பாரா இன்பங்கள் அமையுமாவென்ற அநிச்சயத்தில் கைகளைக் கிள்ளிப்பார்த்தாள்.

“இவையள் எங்கட ஊர் ஆக்கள். பள்ளிக்கூடத்தில என்னோட ஒன்டாப் படிச்ச பெட்டை செண்பகம். பக்கத்து வீட்டிலதான் இருக்கிறவையள். கதைச்சிட்டு வரட்டுமே . . .”

வீட்டுக்கார அம்மாளிடம் அனுமதி பெற்று செண்பகத் துடன் சம்பாஷணையில் ஈடுபட்டாள். செண்பகமும் கோவிலுக்குத் தனித்துவரவில்லை. அவளது பெரியப்பா குடும்பத்துடன் கூட்டமாக வந்திருந்தாள். தான் குமராகி விட்ட கதையைச் செண்பகத்தின் காதுகளுக்குள் கிசுகிசுக்க, செண்பகம் வெட்கத்துடன் சிரித்தாள்.

“அடுத்தது நீதான் ...” யோகாவின் எதிர்வுகூறல் கேட்டு நரம்புகளில் அதிர்வுகள் தோன்றியதுபோலக் கிளுக்கிளுக்கென விக்கல் சிரிப்பு சிரித்துக்கொண்டிருந்தாள் செண்பகம்.

வாழ்வின் முக்கியமான தருணத்தில் குடும்பத்தைப் பிரிந்திருக்க நேர்ந்த கவலையை அவளுடன் பகிர்ந்து கொண்டாள் யோகா.

“போன சனிக்கிழமதான் நாங்க எல்லாரும் ஈரக்குளத்தி லிருந்து மாவடிவேம்புக்குத் திரும்ப வந்தோம்டி. ஊர் நிலம மோசம் தெரியுமே. இயக்கத்துக்கு ஆக்கள் சேர்க்கிறதால எல்லாரும் மிரண்டு போய்க் கிடக்கினம். சின்னப் பெடியல்கள், பெட்டையளயும் இழுத்துட்டுப் போயினம். வீட்டுக்கே வந்தும் கூட்டிப் போயினம். பள்ளிக்கூடம் போற வழியிலயும் இழுத்துப் போயினம். அதனாலதான் நானும் பெரியப்பா வீட்டுக்கு வந்துட்டன். இனி இஞ்சதான் படிக்கப்போறன் ...”

“ஏன்டீ செண்பகம், இயக்கம் சின்னப் பெடியன் பெட்டையளைச் சேர்க்கினமல்லே ... அவையள் களத்தில சண்டையிடுவினமே ..?”

“போடி பைத்தியம் ... ந்தா ... நம்மளையே எடுப்பமே ... நமக்கேலுமே, துப்பாக்கியத் தூக்கிக் குறிபார்த்துச் சுடயும், சண்ட பிடிக்கயும். அவையளுக்கு ஆக்கள் வேணும், சேர்க்கினம். நாமெல்லாம் போனா ஒரு சண்டைக்குக்கூடத் தாக்குப்பிடிக்க மாட்டம்டி செத்துப்போயிருவம் ...”

செண்பகத்தைச் சந்தித்தது ஆறுதலளித்தபோதும், அவள் தெரிவித்த சேதிகளால் வேதனைகள் திரண்டன. வத்சலா அக்கா இன்னமும் இங்குதான் டவுணில் இருக்கிறாள் என்பதையும் தெரிந்துகொண்டிருந்தாள்.

அன்றிரவு முழுதும் உறக்கமின்றி உழன்றாள். கனவுகளை, ஆசைகளை, எதிர்பார்ப்புகளைத் திட்டமிடல்களை நீர்க்கச் செய்யும் இரவாக அது நீட்சி பெற்றிருந்தது. ‘அக்கா சித்தின்ர வீட்டில பாதுகாப்பா இருப்பாள் என்டு அம்மா அப்பாவுக்கு முழு நம்பிக்கையாக இருக்கும். நானிங்க ஆர் எவர் என்டே அறியாதவையள்ர வீட்டில இருக்கிறன். எனக்கு என்ன ஆனது, நான் எப்படி இருக்கன் என்டு ஒரு யோசனையும் இல்லயே அவையளுக்கு.’

‘செண்பகம் புண்ணியம் செஞ்சவள். அவளின்ர அம்மா அப்பா எவ்வளவு நல்லவையள். டவுணில படிக்கிறதுக்குக் கொண்டந்து விட்டிருக்கினம். என்ட அம்மா அப்பா டவுணில வீட்டு வேலக்கு விட்டிருக்கினம். நானொரு சாபக்கேடான

பிறவியொன்டாக்கும். என்ன சனியனுக்குப் பிறந்து தொலச்சன் ... உதிலெ யோகலட்சுமி என்டு பேரு வேற ...'

அன்று ஞாயிற்றுக்கிழமை. அதிகாலையில் சமையல் வேலைகள் இருக்காதென்பதால் யோகா ஆறு மணி கடந்தும் எழுந்திருக்காமல் கிடந்தாள். இருள் சூழ்ந்த அவளது அறையில் சூரியக் கதிர்களின் சுடர் பரவிக்கொண்டிருந்தது. சுகயீனமாயும் பலயீனமாயும் காயம்பட்ட பறவையைப் போலக் கிடந்தாள். வெறுப்பேற்றும் நிறத்திலும் எப்போதும் தன்னை அமிழ்த்துகிறாற் போல பாரமாகவும் இருக்கிற போர்வை அன்று அதிசயமாகக் கதகதப்பாக இருந்தது. பொழுதெல்லாம் போர்வைக் குள்ளேயே கிடந்துவிட முடியாதா என ஏக்கமுண்டாக்குகிற போர்வையின் மாயஜாலம் அவளது மாசற்ற மனதை நீல வானத்தை நோக்கியதாக நீலக்கடலை நோக்கியதாக இழுத்துக் கொண்டிருந்தது. இருட்டில் வீழ்ந்து கிடப்பதுபோன்ற இந்தப் பரிதாபகரமான சூழலிலிருந்தான தன் விடுதலைக் கனவுகளை மனக்குகைச் சுவர்களில் வரைந்துகொண்டிருந்தாள்.

"யோகா இஞ்ச வாடி ..."

ஒரு பேருந்தின் விசிலைப்போல அந்த வீட்டம்மாளின் குரல் உச்சஸ்தானத்தில் ஒலிக்கக் கேட்டதும் யோகா திணறிக் கொண்டு எழுந்தாள். நிலநடுக்கம் உண்டான பிரதேசம்போல அவள் உடல் குலுங்கியது. நீல வானம் இருள் கவிந்திருந்தது. நீலக்கடல் பேரலைகளும் புயலும் சூழ்ந்த பயங்கர பிரதேசமாகி விட்டிருந்தது. நசல் கோழியைப்போல ஓடிவந்து நின்றாள்.

வீட்டு அம்மாளின் இரண்டு பிள்ளைகளும் அழுது சிவந்த முகத்துடன் அவளை விழிகளால் அறுக்கப் பார்த்துக்கொண் டிருந்தனர். இந்த அரங்கேற்றம் தன்னுடைய தயாரிப்போ, இயக்கமோ அல்ல என்பதுபோல் வீட்டுக்காரப் பெரியவர் சிதம்பரம் பத்திரிகை பார்த்துக்கொண்டே தேநீரை உறிஞ்சிக் கொண்டிருந்தார். மனைவியின் தொணதொணப்பிலிருந்து தப்பித்துக்கொள்வதற்காகவோ நாட்டு நடப்புகளை அறிந்து கொள்வதற்காகவோ தினமும் அவர் பத்திரிகை படிக்கிறார். முதற்பக்கத்திலிருந்து கடைசிப் பக்கம்வரையிலும் சிலபோது இரண்டாம் மூன்றாம் முறையாகவும் படிக்கிறார்.

"எங்கடி ... எங்கடி மறச்சி வச்சிருக்காய் ..."

யோகாவின் காதுகளைத் திருகிக்கொண்டே அம்மா கேட்க அவள் மலங்க விழித்தாள்.

"என்னத்தை அம்மா ..."

“ஒன்டும் தெரியாத மாதிரி நடிக்காத ... சின்னவள் புவனாட தோடு ரெண்டையும் காணல்ல ... நீதான் எடுத்திருப்பாய் ... இஞ்ச வேற ஆரு இருக்கினம் ... நீ தந்திரமாத்தானெ நேத்துக் கோவிலுக்குப் போகணும்டாய் ... அவள் ஆருடி ... அவளுக் கிட்டதான் தோட்டக் குடுத்திருப்பாய் உண்மையச் சொல்லு ...”

ரயில் ஊளையிடுவதுபோல தண்டவாளம் தடதடப்பது போலக் காதுகள் இரைந்தன. அழவோ, வாய்திறந்து பேசவோ அவளுக்குத் தெம்புவரவில்லை. அநியாயமாக இரக்கமே யில்லாமல் சுமத்தப்பட்ட இந்தப் பழி அவளைத் திக்குமுக்காடச் செய்தது. நேற்று இயல்பாக நடந்து முடிந்ததெல்லாம் திட்டப் படி நடந்ததாக இவர்கள் விபரித்துக்கொண்டிருக்கிறார்களே, இதிலிருந்து மீள்வதெப்படி என்ற மந்தமான வியப்பில் மூர்ச்சை யாகிய சொற்கள் அவளுக்குள் ஊர்ந்தன.

“புவனாட தோட்டை நான் ஏனம்மா எடுக்கப்போறேன் ... சத்தியமா நான் காணக்கூட இல்லம்மா ...”

“இவ்வளவு நாள் உனக்கு அந்த ஆசை இல்லடி ... குமராயிட்டதோட சீவி சிங்காரிக்க ஆசையோ உனக்கு ... தோட்டை எங்க வெச்சிருக்காய் ... நேத்துக் கோவில்ல அவளுக்கிட்டக் குடுத்திட்டியா அவள் எங்கயிருக்காள் சொல்லுடீ ...”

கேட்டுக்கொண்டே கூந்தலைக் கற்றையாகக் கோதி முறுக்கிக் கன்னத்தில் அறைந்தாள். பருத்த குள்ளமான உடலுடைய இரண்டு வீட்டுக்காரிகளைப் பார்த்தாள் யோகா. கட்டுக்கடங்காத அவளது பரட்டைத் தலைமயிர்களும் இரண்டாகவே தோன்றியது. பாதி உறக்கமும் திகைப்புமாக இருப்பவளை முதுகில் குத்திக் குப்புறத் தள்ளிவிடுவதாகத் தோன்றியது, வீட்டுக்காரியின் நாரசமான தோற்றம் இன்றைய புதிய அவதாரமாக இருந்தது.

“சத்தியமாச் சொல்றென்மா ... நான் எடுக்கல்ல, புவனா அவட அறையில மறந்து எங்காச்சும் வச்சிருப்பா, கொஞ்சம் தேடிப்பாக்கச் சொல்லுங்கம்மா ...”

அறை விழுந்த கன்னத்தைக் கைகள் வருடின. கன்னம் கன்றிச் சிவந்திருந்தது. கண்களுக்குள் நீர் தெப்பம்!

“உனக்கு என்ன திமிர் இருந்தா இப்பிடிச் சொல்லுவாய், மயிலே மயிலேன்டா இறகு போடாது, இரு உன்னை ...”

கசாப்புக்கடைக்காரனைப் போலப் பற்களைக் கடித்துக் கொண்டையை விடுவிக்காமல் பிடித்திழுத்துக்கொண்டே சமையலறைப் பக்கமாகச் சென்றாள் அவள்.

"அம்மா"

சில நிமிடங்களில் வீட்டின் விட்டத்தைத் தகர்க்கும்போல் யோகாவின் அழுகுரல். சுற்றி நடப்பது எதுவும் புரியாமல் பத்திரிகைக்குள் மூழ்கிக் கிடந்த வீட்டுப் பெரிய மனிதர் திடுக்கிட்டெழுந்து சமையலறைக்குள் ஓட, பின்னால் அவரது இரு பெண்களும்.

யோகாவின் தொடையில் அரைமுழம் நீளத்தில் கத்தியின் தழும்பு படுத்திருந்தது. நெடுஞ்சாண்கிடையாகப் புரண்டு புரண்டு அழுதாள் அவள். தலையைத் தரையிலே முட்டிக் கொண்டும், மல்லாந்து கால்களை உயர்த்துவதும் நீட்டுவது மாகப் பதறினாள்.

"பைத்தியக்காரி என்ன காரியம் செஞ்சிருக்காய். படிச்சவள் செய்யிற காரியமே இது . . . விசாரிக்காம . . ."

அவரது குரல் முன்னெப்போதும் கேட்டிராததாக இருந்தது. மனைவியைச் சலித்தபடி செய்வதறியாமல் தடுமாறினார்.

"எப்படியெல்லாம் கேட்டுப் பார்த்தன். சொன்னவளே கேளுங்க . . . புவனா மறந்து எங்காவது வைச்சிருப்பா தேடிப் பாருங்கென்டு வீம்பா பதில் சொல்றாள் . . . அவள . . ."

"போதும் நிப்பாட்டு . . . அவள் சொன்னதில என்ன பிழை. உன்ட பிள்ளையளுக்குப் பொருள மறந்து வக்கிறதும் தேடுறதும் புதுசே, எப்பயும் நடக்கிற கூத்துத்தானென்டுதான் நான் கண்டுக்காம இருந்தன். இவள இப்பிடிப் பண்ணிட்டியடி . . ."

சிதம்பரம் கைத்தாங்கலாக யோகாவைத் தூக்கி அறைக்கு அழைத்துப் போனார். சூட்டுக் காயத்திற்கு முதலுதவியளித்தார். தொடைச் சதை சிவந்து கொப்புளித்திருந்தது. காயத்தைப் பார்த்து "ஆ . . . ஊ" என வாயினால் காற்று ஊதினாள் யோகா. வலியின் அசலை முன்னொருபோதும் அறிந்திராத அவளது கதறல் அந்த வீட்டையே மூழ்கடிப்பதாக இருந்தது. சரீரத்தைக் குறுக்கிச் சுருண்டாள்.

"கத்தாத பிள்ளை . . . கொஞ்சம் பொறுத்துக்க. மருந்து போடுறன் . . ."

அழுதழுதே, மலங்கமலங்கக் கண்களைச் சொட்டிக் கொண்டு தடுமாற்றத்துடன் சுழலுக்குள் நழுவிச் சரிவதைப் போல அயர்ந்தாள். அவள் உறங்கும்வரை சிதம்பரம் அருகேயிருந்து கவனித்துக்கொண்டிருந்தார். அவருக்கு என்றுமில்லாத பச்சாதாபம் உண்டாயிற்று.

‘இவள் இந்த வீட்டுக்கு வந்து எட்டு, ஒன்பது மாதங்கள் இருக்கும். உப்புக்கல்லைத்தானும் களவு செய்யாதவள், தோட்டை எடுத்திருப்பாளே ..? சேச்சே ...’

உள்மனதின் ஊர்ஜிதத்தை உண்மையாகவே எடுத்துக் கொண்டவர்போல ஆத்திரத்துடன் எழுந்து மனைவியின் அறைக்குச் சென்றார் வேகமாக.

“நான் வேணுமென்டு செய்யல்லம்மா ...” புவனா அம்மா முன் அழுதவாறு நின்றாள்.

சிதம்பரத்திற்கு விளக்கம் தேவைப்படவில்லை. நடப்பதை ஊகித்துக்கொண்டதும் அவருக்குத் தாங்கொண்ணாத கோபம் ஏற்பட்டது.

“என்னடி நடக்குதுதிங்க ...” ஆக்ரோஷமாகக் கத்தினார்.

“கிடைச்சிட்டா ... நாசமாப்போன அந்தத் தோடு கிடச்சிட்டா ... அநியாயமா ஒரு அப்பாவியத் தண்டிச் சிட்டிங்களேயடி ...”

ஆத்திர மேலீட்டால் மனைவியையும் மகளையும் தாறுமாறாக அடித்தார்.

மதியம்,

கண்விழித்த யோகா தொடைப் பகுதியில் கடும் வலியை உணர்ந்தாள். வலியின் தன்மையை விடவும் வலியை ஏற்படுத்திய காரணமே அதிகம் துயர் தருவதாக இருந்தது. நடந்து முடிந்தவை மீண்டும் மீண்டும் நினைவில் தோன்றி திகிலூட்டித் தொந்தர வளித்துக்கொண்டிருந்தது. சுமத்தப்பட்ட பழியைக் களவு என்பதாக மட்டும் அவளால் பார்க்க முடியவில்லை. இது வாழ்வின் தாங்கொண்ணாத அவமானமாகத் தோன்றியது. தான் இப்போது சிறுமியல்ல, வயதுக்கு வந்த பெண் என்ற எண்ணமும் அவளுள் எதிர்வினையாற்றியது.

‘நான் சின்னப்பிள்ளையா இருக்கேக்கெகூட ஆரும் என்ன அடிச்சதில்ல. பழி சொன்னதுமில்ல, நான் அப்பிடி நடந்ததுமில்ல. எப்பிடிப் பசியென்டாலும் வீட்டில தவிர எங்கயுமே கை நனச்சிப் பழக்கமில்ல. என்ட உசிரா நான் நேசிக்கிற செண்பகத்திட்டக்கூட ஒன்டும் கேட்டுக் கை நீட்டின நினவில்ல. அப்பிடியான எனக்கு, ஏன் இப்பிடியொரு அவமானம்? இனி நான் ஒரு நொடியும் இந்த இடத்தில இருக்கப்படாது. இவையள் என்னச் சந்தேகிச்சிட்டினம். இனி எது காணாமப்போனாலும் என்ன நடந்தென்டாலும்

என்னிலதான் பார்வை விழும். இந்த நிலை எனக்கு வேணுமே... இங்கிருந்து போய்டணும்?'

'எங்க போவன்? வீட்டுக்கே? வீட்டில என்ன சொல்லுவினம்? இத்தனை நாளும் உன்னை நல்லபடியா பார்த்துக் கிட்டவையள் இப்ப மட்டும் பழி சுமத்தினமே, ஏன்? உண்மையில நீ ஒன்டும் செய்யாமலே..? என்டு கேட்டால்... கட்டாயமாக் கேப்பினம். அவையளுக்கு நான் சுமை. அவையளின் குற்றத்தை மறைக்க என்னிலதான் பழிபோடுவினம், வேணாம். எனக்கு ஆருமே வேணாம். எனக்கு ஆருமில்ல. நான் செத்துப் போவணும்.'

'எப்பிடிச் செத்துப் போவன்? கயித்தில தொங்கிச் சாவனே? ஓடுற பஸ்ஸில விழுந்தே? நஞ்சு குடிச்சே? எப்பிடிச் செத்துப் போவன்? இதில ஒன்டையும் செய்ய எனக்கேலா. எப்பிடிக் கயித்தில தொங்கிச் சாகிற? நினைச்சாலே பயங்கரமாக் கிடக்கே, அம்மோய்... நாக்கு வெளிய வந்து கண்ணெல்லாம் பிதுங்கி... அவ்வளவு அகோரமாச் சாகவேணுமே. பஸ்ஸில விழுந்தாலும் கால் கை பிஞ்சி நடுறோட்டில... கடவுளே நெஞ்சு பதறுது..?'

எல்லாத் திசைகளிலும் தென்பட்ட மரணத்தின் துர்ச்சகுனங்கள் சோர்வுண்டாக்கின. இருள் கவிந்த ஆற்றில் நீரில் மூழ்கிப்போகிற நீச்சல் தெரியாதவனுடையதைப் போன்ற நடுக்கத்தை அவளால் ஜீரணிக்க முடியவில்லை. ஆத்திரமும் வெட்கமும் பிடுங்கியது. இனி வாழவே கூடாது என்ற திடசங்கல்பமே ஆறுதல்படுத்துவதாக இருந்தது. பளிச்சென்று அவளுக்கு அந்த எண்ணம் தோன்றியது.

'செண்பகம் சொன்னவள், இயக்கத்தில் சின்னப் பெடியன் பெட்டைகளச் சேர்க்கினம்... ஒரு சண்டைக்குக்கூடத் தாக்குப் பிடிக்காமச் செத்திருவினமென்டு...'

அவள் சரீரம் முழுதும் உற்சாக அலை பரவியது. அதுதான் சிறந்த வழி. இயக்கத்தில் இணைந்தால் சண்டையில் மரணம் தானாகச் சம்பவிக்கும்.

'இனி இஞ்சை இருக்கப்படாது. எப்படியாவது போய்ட வேணும். நான் வாழக் கூடாது'.

4

நகரத்தில் இருக்கக்கூடிய ஒரே அச்சகம் அதுதான். மிகவும் பரிச்சயமான அந்த அச்சக உரிமையாளர் அவளது வேண்டுகோளை ஏற்றுக் கொள்ளவும் முடியாத மறுக்கவும் முடியாத சங்கடத்தில் திண்டாடிக்கொண்டிருந்தார்.

“முன்னாள் போராளி அது இதென்று சொல்றீயம்மா . . . பயமில்லியா . . .”

“என்ன பயம் சேர் . . . போர் முடிஞ்சுட்டுது. சரணடைஞ்சி, கைதியாக இருந்து, புனர்வாழ்வு பெற்று, சமூக வாழ்க்கைக்குள்ள வந்திருக்காங்க. அவங்க எதிர்பார்ப்பு நியாயந்தானே . . . ஒரு குற்றத்துக்காக ஒரு ஆளை எத்தினை முறை தண்டிக்கிறது, யோசிச்சுப் பாருங்க . . . தெய்வானை நல்ல பெண் . . . அவளால உங்களுக்கு ஒரு இடைஞ்சலும் வராது, என்ன நம்புங்க . . . ரெண்டு கிழம பயிற்சி குடுத்தாப் போதும் . . . வேற யாரும் இதுக்கு ஒத்துக்கமாட்டாங்க . . . நீங்கதான் எனக்குப் பழக்கமான ஒரேயொரு பிரஸ் ஓனர் . . . ப்ளீஸ் . . .”

விடாப்பிடியாக வேண்டிக்கொண்டிருந்தாள் தவக்குல். போராளிகள் பழைய தந்திரோபாயங் களுடன் இருப்பார்கள். அவர்களால் ஆபத்துகள் நேரலாம் என அச்சக உரிமையாளர் சந்தேகத் துடனே காணப்பட்டார்.

“சந்தேகப்படாதீங்க சேர் . . . ரெண்டே ரெண்டு கிழமதானே . . .”

“நீ ஆயிரம் சொல்லு தவக்குல் . . . அவங்க நமக்குத் துரோகம் செஞ்சவங்க . . . நம்மட மக்கள நிர்க்கதிக்குத் தள்ளினவங்க . . . நட்போடயும் அன்போடயும் உதவிகள் செஞ்ச நமக்கே நஞ்சு வச்சவங்க . . . ஊருக்குள்ல பூந்து நித்திரையில

இருந்த நம்மட ஆக்கள வெட்டியும், குத்தியும் குஞ்சு பூரானக் கூட விடாமல் குரூரமாக் கொலை செஞ்சவங்க... ஒரு பாவமும் அறியாத பொம்புளகளின் அவத்துக்குள்ள ஆயுதங்களத் திணிச்சும், கர்ப்பிணிப் பெண்களின்ட வயித்தக் கிழிச்சு தொப்புள் கொடியறுத்தும் சிரிச்சுக் கொண்டாடிய கொடூர மனம் கொண்டவங்க. காத்தான்குடியில அல்லாஹ்ட சந்நிதியில தொழுதவங்களக் கொன்றாங்க. ஹஜ்ஜுக்குப் போய் வந்த அப்பாவிகளக் கிரான்குளத்தில் வாகனத்தோடயே பத்தவச்சுக் கொலை செஞ்ச நாசகாரக் கூட்டத்தைச் சேர்ந்தவள்தானே நீ சொல்லுறவளும். நம்மட மக்கள்ட காணி, பூமிகளயும், கால்நடைகளையும் பறிச்சி, நம்மக்கிட்டேயே கப்பம் வாங்கி நம்மள நாசம் செஞ்சு... அவங்க செஞ்ச அநியாயம் கொஞ்ச நஞ்சமா..."

புலிகளால் முஸ்லிம் சமூகத்துக்கு நேர்ந்த கொடுமைகளின் பாதிப்பிலிருந்து மீளாதவராக ஆத்திரமாகவும் அவசரமாகவும் கொந்தளிப்பான குரலில் முடிவை அறிவித்தார். தொண்ணூறு களின் முன்னர் தமிழ், முஸ்லிம் மக்கள் நட்புறவோடும் சினேகபூர்வமாகவும் பழகியதை அவள் அறிவாள். சிறுபராயத் தில் வாப்பாவின் தமிழ் நண்பர்கள் அடிக்கடி வீட்டுக்கு வந்துபோவார்கள். உறவினர்களுடன் போன்று மிக நெருக்க மான உறவைத் தமிழ் நண்பர்களுடன் பேணிய காலமது.

வாப்பாவின் தமிழ் நண்பர்களை மாமா, மாமி உறவு கூறி அழைத்து அவர்களைக் கண்டதும் மடியில் ஏறி அமர்ந்து தோளில் சாய்ந்து விளையாடிக் கதைபேசியவள் அவள்!

பின்னர் நடைபெற்ற சம்பவங்கள் பல மிகக் கசப்பானவை, வரலாற்றில் என்றுமே இரத்தம் காயாதவையாக, என்றுமே துயரத்துடன் நினைவுகொள்ளத் தக்கவையாக அமைந்தவை.

அச்சக உரிமையாளரினால் நினைவுகொள்ளப்பட்ட இரண்டு சம்பவங்களுமே இயக்கத்தினால் நடத்தப்பட்ட திட்டமிட்ட பாரிய கொலைச் சம்பவங்கள்தாம்! தொண்ணூறாம் ஆண்டில் காத்தான்குடி மீராஜும்ஆப் பள்ளிவாசலில் இரவுத் தொழுகையில் ஈடுபட்டிருந்த முஸ்லிம்கள்மேல் துப்பாக்கிச் சூடு நடத்திப் பாரியளவில் முஸ்லிம் சிறுபான்மையினரை அழிக்கும் திட்டமிட்ட சதியை இயக்கம் மேற்கொண்டிருந்தது. அதே காலப்பகுதியில் ஏறாவூரில் வீடுகளில் உறங்கிக்கொண் டிருந்தவர்களை வெட்டியும், குத்தியும் மிகக் குரூரமான முறையில் கொலை செய்ததில் நூற்றியெண்பது நிராயுதபாணி முஸ்லிம்கள் பரிதாபமாகக் கொலை செய்யப்பட்டனர்.

இவ்வாறாகப் பொலநறுவை மாவட்டத்திலும் சில முஸ்லிம் கிராமங்களில் இயக்கம் மேற்கொண்ட திட்டமிட்ட இனஅழிப்பு நடவடிக்கை இவையிரண்டையும் மிஞ்சும் வகையில் அமைந்திருந்தது. பொலநறுவை மாவட்டத்தின் முஸ்லிம் கிராமங்கள் என அடையாளம் காணப்பட்ட பள்ளியகொடல்ல, அகமட்புரம் பகுதிகளில் வாழ்ந்த விவசாயக் குடும்பங்கள் கொன்றொழிக்கப்பட்டனர்.

இவற்றால் பலியாக்கப்பட்டது உயிர்கள் மட்டுமல்ல, ஒரு சமூகத்தின் கனவுகள், எதிர்பார்ப்புகள், நம்பிக்கைகளுமே. வாழ்வியல் முறைகள், கலாசார அடையாளங்கள்கூட அழிக்கப் படுகின்றன. முஸ்லிம்களை இலக்கு வைத்து இயக்கம் திட்டமிட்டு மேற்கொண்ட இந்த இனச்சுத்திகரிப்பு மற்றும் மனிதப் படுகொலைகளிலிருந்து மீள்வதென்பது எளிதானதல்ல என்பதை அவள் அறிவாள்.

போரினால் இடம்பெயர்ந்து, அகதி முகாம்களில் தஞ்சம் கோரியிருந்த அனுபவங்கள்வரை தானும் பெற்றிருப்பினும் யாரிலும் வெறுப்பை வளர்த்துக்கொள்ளவோ குரோதத்தை ஏற்படுத்திக்கொள்ளவோ அவள் மனம் ஒப்பவில்லை. அதனை ஒரு தீர்வாகவும் அவள் கருதவில்லை.

“நீங்க சொல்றது நியாயம்தான் சேர் . . . தமிழ் – முஸ்லிம்கள்ட சீரிய உறவில விரிசலை ஏற்படுத்தின இந்த விஷயங்கள் மறுக்க ஏலாத உண்மைகள்தான். தூரநோக்கில்லாத சிந்தனையோட இயக்கத்தினால மேற்கொண்ட இந்த மாதிரி நடவடிக்கைகளுக்காக ஒட்டுமொத்தத் தமிழ்ச் சமுதாயத்தை யும் நாம எதிரிகளாக மதிப்பிடுறது நியாமில்லியே . . . அதேநேரம் எதார்த்தத்திற்கு எதிரா நாம வேற பாதையில இயங்கவும் ஏலா . . . இயக்கம் உருவாகின ஆரம்பத்தில அவங்கட வளர்ச்சிக்குப் பல வழிகளிலும் ஒத்துழைப்பு, உதவிகள நாம செஞ்சிருக்கம். நம்மட முஸ்லிம் இளைஞர்கள் இயக்கத்தில உறுப்பினர்களாக, போராளிகளாக இருந்த தெல்லாம் மறுக்கெலாத உண்மை . . . இயக்கம், உளவியல் நோயாளிகள்ட நிலையிலெருந்து மேற்கொண்ட தீர்மானங் களாகத்தான் இப்படியான நடவடிக்கைகளை நோக்க வேண்டியும், கையுட வேண்டியும் இருக்கி . . . நேருக்கு முரணாக நடந்து முடிஞ்ச சம்பவங்களுக்காக ஒரு சமூகத்தை இன்னொரு சமூகம் புறக்கணிக்கிறதும் பழிஉணர்வோடு பார்க்கிறதும் சமூக அபிவிருத்தியின் இலக்குகளச் சிதைச்சிடுமே சேர் . . . நீங்க படிச்ச ஆள் . . . நாலும் நல்லதும் யோசிக்கத் தெரிஞ்ச ஆள், நீங்களே இப்பிடிச் சொன்னா எப்படி . .?”

சுதாரித்துக்கொண்டு அச்சக உரிமையாளரைச் சமாதானப் படுத்துவதில் கவனமாக ஈடுபட்ட அவள் நிகழ்காலம் மட்டும் தான் சாத்தியமானது என்கிற குறிக்கோளோடு இருந்தாள்.

"நினைக்கவே கசப்பான விசயங்கள்தான் நீங்க சொல்றது ... இன்டாலும் அவங்க இப்பப் போராளிகள் இல்ல ... தவறுகளைத் திருத்திக்க நினைக்கிறாங்க. மன்னிச்சு மறக்கிறதுதானே பெருந் தன்மை. சாச்சாவோட ஈரலைச் சப்பித்துப்பின ஹிந்தாவை மக்கா வெற்றியில நம்மளோட நபி முஹம்மத் மன்னிக்கலியா ... அந்தளவுக்கு பெருந்தன்மை நமக்கில்லென்டாலும் கொஞ்ச மாவது மனசு இரங்குவோமெ ..."

இதற்கு மேலும் மறுக்கவே முடியாதென்பதுபோல் பரிதாபமான பார்வையில் அவளைப் பார்த்தார். வேண்டிக் கொண்டதுபோல எந்த விதக் கட்டணமும் இல்லாமல் தெய்வானைக்குப் பயிற்சியளிக்கச் சம்மதித்தார்.

தமிழ் – முஸ்லிம் சமூகங்களுக்கிடையிலான புரிதலில் விழுந்திருக்கிற விரிசல் ஓரிரு தலைமுறையிலாயினும் நிவர்த்திக்கப்படக்கூடியதா என்ற கேள்வி அவளைத் தொடர்ந்துகொண்டேயிருந்தது. பாதிப்புகளின் வீரியமும் அத்தகையதுதான். நிவர்த்திக்க முடியாத இழப்புகளாலும், சேதங்களாலும் மக்களின் மனங்கள் புண்பட்டுக் கிடக்கின்றன! இந்த உண்மையை அவளால் ஒரு நிலையிலும் மறுக்க முடியாதிருந்தது. சமாதானத்தைக் கட்டியெழுப்புதல், சமூகப் புரிந்துணர்வு தொடர்பான வேலைத்திட்டங்கள் இரு சமூகத்தவர்களையும் இணைத்ததாகப் பல்வேறு நிறுவனங் களால் மேற்கொள்ளப்பட்டுக் கொண்டிருப்பதை அவள் அறிவாள். ஆயினும், அந்த வேலைத்திட்டங்கள் புதியதொரு கண்ணோட்டத்தில் முன்னெடுக்கப்பட வேண்டுமெனச் சிந்தித்தாள். அத்தகைய வேலைத் திட்டங்களைத் தொழில் புரிபவர்களுக்கும் தொண்டர்களுக்கும் பல்கலைக்கழக மாணவர்களுக்குமென மட்டுப்படுத்தாது, பாதிக்கப்பட்டவர்கள், முன்னாள் போராட்டக் குழுக்கள், அரசியல்வாதிகள் எனச் சமூக முரண்பாடுகளின் முக்கிய அங்கங்களும் இணைத்துக் கொள்ளப்பட வேண்டுமென்ற சிந்தனை அவளுக்கு எழுந்தது. 'மக்களுக்குப் பொறுப்புடைய ஆட்களால்தான் மக்களுக்கு எதிரான செயற்பாடுகள் மேற்கொள்ளப்படுகின்றன. அவர்களால் நேரும் தவறுகள் அவர்களைக் கொண்டுதான் திருத்தப்பட வேண்டும்.'

கைபேசியில் தெய்வானையை அழைத்து ஏறாவூர் அச்சகம் ஒன்றில் பயிற்சி பெறலாம் என்று தவக்குல் கூறியதும் அவளும் தடுமாறித்தான் போனாள்.

"ஏறாவூரிலா ... டவுனுக்கில்ல எங்கெட ஆக்கள்ர அச்சகங்கள்ல முடியாதே அக்கா ..."

அச்சக உரிமையாளருக்கு ஏற்பட்ட உணர்வு கோபமும் வெறுப்பும் என்றால், தெய்வானையுடையது சங்கடமும் தன்மானமும் சார்ந்ததாய் இருந்தது.

"ஏன் தெய்வானை அப்பிடி நினைக்கிறாய் ... உங்கடை ஆக்கள் என்டு நீ சொல்றது தமிழ் ஆக்களையா ... ஏன் முஸ்லிம் ஆக்கள் பயிற்சி தந்தால் என்ன பிரச்சினை உனக்கு ..."

"ஏறாவூர் முழுக்கலும் முஸ்லிம் பகுதியல்லே அக்கா, எனக்குப் பயமாக் கிடக்கு ... அங்க எனக்கு ஆரயும் தெரியாதென்னெ. டவுனுக்குள்ளென்டால் தெரிஞ்ச ஆக்கள் இருக்கினம் ..."

விருப்பமின்மையைப் பயம் என்றும், வழியில்லை என்றும் பல காரணங்களில் தெய்வானை நியாயப்படுத்த முனைந்துகொண்டிருந்தாள்.

"ஏறாவூரில் யாருமில்லாட்டி என்ன ... நானிருக்கென். எங்கட வீட்டில தங்கலாமே, எங்கட வீட்டிலயிருந்து கொஞ்சத் தூரத்திலதான் அச்சகம் இருக்கு ... நீ வா தெய்வானை ஒன்டயும் யோசிக்காத ..."

தெய்வானையும் கடை உரிமையாளரைப் போலதான் சங்கடப்பட்டுக்கொண்டிருந்தாள். இது ஒரு பூதாகரமான பொதுப்புத்திப் பிரச்சினை. இப்படித்தான் முஸ்லிம்களில் பலரும் தமிழரில் பலரும் தாங்களாகவே பொதுமைப்படுத்திக் கொண்ட எண்ணங்களிலிருந்து வெளிவருவதை ஏதோ பெரிய சாகசச் செயலாக உலோகத்தை உடைத்து முறியடிக்கிற காரியமாகக் கருதிக்கொண்டிருப்பது தவக்குல்லைப் பொறுத்த வரையில் ஆச்சரியமாகத்தான் இருந்தது.

"நாளைக்கே என்றாலும் நீ பயிற்சில சேரலாம் தெய்வானை ... எவ்வளவு கெதியா ஏலுமோ அவ்வளவு கெதியா வந்து சேரப் பாரு ..."

"நான் இன்டக்கே வாரன் அக்கா. நீங்க நேத்து வந்து போனப்பவே நான் இல்லத்து தலைவர்ட்டக் கதைச்சி அனுமதி எடுத்திட்டன். இன்டக்கி மதியத்துக்குப் பிறகு வாரன், சரியே ..."

"சந்தோஷம் தெய்வானை ... நான் இப்ப வாகரைக்குப் போகப் போறன் ... வர லேட்டாவினாலும் நீ ஒன்டையும் யோசிக்காத. வீட்டில உம்மா, தங்கச்சிகள் இருப்பாங்க ... சங்கடப்படாம இரு ... சரியா ..."

நிரலிடப்பட்ட அன்றைய தினத்திற்கான தனது முதல் பணியை முடித்துக்கொண்ட திருப்தியுடன் அவள் அஸீமின் ஆட்டோவில் வாகரைக்குச் செல்ல ஆயத்தமாகினாள்.

○

"என்னை அடியோட மறந்திட்டியா தவக்குல் ..."

கைபேசியில் எதிர்முனைக் குரலைக் கேட்ட நொடியில் அவளது முகம் இறுகி விறைத்தது.

அன்பும், காதலும் வன்முறையாகி வதைக்கும் சந்தர்ப்பங் களை அவள் உணர்ந்திருக்கிறாள். இன்றும் அப்படியான உணர்வே மேலோங்கி அவளைச் சிறு தளர்வுக்காளாக்கியது. அவனுடன் முன்னர்போல சகஜமான நிலையில் உரையாட முடியாதபோதும் எதன் பொருட்டோ நிர்ப்பந்திக்கப் பட்டவளாக அதனைச் செய்து கொண்டிருந்தாள்.

"பிஸியாகிட்டன் ... அதான் பேசல்ல. ... மீட்கப்பட்ட பிரதேசங்களை நேரில போய்ப் பார்க்கிற, பிரச்சினைகளை ஆவணப்படுத்திற வேலைகளச் செய்றன். இன்டக்கி நைட் கோல் பண்ணத்தான் நினச்சிக்கிட்டு இருந்தன்."

அவள் சாவகாசமாகப் பேச முற்பட அவனோ வார்த்தை களில் எரிச்சலைக் கொட்டினான்.

"நான் சொன்ன விஷயத்தப் பத்தி என்ன முடிவு ..." குரலில் முன்பைவிடவும் கடுமை.

சில காலங்களுக்கு முன்னர் உரிமையோடு அவனிடம் கைகோக்கவும் ஆறுதலுக்காகத் தலையைச் சற்றுச் சாய்த்துக் கொள்ளவும் முடியுமாக இருந்த காதல் ஊற்று இப்போது முற்றிலுமாக வற்றி வறண்டுவிட்டிருந்தது. சிலந்திவலையாக அவர்களது விரிசல் ஆகிவிட்டிருந்தது. தண்டவாளத்தின் இரு கோடுகளாக ஒருபோதும் சேர்ந்திருக்கவே முடியாதவர்கள் என்று தெரிந்துவிட்டபோதும் அவர்களுக்கே தெரியாத காரணத்துக்காகக் காதலற்ற காதலைச் சொற்களாகக் காற்றில் அலையவிட்டுக் கொண்டிருந்தார்கள். சுதந்திரங்கள், செயற்பாடுகளுக்குத் தடையாக இருக்கப்போவதில்லை என்று நம்பிக்கை வார்த்திருந்தவன், சில காலமாக அவளது களப்பணிகளில் வெறுப்புகொண்டு சமூகப் பணிகளிலிருந்து ஒதுங்கிக் கொள்ளுமாறு அவளை வற்புறுத்துவதாக இருக்கிறான்.

வாழ்வும் சமூகச் செயற்பாடுகளும் ஒன்றிலிருந்து ஒன்று பிரிக்க முடியாத ஆதி வேர்களாக இறங்கியிருப்பதிலிருந்து அவள் ஒருபோதும் தன்னை விடுவித்துக்கொள்ள விரும்பாத

வளாக இருந்தாள். எல்லாப் பெண்களையும்போலக் குடும்பத்தைப் பார்க்கவும் பிள்ளைகளைப் பெறவும் மட்டுமல்ல, அதற்கப்பால் சமூகத்துக்குச் சில நன்மைகள் நிகழ்த்தப்பட அல்லாஹ்வால் தான் ஆசிர்வதிக்கப்பட்டிருப்பதாக அவள் நம்பினாள்.

சில நாட்களாக, அவள் மிகக் குழம்பிய மனநிலை கொண்டிருந்தபோதும், சமூகக் கடமைகளிலிருந்து விடுபட முடியாதென்பதில் உறுதியாக இருந்தாள். அது அவளுக்குள் ஏற்படுத்துகிற அமைதி, ஆறுதல் அளப்பரியதாக இருந்தது. ஒவ்வொரு நாளும் இறைவனைத் தொழுது இருகரமேந்தி அவள் கேட்பதெல்லாம் அதுவாகத்தான் இருந்தது.

“என்னைக்கொண்டு சில நல்ல காரியங்களை நீ நாடுகின்றாய் யா அல்லாஹ்... அவை எனக்கு நிறைவைத் தருது. இந்த ஆறுதலைப் பறித்திடாதே ரப்புவே... எனது நோக்கத்தை நல்லோர்கள் விளங்கிக்கொள்ளச் செய்வாய்... பழிக்கு ஆளாகும் நிலைக்கு என்னைத் தள்ளிடாதே, என்னை நீ பொருந்திக்கொள்வாய்...”

“இதில புதிசா ஒரு தீர்மானமும் இல்ல... என்னை நானாக ஏத்துக்கிறதில உங்களுக்கிருக்கிற பிரச்சினகள்தான் என்ன...”

தன் இயல்பை மாற்றிவிட இத்தனைப் பிடிவாதமாக முயல்கிறவனோடு வாழ்வை அமைத்துக்கொள்ளத்தான் வேண்டுமா என்ற நிராசை அவள் தொனியில் மறைந்தொலித்தது. மிக நிதானமாக வெறுப்போடு எங்கோவொரு தூரத்துக் காட்சியை நேராக வெறித்தபடியே இதைச் சொன்னாள்.

“தவக்குல் உனக்குப் புரியல்ல... உன்ட ஊராக்கள் உன்னப்பத்தி என்ன கதைக்காங்க தெரியுமா, வாய் கூசுது... போன கிழம நிவாரணப்பணி ஒன்டில நீ நிவாரணம் குடுக்கிற போட்டோ ஒன்டு பேப்பரில வந்ததே, நினப்பு இருக்கா... ச்சே, என் காதுபடவே கேவலமாப் பேசுறாங்க... நீ கொழும்பான், உனக்கு இங்க என்ன நடக்குதென்டே தெரியல்ல... அவள் இஷ்டத்திற்குத் திரியுறாள்ன்டு போன் பண்ணிச் சொல்றாங்க...”

அவனது வார்த்தைகள் ஒவ்வொன்றும் சகிக்க முடியாத அருவருப்பைத் தந்தன.

“அவன் இவன் பேசுற கதையெல்லாம் தேவையில்ல... உங்களுக்கு என்னில நம்பிக்கை இருக்கா இல்லியா...

சொல்லுங்க ... மத்தவங்க கதைய விடுங்க, உங்கட மனம் என்ன நினக்குதென்டுதான் நான் தெரிஞ்சுக்கணும் ...”

அவளது இந்த அழுத்தமான தொனி அவனைத் தடுமாறச் செய்ததுபோல, உடனடியாகப் பதிலளிக்காமல் தாமதித்தான்.

“தவக்குல் நீ வேணும் எனக்கு ... அது மட்டும்தான் என்னால சொல்ல ஏலும். நான் என்ட இஷ்டம்போலதான் இருப்பென் என்டு நீ அடம்புடிச்சா, என்னை நான் உனக்காக மாத்திக்க ஏலாது ... இந்த விஷயத்தில எங்கட வீட்டிலயும் யாரும் திருப்தியா இல்ல ... நாங்க எல்லாரும் கொழும்பில யிருந்து ஏறாவூருக்கு வாறத்துக்கு இருக்கிறம். அங்க விபரமாப் பேசலாம். நீ யோசி ... உனக்கு இன்னமும் டைம் குடுக்கிறன் ...”

தொடர்பைத் துண்டித்தான். தடுமாற்றத்தோடும் சொல்ல முடியாத ஒரு விடுபாட்டுணர்வோடும் நிமிர்ந்தவள் தான் அஸீமின் ஆட்டோவில் இருப்பதை அப்போதுதான் உணர்ந்தாள். தெய்வானையோடு பேசும்போதே அஸீம் ஆட்டோவை வீதியோரமாக நிறுத்தியிருந்தான். இவ்வளவு நேரம் தான் ஆட்டோவுக்குள் இருந்துதான் பேசினேன் என்பதும், அஸீம் எல்லாம் கேட்டுக்கொண்டிருந்தான் என்பதும் மேலும் சங்கடத்தை அளித்தது அவளுக்கு.

“வாகரைக்குப் போறதா ...”

அவளை நோக்கிப் பேச அவனுக்கும் சங்கடமாக இருந்திருக்க வேண்டும். அவள் பக்கமாகப் பார்வையைத் திருப்பாது, ஓட்டுநர் இருக்கையிலேயே நேராகப் பார்த்தவாறு அமர்ந்திருந்தான்.

“பேசினதெல்லாம் கேட்டிங்களா அஸீம், நீங்க சொன்னிங்களே உங்கட கூட்டாளிகள் என்னைக் கேவலமாப் பேசினாங்கள் என்டு ... அப்படியொரு விமர்சனத்தைக் கேட்டுட்டுத்தான் சுபியானும் ...”

அஸீமைச் சாரதி தொழில் பார்க்கிறவன் என்பதற்கும் அப்பால் ஒரு சகோதரன், ஒரு நண்பன், செல்லுகின்ற இடங்களுக்கெல்லாம் பாதுகாப்பாக அழைத்துச் சென்று அழைத்து வருகிற காவலனையொத்தவன் என்ற பல பரிமாணங் களில் அவனில் ஈடுபாடு கொண்டிருந்தாள். தனிப்பட்ட, குடும்ப விஷயங்களை அவனோடு பகிர்வதும், வீட்டு விசேஷங்களுக்கு அழைப்பதுமாக அவனைக் குடும்பத்தில் ஒருவனாகவே அங்கீகரித்திருந்தாள்.

“உங்கட சம்பாஷணை விளங்கினிச்சி. சிக்கலான கேஸ்தான். இதையெல்லாம் விட்டெறிந்து போட்டுச்

சுபியானைக் கல்யாணம் முடிச்சிக் கொழும்பில போய்ச் செட்டிலாகுங்களேன் ... கொழும்பு உங்களுக்குப் புதுசில்ல ... நீங்க படிச்ச, வேலை செஞ்ச இடம் ... அவரக் கல்யாணம் முடிக்கிறதுதான் எனக்கு சரிண்டு விளங்குது ... நான் புத்தி சொல்றன் என்டு கோபிக்காதீங்க ... உங்களால நல்ல முடிவு எடுக்கேலும் ...”

அவள் பதில் பேசாதிருந்தாள். ஏற்கனவே முடிவு செய்யப்பட்ட ஒன்றைத் திரும்பவும் தீர்மானிக்கத் தேவை யில்லை என்பது போன்ற அலட்சியத்தோடு, “நாம வாகரைக்குப் போவம். டிஎஸ் ஒபிஸ்ல எனக்குப் பதினொரு மணிக்குக் கூட்டமிருக்கு ...” என்று சொன்னாள்.

வழிநெடுகிலும் மௌனமாகவே இருந்தாள். கடந்த காலத்தின் சில தடயங்களில் அவள் நினைவு நகர்ந்தது. சுபியானோடு ஐந்து வருடக் காதல். கொழும்பில் படித்துக் கொண்டு பகுதி நேரம் கல்வி நிலையமொன்றில் கணினி வகுப்புகள் நடத்திக்கொண்டுமிருந்த காலத்தில்தான் சுபியானின் அறிமுகம் ஏற்பட்டது. கணக்கியல் துறையில் பட்டதாரியான அவன், அதே துறையில் பெரிய நிறுவனமொன்றில் பணியாற்றிக் கொண்டிருந்தான்.

அவள், கொழும்புப் பல்கலைக்கழகத்தில் ஆங்கிலக் கற்கை நெறியொன்றைத் தொடர்ந்துகொண்டிருந்தாள். அதே காலப் பகுதியில் சுபியான் நிர்வாகக் கற்கையொன்றின் இறுதியாண்டு மாணவனாக இருந்தான். இருவேறு துறைகளாக இருந்தாலும் பல்கலைக்கழகத்துக்குள் அடிக்கடி சந்தித்துக்கொள்ளும் வாய்ப்புகள் இயல்பாகவே அமைந்தன. கல்வியும், செல்வமும், வளங்களும் நிறைந்த குடும்பப் பின்னணியைக் கொண்ட அவன் அவளில் காதல் வயப்பட்டது, காதலை ஒப்புவித்தது ஒரு குறுங்கனவாக நடந்தேறியவை.

ஆரம்பத்தில் அவனது காதலை அவள் மனது ஒப்பெடுக்க வில்லை. சுபியான் அவளை அதிகமாக நேசிப்பதில் தவிர, அவளை அவன் எந்த வகையிலும் கவரவில்லை. காதல், திருமணம் குறித்த கற்பனைகளில் அதற்கு முன்னர் மிதந்தவளல்ல தவக்குல். கல்யாணக் கனவுகளோ, அது பற்றிய வானளந்த எதிர்பார்ப்புகளோ அவளுக்குளில்லை. ஆயினும், வாழ்க்கைத் துணைவனின் தகுதிகளை அவள் வரையறுத்திருந்தாள். மனிதாபிமானம் அன்பு மனசாட்சிக்கு விரோதமில்லாத குணங்கள் கொண்ட உண்மையான ஒருவனுடன் கைகோத்துக் கொள்வதே அவளுக்குப் பெருமிதம்.

தவக்குல் மீதான காதலை சுபியான் குடும்பத்தினர் கடுமையாக எதிர்த்தனர். சாதாரண வியாபாரக் குடும்பத்தில் பெண் எடுப்பதா என்ற தாழ்வுச்சிக்கல் ஒருபுறம். கொழும்பில் வசதியான, குடும்ப அந்தஸ்துக்கு ஏற்ற சம்பந்தங்கள் வரிசையில் இருந்தும் ஒரு கிராமத்தவளைக் காதலிக்கிறானே என்பதில் எதிர்ப்பு முற்றியிருந்தது.

அவனது உறுதியும் பிடிவாதமுமே அவளை ஈர்த்து, அவனது காதலில் நம்பிக்கை உண்டாக்கியது. பெரும்பாலான காதல் கதைகளைப் போல அவர்களுடையதும் மிக இனிமையானதாகத்தான் இருந்தது. சொல்லப்போனால் கவனத்தைத் திருப்புகிற ஜோடிப்பொருத்தம் அவர்களுக்கிருந்தது. வெங்காயத் தோல் நிறத்திலான நிறமும் மீனுடையது போன்ற கண்களும் தடித்த சிவந்த உதடுகளும் கொண்டிருந்த அவளும், தடித்த மீசையும் அகன்ற அலைகின்ற விழிகளும் உயரமுமில்லாத குட்டையுமில்லாத எல்லா அம்சங்களும் சரிவரப்பொருந்தியவனான அவனும், காண்பவர் கண்களுக்கு முழுமையான ஜோடிகளாகவே தெரிந்தனர்.

அவர்களுக்கு எந்தளவுக்குப் பெருமிதம் கொள்ளத்தக்க ஜோடிப் பொருத்தம் இருந்ததோ அவ்வளவுக்கு எரிச்சல் உண்டாக்கும் விரைவில் சலிப்புறச் செய்யும் கருத்து முரண்களும் இருந்தன. முரண்படுவதும் சமாதானமடைவதும் ஒருவரை யொருவர் திருத்திக்கொள்ள முற்படுவதும் ஆறுதல் சொல்வதும் பிரிந்திருப்பதும் சந்தித்துக்கொள்வதுமாகவே அவர்கள் நீண்ட காலத்தை நகர்த்தினர். அவனது அன்பின் இறுக்கம் இதயத்தின் எல்லா அறைகளையும் இருளச் செய்து மூர்ச்சையாக்குகிற நிலைக்கு வந்தபோதே அவள் விழித்துக்கொள்ளத் தொடங்கினாள். எல்லாம் தான் விரும்புகிறபடியே இருக்க வேண்டும், தான் நினைத்ததுதான் சரி என்கிற போக்குகள் சுபியானுள் ஆழ வேரூன்றியிருந்தன. இந்தப் போக்குகளை அவன் பிரயோகிக்க முற்படும்போதெல்லாம் கசப்பான அனுபவங்களே அறுவடையாகின.

பழகும்போதுதான் அவளை நெருங்கி உணர ஆரம்பித்திருந்தான். உணர்வுகளையும் விருப்பங்களையும் உரிமைகளையும் மதிக்கிற அவளிடத்தில் அவனது கொள்கைகள் அர்த்தமிழந்தன. வாழ்வின் சுபீட்சத்தைச் சுலபமாக அடையக்கூடிய எளிய சந்தோஷங்களை அவன் ஒன்றுமில்லாத கொள்கைகளால் இழக்கச் செய்து கொண்டிருந்தான்.

ஒருமுறை அவர்கள் இருவரும் மதிய உணவுக்காக விடுதி ஒன்றுக்குச் சென்றிருந்தனர். அன்று வினோதமான ஒரு உணர்வு இருவரையும் அமைதியாக வழிநடத்தியது.

சூரியக் கதிர்கள் உக்கிரமாக ஜ்வொலித்துக்கொண்டிருந்த ஒரு மதிய நேரம், குயின்ஸ் கபேயில் கண்ணாடிகளால் இழையப்பட்ட பகுதியில் அவர்கள் அமர்ந்தனர். வழமையைக் காட்டிலும் அன்று அவள் அழகாகத் தோன்றினாள். மணிக்கட்டு வரையிலான நீண்ட கைகள் கொண்ட வெள்ளைச் சுடிதார் அணிந்து கனவுகளில் வானிலிருந்து மிதந்து இறங்கும் தேவதை போலிருந்தாள். கவனம் தொலைத்தவளைப் போல அவளும் கனவில் நடமாடுவதுபோல அவனுமிருந்தனர். மௌனத்தை விரட்டுவதற்காகவே எதையோ பேச ஆரம்பித்தனர். தேர்தலில் சந்திரிகா பண்டாரநாயக்க தோற்றுப்போனது குறித்து விவாதித்தனர். தமது தேசத்தின் எதிர்காலம் குறித்தும் சரியான திட்டமிடல்களற்ற அரச நிர்வாக ஒழுங்கீனங்கள் குறித்தும் பேசும் போது அவர்களுக்குள் அந்த முரண்பாடு உண்டாகியிருந்தது.

“நானொன்டும் திட்டம்போட்டு நடக்கிறல்லை, நினைக்கிறதைச் செய்வன் . . .”

“எப்பிடின்டாலும் வாழ நான் நினக்கல்லப்பா . . . இப்பிடித்தான் வாழணுமுன்டு எனக்குச் சில விருப்பங்கள் இருக்கு . . . எதார்த்தங்கள் நம்மட விருப்பங்கள மீறக்குல்ல அத ஏத்துக்கிற பக்குவமும் நமக்கு இருக்கணுமே, நான் நினச்சதெல்லாம் நடக்கணும் என்டு கட்டாயமான எண்ணமில்ல . . .”

சொல்லிவிட்டு கலகலவெனச் சிரித்தாள். அவளது சிரிப்பு அவனுக்கு எரிச்சல் ஏற்படுத்தியது. இந்த மேதாவித்தனத்தைத் தான் மெச்சமாட்டேன் என்பதாக முகத்தைத் திருப்பி எங்கேயோ வெறித்துக்கொண்டிருந்தான். அவ்விடம் விட்டகன்றால் போதும் போலிருந்தது அவனுக்கு. பொது இடங்களில் அவனையும் மீறி அவள் இயல்பாக இருப்பது, கலகலவெனச் சிரிப்பது எதுவும் பிடிக்கவில்லை அவனுக்கு. அவளைக் கட்டுப்படுத்தவும் முடியவில்லை. அவளது மௌனம் அவனைப் பதற்றப்படுத்தியது. அவள் நீவிக்கொண்டிருந்த மேசையின் கண்ணாடி போச்சியிலிருந்த பூக்களைப் பிடுங்கிப் பிய்த்தெறியத் தோன்றிய ஆத்திர மேலீட்டை அடக்கிக்கொண்டான். இவளைக் கையாள்வதென்பது சிரமமானதும் தன்னைத் தோல்வியடைச் செய்வதுமான முயற்சி என்றே அவனுக்குத் தோன்றியது. மௌனமாக படபடப்புடன் தொண்டைக்குள்ளிருந்து வறட்டுச் சத்தங்களை உருவாக்கிக்கொண்டிருந்தான்.

பின்னர் விடுதிப் பணியாளரை அழைத்து மதிய உணவை அவசர அவசரமாக ஆர்டர் செய்தான்.

"ரெண்டு லெமன் ஜூஸ்."

"ரெண்டு சிக்கன் பிர்யாணி . . ."

"ஆப்ட மீல் ரெண்டு ஐஸ்கிறீம் . . ."

தலையைச் சாய்த்துக் கன்னத்தில் கைகளை ஊன்றி அவனையே பார்த்துக்கொண்டிருந்தவள். "என்ன எல்லாமே ரெண்டு ரெண்டு . . ." என்றாள் மிக இயல்பாக.

அவன் ஆச்சரியத்தோடு அவளைப் பார்த்தான். உண்மையில் ஏன் அவள் அவ்வாறு கேட்கிறாளென்றும் புரியவில்லை. அவளது இடைமறிப்பு அவனைத் தொந்தரவுக் குள்ளாக்கியபோதும், சுதாகரித்துக்கொண்டு வறட்சியாகப் புன்னகைத்தான்.

"என்ன, நக்கலா . . . நமக்குத்தான் . . ."

"நமக்கா . . ." அவனை ஆச்சரியமாகவும் மிக ஆழமாகவும் நோக்கின அவள் விழிகள்.

"என்ன சுபியான் . . . உனக்கு என்ன பிடிக்குமென்டு என்னக் கேட்கமாட்டிங்களா . . ."

"அப்பிடி இல்ல . . . இன்டக்கி ஒரு நாள் என்ட மெனுவ சாப்பிடேன் . . ."

"ஏன் அப்பிடி . . . நான் அன்பா இருக்கிறத உங்களுக்குப் பிடிச்சதச் சாப்பிட்டுத்தான் ப்றூப் பண்ணணுமா . . . உங்களுக்குப் பிடிச்சத நீங்க சாப்பிடுங்க . . . எனக்குப் பிடிச்சத நான் சாப்பிடுறன். எனக்குச் சாப்பாட்டுக்கு முதல்ல ஜூஸ் வேணாம், சூப் எடுத்துக்கிறன். சாப்பிட்ட பிறகு ஐஸ்கிறீமை விட புருட்சலட் . . . சிக்கன் பிர்யாணி அடிக்கடி சாப்பிடுற டிஸ்தானே . . . ஒரு சேஞ்சுக்கு நாஸிகூறான் சாப்பிட்டா என்ன ?"

புன்னகை கலையாத முகத்துடன் இயல்பாகக் கூறிவிட்டு மேசைமீது கழுத்து நீண்ட கண்ணாடிப் போச்சியில் இருந்த ரோஜாவை மீண்டும் நீவத் தொடங்கினாள்.

அவனது முகம் இறுகிக் கறுத்தது. பென்னம்பெரிய எதிர்பார்ப்பு நிராசையானதுபோல முகத்தைத் தொங்கவிட்டுக் கொண்டிருந்தான். அவள் வேண்டுமென்றே எரிச்சலூட்டுவ தாகவே எண்ணினான்.

அவமானப்பட்டவனாகப் பணியாளனைப் பார்த்தான். குறிப்புப் புத்தகமும் பேனாவுமாக இவர்களையே கவனித்துக் கொண்டிருந்தான் அவன்.

"ஓகே ... ஓகே" என்றவன், இரு கைகளையும் விரித்து மேசையில் அடித்தான். தோள்களைக் குலுக்கினான். பெருமூச்சு விட்டுக்கொண்டே தலையைக் கோதி மறுபடி ஆர்டர் செய்தான். பணியாளன் செல்லும்வரைக் காத்திருந்து விட்டு அவளிடம் கேட்டான்.

"ஏன் தவக்குல் ... என்ட விருப்பங்களை மதிக்கமாட்டியா ... விருப்பங்களை மதிக்கிறவள் என்டு நீ சொல்றதெலாம் பொய்யா ..."

"சுபி, விருப்பங்களை மதிக்கிறன்ட அர்த்தத்தை நீங்க தவறா விளங்கியிருக்கிறீங்க ... உங்களுக்குப் பிடிச்ச லெமன் ஜூஸைக் குடிக்க வேணாமென்டு நான் சொன்னேனா ... இல்ல உங்களுக்குப் பிடிச்ச சிக்கன் பிர்யாணி, ஐஸ்கிறீமச் சாப்பிடக் கூடாதென்டு சொன்னேனா ... இல்லியே, எனக்குப் பிடிச்சத நான் சாப்பிடறன் என்டு சொன்னென். எனக்குப் பிடிச்சத நீங்க சாப்பிடணுமென்டு நான் நினக்கிறதும், உங்களுக்குப் பிடிச்சத என்னைச் சாப்பிட வைக்க நீங்க நினக்கிறதிலயும் குத்தமில்ல. அது தானா நடந்தாப் பரவாயில்ல ... கட்டாயப்படுத்தினா எப்படி? அது அன்பின் பேரிலான கட்டாயம் ... எந்த ரெண்டுபேருக் கிடயில நிர்ப்பந்தம் இல்லயோ அந்த ரெண்டுபேராலதான் நிம்மதியாப் பிரச்சினை இல்லாம வாழ முடியும் ..."

தவக்குல்லின் விளக்கத்தை உள்வாங்கும் மனநிலையை அவன் முழுவதும் இழந்திருந்தான். அவள் ஏதோ பிதற்றுகிறாள் என வேறு பக்கம் பார்வையைத் திருப்பிக்கொண்டு நிசப்தம் காத்தான். அந்தக் கணத்தில் புலப்படுகிற அழகான பிசாசு போலவே அவனது கண்களுக்குத் தெரிந்தாள் அவள்.

வாந்திக்கு முன்னரான வயிற்றுக் குமட்டலாக கல்யாணத் திற்கு முன்னரே காதல் கசப்பூட்டும் அனுபவமாகிவிட்டிருந்தது.

விநோதமான இந்தக் காதல் துயரம் தன் இயல்புக்கு ஒத்துவரக் கூடியதல்ல என்பதே அவளது தற்சமய முடிவாயிருந்தது.

○

வாகரைப் பிரதேசச் செயலகக் கூட்ட அரங்கில் நூற்றுக்கும் அதிகமான பெண்கள் குவிந்திருந்தனர். வாகரைப் பிரதேசச் செயலாளரின் காரியாலய உதவியாளர் வாணி வாசலிலேயே அவளை வரவேற்றாள்.

"கச்சேரியில முக்கியமான மீட்டிங். டிஎஸ் அங்க போயிட்டா. நீங்க வருவிங்களென்டு எனக்குக் கோல் பண்ணிச் சொன்னவ . . ."

வாகரைப் பிரதேசச் செயலகம் புதியது. போர்க் காலத்தில் இயக்கத்தின் கட்டுப்பாட்டில் இருந்தது வாகரை. இயக்கக் கட்டுப்பாட்டிலிருந்து மீட்கப்பட்ட அப்பகுதியில் அண்மையில் தான் பிரதேசச் செயலகம் தோற்றுவிக்கப்பட்டுத் திறந்துவைக்கப் பட்டிருந்தது.

கூட்டத்திற்குச் சமூகமளித்திருந்த பெண்கள் எல்லோரும் வெவ்வேறு விதமான இழப்புகளைச் சந்தித்தவர்களாக இருந்தார்கள். இழப்புகளுக்கு ஆளாகாத மனிதர்களைக் காண்பதே அரிதாக இருந்தது.

"என்ட புருஷன் தேன் எடுக்கப் போகேக்க காணாமப் போய்ட்டாரு. எங்கட தொழிலே தேன் விக்கிறதுதான். அன்டக்கித் தேன் எடுக்கப்போன மனுஷன், எங்கென்டே தெரியாம்மா . . . ரெண்டு பெட்டைகள் . . . அவரு காணாமப் போகக்கில சின்னப்பிள்ளைகள் . . . இப்ப குமருகள். நானும் அங்கயிங்க வேல செஞ்சி கஷ்டப்பட்டு அதுகள வளர்த்திருக்கன். பிள்ளைகளுக்கு ஏதாச்சும் தொழிலுக்கு வழிசெய்ய ஏலுமே . . ."

சாதாரண மனிதத் தேவைகள் வானளவை முட்டு மென்றால், அனர்த்தத்திற்குள்ளானவர்களின் தேவைகள் வான் பரப்பிற்கும் அப்பாற் பட்டதெனலாம். பாதிக்கப்பட்டவர் களின் தேவைகளைவிடவும் அவர்களது காயங்கள் வலிதானது. கவனத்திற்குரியது. அந்தப் பெண்களின் தோற்றம் நூற்றாண்டு களுக்குப் போதுமான துயரத்தை விதைப்பது போலிருந்தது. புளியங்கொட்டை போன்று வெயிலிலும் வறுமையிலும் காய்ச்சுப்பட்டிருந்தது அந்தப் பெண்களின் தோல் நிறம். பராமரிப்பிழந்த அவர்களது கூந்தல் வறண்டு வெடித்துக் காணப்பட்டது. அவர்களது பாவாடைகளின் பூக்களும் கொடிகள் இலைகளும் நிறம் மங்கித் தேய்ந்து உருக்குலைந் திருந்தன. அவர்கள் சேலைகளின் வேலைப்பாடுகள் சிதைந்து நூல்கள் இடைவெளி விட்டிருந்தன.

"அநாத இல்லத்தில இருக்கிறன் அக்கா. என்ட அம்மா, அப்பா, தம்பிகள் எல்லாரும் வீட்டில விழுந்த ஷெல்லில அகப்பட்டுச் செத்துப் போயிட்டினம். நான் அன்டு வீட்டில இருக்கேல்லெ. நானும் அன்டு வீட்டுல இருந்திருந்தா நல்லம் என்டு இப்ப நினைக்கிறன். ஓயெல் பாஸ் பண்ணிட்டென். ஏஎல் சயன்ஸ் படிக்கணும் என்டு ஆசை. டவுனுக்குப் போய்ப் படிக்கிறதுக்கு இல்லம் உதவி செய்யாதாம். யாராச்சும்

உதவி செய்திச்சினம் என்டா, என்ட படிப்புக்கு ஸ்பொன்சர் செஞ்சா விடுவினம். நான் நல்லாப் படிக்கிற பிள்ளை தெரியுமே. இது என்டை ரிசல் சீட்...”

மாணவியொருத்தி தனது ஓஎல் பரீட்சையின் பெறுபேறு களையும் கொணர்ந்திருந்தாள். பூட்டப்பட்டிருக்கும் கனவுகளின் கதவுகளைத் திறப்பதொன்றே அவளது எதிர்பார்ப்பின் மொத்தமாயிருந்தது.

“கவலைப்படாதம்மா... உங்களுக்குப் படிக்கிறதுக்குக் கட்டாயமா நான் ஏற்பாடு செய்யிறன். படிக்கிற பிள்ளை களுக்கு உதவி செய்யிற எத்தினயோ அமைப்புகள் இருக்கு. நல்லாப் படிக்கணும், சரியா. யோசிக்காதிங்க...”

அவள் முகத்தில் அப்படியொரு மகிழ்ச்சி. கன்னத்தில் குழிவிழச் சிரித்தாள். கனவுகளை எட்டிப்பிடித்துவிட்டதான குதூகலத்தை அவளில் பார்க்க முடிந்தது.

பருவமடைந்த இரட்டைப் பெண்களை அழைத்துக் கொண்டு வந்திருந்தாள் வயோதிபத் தாய். “பள்ளிக்கூடம் போய்ப் படிச்சிக்கிட்டு நல்லா இருந்த பிள்ளயள். கடைசியாக நடந்த சண்டக்கிப் புறவு இப்பிடி ஆய்ட்டுதுகள். புத்தி பேதலிச்சிப்போயிட்டு. எதுவுமே பேசுதுகள் இல்ல... எப்ப பார்த்தாலும் யோசனைதான். பூசாரிக்கிட்டப் போய் மந்திரிச்சிம் ஒரு பலனும் கிடக்கல்ல. கழுத்தில போட்ட தாயத்தயும் கழற்றி எறிஞ்சிட்டுதுகள்...”

சீரான மருத்துவமளிப்பதைவிட்டு, பூசாரி, தாயத்து என்று காலத்தை வீணடித்த அந்தத் தாய்க்காகப் பரிதாபப் படுவதா அல்லது அறிவினதும் காலமாற்றத்தினதும் நுகர்வுகளி லிருந்து இவர்களைத் தடுத்திருந்த ஆக்கிரமிப்பாளர்கள் மீது ஆத்திரப்படுவதா என்றே தெரியவில்லை.

“அம்மா, இவங்கள டவுண் ஆஸ்பத்திரிக்குக் கூட்டிப் போங்க... அங்க சிகிச்சையளிச்சி உங்கட பிள்ளைகளக் குணப்படுத்துவாங்க...”

“டவுண் ஆஸ்பத்திரிக்குப் போறென்டா செலவாகுமே பிள்ளை... அதுக்கெல்லாம் எனக்கு வசதியில்லம்மா... இதுகள்ட அப்பன் இருக்கானா செத்துட்டானா தெரியா... வயலுக்குப் போனவரு போனவருதான்... ஒன்பது வருசமாச்சு எங்க போய்த் தேடுறது. நானும் வேண்டாத சாமியில்ல...”

◆ 72 ◆ ஸர்மிளா ஸெய்யித்

"அவரு காணாமப்போனதப் பொலிஸில முறைப்பாடு செஞ்சிங்களா ... உங்களுக்கு நஷ்ட ஈடு கிடச்சிச்சா ..."

"எங்க முறைப்பாடு செய்யிற ..? இயக்கத்திட்டதான் செஞ்சம். அவையள்தான் இஞ்சை நிர்வாகம் செஞ்சவை. உன்ட புருஷன ஆமி சுட்டுப்போட்டுது என்டு சொல்லிச்சினம் ..?"

"உங்கட விஷயமா நான் டிஎஸ்ட்ட பேசுறன் ... வேறென்ன வழிகள்ல உதவி செய்யலாம் என்டு பார்ப்பம் ... ஆனாம்மா, நீங்க உடனடியாச் செய்ய வேண்டியது உங்கட பிள்ளைகளக் கூட்டிக்கிட்டு டவுண் ஆஸ்பத்திரிக்குப் போவணும். போற வார செலவெல்லாம் நான் செய்யுறன் ... அரசாங்க ஆஸ்பத்திரியில மனநோய்களைக் குணப்படுத்தத் தனிப் பிரிவே இருக்குது ... அதிர்ச்சியாலதான் உங்கட பிள்ளைகள் இப்பிடி ஆகிட்டாங்க ... நீங்க உங்கட விலாசம் ... பேசுறதுக்கு போன் நம்பர் இருந்தா அதையும் தாங்க ..."

தொலைபேசி வசதியில்லாத அந்த அம்மாவுக்கு உதவ அவரது வீட்டிலிருந்து சில வீடுகள் தள்ளினாற்போல் வசிக்கும் ஒரு பெண் இலக்கம் தர முன்வந்தாள்.

இளம்பெண்களில் அதிகம்பேர் போரில் மாற்றுத்திறனாளிகளாகிக் கண்களை கைகளை கால்களை இழந்து மிகப் பரிதாப நிலையிலிருந்தனர். அவர்களில் போராளிப் பெண்களும் காணப்பட்டனர். அதிகமானோர் அடையாள அட்டை இல்லாதிருந்தனர். சுயதொழிலுக்கான ஏற்பாடுகள் மேற்கொள்ளக் கோருவதே அந்தப் பெண்களின் ஒரேயொரு வேண்டுகோள். இத்தனை துன்பங்களைச் சந்தித்த பின்னரும் உழைப்புக்காக அவர்கள் எடுத்துக்கொள்கிற பிரயத்தனம் பிரமிப்பூட்டுவதாக இருந்தது. இந்த மக்களின் பிரதிநிதிகள் என்று சொல்லிக்கொள்பவர்களைப் போல இவர்களின் தேவை அதிகாரமோ நிர்வாக அலகுகளோ அல்ல. ஒரு துண்டு நிலமும் ஒருபிடிச் சோறும்தான். அதிகாரத்தினாலோ நிர்வாக அலகுகளினாலோ இந்த மக்களின் வாழ்வை ஒன்றும் அவர்கள் புரட்டிப்போடப் போவதுமில்லை. உழைத்தால் மட்டும்தான் உண்டி நிறையும் என்பதில் தெளிவாகவே உள்ளனர். எப்படியோ யுத்தம் ஓய்ந்தது என்ற நிம்மதியை நூறு சதவிகிதம் அவர்கள் வெளிப்படுத்தினர்.

அவர்கள் விருப்பம் கொண்டுள்ள தொழிற்பயிற்சிகள் தொடர்பான விபரங்களைத் தவக்குல் பெற்றுக்கொண்டிருந்தாள்.

மதியம் ஒரு மணியிலிருந்து அவளைப் பல முறை அழைத்துவிட்டாள் வாணி. அலுவலக உணவு நேரத்தில் உணவருந்தி ஓய்வெடுத்துப் பரிச்சயப்பட்ட அவளால் பசியைப் பொறுத்துக்கொள்ள இயலவில்லை.

"இல்ல வாணி. இந்தச் சனங்களக் காத்துக்கிட்டிருக்க வெச்சிப் போட்டு சாப்பிட ஏலா. ப்ளீஸ் நீங்க சாப்பிடுங்க . . ."

மூன்று மணியளவில் கூட்டம் முடிந்தது. ளுஹர் தொழுகையைத் தொழுதுவிட்டுப் புறப்படுவதற்குத் தவக்குல் தீர்மானித்தாள்.

"வாணி . . . இங்க தொழ ஏலுமா . . ."

"இங்கென்டா தொழுறதுக்கு என்டொரு இடமில்ல. ஏதாச்சும் றூமில தொழ ஏலுமே உங்களுக்கு . . ?"

பிரதேசச் செயலகத்தின் ஓய்வறையில் அன்றைய ளுஹர் தொழுகையை நிறைவேற்றினாள்.

"யா அல்லாஹ் . . . நீ எதை நாடினாலும் என் நல்லதிற்குத் தான் என்று நம்புகிறேன். இந்த மக்களின் துயரங்கள் எல்லாத்தயும் நீக்கிடப் போதுமானவன் நீ. என்னால் இவர்களுக்கு ஒரு துரும்பளவு உதவியை நீ நாடினும் பெரிதே எனக்கு . . ."

மனம் இலேசானதை உணர்ந்தாள். தினந்தோறும் கழுவுவதனால் முகமும், உடலும் அழுக்கின்றித் தூய்மையாக இருப்பதுபோலத்தான் ஒவ்வொரு நேரத் தொழுகையினாலும் பிரார்த்தனையினாலும் மனம் தூய்மையடைந்து இறுமாப்பு ஒழிகிறது. பிரார்த்தனை, குழப்பங்களிலிருந்து விடுவித்துத் தெளிவடையச் செய்வதாக நம்பினாள்.

வீட்டுக்குத் திரும்புகையில் களைத்துச் சோர்வடைந்திருந் தாள். சூரியன் செங்குத்தாகச் சாய்ந்திருந்தது. சுபியானுடனான சுவாரசியமற்ற உரையாடல் மீண்டும் அவளைத் தொந்தரவு செய்வதாக இருந்தது. சுகபோகங்களை அனுபவிக்கிற மனைவி யாகத் தன்னால் வாழவே முடியாதென்றே நம்பினாள். அவனது குரலும் வார்த்தைகளும் அவள்மீது படிந்து அவளையே தொடர்ந்துகொண்டிருந்தன.

அஸீமும் மிகவும் களைப்படைந்திருக்க வேண்டும். ஒரு வார்த்தைதானும் பேசவில்லை.

அன்று ஆறு மணிக்கு முன்னரே வீட்டை வந்தடைந் திட்டாள். வந்த பின்னர்தான் தெய்வானையின் வருகை நினைவுக்கு வந்தது. தங்கைகளால் தெய்வானை உபசரிக்கப் பட்டும் தேவையான விதமாகக் கவனிக்கப்பட்டுமிருந்தாள்.

"அவங்க யாரு . . ."

வீட்டுக்கு வந்திருக்கும் புதிய விருந்தாளியை அறியும் ஆவலில் இருந்த தங்கைகள் தவக்குல் வந்ததுமே விசாரணையை ஆரம்பித்தனர்.

"ஏன், நீங்க அவவோட பேசிப்பாக்கலியா . . . நல்லாப் பேசுவாவே . . ."

"அவங்க எங்களோட பேச நினச்சாப்போல தெரியவே இல்ல. ரூமக் காட்டினதில இருந்து அதுக்குள்ளேதான் இருக்காங்க."

தவக்குல் வீட்டுக்கு வந்து நெடுநேரமாகியும், தெய்வானை அவளைச் சந்திக்கவில்லை. அறைக்கதவைச் சாத்திக்கொண்டு உள்ளேயே இருந்தாள். இரவு உணவுக்காக அழைத்தபோது மிகுந்த சங்கடத்துடனே கதவுகளைத் திறந்தாள்.

"என்ன தெய்வானை . . . முகமெல்லாம் ஒரு மாதிரியா இருக்கெ . . ."

"ஒன்றுமில்லையக்கா . . . புது இடம். இதுக்கு முதல் ஒருநாளும் நான் முஸ்லிம் ஆக்களின்ர வீட்டில தங்கினதே கிடையா. அதான் ஒரு மாதிரியாவே கிடக்குது . . . நீங்க வந்ததே தெரியலை அக்கா, எப்ப வந்திங்க . . ."

இந்தப் பதிலைக் கேட்ட ஹபீபும் நிஸாவும் வாஞ்சையான புன்னகையுடன் அவள் எதிரே வந்தனர்.

"உங்களுக்கு முஸ்லிம் ஆக்கள்ர வீட்டில தங்குவது முதல் அனுபவம். எங்களுக்குத் தமிழ் ஆக்களத் தங்க வைக்கிறதும், உபசரிக்கிறதும் பழகிப்போன விஷயம். ஒன்டும் சங்கடப் படாதம்மா . . . பல நூறு தமிழ் ஆக்கள் தங்கிச் சாப்பிட்டுச் சந்தோஷமா இருந்துபோன வீடு இது. நான் தமிழ் முதலாளி களோட பங்குத் தொழில் செஞ்ச ஆள். எனக்குத் தமிழ் ஆக்களோட நல்ல பழக்கமிருக்கு . . ."

ஹபீப் கூறியது அவளுக்குள் பூ பூத்ததுபோலவிருந்தது. நிஸாவும் அவளை இயல்பாக்க முயன்றாள். அவர்களது

அந்நியமற்ற செயல்பாடுகள் தெய்வானையின் தயக்கத்தைப் போக்கும் விதமாக இருந்தன.

“இந்த வீட்டில தமிழ் ஜோடிகளுக்கு நாங்க கல்யாணமும் முடிச்சிக் குடுத்திருக்கம் ... இந்தியன் ஆமியிட கெடுபிடியான நேரத்துல தமிழாக்களெ எங்கட வீட்டுல தொப்பிபோட வச்சிப் புடவை உடுத்து முக்காடு போடவச்சிக் காப்பாத்தி யிருக்கம் ... நீங்க சங்கோஜப்பட ஒன்டுமில்லம்மா ...”

தவக்குல்லின் சகோதரிகள் எதுவும் பேசாமல் புன்னகைத்தவாறு நின்றிருந்தனர்.

அந்த ஒரு இரவுக்குள்ளே அவர்களது பேச்சும் செயலும் தெய்வானைக்கு மிகுந்த நெருக்கத்தை ஏற்படுத்தின.

சாப்பிடும்போதே அவள் பற்றி ஆளாளுக்குக் கேள்விகள் கேட்டுத் தெரிந்துகொண்டிருந்தனர். தெய்வானையும் கேள்விகள் கேட்டாள். அவர்களது உணவு முறையில் தொடங்கி, இஸ்லாமிய, சமூக அமைப்பு முறை என்று பேச்சு விரிவடைந்து சென்றது. இஸ்லாமியர்களைப் பற்றி, அவர்களது நடைமுறைகள் தொடர்பாகத் தெய்வானை ஒன்றில் அறியாதவளாக அல்லது, தவறாக அறிந்துகொண்ட வளாக இருந்தாள்.

ஹபீப் விருப்புடன் சம்பாஷணைகளில் கலந்து கொண்டிருந்தார். அன்போடு கருத்துக்களைப் பரிமாறினார்.

“நாளைக்குத் தெய்வானை பயிற்சிக்குப் போக எல்லா ஒழுங்கும் செஞ்சிட்டிங்களா, மகள் ...”

தெய்வானை அந்த வீட்டுக்குள் நுழைந்த நிமிஷத்தில் இருந்தே அவளைக் கரிசனையோடு நோக்கும் கடமை உணர்வு நிஸா மனதில் ஏற்பட்டிருக்க வேண்டும். மிகுந்த உரிமையுடன் அந்தக் கேள்வியைக் கேட்டாள்.

“காலையில எட்டு முப்பதுக்கு இஞ்சயிருந்து போவணும் ... நம்மட அஸீமுட ஆட்டோவைச் சொல்லியிருக்கேனும்மா ...”

“நீங்க ஒன்டுக்கும் பயப்புடாதிங்க தெய்வானை. அஸீம் நம்மட புள்ள மாதிரித்தான் குணமான பொடியன். நான் காலத்தாலயிலெயே பகல் சாப்பாட்டையும் கட்டித்

தந்திடுவன். கெதியாப் பயிற்சிய முடிச்சித் தொழில ஆரம்பிக்க அல்லாஹ் வழி செய்யட்டும் . . .”

தவக்குல் வீடு இரவில்தான் கலகலப்பாக இருக்கும். சுபஹ் தொழுகைக்குச் செல்லும் ஹபீப் அப்படியே அவரது தொழில் வேலைகளைப் பார்க்கச் சென்று, இரவில் வீட்டுக்கு வருவதை வழக்கமாகக்கொண்டிருந்தார். தங்கைகளில் இரண்டாமவள் குல்பர் வீட்டிலேயே தையல் தொழிலில் ஈடுபட்டிருந்தாள். மூன்றாமவள் ஜானா பனை அபிவிருத்தி அமைப்பொன்றில் பயிற்சி வழங்குநராகப் பணியாற்றினாள். நாலாமவள் சனோபர் பல்கலைக்கழகத்தில் பிஏ படித்துக் கொண்டிருந்தாள். நிஸாவும் கைத்தொழில்களில் ஈடுபடுபவளே. அவர்கள் எல்லாருமே வேலைகள், கடமைகள் நிமித்தம் வெளியே செல்வதும், அவற்றில் மூழ்கிவிடுவதுமாகப் பகல் பொழுது கரைந்துவிட, இரவில் ஒன்றுகூடி உணவருந்துவதும் நீண்ட சம்பாஷிணைகளில் ஈடுபடுவதும் வழக்கமாயிருந்தது.

அந்த வீடு இயல்போட்டமானது. தேவையற்ற வாதங்கள், பிரச்சினைகளுக்கு அங்கே இடமிருப்பதில்லை. எல்லோரும் புரிந்துணர்வோடு, ஆளை ஆள் மதிப்பவர்களாகக் காணப் பட்டனர். இந்தச் சூழல்கள் தெய்வானைக்கு முற்றிலும் மாறுபட்டதாகத் தென்பட்டதுடன், அவளது மனது அவற்றை முழுவதுமாக உவந்தேற்றது.

5

"அம்மா, இவள் இன்னும் எத்தன நாளக்கி இஞ்சை இருப்பாள்."

வத்சலாவின் கூச்சலால் யோகா நிலைகுலைந் தாள். அக்கா, தாய்க்கு அடுத்த நிலைப் பாத்திரம். வத்சலாவுக்கோ யோகாவில் எதுவிதப் பற்றுமில்லை. யோகா வீட்டில் இருப்பதையே சகுனத்தடை யெனக் கருதினாள்.

தினமும் காலையில் அத்தான் செந்தூர னுடனே மோட்டார் சைக்கிளில் ஏறிச்சென்றா ளென்றால், இரவிலேதான் வீட்டுக்கு வருவாள். வீட்டிலிருந்து செல்லும் அவள் பிள்ளைகள் பள்ளிக்கூடம் முடிந்ததும் வந்தாறுமூலையில் நிர்மாணப் பணிகள் நடைபெறும் இடத்திற்குப் போய்விடுவார்கள். இரவில் யோகாவைத் திட்டித் தீர்ப்பதிலேயே கவனத்தையும் அதிக நேரத்தையும் அவள் செலவழித்துக்கொண்டிருந்தாள்.

இரண்டு ஆண் மக்கள் வத்சலாவுக்கு. "யோகா ஆர் ... இவ்வளவு காலம் அவ எங்கயிருந்தவை ... எங்களுக்கு என்ன உறவு ..." என்றெல்லாம் அவர்கள் கேட்கக்கூடாதாம்.

"பிள்ளைகளுக்குத் தேவெல்லாத அறிவு என்னத்துக்கு ... இவள் என்ன பெரிய தியாகியே, நொண்டிச் சனியன் ..."

"அவள்ர கடிதம் வந்ததுமே நான் சொன்னெனன், வேண்டாம், நம்மளைத் தூக்கி எறிஞ்சிட்டுப் போனவள் ... அறுத்தது அறுத்ததாவே இருக்கட்டு மென்டு, அம்மாவும் அதோ முழிச்சிக்கிட்டு நிக்கிறாளே அவளுந்தான் கேக்கவேயில்ல ... அக்காள் பாவம் பணியாரமென்டாள் ..."

காரணமேயில்லாமல் குற்றம்பிடித்துக் கத்திக் கொண்டிருந்தாள் வத்சலா.

அம்மாவின் சாத்வீகப் போக்கிற்கான காரணம் மெல்ல மெல்லப் புரியத் தொடங்கியிருந்தது யோகாவுக்கு.

இப்போதெல்லாம் அவளுக்கு யார்மீதும் கோபம் ஏற்படுவதேயில்லை. அம்மாவின் நிலைகூடப் பரிதாபமாகத் தான் தோன்றியது.

அன்று,

வத்சலாவும் செந்தூரனும் பயணித்த மோட்டார் சைக்கிள் விபத்துக்குள்ளாகிவிட்டது. செந்தூரனுக்குக் கையில் முறிவும், இருவருக்கும் சிறுசிறு உராய்வுகளும். காயங்களும், கட்டுமாக அவர்கள் வருவதைக் கண்டதும் அம்மா பதறி ஓடினாள். கலாவும், அம்மாவும் அவர்களைக் கவனிப்பதில் தீவிர கவனம் செலுத்தினர். அயலவர்களும் நலன் விசாரிக்க வந்துபோயினர். தலைக்கு வந்தது தலைப்பாகையோடு போய்விட்டதாகவே எல்லோரும் பேசிக்கொண்டார்கள்.

யோகா வராந்தாவில் ஓரமாக உட்கார்ந்திருந்தாள். அக்கா அத்தானைப் பார்த்துப் பேச வேண்டும் என்று அவளுக்கு விருப்பமாகத்தான் இருந்தது. எந்நேரமும் வெறுப்பைக் கொட்டுபவர்கள் முன்னால் எப்படிப் போய் நிற்பது என்று சங்கடப்பட்டாள்.

திடீரென அம்மாவையும் கலாவையும் அழைத்தாள் வத்சலா,

'இவள் இன்னும் எத்தன நாளக்கி இஞ்சை இருப்பாள் ...' எனக் கூவினாள்.

"இந்தச் சனியன்ட முகத்திலதான் முழிச்சிக்கிட்டுப் போனெம். அவள்ர முகத்தில முழிச்சா காரியம் விளங்குமே ... காரியமாகாட்டியும் கிடக்கட்டும். இன்டெக்கிச் செத்தல்லெ போகப் பார்த்தம் ... உயிர வாங்கிறத்துக்குன்டே வந்திருக்காள் இவள். இஞ்சருந்து இவளத் துலைக்க மாட்டியே அம்மா ..." ஆவேசமாகக் கத்தினாள். யோகாவிற்கு இது நன்றாகக் கேட்க வேண்டும் என்று நினைத்தவள்போல அவள் உட்கார்ந்திருந்த வராந்தாவின் பக்கமாகக் கழுத்தை நீட்டி நீட்டிப் பேசினாள். யோகா அழுவதைப் பார்த்த பிறகுதான் திருப்தியேற்பட்ட வளாகித் திட்டுவதை நிறுத்துவாள்.

ஒருவரும் எதிர்பார்க்கவில்லை, யோகா அப்படிச் செய்வாள் என்று. துக்கச்சுமையிலிருந்து தன்னை விடுவித்துக் கொள்வதற்கு வேறொரு மார்க்கம் இல்லையென்று எண்ணியதனால் உடனடியாக அப்படிச் செய்திருந்தாலும்

பின்னர் அதற்காக அவள் வருந்தினாள். வத்சலாவின் காலில் நெடுஞ்சாண்கிடையாக விழுந்தாள். நீண்டு மெலிந்த ஒரு நிழலைப்போல வத்சலாவின் காலடியில் கிடந்தாள்.

"ஏனக்கா, நான் உங்களுக்கு எந்தக் கெடுதலும் நினைக்கல்லெ தெரியுமே ... ஏன் என்ர மேலெ உங்களுக்கு வெறுப்பு ... நான் ஆரிட்டயும் சொல்லாமப் போனது தப்புத்தான். அப்பயிருந்த நிலயில அது ஒன்டுதான் எனக்குத் தெரிஞ்ச வழி. அதுக்குப் போதுமான கஷ்டத்த நான் அனுபவிச்சிட்டன். என்னை இன்னமும் தண்டிக்காதேயும் அக்கா ..."

அக்காவின் கால்களைக் கண்ணீரால் அபிஷேகம் செய்தாள். அவளது குரல் வாதைப்பட்டதாக நடுங்கியது. ஒரு குற்றவாளியைப்போலத் தலையைக் குனிந்தபடி மன்றாடினாள். அவள் எப்படி வந்தாள், விழுந்தாள் என்பதைக் கூட யாரும் கவனிக்கவில்லை. கலாவுக்குக் கண்களில் நீர் ததும்பியது. கால்களை நெட்டித்தள்ளி வத்சலா நகர்ந்த பின்னரும், தரையில் தலையை மோதிக் கேவியபடி அப்படியே கிடந்தாள் யோகா. இதெல்லாம் எதிர்பார்த்ததுதான் என்ற பாங்கிலான அழுத்தமான தோரணையில் விறைத்து நின்றாள் பத்மா.

ஊசிமுனைபோலக் குத்திக் கிழிக்கும் வார்த்தைகளால் தாங்கவியலாத வலியை உணர்ந்தாள் யோகா. எத்தனை விதமான, எத்தனை கொடுமையான வார்த்தைகளையும் இத்தனை லாவகமாகக் கையாளும் ஆற்றல் அக்காவுக்கு மட்டுமே வாய்க்கும். எதிர்கால அடிப்படைகள், கனவுகள் அனைத்தையும் தகர்க்கும் வத்சலாவின் வார்த்தைத் தளும்புகள் யோகாவின் இதயம் முழுதும் விரவிக் கிடந்தன. ஈரம் உறிஞ்சப்பட்ட அக்காவின் வீட்டில் அசிங்கமாக, அவலமாக நாட்களை உருட்டுவதென்பது பயங்கரமான ஊர்ஜிதங்களுக்கே அவளை இட்டுச் சென்றது.

இயக்கத்தில் இணையும் திடசங்கல்பத்துடனே யோகா டவுண் வீட்டை விட்டு வெளியேறியிருந்தாள்.

கால்கள் இழுத்துச் சென்ற திசையில் மட்டக்களப்பு நகரத்து வீதிகளில் மணிக்கணக்காக அலைந்தாள். இயக்கத்தில் இணையத் தீர்மானித்துவிட்டபோதும், எங்கு சென்று, எப்படிச் சேர்வது அல்லது யாரைக் காணுவதென்றே அறியமாட்டாள் அவள். ஆரையம்பதியை அடைந்துவிட்டிருந்தாள். நகரிலிருந்து பத்து கிலோமீற்றர்வரையில் நடந்திருப்பதற்கான களைப்போ பதற்றமோ இன்றி நடந்துகொண்டேயிருந்தாள். சாலை வழியில் நொச்சிமுனை நாவற்குடா பகுதிகளில் இராணுவ

நடமாட்டத்தைப் பார்த்தாள். இந்த யாத்திரை இறப்பதற்கானது. இராணுவமே சுட்டாலும் சுடட்டும் என்று துணிந்தவள்போல வேறெதனையும் கவனியாது நடந்துகொண்டேயிருந்தாள். தான் நடந்துகொண்டிருப்பது ஆரையம்பதி என்பதைக்கூட அவள் அறிந்திருக்கவில்லை. தொடையில் சூட்டுக்காயத்தின் வலியை மறந்தேவிட்டிருந்தாள். அது அவ்வப்போது தொந்தரவளித்தாலும் விஞ்சிய பசியும், தாகமுமே அதிக தொந்தரவளித்தன. ஆரையம்பதி பிரதான வீதியிலிருந்து படுவான்கரை ஆற்றின் திசையில் எதிர்ப்பட்ட வீதியொன்றில் இறங்கி நடந்தாள். மாலைச் சூரியன் சாய்ந்து இறங்கிக்கொண்டிருக்க அதன் ஒளிக்கதிர்கள் மங்கிக்கொண்டிருந்தன. நிகழப்போகும் ஏதோ ஒன்றின் அழுத்தம் அச்சமாகி முழுவதும் ஆக்கிரமிக்கத் தொடங்கியது. புதிய அனுபவத்தைத் தனக்கு முற்றிலும் பரிச்சயமில்லாத வாழ்வை நோக்கி நடந்துகொண்டே இருந்தாள். தூரத்தே ஆற்றங்கரையின் மேற்பரப்பு மெல்லிருளில் மினுங்கியது. இறுகக் காய்ச்சியது போன்றிருந்த ஆற்றில் தவழ்ந்து அலைந்த வெள்ளி அலைகளை வெறித்தவாறே நடந்தாள். மழையை வருவிக்கத் தயாராவது போல மேகங்கள் இருண்டு பெருத்த வயிறுகளுடன் மிதந்துகொண்டிருப்பதைப் பார்த்தாள். மனித நடமாட்டமின்றித் தனிமையில் அகப்பட்டுச் சோம்பிக் கிடந்த அந்தச் சூழல் அவளை உற்சாகமூட்டியது.

'இறங்கிச் செத்திட வேண்டியதுதான். காப்பாத்துறதுக்கும் ஆருமில்ல . . . சாவு என்னை நெருங்கிட்டுது . . . சாவே இதோ வருகிறேன் என்னை அணைத்துக்கொள் . . .' ஆற்றை நோக்கி விரைவாக நடந்தாள்.

இளைஞர்கள் சிலரை நிரப்பிக்கொண்டு திடீரென எங்கிருந்தோ புறப்பட்ட உழவு இயந்திரமொன்று அவளைக் கடந்து சென்றது.

ஆற்றை நோக்கி முன்னரைவிடவும் வேகமாக நடந்துகொண்டிருந்தாள்.

'சாவு நெருங்கிட்டுது . . .'

உழவு இயந்திரத்தில் அவளைக் கடந்தவர்கள் வாகனத்தை நிறுத்தித் திரும்பிப் பார்த்தனர், உழவு இயந்திரத்தைப் பின்னகர்த்தி அவளருகாக வந்ததும் நிறுத்தினர்.

"தங்கச்சி எங்க போறாய் இஞ்சால. இருட்டாக் கிடக்குதல்லே . . ."

அவளுக்கு அந்த தைரியம் எப்படி வந்தது? உறுதியான குரலில் கூறினாள்.

"நான் ஆத்தில விழுந்து சாகப்போறன். இயக்கத்தில சேர்ந்து உயிர்த் தியாகம் செய்ய நினச்சென். எப்பிடி இயக்கத்தில சேருறதென்டு தெரியா ... அதான் ஆத்துல விழுந்து சாகப் போறன்."

அவளது பதில் அவர்களுக்கு ஆச்சரியத்தை அளித்திருக்க வேண்டும். அவளின் புதிரைக் கேட்டு ஆளாள் மாறி முகத்தைப் பார்த்தனர்.

"உன்டை அம்மா, அப்பா ஆர் ... உன்டை சொந்த இடம் உதுவே ..."

"அவையளைப்பத்திக் கேக்காதேயும் ... அவையள் இருக்கினமா இல்லையோ தெரியாதெனக்கி ... நான் அவையளுக்குத் தேவையில்ல ... எனக்கும் அவையள் வேணாம்".

"அப்ப எங்களோட வர விருப்பமே ..."

யோகா அவர்கள் ஒவ்வொருவரையும் கூர்மையாகப் பார்த்தாள்.

"இயக்கத்தில சேர்ந்து உயிர்த் தியாகம் செய்ய நினைச்சனென்டு சொன்ன நீயல்லே, அப்ப எங்களோட வா ... ஏன் ஆத்தில விழுந்து சாகப்போறாய் ..."

'இவையள்தான் இயக்கமோ ... இவையள்ட்டத் துவக்கு இல்ல, இயக்கமென்டு எப்பிடி நம்புறது, இவையள் என்னை என்ன செய்வினம். என்னைச் சண்டைக்கு அனுப்புவினமே, நான் சாகுறதுக்கு நேருமே ...'

"இயக்கமெங்கிறியள் ... உங்கள்ர ஆருட கையிலயும் துவக்கு இல்லியே ..."

அவளது கண்கள் கூர் தீட்டிய புதிய வாள்போல மினுங்கியது.

அவர்கள் புன்னகைத்தனர்.

"உங்களெப் பார்த்தா எனக்குப் பயமெ வரலியே யண்ணே ..."

"தங்கச்சி ஒன்டும் குழம்பாதயும். நாங்க இயக்கத்தின்ர இடத்துக்குத்தான் போய்க்கிட்டிருக்கம் ... இந்த இருட்டில தனியா எங்கேயும் போகாம எங்களோட வாருமென். பேசிக்கிட்டிருக்க ஏலாதிங்க ..."

'ஓ . . . என்னைச் சமருக்கு அனுப்பி மரணத்தைத் தரிசிக்கச் செய்யப்போகிற கடவுள்கள் இவர்கள்தானோ . . . இவர்கள்தாம் இயக்கமாமே . . . மரணம் அதன் வாசல்களைத் திறந்திட்டுது . . .'

துன்பியல் நாடகத்திற்குத் தன்னைத் தயார்படுத்திக் கொண்டவளாக நம்பிக்கையோடு அவர்களது வாகனத்தில் ஏறிக்கொண்டாள். அவளுக்கு வேண்டியதெல்லாம் செத்துப் போக வேண்டும்.

○

திடீரென்று வீட்டு வாசலில் பொலிஸைக் கண்டதும் பத்மாவும் சுப்பிரமணியமும் நடுங்கிப்போயினர். பொலிஸ் தெரிவித்த செய்தி அவர்களுக்கு ஆச்சரியத்தையும், அளவிட முடியாத கவலையினையும் அளித்தது.

"மட்டக்களப்பு டவுணுக்குள்ள உங்கட மகள் யாரையும் வேலைக்கு அனுப்பினிங்களா . .?"

"ஓம், வேலைக்கென்டால் வேலைக்கில்ல சேர். எங்களுக்குச் சரியான கஷ்டம். சண்டையும் நடக்குதே இப்ப, இடம்பெயர்ற நிலவேற, பாதுகாப்புக்குத்தான் அங்கை விட்ட நாங்கள். . ."

சுப்பிரமணியம் பயந்து, பயந்து அளந்து வார்த்தைகளைக் கோர்த்தார்.

"உங்கட மகள் இஞ்ச வந்திட்டாவா . . ."

பொலிஸின் இந்தக் கேள்வியில் அவர்கள் அதிர்ந்து போயினர்.

யோகா சொந்த வீட்டுக்குத்தான் வந்திருப்பாள் என்று எதிர்பார்த்துப் பொலிஸூம் ஏமாந்துபோனது.

யாருக்கும் தெரியாமல் யோகா வீட்டிலிருந்து கிளம்பி விட்டிருந்ததனால் சிதம்பரமும் அவர் மனைவியும் பொலிஸில் முறைப்பாடு செய்திருந்தனர்.

"நாங்க எவ்வளவு நல்லாப் பார்த்தம் தெரியுமே, எங்கட பிள்ளயப்போலதான் வச்சிருந்த நாங்கள். அது குமராப் போனதுக்கும் புதுச்சட்ட பாவாடை பூ வாங்கியந்து குடுத்து கோவிலுக்கும் கூட்டிட்டுப் போனம். அங்கப் பக்கத்து வீடு, கூடப்படிச்ச பிள்ளையென்டு, ஆரோ செண்பகமோ என்னமோ பெயர் சொன்னாப்போல ஞாபகம் . . . சந்திச்சுக் கதச்சவ. ஏன் இப்பிடித் திடுதிப்பென்டு போனதென்டுதான் தெரியாமக் கிடக்குது . . ."

சிதம்பரம் குற்றவுணர்ச்சியில் அமைதியாக இருக்க, அவர் மனைவி தன்னால் மட்டுமே முடியுமான நாடகத் தனத்தோடு ஒப்புவித்ததையெல்லாம் இயலாமையோடு கேட்டுக்கொண்டிருந்தார் சுப்பிரமணியம். சீழ்க்கையடித்துக் கொண்டு கண்களைத் துடைத்துக்கொண்டு அழுதது அவளது நாடகத்தின் உச்சகட்டமாக இருந்தது. வத்சலா தங்கவைக்கப் பட்டிருந்த சித்தி வீட்டுக்கும் செல்லாமல் அவள் எங்கு போயிருப்பாள் என்பதை சுப்பிரமணியத்தின் மூளை துருவி ஆராய்ந்துகொண்டேயிருந்தது.

யோகா பருவமடைந்ததை சுப்பிரமணியம் கூறியபோது பத்மா பதறிப்போனாள். குற்ற உணர்வு நெருடியது. ஒருமுறை தானும் அவளைச் சென்று பார்க்காதது எத்தனை பிசகு என்று நொந்துகொண்டிருந்தாள்.

“என்ட பிள்ளை இப்ப குமர்ப்பெட்டை. கடவுளே எங்க திரியுறாளோ, என்ன இக்கட்டில மாட்டிக்கிடக்காளோ தெரியல்லியே . . .”

ஒவ்வொரு நாளும் ஒவ்வொரு இடமாக அலைந்து சுப்பிரமணியம் யோகாவைத் தேடிக்கொண்டேயிருந்தார்.

“செண்பகம் பிள்ளையையும் பார்த்துட்டுத்தான் வாறன். அது ஒன்டும் தெரியாதென்டல்லே சொல்லுது. கோயிலில பார்த்ததோட சரியாம் . . .”

அகதிகள் அடைக்கலமாகியிருந்த பாடசாலைகள் முகாம்களுக்கெல்லாம் சென்று தேடினார். பெண் பிள்ளையைக் காணவில்லையென்று விசாரிப்பதே அனிச்சையான வெறுப்பினைத் தூண்டுகிற ஒன்றாக இருந்தது. சிலரது ஊர்ஜிதங்கள் அவரைக் கடுமையாக நோவினைச் செய்தது. அவளை இராணுவம் உபயோகித்து இருக்கக்கூடும் என்று சஞ்சலமேயில்லாமல் சொல்வதற்கும் துணிந்தவர்கள்மீது எதிர்ப்பையோ ஆத்திரத்தையோ நிகழ்த்தும் பலம் அவருக்கு வரவில்லை. எங்கேனுமொரு புதைகுழியிலிருந்து சந்தேகத்திற் கிடமான யாரினுடையதென்று தெரியாத பிணமாக மர்மமான முறையில் கொல்லப்பட்டதான விவரணங்களோடு யோகாவின் உருவப்படம் வெளியாவது போன்ற கற்பனைகள் கசப்பாக, மனசாட்சியை உலுக்குவதாக இருந்தன.

இறுதியாகத்தான் அவருக்கு அந்த எண்ணம் உண்டாயிற்று.

“வீட்டுக்கு வந்த பிள்ளையெ வழியில இயக்கம் கண்டு இழுத்துப் போயிட்டினமோ . . .” என்ற சுப்பிரமணியத்தின் ஊகத்தை இருக்கலாம் என்று ஏற்றுக்கொண்டு அழுது

புரண்டாள் பத்மா. யோகா எப்படியாவது திரும்பி வந்துவிட வேண்டும் என்று உறக்கத்திலும் விழிப்பிலுமாகக் கும்பிட்டுக் கொண்டேயிருந்தாள். தெய்வங்களை வேண்டியபடியே மடிசோறு, விரதம் என்று கடவுள் நேர்த்திகளைச் செய்வதாக பேரமில்லாத இணக்கத்திற்கு வந்திருந்தாள். புன்னகையின் சிறு தடயத்தைக்கூட இழந்துவிட்டிருந்தாள். கோயில்களின் பிரகாரங்களை வலம்வந்தபடியே இருந்தாள். கர்மயோகியாகிப் போன குற்ற மனதுடன் "அவள் பாதுகாப்பா இருக்காள் என்டுதானே விட்டுவிட்டு இருந்தன் ... கடவுளே ... என்ட புள்ளய என்னட்ட சேத்திரு" என முணுமுணுத்த படியாகவே இருந்தாள்.

இயக்கத்தின் பயிற்சி முகாமில் யோகா இருப்பதைக் கண்டறிய அறுபத்தைந்து நாட்கள் தேடியலைந்தார் சுப்பிரமணியம். முகாமில் மகளைப் பார்த்தபோது போர் உடையில், ஆயுதமும் கையுமாக இருந்தாள் அவள்.

செத்தாலும் வீட்டுக்கு வரவேமாட்டேனென்று அவள் அடித்துக் கூறியது தாங்க முடியாத வேதனையாக இருந்தது. வாழ்விலிருந்து ஒருபோதும் அகலாத கனதியான அந்த அனுபவத்திலிருந்து அவரால் விடுபடவே முடியாது போனது. எச்சரிக்கை செய்வதைப் போன்ற வெறுப்பை உமிழ்வதாக மாறியிருந்த யோகாவின் குரல் எதிரொலி அவரை வதைத்துக் கொண்டேயிருந்தது.

அந்தச் சம்பவத்தின் பின்னர் நோயில் விழுந்தவர்தான். மருத்துவர்கள் அவர் தேகாரோக்கியமாக இருப்பதாகக் கூறியபோதும் பலவீனமாகச் சுருண்டே கிடந்தார். வறுமையை யும் போரையும் எதிர்க்க முடியாத வாழ்வு போதுமென்றே தோன்றியது அவருக்கு. எதன்பொருட்டும் மனைவி பத்மாவைக் குற்றம் கூறிக்கொண்டேயிருந்தார்.

"யோகா நம்மளவிட்டுப் போனதுக்கு நீதான்டி காரணம் ... அவ நம்மளோடவே இருந்திருந்தா இப்பிடி ஆயிருக்குமெ ..." எனப் புலம்பியே அவர் சீவன் கடும் மழைநாள் ஒன்றில் ஓசையின்றி அடங்கியது.

"யோகா எப்பயாச்சும் மனசு மாறி நம்மளைத் தேடி வருவாள் ... கோபம் தணிஞ்சதும் தேடி வருவா, நம்மட பிள்ளை நம்மக்கிட்ட வராம வேறெங்கப் போவாள் ... எப்பயாச்சும் அப்பிடித் தேடி வந்தா அவளத் தண்டிச்சிராதே ... நம்மட பிள்ளை, அவள நீ மன்னிக்கணும் ... அவள்ர இந்த நிலைக்கு நாமதான் முக்கியமான காரணம். நாமதான் குற்றவாளி ..."

“எனக்குச் சத்தியம் தா . . . யோகாவைக் கையுட மாட்டேனென்டு சத்தியம் பண்ணு . . .”

யோகாவின் துரோகத்தை எண்ணி வருந்தியே அப்பா இறந்தார் என்பது வத்சலாவின் மனக்கணக்கு. வத்சலா சித்தியின் வீட்டில் வளர்ந்தவள் ஆகையால், யோகாவின் செயல்களுக்கு அவள் கற்பனையில் காரணங்களைச் சோடித்து விரோதம் வளர்த்துக்கொண்டாள்.

“செத்தாலும் வரமாட்டேன் என்டு வீம்பா சொன்னவள நாம என்னத்துக்குச் சேர்த்துக்கணும். அவள் எக்கேடு கெட்டுப்போனா நமக்கென்ன . . .”

“வத்சலா, இன்னொரு தரம் என்னத் தவறான முடிவெடுக்கச் செய்யாதெடி . . . உங்கடை அப்பாக்கு நான் செஞ்சு குடுத்த சத்தியத்தெக் காப்பாத்த உடுடி என்னெ. யோகா திரும்பி வந்தாளென்றால் ஏத்துக்குவேனென்டு அப்பாக்குச் சத்தியம் செஞ்சிருக்கேன் தெரியுமே உனக்கு . . .”

யோகாவின் மீதான பாசத்தைவிடவும், கணவனுக்குச் செய்தளித்த சத்தியத்தைக் காப்பாற்ற வேண்டும் என்ற எண்ணம் மேலோங்க பத்மா அழுது புரண்டதிலேதான் ஏதோ வந்து தொலையட்டும் என்கிறளவு வத்சலா மனம் இளகினாள்.

யோகாவை அழைத்துக்கொண்டு வருவதற்கு முன்னரே பத்மா சில தீர்மானங்களுக்கு வந்துவிட்டிருந்தாள்.

‘அவளைக் கூட்டிக்கிட்டு நான் எங்க போவன்? இங்கதானெ வந்தாகணும். வத்சலாவைச் சுற்றித்தான் என்ட எல்லாப் பிள்ளைகளுட எதிர்காலமும் இருக்கு. அவளிட உப்பத்தான் எல்லாரும் தின்னுறம். அவளைவிட்டு எங்க போக ஏலும்.’

‘ஆண்பிள்ளைகள் உழைக்கிற நிலையில இருந்தாலும் அவையள் அத்தான் செந்தூரனுடன்தானே இருக்கினம். கலாவுக்கு இந்த வீட்டைத் தாறதாக சொல்லியிருக்கினம் . . . இப்படியொரு வீட்டைக் கட்டி அவளை, நல்லவன் கையில பிடிச்சுக்குடுக்க ஒத்த மனுஷி என்னால் ஏலுமே . . . எது நடந்தாலும் சகிச்சிக்கிட்டு இந்த வீட்டில சமைஞ்சி கிடக்கிறது தான் ஒரே வழி . . . இப்படிச் செய்றாளேன்டு வத்சலாவை வெறுக்கவும் ஏலாது . . . பாவம் கிடந்து கஷ்டப்படுகிறாளேன்டு யோகா மேல அன்பு காட்டவும் ஏலாது, அது வத்சலாட்ட வெறுப்பைச் சம்பாதிக்கிறதாய் முடியும் . . . கடவுள் விட்டபடி நடக்கட்டும் . . .’

எப்போதாவது கலாவின் கட்டாயத்தில் வயிறு குளிர்ந்தாள் தவிரப் பட்டினி கிடப்பதே யோகாவுக்கு விருப்பமாக இருந்தது. விதிக்கப்படாத தண்டனை கொண்டு தன்னை வருத்த பட்டினி ஒரு சரியான ஆயுதமாக அவளுக்குத் தோன்றியது. வீட்டுக்குள்ளிருக்கும் காற்றில்கூட விரோதம் கலந்திருப்பதுபோல விளங்கிக்கொள்ள முடியாத அந்நியத் தன்மையோடே யோகா அங்கிருந்தாள்.

செண்பகமும் இப்போது வருவதில்லை. யோகாவுடன் பேசுவது அவள் புருஷனுக்குப் பிடிக்கவில்லையென்பது யோகாவை வியப்படையச் செய்யவில்லை.

“நீ கௌரவமான பிள்ளை . . . படிச்சவள். நாலு பேருக்கு மத்தியில அந்தஸ்தோட வேல பார்க்கிறவள் . . . இயக்கத்தில இருந்துவந்த பெட்டையோட உனக்கு என்ன பேச்சு . . .”

“ஏன் அப்பிடியெலாம் சொல்றியெள் . . . யோகாவச் சின்னப்பிள்ளையிலயிருந்தே எனக்குத் தெரியும். ஒன்டாத் தான் விளையாடுவம் . . . பள்ளிக்கூடம் போவம் தெரியுமே . . .”

“ஆ . . . அந்த லச்சணந்தான் தெரியுதே . . . ஒன்டாப் பள்ளிக்கூடம் வேற வந்தாளா அவள் . . . அப்ப எதுக்கு இயக்கத்துக்குப் போனவளாம் . . . விரும்பிப் போனவளாமே . . . என்ன நெஞ்சுரம் அவளுக்கு . . .”

“அப்பிடியெல்லாம் இல்லிங்க. அவளுக்கு மனக்கஷ்டம். அதெல்லாம் சொன்னா உங்களுக்குப் புரியாது . . .”

“ஓமோம் எனக்குப் புரியவுந் தேவல்லை . . . நான் சொல்றத்தக் கவனமாக் கேட்டுக்க . . . இனிமேல் உன்னை அவ வீட்டுப் பக்கம் பார்த்தேன் . . . அம்பட்டுத்தான் . . . நம்மட உறவு முறிஞ்சுபோச்சு ஞாபகம் வெச்சுக்கே . . .”

விதூஷணனின் இந்த வார்த்தைகளால் செண்பகம் அதிகம் காயப்பட்டுப் போனாள். அவன் ஏன் இவ்வாறு பேசுறான் என்றே புரியாமலும் யோகாவை ஒருமுறைகூடப் பார்க்காமலும் பேசாமலும் அவனுக்கு ஏன் இந்த வெறுப்பென்பதும் அவளுக்குப் புதிராகவே இருந்தது. யோகாவே சொல்வது போல அவள் அதிர்ஷ்டம் கெட்டவள் என்பது தவிர வேறொரு முகாந்திரமும் செண்பகத்திற்குத் தோன்றவில்லை.

கணவனின் பேச்சை மீறி நடக்க விருப்பமும் தைரியமுமில்லாத அவள் குளிர்ந்த மலராக உள்ளங்கையில் மீண்டும் வந்து விழுந்த நட்பை இழக்கிற துயரத்தை ஏற்றுக்கொண்டாள். சில நேரங்களில் வேலைக்குப் போகும்போது வேலிக்கு

மேலால் பார்த்துப் பேசிவிட்டுப் போவாள். வீட்டுக்குவந்து கையைப் பிடித்துக்கொண்டு சாவகாசமாக யோகாவோடு பேச வேண்டும் என்றுதான் அவளுக்கும் ஆசை. கணவனுக்குத் தெரியாமல் போகலாம் என்றாலும் பகல் முழுநாளும் வேலைக்குப் போகிற அவளுக்கு அது சாத்தியமாக இருக்க வில்லை.

செண்பகம் உயர்தரம்வரையும் படிச்சிருக்காள். வந்தாறு மூலையில் சமுர்த்தி வங்கியில் வேலை. இந்தளவுக்கு முன்னேறியிருக்கிறாளே. நானும் படிச்சிருந்தால் இதைப் போல ஏன் இதைவிடவும் நல்ல நிலைக்கு வந்திருப்பேன். பள்ளிக்கூடத்தில் செண்பகத்தைவிடவும் நான்தானே சமர்த்து. அவளுக்குப்போல் தூய சீருடையும், சப்பாத்தும் எனக்கில்லை தான். அதனாலென்ன? வகுப்பில் நானல்லே முதல் பிள்ளை.

கடந்த நினைவுகளைத் தூசிதட்டிப் பார்த்து அழுவதும் சிரிப்பதுமாகப் பெரும்பாலும் வெறுமையாக நாட்களை நகர்த்திக்கொண்டிருந்தாள். நிராதரவான நிலையில் நம்பிக்கையூட்டும் வார்த்தைகளைத் தனக்குத் தானே கூறிக் கொண்டிருந்தாள்.

"பொறுமையா இருக்கா ... வீட்டு வேல முடிஞ்சதும் இந்த வீட்ட எனக்குத் தாரென்டு வத்சலா அக்கா சொல்லி யிருக்கு ... அக்கா போச்சுதென்டால் உனக்கு இங்க திட்டித் தீர்க்க ஆருமிருக்கமாட்டினம் ... நீ நிம்மதியா இருக்கலாம் ..."

கலாவின் ஆறுதல் வார்த்தைகள் யோகாவிற்குச் சிரிப்பாக இருந்தன. இருந்த வெள்ளத்தை வந்த வெள்ளம் கொண்டு போன கதையாகாதிருந்தால் சரிதான்! மிகுதி நாட்களை எப்படித்தான் கழிப்பதென்றே தெரியவில்லை அவளுக்கு. இனி, வாழ்நாள் முழுவதும் இப்படியே நடைபிணமாக வாழப்போகிறேனா? இந்த நெஞ்சமுழுத்தத்திலிருந்து மீளுகிற வழிதான் என்ன என்ற கேள்விகள் வீசப்பட்ட பந்தாக அவளிடமே திரும்பின.

சாதுரியன் இருந்திருந்தால் இப்படித் தவிக்கவிட்டிருக்கவே மாட்டான்!

சாபக்கேடு, அதிர்ஷ்டம் கெட்டவள், முடம் என்று திட்டப்படும் போதெல்லாம் அவள் சாதுரியனை எண்ணியே மனதை ஆற்றினாள். முடமாக இருந்தும் ஏற்றுக்கொள்ளத் துணிந்தவன். இதயப் பரப்பில் சந்தோஷ விதைகளை முதன்முறையாகத் தூவியவன். வாழலாம் வா எனக் கைகளைக் கோத்து அழைத்தவன். அவன் எத்தனை குளிர்ச்சியானவன்.

அவள் மனப்பெட்டகத்தில் அடைபட்டுக் கிடக்கும் ரம்மியமான, இதமான ஒரேயொரு நியாபகம் சாதுரியனுடையது! தனிமையின் துயரங்களிலிருந்து அவளை மீளுருவாக்கும் காதலை அவன் அவளுக்காக விட்டுச் சென்றிருந்தான்.

○

ஆரையம்பதியில் இளைஞர்களின் வாகனத்தில் ஏறிய யோகா கரடியனாறுக்குக் கொண்டு செல்லப்பட்டாள். கரடியனாறு இயக்கத்தின் முழுக்கட்டுப்பாட்டில் மட்டக் களப்புக்கான பிரதான தளமாக இயங்கிக்கொண்டிருந்தது. கரடியனாறு புல்லுமலைப் பகுதியில் போராளிகளுக்கான பயிற்சிகள் அளிக்கப்பட்டன.

மரணத்தை எதிர்கொள்ளும் ஆவேசத் தீர்மானத்தில் இதுவரைக்கும் வந்துவிட்ட யோகா, இதுவே தனக்கு விதிக்கப் பட்டது என்பதாகப் பொருந்திக்கொண்டிருந்தாள். அவளைப் போன்றே பல பிள்ளைகள் பரப்புரைகளைக் கேட்டுச் சுயவிருப்பத்துடனும், பலவந்தமாகப் பிடிபட்டும் பயிற்சி பெற்றுக்கொண்டிருந்தனர். அங்கு அவளுக்கு எல்லாமே புது அனுபவங்களாகத் திகிலும் பரபரப்பும் நிறைந்ததாக நிதானமாகவோ ஆறுதலாகவோ எதையும் சிந்திக்க முடியாத தாக இருந்தது. அத்தகைய நிலைக்காகத் துயரப்பட்டவளாகவும் அவளிருக்கவில்லை. ஆறு மாதங்கள் சுவடேயின்றிக் கடந் தோடியது. பயிற்சி முடிந்ததுமே வன்னிக்கு அனுப்பப்பட்டாள்.

நாளுக்கு நாள் நிகழ்ந்த சம்பவங்களால் ஏற்பட்ட மனமாறுதல் நினைத்துச் சென்ற மனநிலையைத் தக்கவைக்க முடியாமல் செய்தது. வீட்டில் தனக்குக் கிடைக்காத பல சந்தோஷங்களை இயக்கத்தில் இருந்த காலத்தில் அனுபவித் தாள். வீட்டில் வருத்திய பசியின் கொடிய துன்பம் இயக்கத்தில் அடியோடு இல்லாமலிருந்தது அவளுக்குப் பெரும் ஆறுதலாக இருந்தது.

அவள் நம்பிக்கொண்டிருந்ததைப்போல உடனடியாகச் சமருக்கு அனுப்பப்படவுமில்லை. அகழிகள் அமைப்பது, அவற்றுக்குக் காவல் இருப்பது மற்றும் எல்லைப் பாதுகாப்பு போன்ற பணிகளில்தான் அவள் ஈடுபடுத்தப்பட்டாள். இப்படியான பணிகளில் இரண்டு வருடத்திற்கும் மேலாக அவள் ஈடுபட்டாள். ஒரு அகழியில் மூன்றுபேர் அமர்த்தப் படுவர். மூன்று உறுப்பினர்களும் இருபத்துநான்கு மணி நேரத்தைப் பிரித்து, இரவு பகல் இரண்டு வேளையும் மாறி மாறி எல்லைப் பாதுகாப்பில் ஈடுபட வேண்டும். ஆரம்பத்தில்

கண்விழித்து வேலைசெய்வது அவளுக்குக் கஷ்டமாகத்தான் இருந்தது. தன்னைச் சிறந்தவளாக நிரூபித்துக்கொள்வதற்காகவே அமைந்துவிட்ட இந்த மகத்தான வாய்ப்பைப் பயன்படுத்திக் கொள்ள வேண்டும் என்பதாக மனதைத் திடப்படுத்திக் கொண்டு காரியமாற்றினாள். நாளடைவில் எல்லாமே பழக்கப்பட்டுப்போனது. அவள் இப்போது அஞ்சுகிறவளில்லை. பலமற்றவளோ பலம் குறைந்தவளோ இல்லை. ஆணுக்கு நிகரானவள். ஆண்கள் விநோதமானதும் தமக்கு மட்டுமே வாய்த்தது என்றும் இறுமாறக்கூடிய துணிச்சல், தைரியம், அச்சமின்மை, தன்னம்பிக்கை எல்லாம் வாய்க்கப் பெற்றவள்.

இரண்டு வருடங்களுக்குள் அவள் பல்வேறுபட்ட சந்தோஷங்களையும் துயரங்களையும் மாறி மாறிச் சந்தித்தாள்.

மட்டக்களப்பில் இருந்துவருகிற உறுப்பினர்களிடம் தனது குடும்பத்தைப் பற்றி விசாரிப்பதற்கும் அவள் தவறுவதில்லை. என்ன காரியத்தில் ஈடுபட்டபோதும் எது வேண்டாதது என்று எண்ணி ஒதுக்க நினைத்தாளோ அதுவே பீனிக்ஸாக நினைவில் வந்து துன்புறுத்தியது. ஆனாலும் துச்சமெனக் கடக்கும் திடமான மனம் அவளை ஆசுவாசப்படுத்தியது.

“தங்கச்சி நான் சொல்லப்போற செய்தி அதிர்ச்சியாக இருக்கும். எங்களைப் போலப் போராளிகளுக்கு அதுகளத் தாங்கிற மன தைரியம் இருக்கணும் . . .”

“சொல்லுங்க அண்ணே . . . ஆத்தை நோக்கிச் சாகப்போன பழைய யோகா இல்ல நான். என்னயாயிருந்தாலும் சொல்லுங்கள் . . .”

சீலன் புன்னகைத்தான். அவள் கூறுவதில் உள்ள உண்மையை அவன் புரிந்துகொண்டிருந்தான். கூந்தல் காற்றில் அலைய வெளிறிய கண்களும் வாடிச் சோர்ந்த முகமுமாக ஆரையம்பதியில் அவள் ஆற்றை நோக்கி நடந்ததை அவனாலேயே மறக்க முடியவில்லை.

“உம்மடை அப்பா இறந்திட்டார் . . .”

என்னதான் மனத்திடம் பெற்றிருந்தாலும் இதயத்தை இரும்பாக்கி வைத்திருப்பதாக நம்பிக்கொண்டிருந்தாலும் தசைநார்கள் கலங்களில் சிறு அதிர்வை உணர்ந்தாள், என்ற போதும் தனது குடும்பத்தோடு எந்தவிதத் தொடர்பையும் பேணக் கூடாது என்ற பிடிவாதத்தைத் தளர்த்த முடியவில்லை.

“நான் சொன்னேனில்ல . . . மன தைரியத்தோடதான் இப்பிடியான கதைகளெக் கேக்கணும். நம்மட இந்தத் தியாக

வழியில பலவீனங்களுக்கு இடமிருக்கக் கூடாது. நாம நம்மட சனங்களின் விடிவுக்காகப் போராடுறவையள். ஆசா பாசம் இருக்கலாம். அது நம்மளை அசைக்க இடமளிக்கக் கூடாது ...”

கண்களைத் துடைத்துக்கொண்டாள்.

இயக்கத்தில் இணைந்த குறுகிய காலத்தில் இதுபோன்ற பல இழப்புகளை அவள் சந்தித்திருந்தாள். கூடவேயிருந்து உண்டு, களித்து, உறங்கிய எத்தனையோ தோழிகள் போர் முனைக்குச் சென்று களத்தில் வீரமரணம் அடையும் போதெல்லாம் மனம் உருக அழவும், பின்னர் சமாளித்துக் கொண்டு இழப்புகளை ஏற்றுக்கொள்ளவும் பழகியேயிருந்தாள். அப்பாவின் இறப்புச் செய்தி கேட்டு அவள் கலங்கித்தான் போனாள். அதன் தாக்கத்திலிருந்து உடனடியாக அவளால் விடுபட முடியவில்லை. மனதைத் திடப்படுத்திக்கொண்டாள். குறுகிய காலத்தில் கணக்கிட முடியாதளவு அனுபவங்களால் அவள் மனம் பக்குவப்பட்டிருந்தது. ஆனாலும் விரக்தியும் வெறுமையும் நிழல்போல நீண்டு அவளுடனே எப்போதும் இருந்தன.

பின்வந்த நாட்களில் அவளும் சில சண்டைகளுக்காகக் களத்திற்கு அனுப்பப்பட்டாள். இலக்குத் தவறாமல் சுடுவதில் அவள் மகா கெட்டிக்காரி. அவளது பேச்சுத் தொனி உடை நடை எல்லாமும் மாறிப்போயிருந்ததுபோலவே அவளும் மாறிவிட்டிருந்தாள். காட்டு மரங்களின் நடுவே விதையாக விழுந்து வளர்ந்தவளைப் போல அவளுக்கு யாதொரு எதிர் பார்ப்பும் இல்லை. எந்தவொரு ஆசையும் இல்லை. அவள் லட்சியம் எதிரிகளைத் தாக்கி வீழ்த்துவதும் அவளது அடைக்கலம் இயக்கத்தின் படைகளும் களங்களுமாகவே இருந்தன.

“வடமுனைக் களத்தில் கடுஞ்சமர் நடக்குது. இங்கயிருந்து படைகளை அனுப்பணும். யோகா உம்மையும், உம்மட குழுவையும் களத்துக்கு அனுப்பத் தீர்மானிச்சிருக்கம். நீர் ஆயத்தமே ...”

பொறுப்பாளர் எழிலனின் இந்தக் கேள்வி அவளுக்குள் ஏற்படுத்திய உற்சாகத்திற்கு அளவேயில்லை. திடீரென மனது விழித்துக்கொண்டது. ‘எவ்வளவு காலம் காத்திருந்திட்டன். களத்தில சண்டையிட்டு சாகணும் என்டுதானே இஞ்சை வந்த நான். இப்பதான் அதுக்குச் சந்தர்ப்பம் கிடைச்சிருக்கு ...’

களச் சமர் ஒரு நாள் இரண்டு நாளல்ல, ஐந்து மாதங் களுக்கும் மேலாக நீடித்தது. களத்தில் இறங்கிய மறுகணமே சாதல் என்ற எண்ணமே ஓடிவிட்டிருந்தது. கடைசித் துளி

இரத்தம் இருக்கும்வரை எதிரியை எதிர்த்துப் போரிடும் நெஞ்சுரம் உண்டாயிற்று. 'எனக்கு முன் ஆயிரம் ஆயிரம் தியாகிகள் வீரச்சாவடைந்து உயிர்களை அர்ப்பணித்துள்ளார்கள். நானும் அவ்வழியே போராடுவேன். எதிரிகளைத் தோற் கடிப்பேனே தவிர, எதிரிக்கு அடிபணியமாட்டேன். எத்தகைய இன்னல்கள் நேர்ந்தாலும் கடைசிவரை போராடுவேன் . . .'

அவளுக்குள் ஒரு மனம் எழுந்து நின்று அவளைத் தைரிய மூட்டியது. அஞ்சாமையை அவள் மகுடமாக்கியது. அவளைத் தட்டிக் கொடுத்தது. வீரவேங்கையாகவே மாறியிருந்தாள் அவள். 'செய் அல்லது செத்துமடி' என்று யாரினுடையதோ ஆக்ரோசக் குரலொன்று அவளை வழிநடத்திக் கொண்டேயிருந்தது. அவள் எதைப் பற்றியும் சிந்திப்பதில்லை. எந்தவொரு கேள்வியும் அவளிடமில்லை. அவளது மூளை சலவைக்குட்பட்டிருந்த தனாலோ என்னவோ மறுமுனையில் இருப்பது யாராக இருந்தாலும் எதிரி என்பதைத் தவிர எதையும் சிந்திக்க முடியவில்லை.

மிக முக்கியமான அந்தச் சமரில் யோகா முன் அணியில் போரிட்டாள். குறிபார்த்துச் சுடுவதிலும், நுணுக்கமாகத் திட்டமிட்டுத் தாக்குவதிலும் அவள் தேர்ச்சி பெற்றிருந்ததைப் பொறுப்பாளர் எழிலனே இச்சமருக்குப் பின்னர்தான் அறிந்தார்.

"களைப்பில்லாமல் தொடர்ச்சியாகப் போராடுறதுக்கு மனபலம் வேணும். அது கடுமையான பயிற்சியினாலதான் வாய்க்கும். குறுகிய காலத்தில ஓய்வில்லாமப் போராடும் உம்மட திறமையை என்னால பாராட்டாமல் இருக்க ஏலுமே . . ."

எழிலன் பாராட்டியபோது நிஜமாகவே நெகிழ்ந்தாள். பெருமிதம் தரும் வார்த்தைகள் மேலும் அவளை உத்வேகம் பெறச் செய்தன. தன் மீதே தனக்கு ஈர்ப்பு உருவாக உணர்ந்தாள். சாதல் என்ற எண்ணத்தை முற்றிலுமாகத் தன்னிலிருந்து துடைத்தாள். இயலாமை மனமும் ஏமாற்றந்தந்த கடந்தகால எண்ணங்களும் செத்துப்போனதாக அவற்றையெல்லாம் மூட்டைகட்டித் தூர எறிந்துவிட்டதாகப் பெருமிதம் கொண்டாள். இப்போதெல்லாம் வாழ வேண்டும் என்ற வெறியே இருந்தது. புறமுதுகிட்டு ஓடக் கூடாது என்றும், வீரமரணம் அடைய வேண்டும் என்றும் உறுதிபூண்டிருந்தாள். பொறுப்புடனும் கடமை, கண்ணியம் தவறாமலும் இயக்கத்தின் கட்டுக்கோப்புகளில் சிறிதும் பிசகாமலும் அவள் முழுநேரப் போராளியாகத் தன்னை வளர்த்துக்கொண்டு அர்ப்பணித் திருந்தாள்.

இடைப்பட்ட காலங்களில் இயக்கத்தின் வளர்ச்சியும் பிரமிக்கத்தக்கதாகவே இருந்தது. போர்முறைகளில் அவர்கள் பாரிய முன்னேற்றங்களை அடைந்திருந்தனர். அரசாங்கத்திற்கும் சர்வதேச உலகுக்கும் சவாலான பாரிய சக்தியாக அவர்கள் வளர்ந்திருந்தனர். உலகின் பல பாகங்களிலும் தமிழ் பேசும் மக்கள் வாழுகிற நாடுகளிலிருந்து அவர்களுக்கு நிதியுதவியும், ஆயுதங்களும் வந்து குவிந்தன. போரினால் இடம்பெயர்ந்து வெளிநாடுகளில் தஞ்சம் கோரியிருந்த தமிழர்கள் அந்நாடு களில் ஈழப்போராளிகளுக்கு ஆதரவான பிரச்சார நடவடிக்கை களில் மும்முரமாக ஈடுபட்டிருந்தனர்.

இயக்கத்தின் ஈழக் கோரிக்கைள் மற்றும் அரசியல் நடவடிக்கைகள் பற்றிய பூரண அறிவை யோகா இப்போது பெற்றிருந்தாள். இயக்கத்தில் இணைத்துக்கொள்ளப்படுகிற உறுப்பினர்களுக்கு அரசியல் ஒரு பாடமாகக் கற்பிக்கப்பட்டது. சிங்களப் பேரினவாதக் கொள்கைகள் சிறுபான்மையினரை எவ்வாறெல்லாம் புறந்தள்ளுகிறது, உரிமைகளை நசுக்குகிறது என்பதுபற்றிக் கற்பிக்கப்பட்டது. இந்த அரசியல் பின்புலத்துடன் வட்டுக்கோட்டை உடன்படிக்கை, திம்புப் பேச்சுவார்த்தை, இலங்கை இந்திய உடன்படிக்கைகள், சமாதான பேச்சுக்கள் பற்றிய விரிவான விளக்கங்களும் மாகாண அலகுகள் குறித்த விடயங்களும் இயக்கத்தின் அரசியல் பாட அலகில் சேர்த்துக் கொள்ளப்பட்டிருந்தன. பாடத்திட்டத்தை முழுமையாகக் கற்பித்து முடித்து ஒவ்வொரு உறுப்பினரும் அதுபற்றித் தெளிவுபெற்ற பின்னர்தான் ஈழம் ஏன் தேவை என்பது குறித்து ஆராயப்பட்டது.

இவ்வணுகுமுறையினால் எல்லா உறுப்பினர்களுமே அர்ப்பணிப்புடன் தங்கள் பாகங்களைப் பூர்த்தி செய்யும் சித்தம் பெற்றிருந்தனர். போர்களில் தாம் மாண்டுபோனாலும் எதிர்காலச் சந்ததிகள் சுதந்திரமாக, உரிமைகள் மறுக்கப்படாத சமுதாயமாக, தன்மானத்துடன் தலைநிமிர்ந்து வாழட்டுமே என்ற எண்ணம் எல்லா உறுப்பினர்களின் மனங்களிலும் ஆழமாக விதைக்கப்பட்டிருந்தது.

எப்போதாயினும் எல்லோரும் செத்தொழிந்து போகப் போகிறவர்கள்தான்! அந்தச் சாவு ஒரு சமூகத்தின் தேசிய விடுதலைக்கான சாவாக இருக்கட்டுமே என்கிற நிலைப் பாட்டுக்கு யோகா மனதை மாற்றிக்கொண்டிருந்தாள். இயக்கத்தைப் பொறுத்தவரை இழக்கிற உயிர்களை அவர்கள் சடலங்களாகக் கணக்கிடுவதில்லை. அவை வீரமரணத்தின் விதைகள்! போர் முனையில் இறந்தவர்களைப் புதைப்பதாக

அவர்கள் கருதவில்லை, விதைப்பதாக நம்பினார்கள். இந்த நம்பிக்கை யோகாவுக்கும் இருந்தது.

வயிற்றுப்பசிக்காக அடிபட்டு, ஏச்சுப்பட்டு கைகட்டி வேலைக்காரியாக இருந்த காலத்தில் பரவியிருந்த தாழ்வுச் சிக்கல்கள் அவ்வப்போது இம்சித்தாலும், உடலைக் குலுக்கி சுதாகரித்துக்கொள்ளப் பழகியிருந்தாள். போதுமானளவு அவள் அவற்றிலிருந்து விடுபட்டிருந்தாள். தான் இப்போது போராளிப் பெண் என்ற உணர்வே மேலோங்கி நின்றது. தனக்கான அங்கீகாரத்தையும் அடையாளத்தையும் சமூக விடுதலைக்காகப் போராடுகிற இயக்கத்தில் தானும் ஒரு அங்கமாக இருக்க நேர்ந்துள்ளதை எண்ணிப் பெரும்பாலான சமயங்களில் அவள் பெருமை கொண்டிருந்தாள்.

தொண்ணூற்றி ஒன்பதாம் ஆண்டு. யோகா சிறு குழுவுக்குத் தலைமை தாங்கும் அளவுக்கு வளர்ந்திருந்தாள்.

பொறுப்பாளர் எழிலனிடமிருந்து அவசரச் செய்தி.

"யோகா ... நீர் அரணிட்டிருக்கும் பக்கமாக இராணுவம் முன்னேறி வருகிறது. அவர்கள் எண்ணிக்கையில் அதிகம். உமது அரணில் சண்டையிடப் போதுமான உறுப்பினர்களும், ஆயுதங்களும் இல்லை. எனவே, அங்கிருந்து தாமதிக்காமல் புறப்படும்."

"தோழிகளே, நம்மை நோக்கி இராணுவம் முன்னகர்வதாகப் பொறுப்பாளரிடமிருந்து தகவல் வந்துள்ளது. நாம் இங்கிருந்து உடனே புறப்பட வேண்டும். உங்கள் உடமைகளை எடுத்துக் கொள்ளுங்கள். நாம் வெளியேறுவோம் ..."

தாமதியாமல் அகழியில் தன்னோடிருந்த உறுப்பினர் களைப் புறப்பட்டுச் செல்லுமாறு பணித்துவிட்டுத் தானும் ஆயத்தமாகிக்கொண்டிருந்தாள். அவளது உறுப்பினர்கள் பரபரப்புடன் ஆயத்தமாகினர்.

துப்பாக்கிகள், வெடிபொருள்களை எடுத்துக்கொண்டு யோகா ஆயத்தமாவதற்குள் சக உறுப்பினர்கள் புறப்பட்டு விட்டனர். முன்னே சென்றவர்களுக்கும் அவளுக்குமிடையே யான இடைவெளி நூறு மீற்றருக்கு அதிகமில்லை.

திடீரெனச் சரமாரியான துப்பாக்கி வேட்டுக்கள், இராணுவம் அவளை நோக்கிச் சுட்டது. திணறிக்கொண்டு எதிர்த்துத் தாக்க முற்பட்டாள் யோகா. சரமாரியான தாக்குதலை முறியடிக்க இயலவில்லை. துப்பாக்கி ரவைகள் உடலைச் சல்லடையிட எதிர்த்தலுக்கு வழியற்றவளாக இயலாமையுடன் மயங்கிச் சரிந்தாள் அவள்.

6

பூரண மனதும் திருப்தியுமாகப் பயிற்சியில் ஈடுபட்டிருந்தாள் தெய்வானை. அச்சக உரிமை யாளரும் பணியாற்றுவோரும் நட்புறவுடனும் அக்கறையாகவும் நடந்துகொண்டதன் பயனாலும் விரைவாகக் கற்கும் வகையில் பயிற்சிகள் வழங்கப் பட்டதனாலும் அவள் ஒரு வாரத்திலேயே புத்தகம் கட்டுதலில் தேறியிருந்தாள்.

"சேர்... எனக்குப் பயிற்சி போதுமென்று நினைக்கிறன்..."

ஆரம்பத்தில் அவளுக்குப் பயிற்சியளிக்க விரும்பாத பிரஸ் உரிமையாளர் இப்போது அவளுடன் அதீத அக்கறையும் நட்பும் கொண் டிருந்தார்.

"போதும்தான்... சில புத்தகங்கள், ஆவணங் கள், பையில்களை உனக்குத் தரச் சொல்றன்... அதெல்லாம் கட்டிப்பார்த்து உனக்கு ஒரு சந்தேகமும் இல்லையென்டா பயிற்சியை முடிக்கலாம்..."

புத்தகம் கட்டுதல் ஒரு கலை. புத்தகத்தின் அளவையும், பயன்பாட்டுத் தேவையையும் கவனித்து ஒவ்வொன்றுக்கும் ஏற்றவிதமாகக் கத்தரித்து நேர்த்தியாகக் கட்டுதல் வேண்டும். கனமான புத்தகங்களைக் கட்டுவதுதான் அவளுக்குச் சிரமம். சீராக வெட்டிய அட்டையை இணைப்பது, தாள் ஒட்டி அட்டையைச் செம்மைப் படுத்துவது, புத்தகத்தின் முதுகுப்பகுதியான விளிம்பைச் சீர்ப்படுத்துவது தெய்வானைக்கு அத்துப்படியாகியிருந்தது. தொழில் ரீதியாகச் செய்வதற்கு உத்திகளும், அதற்கென்றே பிரத்தியேக மான உபகரணங்களும் இருந்தன. அவற்றைச் சரியாக உபயோகப்படுத்துவது குறித்தும் இந்தப் பயிற்சியில் விளக்கங்களைப் பெற்றாள்.

காண்பிக்கப்பட்ட புத்தகங்களையும், ஆவணங்களையும் கட்டிமுடிப்பதற்கு ஐந்தாறு நாட்கள் செல்லும் எனக் கண்களாலேயே அளந்தாள். எப்படியும் இரண்டு வாரத்தில் பயிற்சியை முடித்துக்கொண்டு சென்றுவிட வேண்டும் என்பதே அவளது மனக்கணக்கு.

முஸ்லிம்களில் இன்னதென்று அறியாத வெறுப்பையும், அச்சத்தையும் வளர்த்துக்கொண்டும் முஸ்லிம்கள் தமிழர்களுக்கு எதிரானவர்கள் என்ற எண்ணத்துடனும் இருந்த தெய்வானை யின் மனப்போக்கில் பாரிய மாற்றம் ஏற்பட்டிருந்தது.

'தவக்குல் அக்காவும், குடும்பமும், ஏன் இந்த அச்சக உரிமையாளர் – இவர்களெல்லாம் எத்தனை நல்லவை. எனக்கு உதவி செய்ய வேணுமென்டு இவையளுக்கு எந்தத் தேவையும், கட்டாயமும் இல்லை. போராட்டத்தில ஈடுபட்டனென்டு தெரிந்ததும், என்டை சனம் தந்த வேலையைக்கூடப் பறிச்சிட்டினம்.'

மட்டக்களப்பு புத்தகக்கடையொன்றில் உதவியாளராகக் கிடைத்திருந்த வேலையில் இருபது நாட்கள்கூட நீடிக்க முடியாமல் போனது, அவளை ஏமாற்றத்தில் தள்ளினாலும் மரியாதையிழந்த இடத்தில் வேலை பார்க்க முடியாமல் போனது தனது நல்லகாலமே என்பதாகவே நம்பினாள்.

ஒருநாள் வேலையிலிருந்த அவளை அழைத்த முதலாளி, "நீ இயக்கமா . . ." என்று ஒற்றையாகவும் வெறுப்பாகவும் கேட்டதும் அவளுக்குச் சுரீரென்றது.

"ஓம் இருந்த நான்தான்" என்றாள் விறைப்பாக.

"இதை ஏன் நீ இன்டர்வியுல சொல்லலை . . ."

"நீங்க கேக்கல்லெயே சேர் . . . அதுவுமில்லாம நான் செய்யப்போற வேலைக்கும் அதுக்கும் ஒரு சம்பந்தமுமில்லியே . . ."

"சம்பந்தம் உண்டா இல்லையான்டு தீர்மானிக்க வேண்டியது நான்தான் தெரியுதே. இங்கே நான்தான் முதலாளி. சம்பந்தமில்லாமலே இருக்கட்டுமே . . . எங்களுக்கு எதுக்கு வம்பு, பொலிஸ் ஆமி விசாரணையென்டு வந்தால் நாங்கதான் தலைய உடச்சிக்கணும் . . . பின்ன எங்களையும் இயக்கம்தான் என்பினம் . . . தெருப் பிரச்சினையெல்லாம் நடுத்திண்ணைக்கு இழுக்க ஏலாதும்மா . . . வேல செஞ்ச நாளக் கணக்குப்பண்ணிச் சம்பளத்தைத் தந்திடறேன், நீ போயிடு . . ."

அதிருப்தி சுற்றிப் படர நிசப்தமானாள். நம்பிக்கைகளை அடித்து நொறுக்கும் உத்வேகம் கொண்ட வார்த்தைகளை அவர் கூறியிருந்தாலும் எதிர்கொள்வதையே பெருமையெனக் கருதினாள். வழுக்கைத் தலையும் விரிந்து அகன்ற மூக்கும் அணில் வால்போலச் சடைத்த மீசையுமாக ஆணவ இயல்புடன் கூடிய அந்த மனிதரிடத்தில் இனிப் பணியாற்றுவதென்பது சேற்றில் குளித்த பன்றியைப் போன்ற நிலைக்குத் தன்னைத் தள்ளும் என்று தோன்றவே நிம்மதியாக வெளியேறினாள்.

'இயக்கம், இயக்கம் என்டு ஓதுக்கினமே . . . காட்டிலயும், மேட்டிலயும் நாங்க இரவு, பகல் பாக்காமெ உயிரைப் பணயம் வைச்சிப் போராடினது எனக்கே, இல்லெ என்ட குடும்பத்துக்கு மட்டுமே. இவையளுக்கும் சேர்த்தல்லே . . .'

மனதின் குமுறும் காயத்தை நம்பிக்கை ஒத்தடங்களால் நீவிக்கொடுத்தாள்.

இயக்கமே எங்கள் கோயில், அதன் தலைவனே கடவுள் என்ற நிலைப்பாட்டிலிருந்தவர்கள் மாற்று நிலைக்குத் தள்ளப்பட்டதற்கான காரணத்தைத் தெய்வானை உணர்ந்து கொள்ளவே செய்தாள். மக்கள் நலன்சார் விடயங்களில் தோல்விகண்டமை, மக்களைக் கவசங்களாகப் பயன்படுத்தியமை போன்ற பல்வேறு காரணங்களினால் இயக்கம் வெறுப்பைச் சம்பாதித்திருப்பதாக அவள் நம்பினாள். இந்த அணில்வால் மீசை முதலாளி போன்ற சுயநலமிகளாலும் துரோகிகளாலும் இயக்கத்திற்கு ஏற்பட்ட விரிசலையும் நஷ்டங்களையும்கூட மறுக்க முடியாதென்பதாகச் சிந்தித்தாள்.

'மக்களெ முழுமையாச் சார்ந்திருந்தவரைக்கும், மக்களெ நம்பியிருந்தவரைக்கும் இயக்கம் எந்த இடர்ப்பாடுகளும் இல்லாமக் கடந்துபோற நிலையிலதான் இருந்தவை. எதிரியால நசுக்க முடியாதளவு வளர்ச்சியோடயும், வற்றாத ஆற்றலோட யும் இருந்தவை. எப்ப உறுப்பினர்களுக்குள்ள சொந்த நலன்கள் பத்தின கருத்தியல்புகள் வந்திச்சோ, அப்பவே இயக்கம் மக்கள் போராட்டத்துக்கான தகுதியெ இழந்திட்டுது . . .' என்பதே தெய்வானையின் தனிப்பட்ட அபிப்பிராயம்.

ஈழப் போராட்டம் தொடங்கியதற்கான நியாயமான காரணங்களையும், போராட்டத்தின்பால் ஈர்க்கப்பட்ட ஒவ்வொருவரின் ஆழமான துயரங்களையும், இழப்புக்களையும் மறுக்க முடியாதென்றபோதும், பின்வந்த நாட்களில் இயக்கத்தின் கட்டமைப்பு முறைகளில் ஏற்பட்ட முரண்பாடுகளும், பின்னடைவுகளும் பல்வேறு சிக்கல்களையும் பிளவுகளையும் ஏற்படுத்திய உண்மைகளையும் மறுக்க முடியா.

“என்ட சொந்த விருப்பத்தில் நான் ஒருநாள்கூடப் போராட விரும்பினதில்ல. சூழ்நிலைகளே போரிட நிர்ப்பந்தித்தது . . .”

எல்லாப் பிள்ளைகளையும்போலப் பள்ளிக்கூடம், நண்பர்கள், வீடு என அமைதியாக வாழ்ந்துகொண்டிருந்தவளே தெய்வானை. சொந்தப் பிரதேசத்தில் இடம்பெற்ற இரு சம்பவங்களால் தூண்டப்பட்டே அவள் போராளியானாள்.

எண்பத்தியேழில் முதலைக்குடா இறால் பண்ணையிலும், தொண்ணூற்றியொன்றில் மகிழடித்தீவு பிரதேசத்திலும் இராணுவம் மேற்கொண்ட திட்டமிட்ட கொலைகளே அவளில் கடுமையான பாதிப்புகளை ஏற்படுத்தின. நிச்சயத்தன்மை யில்லாத விடுதலைக்கான சாலையில் நடப்பதை இலட்சிய மாகக் கொண்டிராதபோதும் அவள் அதன்பால் ஈர்க்கப் பட்டாள்.

இறால் பண்ணையில் இடம்பெற்ற படுகொலையில் நூற்றுக்கும் அதிகமான பண்ணை உத்தியோகத்தர்களும், ஊழியர்களும் சுட்டுக் கொல்லப்பட்டு, உடல்கள் எரிக்கப் பட்டுக் கிடந்த காட்சியைக் கண்டபோது அவளது இளம் மனம் வெம்பிப்போனது.

முதலைக்குடாவில் படித்த, தொழிலற்ற இளைஞர்களுக்கு வேலை வாய்ப்பை ஏற்படுத்திக் கொடுத்த பாரிய திட்டமாக இருந்த இறால் பண்ணை அது. செய்கை பண்ணப்படாது கரிசல் நிலங்களாகிக் கிடந்த பல ஏக்கர் வயல் காணிகள் இறால் பண்ணையின் தளமாகியிருந்தன. அதில் முந்நூறுக்கும் அதிகமான பணியாளர்கள் இருந்தனர். விஞ்ஞானத்துறை பட்டதாரிகளும், எதிர்காலத்தில் திணைக்களங்களை நிர்வகிக்கும் நிலைக்கு உயரக்கூடிய நிர்வாகத்திறன் பெற்றவர் களும் பண்ணையில் பணியாற்றினர். பட்டப்பகலில் இறால் பண்ணைக்குள் நுழைந்த இராணுவம் மனித உயிர்களை வேட்டையாடியதில் நூற்றுக்கும் மேற்பட்ட உயிர்கள் கொல்லப்பட்டன. நான்கு மணி நேரத்திற்கும் மேலாகிப் போனது இராணுவத்தின் வெறியாட்டம் அடங்குவதற்கு. சுடுபட்ட மனிதச் சதைகளின் வீச்சமும் இரத்த வாடையும் தவிர எதுவுமேயறியாத ஊராக முதலைக்கூடா அன்று மாறியிருந்தது.

எப்போதைக்கும் மறக்க முடியாத சுடுகாடாக அந்த ஊர் திணறிக்கொண்டிருந்தபோது தெய்வானைக்குப் பன்னிரண்டு வயதே.

“என்ட பிள்ளையக் கொன்டு போட்டிட்டினமே. கடவுளே, அரச உத்தியோகத்தக் காத்திக்கிட்டிருந்தா பட்டினி கிடந்து சாகணுமென்டுதானெ இந்த வேலக்கிப் போனான். இறால் பண்ணையில என்னைப் போலப் பட்டம் முடிச்சவையளும் வேல செய்யினம் என்டு போன திங்கள்தானப்பா வேலயிலெ சேர்ந்தான் ... கடவுளே ...”

“சம்பளம் வந்திரட்டும் ... தலைப்பிள்ளைக்கு இரும்புத் தொட்டில் வாங்கலாம் என்டு போனியளே.”

தாய்மாரும், பிள்ளைகளும், மனைவி மக்களும் பதறியடித்து அழுததும், உடல்கள் கருகிக் கிடந்த காட்சியும் பல நாள் அவளை உறங்கச் செய்யவேயில்லை. எல்லையற்ற அந்தத் துயரத்தை மக்கள் கறுப்பு நிசப்தத்தினால் கடந்தனர். அவளால் தாண்டிச் செல்ல முடியவில்லை. எரிந்த உடல்கள் ஒவ்வொன்றும் நிறத்தீற்றல்களாகச் சூழவும் வலம் வந்துகொண்டிருப்பதாகத் தோன்றி மனதைக் கொந்தளிக்கச் செய்தது. இராணுவத்தில் அனிச்சையான அச்சமும், வெறுப்பும் உண்டானது.

‘இராணுவம் என்டால் கொலை செய்றதுதான் அவையள்ட வேலையே ... இவையளுக்கு ஆர் இந்த அதிகாரத்தக் கொடுத்தவை? நேரே போய்த் துப்பாக்கி வச்சிருக் கிறவையளோட சண்டை பிடிக்காம ஏன் அப்பாவிகளை நிராயுதபாணிகளைக் கொல்லிகினம் ...’

இருளடைந்த மனத்தில் விடையற்ற கேள்விகளோடு கதறி அழுபவர்களுடன் கண்ணீர் சிந்துவதே அப்போதைக்கு அவளால் இயன்றது.

இரண்டாம் சம்பவம் மகிழடித்தீவில் இடம்பெற்றபோது அவள் தரம் பதினொன்றில் படித்துக்கொண்டிருந்தாள். முன்னைய சம்பவத்தின்போது அழுதுவடித்தது போன்று பார்வையாளராக நிற்க முடியவில்லை அவளால். இரத்தம் சூடேறியது. நாடி நரம்புகள் விம்மிப் புடைக்க ஆவேசம் உடலெங்கும் பரவியது. வீரச்சாவைத் தளுவக்கூடிய வீரவேங்கை அவளுக்குள்ளும் உறங்குவதைக் கண்டுபிடித்தாள்.

பெண்கள், குழந்தைகள் என நூற்றைம்பதுபேரளவில் கொல்லப்பட்ட சம்பவமது. ஆட்கள் உள்ளே இருந்த நிலையிலேயே இருபது, இருபத்தைந்து வீடுகள் எரிக்கப்பட்டன. முலையில் பாலருந்தியபடியே குழந்தைகள் கொல்லப்பட்டுக் கிடந்தனர்.

“இஞ்ச ஓடியாங்கோ ...”

தாயொருத்தித் தலைவிரிகோலமாக ஓடிவந்துகொண்டிருந்தாள். கதவுகளைத் தாழிட்டுக்கொண்டு மண்ணெண்ணெயில் எரிகிற மகளைக் காப்பாற்ற வழியற்றுப் பதறினாள்.

"அவனுகள் கெடுத்துப்போட்டானுகள். அவனுகள் கெடுத்துப்போட்டானுகள் . . ."

வீதியில் கிடந்து புரண்டு அழுதாள். கிரவலை அள்ளித் தலையில் தூவினாள். அவளை யாராலும் கட்டுப்படுத்த முடியவில்லை.

வன்புணர்ச்சி என்கிற வார்த்தையைத்தானும் வாழ்நாளில் முன்பு கேட்டிராத தெய்வானை இராணுவத்தின் பாலியல் வன்புணர்வுக்குப் பெண்கள் ஆளாகியதில் மிக மோசமாக அதிர்ந்தாள்.

இச்சம்பவங்கள் இணக்கமான வழிகளை மூடியதுடன் இயக்க ஆள்சேர்ப்புக்கு இன்னும் சாதகமாகிப்போனது. 'வீட்டுக்கு ஒரு ஆள் இயக்கத்திற்கு' பரப்புரை உக்கிரமடைந்தது.

"நாம் தேசிய விடுதலை பெற வேண்டும். தேசிய விடுதலை பெறுவதனூடாகத்தான் நமது சமூகம் விமோசனத்தைப் பெறுவது சாத்தியமாகும். நமது ஈழத்தையும் மக்களையும் காப்பாற்ற ஒன்றிணைய வாருங்கள். எம்மை அழிக்கும் சித்தம் கொண்ட இனவாதச் சக்திகளை நாம் துடைத்தெறிவோம். துடைப்பம் எட்டாத இடத்தில் தூசி தானாக மறையாது. இளைஞர்களே வாருங்கள், அரசியல் தூசி அகற்றும் துடைப்பங்களாகுவோம். எம்மை ஏய்க்க நினைக்கும் சக்திகளைத் துடைத்தெறிந்து ஈழத்தை வெல்வோம்."

இயக்கப் பரப்புரையில் தெறித்து வீழ்ந்த ஒவ்வொரு வார்த்தைகளும் தெய்வானையை உசுப்பின.

நம்மைக் கொல்பவர்களை எதிர்ப்பதில் தவறில்லை!

இந்தக் கோரிக்கை முற்றிலும் நியாயம் என்றே தோன்றியது. நசுங்கப்பட்டு வாழ்வதைக் காட்டிலும் எதிர்த்துப் போராடிச் சாவது மேல் என்றே எண்ணினாள்.

தாழ்த்தப்பட்டுக் கிடக்கும் சிறுபான்மையினர் எங்களுக்குத் தனியான அதிகாரங்களும் நிர்வாகமும் வேண்டும் என்பதே அவளதும் உறுதியான நிலைப்பாடு. உரமேறிய உறுதியான மனம் கொண்ட தெய்வானை மிகத் துரிதமாகவும் உணர்ச்சி மயமாகவும் சிந்தித்ததன் விளைவாகப் போராட்டத்தில் இணைந்தாள். மடிந்துபோகும் தருணம் எப்போதும் இருப்பது அறிந்தும் எந்தவிதப் பீதியுணர்வுமில்லாதவளாகவே தோன்றி

னாள். இருண்ட நிழல்களால் வானை மறைத்துக்கொண்டிருந்த பரிச்சயமற்ற வனங்களில் நடந்தாள், இது தாயகத்திற்கான பாதை என்பதாகவே நம்பினாள். இயக்கம் பயன்படுத்திய காட்டு வழிகள் கடப்பதற்குச் சிரமமானதாக இருந்தன. பவித்திர மாக வளர்க்கப்பட்டவள் ஆறுகளையும் மலைகளின் சுற்று விளிம்புகளையும் கடந்தாள். சொல்லப்பட்ட அறிவுரைகளின் படியாகத் தடயங்களோ பாதைகளோ எதுவுமில்லாத மறைவானதும் தடை செய்யப்பட்டதுமான ஆளரவமற்ற காடுகளில்தான் அவளது பயிற்சிக்காலம் முழுவதும் கழிந்தது. இயக்கம் தூண்டிவிட்ட எதிர்ப்பு உணர்வு பெருகப் பெருகப் புத்தரின் சிலையைக்கூட அவள் வெறுத்தாள். பொன்னிறக் களிம்பேறியும் தூய வெள்ளையிலுமாக நிமிர்ந்தும் சாய்ந்து படுத்தும் சம்மணமிட்டுமிருந்த எல்லாப் புத்தர் சிலைகளும் கடுமையாக முறைப்பதாகத் தோன்ற அவற்றைத் தகர்த்தெறி வதைக்கூட மகத்தானதெனக் கருதினாள்.

மிகக் குறுகிய காலமே அவளுக்குப் பயிற்சியளிக்கப்பட்டது.

தீவிர ஆர்வத்துடனும் வெறியுடனும் விரைவாகக் கற்றுக் கொள்பவளாகவும், ஆணுக்கு நிகராகத் துச்சமும் பயமின்றிக் களமிறங்கிப் போராடுபவளாகவும் ஆளுமை பெற்றிருந்தாள் தெய்வானை. பூச்செடிகளை வளர்த்துத் தண்ணீர் வார்ப்பவளாக இருந்த அவள் வானத்தை மறைத்துக்கொண்டிருந்த வானுயர்ந்த மரங்களில் ஏறி இராணுவ நடமாட்டத்தை நோட்டமிடத் தெரிந்திருந்தாள். பாரிய அடிபருத்த முன்னொருபோதும் பார்த்திராத மரங்களை வெட்டி வீழ்த்திக் கட்டுமரமாக்கி ஆறுகளைக் கடப்பதுகூட எளிய காரியமாகியிருந்தது. இயல்பாகவே உயரமும், திடகாத்திரமுமாக இருந்த அவளது தேகம் தொடர்பயிற்சிகளினால் முறுக்கேறி ஒரு போராளியாக, முழு வீராங்கனையாக மாறியிருந்தது.

போராட்டம், காதல் கடிதம் எழுதுவதைப் போன்றோ, களியாட்ட விருந்து போன்றோ, சிற்பம் செதுக்குவது போன்றோ அழகான பண்பான செயல் கிடையாது. அது இரக்கம், அமைதி, மரியாதை போன்ற பண்புகளால் எடைபோடக்கூடியதுமல்ல. போராட்டத்தில் அடக்கத்திற்கோ, பெருந்தன்மைக்கோ இடமில்லை. போராட்டம் ஒரு வீரனை இன்னொரு வீரன் தூக்கியெறியும் நடவடிக்கை.

இந்தச் சித்தாந்தங்களைத் தெய்வானை முற்றாக விளங்கி ஒப்பியிருந்தாள்.

மூன்றாங்கட்ட ஈழப்போரில் அவள் பங்கேற்றாள். இயக்கத்தின் வளர்ச்சிப் போக்கில் இது மிக முக்கியமான

போர். இதன் பின்னே, வடக்கு கிழக்கில் இருந்த அதிகமான தமிழ்ப் பிரதேசங்கள் இயக்கக் கட்டுப்பாட்டிற்குக் கொண்டு வரப்பட்டன. இதன்போது புதிய நுட்பங்களையும், ஆயுதங் களையும் இயக்கம் பயன்படுத்தியிருந்தது. இயக்கத்துக்குக் கிடைத்த பாரிய இந்த வெற்றிக்குத் தெய்வானை கடுமையாக உழைத்திருந்தாள்.

சமரின் இறுதித் தறுவாயில் தெய்வானை பலத்தக் காயங்களுக்கு ஆளானாள். அவளை ஆறுதல்படுத்தியும், அவள் தியாகத்தைப் பாராட்டியும் அரசியல் பொறுப்பாளரி னால் எழுதப்பட்ட வாழ்த்துச் செய்தியில் இப்படி இருந்தது.

"நமது லட்சியம் நீதியானது. நாம் தனிப்பட்ட தியாகங்கள் எதற்கும் தயங்காதவர்கள். லட்சியத்திற்காக எந்தச் சந்தர்ப்பத்திலும் உயிர்களை அர்ப்பணிக்கச் சித்தமாக இருப்பவர்கள் நாம். மக்களின் நலன்களுக்காக எண்ணற்ற தியாகிகள் தமது உயிர்களை அர்ப்பணித்துள்ளனர். வாழுகிற நாம் அவர்களைப் பற்றி எண்ணும்போது நமது இதயங்களில் துன்பம் பெருகி ஓடுகிறது. எதிரிகளின் ரத்தம் எமது வீரர்களின் கல்லறைகளில் தெறிக்கும்போது தான் அவர்களின் ஆத்மாக்கள் அமைதியடையும்... அப்படியான பாரிய கடமையை நிறைவேற்றிய உம்மை நாம் வாழ்த்திப் போற்றுகிறோம்..."

வைத்தியசாலையில் தெய்வானை படுத்திருந்த கட்டிலைச் சுற்றிலும் போராளிகளும் பொறுப்பாளர்களும் சூழ்ந்திருந்தனர்.

அந்தக் கடுஞ்சமரில் ஒரு காலை இழந்திருந்தாள் தெய்வானை.

"தெய்வானை, நமக்குப் பாரிய வெற்றி கிடைத்துள்ளது. நாம் நமது மண்ணின் பல எல்லைகளை மீட்டுள்ளோம். சர்வதேசம் சமாதானத்திற்கு எம்மை அழைக்குமாறு சிறிலங்கா அரசை வலியுறுத்துகிற அளவுக்கு நாம் கடந்துள்ளோம். நீர் உமது காலை இழந்தது பெரிய இழப்புதான். இனவாத அரசியல் தூசுகளும், கிருமிகளும் எம் சமூகத்தை அரித்துத் தின்னவும் அழுக்குப்படுத்தவும் கூடாதென்ற இந்தப் போராட்டத்தில் நீர் உமது ஆரோக்கியமான காலை இழந்தது தியாகம், அர்ப்பணிப்பு..."

காடுகளுக்குள் அகழிகளை அமைத்துக்கொண்டு, இருளிலும் பனியிலும் விழித்திருந்து காவல் இருந்ததும், போராடியதும் எல்லாமே வீண் என்பதுதான் இப்போது அவள் எண்ணம். ஈழப் போராட்டத்தின் முடிவென்பது அவளைப் பொறுத்த

வரையில் இன்னமும் நம்ப முடியாத ஒரு கனவு. மூன்று தசாப்தங்களாக இலட்சக்கணக்கான உயிர்களைத் தியாகம் செய்து முன்னெடுத்ததோர் விடுதலைப் போர் தோல்வியைத் தழுவ நேர்ந்ததை அவளால் ஏற்றுக்கொள்ளவே முடியவில்லை.

"நீர் இனிக் களத்தில் இறங்கிச் சண்டையிட முடியாது. அறிவகத்துக்கு உம்மை அழைத்துச் செல்லுமாறு உத்தரவு வந்துள்ளது."

இந்தத் திருப்பம் சிந்தனைகளைப் புரட்டிப்போட்டு மன ஓட்டத்திலும் மாறுதல்களை உண்டுபண்ணும் என்று அவள் சும்மாதானும் நினைத்திருக்கவில்லை. உண்மையாகவே கால் இழந்ததற்காக அவள் வருந்தவில்லை. எதிர்முனையில் இருந்தவர் களை அழிக்க இறுதிவரைத் தனது ஆற்றல் முழுவதையும் பயன்படுத்தியதற்காகப் பெருமிதம் கொண்டிருந்தாள். பல்லாயிரம் உயிர்கள் விதைக்கப்பட்டிருக்கும் ஈழமண்ணில் தனது கால் இல்லாமல் போனது ஒரு பொருட்டென்றுதானும் குறைந்தது அவள் எண்ணவில்லை.

அறிவகத்தில் இருந்த காலத்தில் இயக்க வானொலிகளில் செய்திகள் கேட்பதை வழக்கமாக்கிக்கொண்டிருந்தாள். இயக்கப் பாடல்கள் வசீகரித்திழுப்பதிலிருந்து ஒருபோதும் விடுபட முடியாதவளாகவே இருந்தாள்.

பூமித்தாயே பூமித்தாயே சிவந்தாயா
உன் புதல்வர்கள் உடலைப் புதைபொருளாகச் சுமந்தாயா
பகைவனின் தோட்டாவைப் பனிபோலத் தாங்கினாய்
ஆகாயக் கணைகளை அடிநெஞ்சில் வாங்கினாய்
எப்போதும் சுதந்திரம் இல்லையென்று ஏங்கினாய்
வீரத்தில் பொங்கியே விழியோரம் வீங்கினாய்
தாய்மண்ணை நினைத்தே தன் ஜீவன் நீங்கினாய்
உடல் சாய்ந்த பின் தானே இரு கண்கள் தூங்கினாய்
மாவீரர் துயிலும் இது மகத்தான வீரத்தளம்
வழிந்தோடும் குருதிக் குடம் இது வரலாறு நிமிர்ந்த இடம்...

இந்தப் பாடல் கேட்குந்தோறும் கேவினாள். இதனைத் தொடர்ந்து வரும் தாய் தொடர்பான அடிகள் மேலும் பிடிக்கும். ஈழப் போராட்டத்தில் என்றைக்குமாகக் கொண்டாடக்கூடியது தாயின் அர்ப்பணிப்பே. எப்போது காண்போம் எங்கு காண்போம் என்ற எந்தவொரு நிச்சயமுமில்லை. தான் பெற்றெடுத்த பிள்ளையைப் போருக்கு அனுப்புகிற அவளின் வீரத்தின் மகத்துவத்திற்காகவே அவர்களை என்ன கூறிப் புகழ்ந்தாலும் தகும் என்றே தெய்வானைக்குத் தோன்றியது.

கிடைத்த நேரங்களிலெல்லாம் புத்தகங்கள் படித்தாள். அவ்வப்போது சில கவிதைகள் அல்லது குறிப்புகளுடன் தவறாமல் நாட்குறிப்பு எழுதினாள். திணிக்கப்பட்டவற்றி லிருந்து வாசிப்பும் எழுத்தும் அவளை விடுதலை செய்வதாகத் தோன்றியது. எந்தக் காரணங்களுக்காக அவள் தன்னை இயக்கத்தில் இணைத்துக்கொண்டாளோ அதே காரணங்கள், கருத்தியல்களைப் பின்வந்த நாட்களில் அவள் மனது விமர்சிக்கத் துவங்கியது.

திருகோணமலை மாவட்டத்தின் கல்லறவ கிராமத்தில் சிங்களவர்களைக் கொன்று குவித்த செய்தியை இயக்க வானொலியில் அறிவிக்கக் கேட்டபோது கடுமையாகக் கிலேசமடைந்தாள்.

அவளைப் பொறுத்தவரையில் இரு தரப்பும் நேரடியாகக் களத்தில் சமர் புரிவதே போர். அது வெற்றி, தோல்வியை அல்லது பலம், பலயீனத்தைத் தீர்மானிக்கக்கூடியது. ஆயுதங்களுடன் சென்று நிராயுதபாணி மக்களைக் கொன்று குவிப்பது தர்மத்தை மீறுகிற செயல்.

‘ஒரு விஷயத்தெ உண்மையா அறிய வேண்டுமென்டால் அதின்ட எல்லாப் பக்கத்தையும், எல்லாத் தொடர்புகளையும் ஆராயணும். முழுசாச் செய்ய முடியாதென்டாலும் முயற்சிக் கணும். நான் தவறு செஞ்சிட்டன். சமூக விடுதலை என்ட பேரில் மக்களைக் கொன்டொழிக்கிற இயக்கத்தில நானுமிருக்கன். காட்டைப் பார்க்காமல் மரத்தைப் பார்த்து இதுக்குள்ள வந்து விழுந்திட்டன். அவையளும் பொதுமக்களக் கொல்லினம். இவையளும் அதைத்தான் செய்யினம் என்டால், இதுன்ட அர்த்தம் என்ன ..?’

‘வானம் கிணத்திட வாயளவுக்கு என்டு கிணத்துத் தவளை நினைச்ச கதையா அல்லே கிடக்கு என்டை நிலமை. ஊருக்குள்ள நடந்த ரெண்டு, மூன்டு சம்பவத்தப் பார்த்து ரத்தம் கொதிச்சது. இப்பிடித்தானே மத்தவயளுக்கும் இரிக்கும். முரண்பாட்டின்ட பண்புகள ஆராயாம நான் பாட்டுக்கு இஞ்ச வந்துத் தொலச்சிட்டன். இங்க எல்லாம் ஒரு தலைப் பட்சமாயல்லே நடந்திக்கிட்டிருக்கு. இவையள் சிங்கள ஆக்கள எப்படிக் கொல்லேலும் என்டு திட்டம் போடுகினம். அவையள் தமிழினத்தை எப்பிடி அழிக்கலாம் என்டு திட்டம் போடினம். இது தேசிய விடுதலையைக் கொண்டு வருமே ...”

பிற்பட்ட நாட்களிலும் மக்களைக் குறிவைத்து இயக்கம் நடத்திய தாக்குதல்கள் பற்றிய செய்திகள் அவளுக்குள் பாரிய மனக்கிளர்வை உண்டுபண்ணின. பஸ்களில், ரயில்களில்,

பொது இடங்களில் நடத்தப்பட்ட குண்டுவெடிப்புகள், தற்கொலைத் தாக்குதல்கள் எதையும் அவளால் ஏற்க முடியவில்லை. விவசாயக் கிராமங்களில் வாழ்ந்த சிங்கள விவசாயக் குடும்பங்கள் கொன்றொழிக்கப்பட்ட செய்திகள் இயக்க வானொலிகளில் வெற்றிக்களிப்போடு ஒலிபரப்பப் படுகையில் நெஞ்சு கனத்தது. குற்றவுணர்வு உடலெங்கும் ஊடுருவித் துவம்சம் செய்தது.

'எம்முடையதைப் போலதானே அவையள்ட உயிரும். இராணுவம் கொன்றபோது எங்கடை ரத்தம் கொதித்தாப் போலதானே அவையள்ர ஆக்கள் கொல்லப்படும்போது ரத்தம் கொதிக்கும் . . .'

இயக்கத்தில் இருந்த காலத்திலேயே, சமூக விரோத நடவடிக்கைகள் எனக் கருதிய விடயங்களால் மனப் போராட்டத்திற்கு ஆளாகியிருந்தாள் தெய்வானை. இயக்கம், திட்டமிட்டு மக்களைக் கொன்றதை மனிதாபிமானமிக்கப் பெண்ணாக அவளால் பொருந்திக்கொள்ளவே முடியவில்லை. பட்டினி கிடந்தும், நாட்கணக்காக மௌனம் காத்தும் அவளை அவள் தண்டித்துக்கொண்டாள்.

ஒன்றவும் முடியாமல் வெளியேறவும் முடியாமல் சிக்கிக் கொண்ட விரக்தி மனதோடுதான் அறிவகத்தில் இறுதி நாட்களை நகர்த்தினாள்.

இயக்கத்தில் முக்கியப் பதவிகளிலும், துறைப் பொறுப்பாளர் களாகவும் இருந்தவர்கள் இன்று ஜனநாயக நீரோட்டத்தில் இணைந்து அரசியலிலும், உயர் அந்தஸ்துகளிலும் இருப்பதை அவள் மனம் கடுமையாக விமர்சித்தது.

'ஜனநாயகத்திற்கும் இவையளுக்கும் என்ன தொடர்பிருக்க ஏலும்? உண்மையான போராளிகள் கடைசிவரையும் விசுவாச மாக இருந்திருக்க வேண்டும். அதுதானே தர்மம். விசுவாசத்தை வித்த துரோகிகள். முன்னேயும் மக்களை ஏமாத்தினம். இப்பயும் மக்களை ஏமாத்தினம். சுயநலச் சக்திகள். தனிஈழம் வேணுமென்டு வாய்கிழியக் கத்தியும், கதறக் கதறப் பிள்ளையள இழுத்துப்போயும் கொண்டைய வெட்டி லோங்கிசு சேர்ட்டுப் போடவச்சுப் போராளியாக்கினவை, இப்ப பெஜ்ரோக்கள்ல பாதுகாப்பாத் திரியினம். படிக்கிற வாய்ப்ப இழந்து, நல்ல தொழில் செய்ய ஏலாம, சமூகத்தாலப் புறக்கணிக்கப்பட்ட நிலையில போராளி என்ட ஒன்றுக்கும் உதவாத ஒரேயொரு அடையாளத்தோட எத்தின சனங்கள் கஷ்டப்படுதுகள். நாதியற்றுத் திரியுதுகள். எத்தனை அப்பாவிகள் தடுப்பு முகாம்கள்லயும், சிறைச்சாலைகள்லயும் வருசக்கணக்கா

வாடுயினம். அவைகள மீட்க ஒரு கருத்தைத்தானும் சொல்லத் திராணியற்ற சுயநலவாதிகளுக்குப் பின்னால அணி சேர்ந்து எதிர்காலத்தை இழந்தது எத்தனை வெட்கக் கேடு ...'

கரையானாக மனத்தை அரிக்கிற துயரங்களையே போராட்ட வாழ்வு அவளுக்குப் பரிசளித்திருந்தது. உறைந்து போன நீரூற்றைப் போல தோன்றும் வாழ்வில் இனியொரு போதுமே வசந்தத்தின் இதம் பரவாதென்பதாகவே நம்பினாள். படிப்பை உதாசீனப்படுத்திப் போராட்டத்தில் இணைந்ததன் முட்டாள்தனத்திற்காகத் தன்னையே நொந்துகொண்டிருந்தாள். மிச்சமுள்ள காலம் முழுவதும் இந்தக் குற்றவுணர்வுடனே வாழ வேண்டியிருக்கிறதே என்கிற அயர்ச்சி தோன்றும் போதெல்லாம் ஜீரணிக்க முடியாத ஏக்கம் அவளில் படரும்.

விபரீதம் நிறைந்த கடந்த காலம் அறியாமையினால் நிகழ்ந்ததென்பதாகவே நம்ப முற்பட்டாள். தவறுகள், பின்னடைவுகள் போதித்திருக்கும் விவேகப் பாடங்கள் எதிர்காலத்தை எதிர்க்கப் போதுமானதென எண்ணினாள். கடந்த காலத்தை அனுபவங்களாக, கற்ற பாடங்களாக ஏற்று நிகழ்காலத்தையும் எதுவுமே அறியாத எதிர்காலத்தையும் ஆக்கப்பூர்வமாக வாழக் கனவு கண்டுகொண்டிருந்தாள். தன்னிறைவோடு வாழ அதிகாரம் தேவையற்றது என்றும் அதிகார வெற்றுக் கோஷங்களைத் தூக்கியெறிந்தாலேயே தன்னிறைவாக கௌரவமாக வாழலாம் என்றும் நம்பினாள்.

7

தனது பணிகளில் எப்போதும்போல சிரத்தையாகவும் மும்முரமாகவும் ஈடுபட்டுக் கொண்டிருந்தாள் தவக்குல். ஆயினும் அன்றைய தினம் சுபியானும் அவன் குடும்பத்தினரும் கொழும்பிலிருந்து வருவதனால் அவர்களை வரவேற்பதற்கான வேலைகளில் உம்மாவுடன் ஈடுபட்டிருந்தாள்.

கொழும்பிலிருந்து வந்துகொண்டிருப்பவர்களுக்கான மதிய உணவு தயாரிப்பதில் அவர்கள் மும்முரமாயிருந்தனர்.

எல்லோருமே அவர்களின் வரவை மிகுந்த சந்தோஷத்துடன் எதிர்பார்த்துக்கொண்டிருந்தாலும் தவக்குல் மட்டும் சஞ்சலத்துடனேயே காணப்பட்டாள். சுபியான் முரண்பட்டதுபற்றி அவள் இன்னமும் வாய்திறக்கவில்லை. சிந்தனை வயப்பட்டவள் போலவும் எதிலும் பிரயாசை யற்றவள் போலவும் அலைந்துகொண்டிருந்தாள்.

நிஸாவின் சமையலைப் பிரமாதமாகப் பாராட்டினார்கள் வந்திருந்தவர்கள்.

"இப்படித் தவக்குல்லும் சமைக்கணும். கல்யாணத்துக்குப் புறவு தவக்குல்ற சமையலைத் தான் நாங்க எல்லாரும் உட்கார்ந்து சாப்பிடுறதா தீர்மானிச்சிருக்கம். என்ன தவக்குல், சமையலுக்கு ரெடியா..."

சுபியானின் சாச்சி மகள் இப்படிக் கேட்க எல்லோரும் சிரித்தார்கள். திருமணத்திற்கும் சமையலுக்கும் தொடர்பு இருப்பதையும் ஆண்களுக்கு ஆக்கிப்போடுவது பெண்களின் தலையாய பொறுப்பு என்று உணர்த்துவதுபோலவுமாக இருந்த அவளது கேள்வியால் தவக்குல் எரிச்சலடைந்தாள்.

அந்த உரையைத் தொடர்வதற்கான ஆர்வத்தை யாரும் கொண்டிருக்காதது அவளைச் சற்று ஆறுதல்படுத்தியது. பிரயாணக்களையும் பசியும் அவர்களைப் பரபரப்பாக உண்ணச் செய்துகொண்டிருந்தது.

கொழும்பில் ஐஸ் மீன்களையே சாப்பிட்டுப் பழகிப்போன அவர்களுக்காக ஹபீப் புதிய மீன்களைக் கொண்டுவந்திருந்தார்.

“கொழும்பில இந்த மாதிரி மீனெல்லாம் அவங்களுக்குச் சாப்பிடக் கிடைக்காது. பிரஸ் மீன். நல்லாப் பொரிச்சி, ஆக்கி அசத்துங்க . . .”

அவர் கூறினாற்போலவே வறுவல், பிரட்டல், பொரியல் என்று நிஸா வகை வகையாகத் தனக்குத் தெரிந்த விதத்தி லெல்லாம் கைவரிசையைக் காண்பித்திருந்தாள். மூன்றுக்கும் மேலான பெரிய சிறிய வகை மீன்கள் அங்கிருந்தன. அறுக்குலா மீன் வறுவல், மணலை மீன் குழம்பு, கும்புளா மீன் பொரியல், இறால் தொக்கு என்பவற்றுடன் விறால் கருவாடு குழம்பும் உணவு மேசையில் இருந்தன. விறால் கருவாடு சுபியானுக்குப் பிடிக்கும் என்பதற்காகவே அது அப்போது ஊரில் கிடைக்காத போதும் நண்பர்கள் வழியாகத் தேடிக் கொண்டுவந்திருந்தார் ஹபீப்.

மாலையே திரும்பிச் செல்லும் திட்டத்தோடுதான் அவர்களது வருகை அமைந்திருந்தபடியால் வாய்ப்பை நழுவவிடக் கூடாதென்று தீர்மானித்துவிட்டவர்களைப் போல எல்லோரும் ஒரு பிடி பிடித்துக்கொண்டிருந்தார்கள்.

சுபியானையே நோட்டமிட்டுக்கொண்டிருந்தாள் தவக்குல். அவன் அவளைக் கவனித்தானா என்றே தெரியவில்லை. கூட்டத்தோடே சேர்ந்திருந்தான். முன்னொரு முறை இப்படியான வருகையின்போது கூட்டத்திலிருந்து தனியாகச் சென்று மறைந்து நின்றுகொண்டு சைகை காண்பித்து அவளை அழைத்ததும் வேறு பக்கமாகப் போய் நின்று, போனில் அவளைக் கூப்பிட்டதும் மெல்லிய அதிர்வோடு தவிர்க்க முடியாமல் அவள் நியாபகத்தில் வந்தன. இன்று அலட்சியமும் சோர்வுமாக முகத்தைத் தொங்கவிட்டுக்கொண்டிருக்கும் அவனிடத்தில் காதலின் சுவடுகள் சிறிதைக்கூட காண முடியாதது ஏமாற்றமாகவே இருந்தது. ஒப்புக்கேனும் அவளது பக்கமாகத் திரும்பத் தயாரில்லாத அவனது நிலை அவளுக்கு அனுதாபத்தை உண்டுபண்ணியது. ‘டிசு’வை உள்ளங்கைகளில் வைத்து உருட்டிக்கொண்டிருந்தான். மெல்லிய வெள்ளை ‘டிசு’ அவன் விரும்பியது போலவே சின்ன உருண்டையாகிக் கொண்டிருந்தது. அவனது ஈடுபாடற்ற போக்கு ஏற்படுத்திய

ஏமாற்றத்திலிருந்து மிக அவசரமாகத் தன்னை விடுவித்தாள் தவக்குல். தோள்களைக் குலுக்கித் தன்னை ஒழுங்கு செய்தாள். முன்புபோல அவனைக் காணுகையில் ஏற்படத்தக்கக் கிளர்ச்சிகள் இம்முறை ஏற்படாதுபோனது பற்றிச் சிந்திக்கலானாள். காதலின் அடிப்படை பொய்த்துப்போனதாகவே உணர்ந்தாள். செயற்கையான மௌனத்துடனேயே அவள் நடமாடிக் கொண்டிருந்தாள்.

சுபியானின் மௌனத்தைத் தகர்க்க விரும்பியவளாகத் தவக்குல்லின் இளைய தங்கை சனோ எல்லோர் முன்னிலையிலும் நேரிடையாகவே கேட்டாள்.

“மச்சான்ட முகமே நல்லாயில்லியே ... ஏன் மச்சான் சோர்ந்துபோயிருக்கிறீங்க ...”

அவன் பதிலொன்றும் பேசாதிருந்தான். அலட்டலில்லாத பார்வையுடன் லேசாகப் புன்னகைத்தான்.

நலன் விசாரிப்புகளை முடித்தபின்னர் சுபியானின் சாச்சா தங்கள் வருகையின் நோக்கத்தைப் பிரஸ்தாபித்தார்.

“நாங்க முக்கியமான விஷயத்தப் பேசவந்திருக்கம் ... எல்லாரும் சேர்ந்திருந்து பேச வேண்டிய விஷயம். அதனால உங்கட பொஞ்சாதியையும் கூப்பிடுங்க ...”

என்னவோ ஏதோ என்ற தயக்கத்துடன் சமையலறையில் மும்முரமாக இருந்த நிஸாவை அழைத்துக்கொண்டு வந்தார் ஹபீப். அவர்களின் வருகையே புதிரானதாக இருந்ததால் ஏதாச்சும் முக்கியமான செய்தியாக இருக்கும் என முன்பே அவர் ஊகித்திருந்தார். ஒருவேளை கல்யாணத்தை அவசரமாக நடத்தும் விருப்பமாக இருக்கலாம். அப்படியிருந்தால் நல்லது தான். தவக்குல்லின் கல்யாணத்தை நடத்திவிட்டால் அடுத்தடுத்த பிள்ளைகளின் கல்யாணத்தையும் முடித்திடலாம் என்ற மனக்கணக்குகளுடன் இருந்த ஹபீபிற்குச் சுபியானின் சாச்சா அப்துல்லாவின் ஜாடைமாடையான துவக்கம் பிடிபடவில்லை.

“தவக்குல் இப்ப உங்கட மகள் மட்டுமில்ல, எங்கட மருமகளும்தான் ... எங்கட குடும்பத்துக்கென்டு ஒரு கௌரவமிருக்கு ... எங்கட மருமகளப்பத்திப் பேச எங்களுக்கும் உரிமையிருக்கிதில்லயா ...”

அப்துல்லா இந்தத் தோரணையில் ஆரம்பித்ததுமே இருப்புக்கொள்ளாத மனதுடன் உடல் விறைத்து அப்படியே நின்றிருந்தாள் தவக்குல். ஒன்றும் புரியாமல் மகளைப் பார்த்து விட்டுப் புன்னகை மாறாமல் பதில் கூறினார் ஹபீப்.

“உங்களுக்கில்லாத உரிமையா . . . சுத்தி வளைக்காம விஷயத்தைச் செல்லுங்க . . .”

“முதல்ல தவக்குல் கொழும்பில செஞ்சது கௌரவமான ஆபிஸ் வேல. அதனால நாங்களும் ஒன்டும் சொல்லல்லெ . . . இப்ப ஊரில பாக்கிற வேலை மனசுக்கு உறுத்தலா இருக்கு . . . ஆளாளுக்கு ஒவ்வொரு விதமாப் பேசுறாங்க. சுபியானுக்கும் அது புடிக்கல்ல . . . இதப்பத்தி அவங்க ரெண்டு பேரும் நிறைய முற பேசியும் முடிவு சரியா அமையல்லென்டு தெரியுது. எங்கட குடும்ப கௌரவமும் இதில தங்கியிருக்கிறதனால நாங்க தலையிடுற கட்டாயம். எங்கட மருமகளப்பத்தி நாலு பேரு நாலு விதமாப் பேசும்போது கண்டுக்காம இருக்க ஏலாதில்லியா . . .”

தவக்குல்லிற்கு அதிர்ச்சியாக இல்லையென்றாலும் ஹபீபிற்கும் நிஸாவுக்கும் பேரதிர்ச்சி. ‘நாலு பேர் நாலு விதமாகப் பேசுகிற அளவுக்கு அவள் என்ன தவறு செய்தாள்? இவர்களுடைய குடும்ப கௌரவம் கெட்டுப்போகிற என்ன வேலையை அவள் பார்த்தாள்?’ சங்கடமாக இருந்தாலும் சமாளித்துக்கொண்டு ஹபீப் பேச்சைத் தொடங்கினார்.

சுபியானின் விடியாத முகத்திற்கு இதுதான் காரணம் என்பதை இப்போது எல்லோருமே புரிந்துகொண்டார்கள்.

“நீங்க செல்றது எனக்கு இன்னும் விளங்கல்ல . . . யாரு ஏன் தப்பாப் பேசுறாங்க . . .”

ஹபீபின் இந்தக் கேள்வி அப்துல்லாவுக்கு ஏன், அவர்கள் எல்லோருக்குமே எரிச்சலை ஏற்படுத்தியிருக்க வேண்டும். பிதுங்கிய உதடுகளுடன் ஆளையாள் பார்த்தார்கள். இங்கென்ன குழந்தைகளுக்கான நீதிக்கதையா சொல்லிக்கொண்டிருக்கோம் என்பது போன்ற கேலி அவர்களில் இழையோடியது.

“இதவிட எப்பிடி விளக்கமாச் சொல்றது . .? தவக்குல்ட போட்டோ ரெண்டு மூன்டு தடவை பேப்பரில வந்திருக்கு. கூட்டங்கள்ல, மேடையில பேசுறதா ஆம்பிளைகளைச் சந்திக்கிறதா எல்லாம் ஆளாளுக்கு வேற வேற கதைகள். இதெல்லாம் உங்களுக்குத் தெரியாமலா . . .”

தவக்குல் பொறுமையை எப்போதோ இழந்துவிட்டிருந்தாள். உரையாடல் வெறுப்பின் உச்ச நிலையை எப்போதோ அடைந்திருந்தபோதும் தனக்குத் தொடர்பில்லாத ஒன்றில் கலந்துகொண்டிருப்பவளைப் போல இருந்தாள். அவள் முகத்தில் எந்தவொரு அசூசையும் இல்லை. அப்துல்லா போலப் படித்தவர்கள் இல்லையென்றாலும் இந்த உரையாடலைக்

கொண்டுசெல்லப் போதுமான பக்குவம் வாப்பா உம்மாவுக்கு இருப்பதாகக் கருதி வேடிக்கை பார்ப்பவளைப்போல நின்றுகொண்டிருந்தாள். இந்த உரையாடலுக்கான தேவை இல்லை என்பதையும் இதில் தனக்கு விருப்பமில்லை என்பதையும் வெளிப்படுத்துபவள்போல அடிக்கடி வேறு பக்கமாகப் பார்வையை அலையவிட்டுக்கொண்டிருந்தாள்.

"ஓ அந்த போட்டோவெச் செல்லுறிங்களா ... அது யுத்தத்தால இடம்பெயர்ந்து இப்போச் சொந்த இடங்கள்ல மீளக்குடியேறின ஊரொன்டுல நிவாரண வேலெ செஞ்சது ... அதுல தப்பென்ன இரிக்கு, நல்ல காரியம்தானே ... மக்களுக்குச் சாப்பாடு, தண்ணி குடுக்கிறது குத்தமில்லியே ... சின்னச் சின்ன கூட்டங்கள்ல பேசித்தான் இருக்கா ... கிட்டத்தில தாய் தகப்பனை இழந்தச் சின்னப் புள்ளைகளுக்குப் பயிற்சி வகுப்பொன்றை ஆரம்பித்து வைக்கிற நிகழ்ச்சியொன்ற அவதான் ஏற்பாடு செஞ்சிருந்தா, இங்கதான் எங்கட ஊருல ... முந்நூறு முஸ்லிம் பிள்ளைகளுக்கு கிட்டத்துல சப்பாத்து பள்ளிக்கூட உடுதுணிகள், புத்தகம், பை எல்லாம் குடுத்தா ... அப்பிடி அப்பிடி இன்னும் சில வேலெகள் ... இந்த விஷயங்களா ஆம்பிளைகளைச் சந்திக்க எதிர்படத்தானே செய்யும் ... நம்மட புள்ளைகள நாமெளே புரிஞ்சிக்காட்டி எப்படி ..."

மகளின் நியாயத்தை மிகப் பவ்வியமாக அழுத்தமான தொனியில் முன்வைத்தார் ஹபீப். சரியாகப் பேசினேனா என்பதுபோல் மகளை ஊடுருவின அவர் பார்வை. பேச்சின் ஆரம்பத்தில் இருந்தது போன்றே புன்னகை விலகாதிருந்த அவரது முகம் தனது மகள் குற்றமற்றவள் என்பதன் பிரதிபலிப்பாகத் தெரிந்தது.

அப்துல்லா அவரது வாதத்தில் விடாப்பிடியாக இருந்தார். பேச்சுக் கோபத்தையும், வெறுப்பையும் கொப்பளிக்கிற நிலையை எட்டியிருந்தது. தொடர்ந்தும் இணக்கமான உரையாடலையே விரும்புவர்போல மிகச் சாவதானமாக இப்படிக் கூறினார் ஹபீப்.

"நீங்க மட்டுந்தானே பேசுறீங்க ... மாப்பிள்ளையும் செல்லட்டுமே ..."

சுபியானை இப்போது நேராகப் பார்த்தாள் தவக்குல். அவளை எதிர்கொள்ளத் திராணியற்றவன்போல் பார்வையை வேறு பக்கமாகத் திருப்பினான். அவமானப்பட்டவனைப் போல ஒருவித சங்கடத்துடன் எல்லோரையும் பார்த்தான்.

"நான் தவக்குல்லிடம் நிறையத் தடவை பேசிட்டன் அங்கிள். அவ ஒன்றுக்கும் ஒத்துவாராப் போல தெரியெல்ல... இப்பிடியே போனா சரிப்பட்டுவராது... என்ட மனைவி பத்திரிகைச் செய்தியாயும், நாலு ஆம்பிளைக்கு நடுவுல நின்டு போஸ் குடுக்கிறவளாவும் இருக்கிறத நான் விரும்பெல்ல..."

"சுபியான்..."

தான்தான் இப்படிக் கத்தினோமா என்று அவளுக்கேகூடச் சந்தேகமாகத்தான் இருந்தது. தவக்குல் இப்படி வெடிப்பாள் என்று ஹபீபும் நிஸாவும் – ஏன் யாருமே எதிர்பார்த்திருக்க வில்லை. ஒருவிதத் திகிலுடன் அவளைப் பார்த்தனர்.

சுபியானின் சாச்சா நாற்காலியில் இருந்து எழுந்தார். "பார்த்திங்களா உங்கட மகள்ர லச்சணத்த... இத்தினபேருக்கு முன்னால... புருஷனா வரப்போற ஆம்பிளைய எப்படி அதட்டிக் கூப்பிர்றா பாருங்க..."

சங்கடமான இந்த நிலையை என்ன கூறி எத்தகைய சமாதானமான வார்த்தைகளால் செய்கையால் சமாளிப்பதெனத் தெரியாமல் ஹபீப் விறைத்துப்போய் நின்றார். எல்லோருமே இருக்கைகளைவிட்டு எழுந்தனர். கிசுகிசுப்பு இடத்தை நிறைக்க அவர்கள் வெளியேற ஆயத்தமாகிக்கொண்டிருந்தார்கள். தடுமாறி விழுந்தவனைப் போலவும் எழுந்திருக்க மனமில்லாத வனைப் போலவும் சுபியான் அங்கே இருந்தான்.

"அவசரப்படாதீங்க... இது நம்ம புள்ளைகள்ட வாழ்க்கப் பிரச்சினை, பேசி ஒரு முடிவுக்கு வருவம்..."

பதற்றத்துடன் அப்துல்லா அருகாக நடந்தார் ஹபீப். நிஸா நிலைதடுமாறிப்போய், ஆண்களோடு இணக்கமாகப் பேச முடியாதென்று நம்பிவிட்டவளாகச் சங்கடத்துடன் சுபியானின் தாய் அருகில் ஓடிவந்து அவளது கைகளை இறுகப் பற்றினாள். சுபியானின் தாய் படித்தவள். அவள் விதவையாகி விட்டிருந்தபடியால் அவர்கள் குடும்பத்தில் எல்லாத் தீர்மானங் களும் எடுப்பவராக அப்துல்லாவே இருந்தார். அவர் எத்தகைய தீர்மானத்தை மேற்கொண்டாலும் சுபியானின் தாய் அதனை ஆமோதிப்பவளாக இருந்தாள்.

பெண்களால் தீர்மானம் இயற்ற முடியாது. அப்படி இயற்றப்படுகிற தீர்மானங்கள் ஆபத்தையும் அழிவையும் விளைவிக்கும் என அவள் உறுதியாக நம்பினாள். அவள் கற்ற அரபிக் கல்லூரி அப்படியாகத்தான் அவளுக்குப் போதித் திருந்தது. தனது கணவனாலும் அவள் அப்படியாகத்தான் நடத்தப்பட்டிருந்தாள்.

தவக்குல் தனித்துத் தீர்மானம் எடுத்து செயல்படும் போதெல்லாம் எதிர்கால மாமியார் என்ற வகையில் பல தடவைகள் புத்தி உரைத்திருக்கிறாள்.

"இது பொம்புளைகளுக்கு ஆரோக்கியமானதில்ல மகள் ... கல்யாணத்துக்குப் பொறவு நீங்க இப்பிடி இருக்க ஏலாது ... எதுவாயிருந்தாலும் சுபியான் சொல்றபடிதான் கேக்கணும். நாங்கள்லாம் அப்படித்தான் வாழ்ந்தம். ஆம்பிளைக்கு முன்னால குரல உயத்திப் பேசமாட்டம். அவங்க பார்வையிலேயெ என்ன சொல்றாங்கன்டு விளங்கி நடப்பம் ..."

சுபியானது உம்மாவின் இந்தப் புத்தி உரைகளைத் தவக்குல் முழுமையாகப் புறந்தள்ளவும் முழுமையாக ஏற்றுக் கொள்ளவும் முடியாதிருந்தாள். அவர்கள் பழமையானவர்கள். கணவனுக்குப் பணிவிடை செய்தே சுவர்க்கம் போய்ச் சேரலாம் என்று நம்புபவர்கள் என்றே எண்ணினாள். இந்தப் பிற்போக்குத் தனங்கள் பிரதானமாகப் பெண்ணின் இலச்சணங்களாகக் குடும்பத்தின் சுமூகத்திற்குப் பெண்ணின் பணிந்துபோதல் மிக இன்றியமையாதது என்கிற பொருள்கோடல்கள் சுபியானில் ஊடுருவிப் பரவியிருப்பதுதான் அவளுக்கு அதிர்ச்சியளித்தது. உடையிலும் பேச்சிலும் நவீனத்துவத்தின் பிரதியுருவமாக இருக்கிற அவனது எண்ணமும் போக்கும் பல நூற்றாண்டுகள் பின்னோக்கி இருக்கிற முரண்பாட்டை எதனைக்கொண்டும் சமப்படுத்துவதைப் பற்றிச் சிந்திக்க முடியாதென்றே அவளுக்குத் தோன்றியது.

"இப்பிடியெலாம் நடக்குமுன்டு யாரு நினச்சம் ... என்ன இதெல்லாம் ..."

நிஸா கைகளைப் பிசைந்துகொண்டுப் பிதற்றினாள். சுபியானின் உம்மா இறுகிய முகத்தோடு பதில் பேசாதிருந்தாள்.

"நாங்க சுபியானுக்கிட்ட அப்பயே சொன்னம் இந்த சம்பந்தம் வேணாமுன்டு. அவன்தான் கேக்கவேயில்லெ ... இப்பிடித் தலைகுனிய வச்சிட்டான் ..."

"கொஞ்சம் பொறுங்க அங்கிள், நீங்களே பேசி முடிச்சா எப்படி ..."

கணீரென்ற தவக்குல்லின் குரல் தடுக்க அனைவருமே மீண்டும் திகைத்தனர். ஹபீபும் – நிஸாவும் இயலாமையுடன் அவளைப் பார்த்தனர். அணை கடந்தபின் சாணென்ன முழமென்ன என்பது போன்று வீம்பாக நின்றாள் அவள்.

"வேணாம் மகள் நாங்க பேசிக்கிறம் ..." என்று தடுக்க முற்பட்ட வாப்பாவிடம் அவள் இப்படிக் கூறினாள்.

“இருங்க வாப்பா. வாய்க்கு வந்தபடி இவங்க பேசிட்டுப் போவாங்க. நாம கேட்டுக்கிட்டு இருக்கணுமா ... ஃபோட்டோ, போஸ், மேடை ... உங்க பிரச்சினைதான் என்னங்க ..? சுபியானுக்கு உடம்பெல்லாம் நஞ்சு, பொறாமை, எரிச்சல், ஈகோ. இந்த விஷயத்துல மட்டுமில்ல லொலிபொப் சாப்பிடுறதில கூட ஈகோ பார்க்கிற நஞ்சு மனம் இவருக்கு ... உங்க கௌரவம் என்ன கெட்டுப்போயிட்டுது என்னால ... என்னமோ வானத்தில இருந்து கயிறப்புடிச்சி இறங்கி வந்த மாதிரிப் பேசுறிங்க. இவரு இதப்பத்திப் பேசின நாள்ல இருந்து நான் குழம்பிப்போய்த்தான் இருந்தென் ... இப்ப உறுதியாச் சொல்றன் ... என்ட விருப்பு வெறுப்பையெல்லாம் தூக்கிப் போட்டுட்டுப் பின்னால வாறதுக்கு இந்த ஆளுக்கு என்ன யோக்கிதை இருக்கு. என்னில ஒரு அற்பத் தூசி ஒட்டியிருக்குமா இருந்தா அதக்கூட இந்த ஆளுக்காக அர்ப்பணிக்க யோசிக்கிறேன். ஈகோ பிடிச்ச இந்த ஆளோட நான் சேர்ந்து வாழ்றது ஒரு நாளும் நடக்கா ...”

புயல் ஓய்ந்ததைப் போல அலைகள் அடங்கிவிட்டதைப் போல அவள் பேசி முடித்த பின்னர் நிசப்தம் நிலவியது. இறுகிச் சிவந்திருந்த அவர்களின் முகங்களைக் காணுகையில் அவளுக்குச் சொல்லொண்ணாத திருப்தி உண்டாகியது. கோபத் தணலாக மினுங்கும் அவளது கண்களை நேராக முறைத்தான் சுபியான். அவள் பேசிக்கொண்டிருக்கும்போதே இரண்டு மூன்று முறை அடிப்பதற்குக் கைகளைத் தூக்கினான். அவனது உம்மாவும் தங்கையும் தடுத்தனர். கடுமையாக உணர்ச்சிவயப்பட்டவனாக அவமானப்பட்டவனாக இருந்தான். வாயில் வந்த வார்த்தைகளால் தூஷித்துக்கொண்டிருந்தான். தவக்குல்லைப் பேச வேண்டாம் என்று நிஸாவும் ஹபீபும் தோள்களைப் பிடித்தும் கைகளை இழுத்தும் என்னவெல்லாமோ பிரயத்தனம் செய்தனர்.

“ச்சே போயும் போயும் பொண்ணெடுக்க வந்த இடத்தெப் பாரு ...”

சுபியானின் சாச்சாவும் சாச்சியும் சலித்துக்கொண்டனர். ஆத்திரம் கொப்பளிக்க எச்சிலைக் கூட்டிப் பக்கவாட்டுச் சுவரில் ‘த்தூ’ என்றாள் சாச்சி.

“என்ன வேணான்டு சொல்றியா ..? உன்ன எவனும் கல்யாணம் முடிக்கமாட்டான்டீ ...” சுபியான் சூளுரைத்துக் கொண்டே வாசல் கேற்றைவிட்டு வெளியேறினான்.

அவனைச் சமாதானப்படுத்தும் வார்த்தைகளை அவர்கள் கூறிக்கொண்டிருந்தனர். இவளை விட்டா ஊரிலே

அழகான பொம்புளைகளே இல்லையா என்ன! நீ வா கண்ணா ராணி போல ஒருத்தியை நாங்க பார்த்து முடிச்சு வைக்கிறோம் என்பதாக அவனை அவளது சாச்சி சமாதானம் செய்தாள். ஸபூர் செய்யுங்க மகன். இப்பிடியொரு திமிரு பிடித்தவள் நம்ம குடும்பத்துக்குள் வரக் கூடாதென்றுதான் அல்லாஹ் இப்பவே இதைக் குழைத்துவிட்டான் என அவனது உம்மா ஆறுதல் கூறினாள். அவமானப்பட்டுவிட்டோமென்பது தவிர திருமணப்பேச்சு முறிந்துபோனதில் அவர்கள் யாரும் வருத்தப் பட்டது போன்றோ இணக்கத்துக்கு வருவதற்கானத் தயார் நிலையில் இருப்பது போன்றோ காணப்படவில்லை.

“யார் நினைச்சம் இப்பிடியெல்லாம் நடக்குமுன்டு ...” நிஸா பிதற்றினாள். தவக்குல் வாயை மூடிக்கொண்டு சும்மா இருந்திருந்தால் இப்படி நேர்ந்திருக்காது என்றே அவள் எண்ணினாள். இந்த எண்ணத்தை வெளிப்படுத்துவதற்குத் திராணியற்றவளாகத் தனியே குந்தி அழுது தீர்த்துக்கொண் டிருந்தாள்.

“இதெல்லாம் பாழாப்போன வேலையால வந்த வினை ... இது சரியா வராது ... இப்பிடியான வேலை யெல்லாம் பொம்புளையளுக்கு ஒத்துவார வேலையில்ல ... அதிலயும் நம்மட முஸ்லிம் பொம்புளைக்கு ஒத்துவரவே மாட்டு ...”

வாப்பாவின் தொனி என்றுமில்லாததாக ஒலிக்கக் கேட்டது. நியாயங்களைப் பேசுவதற்கான தருணம் இதுவல்ல என்பதை உணர்ந்தவளாகப் பதில் பேசாதிருந்தாள் தவக்குல். அவர்களிடம் மகளை விட்டுக்கொடுக்காது ஒருநிலையிலும் பிசகில்லாமல் பேசிய அவரை எதுவும் சொல்லவும் அவளுக்குத் துணிவில்லை.

“கேக்கிறவங்களுக்கு என்ன பதில் செல்றது ... பேசின கல்யாணம் குலைஞ்சிபோனதுக்கு என்ன காரணம் செல்றது ... எல்லாரும் கேப்பாங்களெ ... எப்படி மத்தவங்க முகத்தில முழிக்கிறது ...”

தன்பாட்டில் பேசிப் பேசியே அழுதாள் நிஸா. அவள் வார்த்தைகள் வீடு முழுவதும் உலாவித் திரிந்தன.

மதியத்திற்கு முன்னர்வரையும் அந்த வீட்டில் ரயில் தடதடத்து ஓடியது. இப்போது விபத்து நேர்ந்துவிட்டது போன்று இருந்தது. எல்லோருடைய மனமும் வெறுமையாக இறுகியிருந்தது.

அச்சகத்திலிருந்து வந்த தெய்வானைக்கு அந்த வீடே தலைகீழாக மாறியிருப்பதாகத் தோன்றியது. அவள் அங்கு

ஒரு வாரமாகத் தங்கியிருக்கிறாள். யாரும் சோகத்துடனும், வாடிய முகத்துடனும் இருந்து அவள் பார்த்ததேயில்லை. எந்நேரமும் கலகலவென்றிருக்கிற இவர்களுக்கு என்னாயிற்று என்ற சந்தேகத்துடனும் நேராகக் கேட்கத் துணிவிழந்தவளைப் போலவும் அறைக்குச் சென்றாள்.

ஹபீப் உடை மாற்றிக்கொண்டு கிளம்பிப் போனார். தவக்குல் இருந்த இடத்திலேயே ஸ்தம்பித்திருந்தாள். நிஸா மனதுக்குள் புலம்பிக் கண்ணீர் வடிப்பதும் சீழ்க்கையடித்துச் சேலை முந்தானையால் துடைப்பதுமாக இருந்தாள்.

தெளிந்த முகத்துடன் அமர்ந்திருந்தாள் தவக்குல். இதில் நிச்சயமாகத் தனக்கொரு துன்பமும் இல்லையென மனதார எண்ணிக்கொண்டிருந்தாள். கனவுகளையும் மன இன்பங்களை யும் நீர்த்துப்போகச் செய்யும் வாழ்வைத் தெரிந்துகொண்டே ஆரம்பித்துத் தனக்குத் தானே அநீதி இழைத்துக்கொள்வது அர்த்தமற்றதென நம்பினாள். புறவாழ்வைக் காட்டிலும் அகவாழ்வு குறித்த எண்ணங்களே அவளை வியாபித்திருந்தன. இந்த ஏமாற்றத்திலிருந்து அன்புக்குரிய தாயின் மீட்சி குறித்தே அவள் மனம் அங்கலாய்த்துக் கனத்தது.

மகளின் திருமணம் நிச்சயிக்கப்பட்ட நாளிலிருந்தே ஒரு பெரும் விழா நிகழ்வில் அரங்கேறக் காத்திருக்கிற பள்ளிச் சிறுமியைப் போல மாறிவிட்டிருந்தாள் நிஸா. தவக்குல்லின் திருமணம் குறித்து அவளுக்குள் எத்தனையோ என்னென்னமோ கற்பனைகள். தினமும் வீட்டுச் செலவுக்கு ஹபீப் தருகிற பணத்தை மிச்சம் பிடிப்பதும் சேமிப்பதும் சின்னச் சின்ன நகைகள் சேர்ப்பதும் பொருள் வாங்குவதுமாக இருந்தவள்.

“ராத்தாக்குத்தான் தங்கத்தில் ஆசையில்லியே . . . நகை போட விரும்பாத மகளுக்கு எதுக்கு இவ்வளவு பொருள் சேர்க்கணும், அதெல்லாம் எங்களுக்குத்தான் . . .”

குல்பர், ஜானா, சனோ மூவரும் உம்மாவை வம்புக் கிழுப்பார்கள்.

“ஆ . . . அதெல்லாம் நடக்காது, போட்டுக்கிறதும் போடாமப் போறதும் அவ இஷ்டம் . . . மகளுக்கு நகைநட்டு அன்பளிப்பாக் குடுத்துக் கல்யாணம் முடிச்சிக் குடுக்கிறது எங்கட கடம . . .”

“தவக்குல் நம்மட மூத்த மகள். கல்யாணத்துக்குப் புறவு தூரத்தில போய் வாழப்போற புள்ளை. சீரும் சிறப்புமாக எல்லாத்தையும் செஞ்சிடணும். எந்தக் குறையும் வந்திரக்

கூடாது ...” இப்படி ஹபீபிடம் மகளது கல்யாணம் பற்றிய கனவுகளை அவ்வப்போது அவிழ்த்துக்கொண்டிருப்பாள்.

தவக்குல் உம்மாவின் அருகில் வந்தமர்ந்தாள்.

“உம்மா ...”

மகள் இப்படி அழைத்ததுமே மடை உடைந்து பீறிட்டுக் கொண்டு அழுதாள் நிஸா. அவள் கண்கள் அயர்ந்திருந்தன. ஆழ்ந்த துயரத்தைச் சந்தித்துவிட்டவளைப் போல முகம் விறைத்திருந்தது.

“எல்லாம் கைவிட்டுப் போய்ட்டே மகள். ஏன் இப்பிடி நடக்கப்போறது தெரிஞ்சும் ஒன்டுமே சொல்லாமே இருந்திட்டிங்க ...”

“உம்மா, நாம கவலைப்பட ஒன்டுமில்ல. எல்லாம் நல்லதுக்குத்தான் என்டு நினக்கிறதத் தவிர என்ன செய்ய ஏலும். அல்லாஹ்வுடைய ஏற்பாட்டினாலதான் இப்பிடி நடந்திருக்கு ... இதெயே நினச்சி அழுதிக்கிட்டிருக்காம எழும்புங்கம்மா ...”

சம்பாஷணை கேட்டதும் தெய்வானை அறையில் இருந்து வெளியே வந்தாள்.

“என்னக்கா நடந்திச்சி, ஏன் எல்லாரும் ஒரு மாதிரியா இருக்கிங்க ...”

தெய்வானை தயக்கத்துடனும் கவலையுடனும் உண்மையான அக்கறையுடனும் கேட்டாள்.

நிஸா மறுபடியும் வீறிட்டுக் குழந்தைபோல அழுதாள்.

“எல்லாரும் கேக்கப்போற கேள்விக்கு எப்பிடிப் பதில் செல்லப்போறெனோ தெரியல்லியே ...”

“நீங்க இப்பிடிக் கத்துறதால ஒன்றும் நடக்கப்போற காரியமில்ல ... அவங்க எப்பிடிப் பேசினாங்க. அதக்கொஞ்சம் நினச்சுப் பாருங்க. கல்யாணத்துக்கு முதலே இப்பிடின்டால், புறவு ...” எனக் குல்பர் பொறுமையிழந்து தன்பாட்டில் கூறினாள்.

“எப்பிடி இருந்தான் முகத்தத் தொங்கவச்சிக்கிட்டு, கல்லுளிமங்கன் ... றாத்தா சொல்ற மாதிரி அவனுக்கு ஈகோதான் ... நம்மள மிஞ்சிடுவாளோன்டு பயம் ... அப்பிடிப்பட்ட ஆளைக் கல்யாணம் முடிக்கிறதும், பாழும்

கிணற்றில விழுறதும் ஒன்டுதான்..." இளையவள் ஜானா சலித்த கடுமையான குரலில் கூறினாள்.

பிள்ளைகள் எல்லோரும் அனுபவசாலிகள் போல மாறி மாறிப் பேசவும் நிஸாவுக்கு ஆச்சரியமாகவும் ஒருபுறம் ஆறுதலாகவும் இருந்தது. எல்லாமும் நல்லதுக்குத்தானோ என்ற எண்ணம் ஊடுருவியது.

முதல் கல்யாணப் பேச்சு முறிவடைந்தால் மாப்பிள்ளை எடுப்பதே பிரச்சினை. கல்யாணம் தடைபடும் என்பார்களே! இது காதல் சம்பந்தம் வேறு. தவக்குல் விரும்பியவனைத்தான் அவளுக்கு நிச்சயித்துள்ளதாக ஊருக்கே தெரியும். இனியெப்படி அவளுக்கு இன்னொரு மாப்பிள்ளை பார்க்க முடியும்.

ஒற்றையடிப் பாதையில் வரும் ஒரேயொரு வண்டியையும் தவறவிட்டவள் போலவே நிஸா கவலையில் மூழ்கினாள்.

நடந்ததை ஊகித்துக்கொண்டு தெய்வானையும் சம்பாஷணையில் கலந்தாள்.

"விடுங்கம்மா... எங்கடை அம்மா சொல்றவ, விதை பழுதில்லாம இருந்தால் பயிர் பழுதில்லாம இருக்கும் என்டு. ஆரம்பத்திலயே பிரச்சினை என்டால் வாழ்க்கை நல்லா யிருக்காதும்மா. தவக்குல் அக்காக்கு நல்ல மனசு... அவங்க மனசுக்கு ஒரு குறையும் வராது... அவங்களுக்கென்ன சின்ன வயசுதானே என்னைவிடவும் சின்னவங்க அவங்க, அல்லாஹ் ஒரு குறையும் வைக்கமாட்டார்..."

"எங்க றாத்தா உங்களெவிடச் சின்னவங்களா... உங்கட வயசென்ன... ஏன் அக்கான்டு கூப்பிடுறிங்க..."

சனோ நகைச்சுவை இழையோடக் கேட்டாள். எல்லாரும் நிலைமை மறந்து புன்னகை மலர்ந்த முகத்துடன் தெய்வானையைப் பார்த்துக்கொண்டிருந்தனர், அவள் கூறப்போகும் பதிலை எதிர்பார்த்து.

"அவங்கள்ல எனக்கு மரியாத... அதனால அக்கான்டு கூப்பிடுறென்... அதுக்காக நான் ஒன்டும் கிழவியில்ல..."

கண்களைச் சிமிட்டிக்கொண்டு தெய்வானை சொல்ல எல்லோருமே லேசாகப் புன்னகைத்தனர்.

8

கண்விழித்தபோது வைத்தியசாலைக் கட்டிலில் கிடந்தாள் யோகா.

நடந்த சம்பவம் தெளிவில்லாமல் கனவில் நடந்தது போன்று பிரக்ஞைக்குத் திரும்பின. இராணுவம் சுட்டுக்கொண்டு முன்னேறியது வரையும் அவள் நினைத்துப் பார்த்தாள்.

மரணம் நினைக்கிறபோது வருவதோ வெறுக்கிறபோது ஒதுங்குவதோயில்லை. மனித சக்திக்கு அப்பாற்பட்ட வல்லமையொன்றின் வழிநடத்துகைக்குச் சான்றானதாகப் பிறப்பும் இறப்பும் நூற்றாண்டு காலமாகத் தொடர்வதிலுள்ள ரகசிய சூட்சுமம் ஊகங்களாலேதான் இன்றுவரை அறியப்பட்டிருக்கிறது. பிறப்பாகட்டும் இறப்பா கட்டும் யாரினுடைய சம்மதங்களுக்கு அமைவாக வும் நடக்கிற காரியங்களில்லை என்பதையும் இந்த நிகழ்ச்சி அவளுக்குக் கற்பித்திருந்தது.

சம்பவம் நடந்து நான்கு நாட்களாகியிருந்தன.

அவசர சிகிச்சைப் பிரிவில் மயக்கம் முழுமை யாகத் தெளியாமல் கண்விழித்திருந்தாள்.

'நான் எங்க இருக்கிறன் . . . இராணுவம்தான் என்னத் தூக்கிவந்து வச்சிரிக்கினமே . . . ப்ச் அவையள் ஏன் என்னக் காப்பாத்தப் போயினம் ..?'

சுற்றும் முற்றும் பார்வையை அலைய விட்டாள். களங்கமற்ற அந்த அறையில் முக்கால் பகுதி நிரம்பியிருந்த உபகரணங்கள் அதுவொரு அவசர சிகிச்சை அறை அல்லது சத்திர சிகிச்சை அறை என உறுதிப்படுத்தியது. வலியின் வலுவான நெடி உடலைக் கனதியாக்கியிருந்தது. உடலின் முக்கால் பாகம் கட்டுப்போடப்பட்டிருந்தது. இரண்டு கால்களும் முழுமையாகக் கட்டப்பட் டிருந்தன. கைகளை மெதுவாகத் தூக்கினாள்.

நெற்றிப்பொட்டில் புடைத்திருந்த வீக்கத்தைத் தீண்டினாள். அவளது அசைவையும் முனகலையும் கவனித்த வைத்தியர்களும், தாதியர்களும் ஓடிவந்தனர்.

"யோகா... உமக்கு ஒன்றுமில்லை. நீர் எம்மடை கட்டுப் பாட்டில்தான் இருக்கிறீர். தைரியத்தைத் தளர விடாதேயும்..."

"உம்மட கால்களை அசையும் பார்ப்பம்..."

அசைக்க முயலும்போது அவள் தாங்கொண்ணாத வலியை உணர்ந்தாள். கால்களை அசைக்கவே முடியவில்லை. பரிபூரண வீழ்ச்சியுணர்வு மேலும் வலுகுன்றச் செய்வதாக இருந்தது.

"இராணுவம் உம்மைச் சுட்டபோது நம்மடை போராளிகள் தாக்குதல் நடத்தியிருந்தார்கள். என்டாலும் முறிடியக்க ஏலாமப் போயிட்டுது... கடவுள் புண்ணியத்தில நீர் உயிரோட இருக்கிறீர்..."

பொறுப்பாளர் எழிலன் கூறிய வார்த்தைகள் கண்ணிமைக்கும்பொழுதில் நடந்தேறிய அந்தக் களத்தை மீண்டும் நினைவில் கொண்டு நிறுத்தியது. சுயபாதுகாப்பு குறித்தே யுத்த முறைகளில் முதன்மையாகக் கற்பிக்கப்பட்டிருந்தது. எதிரி ஒளிந்திருந்து தாக்கும்போதும் நெற்றிப்பொட்டையும் நெஞ்சுக்குழியையும் குறிபார்க்காமல் புறமுதுகைத் தாக்கும் போதும் எந்த வித சுயபாதுகாப்புப் போர் முறைகளும் காப்பாற்றுவதில்லை. இம்மாதிரியான அறம் சாராத தாக்குதல்களினால் பெரும்பாலும் இழப்புகளையே சந்திக்கவும் நேருகிறது.

காலை ஏழு மணியளவில் காயமுற்ற யோகாவை அந்த இடத்திலிருந்து மீட்பதற்கு மூன்று மணி நேரமாகிவிட்டிருந்தது. அவளின் உடலிலிருந்து பெருமளவான குருதி பாய்ந்திருந்தது.

மயக்கம் தெளிந்து கண்களை விழித்திருந்தபோதும் அவள் அசாதாரண நிலையில் காணப்பட்டாள். தலைசுற்ற, மீண்டும் மயக்கம் வர உணர்ந்தாள். வாந்தி வருவதுபோலும் ஒரு உணர்வு. அவளது அவஸ்தையையும் அவள் படுக்கையில் திமிறுவதையும் அவதானித்த வைத்தியர்கள் உடனடி சிகிச்சைகளை அவசர அவசரமாக வழங்கிக்கொண்டிருந்தனர்.

"இன்னும் பதினைந்து நிமிடங்கள்தான்..."

வைத்தியர்களில் ஒருவர் இப்படிக் கூறியதும், தான் இன்னும் பதினைந்து நிமிடங்கள்தான் உயிர் வாழ்வேன் என்பதாகப் புரிந்துகொண்டாள் யோகா. இவ்வாறான

பல சந்தர்ப்பங்களை அவள் சந்தித்திருந்தாள். உடனிருந்து போராடிய சக தோழிகள் பலர் போர் முனையில் காயமுற்றுச் சிகிச்சை பெற்றுக்கொண்டிருக்கும்போது வைத்தியர்கள் கூறும் இவ்வாறான வார்த்தைகள் அவளுக்குப் பரிச்சயமானதே.

காயமுற்றிருக்கும் காலை அகற்றினால் உயிரைக் காப்பாற்ற முடியும் என்ற சம்பாஷணையில் அவர்கள் ஈடுபட்டுக் கொண்டிருந்தனர்.

"வலது கால் கடுமையாகப் பாதிக்கப்பட்டுள்ளது. இனிமேல் அதில் நடக்கவே முடியாது. அதைச் சத்திரசிகிச்சை செய்து நீக்கினால்தான் உயிரைக் காப்பாற்றலாம் . . . நீங்கள் சம்மதித்தால் சத்திரசிகிச்சையை உடன் செய்யலாம் . . ."

வைத்தியர் ஒருவர் இவ்வாறு கூறிக்கொண்டிருப்பதைக் கேட்டுக்கொண்டிருந்தபோதே தலைக்குள் கூர்மையான வலி வெட்டிச் செல்ல யோகா மறுபடியும் மயக்கமுற்றாள்.

"நாம யோகாட உயிரைக் காப்பாத்தித்தான் ஆகணும் . . . நான் கையெழுத்துப் போடுறென். சத்திரசிகிச்சைக்கு ஆக வேண்டியதைக் கவனியும் . . ."

பொறுப்பாளர் எழிலனின் கையொப்பத்துடன் சத்திர சிகிச்சை நடந்தது.

இரண்டாவது தடவையாகவும் யோகா மரணத்தின் பிடியிலிருந்துத் தப்பித்தாள். சத்திரசிகிச்சை வெற்றிகரமாக மேற்கொள்ளப்பட்டு அடுத்த நாள் அவள் கண் விழித்தாள்.

"கடவுளே . . . என்ட கால் எங்கெ, வெட்டிப் போட்டியளே . . ." என்ற அவளது அழுகை ஒப்பாரியாகவே மாறிவிட்டிருந்தது.

"அழாதேயும். உம்மட உயிரக் காப்பாத்துறதுக்கு வேறு வழியில்லாமல்தான் இப்பிடிச் செய்தம் . . ."

வைத்தியர்களும் தாதியர்களும் அவளைச் சமாதானப் படுத்தி அவளுக்கு ஆறுதல் கூறினர். அவர்கள் அனைவருமே ஈழப்போராட்ட உறுப்பினர்கள்தாம். இயக்கத்தின் கட்டுப் பாட்டில், அவர்களது நிர்வாகத்தின்கீழ் இயங்கிய மருத்துவமனை அது. அங்கு எல்லா விதமான உயர்தர இயந்திரங்களும், மருந்துகளும் இருந்ததுடன் அனைத்துவிதமான சிகிச்சைகள் அளிக்கவும், கையாளவும்கூடிய வைத்தியர்களும், தாதியர்களும் பணியாற்றினர்.

யோகா மறுபடியும் மயங்கிச் சரிந்தாள்.

யோகாவின் நிலை மிகப் பரிதாபமாக இருந்தது. பொறுப்பாளர் எழிலன் வைத்தியர்களை அடிக்கடி சந்தித்து யோகாவை விசாரித்துக்கொண்டேயிருந்தார்.

ஆறாம் நாள் யோகா மறுபடியும் விழித்தாள். இப்போது அவள் சற்றே தேறிய நிலையில் காணப்பட்டாள். எழுந்திருப் பதற்கு முயற்சி செய்தாள். காயங்களைப் பார்த்தாள். வலது கால் இல்லை, முழங்காலுக்கு மேல் வெட்டி நீக்கப்பட்டிருந்தது. இடது காலிலும் தொடைப்பகுதியிலும் பெரிய காயங்கள். துப்பாக்கி ரவைகள் வலதுபக்க இடுப்பைத் துளைத்துக்கொண்டு இடப்பக்கமாகப் பாய்ந்திருந்தன. இடுப்பைச் சுற்றிக் கட்டுப் போடப்பட்டிருந்ததால் எழுந்திருக்க முடியவில்லை.

இதற்குமுன் போர் முனைகளில் ஒருபோதும் அவள் காயமுற்றதே கிடையாது. களத்தில் இறங்கிப் போராடுவதென்பது சாதாரண விடயமல்ல. எதிர்த்துப் போராடுவதற்குத் தளர் வடையாத உடலும் மனமும் கடின உழைப்பும் தேவை. அவை அத்தனையும் அவள் தாராளமாகக் கொண்டிருந்தாள்.

எதிர்பாராத தருணத்தில் அவளை நோக்கி மேற்கொள்ளப் பட்ட தாக்குதலிலிருந்து அவள் தப்பிப்பதும் அதனை எதிர்ப்பதும் எந்த வழியிலும் முடியாததாக இருந்தது.

விரும்பினாலும் இல்லையென்றாலும் விதியின் போக்கை ஏற்றுக்கொள்ள வேண்டிய சந்தர்ப்பங்கள் வாழ்வைக் கடந்து கொண்டுதான் இருக்கின்றன.

அவளது உடல் காயங்கள் ஆறுவதற்கு ஆறு மாதங்களாகின.

இந்த ஆறு மாதங்களில் அவள் புதுமையான அனுபவங் களுக்குள் தள்ளப்பட்டிருந்தாள். எந்தவொரு வேலையு மில்லாமல் நேரத்திற்குச் சாப்பிடுவது, ஓய்வெடுப்பது, தொலைக் காட்சி பார்ப்பது, ஏனைய நோயாளிகளுடன் சேர்ந்து கரம் போர்ட் விளையாடுவது எனப் பொழுதுகள் மிக மாறுபட்ட நிலையில் கழிந்தன. புத்தகங்கள் வாசிக்கவும் செய்தாள். இயக்கத்தில் இணைந்துகொண்ட ஆரம்ப காலத்தில் அவளுக்கு அரசியல் போதித்தவர்களாலும் புரட்சியின் தேவைப்பாட்டைப் போதித்தவர்களாலும் கூறப்பட்ட கருத்துக்கள் பல தானே படிக்கும்போது அர்த்த மாறுபாடு உடையதாகத் தோன்றின.

போராட்டத்தில் இணைத்துக்கொள்ளத் தூண்டிய காரணங்கள் பிழையானதாக இருந்தபோதும் அடைய வேண்டிய இடத்தை அடைந்துள்ளதாகவே சந்தேகமற நம்பினாள் அவள்.

முழுமையாக சுகம் பெற்றதன் பின்னர், அவளை அழைத்துச் செல்வதற்காகப் பொறுப்பாளர் எழிலன் வந்திருந்தார். எப்படி உணர்கிறாய் என்று அன்போ அதிகார மோயில்லாத தொனியில் விசாரித்தார். சந்தோஷமில்லாமல் புன்னகைத்தார். எழிலனின் கொஞ்சமும் பதற்றமில்லாத தோற்றம் அவளை எப்போதும் ஆச்சரியப்படுத்துவதாகவே இருந்தது. காயமடைந்த போராளிகளைத் தூக்கிக்கொண்டு ஓடிவரும்போதாகட்டும் போராளி இறந்துவிட்டபோதாகட்டும் எப்போதுமே அந்த முகத்தில் எந்தவொரு மாறுதலையும் காண முடியாதிருந்தது. உயர்ந்த வழுக்கை விழத் தொடங்கி விட்டிருந்த நெற்றியின் மையத்தில் இன்னதென்று சொல்ல முடியாத ஒளியிருந்தது. அது எல்லோர் கண்களுக்கும் புலப்படக் கூடியதா அல்லது தனக்கு மட்டுமா என்கிற சந்தேகமும் யோகாவுக்கு இருந்தது.

"நீர் இனி சண்டையிட முடியாது. போர்முனையிலிருந்து உமக்கு விடுப்பளிக்கப்பட்டுள்ளது. உம்மை வேறொரு புதிய இடத்திற்கு அழைத்துச் செல்லப்போகிறேன். நீர் அங்கு படிப்பதற்கான ஒழுங்குகள் செய்யப்பட்டுள்ளன".

பொறுப்பாளர் எழிலன் கூறிய விடயம் அவளைக் கவலையில் ஆழ்த்தியது. புதிய இடம் என்றதுமே வெறுப்பு இருளாய்ச் சூழ்ந்தது.

ஆறு மாதங்களாகக் குழந்தைபோல அவளைப் பரா மரித்தவர்கள் வைத்தியசாலையில் இருந்தார்கள். நிலத்திலே கால் பதிய நடக்கவிடாது, குளிக்கச் செய்வது, உடைமாற்றி விடுவது, ரீவி அறைக்குத் தூக்கிச் செல்வது என எல்லா வேலைகளையும் அவர்களே செய்தார்கள். அவளுக்காக அழுதவர்களையும் அன்பு செலுத்தியவர்களையும் விட்டுப் புதியதோர் இடத்திற்குச் செல்வதைக் கற்பனை செய்யவே முடியாதவளாக இருந்தாள் அவள்.

"ஏன் அண்ணே... புதிய இடமென்டால் எப்பிடி..?"

"ஒன்டும் பயமில்லெ யோகா, அங்கேயும் நிறைய தோழிகள் இருக்கினம், உமக்கு அந்த இடம் பிடிக்கும்..."

பொறுப்பாளரின் பேச்சை மீற முடியாத நிலையில் அவள் புதிய இடத்திற்கு அழைத்துச் செல்லப்பட்டாள். அது தற்காலிக மானதுதான் என்று எழிலன் கூறியதை ஒப்புக்காகவே என்றாலும் அவள் நம்பினாள்.

ஊனமடைந்த போராளிகளின் திறமைகள் மக்கிப்போகக் கூடாதென்பதற்காகவும், அவர்கள் இந்நிலைக்கு ஆளானதற்

கான முழுப் பொறுப்பையும் ஏற்க வேண்டிய காரணத்தினாலும் இயக்கம் நடத்திய 'அறிவகம்' கல்லூரிக்கே யோகா அழைத்துச் செல்லப்பட்டாள். காயமுற்றுப் போராட்டத்தில் பங்கேற்க முடியாத போராளிகளின் மாற்றுத்திறன்களை வெளிக்கொண்டு வரவும் அவற்றை வளர்க்கவும் அவர்களுக்கு ஊக்கமளிக்கவும் அவற்றையும் இயக்கத்தின் வளர்ச்சிக்கு எதிர்காலத்திற்குப் பயன்படுத்துவதற்குமான ஒரு திட்டமாகவே அறிவகத்தின் குறிக்கோள் இருந்தது.

யோகா புதிதாகச் சென்ற இடம் கிளிநொச்சி மாவட்டத்தில் இருந்த தருமபுரம் எனும் சிறிய கிராமம். மிகப்பெரிய கட்டுமானத்தை அடைத்திருந்த அந்தக் காணியில் நிறைய தென்னை மரங்கள் அடர்ந்திருந்தன. பென்னம்பெரிய தென்னஞ்சோலையொன்றை நான்கு பிரிவுகளாகப் பிரித்திருந்தார்கள். ஒரு பகுதி ஆண்களுக்கான தங்கும் விடுதியாகவும், இரண்டாம் பிரிவு பெண்களுக்கான தங்கும் விடுதியாகவும், மூன்றாம் பகுதி கல்லூரியாகவும், அடுத்தது சமையலுக்கான பகுதியாகவும் பிரிக்கப்பட்டுக் கட்டடங்கள் அமைக்கப்பட்டிருந்தன.

சாதாரணமாக எவ்வாறான நடைமுறைகளுடன் ஓர் அரசாங்கப் பாடசாலை இயங்குமோ அதே நடைமுறைகளே பின்பற்றப்பட்டன. ஆசிரியர்களாகப் போராளிகளும், போராளிகளல்லாத வெளியாட்களும் பணியாற்றினர். வகுப்புகள் அரச பாடசாலைகளில் பிரிக்கப்படுவது போன்றே பிரிக்கப்பட்டிருந்தன. தரம் ஒன்று, இரண்டு எனத் தொடர்வதற்குப் பதிலாக பீ, சீ, டீ, ஏ என்ற தரப்படுத்தல் முறை பின்பற்றப்பட்டது. பீ என்பது முதலாம் தரமாகவும் ஏ உயர் தரமாகவும் பிரிக்கப்பட்டிருந்தது. அதாவது ஓஎல் படிப்பை நான்கு வருடங்களுக்குள் பூர்த்தி செய்யும் விதமாக நான்கு தரங்களே இருந்தன.

யோகா பீ வகுப்பில் அனுமதிக்கப்பட்டாள். வைத்திய சாலையில் இருந்த நாட்களில் முடமாகிப் போனதற்காகச் சில நேரங்களில் அழுதிருக்கிறாள். இதுவரை காலமும் தோன்றாத அன்பு, இழந்துபோன வலது காலில் அவளுக்கு உண்டானது. அதன் துணையுடன் ஏறியிறங்கிய மரங்களையும் கடந்து வந்த ஆறுகள், எல்லைகளையும் போர் முனைகளையும் அவள் நினைத்துப் பார்த்துக் கலங்கினாள். கடந்த காலத்தை மீட்டுப் பார்க்க முடியுமே தவிர இனியொருபோதும் அவை வாழ்வில் நிகழப்போவதில்லை என்பது துயரத்தில் ஆழ்த்தியது. கல்லூரிக்கு வந்ததன் பின்னர் அழுவதை முற்றுமாக நிறுத்திக் கொண்டிருந்தாள். ஊனம் என்ற மனக்குறை மாற்றுத்திறனாளி

என்பதாக மாறி நம்பிக்கையளித்தது. அங்கிருந்தவர்கள் எல்லாருமே கால், கை, கண்களை இழந்தவர்களாகவே இருந்தார்கள்.

கல்லூரிக்கு வந்த பின்னர்தான் செயற்கைக் கால் அணிவிக்கப்பட்டாள். ஊன்றுகோலில் நடந்து பழகிய அவளுக்குச் செயற்கை கால் அணிந்து நடப்பது சிரமத்தை அளித்தது.

“முழங்காலுக்குக் கீழே காலையிழந்தவையள் செயற்கைக் கால் பூட்டினதும் கெதியாக நடக்கினம். எனக்கு முழங் காலுக்கு மேலயிருந்து கால் இல்லையல்லே. நடக்கவே ஏலாமக் கிடக்கு . . .”

“உதிலை ஒன்டும் கஷ்டமில்ல. தைரியத்தை மனசில எடுத்துக்கிட்டு நடந்தாச் சரி.”

“செய்யணும் என்டு மனசுல நினச்சுட்டாப் போதும், செய்றதுக்கு உண்டான தைரியம் வந்திடும். தைரியத்தோடயும், உறுதியோடயும் முயற்சி பண்ணினா எல்லாம் கைகூடும் தெரியுமே . . .”

செயற்கைக் கால் அணிவித்து அவளுக்கு நடை பழக்கு வதற்கு வந்த பயிற்றுவிப்பாளர் முகுந்தன். ஆயிரக்கணக்கான மாற்றுத்திறனாளிகளின் அன்பை முழுவதுமாக வென்றுவிடக் கூடிய ஏதோவொரு மர்மம் அவரிடமிருந்தது. யார் என்ன கோணங்கித்தனமாகப் பேசினும் அவரால் பதில் கூற முடியும். அவரது பொறுமையும் எளிமையாக எவரையும் கையாளும் திறமையும் அவரில் யோகாவுக்குப் பிரியத்தை உண்டுபண்ணி யிருந்தது. செயற்கைக் காலில் என்பதைவிடவும் அவரது தைரியமளிக்கும் அன்பான வார்த்தைகளே அவளை நடைபயிலச் செய்வதாக இருந்தது.

யோகா செயற்கைக் கால் அணிந்து நடப்பதற்கு ஒன்பது நாட்களாகின. நடைபழகிய பின்னர்தான் அவள் வகுப்பில் சேர்த்துக்கொள்ளப்பட்டாள்.

போர் முறைகளைக் கைவிட்டுப் படிப்பில் கவனத்தைக் குவிக்கக் கடுமையாகப் பிரயத்தனப்பட வேண்டியிருந்தது. ஒருகாலத்தில் பெருங்கனவாக இருந்த படிப்பும், பள்ளிக்கூடமும் இன்று அவளுக்குக் கைகூடியிருந்தன. பொருத்தமில்லாத காலத்தில், பொருத்தமற்ற நிலையில் கைகூடிய கனவு பசியே இல்லாது பந்தியில் குந்தியிருப்பதைப் போல அவளைச் சோர்வுக்குள்ளாக்கியது. சிறுமியாகக் குதித்தோடிக் குதூகலித்துக் குறும்பு செய்த அந்தப் பள்ளிக்கூடக் காலம் போன்று இந்த

நாட்களில் இனிமையில்லை. இப்போதைய சிரிப்புகளில் வானவில் இல்லை. வர்ணஜாலம் இல்லை.

இரண்டு விடயங்களுக்காக அன்றி யோகாவும் சரி, அங்கிருந்த ஏனையவர்களும் சரி வெளியே செல்ல அனுமதி யில்லை. வைத்தியசாலைக்கும், கால்திருத்துவதற்கும் தவிர அவர்கள் வெளியே செல்வதே கிடையாது. இவர்களை வெளியே அழைத்துச் செல்வதற்கு மாத்திரம் ஒரு வாகனம் ஏற்பாடு செய்யப்பட்டிருந்தது.

“யோகா கொஞ்சம் நில்லும் . . .”

சிகிச்சைக்காகச் சென்று வந்ததும் வாகனத்திலிருந்து இறங்கி நடந்த யோகாவை மல்லிகா நிறுத்தினாள். அறிவகத் தில் ஏனையவர்களைவிடவும் நெருங்கிப் பழகக்கூடியவளாக மல்லிகா இருந்தாள். அவள் இடது கையை இழந்துவிட்டவள். யோகாவுக்கு முன்னரே இயக்கத்தில் இணைந்துகொண்டவள். திருகோணமலையைச் சொந்த ஊராகக் கொண்ட அவள் இயக்கத்தில் சேர்ந்ததற்கான காரணத்தைச் சொன்னபோது யோகாவுக்கு ஆச்சரியமாகத்தான் இருந்தது. மாபெரும் சக்தியாகப் பிரமிக்கச் செய்கிற இந்த படையணிக்குள் இருக்கின்றவர்கள் எதற்காகவெல்லாம் இயக்கத்திற்கு வந்திருக்கிறார்கள்? ஓஎல் பரீட்சையில் சித்தியடையாததினால் வீட்டுக்குச் சென்று மூன்று முரட்டு அண்ணன்களிடம் அடிபடுவதற்குப் பயந்துகொண்டு விளையாட்டாக அவள் இயக்கத்தில் சேர்ந்திருந்தாள். அவளுடன் உடன்படித்துப் பரீட்சையில் பெயிலான மேலும் சிலரும் . . .

“உதை உன்னட்டத் தரச்சொல்லி சாதுரியன் அண்ணன் தந்தவை . . .”

நான்காக மடிக்கப்பட்ட வெள்ளைக் காகிதத்தை மல்லிகா அவள் முன் நீட்டினாள். சாதுரியன் என்ற பெயரே அவளைத் திகைக்கச் செய்ததுபோல அவள் அப்படியே நின்றாள். அறிவகத்திலிருக்கும் போராளிகளைச் சிகிச்சைக்காகக் கூட்டிச்செல்ல வரும் வாகனத்தை ஓட்டிவருகின்ற சாரதியாகவே சாதுரியனை யோகா அறிவாள். முத்து என்ற பெயருடைய சாரதி வருவதே வழக்கம். அரிதாகவே சாதுரியன் வந்தான். அவன் வாகனத்தைச் செலுத்தும்போதெல்லாம் நெற்றிக்கு நேராக இருக்கும் கண்ணாடி வழியாகப் பின்னிருக்கையில் அமர்ந்திருக்கும் தன்னை நோட்டமிடுவதை யோகா கவனித்திருக்கிறாள்.

அவனது பார்வை தன்னுள் ஊடறுக்கும்போதெல்லாம் பாளம் பாளமாக வெடித்துக் கிடந்த பூமியை ஊடறுத்து

அருவி பாய்வதைப்போல இதமாகவும் இதயத்துக்குள் ஈரக் காற்று வீசுவதாகவும் அவளுக்குத் தோன்றியதுண்டு. வாழ்வின் முக்கியத் திருப்பத்தின் தரிப்பிடத்திலிருப்பதை உள்மனம் சமிக்ஞ்சித்தபோதும் குற்றவுணர்வும் அவளைப் பாதுகாக்கும் உள்ளார்ந்த பயமும் அவளைத் தடுத்தன.

"நாங்கள் போராளிகள் ... நமது கடமையும் நம்மீது சுமத்தப்பட்டுள்ள பொறுப்பையும் மறந்து காதலிப்பது தவறென்டு அவரிட்டச் சொல்லு ..."

இந்த வார்த்தைகள் இதயத்திலிருந்து புறப்பட்டவை இல்லையென்றாலும் மல்லிகா நீட்டிய கடிதத்தைப் படித்து விட்டு இப்படித்தான் அவள் வார்த்தைகளைக் கொட்டினாள். அவளது பதிலால் ஆச்சரியப்பட்டவள் போல அவளை ஆழமாகப் பார்த்துக்கொண்டே கூறினாள் மல்லிகா.

"நாம் இப்போது போராட்டத்திலிருந்து விலக்களிக்கப் பட்டவையள் யோகா ... அதுவுமில்லாமப் போராளிகளாக இருக்கும்போதே ... விரும்புறவைகளைச் சேர்த்து வைக்கிறதுக்கும் இயக்கத்தில அனுமதி இருக்கென்டு உமக்குத் தெரியாதே ..."

யாருடைய அறிவுரையும் தனக்குத் தேவையில்லை என்று முடிவு செய்தவளினுடையதாக யோகாவின் குரல் மாறி விட்டிருந்தது.

"நான் சொன்னதை அவரிட்டச் சொல்லு..."

"நல்லா யோசிச்சுத்தான் இந்த முடிவச் சொல்றியே ... சாதுரியன் அண்ணா எவ்வளவு நல்லவரென்டு தெரியுமே, நான் இந்தக் கல்லூரியில உனக்கு முதலிருந்தே இருக்கன். அந்த அண்ணா ஆர்க்கிட்டயும் சிரிச்சுப் பேசாது, ஆர்ட முகத்தையும் பார்க்காது. நம்மட இயக்கத்தில பயிற்சி எடுத்தவயளுக்குக் காதல் லேசில வாறதில்ல ... வந்துதென்டால் மனசில நினச்சவையக் கைப்பிடிக்காம விடுறதுமில்ல ... சாகிறவரக்கும் கைவிடுறதுமில்ல தெரியுமே ..."

தனக்கு என்ன நிகழ்கிறது என்றே தெரியாத குழப்பத்தில் இருந்தாள் யோகா. இது வாழ்வை மாற்றப்போகும் மகத்தான வாய்ப்பா? விநாயகரின் சோதனையா? முழு வாழ்க்கையையும் மாற்றக்கூடிய திறன் வாய்ந்தது காதல் என்று அவள் ஏதோவொரு புத்தகத்தில் படித்திருக்கிறாள். இது சாத்திய மானதுதானா? கால் இல்லாதவளுக்கு என்ன பெயர்? முடத்தி என்பதுதானே? இவனுக்கு எதனால் ஒரு முடத்தில் காதல் வரணும்? நாணயத்தின் இரண்டு பக்கங்களைப் போலக் காதல் கொடூரமான தாங்கவியலாத துயரத்தையும் இழப்பையும்

வாழ்வில் சுமத்துகிற மற்றுமொரு பக்கத்தை அது கொண்டிருந்தால்...?

அவளது அவநம்பிக்கையை, பயத்தை, குற்றவுணர்வை ஒன்றுமில்லாது செய்கிற வார்த்தைகளை மிக வசீகரமான வார்த்தைகளைச் சாதுரியன் தெரிந்திருந்தான். அவளது மௌனத்தின் சுவர்களை அவனது கடிதங்கள் மெல்லத் தகர்க்கத் தொடங்கியிருந்தன.

இலங்கை அரசாங்கத்துக்கும் இயக்கத்திற்கும் அக்காலப் பகுதியில்தான், இரண்டாயிரத்து இரண்டில் சமாதான உடன்படிக்கை கைச்சாத்திடப்பட்டிருந்தது. சற்று சுமுகமான சூழ்நிலைகள் உருவாகிக்கொண்டிருந்தன.

போராளிகளாக இருந்தாலும் இருபது வயதுக்கு மேற்பட்டவர்கள் விரும்பியவர்களைத் திருமணம் செய்து கொள்ள முடியுமென்றும், பயம்கொள்ள வேண்டாம் என்றும் சாதுரியன் சளைக்காமல் கடிதங்களை அனுப்பிக்கொண்டே இருந்தான்.

வாழலாம் வா என்ற அவனது அன்புக் கோரிக்கையை மறுக்கின்ற அழுத்தமான மனம் அவளுக்கு இல்லை. சாதுரியனை முதன்முறையாகச் சந்தித்தபோதே அவள் எதையோ உணர்ந்தாள். இன்னதென்று புரியாத பரவசம் உண்டாகி அவளைத் திடமிழக்கச் செய்வதாகத் தோன்றியபோது ஆச்சரியத்துடன் தன்னைக் கட்டுப்பாடு செய்வதில் உறுதியாக இருந்தாள். முடிவில் அவள் ஏதோவொரு புத்தகத்தில் படித்தது போல மனிதனை மாற்றுவது அறிவோ காலமோ அல்ல, ஒருவரின் மனதை மாற்றக்கூடியது காதல்தான் என்பதை நம்பும்படியாகவே எல்லாமும் நடந்தது.

பின்னர் வந்த எல்லா நாட்களுமே சுகமாக அமைந்தன. ஒவ்வொரு நாளின் உதயமும் ஒவ்வொரு சாகசத்துடன் ஏதோ வொரு இன்பகரமான முடிவுடன் தோன்றுவதாக இருந்தது. சாதுரியனை நினைத்துக்கொண்டிருப்பதும் முடிவில்லாமல் காத்துக்கொண்டிருப்பதும் இன்பமாக மாறிவிட்டிருந்தன. திட்டமிட்டதற்கு மாறானதாக இந்த அனுபவம் இருந்தபோதும் பஞ்சுத் தொட்டிலில் படுத்துக்கிடப்பதுபோல, அலைமோதும் கரையோரத்தில் நடப்பதுபோல, அவளுக்குப் பிடித்திருந்தது. முற்றிலும் சுதந்திரம் பெற்றவளாக உணரவும் தனக்குள்ளிருந்து வெளிப்பட்டுத் தன்னையே கவனிக்கின்றவளாகவும் செய்து கொண்டிருந்தது காதல்.

கவனத்தைக் குவித்துப் படிக்குமாறு சாதுரியன் எல்லாக் கடிதங்களிலும் அவளுக்கு அறிவுறுத்தினான். கடிதங்களுக்

கூடாகத்தான் அவர்களது காதல் செழித்தது. ஈடுபாடு இல்லை யென்றாலும் அவனுக்காக, அவனது பாராட்டுதல்களுக்காக, அவனது உற்சாகமூட்டல்களுக்காகத் திறமைகாட்டிப் படித்தாள். அவள் இப்போது ஏ தரத்தில் படித்துக் கொண்டிருந்தாள். ஏ என்பது பத்தாம் தரம்.

இரண்டாயிரத்து மூன்று, சமாதான நடவடிக்கைகள் மிகத் துரிதமாக முன்னெடுக்கப்பட்டுக்கொண்டிருந்தன. துப்பாக்கிகளுக்கு இப்போது வேலையில்லை. குண்டுகளின் வெடியோசையும் பீரங்கிகளின் இடியோசையும் ஓய்ந்து விட்டிருந்தன. போராளிகள் தற்காப்புக் கவனமின்றி மரக் கிளைகளில் உட்கார்ந்து கதைபேசுவது சாத்தியமாகியிருந்தது. வாழ்வில் ஒருபோதுமே கற்பனைகூடச் செய்யாத வாய்ப்புகள் பல வந்தன.

"போராளிகள் அனைவரும் தங்கடை வீடுகளுக்குப் போய் வரலாமாம். சமாதான ஒப்பந்தம் வந்ததினால நமக்கு இப்பிடியொரு வாய்ப்புக் கிடச்சிருக்கு பார்த்தியே ..."

உற்சாகத்துடன் குதித்தாள் மல்லிகா. யோகாவிடமிருந்து பதிலில்லை.

"ஏன் யோகா நீ உன்டை வீட்டுக்குத் தகவல் சொல் லிட்டியே ... உன்னக் கூட்டிப்போவ எப்ப வருவினம் ..?"

"நான் போறதா இல்ல. என்ன ஒன்டும் கேக்காதயும் ..."

ஆழ்ந்த கவலையை ஏற்படுத்தியபோதும் யோகாவின் வேண்டுகோளுக்காக மேற்கொண்டு எதுவும் கேட்காமலே இருந்துவிட்டாள் மல்லிகா.

எல்லோரும் வீடு செல்லத் தயாராகினர். சிலரை அழைத்துச் செல்ல வீட்டார் வந்திருந்தனர். ஐந்து நாட்கள்தான் விடுமுறை. வீட்டுக்குச் செல்லும் ஆசை இருந்தபோதும் இந்தப் பாதையில் தவிர்க்க முடியாது வந்துவிட நேர்ந்த அனுபவங்கள் அவளை இன்னும் தொந்தரவு செய்வதாகவே இருந்தன.

"அப்பாதான் என்னில பாசம். அவருதான் செத்துப் போயிட்டாரே. என்னத்துக்கு நான் அங்கை போவணும். இந்தக் கோலத்தில அவையளுக்கு முன்னால போய் நிக்கிறதே? ஒருநாளும் கூடாது. சாகும்வரைக்கும் அவையளத் தேடி நான் போகமாட்டன்."

விடுமுறையில் வீடு செல்ல சாதுரியனும் தயாரானான். அவன் மட்டக்களப்பு கொக்கட்டிச்சோலையைச் சேர்ந்தவன்.

“மட்டக்களப்புக்குப் போறன் யோகா. நான் அடிக்கடி போற இடந்தான். இந்த முறதான் வீட்டுக்குப் போகப் போறென் . . .”

“ஏலுமென்டால் மாவடிவேம்புப் பக்கம் போற அலுவல் ஏதும் வந்திச்சென்டால் அப்பிடியே என்ட ஆக்களைப் பத்தியும் விசாரிச்சுட்டு வாங்கோ என்ன . . .”

“அவையள்ல பாசத்தை வச்சிக்கிட்டு ஏன் உன்ன ஏமாத்துறாய் யோகா. ஒருக்கால் போய்ப் பார்த்தா என்ன, நான் போய் சொல்லெட்டே உன்னை வந்து பார்க்கச் சொல்லி . . .”

“வேண்டாம் . . . என்ட மனம் இன்னும் பழசயெல்லாம் மறக்கல்ல . . . என்னக் கட்டாயப்படுத்தாதியும் . . .”

அவளை வற்புறுத்துவதில் எந்த உரிமையும் எடுத்துக் கொள்ளவில்லை அவன். உனக்கு வேண்டியதை நீதான் தீர்மானிக்கணும் என்றே சொன்னான். நீ சுதந்திரமான பெண். யாரும் உன்னில் செல்வாக்கு செலுத்த அனுமதிக்காதே. அது நானாக இருந்தாலும் என்று ஒரு கடிதத்தில் எழுதியிருந் தான். இத்தனை கால வாழ்வில் தனக்குக் கிடைத்த மிக முக்கியமான உணர்வுபூர்வமான அறிவுரை இதுவென்றே யோகா நம்பினாள்.

‘அறிவகம்’ கல்லூரியில் பத்தாம் தரம்தான் இறுதி வகுப்பாகக் கருதப்பட்டது. பத்தாம் தரத்தின் பின்னர் ஓஎல் பரீட்சைகள் நடத்தப்படும். விடுமுறையில் வீடு செல்லாதிருந்த யோகா அந்த நாட்களில் படிப்பதில் கவனமாக இருந்தாள்.

அந்த ஒரு வார காலம் தனிமைக்கு அவளைப் பழியிட்டது போன்றே இருந்தது. தோழிகளுடனும் எப்போதும் சுற்றிவரவும் ஆட்கள் நடமாடுகிற இடத்திலும் இருந்து பழக்கப்பட்ட அவள் இருளில் தள்ளப்பட்டவளானாள். திடீரென்று மனம் பலவாறான சிந்தனைகளுக்கு ஆட்பட்டது. வேலை செய்த வீட்டிலிருந்து கிளம்பி வருவதற்குப் போதுமாக இருந்த இயலுமையும் மன உறுதியும் தற்போது தனக்கிருக்கிறதா என்ற சந்தேகம் உண்டானது. மாற்றுத்திறனாளி என்ற இந்த அடையாளம் எது நடந்தாலும், உச்சியில் வானமே இடிந்து வீழ்ந்தாலும் ஒரே இடத்தில் கிடக்கச் செய்வதுதானே என்கிற வழமைக்கு மாறான இயலாமையான எண்ணங்களால் அலைக்கழிந்தாள்.

அவள் இப்போது இரு பெண்களாக மாறிவிட்டிருந்தாள்.

'ஏன் எனக்கு ஆருமில்ல ... சாதுரியன், என்ட அன்புக்குரிய சாதுரியன் இருக்கேக்கெ எப்படி நான் ஆருமில்லாதவளாக ஏலும்? நான் வாழணும், நீண்ட காலம் வாழணும். சாதுரிய னோட சந்தோஷமா வாழணும்.'

இந்த எண்ணம் எத்தனை வசீகரமானது. சக்திவாய்ந்தது! அவளையும் மீறிப் புன்னகைத்தாள்.

ஓஎல் பரீட்சை விடுமுறையின் பின்னர் நடக்க ஏற்பாடாகி இருந்ததுபோலவே நடந்தது. பரீட்சையின் பெறுபேறுகளை அடிப்படையாகக் கொண்டே, விரும்பிய வெவ்வேறு துறைகளில் தொழிற்கல்வி கற்க அனுமதி வழங்கப்படும்.

"உமக்குப் பரீட்சையில தரமான பெறுபேறு கிடச்சிருக்கு. இலத்திரனியல் துறையில் படிக்கிறதுக்கு நீர் தகுதி பெற்றுள்ளாய் தெரியுமே."

வகுப்பு ஆசிரியர் குணா கூறிய இந்தச் செய்தியைத் தனது சாகசத்திற்கான பாராட்டாகவே அவள் ஏற்றுக் கொண்டாள். நீண்ட, கடிய பிரயத்தனத்தின் முடிவு நிறைவையும் இன்னொரு புறத்தில் ஏமாற்றத்தையும் அளித்தது. இது எப்போதோ நடந்திருக்கவேண்டியது. விரும்பிய காலத்தில் யாரும் சொல்லாமலே விடிந்ததும் பள்ளியை நோக்கி ஓடிய காலத்தில் ஏன் யாருமே இல்லாமல் போனார்கள்? யாராவது கவனித்திருந்தால் எதற்குமே உதவாத போராளி என்ற பட்டத் திற்குப் பதிலாகத் தான் குறைந்தபட்சம் கனவு கண்டதைப் போல ஒரு டீச்சராகத்தானும் ஆகியிருப்பாள்.

அவளோடு மேலும் ஏழு பெண் போராளிகள் இலத் திரனியல் கற்கைக்குத் தெரிவானார்கள்.

"அறிவகத்தில இருந்து நீங்கள் போற காலம் வந்துட்டுது. கிளிநொச்சி பெண் புனர்வாழ்வு நிலையத்திலதான் இலத் திரனியல் பயிற்சிகளுக்கு ஒழுங்கு செய்திருக்கினம். அங்க போறதுக்கு ஆயத்தமாகுங்கள், என்ன ..."

எல்லோரும் அறிவகத்திலிருந்து கிளம்புவதற்கான ஆயத்தங்களில் இருந்தார்கள். வாழ்வில் புதிய சாகசத்தை நோக்கி முற்றிலும் புதிய இடத்திற்குப் புறப்படுகின்ற பரபரப்பு எல்லோரிலும் இருந்தது. இவளால் மட்டும் எந்தவொன்றிலும் கவனத்துடன் ஈடுபட முடியவில்லை.

"சாதுரியன் திரும்பி வரலை என்டே யோசிக்கிறாய்"

மல்லிகாவின் இந்தக் கேள்வியில் ஆச்சரியப்பட ஒன்று மில்லையென்பதுபோல உணர்ச்சியற்றுத் திரும்பினாள். எளிதில்

புரிந்துகொள்வதாலும் மனதை அப்படியே வாசித்துவிடுவதற் காகவும் மல்லிகாவில் அதிகப் பிரியமுண்டானது.

கவலைக்கும் ஏமாற்றத்துக்குமிடையில் ஆட்பட்டு வருந்து பவளை மல்லிகாவின் வார்த்தைகள் ஆறுதல்படுத்தின. அவன் வந்துடுவான் வருந்தாதே என்று அவள் கூறினாலும் தன்னைப் பிடித்த சாபக்கேடு மீண்டும் விளையாட ஆரம்பித்துவிட்டதோ வென்ற அவநம்பிக்கையே மேலோங்கியது. எந்த வேலையிலும் முனைப்புக் காட்ட முடியாமல் எந்நேரமும் கவலை தோய்ந்த, சோர்ந்த முகத்துடனே வலம்வந்தாள்.

அறிவகம் கல்லூரியிலும் ப்ரியமான பல தோழிகளைப் பிரிய நேர்ந்தது. கிளிநொச்சி பெண்கள் புனர்வாழ்வு நிலையத் தில் எல்லோருமே புதியவர்கள். தனது உணர்வுகளில் சொற் பத்தைத்தானும் பகிர்ந்துகொள்ளத்தக்க ஒருவரையும் கண்டு கொள்ள முடியாதது அவளுக்கு ஏமாற்றமளித்தது. சாதுரியனின் நினைவுகளில் காதலில் தூண்டப்படுவதைத் தவிர்ப்பதற்காகவே படிப்பில் கவனம் செலுத்தினாள். எந்நேரத்திலும் உணர்ச்சி மிக்கதாகவே குமுறுகிற மனதையும் கூர்மைமிக்கதாக மாறிக் கொண்டிருக்கிற மூளையின் துரித சிந்தனையையும் அவளால் கட்டுப்படுத்த முடியவில்லை. தன்னைப் பற்றி அக்கறைப்பட இந்த உலகத்தில் ஒருவருமேயில்லையென்ற வதையும் தனிமை போன்றதொரு கொடுந்துயர் உலகிலில்லை என்ற அநாயாசமும் ரொம்பவே அவளை இம்சித்தது.

சுவிட்சர்லாந்து நாட்டைச் சேர்ந்த நிறுவனமொன்றின் அனுசரணையுடனே இலத்திரனியல் பயிற்சிகள் நடந்து கொண்டிருந்தன. வகுப்பில் முப்பது பேர் இருந்தனர். யோகா உட்பட எட்டு பேர் போராளிகள். ஏனையவர்கள் போராளிகள் அல்லாத பள்ளி மாணவர்கள். யாழ்ப்பாணத்தைச் சேர்ந்த சற்குணம் ஆசிரியர் இலத்திரனியல் பாடத்தை மிக நுட்பமாக வும், சுவாரசியமாகவும் கற்பித்தார். குட்டையான பருத்த தோற்றமுடைய அவர் எப்போதும் வெள்ளைச் சட்டையே அணிந்தார். முடிந்த மட்டும் எல்லா மாணவரிலும் பிரத்தியேகக் கவனம் செலுத்துகிற திறமை மிக்க ஆசிரியராக இருந்தார். பாட அலகொன்று ஒரேயொருவருக்குப் புரியவில்லை என்ற சந்தேகம் தோன்றினாலும் மீண்டும் கற்பிப்பதற்குக் கொஞ்சமும் தயங்காத அவரை யோகாவுக்கு அதிகம் பிடித்தது.

“இந்தப் பயிற்சி நெறியின் முடிவில தனியாத் தொழில் செய்றதுக்கு உதவி செய்வினம். அதனால பயிற்சி நேரத்தில மிகக் கவனமாக இருக்கணும்.”

இந்த அறிவுரை இலத்திரனியல் மாணவர்கள் எல்லோருக்கு முரியதாக இருந்தாலும் இதனை சற்குணம் ஆசிரியர் தன்னைப் பார்த்துக்கொண்டே சொல்வதாக யோகாவுக்குச் சந்தேகம். தனது கவனம் பாடத்தில் இல்லை என்பதை அவர் கண்டு பிடித்துவிட்டாரோ என்ற குற்றவுணர்வு அடிக்கடி தோன்றியது. அடிப்படை இலத்திரனியல், ரீவி திருத்தம், றேடியோ திருத்தம் என்ற பகுதிகளாகப் பிரித்துப் பயிற்சிகள் அளிக்கப்பட்டன.

யோகாவின் கவனம் சாதுரியனைப் பற்றியே இருந்தது. 'விடுமுறையில் சென்றவன் ஏன் இன்னும் திரும்பிவரவில்லை. அவனுக்கு ஏதும் ஆபத்து நேர்ந்திருக்குமோ... இப்போதுதான் சமாதான காலமல்லே... ஏன் தாமதமாகணும்...'

சாதுரியனின் தாராளக் காதலில் அவளுக்குத் துளியும் சந்தேகமில்லை. அவன் முழுமையாக, உண்மையான மனதுடன் தான் காதலிக்கிறான். பெண்களைப் பயன்படுத்திக்கொண்டு பதிலுக்கு எதையுமே திருப்பித் தராமல் செல்கிற குணம் அவனுக்கிருக்க முடியாது. இத்தனை நாட்களில் தன் விரலைத்தானும் அவன் தொட்டதுமில்லை, தொட முயன்றது மில்லை. அதற்கான ஒரு தேவை இருந்தவனைப் போன்று நடந்ததுமில்லை. நிச்சயமாக ஒருபோதும் ஏமாற்றவோ, கைவிடவோமாட்டான் என்றே உறுதியாக நம்பினாள்.

'ஏதும் அலுவலாகத் தூரப் பிரயாணம் போயிருப்பான். திரும்பி வந்ததும் அறிவகத்தில் விசாரித்துக்கொண்டு என்னைத் தேடிவருவான்...' எனத் தன்னை நம்பச் செய்வதில் யோகா வெற்றி பெற்றிருந்தாள்.

ஒருநாள், பெண் புனர்வாழ்வு விடுதிக்குக் காய்கறிகள், பழங்கள் ஏற்றிய வாகனத்தைச் சாதுரியன் செலுத்திவந்திருந் தான்.

எதிராக வந்து நின்றதும், நம்பொண்ணாத ஆச்சரியம் அவளுக்கு. அவளது முகத்தின் விகசிப்பில் பல கதைகளைப் படிப்பதுபோலப் பார்த்துக்கொண்டிருந்தான் அவன்.

'கடவுள் என்னைக் கைவிடவில்லெ... என்ட சாதுரியனை என்னட்டக் கொணர்ந்து சேர்த்திட்டார்...'

ஓடிச்சென்று அவனைத் தழுவிக்கொண்டு அழும் உணர்வு கிளர்ந்தாலும் ஒழுக்கவிதிகளை இறுக்கமாகப் பின்பற்றுகிற ஒரு அமைப்பின் உறுப்பினர் என்ற எண்ணம் தடுத்தது.

"என்னோடு கோபமா யோகா..."

உம்மத்

இந்த வார்த்தைகளின் துயரம் புரியாமலா கேட்கிறான்? சங்கடப்படுத்துகிற நோகுப்படுத்துகிற இந்த வார்த்தைகளைத் தவிர வேறு இல்லையா அவனிடம்? அவனை எப்படிக் கோபிப்பது, ஏன் கோபிக்க வேண்டும், அன்பைப் பொழிந்ததற் காகவா? நம்பிக்கையையும், வாழ்தலில் ஆசையையும் விதைத்த தற்காகவா? கோபப்படுவதற்கான எந்த முகாந்திரங்களுமில்லை. இந்தப் பிரிவு எப்படியெல்லாம் வருத்தியது? அவள் எவ்வளவு காத்துக் கிடந்தாள்? இப்படியெல்லாம் கேள்விகள் கேட்பது அவளது விருப்பமாக இருந்தாலும் அவளால் சொல்ல முடிந்தது இதுதான்.

"உங்களக் கோபிக்க ஏலுமே ... என்ட மனம் எப்பிடி யெல்லாம் பதறினென்டு தெரியுமே உங்களுக்கு. என்னைத் தேடி வருவீங்களென்டு நிச்சயமாய் நம்பியிருந்தன் ..."

காதல் உணர்வோடு தொடர்பானது. காதல் நம்பிக்கையின் அத்திவாரம். காதல் சுதந்திரத்தின் திறவுகோல். காதல் இல்லாத வாழ்வை இனியொரு நாள்கூட வாழ முடியாதென்றே நம்பினாள் அவள்.

"என்னை இங்கிருந்து கூட்டிப்போங்கள் ... பொறுப்பாளரி டம் விருப்பத்தைச் சொல்லுவோம். உங்களெப் பிரிந்து என்னால் வாழ முடியாது. நீங்கள் எனக்குள்ள பயணிச்சிருக்கிற தூரத்தை தனிமை அளந்து காட்டிட்டுது எனக்கு ..."

வாழ்வில் இன்பத்தின் கடைசி வாசலைத் திறந்து வைத்திருக்கும் சாதுரியனை இழக்க முடியாத தவிப்பை ஆணித்தரமாக அறிவித்தாள். போராட்டக் குணங்களும் வேகமும் பாய்ச்சலும் அடங்கி, மென்னுணர்வுகளில் அவள் இதயம் தஞ்சம் கொண்டிருந்தது.

"யோகா ... உன்னைப் போலத்தான் நானும், உன்னில் அளவில்லாத அன்பு வச்சிருக்கன் ... என்றைக்கிருந்தாலும் நான் உன்னோடு வாழ்வது உறுதி. உன் கைகளைத் தா ... சத்தியம் செய்கிறேன் ..."

யோகாவின் கைகளை இழுத்து, அவளது உள்ளங்கையில் தன் உள்ளங்கைபடப் பதித்துச் சத்தியம் செய்தான். அவனது கைகளின் வெப்பம் தேவையாக இருந்ததுபோல அவனது பிடி தளர்ந்த பிறகும் தனது கைகளை எடுக்காமலே இருந்தாள். இதுவொன்றுதான் வாழ்க்கையிலிருந்து தனக்கமைந்த நிறைவான பரிசு என்பதாகத் தோன்ற அவனையே பார்த்தபடி நின்றாள். அவனது ஸ்பரிசம் பெரிதும் நிம்மதியாக விடுதலையாக உணரச் செய்தது.

“நமது விருப்பத்தைப் பொறுப்பாளர்களுக்குச் சொல்றதுக்கு இது நேரமில்ல ... சமாதான உடன்படிக்கை முறிஞ்சிடும் நிலைமைகள் உருவாகிக்கிட்டிருக்கு தெரியுமே ... சமாதானத்தின் பேரால் சிறிலங்கா அரசாங்கம் தந்திரோபாயமான வேலைகளில் இறங்கியிருக்குதா என நாம் சந்தேகிக்கிறம். எந்நேரத்திலும் எதுவும் நடக்கலாம் ... நீ இஞ்சயே இருப்பதுதான் பாதுகாப்பு ... உன்னப் பார்த்துப் பேசுறதுக்காகத்தான் நான் வந்ததே ... எனக்கு வேறொரு பொறுப்புத் தந்திருக்கினம் ... அதுவிஷயமா நான் பிரயாணம் செய்கிறேன் ... அதைப்பத்தி எல்லாம் விளக்கமாகச் சொல்லும் நிலையில நானில்ல ... ஏலுமென்டால் இந்த விலாசத்திற்கு நான் கடிதம் அனுப்புகிறேன் ... தைரியமாக இரு ... நீ தைரியமானவள் ... எனக்குத் தெரியும் ...”

“நீங்கள் பேசுகிற வார்த்தைகளக் கேட்டா எனக்குப் பயமாக் கிடக்கு ...”

“பயப்படாதே யோகா ... நாம் பயங்கொள்ளக் கூடாது, எமது போராட்டத்தைக் காக்க வேண்டிய கட்டாயப்பணி எம்மில சுமத்தப்பட்டிருக்கு. இந்தச் சமாதான உடன்படிக்கை நீடிக்காது ... சிறிலங்கா அரசாங்கம் பேச்சுவார்த்தை, சமாதானம் என்டு நம்பளை ஏமாத்த சதிகள் செய்யிது ... சிறிலங்கா இராணுவம் பாகிஸ்தானில பயிற்சி எடுக்கிறதா நமக்கு அறியக் கிடச்சிருக்கு. சீனாவிடம் ஆயுத உதவி பெற உடன்படிக்கை செய்திருக்கிறதாயும் நம்பத்தகுந்த செய்திகள் வந்திருக்கு. நமக்கு இரத்தமும் சதையுமா இருக்கிற எப்போதும் நம்மைத் தாங்கும் மக்கள் இருக்கிறதா நாம நம்புற இந்தியாவும் ஆயுத உதவிகளும் இராணுவப் பயிற்சிகளுமாக நம்மை வஞ்சிக்க சிறிலங்கா அரசோடக் கைகோத்திருக்கு. இதெல்லாம் பார்க்கைக்கே யுத்தம் வெடிக்கிறதுக்கான நிலைமைகள் உருவாகிட்டு. சிறிலங்கா அரசாங்கம் சூழ்ச்சித் தனமா நம்மளச் சிக்கவச்சிருக்கு. பலவந்தப்படுத்தி நம்மை நம்பச் செய்ய முடியாதென்டு தெரிஞ்சு, இணங்கச் செய்து ஏமாத்தும் யுத்த தந்திரோபாயத்தைச் சிறிலங்கா அரசு நம்மில் திணிச்சிருக்கு. மீண்டும் ஒரு யுத்தம் வருமா இருந்தா அது சிறிலங்கா அரசாங்கத்தோட நடக்கிற யுத்தம் மட்டுமில்ல, நாம் உலக நாடுகளுடன் போராடுற யுத்தமாகத்தான் இருக்கும். நடக்கப்போறது தர்ம யுத்தமில்ல ... அதர்மத்தின் யுத்தம். உலக வல்லாதிக்கத்தின் அரக்கத்தனமான போருக்குள் நாம் அகப்பட்டுள்ளோம். இயக்கத்தை அடுத்த அத்தியாயத்திற்குள் அழைத்துச் செல்வதாக இனிவாற போராட்டம் இருக்கும் ...”

“உங்களை இழந்திடுவேனோ என்டு பயப்படுறன் ...”

"இப்படியெல்லாம் கூறி என்னைக் கட்டிப்போடாதே யோகா... கட்டாயங்கள் திணிக்கப்பட்டவையள் நாம். நிதானப்போக்கு நமக்கு மிக அவசியம். யோகா, நாங்கள் சில நிலங்களையும், வளங்களையும், பல உயிர்களையும் இழக்கலாம், எமது இலட்சியத்தை இழக்க முடியாது. உனக்கொரு தத்துவம் சொல்லுகிறேன் கேள், 'நான் சாகலாம், நாங்கள் சாகக் கூடாது'. இந்தத் தத்துவத்தின் அர்த்தம் போராளி உனக்குப் புரியும், சந்தேகமில்லை."

அவனுடைய வார்த்தைகள் ஒவ்வொன்றும் அவளுக்குள் அச்சத்தையும், அவநம்பிக்கையினையும் ஏற்படுத்துவதாகவே இருந்தன. இந்த வார்த்தைகள் எல்லாம் அவன் பேசுகிற கடைசி வார்த்தைகள் போலத் தோன்றியது அவளுக்கு. இதற்கு முன் ஒருபோதும் இது மாதிரியொரு வீர உரையை அவன் உரைத்ததே கிடையா.

அவள் எதுவுமே பேசாது மௌனமாக நின்றாள்.

"அதிக நேரம் நான் இங்கு இருக்க முடியாது... நம்பிக்கையோடு இரு... நான் வருவேன்... வந்து உன்னைக் கூட்டிப்போவேன்..."

சாதுரியன் கடைசியாகக் கூறியதை அமிழ்ந்த குரலில் கூறினான்.

அவளது தோளைத் தடவியபடி விழிகளால் விடை தந்தான். அவளிடமிருந்து சென்றவன், சில அடி தூரம் நடந்துவிட்டுத் திரும்பிப் பார்த்தான். சில கணங்கள் அசையாமல் நின்று அவளையே பார்த்தான்.

"நான் வருவேன்... உன்னைக் கூட்டிப்போக வருவேன்..."

கையசைத்துக்கொண்டே திரும்பிச் சென்றான்.

அவன் சென்ற திசையைப் பார்த்துக்கொண்டு நின்றாள் யோகா. அவளது மனம் எதுவித உணர்ச்சியுமில்லாது விறைத்திருந்தது.

அவனது கரிய வட்ட விழிகள் அவளது கண்ணுக்குள்ளேயே இருந்தன.

9

விதவைகளுக்கான வாழ்வாதார மேம்பாட்டுத் திட்டத்தின் நிதி வழங்கும் நிகழ்வொன்றில் தவக்குல் பங்கேற்றிருந்தாள். மட்டக்களப்பில் நடைபெற்றுக்கொண்டிருந்த நிகழ்வில் மாவட்டத்தின் பல பகுதிகளிலிருந்தும் தமிழ் – முஸ்லிம் விதவைகள் வந்திருந்தனர். தவக்குல்லின் ஏற்பாட்டில் கொழும்பில் இயங்கும் 'விதவைகள் புனர்வாழ்வு அபிவிருத்தி நிலையம்' இதற்கான அனுசரணையினை வழங்கியிருந்தது.

பொது அமைப்புகளும், அரசாங்க, தனியார் அமைப்புகளின் பிரதிநிதிகள் பலரும் இந்த நிகழ்வில் இடம்பெற்றிருந்தனர். விதவைகள் புனர் வாழ்வு அபிவிருத்தி நிலையத்தின் தலைவர் வன சுந்தர பண்டார உரையாற்றும்போது தவக்குல்லின் முயற்சியைச் சிலாகித்தார்.

ஒரு விதவைக்குப் பத்தாயிரம் வீதம் முப்பது லட்சம் ரூபா நிதி வழங்கப்பட்டது. போரில் பாதிக்கப்பட்ட பெண்களின் வாழ்வை மீளக்கட்டியெழுப்பவும் அவர்களின் பொருளாதாரத்தை வலுப்படுத்தவும் அவள் தனியொரு பெண்ணாக மேற்கொண்டுவரும் பிரயத்தனங்களை வனசுந்தர பண்டார விபரித்தார்.

"ஏன் தவக்குல் நீங்கள் ஒரு அமைப்பை ஏற்படுத்திச் செயற்பட்டால் இன்னும் சிறப்பாகச் செய்யலாமே..."

"விருப்பம்தான். ஆனால் அது இலகுவான விஷயமில்ல சேர். அப்பிடியான முயற்சிகளில் இறங்கி நான் தோல்வியடைந்திருக்கிறன்..."

வனசுந்தரவுக்கும் அவருடன் கொழும்பிலிருந்து வருகை தந்திருந்த குழுவினருக்கும் தவக்குல் வீட்டில் மதிய போசனம் ஏற்பாடு செய்யப்பட்டிருந்தது.

வனசுந்தரவும் அவரது குழுவினரும் கல்லடி ரிவேரா ஹோட்டலில் தங்கியிருந்தனர். இரண்டு தினங்களாக மட்டக்களப்பு நகரத்தைச் சுற்றிப் பார்ப்பதும் தன்னார்வ நிறுவனப் பிரதிநிதிகளைச் சந்திப்பதுமாக இருந்த அவர்கள் இந்நிகழ்வை முடித்துக்கொண்டு நேராகக் கொழும்பு செல்ல உத்தேசித்திருந்தனர்.

சுபியான் குடும்பத்தின் வருகையினால் உண்டான அசாதாரணம் முழுமையாக முடிவுக்கு வராத நிலையில் சிங்கள நண்பர்களுக்கான விருந்து குறித்துக் கதைப்பது தயக்கத்தை உண்டுபண்ணினாலும் அதற்கான தேவையும் கடமைப்பாடும் இருப்பதாகத் தோன்றியதால் தவிர்க்க முடியாதிருந்தது. இந்த ஏற்பாடு பற்றித் தவக்குல் கூறியதுமே நிஸா பிடிவாதமாக மறுத்தாள். தாம் ஒத்துழைப்பதனால்தான் அவள் மேலும் மேலும் ஆழத்தில் இறங்கிக்கொண்டிருக்கிறாள் என்பது நிஸாவின் கவலை.

"யுத்தம் முடிஞ்சதுக்குப் பிறகு நிறைய சிங்கள ஆக்கள் வாறாங்க. இவங்க இப்பதான் முதன்முறையா மட்டக்களப்புக்கே வந்திருக்காங்களாம். அதுவுமில்லாம நம்மட மகள்ட அழைப்பில வந்து விதவைப் பொம்பிளைகளுக்கு உதவி செஞ்சிருக்காங்க. அவங்கள உபசரிக்கிறது நமக்கு முக்கியம். முழு மனசோட செய்யிங்க நிஸா ..."

ஹபீபின் இந்த ஆதரவுக் குரலையடுத்து பிள்ளைகளும் கூட்டணியமைத்துக் கோஷமெழுப்பினர்.

"ஓம், உம்மா. நீங்க ஏலாங்காம சமைக்கிற வேலைய ஒத்துக்குங்க. நாங்க ஹெல்ப் பண்ணுறம் ..."

"தெரிஞ்ச விஷயந்தானே ... தவக்குல் என்டா எல்லாரும் தண்ணியா மாறிடுவிங்களே ..."

இப்படிக் கூறிய உம்மாவை நமட்டுச் சிரிப்புடன் ஏறிட்டாள் தவக்குல்.

"ஏன் நிஸா அப்பிடிச் செல்றிங்க ... நீங்களும் பொய்க்கித் தானே ஏலாதுன்டு செல்லிக்கிட்டு இருந்திங்க. நாங்க வேணாம் என்டு செல்லியிருந்தா நீங்க ஆதரவுக் கோஷம் போட்டிருப்பீங்க ..."

ஹபீபின் கேலியில் இருந்த உண்மை அவளை எதுவும் பேசவிடாமல் செய்தது. தலை கவிழ்ந்து நகைத்தபடி நகர்ந்தாள் நிஸா.

வனசுந்தர பண்டாரவின் குழுவோடு வாகனத்தில் வீட்டுக்கு வந்தாள் தவக்குல். ஒன்பது பேரைக் கொண்ட அந்தக் குழுவில் நால்வர் பெண்கள். வனசுந்தர பண்டார

சமூகப் பணிகளில் பிரசித்தி பெற்றவராக இருந்தார். போருக்குப் பின்னர் வடக்கு கிழக்கில் பாதிக்கப்பட்ட விதவைப் பெண் களுக்கு உதவும் பல்வேறு வேலைத்திட்டங்களை அவர் முன்னெடுத்துக்கொண்டிருந்தார்.

கொழும்பு வந்து தங்களது அமைப்பில் இணைந்து தவக்குல் பணியாற்ற வேண்டும் என்பது அவரது விருப்பமாக இருந்தது. “கொழும்பில் வேலை செய்யத்தான் எத்தனையோ பேர் இருக்காங்களே சேர். கிராமங்களில் அடிமட்டத் தளத்தில் வேலை செய்வதற்குத்தான் ஆட்கள் தேவை. அந்த இடவெளிய நிரப்புற ஒரு ஆளா நான் இருந்துட்டுப் போறன். எனக்கு இதுதான் பிடிச்சிருக்கு . . .”

உம்மா, வாப்பா, தங்கைகளுடன் உரையாடுவதற்கும் வந்திருந்தவர்கள் ஆர்வம் காண்பித்தபோதும் மொழி தடையாக இருந்தது. ஹபீபிற்குச் சிங்களம் சுமாராகத் தெரியும். பேசுவதை விளங்கிக்கொள்ள முடிந்தது. சரளமாகப் பேச முடியாமல் தடுமாற வேண்டியிருந்தது.

“வனசுந்தர சேரோட வாற ஆக்கள் நிறையப்பேர் ஆம்பிளைகள். நீங்களும் வீட்டில இருந்தா நல்லா இருக்கும்.” என்ற மகளின் வேண்டுகோளுக்காகவே வேலைகளையெல்லாம் போட்டுவிட்டு விருந்தினர்களைக் கவனிப்பதில் ஈடுபட்டிருந்தார் ஹபீப்.

உரையாடலைத் தவக்குல் மொழிபெயர்த்தாள்.

“அருமையான மகளைப் பெற்றுள்ளீர்கள். உங்களுக்கு மரியாதையினையும் செல்வாக்கையும் தேடித்தருவாள். அவள் திறமைசாலி . . . கெட்டிக்காரி . . .”

தான் இவ்வாறு கூறியதும், ஹபீப் முகத்தில் இருந்த மலர்ச்சி குறைந்துவிட்டாற்போலவும் சட்டென அவர் முகம் வாடிவிட்டதையும் கவனித்தார் வனசுந்தர.

“ஏன், உங்களுக்கு இதில் நம்பிக்கையில்லையா? நான் உண்மையாகத்தான் சொல்கிறேன் . . .”

“அப்படியில்லெ சேர். நாங்க முஸ்லிம் ஆக்கள். எங்கட பெண்களுக்கென்டு சில கட்டுப்பாடுகள், கலாசாரங்கள் இருக்கு. தவக்குல் அதையெல்லாம் மீறிச் செயற்படுறதா இப்பயே நிறையக் குற்றச்சாட்டுகள்.”

எதார்த்தபூர்வமான தனது கவலையை வெளியிட இது தவிர வேறொரு சந்தர்ப்பம் அமையப்போவதில்லை என்று கருதியவரைப் போல மிக நிதானமான அமைதியான குரலில் கூறினார்.

குழுவில் இருந்த பெண்கள் சிலர் தவக்குல்லின் தங்கைகள், உம்மாவுடன் பேச முயன்றனர்.

"நீங்கள் எல்லாரும் முகத்தை மூடிக்கொண்டுதான் வெளியில் செல்வீர்களா."

இவ்வாறு ஒரு பெண் கேட்டதும் சனோ சொன்னாள்,

"நாங்க முகத்தை மூடுறதில்ல, ஹிஜாப் போடுவம் . . ."

"சில ஆக்கள் முகத்தை மூடுறாங்க. சில ஆக்கள் மூடுற இல்லை. கொழும்பில் தவக்குல் மாதிரி தாவணியால் முக்காடு போடுகிற ஆக்களையும் கண்டு இருக்கிறம். ஏன் இப்பிடி வித்தியாசம் . . ."

மற்றொரு பெண்ணின் இந்தக் கேள்வி சங்கடத்தில் ஆழ்த்த ஆளாள் முகத்தைப் பார்த்துக் கொண்டிருந்தனர்.

இந்த விடயத்தில் முஸ்லிம்களுக்கிடையே சர்ச்சையிருப் பதையும், பல பெண்கள் வற்புறுத்தல் காரணமாகவே முகத்திரை அணிகிறார்கள் என்பதையும் முஸ்லிம் அல்லாதவர்களிடம் கூறுவதற்கு அவர்களுக்கு விருப்பமில்லை. திருப்தியான, முழுமையான பதிலை முன்வைக்க யாரும் முந்திக்கொள்ள வில்லையென்பதால் தவக்குல் ஆறுதல் அடைந்தாள். அதேநேரம், இந்த விடயத்தில் ஆழமாகச் செல்ல வேண்டிய தேவை இவ்விடத்தில் இல்லாததினாலும், அதற்கான தருணம் இது அல்ல என்பதினாலும் தவக்குல் அவ்விவாதத்தைத் தவிர்க்க முற்பட்டாள். முகத்திரை பற்றிய கேள்விகள் வெறும் பதில் களில் முடியக் கூடியதல்ல. அது விவாதத்திற்குரியது. தெளிவை வேண்டி நிற்கிற குழப்பத்திற்குரியது. பெண்களின் முகத்துக்கு மட்டுமல்ல பெண்களின் முழு அக, வெளிச் செயற்பாடுகளுக்கும் திரையை, மட்டுப்பாடுகளை வலிந்து திணிப்பதும், சமகாலத்திற்கேற்ற நெகிழ்வு நிலைக்கு அல்லது எதார்த்த நிலைக்கு இடம்தராத மூடிய அமைப்புக்குள் பெண்களைப் பேணுவதிலும் காலத்திற்குக் காலம் கரிசனையைக் கூட்டுகிற சமூகமாகத்தான் இஸ்லாமியச் சமூகம் இருந்துவருகிறது. பெண் சுதந்திரம், பெண் உரிமை குறித்த விடயங்களில் இஸ்லாமிய அடிப்படைவாதிகளின் விளக்கங்களும், எதிர்வினை களும் பலத்த கண்டனத்திற்குரியதாகவும் பல சந்தர்ப்பங்களில் அறிவுக்கும் பகுத்தறிவுக்கும் அப்பாற்பட்டதாகவுமாகிறது. அடிப்படைவாதிகள் சமூகத்தின் காவலர்களாகத் தங்களை வரிந்துகொண்டு அதிகாரமற்ற பஞ்சாயத்துக்களில் ஈடுபடு வதையும், இஸ்லாத்தின் புனித நூலான குர்ஆனில் பெண் கௌரவம் பற்றி ஓதும்போது ஏற்படக்கூடிய நிறைவை நடைமுறையில் காணவே முடியாது என்பதையும் இந்த

சந்தர்ப்பத்தில் இவர்களோடு விவாதிப்பதால் எந்தப் பயனுமில்லை என்பது அவள் எண்ணம்.

திருமணங்களைத் தீர்மானிக்குமளவு இந்த முகத்திரை விவகாரம் விஸ்வரூபமெடுத்துள்ளது. திருமணத்துக்கான பிரதான தகுதியாக, ஒழுக்கமுடையவள் என்பதைச் சந்தேகமற நம்பச்செய்கிற ஆயுதமாக முகத்திரை மாறிவிட்டுள்ளது. முகத்திரையும் அபாயாவும் அணியும் பெண் சஞ்சலங்களுக்கு அப்பாற்பட்டவள், ஆண்களை ஏறெடுத்தும் பார்த்திராதவள், அவள் தொடைகளுக்கிடையில் இருப்பது அந்நியர்களின் கைபடாதது, தூய்மை கெடாதது என்பதாக ஆண்கள் உறுதியாக நம்புகிறார்கள். சிலர் திருமணப்பேச்சுக்களின் போதே திருமணத்தின் பின்பு முகத்திரை மற்றும் அபாயா அணிய வேண்டும் என்பதை நிபந்தனையாக்கிவிடுகிறார்கள். மணப்பெண்ணுக்கான ஆடை ஆபரணங்களை அன்பளிப்புச் செய்யும் போது அபாயா, ஹிஜாப் மற்றும் முகத்திரைகளை வழங்கி நேரடியாகவும் மறைமுகமாகவும் பெண்களை நிர்ப்பந்திக்கிறார்கள்.

அரபு உலகின் கலாசாரமான முகத்திரையும் குல்லாவும் வணிகநோக்குடனேயே ஏனைய நாடுகளுக்குள் கொண்டுவரப்பட்டது. இந்த வணிகக் கலாசாரத்தை இஸ்லாமியக் கலாசாரம் என்பதாகப் பெண்களை நம்பச் செய்யும் முயற்சியில் முதலாளி ஆண்களுக்கு வெற்றியே. இஸ்லாமியப் பெண்கள் ‘அடையாளம்’ சார்ந்த பிரக்ஞையோடும், இந்த உடையை அல்லது முகத்திரையை மறுக்கிறபட்சத்தில் தானொரு ஒழுக்கங்கெட்ட பெண்ணாக, இஸ்லாமிய நெறிகளை மீறியவளாக, ஏன் ஒரு விபசாரியாகப் பார்க்கப்படுவோமோ என அஞ்சுகிறளவுக்குப் பெண்களில் இந்த விவகாரம் திணிக்கப்பட்டிருக்கிறது.

கொஞ்சமும் பொருத்தமில்லாத இடத்தில் தேவையற்ற விதமாகத் தனது எண்ணங்கள் இழுபட்டுச் செல்வதாக உணர்ந்து சுதாகரித்துக்கொண்டாள் தவக்குல்.

மதியச் சாப்பாட்டை முடித்துக்கொண்டு அவர்கள் கிளம்புவதற்கு ஆயத்தமாகிக்கொண்டிருக்கும்போது தெய்வானை வந்தாள்.

தெய்வானையை அவர்களுக்கு அறிமுகம் செய்துவைத்தாள் தவக்குல்.

“தவக்குல் உங்களது வீட்டைச் சமூக நிலையம்போலப் பயன்படுத்துறிங்க. முஸ்லிம் பெண் . . . உங்கள் வாப்பா சொன்னதுபோலப் பல்வேறு கலாசார, சமூகத் தடைகளை மீறி . . .”

“இப்படியான வேலைகளைத் தொடர்ந்தும் நல்லவிதமாச் செய்றதுக்கு அல்லாஹ்மீதான என் நம்பிக்கையும், உம்மா, வாப்பா, தங்கைகள் காட்டுகிற அன்பும், ஒத்துழைப்பும், புரிந்துணர்வும்தான் காரணம் சேர் . . .”

“எதிர்காலத்திலும் நாம இணைந்து வேலை செய்வோம் . . . வேறு புதிய புரபோசல்களை எழுதுங்கள் . . . முயற்சி பண்ணுவோம் . . .”

வாசல்வரையும் சென்று வந்தவர்களை வழியனுப்பினாள் தவக்குல். வாப்பாவும் உம்மாவும் அவளுடனேயே இருந்தனர்.

“அக்கா . . . அவையளிட்டப் பேசி எனக்கும் உதவி செய்திருக்கலாமே . . .”

வழியனுப்பிவிட்டு வந்தவளிடம் அவர்கள் சென்றுவிட்ட ஏமாற்றம் அப்பட்டமாக முகத்தில் தெரிய பரிதாபமான குரலில் கூறினாள் தெய்வானை.

“உனக்கு என்ன செய்றது . . . அதுதான் பயிற்சி எடுக்கிறாய்தானே . . .”

“இன்டயோட பயிற்சி முடிஞ்சிட்டு தெரியுமே . . . எனக்கு விடுகை விழாவும் கொண்டாடிட்டினம் . . .”

தெய்வானை இப்படிக் கூறியதும், தவக்குல்லின் தங்கைகள் சிரித்தார்கள்.

“விடுகை விழாவா . . . அது நீங்கதானே செய்யணும் . . . பயிற்சியும் தந்து விடுகை விழாவுமா . . .”

“நாமளும் தெய்வானைக்கு விடுகை விழா நடத்துவம் . . .”

நிஸா இப்படிக் கூற எல்லோருமே சிரித்தனர். சில நாட்களுக்குப் பின்னர் ஒன்றுகூடிச் சிரிப்பதை உணர்ந்து தவக்குல் நெகிழ்ந்தாள். திருமணப் பேச்சு நின்றுபோன சம்பவத்தின் பின் இன்றுதான் வீடு களைகட்டுகிறது.

“சும்மா இருங்கம்மா நீங்களும் கேலி செய்துக்கிட்டு . . . அக்கா என்ட பேச்சைக் கேளுங்வோவன் . . .”

நிஸாவை இடைநிறுத்திவிட்டுத் தெய்வானை உரத்துக் கத்தினாள். தெய்வானை வந்து இரண்டு வாரங்களாகிவிட்டன. அவள் அந்தக் குடும்பத்தில் ஒருத்திபோல மாறியிருந்தாள். தனக்கு வேண்டியதைக் கேட்டுப் பெறவும் மறுக்கவும், கூச்சமின்றிப் பழகவும் பழக்கப்பட்டிருந்தாள்.

“உன்ட பேச்சைக் கேட்டுத்தானே எல்லாரும் சிரிக்கிறாங்க . . . சரி செல்லேன் . . .”

தவக்குல் சிரிப்பு மாறாமலே கேட்டாள்.

"அக்கா பயிற்சி முடிஞ்சுது ... தொழில் தொடங்குறதுக்குச் சின்னச் சின்ன உபகரணங்கள் வாங்கணும் ... சின்னதாக ஒரு விளம்பரப் பலகை செய்யணும் ... கொஞ்சம் செலவாகுமில்லே. இந்த அமைப்பிட்ட சொன்னால் அவையள் காசு தரமாட்டினமே ..."

"அவர்கள் விதவைகளுக்குப் புனர்வாழ்வளிக்கிற அமைப்பு ... நீ ஒருத்தி என்டதால் கதைச்சுப் பார்க்கலாம் ... இன்னும் ரெண்டு நாளில நான் நீர்கொழும்புக்குப் போறன். கொழும்புக்கும் போவென். வனசுந்தர சாரையும் சந்திக்கிற வேலயிருக்கு ... பேசிப் பார்க்கிறன் ... இல்லையென்டா வேறேதாவது அமைப்பிடம் கேட்கலாம் ..."

தவக்குல்லிடம் பாரம் சுமத்தியதும் நம்பிப் பெருமூச்சு விட்டாள் தெய்வானை.

தவக்குல் நீர்கொழும்பு செல்வதாகக் கூறியதைக் கேட்டு உம்மாவும் வாப்பாவும் ஆச்சரியமாக அவளைப் பார்த்தனர்.

"நீர்கொழும்புக்கா எப்போ போறது ... செல்லவுமில்லியே ..."

உம்மாவிடமிருந்துதான் முதல் கேள்வி வந்தது.

"எனக்கே இன்டக்கித்தான் தெரியும் உம்மா. காலையிலதான் ஈமெயிலில இன்விடேஷனைப் பார்த்தன். இது பெண்களுக்கு மட்டும் நடக்கிற மாநாடு. இலங்கை பூராவும் சமூகவேலை செய்ற எல்லாப் பெண்களும் இந்தக் கூட்டத்திற்கு வருவாங்களாம். நான் கட்டாயம் போகணும் என்டு நினைக்கிறன் ..."

இந்தப் பயணத்தை நிறுத்து என்று கூற முடியாத இயலாமையுடனும் இதைச் செய்யத்தான் வேண்டுமா என்பதுமான பரிதாபத்துடன் வாப்பா அவளைப் பார்த்தார்.

"என்ன வாப்பா அப்பிடிப் பார்க்கிறிங்க ... நான் போறதில உங்களுக்கு ஒன்டுமில்லியே ..."

"மகள் ... அல்லாஹ் மனிதன்ட எண்ணங்களையும் செயல்களையும் பார்க்கிறான். ஆனால் மனிசர் அப்பிடியில்லம்மா ... இன்டக்கி நான் ளுஹர் தொழப்போன இடத்தில ஜம்மியத்துல் உலமா சபையில நம்மட ஊருக்குத் தலைவரா இருக்கிற நவாஸ் மௌலவியப் பார்த்தென். அவங்களுக்கு உன்னப் பத்தி வம்புதும்பா எழுதிக் கடிதம் வந்திருக்குதாம்மா ..."

கடைசி வரிகளைக் கூறும்போது அவர் குரல் தடுமாறியது. குழப்பமான பார்வையுடன் நிஸா என்னவோ போலானாள்.

"யாரு கடிதம் எழுதியிருப்பா, எல்லாம் அந்த சுபியான்ட வேலையாத்தான் இருக்கும் . . ."

ஜானா உறுதியான குரலில் கோபமாகக் கூறினாள்.

"நவாஸ் மௌலவி வேறென்ன வாப்பா சொன்னாரு . . ."

பதற்றமோ பயமோயில்லாமல் மிக அமைதியாகக் கேட்டாள் தவக்குல்.

"தவக்குல் நல்ல பிள்ளைதான். இருந்தாலும் இப்படியான முறைப்பாடுகள் வரும்போது விசாரிக்கிறது எங்கட கடமை. இது முதல் கடிதமெங்கிறதால நாங்க விட்டுட்டம். இதுக்குப் புறவும் இப்பிடியொரு கடிதம் வருமா இருந்தா நாங்க விசாரிக்கவும், நடவடிக்கை எடுக்க வேண்டியும் இருக்கும். உங்கட மகளை ஏன் வெளியில அனுப்பிப் பிரச்சினைகளைச் சம்பாதிக்கிறிங்க . . . படிச்ச புள்ளை ஏதாச்சும் கௌரவமான தொழிலச் செய்யலாமே . . . ஆம்புளைகள் செய்யிற வேலையப் பொம்புளைகள் கையில எடுத்தா பிரச்சினதான் ஹபீப் . . ."

"மௌலவி என்டா என்ன அக்கா எதுவும் செய்யலாமா அவரு . . ."

ஆத்திரமாகக் கேள்வி எழுப்பினாள் தெய்வானை. அவளுக்கு இவை எல்லாம் புதிதாகத் தெரிந்தன. அவர்கள் பேசுகிற விஷயத்தின் மையக் கருத்தைப் புரிந்துகொண்டாலும் அதற்கான அவசியம் அவளுக்குத் துளியும் விளங்கவில்லை. பதிலளிக்கும் மனநிலையில் யாரும் இல்லையென்பதால் அவளது கேள்வி கேட்கப்பட்டதாக மட்டுமே இருந்தது.

கடிதத்தை யார் எழுதியிருந்தாலும், தலைகுனியச் செய்ய வேண்டும், சிக்கலில் அகப்படச் செய்து வேடிக்கை பார்க்க வேண்டும் என்ற எண்ணத்திலேதான் எழுதியிருப்பார்கள் என்றே தவக்குல் நம்பினாள். இதிலிருந்து பாதுகாப்புப் பெற வழிகள் உண்டா என்பதே அவளது பிரதான யோசனையாக இருந்தது.

ஹபீபும் நிஸாவும் இது பற்றியே பேசிக்கொண்டிருந்தார்கள்.

"நாம என்ன சொன்னாலும் தவக்குல் கேக்கிறயுமில்ல . . . நமக்கு என்னமோ நடக்கப்போவுது . . . நமக்கு யாரு இருக்கா என்ன நடந்தாலும் தட்டிக்கேக்க . . . நாம படிக்காத கூட்டம். பண வசதியும் இல்ல . . . எது நடந்தாலும் ஏனென்டு கேக்குற மாதிரி நம்மட குடும்பத்தில யாருதான் அதிகாரத்தில இருக்கா . . .

இதெல்லாம் தெரிஞ்சுக்கிட்டுத்தான் இப்பிடியெல்லாம் செய்றாங்க... வேணாம் மகள் இதொன்றும் வேணாம்... நீ வீட்டிலேயே இரு..."

உம்மாவின் புலம்பலில் நியாயமிருந்தாலும் அது அவளை எரிச்சலையடையச் செய்தது. அணைக்க ஒண்ணாத சுதந்திரக் கனல் கனல அங்கேயே நின்றிருந்தாள்.

'அல்லாஹ் அறிய எந்தத் தவறுமே செய்யாத என்னை ஒரு கடிதத்தைக்கொண்டு தண்டிப்பார்களா இவர்கள்? என்னில் என்ன பழி சுமத்தப்பட்டுள்ளதென்று நான் தெரிந்து கொள்ள வேண்டாமா? அந்தக் கடிதம் சொல்லும் என் குற்றங்களைச் சாட்சியங்களுடன் நிரூபிக்க வேண்டாமா? இந்த அச்சுறுத்தலுக்கு நான் அடிபணிவது தேவையா?'

எதையெதையோ யோசித்துக்கொண்டிருந்துவிட்டு இப்படிக் கூறினாள், "இஸ்லாமிய ஷரீஆப்படி நான் செஞ்ச குத்தத்தை விசாரிக்கட்டும். அதை நிரூபிக்கட்டும். தண்டனை தரட்டும். நான் ஏத்துக்கிறன்..."

இது யாரும் எதிர்பாராத ஒன்றாக அமைந்ததை எல்லோர் முகங்களும் கண்களும் உணர்த்தின. எந்தச் சவாலாக இருந்தாலும் அதனை ஏற்றுக்கொள்ளத் தான் தயார் என்பதாக அறிவிப்புச் செய்த அவளது பதிலைக் கேட்டு என்ன செய்வதென்றே தெரியாமல் உம்மாவும் வாப்பாவும் ஆளாளுக்கு முகத்தைப் பார்த்தனர். அவர்கள் பார்வையில் நம்பிக்கை ஒளி நீர்த்து விட்டிருந்தது.

அறைக்குள் வந்து கதவைச் சாத்தினாள் தவக்குல். தன்னையும் மீறி வழிந்த கண்ணீரைத் தாவணியால் ஒத்தியெடுத்தாள். இது இயலாமையின் கண்ணீர் அல்ல என்பதாக நெஞ்சில் ஒரு கையை ஊன்றித் தன்னைக் கட்டுப்படுத்தினாள்.

சற்றும் எதிர்பாராத விதத்தில் ஆன்மாவைக் குழப்பிய இந்நிகழ்வின் முடிவாக அல்லாஹ்வைப் பிரார்த்தித்தாள். மனதைத் தெளிவுபடுத்தும் என்று நம்பியவளாக...

'தாட்சண்யம் நிறைந்த மனதைத் தந்தவனே! இதிலிருந்து மீளுற வழிகளக் காட்டு. யாரஹ்மானே... நான் குற்றமற்றவள். நீ அறிவாய். என் செயல்களுக்கு நீதான் சாட்சி. உன்னத் தவிர நான் யாருக்கும் பணியமாட்டென்.'

10

சாதுரியன் கூறினாற்போலச் சமாதான உடன்படிக்கையில் விரிசலும் நம்பிக்கையீனங்களுமே எஞ்சின. சந்தேகத்துடனும் நம்பிக்கையற்ற விதத்திலுமான பேச்சுக்களால் இரு தரப்புக்கு மிடையே முரண்பாடுகள் விஸ்வரித்தன.

சமாதானப் பேச்சுக்குத் தூதாக வந்த நோர்வே இயக்கத்திற்கே ஒத்துழைப்புச் செய்கிறதென்டும் நாட்டைச் சுரண்ட வந்த அந்நிய சக்தி என்றும் எதிர்க்கட்சிகளும் சிங்கள அமைப்புகளும் கோஷமிட்டுக் கொண்டிருந்தன. பாராளுமன்றத்துக் குள்ளும் வெளியிலும் அரசியல்வாதிகள் அல்லோலப்பட்டனர். நோர்வே சுரண்டிச் செல்கிற அளவுக்கு இலங்கையில் பொன் விளையுதா அல்லது இலங்கையுடன் ஒப்பிடுகையில் நோர்வே எந்தமட்டில் வீழ்ந்து கிடக்கிறது, இலங்கையின் தோளை ஊன்றிப் பிடித்தெழும்ப தேவை உண்டா நோர்வே நாட்டுக்கு என்றெல்லாம் பலவாறான வாதப் பிரதிவாதங்கள்.

வாழ்வின் இயல்பான நீரோட்டங்களைப் புறந்தள்ளியிருந்த போராளிகள் மனநிலைகளிலும் மாறுதல்கள் ஏற்பட ஆரம்பித்திருந்தன. வாழ்தலில் பிடிப்பும் கடந்துபோன காலங்களை வீணே கழித்த ஆதங்கமும் கழிந்தவற்றைத் திரும்பப் பெற முடியாத ஏக்கமும் அலைக்கழித்ததில் போராளிகள் பலர் தப்பியோடினர். விடுமுறையில் சென்றவர்களில் அனேகம் பேர் திரும்பி வரவேயில்லை. போராளி களின் புற வாழ்விலான விருப்பத்தைத் தூண்டிய செயற்பாடாகவே சமாதான உடன்படிக்கை இருந்தது. சமாதானப் பேச்சுவார்த்தைகளுக்காக வெளிநாடுகளுக்குப் பயணம் செய்த இயக்கப் பொறுப்பாளர்கள் பலர் ஐந்து நட்சத்திர விடுதி களில் தங்கியது, இன்னோரன்ன உல்லாச

வகையறாக்களை அனுபவித்ததாகவெல்லாம் இயக்கத்துக்குள் பரவிய கிசுகிசுக்கள் ஏனைய போராளிகளிடையே பலத்த ஏமாற்றத்தையும் சஞ்சலத்தையும் உண்டுபண்ணின. இயக்க அரசியல் துறைப் பொறுப்பாளர்கள் சிலர் நீண்ட காலமாகத் தேச விடுதலைக்காகக் கடைபிடித்துவந்த ஏகபத்தினி விரதத்தைச் சிங்கள அமைச்சர்களால் அன்பளிப்பு செய்யப்பட்ட பெண் செட்அப்புகளால் கைவிட நேர்ந்ததாகவெல்லாம் இயக்கத்துக்குள் கதைகள் பரவியிருந்தன. உலக சரித்திரங்களின் எல்லா சாம்ராஜ்யங்களும் வீழ்ந்துபோகக் காரணமாக இருந்த மனிதனின் ஆசைக்கு இயக்கம் மட்டும் விதிவிலக்கா என்ன?

இரண்டு தசாப்தங்களுக்கும் மேலாகக் காப்பாற்றிவந்த கட்டுக்கோப்புகளைச் சிதைவடையச் செய்யும் தந்திரோபாய உடன்படிக்கை சமாதான முன்னெடுப்பு நாடகங்களில் சிறிலங்கா அரசு உறுதியாக வெற்றியடைந்தது.

பல பத்தாண்டுகளாக உருவாக்கப்பட்ட சித்தாந்தத்தை ஒரு சொற்பொழிவினாலோ சில சுற்றுப் பேச்சுவார்த்தை களினாலோ உடன்படிக்கைகளினாலோ சுற்றுப்பயணங் களினாலோ மாற்றிவிட முடியாது. எதிரிகளை நம்பச் செய்யும் ஒரே வழி அவர்களை இணங்கச் செய்வதன்றி பலவந்தப்படுத்து வதல்ல என்ற தந்திரோபாயம் சரியான பிரதியீடுகளை ஏற்படுத்திக்கொண்டிருக்கிற திருப்தியில் சிறிலங்கா அரசு இருப்பதை இயக்கம் சற்றுத் தாமதமாகப் புரிந்துகொண்டது.

இடையிடையே சமாதான உடன்படிக்கையை மீறும் மோதல்களும் தாக்குதல்களும் ஆங்காங்கே இடம்பெற்றுக் கொண்டிருந்தன.

சாதுரியனிடமிருந்து யோகாவுக்குக் கடிதம் வந்தது.

ஒவ்வொரு வரியையும் ஞாபகச் சிறையில் பத்திரப் படுத்தினாள் யோகா.

என் அன்பானவளே யோகா,

நீ பாதுகாப்பாக ஒரு பிரச்சினையும் இல்லாது இருப்பாய் என்றே நம்புகிறேன். எனக்கு ஒரு ஆபத்தும் இல்லை. வந்ததிலிருந்து நான் ஓய்வில்லாது வேலை செய்துகொண் டிருக்கிறேன். அவற்றை எல்லாம் கடிதத்தில் விபரமாக எழுத முடியாது. இடையிடையே உன் அன்பு முகம் ஞாபகத்தில் வந்துபோகிறது. உன்னை என்னால் மறக்க முடியாது. நீ அன்பானவள். எனக்காகவே பிறந்தவள்.

நீ ஒன்றையும் யோசிக்காதே. நான் திரும்பி வருவேன். பொறுப்பாளர்களிடம் நம் விருப்பத்தைக் கூறி உன்னை மணந்துகொள்வேன். தைரியமாக இரு.

கீழே இருக்கிற விலாசத்திற்குப் பதில் எழுது. இங்கு நான் குறுகிய காலம்தான் இருப்பேன். இன்னுமொரு முக்கியமான வேலையாக நான் வேறொரு இடத்திற்குச் செல்லவிருக்கிறேன்.

உன்னை நேசிக்கும்,
சாதுரியன்.

பறவையின் சிறகுபோல அவளைத் தடவிக்கொடுத்தன அவன் எழுத்துக்கள். நெஞ்சுக் காயத்தை ஆற்றும் களிம்பை வார்த்தைகளில் தடவி அனுப்பியிருப்பதாக அவள் எண்ணினாள். அழகான கையெழுத்துக்களில் எழுதப்பட்ட கடிதத்தில் கடைசியாக அவன் ஒரு முகவரியைக் குறிப்பிட்டிருந்தான். அது முல்லைத்தீவு மாவட்டத்தைக் குறிப்பதாக இருந்தது.

உடனே பதில் வரைந்தாள்.

அன்பரே,

உமது கடிதம் எனக்குள் ஏற்படுத்திய ஆனந்தத்தைச் சொல்லில் காண்பிக்க இயலாது. எக்கணமும் நான் உம் ஞாபகமாகவேதான் உள்ளேன். நீர் வந்து என்னை அழைத்துச் செல்லும் நாளுக்காகக் காத்திருக்கிறேன்.

என் இலத்திரனியல் பயிற்சிகள் முடிந்துவிட்டன. சர்வதேசத் தரத்திலான சான்றிதழைப் பெற்றுள்ளேன். நிகழ்வில் நீரும் இருந்திருப்பின் நான் மிகுந்த சந்தோஷம் அடைந்திருப்பேன்.

இந்தப் பிரிவு நமக்குத் தற்காலிகமானதுதான். இந்தப் பிரிவின் பின்னர் இன்பமான வாழ்க்கை நமக்குக் காத்திருக்கிறது. அந்த நாளை நான் எதிர்பார்த்துக் கொண்டுள்ளேன்.

என்றும் தங்கள்,
யோகா.

சாதுரியனின் முதலாவது கடிதத்திற்குப் பின்னர் அவனிடமிருந்து கடிதங்களே வரவில்லை. மன ஆறுதலுக்கு இரண்டு, மூன்று கடிதங்கள் அனுப்பினாள் யோகா. அந்த விலாசத்தில் குறுகிய காலமே இருப்பேனென்றும் வேறொரு இடத்திற்குச் செல்லவிருப்பதாகவும் அவன் குறிப்பிட்டிருந்தான்

ஆகையால், தொடர்ந்தும் கடிதம் எழுதுவதை நிறுத்திக் கொண்டிருந்தாள்.

இப்படியே அசௌகரியமான சூழலை அனுபவித்தபடியே பல மாதங்கள் கடந்துவிட்டிருந்தன. இடைவெளியை அதிகப்படுத்துவதற்குப் பதில் இன்னும் அவளைச் சாதுரியனிடம் அதிக நெருக்கமாக்கியது காலம். காலத்திற்கு மறக்கும் சக்தி இருக்கலாம். பிரிவுக்கு அது கிடையாது. பிரிவுக்கிடையிலான ஏக்கங்களை அன்பின் தாகங்களைக் கால இடைவெளிகளால் அன்றி அவன் நியாபகங்களால் நிரப்பிக்கொண்டிருந்தாள் யோகா. அவனது வருகைக்காக நம்பிக்கையோடு காத்துக் கொண்டிருந்தாள்.

பயிற்சியை முடித்துக்கொண்ட எட்டுப் பெண் போராளிகளுக்குமென இலத்திரனியல் உபகரணம் திருத்தும் கடை நிர்மாணப் பணிகள் இடம்பெற்றுக் கொண்டிருந்தன.

இக்காலப்பகுதியிலேயே மணலாற்றுக் களமுனையில் கடும் சமர் வெடித்திருந்தது. இயக்கத்தின் கொக்கிளாய், கொக்குத்தொடுவாய், தம்பிரிவலை முகாம்களைக் கைப்பற்ற இராணுவம் முயன்றுகொண்டிருந்தது. காடுகள் அதிகமான மணலாறுதான் இயக்கத்தின் பிரதான போக்குவரத்துப் பகுதியாக விளங்கிய பிரதேசம். வடக்கையும் கிழக்கையும் இணைக்கும் இதயபூமியென மணலாற்றை இயக்கம் அழைத்தது.

சாதுரியனின் எண்ணங்களால் மன அழுத்தத்திற்கு ஆளாகியிருந்தாள் யோகா. அவனுக்கு ஆபத்து நேர்ந்திருக்குமோ என்கிற சிந்தனையிலிருந்து அவளால் விடுபட முடியவில்லை.

இந்நிலையில் சாதுரியனிடமிருந்து ஒரு கடிதம் வந்தது. நீண்ட நாளாகத் தொலைந்துபோன குட்டியைத் தேடியலைந்து நதிக்கரையில் கண்டுபிடித்த மான்போலக் குதித்தாள். அக் கடிதத்தை நீண்ட நேரம் நெஞ்சோடு அணைத்துக்கொண் டிருந்தாள். மிகுந்த பிரயாசையோடு பிரித்தாள். சில வரிகளே எழுதியிருந்தான் அவன்.

யோகா என் கண்ணே...

காதலைவிடவும் கடமை முந்திக்கொள்கிறதடி... என்னைக் கோபிக்காதே. நம்பிக்கையிழக்காதே. நிலைமை இப்போது முற்றிலும் மோசம். நீ எல்லாம் அறிவாய் என்று நம்புகிறேன். தைரியமாக இரு. எம்மைக் கடவுள் கைவிட மாட்டார். நான் மட்டக்களப்பு செல்கிறேன். எவ்வளவு காலம் எந்த விலாசத்தில் இருப்பேனென்று

ஒன்றும் புரியவில்லை. அங்கு சென்று நிலைமைகளைப் பார்த்துப் பின் கடிதம் எழுதுகிறேன். கலங்காதே. தைரியமாக இரு.

உனக்காகவே,
சாதுரியன்.

நேரடி அர்த்தம் ஒன்றாக இருக்க மறைமுக அர்த்தம் வேறொன்றாக மிகப் பெரிய மாறுபாட்டை அல்லது இடைவெளியைத் தருவதாக அவன் வார்த்தைகளை உணர்ந்தாள். எழுதப்பட்டிருந்த வார்த்தைகளுக்கு அப்பால் கருத்தியல் ரீதியாகப் பல அர்த்தங்கள் புரிபடுவதாகத் தோன்றியது. முன்னைய கடிதங்களில் போன்ற அவனது அழகிய கையெழுத்துக்களைக் காண முடியாமல் போனது ஆழ்ந்த துயரத்திற்கு மனதை இட்டுச் சென்றது. மிக அவசரமாக எழுதப்பட்டிருந்த சொற்கள் நெஞ்சைப் பிசைந்தன. உன்னை வந்து கை பிடிப்பேன் என்று துணிந்து எழுதிக்கொண்டிருந்த அவன், கடவுள் நம்மைக் கைவிடமாட்டார் என எழுதியிருந்தது, ஏதோ கூடாத சமிக்ஞை போலவிருந்தது. 'கடவுள் கைவிடமாட்டார்' என்பது அவன் சுய நம்பிக்கையை இழந்துவிட்டதைக் காட்டுவதாகவே நம்பினாள். ஆபத்தை நோக்கி நகர்ந்துகொண்டிருக்கிறான் அவன் என உள்மனது எச்சரித்தது. அவனை எந்த ஆபத்தும் நெருங்கக் கூடாதென்றும், அவனோடு தான் வாழும் வரத்தைத் தந்தருள வேண்டும் என்றும் ஓயாமல் பிரார்த்தித்தபடியிருந்தாள்.

அவன் கடிதத்தில் கூறியது போலவே நிலைமை மிக மோசமாகியது.

இலத்திரனியல் பழுதுபார்க்கும் நிலையத்தின் கட்டுமான வேலைகள் முழுவதும் பூர்த்தியடைந்து பொருள்களும், பழுதுபார்த்தல் உபகரணங்களும் கொண்டுவரப்பட்டுவிட்டன. கடைத் திறப்புவிழாவை நடத்துவதற்கு இன்னும் இரண்டு தினங்களே இருந்தன.

"இராணுவம் மன்னார் காடுகள் ஊடாக அக்கராயன் குளத்தில் இருந்த நமது நிலைகளைக் கைப்பற்றிட்டினமாம்."

"இராணுவம் கிளிநொச்சியின் எல்லைப் பகுதிகளை நெருங்கிவருகிறதாம் ..."

"புனர்வாழ்வு நிலையத்தில் உள்ள பெண் போராளிகள் எல்லாரும் உடையார்கட்டுக்குச் செல்லட்டாம் ..."

தகவல் வந்ததும் புனர்வாழ்வு நிலையத்தில் இருந்த பெண் போராளிகள் அவசர அவசரமாகத் தயாராகிக்கொண்டிருந்தனர்.

கிளிநொச்சி அழகான செழிப்பான நகரம். கிளிநொச்சி நகரச் சந்தைக்குப் பல இடங்களிலிருந்தும் மக்கள் வருவார்கள். கிளிநொச்சி மக்கள் அன்பானவர்கள், பண்பானவர்கள். இப்படிப்பட்ட நகரத்தில் இலத்திரனியல் பழுதுபார்த்தல் கடை திறக்கப்பட்டால் வியாபாரமும் நடக்கும், இலாபமும் பார்க்கலாம் என யோகாவும் ஏனைய போராளிகளும் வளர்த்திருந்த நம்பிக்கை உடையார்கட்டுக்கு அவர்கள் அழைத்துச்செல்லப்பட்டதுடன் சிதைக்கப்பட்டது. செழிப்பான, அழகான பிரதேசத்தில் அன்பாகவும், பண்பாகவும் வாழ்ந்த மக்களும் விதிவிலக்கின்றி இடம்பெயர நேர்ந்தது. யுத்தம் எல்லா மக்களையும் காவுகொள்ள வெறியோடு துரத்திக் கொண்டிருந்தது.

யோகாவும் ஏனைய போராளிப் பெண்களும் உடையார் கட்டிற்கு இடம்பெயர்ந்தனர். சில வாரங்கள் உடையார்கட்டில் தங்கியிருந்தார்கள். அறிவகம் போன்றோ புனர்வாழ்வு நிலையம் போன்றோ சௌகரியமானவை இல்லை தங்க நேர்ந்த புதிய இடங்கள். அசௌகரியத்தின் முழுமையையும் அக்கிரமத்தன மாகக் போதித்தது இடப்பெயர்வு. திட்டமிடல்கள், எதிர்பார்ப்பு களை ஒன்றுமேயில்லாமல் செய்து ஒட்டுமொத்தமான ஏமாற்றத் தின், விரக்தியின் விஸ்வரூபம் எல்லோரிலும் வியாபித்திருந்தது.

“தோழிகளே, சிறிலங்கா இராணுவம் விசுவமடுவை நோக்கி நகர்கிறதாம். இங்கிருந்து உடனடியாக முல்லைத்தீவுக்குச் செல்லட்டாம். ஆயத்தமாகுங்கள். தாமதிக்க வேண்டாம்.”

இடப்பெயர்வு எல்லா வகையிலும் மிகுந்த நெருக்கடி யானது. பதினைந்து நாட்களுக்கு ஒரு தடவை இடம்பெயரும் துர்பாக்கியம் துரத்தியது. நின்று நிதானித்து யோசிக்க யாருக்கும் நேரமில்லை. உடையார்கட்டிலும், விசுவமடுவிலும் ஆயிரக் கணக்கானவர்கள் இறந்து மடிந்தனர். தங்களுடைய வாழ்வின் கடைசி நாளை நெருங்கிவிட்டதாகவே எல்லோரும் நம்பினர்.

‘தண்ணீ தண்ணீ!’

தவிக்கிற உயிர்களைத் திரும்பிப் பார்க்கத்தானும் அவகாச மில்லை. பாதுகாப்பான இடம்தேடி அவரவர்பாட்டில் ஓடிக் கொண்டிருந்தனர்.

‘ஆ அம்மா’ என்ற முனகல்களும் உயிர் பிரிகிறதென ஊகிக்கத்தக்க மிகப் பயங்கரமான ஓலங்களும் பின்தொடர்ந்து கொண்டேயிருந்தவொரு கொடிய நிலமாக அது மாறி விட்டிருந்தது.

கிளிநொச்சி மக்களும் முல்லைத்தீவு மாவட்டத்திற்குள் தஞ்சம் கோரியிருந்ததனால் சனநெரிசல் ஏற்பட்டிருந்தது. சனநெருசலினாலும் பட்டினியினாலும் மக்கள் இடம்பெயர முடியாது களைப்படைந்தனர். இரு பக்கத்திலிருந்தும் சரமாரி யாக மேற்கொள்ளப்பட்ட ஷெல் தாக்குதலில் சிக்குண்டு மக்கள் சாரைசாரையாக இறந்தனர். எப்பக்கம் திரும்பினாலும் பிணங்களின் குவியல். எரிந்த உடல்கள் சில புகை கக்கிக்கொண்டு கிடந்தன. இரத்த வாடையும் கருகிய மணமும் ஒருசேரக் கலந்த உயிரை மாய்க்கும் நச்சு நாற்றத்தைக் காற்றலைகள் காவித் திரிந்ததில் முழுச் சூழலும் மரண மயக்கத்தி லிருந்தது. சுடுகாட்டில் பிசாசுகள் துரத்துவது போன்ற கனதியான சித்திரமாக இருந்தது சூழல். குழந்தைகளையும் கர்ப்பிணி களையும் இனந்தெரியாத தொற்றுநோய்கள் பீடித்தன. சந்தேகமற மனித அவலத்தின் அரங்கேற்றம் நிகழ்ந்துகொண்டிருந்தது.

உடலும் மனமும் களைப்படையச் சோர்ந்து சரிந்தாள் யோகா.

"என்னால இனியேலா ... உதையெல்லாம் பார்க்கச் சகிக்கேல்லை ... என்னெ விட்டுப்போட்டுப் போங்கோ ..."

"சோர்வதற்கு இது நேரமே, நாம் நமது உயிரப் பாதுகாத்துத் தான் ஆகணும். எழுந்திரு ..."

சக போராளிகள் அவளைத் தைரியப்படுத்தினர்.

தைரியப்படுத்துபவர்கள் பின் ஒரு கணத்தில் சோர்ந்து அமருவதும், வேறு சிலர் அவர்களைத் தைரியப்படுத்துவதும், பின்னர் அவர்களே துவள்வதுமாக மாறி மாறி எல்லோருமே மனச்சோர்வுக்குள்ளாயினர்.

பதினைந்து நாளைக்கு ஒரு இடம் என்றிருந்த இடப்பெயர்வு ஐந்து நாளைக்கு ஒரு இடம் என்ற நிலையை அடைந்தது. இடம்பெயர்ந்தவர்கள் எல்லோருமே முள்ளிவாய்க்கால் என்ற இடத்தை நெருங்கியிருந்தார்கள். கிளிநொச்சி, முல்லைத்தீவு ஆகிய இரு மாவட்ட மக்கள் அனைவரும் ஒரு சிறிய எல்லைக்குள் குவிய வேண்டிய கட்டாயம்.

முள்ளிவாய்க்காலில் ஒரு மாத காலம்வரை அமைதியாக இருக்க முடிந்தது. உண்மையில் அது அமைதி கிடையாது. கொஞ்சம் காலாறிக்கொள்ளவும் மனதைத் தேற்றிக்கொள்ளவும் எதிர்கொள்ளும் மனபலத்தைத் திடப்படுத்திக்கொள்ளவும் அவகாசமிருந்தது.

உடன் நடந்து வந்த தமையனைத் தங்கையை, கூடவே யிருந்து இப்போது எங்கென்றே தெரியாத கணவனை, மனைவியைப் பைத்தியம் பிடித்தாற்போலச் சில ஆண்களும் பெண்களும் தேடி அலைந்துகொண்டிருந்தார்கள். குழந்தை களுக்கு என்ன ஆனதென்றே தெரியாத பெற்றாரும், பெற்றாரைக் காணாமல் விழிபிதுங்க அலைந்த சின்னஞ்சிறுசுகளையும் சர்வசாதாரணமாகப் பார்க்க முடிந்தது. அவர்கள் 'எங்க அப்பாவைப் பார்த்தியளா', 'அம்மாவைக் கண்டியளே' என ஆற்றாமையுடன் ஒவ்வொருவராய் விசாரித்து அலைந்தனர். இறந்துவிட்டவர்களை அடக்கம் பண்ண முடியாமல்போன ஆற்றாமையை அழுது தீர்த்துக்கொண்டிருந்தார்கள் சிலர்.

இளைப்பாறலைக் கலைத்து மீண்டும் ஷெல் தாக்குதல் களும், கிபீர் விமானங்களின் குண்டுகளும் துரத்த ஆரம்பித்தன. கிளைகளிலிருந்த பறவைகள் வேடனின் அம்புக்கு மிரண்டு கூட்டமாக இறக்கைகளை விரித்துக்கொண்டு திசை தெரியாமல் அங்கும் இங்கும் பறப்பதுபோல் மனிதர்கள் அலைந்து ஓடினர். காற்றில் வெடித்துச் சிதறும் சிதர் குண்டுகள் கொத்துக் கொத்தாக வீசப்பட்டன.

மக்கள் கூட்டம் கூட்டமாக வெள்ளை முள்ளிவாய்க்காலை அடைந்தனர். ஒரு சிறிய கிராமத்துக்குள் இரு மாவட்டங்களைச் சேர்ந்த பல்லாயிரக்கணக்கான மக்கள் குவிந்திருந்தனர். திரும்பும் திக்கெல்லாம் மக்கள். மக்கள் திரள்! இடமும் குறுகக் குறுக எல்லாத் திசைகளிலிருந்தும் புறப்பட்டு வந்த ஷெல்கள், கிபீர் விமானங்களின் குண்டு மழைகளால் மனிதர்கள் கொன்று குவிக்கப்பட்டார்கள். மீண்டும் பூமி ரணகளமானது. இறந்தவர்களைப் புதைக்க வழியில்லை. காயமுற்றவர்களுக்குச் சிகிச்சையளிக்க முடியவில்லை. சிதைந்த உடல்களை மடியிலே கிடத்திக்கொண்டு அழுதனர் சிலர். சித்தம் கலங்கியவர்கள்போல் இறந்து கிடந்த எல்லா உடல்களையும் நோட்டமிட்டுத் திரிந்தனர் சிலர். எல்லோருமே அன்புக்குரிய யாரையோ தேடுகிறவர்களாக மாறியிருந்தார்கள். ஏமாற்றம் மட்டுமே எஞ்சியிருந்தது. காயமுற்று ஓட முடியாமல் துவண்டு முனகின உயிர்கள். ஓடிக்கொண்டிருந்தவர் கால்களுக்குள் அகப்பட்டு நசுக்கப்பட்டு மாண்டன பல உயிர்கள். அதே விதமான களம்! அதே விதமான ரணம்!

முலையில் பால் அருந்திக்கொண்டிருந்த குழந்தையும், தாயும் ஓரிடத்தே சரிந்து கிடந்தனர். யோகாவும் சில போராளி களும் அவர்களைக் காப்பாற்ற நெருங்கியபோது உயிர் பிரிந்துவிட்டிருந்தது. அவர்களது தோலில் நீரும் இரத்தமும் கோத்துக்கொண்டிருந்தன.

“இவையள்ர உடலைப் பார்த்தியளே தீக்காயம் போலவே இல்லை . . .” உடலைப் புரட்டிக்கொண்டே வியப்பும் அச்சமுமாகக் கூறினாள் யோகா. அந்தப் பச்சிளங்குழந்தை உதடுகளைக் குவித்தாற்போன்றே விழிகளை மூடிக் கிடந்தது. திறந்து கிடந்த தாயின் மார்புகளில் முந்தானையை இழுத்து விட்டாள் அவள்.

“ரசாயன ஆயுதங்கள் பாவிக்கினம்போலத் தெரியுது. ரசாயன ஆயுதங்களாலதான் இப்பிடிப் பேரிடியான உயிர் இழப்பு சம்பவிக்கும் . . .”

மலர்விழி ஊகித்தது சரிதான் என்பதாக யமுனா தலையசைத்தாள்.

“ரசாயன ஆயுதமே. அது தடைசெய்யப்பட்டதல்லே . . . அதெ ஆர் பாவிப்பினம் . . . நாமே . . . சிறிலங்கா இராணுவமே . . .”

“மக்களைக் கொன்றொழிக்கிற ரசாயன ஆயுதங்களை ஆர் பாவிக்கினமோ, ஆர் பாவிச்சாலும் போர்க்குற்றம். சாதாரண மக்களில் யுத்தத்தை இப்பிடித் திணிக்கிறது பிசகான காரியம் . . .”

எத்தனையோ முறை செத்தொழிய நினைத்தும் இந்தக் கொடுமையைக் காண்பதற்கா இத்தனை நாள் இருந்தேன் என்று தோன்றியது யோகாவுக்கு. செத்தொழிந்து போவதற்கு வாய்ப்பான சூழலில் இப்போது இருந்தபோதும் சாவிலிருந்து தான் காப்பாற்றப்பட வேண்டும் என்றே அவள் விரும்பினாள். இறந்து கிடக்கிற உடல்களைக் கடக்கும்போதெல்லாம் அவளையறியாமலே கரங்கூப்பியது.

‘கடவுளே என்னெக் காப்பாத்து . . . என்ட சாதுரியனையும் காப்பாத்து . . . ஒரு நாள் ஒரு பொழுது என்ட சாதுரியனோட வாழாட்டியும், சாகிறதுக்கு முதலொரு தடவை என்ட சாதுரியனைக் கண்ணாறக் காணணும் . . .’

‘இப்படியொரு அவலம் நேரும் என்று தெரிந்திருந்தால் இந்தப் போராட்டத்தில் இணைந்திருக்கவேமாட்டேனே.’

‘இந்த அவலத்தைத் தடுத்து நிறுத்த முடியாதா? ஏன் மக்களைக் கொல்கிறீர்கள். நிறுத்துங்கள் என்றொரு அறை கூவல் உலகின் எந்த மூலையிலிருந்தாவது கேட்காதா . . .’

“பார்த்தியே அநியாயத்த பசியோட வாடிக் கிடந்த குழந்தை களுக்குக் கஞ்சி குடுக்கத் தனியார் நிறுவனங்கள் இணைஞ்சு அமைச்ச ‘கஞ்சிக் கொட்டில்கள்’லயும் ஷெல் அடிச்சிருக் கினம், நூத்துக்கு மேலெ குழந்தைகள் இறந்திட்டினமாம் . . .”

“கயல்விழி, உந்த அநியாயத்தயெல்லாம் என்னால தாங்கொண்ணல்லடி . . .”

“என்ன செய்யிறது யோகா. உதெல்லாம் காணணுமெண்டு கடவுள் விதிச்சுட்டாரே . . .”

“சனமெல்லாம் கத்திக்கொண்டு ஓடுது பார்த்தியே, கர்ப்பிணிகள், பால் குடுக்கிற தாய்மாருக்குச் சத்துணவு தாரெண்டு சொன்னவையாம். கூட்டம் சேர்றதப் பார்த்து அங்கயும் கிபீர் விமானம் குண்டுபோட்டுட்டாம் . . .”

உலகில் இப்படியொரு மனிதப் படுகொலைகளும், பேரவலமும் இதற்கு முன்னொருபோதும் நடந்திருக்க முடியா தென்றே அவர்கள் நம்பினர். ஒவ்வொன்றும் திகிலூட்டுகிற வினாடிகளாக மாறியிருந்தன.

குறுகிய எல்லைக்குள் மக்கள் அடைபட்டே கிடந்தனர். இராணுவக் கட்டுப்பாட்டுக்குள் சென்று உயிர் பிழைக்கும் மக்களின் நப்பாசைக்கு இரண்டாயிரத்து ஒன்பது மே 15 வரையிலும் இயக்கம் முட்டுக்கட்டையாகவே இருந்தது. மக்கள் தப்பித்துச் சென்றுவிட்டார்களென்றால் தங்களைப் பாதுகாக்க முடியாது போய்விடும் என்ற எல்லை மீறிய சுயநலம் மிக மோசமாக இயக்கத்தை வழிநடத்தியது. இராணுவமும் இயக்கமும் நடுவிலே சிக்கிச் சாகிற பொதுமக்கள் குறித்து அக்கறையே இல்லாதவர்களாகக் கண்மூடித்தனமாகச் சுட்டனர். வெட்டவெளியில் தப்பியோடுவதற்கு வழியேயில்லாத இடங்களில் பொதுமக்களை ஈவிரக்கமற்ற முறையில் இரு தரப்பும் தடுப்புக் கேடயங்களாகப் பயன்படுத்தின. எல்லாம் கைமீறிப்போனதை ஏற்றுக்கொள்ள வேண்டிய கட்டாயத்தின் பின்னர் இயக்கம் அந்தத் தீர்மானத்தை நிறைவேற்ற வேண்டிய தாக இருந்தது.

“உதுக்கு மேல நாங்கள் ஒரு அடியும் நகர இடமில்ல. மக்கள இராணுவத்தின்ர கட்டுப்பாட்டுப் பகுதிக்குள்ள அனுப்புறதுதான் ஒரே வழி.”

இராணுவக் கட்டுப்பாட்டு எல்லைக்குள் மக்கள் செல்ல அனுமதியளிக்கப்பட்டதும் ஆயிரக்கணக்கானவர்கள் ஓடினர்.

‘நாசமாப் போக. இதத்தானெ கேட்டுக் கெஞ்சினம். முதலே போக அனுமதிச்சிருந்தா இந்தப் பயங்கரமான அவலம் எங்களுக்கு ஏற்பட்டிருக்காதல்லே . . .’ பிதற்றிக்கொண்டே மக்கள் குவியல் குவியலாக இயக்கக் கட்டுப்பாட்டிலிருந்து வெளியேறிக்கொண்டிருந்தனர். நோர்வே அரசின் மத்தியஸ்த ஆலோசனையை ஏற்றுச் சரணடையும் தீர்மானத்தை இயக்கம்

முன்பே ஏற்றுக்கொண்டிருந்தால் மக்களின் சாவைத் தடுத்திருக்க முடியும் என்பதே எல்லோரதும் அபிப்பிராயமாக இருந்தது.

மக்களை இராணுவக் கட்டுப்பாட்டுக்கு அனுப்பிய கையோடு தாங்களும் சரணடையும் தீர்மானத்தைக் கசப்புணர்வோடு போராளிகள் ஏற்றுக்கொள்ள வேண்டியதாயிருந்தது. சரணடைவதென்பது மிக அவசரமாக எடுக்கப்பட்ட ஒரு தீர்மானமாக இருக்கவில்லை. சில நாட்களாகவே அது குறித்த விவாதங்கள் இயக்கத்திற்குள் இடம்பெறத் தொடங்கியிருந்தன. இயக்கம் சரணடைவதுவரை போராளிகள் ஆயுதங்களைக் கீழே வைப்பதுவரை போரைத் தொடர்ந்து முன்னெடுப்பதே சிறிலங்கா இராணுவத்தின் தீர்மானம். இயக்கமும் சிறிலங்கா இராணுவமும் சமரசமற்ற எதார்த்தத்திற்கு முரணான அரசியல் நிலைப்பாடுகளின் இறுதியில் உலகில் வேறெங்கும் இடம்பெறாத வகையில் மக்களைத் துருப்புச்சீட்டாக்கிக் கொன்றொழித்த கொடூரத்தை நிகழ்த்தி முடித்திருந்தனர்.

இத்தனை அநியாயங்களை, உயிரிழப்புகளைப் பார்த்த பிறகும் நாம் சரணடைவதா என்பது சில போராளிகளின் கேள்வியாக இருந்தது.

சயனைட் அருந்தித் தற்கொலை செய்வதற்கும் சில போராளிகள் முற்பட்டனர்.

"நாம் உயிரைத் தியாகம் செய்பவர்கள். உயிரைக் காப்பாத்துறதுக்காகச் சரணடைறதே? சிங்களவனிடம் மண்டியிடுகிற வெட்கங்கெட்ட காரியத்தைச் செஞ்சு உயிர் வாழணுமே?" என்பது இயக்கத்தையே உயிர்மூச்சாகக் கொண்டிருந்த போராளிகளின் கேள்வியாக இருந்தது.

"சரணடைவது வெட்கமான காரியமன்று. போரில் சாதாரணமாக நடக்கிறதுதான்..." என்பதாக அவர்கள் மிக எளிய விதமாகச் சமரசம் செய்யப்பட்டனர்.

வடக்கைச் சேர்ந்த போராளிகள் பலர் தங்களது குடும்பங்களுடன் இணைந்துகொண்டிருந்தனர். இயக்க உறுப்பினர்களின் மிக முக்கிய உறுப்பினர்கள் பலரும் மெய்ப்பாதுகாவலர்கள் சிலரும் சரணடைவதற்கு முன்பாகவே இராணுவத்திடம் சிக்கியிருந்தனர். குடும்பத்துடன் இணைந்துவிட்ட போராளிகளையும் பொதுமக்களுடன் கலந்திருந்த போராளிகளையும் காட்டிக் கொடுக்கும் துரோகத்தை இவர்கள் செய்ய வேண்டியதாக இருந்தது.

இரண்டாயிரத்து ஒன்பது மே மாதம் பதினேழாம் திகதி வெள்ளைக் கொடியை உயரத் தூக்கிப் பிடித்தபடி சரணடைந்த போராளிகளின் அணியில் யோகாவும் சரணடைந்தாள்.

இவையெல்லாம் அவள் கிஞ்சித்தும் பாராத திருப்பங்களே!

அர்ப்பணிப்பும், கனவுகளும் நிறைந்த மாபெரும் போராட்டத்தின் முடிவில் சரணடைய நேர்ந்ததை அவமான மாகத் தலைகுனிவாகவே கருதினாள்.

லட்சியங்களால் ஒன்றுகூட்டப்பட்ட இப்போராட்டத்தின் பின்னணியில் உயிர்த் தியாகங்களும், அர்ப்பணிப்புகளும், துயரக் கதைகளும் புதைந்து கிடக்கின்றன. அப்பேர்ப்பட்ட போராட்டத்தின் முடிவு இப்படியாக அமைந்தது ஏன்?

இராணுவத்தின் பகுதியை அடைய ஏழு கிலோமீற்றர்கள் வரை நடந்து செல்ல வேண்டியிருந்தது. ஏழு கிலோமீற்றர் தூரத்தைக் காலிழந்தவர்களும், காயமுற்றவர்களும் நடையாகக் கடப்பதென்பது சிலுவை இழுப்பது போன்ற அனுபவம். ஏலவே நெடுந்தூரங்கள் நடந்து கால்கள் சோர்ந்திருந்தன. யோகாவும் சக போராளிகளும் வழிகளில் தரித்துத் தரித்தே நடந்தனர். அவர்கள் ஏழு கிலோமீற்றர் தூரத்தைக் கடந்து இராணுவக் கட்டுப்பாட்டுப் பகுதியை அடைய மூன்று நாட்களாகின. இம்மூன்று நாட்களும், குடிப்பதற்கு ஒரு சொட்டு நீர்தானும் கிடைக்கவில்லை. தாகம், பசியினால் கால்கள் விதிர்த்து விண்விண்ணென்று வலித்தது.

இராணுவ முகாமை அடைந்ததும் களைப்பினால் தலைசுற்றி விழுந்தாள் யோகா. இராணுவ உறுப்பினர்கள் தாகசாந்தி அளிக்க, யோகாவின் விடாய் தீர்ந்தது. பனடோல் மாத்திரையைத் தந்து எடுக்குமாறு கேட்டனர். அச்சந்தர்ப்பத்தில் கடவுளுக்கு நிகரான மகத்தான பணியை இராணுவம் செய்துகொண்டிருப்பதாகவே எண்ணத் தோன்றியது அவளுக்கு. ஆக்கவும், அழிக்கவும் ஆற்றல் படைத்தவன் கடவுள். இங்கு இராணுவமும் கிட்டத்தட்ட அதே பணியைத்தானே செய்கிறது. ஆக்க சக்தி இல்லையெனினும், அழிக்கிற சக்தியை அபாரமாகக் கொண்டுள்ளனர். இதோ! பாதுகாப்புக் காரியமும். இவர்கள் கடவுள்களா! கடவுளின் அவதாரங்களா! நினைக்கும்போதே அவள் முகத்தில் நகைப்பின் கீறல்கள் வந்து மறைந்தன.

அவளது செயற்கைக் கால் ஷெல் தாக்குதலில் உடைந்து நொறுங்கியிருந்தது. வன்னியிலிருந்தே உடைந்த காலுடன்தான் அவள் நடக்க ஆரம்பித்திருந்தாள். அதுவே அவளுக்குப் பெரும்

தொந்தரவான வேதனையைக் கொடுத்துக்கொண்டிருந்தது. வெட்டப்பட்ட காலின் தொடைப்பகுதியில் சுள்ளென்ற வலியை உணர்ந்தாள்.

இராணுவக் கட்டுப்பாட்டுப் பகுதிக்குள் பிரவேசித்தவர்கள் பஸ்களில் ஏற்றப்பட்டு வவுனியா ஓமந்தைச் சாவடிக்குக் கொண்டு செல்லப்பட்டனர்.

ஓமந்தைச் சாவடியில் பொதுமக்கள் வேறாகவும், போராளிகள் வேறாகவும் பிரிந்து வருமாறு இராணுவம் கோரியது. அவர்கள் கேட்டுக்கொண்டதைப்போல யோகாவும் போராளிகளின் அணியோடு சேர்ந்து நின்றாள்.

மக்களையும், போராளிகளையும் வேறு வேறாகப் பிரித்ததன் பின்னர்தான் ஆயிரத்திற்கும் மேற்பட்ட போராளிகள் சரணடைந்திருந்ததைக் காண முடிந்தது. இராணுவம் அவ்வாறு பிரியக் கேட்டதும் தவிர்க்க முடியாத அச்சம் பரவியது. அத்தனை பேரும் ஒன்றாகக் கொல்லப்படப்போகிறோம் என்றே அவள் நம்பினாள். இராணுவத்தின் கரங்களுக்குள் அகப்பட்ட பின்னர் சாவை எண்ணி மனம் கலங்கக் கூடா தென்று தன்னைத் திடப்படுத்தினாள்.

'இயக்கத்தச் சரணாகதியடையச் செய்றதுக்காக லட்சக் கணக்கான மக்களின் உயிர்களோட விளையாடினவைக்கு இதச் செய்யிறது பெரிய காரியமே . . .'

வாழ வேண்டும் என்பதாலேயே அவள் சரணடைந் திருந்தாள். ஆனாலும் இராணுவம் கொன்றுவிட்டால்கூட ஒரு துன்பமுமில்லை என்பதாகத் தன்னைத் திடப்படுத்தும் போதே தவிர்க்க முடியாததாக சாதுரியனின் நினைவு வந்தது. சாகக் கூடாது! சாதுரியன் தேடி வருவான். எங்களுக்கான அழகான வாழ்வு காத்திருக்கிறது!

சரணடைந்த அனைவரினதும் பெயர், சொந்த மாவட்டம், விலாசம் அனைத்தையும் இராணுவம் பதிவு செய்தது. போராளிகள் தனித்தனியாகப் புகைப்படம் எடுக்கப்பட்டனர். பதிவு செய்யப்பட்டுப் புகைப்படம் எடுக்கப்பட்டவர்கள் பஸ்களில் ஏற்றிக்கொண்டு செல்லப்பட்டார்கள். பதிவுகள் பல தினங்களாக நடைபெற்றன. யோகா தன்னைப் பதிவு செய்வதற்கு இரண்டு தினங்கள் காத்திருக்க நேர்ந்தது.

பதிவுகள் முடிந்ததும் அவளும் பஸ்ஸில் ஏற்றிச் செல்லப் பட்டாள். ஓமந்தை பாடசாலையொன்றில் அனைவரும் தங்கவைக்கப்பட்டனர். நேரத்திற்கு உணவளிக்கப்பட்டது.

யோகாவினால் உண்ண முடியவில்லை. காய்ச்சலில் அவதியுற்றாள். தலைசுற்றும், வாந்தியுமாகத் துன்பப்பட்டாள்.

நோயுற்றவர்களை வேறாக்கி அதே பகுதியில் முன் பள்ளியொன்றில் தங்கவைத்துச் சிகிச்சையளித்தனர். சரணடைந்த போராளிகளைக் காண அப்பிரதேச மக்கள் முண்டியடித்தனர். நலன் விசாரித்தனர். கவனித்து உபசரித்தனர். சிலர் யோகாவுக்குச் சாப்பாடு, தண்ணீர் வழங்கியும் படுக்கை விரிப்புகள் வழங்கியும் உதவினர். யோகா தொடர்ந்தும் காய்ச்சலினால் துன்பப்பட்டுக் கொண்டிருந்தாள்.

இந்த நிலை சில நாட்கள் நீடித்தன.

'இது என்ன சோதனை, இன்னும் எத்தின நாளக்கி இப்பிடிக் கிடந்து அவதிப்படனும் என்டு தெரியுதில்லெ. விசராக் கிடக்குது. இராணுவம் என்ன செய்யப் போவினம் எங்களை ...'

அவள் மனம் அமைதியை நாடியது. முள்ளிவாய்க்காலில் சுவாசித்த துர்நாற்றம் இன்னும் நாசியைத் துளைத்தது. அழுகுரல்களால் காதுகள் இரைந்தன. வேறொரு சூழலுக்குள் வந்து விட்டபோதும், கொலைக்களத்திலிருந்து விடுபட முடியாமல் அவதியுற்றாள்.

சரணடைந்த போராளிகளில் பெண் போராளிகள் மட்டும் வவுனியா பம்பைமடு முகாமுக்கு அழைத்துச் செல்லப்பட்டனர்.

"நம்மட நிலமெயப் பார்த்தியளேடீ... புனர்வாழ்வு முகாம் என்ட பேருல சிறை. நாமெல்லாரும் கைதிகள் விளங்குதே ..."

மலர்விழியும் யமுனாவும் அங்கலாய்த்தனர்.

சர்வதேசச் செஞ்சிலுவைச் சங்கம் போராளிப் பெண்களைச் சந்திக்க வந்தது.

"இராணுவக் கட்டுப்பாட்டில் இருப்பதற்காக நீங்கள் யாரும் வருந்தவோ, அஞ்சவோ வேண்டாம். நாங்கள் உங்களது பொறுப்புதாரிகள். உங்கள் தேவைகளை முடியுமானவரை நிறைவு செய்வதற்கு முயல்வோம். நம்பிக்கையோடு இருங்கள்."

யோகா அவர்களது உரையைக் கேட்பதற்கு விரும்பாதவளாக இருந்தாள். பார்வையை அங்குமிங்கும் அலட்சியமாக அலையவிட்டுக்கொண்டிருந்தாள்.

'சுத்திவர வேலியிருக்கிற இடத்துக்கு வந்திட்ட எங்களுக்கு இவையள் பொறுப்பாம்... அங்க முள்ளிவாய்க்கால்ல மக்களச் சாகடிக்கேக்க எங்கிருந்தினமோ இவையள்?'

நேரே கேட்டுவிட வேண்டும்போல் ஆத்திரம் மேலிட நா துடித்தது. பற்களைக் கடித்துக்கொண்டாள். உரையாடல் களில் சிரத்தை காட்டவேயில்லை அவள். காய்ச்சல் வசதியாகப் போய்விட, கூட்டம் நடந்த இடத்தைவிட்டு நீங்கி அறைக்கு வந்து படுத்துக்கொண்டாள்.

அழுதுகொண்டு ஓடும் ஆட்களும், அவர்கள் மாய்ந்து விழுவதும் கண்களில் தோன்றிக்கொண்டேயிருந்தன. கனவிலும் அவைகளே வந்துபோயின. காய்ச்சல் தீர ஒரு மாதமாகியது.

பம்பைமடுவில் தடுத்துவைக்கப்பட்ட போராளிகளைப் பார்க்கப் பெற்றோர், குடும்பத்திற்கு அனுமதி வழங்கப்பட்டது.

யோகா குடும்பத்தைப் பற்றியெல்லாம் எங்கே நினைத்தாள். அவள் எண்ணிக்கொண்டிருந்ததெல்லாம் சாதுரியனை மட்டுமே. அவன் தேடிவருவான் என நம்பிக்கையுடனிருந்தாள்.

புலன் விசாரணைப் பிரிவினர் பலமுறை முகாமுக்கு வருவதும் போராளிகளை விசாரணை செய்வதும் பதிவுகள் மேற்கொள்வதுமாக இருந்தார்கள். விசாரணைக் கேள்விகளும் பதில்களும் யோகாவுக்கு மனப்பாடம்.

பதினோரு மாதங்கள்! ஏமாற்றம், தோல்வி, அவமானம், வேதனை, தவிப்பின் கலவையாகப் பறந்தோடின.

விடுதலை பற்றிய செய்திகளால் போராளிகள் மனங்களில் எதிர்பார்ப்புகள் பரவின. அகதிகளுக்கான சர்வதேச ஸ்தாபனத்தி லிருந்தும் பலர் முகாமுக்கு வருகை தந்தனர். விபரங்களைப் பதிவு செய்தனர். புகைப்படம் எடுத்தனர். பெயர், விலாசம் கூறுவதும், கமராக்கள் முன் செயற்கையாகப் புன்னகைப்பதும் யோகாவுக்கு வெறுத்துவிட்டிருந்தது.

போராளிகளில் மாற்றுத்திறனாளிகள் விடுவிக்கப்படுவது உறுதி எனத் திட்டமாகத் தெரிந்ததன் பிற்பாடே யோகா சிந்திக்கத் தொடங்கினாள். இங்கிருந்து எங்கு செல்வதென்ற கேள்வி அவளைப் பின்தொடர்ந்துகொண்டேயிருந்தது. வாழ்வின் அடுத்த கட்டத்துக்குள் நுழைவதற்காக அவளது கடந்த காலத்தின் பிடிவாதத்தைக் கைவிடவேண்டிய கட்டாயம் ஏற்பட்டது.

சாதுரியனுக்காக அவள் வாழ்ந்துதானே ஆக வேண்டும். ஆகவே அவள் அம்மாவுக்குக் கடிதம் எழுத முடிவு செய்தாள்.

இரண்டு

வானில் என் சிறகுகளின் தடயங்களை விட்டு வரவில்லை
எனினும் நான் பறந்தேன் என்பதில் எத்தனை மகிழ்ச்சி

'மின்மினி', இரவீந்திரநாத் தாகூர்
தமிழில் சுகுமாரன்

1

கொக்கட்டிச்சோலைக்குத் திரும்பிச் செல்ல ஆயத்தமாகியிருந்தாள் தெய்வானை. அழைத்துச் செல்ல வரவிருக்கும் அக்கா, அத்தானுக்காகக் காத்திருந்தாள். பயிற்சியை முடித்துக்கொண்ட திருப்தி முகத்தில் நிறைந்திருந்தாலும் முகம் சிவந்து கன்னங்கள் தடித்திருந்தன. அழுதவள் போலக் காணப்பட்டாள். அழுததை யாரும் கவனித்துவிடக் கூடாது என்ற அவதானத்துடன் அடிக்கடி முகத்தைத் துடைத்துக்கொண்டிருந்தாள்.

"தெய்வானை உனக்கு என்ன ... முகமெல்லாம் ஒரு மாதிரியா இருக்கு. கண்ணெல்லாம் சிவந்து, என்ன உனக்கு ..."

தவக்குல் கேட்டதும், எல்லோரும் அதுவரை கவனிக்காத தெய்வானையின் முகத்தை உன்னிப் பாகக் கவனித்தார்கள்.

"ஓ, என்ன தெய்வானைக்கு ..."

தவக்குல்லின் உம்மா பாசத்துடன் அருகே வந்து கேட்க, தெய்வானை பீறிட்டுக்கொண்டு அழுதாள்.

"உங்க எல்லாரையும் விட்டுட்டுப் போறது ...

"இப்படிப்பட்ட நல்ல ஆக்களோட இருக்கக் கிடெச்சது நான் செஞ்ச புண்ணியம் ... என்னெ ஆசிர்வதிங்கம்மா ..."

குனிந்த தெய்வானையை நிஸா தடுத்தாள்.

"தெய்வானை ... நீ எனக்குப் புள்ள மாதரி. நீ நல்லபடியா தொழில் தொடங்கி சந்தோஷமா இருக்கணும். எங்களையெல்லாம் மறக்காத ..."

"தொழில் ஆரம்பிக்கக் கேட்ட காசு விஷயத்தைப் பத்தி கொழும்புக்குப் போய் வந்த பிறகு பேசுறன் தெய்வானை ..."

நம்பிக்கையும் ஆறுதலும் கூறினாள் தவக்குல்.

“அதைப் பற்றி எனக்குக் கவலெயே இல்லையக்கா . . . உங்காளலதான் எனக்கு நல்லது நடக்குமென்டு நான் நம்புறன் . . .”

தெய்வானையின் முகத்தில் முழுமையான பரவசம்.

ஈழக் கோரிக்கையினை ஆதரித்துப் போராட்டத்தில் இணைந்து வன்னி சென்ற அவள் பன்னிரண்டு வருடங்களுக்குப் பின்னர்தான் தாயின் மடியை நாடி வந்தாள். தாய் மடியென அவள் நினைப்பது தாயினது மடியை மட்டுமல்ல, பிறந்து வளர்ந்த ஊரையும்தான். சொந்த மண்ணில் அவளுக்கு அளவிட முடியாத பற்றுதல் இருந்தது. சமாதான உடன்படிக்கை கைச்சாத்தாகி, இரண்டாயிரத்து மூன்றில், போராளிகளுக்கு விடுமுறை வழங்கப்பட்டபோது வந்தவள் திரும்பிச் செல்லாமலே இருந்துவிட்டாள்.

இயக்கத்தின் சில போக்குகளில் ஏலவே வெறுப்புக் கொண்டிருந்த அவள், வீட்டுக்கு வரக்கிடைத்ததைத் தனது விடுதலைக்கான சந்தர்ப்பமாகப் பயன்படுத்திக்கொண்டாள்.

“திரும்பயும் சண்டை வந்திட்டல்லே, விடுமுறையில வந்து திரும்பிப் போகாத போராளிகள இயக்கம் கட்டாயப் படுத்திக் கொண்டு போவுதாம் புள்ள. உன்னையும் வந்து கொண்டு போவினமே என்டு பயமாக் கிடக்குது . . .”

“என்னக் கொண்டு போவமாட்டினம் அம்மா. நான் என்ன, அங்க போய்ச் சமர் செய்யப்போறெனே. அவையளுக்குத் தெரியும். ஆர் தேவை, ஆர் தேவைல்லை என்ரெல்லாம் . . .”

விசுவாசித்தது போலவே மாற்றுத்திறனாளி என்ற காரணத்தினாலோ என்னவோ அவர்கள் கண்டுகொள்ளவோ குற்றம்பிடிக்கவோ இல்லை அவளை.

இறுதிப் போரின்போது வன்னியில் இடம்பெற்றதாகக் கூறப்படுகிற மனிதப் பேரவலத்தைக் காணுவதற்கில்லாமல் தப்பித்தது தான் செய்த பேரதிர்ஷ்டம் என்பதே தெய்வானையின் கணிப்பு.

தவக்குல்லின் குடும்பத்தை அறிமுகப்படுத்தும் விருப்பத்திலே தான் அக்காவை அழைத்துச் செல்ல வருமாறு கோரியிருந்தாள் தெய்வானை.

அவளது அக்கா ஜோதி சாதுவான பெண்போலத் தோன்றினாள். அனைவரையும் கைகூப்பி வணங்கினாள். தெய்வானைக்குச் செய்த உதவிகளுக்காக நன்றி தெரிவித்தாள்.

அவளது கண்களில் நன்றிப் பெருக்கெடுத்திருந்தது. ஜோதியின் கணவர் இயல்பான இளைஞனாக இருந்தார். கூச்ச சுபாவம் கொண்டவராகப் பேசுவதற்குத் தயங்கினார்.

கலங்கிய கண்களுடன் தெய்வானை விடைபெற்றாள்.

திடீரென வெறுமை ஏற்பட்டாற்போலவிருந்தது. புதிய நட்புகளும் பிரிவுகளும் தவக்குல் வீட்டைப் பொறுத்தவரையில் புதிதில்லை.

அவர்களை வழியனுப்பிய பின் தவக்குல் நீர்கொழும்புக்குச் செல்வதற்கான ஆயத்தங்களில் ஈடுபட்டிருந்தாள்.

நிஸாவுக்கு மகளின் பயணம் பலத்த சஞ்சலத்தை ஏற்படுத்தி யிருந்தது. பள்ளிவாசலில் நவாஸ் மௌலவி கூறியதாக ஹபீப் கூறிய செய்திகளால் அவள் மனம் கலங்கியிருந்தாள். அடிக்கடி வானத்துக்குக் கைகளை உயர்த்தி முணுமுணுத்தாள்.

கடந்த கால சம்பவங்கள் சிலதின் நினைவுகள் அவள் மனதை உருக்குலைத்துக்கொண்டிருந்தன.

சமூக வரம்புகளை மீறியதாக, இஸ்லாமியச் சமூகத்தின் கட்டுக்கோப்புகளைத் தகர்த்தெறிந்ததாக, நடத்தை தவறிய தாகக் குற்றம் சுமத்தப்பட்டு வீடுகளுக்குள்ளே பெண்கள் கொலை செய்யப்பட்ட, அக்கிரமத்தனமாகத் தண்டிக்கப்பட்ட வரலாறுகளை நிஸா அறிவாள். ஏறாவூரில் எத்தனை பெண்கள் தண்டிக்கப்பட்டிருக்கிறார்கள், எத்தனையோ பெண்கள் உச்சபட்சமாகக் கடுமையான முறையில் கொல்லப்பட்டிருக் கிறார்கள். இப்படித் தண்டிக்கப்பட்ட ஒரு பெண் மிக நீண்ட காலமாக நீதிவேண்டிப் போராடி வெற்றி பெற்றதையும் நிஸா அறிவாள். அவள் மனம் அற அது இரண்டாயிரம் ஆண்டு மார்ச் நான்காம் திகதி. கணவனைப் பிரிந்து இரண்டு பெண் பிள்ளைகளுடன் வாழ்ந்த அந்தப் பெண் தண்டனைக்கு ஆளாகினாள். நள்ளிரவில் பலவந்தமாக உட்புகுந்த ஆயுதம் தாங்கிய கும்பலொன்று கண்டபடி அவளைத் தாக்குகிறது. பதினைந்தே வயதில் இருந்த பருவப் பெண்ணும், ஒன்பது வயதே ஆன சிறுமியும் தாய்க்கு நிகழும் அட்டூழியத்தைக் கண்டு கதறித் தவிக்கின்றனர். அவர்கள் வாயில் துணிகள் திணிக்கப்படுகின்றன. அவர்கள் அழுகை அடக்கப்படுகிறது. தாய் கதறுகிறாள். அவளுக்கு நேர்ந்துகொண்டிருக்கும் அவலத்துக்கு அடிகளும் உதைகளுமாகக் காரணங்கள் கற்பிக்கப்படுகின்றன. அவள் ஒழுக்கங்கெட்டவள். அதனாற் தான் இந்தத் தண்டனை எனப்படுகிறது. அவளது மேனி முழுதும் காயமேற்படுத்திய பின்னர் அவள் கூந்தலைக்

கண்டபடி நறுக்கி எறிகின்றனர். பதறித் தாவும் பிள்ளைகள், கைகள் பின்னால் கட்டப்பட்டுத் துப்பாக்கி முனையில் முட்டுக்காலில் நிறுத்தப்படுகின்றனர்.

தனக்கு நேர்ந்த அவலத்திற்கு நீதி பெற்றுத்தருமாறு அந்தப் பெண் ஊர் முக்கியஸ்தர்கள், அரசியல்வாதிகள், மார்க்கப் பெரியார்கள் என்று எல்லோரிடத்தும் கதறினாள். யாராலும் அவள் கண்டுகொள்ளப்படவில்லை. ஒழுக்கமாக இருந்திருந்தால் இது நேர்ந்திருக்காது என்பதே அவர்களது திண்ணமான தீர்மானம். அந்தப் பெண் முறைப்பாட்டிற்கமைய பொலிஸ் உடனடியாகச் சிலரைக் கைது செய்தது. அரசியல் வாதிகள் அந்த வன்முறையாளர்களைக் குற்றவாளிகளைப் பிணையில் மீட்டுச் சமூகத்தைக் காக்கும் பொறுப்பை மீளக் கையளித்தனர். அரசியல்வாதிகளுக்குக் குண்டர்களின் சகவாசம் இன்றியமையாததாயிற்றே! அவர்களுக்குச் சமூகத்தைப் பற்றி எந்த அக்கறையும் கிடையாது. அவள் நீதிக்காகச் சென்ற எல்லா வழிகளிலும் அரசியல்வாதிகளின் தலையீடு இருந்த தாகவே சொல்லப்படுகிறது. மேலிடத்து விசாரணைகள் வரும்போதெல்லாம் ஏறாவூரில் அப்படியொரு சம்பவமே நடக்கவில்லையென அதிகாரத்தின் நாவுகளால் நிறுவினர்.

அவள் மனித உரிமைகள் அமைப்புகளுக்கூடாகப் போராடினாள். ஒரு நாள் இரு நாளல்ல பதின்மூன்று வருடங்கள் போராடினாள். இதன்போது அவள் தலைமறைவாகவே வாழ்ந்தாள். விளைவாக சம்பந்தப்பட்ட குற்றவாளிகள் இருவருக்குப் பதினேழு வருடங்கள் சிறைத்தண்டனையை மட்டக்களப்பு உயர் நீதிமன்றம் அளித்தது. ஆனால் அந்தச் சம்பவத்தில் சம்பந்தப்பட்டவர்களின் எண்ணிக்கை ஆறுக்கும் மேல் என்பதாகச் சொல்லப்படுகிறது. நாற்பத்தியெட்டு வயதில் நீதியின் தீர்ப்பைப் பெற்றுவிட்டபோதும் அன்று துப்பாக்கியால் அடிபட்ட தளும்புகள் இன்றும் அவள் உடம்பில் படுக்கின்றன. தலையின் பின்பகுதியில் குழிவிழுந்துத் தலை நசுங்கியுள்ளது.

இப்படியானதொரு நிலை தனது மகளுக்கும் நேர்ந்து விட்டால் என்ற எண்ணம் நிஸாவை மிக மோசமாக அலைக்கழித்தது.

இதுபோக விசாரணைகளின்றி மேற்கொள்ளப்பட்ட பெண் உயிர்க் கொலைகளுக்கும் அநீதிகளுக்கும் சூத்திரதாரிகளான வர்கள் இனங்காணப்பட்டதாகவோ, நீதி வழியில் தண்டிக்கப் பட்டதாகவோ நிஸா அறிந்தாளில்லை. பெண்களுக்கு எதிரான அநீதிகள் பல சமூகத்துக்கான புனித கடமைகளாகவே நியாயப் படுத்தப்படுகின்றன. இஸ்லாமியச் சமூகத்துப் பிரச்சினைகள் அலசி ஆராயப்படாமலும், வெளிக்கொணரப்படாமலும்

வெளிக்கொணர்வது சமூகக் குற்றமாகவும், வெளிக்கொணர் வதால் சமூக கௌரவம் கெட்டுவிடுவதாகவும், சமூக மானம் பறிபோய்விடுவதாகவுமே கொடி உயர்த்துகிற கோஷமிடுகிற பண்படுத்தப்படாத கட்டமைப்பைத் தகர்ப்பதென்பது ஒரு தவக்குலால் சாத்தியமாகிற காரியமில்லை என்பதும், அப்படி யான முயற்சிகள் கண்களைக் குத்தித் தம்மையே குருடாக்கிவிடும் என்ற கவலையிலிருந்தும் நிஸாவினால் விடுபட முடியாதிருந்தது.

தாம் நினைப்பவற்றைப் பலிதமாக்குவதற்காக வன்முறையை ஆயுதமாகப் பிரயோகிக்கிறவர்களும், எப்பேர்ப்பட்ட பழியையும் சுமத்தக்கூடிய நயவஞ்சகர்களும் சமுதாயத்தில் வாழ்கிறார்கள். இவர்கள் சமூகத்தின் காவலர்களாக மக்களால் அங்கீகரித்துப் போற்றப்படுகின்ற பேரவலம் தொடர் நடவடிக்கையாகவே மாறிவிட்டிருக்கிறது.

வன்செயலுக்குப் பழக்கப்பட்ட சமூகக் காவலர்களின் இரக்கமற்ற கரங்களில் தவக்குல் அகப்பட்டுவிடுவாளோ என்ற சிந்தனையால் அலைக்கழிந்தாள். சுபியானைத் திருமணம் செய்து குடும்ப வாழ்வில் ஈடுபட ஆரம்பித்ததும் தவக்குல்லின் கவனம் திரும்பிவிடக்கூடும் என நம்பியிருந்தாள். கைமீறிப் போன அந்த நம்பிக்கையிலிருந்து விடுபட்டு நிலைத்ததொரு அடுத்தகட்டத் தீர்மானத்தை எட்ட முடியவில்லை. ‘சுபியான் அவசரப்பட்டுட்டானோ ... தவக்குல் விட்டுக்கொடுத்திருக் கலாமோ ...’ என்றெல்லாம் சிந்தித்துத் தடுமாறிக் கொண்டிருந்தாள்.

திருமண வயதில் இருக்கும் நான்கு பெண் பிள்ளைகளின் தாய் என்ற வகையில் அவள் கடுமையான மனப்போராட்டத் திற்கு ஆளாகியிருந்தாள். தவக்குல்லின் வாழ்வை ஏனைய பெண்களைப் போன்ற சாதாரண நீரோட்டத்திற்கு இழுப்பதைப் பற்றியே சதாவும் சிந்தித்துக்கொண்டிருந்தாள்.

சமூகச் செயல்பாட்டில் ஆர்வம் மிகுந்த பெண்களைக் கண்மூடித்தனமாக எதிர்ப்பதை விடுத்துப் பக்கபலமாக ஆரோக்கியமான ஆலோசனைகளையும் ஒத்துழைப்பையும் வழங்கச் சமூகம் முன்வருமாக இருந்தால் எவ்வளவு சிறப்பு! தம் சமூக அமைப்புக்குள் சாத்தியமற்ற விடயங்களை எண்ணிக் கொண்டிருப்பதாக ஒரு கட்டத்தில் அவளுக்குச் சிரிப்பேற் பட்டது. ஒரு சபையில் பெண் எழுந்து பேசும்போது அவள் எதைப் பேசுகிறாள், அவளது பிரச்சினைதான் என்ன என்பதை விடவும், இவளுக்கு ஏன் இந்தத் துணிச்சல், இத்தனை பெண்களுக் கிடையில் இவள் மட்டும் ஏன் எழுந்து பேச வேண்டும் எனக் கருதுகிற பின்னடைவான சமூக அமைப்புக்குள்தான் நாம் இருக்கிறோம் என்பது அவளுக்கு ஏமாற்றமளித்தது.

பெண்களைப் புனிதப் பொருளாக, பொக்கிஷமாகப் பேணுவதில் தான் முழு சமுதாயத்தின் கௌரவமும் எதிர்காலமும் அடங்கி யிருப்பதாக வறட்டுத்தனமாகச் சிந்திக்கிற பிற்போக்கிலிருந்து சமூகம் ஒருபோதும் விடுபடப் போவதில்லை என்ற எண்ணம் சோர்வடையச் செய்தது.

சுபியானிடம் மறுபடியும் பேசி அவர்களுக்குக் கல்யாணத்தை முடித்துவைப்பது சரியானதாகத் தோன்றுவதாக ஹபீபிடம் அவள் சில சமயங்களில் கருத்து முன்வைத்த போதெல்லாம் அவர் அதனை முழுவதுமாக மறுதலித்தார்.

"தெரிஞ்சிக்கிட்டே நம்மட புள்ளைய பாழ்க் கிணத்தில தள்ளச் செல்றியா நிஸா... நாம விரும்பியோ விரும்பா மலுக்கோ, நம்மட மகள் சுதந்திரத்தை விரும்புறாள். நம்மளால அதை மாத்தியமைக்கவும் ஏலாம இருக்கு. அதிலயிருந்து உடுபட அவளும் விரும்பல்லெ. நாம யாருக்கும் எந்தக் கெடுதலும் செய்யலியே... அல்லாஹ்க்குத் தெரியும், நாம எப்பிடி ஈமானோடயும், இதய சுத்தியோடயும் வாழ்றமென்டு... அவன்தான் நமக்கு நல்ல வழியக் காட்டணும்... அவன் விதிச்சபடியே நடக்கட்டும்..."

அவரது பேச்சில் நியாமிருப்பதாகத் தோன்றினாலும், விதிப்படியே நடக்கட்டும் என்று வாளாவிருக்க நிஸாவின் மனம் இடமளிக்கவில்லை. விதிப்படியே என்று வாழ்வதாக இருந்தால், பிரயத்தனம், நம்பிக்கை என்பதெல்லாம் வெற்றுப் பதங்களா என மனதுக்குள் வாதித்தாள்.

தவக்குல்லிற்கு வேறு வரன் பார்ப்பதென்ற தீர்மானத்தில் அவர்கள் கருத்தொருமித்தனர். இந்தப் பிரயத்தனம் எந்தளவு கைகூடும் என்பதில் அவநம்பிக்கையே மிஞ்சியிருந்தது. சமூகம் பிழையான கண்ணோட்டத்தில் பார்க்கிற ஒரு பெண், நிச்சயிக்கப்பட்ட கல்யாணம் நின்றுபோன பின்னணியிலான பெண் இவளை யார் புரிந்துகொள்வார்கள் என்பதிலும் அவர்களுக்குக் குழப்பம்.

மட்டக்களப்பிலிருந்து கொழும்பு நோக்கிச் செல்கிற உதயதேவி ரயிலில் கொழும்புக்குச் சென்று அங்கிருந்து நீர்கொழும்பு செல்வதென்று தவக்குல் தீர்மானித்திருந்தாள்.

"தவக்குல் நாங்களும் ஸ்டேஷன்வரைக்கும் வாறமே உம்மா..."

நிஸா இப்படிக் கூறியதும், முன்னொருபோதும் இல்லாத நடைமுறையே ஆயினும், தவக்குல் அதனை மறுக்கவில்லை. தனியாகப் பயணம் செய்வது அவளுக்குப் புதிதில்லை. தற்போதைய சூழ்நிலையில் தனது பாதுகாப்பு குறித்துச்

சிந்திப்பதற்கான உரிமையும், அதில் கவனம் செலுத்துகிற தேவையும் அவர்களுக்கிருப்பதை அவளால் மறுக்க முடியா திருந்தது.

உம்மா, வாப்பா இருவரும் ரயில் புறப்படும்வரை நிலையத்தில் நின்றனர்.

இரண்டாம் வகுப்புப் பெட்டியில் சனநெரிசல் இல்லா திருந்தது. அந்தச் சூழலை அவள் மிக விரும்பினாள். தனிமையை மனம் அவாவியது. பக்கத்து இருக்கையில் யாரும் இல்லாதது நிம்மதியளித்தது. முக்காட்டை விலக்கிக் கூந்தல் காற்றில் கலைந்தாட அனுமதித்தாள். மெல்லிய ராகம் இதயத்துள் இசைத்தது.

இதே ரயிலில் சுபியானுடன் பயணித்திருக்கிறாள். முதன் முறையாக ஊருக்கு வந்து, சுபியான் திரும்பிச் செல்லும்போது அவளும்தான் பயணித்தாள் அவனுடன். வாழ்வின் சுவாரசிய மான தருணமாக அந்தப் பயணம் அமைந்திருந்ததை அவளால் மறுக்க முடியவில்லை. காதல் வெறும் கனவோ ஆளை ஆள் ஆட்கொள்வதோ அன்பினால் அச்சுறுத்துவதோ அல்ல என்கிற தெளிவு தனக்கு அப்போது இல்லாமல் போனது ஆச்சரியமாக இருந்தது. தான் காதலென்று கற்பனை செய்துகொண்டதற்கும் காதலுக்கும் தொடர்பேதும் கிடையாதென்பது அவளது பிந்திய கண்டுபிடிப்பாக இருந்தது.

எதையுமே எதிர்பாராமல் இதயத்தை அளித்திருந்த அவளின் அன்பை, அருகாமையைவிடவும் சரணாகதியை ஏன் அவன் அத்தனை விரும்பினான் என்று அவளால் இன்னமும் புரிந்துகொள்ள முடியவில்லை. உண்மையான கனவுகளை வாழ்ந்து பார்ப்பதற்கு இடந்தராத காதல் காதலே யில்லை என்பதால் தனது இப்போதைய தனிமை அவளை நிறைவு செய்வதாக இருந்தது.

ஜம்மியதுல் உலமாவுக்கு அவன் கடிதம் எழுதியிருப்பான் என்பதை நம்ப முடியாதிருந்தது. நினைத்த காரியத்தைச் சாதிப்பதற்காக அவன் எத்தகைய தூரமும் போகக் கூடியவன். எப்படியான கதவுகளையும் தட்டக்கூடியவன் என்பதிலும் சந்தேகமில்லை. யார் எழுதியதாக இருந்தாலும் தன்னைத் தகர்ப்பதற்கான முயற்சிகள் வடிவம் கூட்டப்படுதாகவே மனது ஆலோசித்தது. அவள் கண்காணிக்கப்பட்டுக்கொண்டிருக்கிறாள். அவளை வீழ்த்துவதற்கான குழி பறிக்கப்பட்டுக் கொண்டிருக் கிறது. போற்றப்படுகிறவளாகவும் அதிகம் நிந்திக்கப்படுகிற வளாகவும் இருக்கிற தன்னைப் பற்றியே நீண்ட நேரமாக யோசனை செய்துகொண்டிருந்தாள்.

வாசிப்பதும், புத்தகத்தை மூடிவிட்டு ஜன்னலுக்கு வெளியே பார்ப்பதும், யோசிப்பதும், கண்களை மூடிச் சாய்ந்திருப்பது மாகவே தொடர்ந்தாள்.

அவளுக்கு மிகப் பிடித்தவைகளில் பயணமும் ஒன்று. புதிய இடங்கள், சந்திப்புகளிலிருந்து விரியும் அனுபவங்கள் மிகப் பெறுமதியானது.

கொழும்பில் சுபியானைச் சந்திக்க நேர்ந்தால் எனும் சங்கடமும் இடையிடையே தோன்றி அலைக்கழித்தது.

அதற்கான சாத்தியங்கள் ஏதுமுள்ளதா என்றும் தீர்க்கமாகச் சிந்தித்துக்கொண்டாள்.

எதிர்பாராதவிதமாகக்கூட அவனைச் சந்திக்காதிருப்பதே நல்லது என்று தோன்றியது.

நீர்கொழும்பில் குறிப்பிட்ட விடுதியைச் சென்றடைய இரவு எட்டு மணியாகிவிட்டிருந்தது.

○

தூர இடங்களில் இருப்பவர்களில் அரைவாசிக்கும் அதிகமானோர் இப்போதே வந்துவிட்டிருந்தனர். இரவு நேர போசனத்தின்போதே பங்குபற்றுநர்கள் அறிமுகங்களைச் செய்துகொள்ள வாய்ப்பாக இருந்தது. பல கூட்டங்களில் சந்தித்த பரிச்சயமான முகங்களே அதிகமிருப்பதைக் கவனித்தாள்.

சமூகப் பெண் செயற்பாட்டாளர்கள், சட்டத்தரணிகள், துறைசார் வல்லுநர்களே நிகழ்வுக்கு அழைக்கப்பட்டிருந்தனர்.

குடத்து நீர் கடலில் விழுந்தாற்போலதான் தவக்குல் உணர்ந்தாள். ஒவ்வொரு பெண்ணும் ஒவ்வொரு வகையில், ஒவ்வொரு துறையில், ஒவ்வொரு பணியில் உயரப் பறப்பவர்களா யிருந்தார்கள். இவர்களையெல்லாம் சந்திப்பதும் அனுபவங் களைப் பகிர்ந்துகொள்வதும் அவளுக்கு மிகுந்த உற்சாகத்தை யளித்தன.

மிகக் குறைவான முஸ்லிம் பெண்களே வருகை தந்திருந்தனர். அறுநூற்றுக்கும் அதிகமானோர் கலந்துகொண்ட பெண்கள் மாநாட்டில் பத்துக்கும் குறைவான முஸ்லிம் பெண்களைக் காண முடிந்தது ஏமாற்றத்தையளித்தது. புத்தளம் பகுதியில் ஒரே அமைப்பில் பணியாற்றுகிற மூன்று பெண்கள் வந்திருந்தனர். அவர்கள் வட மாகாணத்திலிருந்து இயக்கத்தி னால் பலவந்தமாக வெளியேற்றப்பட்டுப் புத்தளத்தில் வாழும் முஸ்லிம் மக்களின் அபிவிருத்திக்கான வேலைத்திட்டங்களை முன்னெடுப்பவர்கள் என்று தெரிந்தது.

கண்டி, பதுளை, திருகோணமலை, அம்பாறை, கொழும்பு பகுதிகளிலிருந்தும் ஒரு மாவட்டத்திற்கு ஒரு பிரதிநிதி என்ற அடிப்படையிலேயே முஸ்லிம் பெண்களைக் காண முடிந்தது.

"எண்பதுக்கும் அதிகமான முஸ்லிம் பெண்களுக்கு அழைப்பு அனுப்பியிருந்தோம். பொது நிகழ்வுகள்ல முஸ்லிம் பெண்கள் கலந்துக்கிறது மிகக் குறைவாகத்தானே இருக்குது ..." நிகழ்வு ஏற்பாட்டுக் குழுவின் தலைவி ஷெலினின் இந்த ஆதங்கம் நியாயமானதென்றே தவக்குல்லும் நினைத்தாள். வந்திருந்த பெண்களுடன் உரையாடுவதும், அவர்களது அனுபவங்களைப் பெறுவதிலும் மும்முரமாக இருந்தாள் அவள்.

வன்னியில் இருந்து வந்த பெண்களே நிகழ்வு நாயகிகளாக அனைவரின் கவனத்தையும் ஈர்த்திருந்தனர். முதன்முறையாக வெளிமாவட்டமொன்றுக்குப் பயணித்தவர் களாகவும், அழகிய, கட்டுக்குலையாத பிரதேசமொன்றை முதன்முறையாக நேரில் தரிசித்து அனுபவிப்பவர்களாகவும் அவர்கள் இருந்தார்கள்.

இறுதிக்கட்டப் போரின்போது இடம்பெற்றதுமான அவலம் குறித்து அவர்கள் காரசாரமான விமர்சனங்களையும் கொந்தளிக்கும் கேள்விகளையும் முன்வைத்தனர்.

"மனிதாபிமான அமைப்புகள் என்ற பெயரில் இங்கு கூடியிருக்கிற நூற்றுக்கணக்கான அமைப்புகளில் ஒன்றுதானும் எங்களுக்கு உதவ முன்வரவில்லை. சர்வதேச நாடுகள், ஐக்கிய நாடு மனித உரிமை ஸ்தாபனம் அனைத்தும் பெயரளவில்தான். திட்டமிட்டு மக்களை மையப்பொருளாகக் கொண்டு ஓர் இன அழிப்பு மேற்கொள்ளப்பட்டதை உலகமே பார்த்துக் கொண்டிருந்ததென்றால், மனிதாபிமானம், மனித உரிமை எல்லாம் வெறும் பதாதைகளுக்கும், பெயர்ப் பலகைக்குமா."

"ஓடிவருவதற்குத் தயாராக இருந்தோம் சகோதரி. எங்கள் உறவுகளுக்குக் கரம் தருவதற்கும் ஏங்கினோம். எங்களது செயற்பாடுகளை அரசாங்கம் திட்டமிட்டு முடக்கியிருந்தது. இப்போதும்கூட அரச சார்பற்ற நிறுவனங்கள் பாதிக்கப்பட்ட பகுதிகளில் பணியாற்ற முடியாத சூழ்நிலை காணப்படுகிறது. அரச சார்பற்ற நிறுவனங்கள் அரசாங்கத்தின் அனுமதியைப் பெற்று, அரசாங்கத்திற்கூடாகப் பணியாற்ற வேண்டும் என்ற புதிய நடைமுறைகள் இறுக்கமாகக் கடைப்பிடிக்கப்படுகின்றன. மனிதாபிமானப் பணிகள் முற்றிலுமாக முடக்கப்பட்டிருந்தன. மனிதாபிமானப் பணியாளர்களுக்கான பிரவேச அனுமதிகூட ரத்துச் செய்யப்பட்டிருந்தது."

துயரத்தில், ஏமாற்றத்தில் தோய்ந்து முழங்கியது ஷெலினின் குரல்.

"சாட்சியற்றதோர் மனிதப் படுகொலை அல்லது சாட்சி களாக இருக்கக்கூடியவர்களை மௌனிக்கச் செய்ததொரு போர் என்றால் அது வன்னியில் இடம்பெற்ற இறுதிப் போர்தான்." இது இன்னுமொரு பெண்ணின் கூற்று.

கலந்துரையாடலுக்கு எடுத்துக்கொள்ளப்பட்ட தலைப்புகள் யாவும் தவக்குல் நன்கு அறிந்தவையாக இருந்த போதும், அவை பேசப்பட்ட விதங்களை அவள் உன்னிப்பாக அவதானித்துக்கொண்டிருந்தாள். பாதிக்கப்பட்ட பெண்களின் குரல்கள் எவ்வாறெல்லாம் ஒலிக்கின்றன என்பதை உற்றுக் கேட்டாள்.

தனக்குத் தரப்பட்ட நேரத்தில் யுத்தத்தினால் விதவையான பெண்கள், மாற்றுத்திறனாளிகள் குறித்துப் பேசினாள். அவர்களின் வாழ்வை மேம்படுத்த வேண்டியதன் அவசியத்தை விளக்கினாள். முக்கியமாகப் பெண் போராளிகள் குறித்தும், யுத்தக் கைதிகள் குறித்தும் நாம் கவனம் செலுத்த வேண்டும் என்ற கருத்தை முன்வைத்தாள். சமூக நீரோட்டத்தில் இணைந்துகொள்வதில் போராளிகள் எதிர்கொள்ளும் பிரச்சினைகளையும் அவை சீர்படுத்தப்பட வேண்டியதன் அவசியம் குறித்தும் உரையாற்றினாள்.

வட மாகாணத்திலிருந்து விரட்டப்பட்டு வெளி மாவட்டங்களில், விசேடமாகப் புத்தளம் மாவட்டத்தில் தஞ்சம்கொண்டிருக்கும் முஸ்லிம்கள் குறித்த கவலையையும் தவக்குல் வெளியிட்டாள். அவர்களின் மீள்குடியேற்றத்தின் தடை காரணங்களையும் அபிவிருத்தியிலிருந்து அவர்கள் எப்படிப் புறக்கணிக்கப்படுகிறார்கள் என்பதையும் விபரித்தாள். தலைமுறை இடைவெளிகளோடு தொடரும் சாபக்கேட்டிலிருந்து அந்த மக்களை மீட்டெடுக்கப் போதுமான நடவடிக்கைகள் மேற்கொள்ளப்படாதிருப்பதைச் சுட்டினாள். வட மாகாண முஸ்லிம்களை இயக்கம் திட்டமிட்டு வெளியேற்றிய வரலாற்றை மறைக்கும் தந்திரபோய அரசியலில் இருந்து பாதிக்கப்பட்ட மக்களுக்கான நிவாரணங்களைப் பெறுவதற்கான வழிகளை அடையாளம் காண வேண்டும் என்றாள்.

வட மாகாண முஸ்லிம்கள் மட்டுமல்ல ஒட்டுமொத்த முஸ்லிம் சிறுபான்மை சமூகமுமே புறக்கணிக்கபட்டே இருக்கிறது. போரினால் பாதிக்கப்பட்ட மற்றுமொரு சிறு பான்மைச் சமூகமாக முஸ்லிம்கள் இந்த நாட்டில் வாழ்கிறார் கள் என்பதை மறந்த நிலையில்தான் அரசாங்கத்தின் அபிவிருத்தி நடவடிக்கைகளும், அரச சாரா அமைப்புகளின்

செயற்பாடுகளும் அமைந்துள்ளன என்றாள். அவர்களின் பிரச்சினைகள் குறித்தும் தீர்வுகள் குறித்தும் தீர்க்கமாக ஆலோசிக்கப்பட வேண்டுமெனவும், இது தொடர்பான முன்மொழிவுகளை மனிதாபிமான செயற்பாட்டாளர்கள் என்ற வகையில் முன்வைக்க வேண்டும் என்றும் கோரினாள்.

அவளது உரைக்குப் பின்னர் பலரும் பல்வேறு விதமான கேள்விகளை எழுப்பினர். முன்னாள் போராளிகள் குறித்து விசேடமாகக் கவனிப்பதற்கான காரணத்தைச் சிலர் தவக்குல்லிடம் கேட்டனர்.

"ஒரு முஸ்லிம் பெண்ணான நீங்கள், வட மாகாண முஸ்லிம்களின் வெளியேற்றத்தையும், அவர்களின் சமூகப் பிரச்சினைகளையும் பேசுகிற நீங்கள், போராளிகளைப் பற்றியும், போராளிகளின் சமூக வாழ்வு குறித்தும், யுத்தக் கைதிகளின் விடுதலை பற்றியும் பேசுவது ஒன்றுக்கொன்று முரணாக உள்ளதே."

"இதில் ஒரு முரணுமில்லை. மனிதாபிமான நடவடிக்கை இனம், மொழி பேதங்களுக்கு அப்பாற்பட்டது. நான் இங்கு இரண்டு விதமான பிரச்சினைகளைக் குறிப்பிட்டேன். அவை இரண்டுமே சமகாலப் பிரச்சினைகள். எனது கவனத்தை ஈர்த்த மிக முக்கியமானது என நான் கருதிய சமகாலப் பிரச்சினைகள் பற்றியே நான் பேசினேன்."

தேசிய மனித உரிமைகள் கண்காணிப்பகத்தின் தலைவி மார்ஷல் தவக்குல்லைப் பாராட்டினார். அவளது துணிவையும் மனிதாபிமானத்தையும் மெச்சினார். அனைவரது கவனத்தையும் தவக்குல் ஈர்த்திருந்தாள்.

மதிய இடைவேளைக்காக அமர்வு பின்தள்ளப்பட்ட போது வன்னியிலிருந்து வந்திருந்த பெண்கள் தவக்குல்லுடன் அன்போடு வந்து உரையாடினர்.

அந்தப் பெண்கள் தங்கள் மனதில் புரையோடிக் கிடக்கிற வேதனைகளைப் பகிர்ந்துகொள்வதற்கான சந்தர்ப்பமாகவே இந்தச் சந்திப்பைக் கருதுவதாகக் கூறினர். "நாங்க எல்லாருமே பாதிக்கப்பட்டவைதான். எல்லாருமே இழப்பெச் சந்திச்சவை ... இழப்பில்லாதவையள் ஆருமில்ல. ஆர் கஷ்டத்த ஆருட்டச் சொல்றது, ஆரை ஆர் ஆறுதல்படுத்துறது என்ர நிலை. மனச்சுமையை இறக்கி வைக்க எங்களுக்குக் கிடச்ச வாய்ப்பு இது."

இறுதிப்போரின்போதான சொந்த அனுபவங்களை அவர்கள் விபரித்தனர். அவர்களுக்கு அது மிகத் தேவையாகவும் இருந்தது.

ஒரு பெண் கணவனையிழந்தவளாக இருந்தாள். ஏற்கனவே ஷெல் தாக்குதலினால் காலில் காயமேற்பட்டு அதற்கு சிகிச்சையும் பெறாதிருந்த தனது கணவர் முள்ளிவாய்க்காலில் இடம்பெற்ற மற்றுமொரு ஷெல் தாக்குதலில் இறந்ததாகக் கூறினாள். அதைக் கூறும்போதே அவள் உதடுகள் துடித்துக் கண்கள் பனித்தன. கணவனை இழந்ததைக் காட்டிலும் அவர் இறந்த நிகழ்வு என்றென்றைக்கும் அழிக்க முடியாத துயரமாக, வெறுப்புடன் நினைவுகூர வேண்டியதாக அவளில் பரவி மனதைக் கடுமையாகப் பாதித்திருந்தது. முள்ளிவாய்க்காலி லிருந்து இராணுவக் கட்டுப்பாட்டுப் பகுதிக்குள் மக்கள் நகர்ந்துகொண்டிருக்கையிலேயே அவள் கணவனை இழந்திருந்தாள்.

“முழங்காலுக்குக் கீழ அவருக்குப் பெரிய காயம். நடக்கிறதுக்கே ஏலாமக் கஷ்டப்பட்டாரு. சட்டையெக் கிழிச்சித் தான் காலுக்குக் கட்டுப்போட்டிருந்தாரு. நான் பிள்ளையள் ரெண்டையும் தூக்கிக்கிட்டு முன்னால ஓடிக்கிட்டிருந்தன். அங்காலயும் இஞ்சாலயும் இடவலமில்லாம ஷெல்கள் வந்து விழுந்துக்கிட்டேயிருந்திச்சி. பக்கத்தில வந்துக்கிட்டிருந்த சனங்களும், பிள்ளையளும் விழுந்து விழுந்து செத்திச்சினம். ஆக்கள் சாகிறதையும் உயிருக்காக முனங்குறதையும் பார்த்துக் கிட்டு, அப்பெல்லாம் எங்கட மனசு கல்லேதான். அதெல்லாம் பார்த்துக் கண்ணீர்விட நேரமே . . . எங்கட உசிரக் காப்பாத்தணும் . . . திடீரென்டு திரும்பிப் பார்த்தன் . . .”

அவள் தேம்பித் தேம்பி அழுதாள். அவள் முகத்தில் கறுமை கவிந்து கைகளில் பச்சை நாளங்கள் புடைத்தெழும்பின.

“வேணாம் . . . அதைப் பத்திப் பேசாம விடுவெம். மறக்க வேண்டியதத் திரும்பப் பேசி . . . என்னத்துக்கு . . .”

கைகளைப் பிடித்தழுத்திக்கொண்டே தவக்குல் இப்படிக் கூறியதும், அந்தப் பெண் சுதாகரித்துக்கொண்டு தொடர்ந்தாள். மனச் சுமையை இறக்கியே தீர வேண்டும் என்று முடிவு செய்தவளைப் போல, இதுபோன்ற சந்தர்ப்பம் இனியொரு போதும் அமையாதென்றே நம்பியவளைப் போலச் சீழ்க்கை யடித்துக்கொண்டு முகத்தைக் கைகளால் மழித்துத் துடைத்துக் கொண்டே தொடர்ந்தாள்.

“கண்ணுக்குள்ள இன்னமும் அந்தக் காட்சி அப்பிடியே இருக்கு . . . என்ட இந்த உடம்பு மண்ணுல மக்கினாத்தான் நான் அத மறப்பென் . . . அவரு முண்டமா நடந்து வந்தாரு . . .”

எவ்வளவுதான் தன்னைக் கட்டுப்படுத்த முயன்றாலும் இதயத்தின் அடுக்குகளில் அடுக்குகளாக, இருளாக, பெரும்

கொடூரமாக அந்த நினைவு அவளை ஆட்கொண்டிருந்தது. கண்ணீர் கோத்துக் கொண்டுவர மீண்டும் அழுதாள். அவர் முண்டமாக நடந்து வந்ததாகக் கூறியதும், தவக்குல்லின் மேனி அதிர்ந்து மயிர்க்கால்கள் திகைத்தெழுந்தன. அந்தக் கணத்தில் ஏற்பட்ட துயரத்தினால் தவக்குல்லின் இதயம் கனத்தது. கால்களுக்குக் கீழே பூமி நழுவிச் செல்வதுபோல் கால்கள் விறைப்புடன் நடுங்குவதை உணர்ந்தாள். அவள் என்னதான் சொல்லப் போகிறாள் என்ற திகைப்புடன் அவளையே பார்த்துக்கொண்டிருந்தாள்.

"பின்னாலே வந்த மனிசனப் பார்க்க நான் திரும்பிப் பார்க்கேக்க, என்ட வேதனையெ எப்பிடிச் சொல்லுவென் அவருட தலையெக் காணல்லைம்மா . . . சனங்கள் அவரக் கண்டு வெருண்டு ஓடுதுகள். கழுத்திலயிருந்து ரத்தம் வழியுது அப்பயும் நடக்கிறாரு . . . எனக்குத் தெரியாதே என்ட புருஷன் உடம்பெ . . . விரிந்த அவர்ர நெஞ்சிலயும், கற்றை கற்றையா யிருந்த முடிகள்லயும் ரத்தம் பரவி வழிந்திச்சி. நான் திரும்பி அவருக்கிட்டப் போகத்தான் பார்த்தென் . . . ஆனா அவருடக் கை ரெண்டும் என்னெப் போ! போ! என்றாப்போல சைகை யோட அசைஞ்சிச்சி . . . ரெண்டு மூணு எட்டு வைச்சிட்டு அப்படியே குப்புற விழுந்துட்டாரு . . . என்ட கண்ணுக்கு முன்னாலெயே என்ட புருஷன் உசிரவிட்டும் பார்த்துக்கிட்டு நின்றேன் என்றா நம்பேலுமே . . . அதுதான் எங்கடை நிலெ . . . அவர்ர மனசுல ஆழமா இருந்த எண்ணம் என்னையும் பிள்ளையளெயும் காப்பாத்துறது மட்டுந்தான். அந்த நேரத்திலே எங்களுக்கிட்டக் காப்பாத்த இருந்தது உசிரு மட்டும்தானே. தல கழன்றதுக்குப் புறவும் என்னெப் போ என்டு சைகை காட்டினாரே . . . அந்தச் சீவன்ட துடிப்பை எப்படிம்மா மறப்பேன் . . ."

"என்ட மூத்தது பெட்டை. ஏழு வயசு . . . அதுவும் இந்தக் காட்சியப் பாத்தது . . . அந்தச் சனநெரிசலில . . . என்ட பிள்ளை அது அப்பாதான் என்டு அடையாளம் காணல்லெ . . . அது ஆரம்மா . . . அவருட தலை எங்கை என்டு கேட்டதும், தோளில் படுத்திருந்த நாலு வயசு மகன் எழும்பித் திரும்பிப் பார்க்கப் போனான் . . . நான் பார்க்கவிடாம அவன்ட முகத்தைத் திருப்பித்து ஓடியந்திட்டேன் . . ."

சில நிமிடங்கள் பேசவே முடியாதவளைப் போலத் தனக்குத் தெரிந்திருந்த அத்தனை வார்த்தைகளையும் மறந்துவிட்டவளைப் போல அப்படியே அமர்ந்திருந்தாள் தவக்குல். அவளது தலை விறைத்துவிட்டிருந்தது. அந்தக் கணத்தில் எதைப் பற்றி அவள் எண்ணிக்கொண்டிருந்தாள் என்றே தெரியவில்லை. பகிர்ந்து

கொண்ட பெண் முகம் தெளிந்தவளாக இருந்தாள். நெடுநாளாக நெஞ்சிலேயே சுமந்துகொண்டிருந்த சிலுவையை இன்றுதான் இறக்கி வைக்கக் கிடைத்ததுபோல அவள் முகத்தில் ஆயாசம் பரவியிருந்தது.

'இப்படியும் நடக்க முடியுமா ... தலையிழந்த மனிதன் மனைவி பிள்ளைகளைத் தப்பித்துச் செல்லுமாறு சைகை காண்பிப்பானா? ஒரு பெண்ணின் அனுபவம் இப்படிக் கோரமெனில் ஏனையவர்களின் அனுபவங்கள் அனைத்தையும் ஒன்றுகூட்டின் இறுதிப்போர் எத்தனை கொடியது?'

'மனித உயிர்களைக் கொன்று குவித்து, அதன் புதைகுழிகளி லிருந்து வீசுகிற இந்த அமைதி நிரந்தரமானதா ..?'

முறியடிக்கப்பட்ட யுத்தத்திற்கும், சிறுபான்மை மக்களின் அரசியல் உரிமைகளுக்கும் தொடர்பேயில்லை என்பதை அவள் முன்னரே சிந்தித்திருந்தாள்.

தனிஈழக் கோட்பாட்டை முன்வைத்துப் போராடிய இயக்கம், தங்கள் நியாயத்தை, பலத்தை நிரூபிக்க அநியாயமாக ஈவிரக்கமேயில்லாமல் மனிதாபிமானமேயில்லாமல் திட்டமிட்டு மக்களைக் கொன்று குவித்தனர். இதையேதான் அரசாங்கமும் செய்தது. மக்களின் உரிமைகள், அபிலாஷைகள் அடங்கிய இனப்பிரச்சினை தீர்க்கப்படாதிருக்கும்வரை இறுதிப்போர் இராணுவத்திற்குக் கிடைத்த வெற்றி என்று கொள்ள முடியுமே தவிர, சிறுபான்மையினருக்கும், ஜனநாயகத்திற்குமான வெற்றியாகவோ, அமைதியாகவோ கொள்ள முடியாதென்ற உறுதியான நிலைப்பாட்டையே தவக்குல் கொண்டிருந்தாள்.

வன்னியிலிருந்து வந்திருந்த பெண்களில் ஒரு பெண், "என்ர ரெண்டு தம்பிமார். ரெட்டைப் பிள்ளையள் ஒரு பங்கருக்குள்ளேயே செத்துப்போயிட்டினம். என்ர அம்மா அதப் பார்த்ததிலயிருந்து பேதலிச்சிப் போய்ட்டா. கடைசிப் போரில பாவிக்கப்பட்ட ரசாயன ஆயுதங்களும் ஒருவித வெண்ணிற நச்சுப் புகையும் பரவி மக்களைக் கோரமாகக் கொன்றுட்டு. மண்மூட்டை அணைகளுக்கு உள்ளேயும் அகழியிலயும் மறைஞ்சிருந்தவையளும் குமியல்குமியலாக் கொல்லப்பட்டினம். என்ட பத்து வயதுத் தம்பிகளோட ஒன்பது பிள்ளையள் அகழியொன்டுக்குள்ள மறஞ்சிருந்ததுகள். எல்லாப் பிள்ளையளும் செத்திட்டினம். என்ர அப்பாவும் போரில காணாமப்போய்ட்டாரு. எனக்கு இப்பதான் இருபது வயசு. மனநோயாளியாப்போன அம்மாவொட வாழ்ந்திட் டிருக்கன். என்னப்போலயும் என்ர அம்மா போலயும் எத்தின பேர் இருக்கினம் தெரியுமே? அங்க வவுனியா ஹொஸ்பிட்டலில

வந்து பார்த்தியள் என்டா தெரியும், போரால மன நோயாளியாப் போனவை கால் கைகளை இழந்தவை எத்தினெ ஆயிரம்பேரென்டு ...”

மாநாட்டிற்கு வந்திருந்த பெண்கள் ஒன்றில் அரசாங்கத் திற்கு அல்லது இயக்கத்திற்கு ஆதரவளிப்பவர்களாகவே இருந்தனர்.

தவக்குல் இரு தரப்புகளையும் கடுமையாக விமர்சித்தாள்.

“இரு தரப்புமே தனிப்பட்ட நோக்கங்களுக்காக, ஏகாதி பத்திய அதிகாரங்களை நிரூபிப்பதற்காக நடத்திக்கொண்ட தொரு போராட்டத்தில் மக்கள் சாகடிக்கப்பட்டனர்.”

யுத்தத்தினால் பாதிக்கப்பட்ட முஸ்லிம் பெண்கள் குறித்த தெளிவான கருத்துக்களையும் அவள் இந்நிகழ்வில் முன்வைத்தாள்.

“யுத்தத்தினால் பாதிப்புக்குள்ளான முஸ்லிம் பெண்கள் பற்றியும் நாம் கவனத்திற்கொள்ள வேண்டும். முஸ்லிம் விதவை களுக்கு ஏனைய சமூகப் பெண்களுக்குப் போலத் தன்னிறைவை நோக்கி சுதந்திரமாகச் செயற்படக்கூடிய நிலை இல்லை. முஸ்லிம் பெண்கள் வெளியேறவும் முடியாமல், வறுமையை வெல்லவும் முடியாமல் முடங்கிக் கிடக்கிறார்கள்.

“தமதும், தமது பிள்ளைகளினதும் எதிர்காலம் குறித்த கவலைகளுக்கு அவர்களிடம் ஒரு தீர்வும் இல்லை. எவ்வகையி லாயினும் முஸ்லிம் பெண்கள் ஆண்களில் தங்கியிருக்க வேண்டிய சமூக அமைப்புக் காரணமாகச் சவால்களைச் சமாளிக்க முடியாமல் அவதியுறுகின்றனர்”.

தவக்குல்லின் இந்தக் கருத்தை நிகழ்வில் பங்கேற்றிருந்த சில முஸ்லிம் பெண்கள் ஆட்சேபித்தனர். முஸ்லிம் பெண்கள் சுதந்திரமும் உரிமையும் மறுக்கப்பட்டவர்கள் என்று தவக்குல் மறைமுகமாகக் குற்றம் சுமத்துவதாகவும் அது இஸ்லாத்திற்கு முரணானது என்றும் ஒரு பெண் குறிப்பிட்டாள்.

“இஸ்லாமிய மார்க்கத்துக்கு முரணான கருத்தை நான் முன்வைக்கவில்லை. நடைமுறை பற்றியே பேசுகிறேன். கணவனை இழந்த முஸ்லிம் பெண்களின் சமகால வாழ்வு நிலையையும், அவர்களின் பிள்ளைகளின் எதிர்காலம் குறித்த தீர்மானங்களில் குடும்பத்தில் உள்ள ஆண்கள் அதிகம் செல்வாக்குச் செலுத்துகிறார்கள் என்பதும் எந்த வகையில் முரணானது? பொருளாதார ரீதியாக நலிவடைந்த நிலையி லிருக்கும் முஸ்லிம் விதவைப் பெண்கள் விரும்பியோ விரும்பா மலோ தங்களையும், தங்களது பிள்ளைகளின் எதிர்காலத்தையும்

கணவனுக்குப் பின் குடும்பத்திலுள்ள ஏனைய ஆண்களிடம் கையளிக்க நிர்ப்பந்திக்கப்பட்டுள்ளனர் இதில் சந்தேகமில்லை.”

தவக்குல்லின் ஆர்வத்தையும், விதவைகளின் பிரச்சினைகள் குறித்த விடயங்களில் அவள் காண்பித்த அக்கறை, தெளிவை கவனித்துக்கொண்டிருந்த மார்ஷல் அவளைத் தனியாக அழைத்தார்.

மனித உரிமைகள் தொடர்பான பணிகளை எதிர்காலத்தில் மட்டக்களப்பு மாவட்டத்தில் மேற்கொள்ள மனித உரிமைகள் கண்காணிப்பகம் எதிர்பார்ப்பதாகவும் அதன்போது அவளது ஒத்துழைப்புத் தேவைப்படும் என்றும் கூறினார்.

அது தொடர்பாக அவர்கள் நீண்ட நேரம் கலந்துரையாடவும் செய்தனர். தவக்குல்லின் பரந்த அனுபவத்தையும், அறிவையும் மார்ஷல் பாராட்டினார்.

பாதி வயதைக் கடந்திருந்தபோதும் முதுமையின் அடையாளங்கள் எதனையும் கண்டறிய முடியாத இளமைத் தோற்றத்தினாலும், எளிதில் யாரையும் ஈர்க்கும் புன்னகையுடனான மென்மையானப் பேச்சினாலும் மிக அழகாக இருந்தார் மார்ஷல். தொளதொளப்பான அளவில் பெரிய இளம் வண்ணத்திலான சுடிகளையே அணிந்தார்.

மார்ஷல், இளம் பராயத்திலிருந்தே மனித உரிமைகளுக்காகக் குரல் கொடுக்கிறவர். அதற்காகவே அர்ப்பணிப்புடன் செயற்படுகிறவர். மனித உரிமைகள் விடயத்தில் போர்க் காலத்திற்கும் தற்போதைக்குமான நாட்டின் நிலைப்பாடுகள், தற்போது முன்னெடுக்கப்படுகிற, முன்னெடுக்க எதிர்பார்த்துள்ள செயற்பாடுகள் எனப் பல்வேறு கட்டங்களைத் தயக்கமின்றி தவக்குல்லுடன் பகிர்ந்துகொண்டார்.

தவக்குல்லின் கருத்துக்களையும் கேட்டறிந்தார். அவளது கருத்துக்களை வரவேற்றார். உபயோகமான கருத்துக்கள், யோசிக்கப்பட வேண்டியது என்றெல்லாம் தட்டிக்கொடுத்து அங்கீகாரமளித்து அவளை மகிழ்ச்சிப்படுத்தினார்.

சொற்ப காலத்தில் மார்ஷலுடன் ஏற்பட்ட நெருக்கம் அவரில் இன்னதென்று அளவிட முடியாத நெருக்கத்தை, உரிமையை உண்டுபண்ணியிருந்தது. சமூகத்திற்குள் இருந்தெழுகிற தனக்கு எதிரான எதிர்ப்புகளை அவரோடு பகிர்ந்துகொள்ள வேண்டும்போல் தோன்றிற்று அவளுக்கு.

“உன் சமூகத்தைப் பற்றியும், நீ பின்பற்றுகிற மார்க்கத்தின் வழிகளும், மரபுகளும் உனக்குத் தெரிந்திருக்கும். நீதான் உனது எல்லைகளைத் தீர்மானிக்க வேண்டும். உனது

ஊரிலுள்ள மார்க்கப் பெரியார்களைச் சந்தித்துப் பேசி, அவர்களின் ஒத்துழைப்பைப் பெறுவதற்கு ஏன் முயலக் கூடாது?"

உடனடியாகப் பதில் கூற முடியவில்லை அவளால். மார்க்கப் பெரியார்கள்கூடப் பல சமயங்களில் இனந்தெரியாத சமூகக் குழுக்களின் அச்சுறுத்தலுக்குள்ளாவதுடன், எதிர்பாராத ஆபத்துக்களுக்கும் முகங்கொடுக்க நேருகிறது. மேலும் மார்க்கப் பெரியவர்கள் என்பது யார் என்பதும் தெளிவற்றது. மார்க்கத்தைத் தெளிவாகக் கற்றவர்கள் மார்க்கப் பெரியவர்களா அல்லது நெடுந்தாடியும் குல்லாவுமாக அடையாளப் படுத்துகிறவர்கள் மார்க்கப் பெரியவர்களா? முறையாக மார்க்கத்தைக் கற்றவர் பலர் குல்லா அணிவதுமில்லை; தாடி வைத்துக்கொள்வதுமில்லை. குல்லா அணிந்து தாடி வைத்துக்கொண்டிருப்பவர்களுக்கு மார்க்கத் தெளிவில்லை. இஸ்லாமியச் சமூகத்துக்குள் இந்த முல்லாக்களின் செல்வாக்கு தவிர்க்க முடியாத ஒன்றாகவே இருந்துவருகிறது. கண்மூடித் தனமான கொஞ்சமும் அறிவுக்குப் பொருந்தாத பல காரியங்களை அவர்கள் நிறைவேற்றவும் செய்கின்றனர். குர்ஆனின் புனித வசனங்களை ஆளாளுக்கு அர்த்தப்படுத்துகின்றனர். மக்களைக் குழப்புவதில் மிகத் தேர்ந்தவர்கள் அவர்கள்.

மார்ஷலின் ஆலோசனை நடைமுறைச் சிக்கலானது என்றே தவக்குல் எண்ணினாள். மார்க்கப் பெரியார்கள் ஒரு பெண்ணின் தலைமையின்கீழ் பணியாற்றவும் அவளுக்கு ஆலோசனை தரவும் முன்வருவார்களா என்பதே கேள்விக் குரியது என்றாள் தவக்குல்.

பெண் பலகீனமானவள், அவளுக்கு எதுவும் தெரியாது, அவளால் எதுவும் முடியாது என்பதிலேயேதான் மார்க்க அடிப்படைவாதிகள் தொங்கிக்கொண்டிருக்கிறார்கள். ஆணின் விலா எலும்பிலிருந்து படைக்கப்பட்டவளாகவும் ஆணின் சுகபோகங்களுக்காகவும் இனவிருத்தி செய்வதற்காகவும் தவிர அவளுக்கு வேறொரு உரிமையோ சுதந்திரமோ கிடையாதென்பதே அவர்களது கருத்து. அவர்களில் பலர் பெண்ணை இன்னும் பெண்ணாகக்கூட ஏற்கவில்லை. இதில் அவளை மதிப்பது, அவளது செயற்பாடுகளுக்கு ஒத்துழைப்பு அளிப்பதெல்லாம் கற்பனைக்கேனும் எட்டுமா?

எல்லாச் சமூகங்களுக்குள்ளும் சமூக நலன்விரும்பிகள் என்ற போர்வையில் சமூக எதிரிகள் சிலர் செயல்படுகின்றனர். அவர்கள் அனேகமாக எல்லாக் காரியங்களிலும் குற்றம் பிடிப்பதிலேயே கண்ணாய் இருப்பார்கள். தம்மை நிலைப்படுத்த

மக்களிடையே தமது கருத்துகளைக் கொண்டு சேர்ப்பிக்கப் பொய்யான ஆதாரங்களைச் சோடித்து எதிராகத் துண்டுப் பிரசுரங்களை வெளியிட்டேனும் தத்தம் விருப்பத்தை நிறைவேற்றிக்கொள்பவர்களும் இருக்கிறார்கள்.

சமூகத்துக்குள்ளேயே இருந்துகொண்டு சமூகத்தின் முன்னேற்றங்களைத் தடை செய்யும், அபிவிருத்திக்கும், நல்ல பல மாற்றங்களுக்கும் முட்டுக்கட்டையாக இருக்கும் சில நபர்கள் எல்லாச் சமூகங்களுக்குள்ளும் சமய ரீதியாகவும், சமய ரீதியற்ற வகையிலும் பரவிக் கிடக்கவே செய்கிறார்கள். அத்தகையவர்களால் உண்மையான மார்க்கப் பெரியவர்கள், பெருமதிமிக்க கற்றவர்கள், சமூகவியலாளர்கள் என்று முடக்கப் பட்டவர்களின் பட்டியல் மிக நீளம். அர்த்தமற்ற எதிர்ப்புகள், ஆதாரமற்ற குற்றச்சாட்டுகள் அனைத்திலிருந்தும் ஒதுங்கி, தாங்களும் தங்கள் பாடுமாக வாழ்வதே பாதுகாப்பானது என்ற உயர் கொள்கையுடன் இன்றைய நல்லவர்களும் வல்லவர்களும் இருப்பதைச் சமூக நலிவின் புள்ளிகளில் ஒன்று என்றே சொல்ல வேண்டியுள்ளது.

தவக்குல்லின் பேச்சு வன்மை மார்ஷலுக்கு வியப்பளித்தது.

“என்னோடு தொடர்பிலிரு. நாங்கள் இணைந்து பணியாற்றுகிற வாய்ப்புகள் வரலாம்.”

மாநாட்டு நிறைவின் பிற்பாடு ஆறுதலையும் மன அமைதியையும் உணர்ந்தாள் தவக்குல். நீண்ட நாட்களாகத் தன்னை அழுத்திக்கொண்டிருந்தவொரு சுமையை இறக்கி வைத்தாற்போன்றதொரு நிறைவும் மனிதஉரிமைச் செயற் பாட்டாளர் மார்ஷலினைச் சந்திக்கக் கிடைத்ததில் இரட்டிப்பு மகிழ்ச்சியுமாக நிறைவாக உணர்ந்தாள்.

கைகுலுக்கல்களும், தொடர்புப் பரிமாறல்களுமாக எல்லோரும் விடைபெற்றுக்கொண்டிருந்தார்கள்.

தவக்குல் நீர்கொழும்பிலிருந்து விதவைகள் புனர்வாழ் வளிப்பு நிலையத்தின் தலைவர் வனசுந்தர பண்டாரவைச் சந்திக்கக் கொழும்பு செல்ல ஆயத்தமானாள்.

அவளது மன வலிமை புதுத் தெம்பு பெற்றிருந்தது. இன்னும் கூர்மை பெற்றவளாக சுதந்திரமானவளாக, தைரியமும் நம்பிக்கையும் மிக்கவள் என்ற உணர்வு அவளில் மேலோங்கியிருந்தது.

2

செண்பகம் அனுப்பிய கடிதத்தை மிகக் கவனமாகப் படித்துக்கொண்டிருந்தாள் யோகா. அயலில் இருந்தபடியே கடிதம் எழுதியிருப்பது நகைப்பாக இருந்தபோதும், ஏதேனும் முக்கிய மல்லாது கடிதம் எழுதியிருக்கமாட்டாள் என்பதால் நம்பிக்கையுடன் பிரித்தாள்.

யுத்தத்தினால் பாதிக்கப்பட்ட பெண்களுக் கான கூட்டமொன்றைப்பற்றிச் செண்பகம் எழுதியிருந்தாள். சகாயவதனியின் வீட்டில் இடம் பெறவுள்ள கூட்டத்தில் கலாவுடன் சென்று கலந்து கொள்ளுமாறு அறிவுறுத்தியிருந்தாள். கூட்டம் நடைபெறவுள்ள திகதி, நேரம் என்பவற்றையும் கீழே தெளிவாக எழுதியிருந்தாள்.

செயற்கைக் காலில் வெடிப்பேற்பட்டு ஒரு வாரத்திற்கும் மேலாகிறது. செயற்கைக் காலைக் கழற்றிவைத்துவிட்டு ஊன்றுகோலில் நடக்க ஆரம்பித்த யோகாவைக் கவனித்தவள் கலாதான்.

நாட்கள் நகர்கின்றன தவிர வாழ்வில் மாற்றம் நிகழ்வதற்குரிய சமிக்ஞைகளைக்கூடக் காணவில்லையே! சுவர்களுக்குள்ளே அடைபட்டுக் கிடப்பதில் ஆற்றாமை வளர்ந்து எதிர்பார்ப்புகள் நிராசையை நோக்கியே நகர ஆரம்பித்திருந்தன. சாதுரியன் பற்றிய தகவல்களை அறிந்துகொள்வதற் கான வழிகளை யோசிக்கும்போதெல்லாம் ஏமாற்றமே பிரதியீடானது.

வவுனியா – பம்பைமடு முகாமிலிருந்து வீட்டுக்குவந்து ஒரு மாதமாகிவிட்டது. ஒவ்வொரு நாளும் யுகமாக நகர்ந்தது. இப்போது வீட்டுச் சூழலுக்கு ஓரளவு பழக்கப்படுத்திக்கொண் டிருந்தாள் யோகா. வத்சலாவின் பழிப்புரை களுக்காகக் கண்ணீர் சிந்தாதிருக்கப் பக்குவப்பட் டிருந்தாள். தனது பிள்ளைகளைப் பார்க்கவோ,

சிரிக்கவோ, பேசவோ கூடாது என்பதெல்லாம் அக்காவின் கட்டளைகள். அந்த வீட்டில் இருப்பதாக இருந்தால் இந்த நிபந்தனைகளை அவள் கட்டாயம் பின்பற்றித்தான் ஆக வேண்டும். உடன்பிறந்த அக்காவுக்கே எந்த ஒட்டுதலும் இல்லையென்றாகிவிட்ட பின் அவள் பிள்ளைகளில் மட்டும் பாசம் வளர்த்து என்னத்தைக் கண்டுவிடுவதாம்.

அம்மாவிடமும் இப்போது எந்த வித எதிர்பார்ப்பு மில்லை அவளுக்கு. அம்மா பேசுகிறாளில்லையே என வருந்துதலி லிருந்தும் யோகா விடுபட்டிருந்தாள். வன்னியிலிருந்து எதிர் பார்ப்புகளுடன்தான் வீட்டுக்கு வந்தாள். சுவீகரிக்கக்கூடிய தாக இருந்த கசப்பனுபவங்கள் எதிர்பார்ப்புகளைத் துடைத் தெறிந்துவிட்டிருந்தன.

அடுக்கப்பட்டிருக்கிற தளவாடங்கள், பொருள்களைப் போல யாருக்கும் எதுவித சிரமமுமில்லாது தானும் ஒரு மூலையில் குந்திக் காலத்தைக் கழிப்பதே விதி எனில் வென்றுவிட வழியேது?

“செண்பகம் அக்கா கடிதம் அனுப்பினவையல்லே... என்னவாம்...”

கலா இப்படிக் கேட்டதில் யோகாவுக்கு நிம்மதி. இவளொருத்தி இல்லையென்றால் யோகா இந்த வீட்டில் ஒரு அண்டாவுக்குள் மூடப்பட்டாலும் ஆச்சரியப்படுதற்கில்லை. சமையலறைப் பக்கமாகக்கூட யோகா போவதில்லை, ஏதும் குற்றம் சொன்னால் என்று பயம். கலாதான் நேரத்திற்குத் தட்டில் சாப்பாடு கொண்டு தருவாள்.

அதிகமான நேரங்களில் சாப்பாட்டு நேரத்திற்கு முன்பே யோகா அறிவித்துவிடுவாள்.

“எனக்குப் பசியில்லை. சாப்பாடு வேணாம்...”

வயிற்றைப் பசி கிள்ள, தலை கிறுகிறுக்கும்போதுதான் சாப்பிட வேண்டும் என்ற எண்ணத்தை ஏற்படுத்திக்கொள்ளப் பழக்கப்பட்டிருந்தாள்.

அக்கா வீட்டிலிருக்கிற நாட்களில் எழுந்து நடப்பதோ, முற்றத்துக்கு வருவதோ கிடையாது. கலாவுக்கும் அம்மாவுக்கு மான அறையில் ஒரு ஓரமாகக் குந்தியிருப்பாள். கண்ணில் பட்டால் வத்சலா ஏதாவது சொல்லிக்கொண்டேயிருப்பாள். அந்த வீட்டில் இருப்பதே இரண்டு அறைகள்தான். பிள்ளைகள் அடுத்த அறைக்குள் ஓடிப்போகும்போதெல்லாம் “அங்கெங்கடா போறியள்... அந்தச் சனியன் முகத்தில முழிக்கயே...” என்பாள்.

“என்ன அக்கா ... பதில் சொல்லாம யோசிக்கிறாய் ...”

தோளை உலுக்கினாள் கலா. சிந்தனைகளும் அதற்குள் மண்டிக் கிடக்கும் கவலைகளும்தான் எத்தனை ஆழமானவை. வாழ்வில் பாதியைக் கற்பனையில்தான் வாழ்கிறோம். கற்பனை களும், கனவுகளும் இல்லாத வாழ்வின் ஆயுள் அற்பமாய் தான் முடியும்.

“போரில் பாதிக்கப்பட்டவையளுக்கு ஏதோ கூட்டம் நடக்குதாம். அதுக்கு என்னயும் போகச் சொல்லி செண்பகம் எழுதியிருக்கு ...”

“நல்லமல்லோ அக்கா ... எங்க நடக்குதாம், போவெம் ... நிறுவனம் நடத்துற கூட்டமாயிருந்தால், உம்மட பொய்க் காலெச் செஞ்சு தரச் சொல்லிக் கேக்கலாம் ...”

“கூட்டம் எங்கெயாம் ...”

உறுதிப்படுத்திக்கொள்வதற்குப்போல கலா அழுத்தமாகக் கேட்டாள்.

“ஆரோ ... சகாயவதனியாம், நம்மட ஊர்லதான் இருக்காளாமே. அவாவுட வீட்டிலெ என்டு எழுதிக் கிடக்கு ...”

“சகாயவதனியா ... ஆ ... அந்த அக்காவ எனக்குத் தெரியும். அவ ஒரு முஸ்லிம் அக்காவொட சேந்து வேல செய்யிறவெ ... போரில விதவையான பொம்புளைகள், காயப்பட்டவங்கள்லாம் குழுக் குழுவாப் பிரிச்சிரிக்கினம். குழுக்களுக்குச் சகாயவதனிதான் தலைவியாமென்டு கேள்வி. நீ வவுனியாவில இருக்கேக்கெ இருந்து அவையள் வேலெ செய்யினம். நாம கட்டாயெம் போவம் ...”

இதுகாறும் யோகா வீட்டுக்குள்தான் அடைபட்டுக் கிடந்தாள். இப்போதெல்லாம் வீட்டின் காவல் நாய் அவள் தான். அவளை வைத்துவிட்டு எல்லோரும் தங்கள் பாட்டிற்கு வெளியே சென்று வருவார்கள். சித்திவிநாயகரைக் கரம்கூப்பிக் கும்பிட ஆசை பொங்க விழி பூத்த நிலை. அதைக்கூட அவள் வெளிப்படுத்த விரும்பினாளில்லை. இவளுக்குக் கோவில், சாமி ஒரு கேடா என்ற கேள்வி எழுந்தால், அதை ஜீரணிக்க அவளுக்குச் சக்தியில்லை. கடவுளுக்கு என் நிலை தெரியும். தன்னை நேரில் வந்து கும்பிடவில்லையெனக் கோபிக்க மாட்டார் என ஆறுதலடைந்தாள். விநாயகர் சதுர்த்தியின் போதும் காப்புக்கட்டி விரதம் இருந்தாள். விநாயகரைத் தரிசிக்கத்தான் முடியவில்லை.

சில நாட்களுக்கு முன் நடந்த சம்பவம் அவளை அதிகம் பாதித்திருந்தது. அதிலிருந்து அவள் இன்னமும் மீளவில்லை. என்றாலும் கலாவின் மனம் சங்கடப்பட்டுவிடக் கூடாதென் பதிலும் மனப்பூர்வமான பாசத்தைக் காட்டுகிற அவள் சந்தோஷத்தில் பங்கம் உண்டாகத் தான் காரணகர்த்தாவாகி விடக் கூடாதென்பதிலும் கவனமாக இருந்தாள்.

சில நாட்கள் முன் கலாவைப் பெண் பார்க்கும் நிகழ்வு அரங்கேறியது. மாப்பிள்ளை வீட்டாரை வரவேற்க அக்காவும், அத்தானும் இரண்டு நாள் வீட்டிலேயே நின்று பலகாரங்கள் தயாரிப்பதிலும், வீட்டை அழகுபடுத்துவதிலும் கவனமாக இருந்தார்கள். மாப்பிள்ளை வீட்டார் அவ்வளவு முக்கிய மானவர்களாம். அத்தானுக்கு மிகவும் வேண்டப்பட்டவர்களாம். மாப்பிள்ளை படித்தவராம். வசதியும் இருக்குதாம். கலாவைக் கோவிலிலும், கிட்டத்தில் நடந்த கல்யாண வீடொன்றிலும் பார்த்துவிட்டுக் கட்டினால் அவளைத்தான் என்று பிடிவாதமாக இருக்கிறாராம். அந்தச் சம்பந்தம் கைகூடினால் கலாவுக்குச் செலவு, சீதனமில்லாமல் கல்யாணத்தை நடத்திவிடலாம் என்ற கணக்குடன் அக்காவும் அத்தானும் வீட்டை அமர்க்களப் படுத்தினர். அம்மாவும்தான்.

இவற்றுக்கிடையில் யோகாவுக்குப் பல்வேறு விதமான உத்தரவுகள். அவர்கள் முன்னிலையில் யோகா எதிர்ப்படவே கூடாது. எதிர்பாராமல் அவர்கள் எதிர்கொண்டாலும் எதுவுமே பேசக் கூடாதாம், எல்லாம் அவர்களே பேசிக் கொள்வார்களாம். கலாவைப் பெண் பார்க்க வந்த தினத்தன்று மணிக்கு நாலு தடவை அக்கா அதையேதான் சொல்லிக் கொண்டிருந்தாள்.

"எல்லாம் சரி. இந்தச் சனியன் சொன்னபடி நடந்தா சரிதான் . . . ந்தாப் பாருடி ஒன்றயும் குழப்பிவிட்டிராத புரியுதா . . . இப்பிடியே இருந்திட்டாச் சரி . . ."

"இயக்கத்தில இருந்த பெட்டையின்ர குடும்பம் என்டு தெரிஞ்சால் ஆரு மாப்பிள்ளை தரப்போயினம் . . . தச்செயலா அவையள் கண்டிச்சினம் என்டா, ஆருமில்லாத பெட்டை பாவமென்டு வீட்டில வச்சிருக்கம் என்டுதான் சொல்லணும் விளங்கிச்சே . . ."

பொருளை விளங்காதவள் போல உணர்ச்சியோ இரக்கமோ இல்லாதவளைப் போல வலிய வார்த்தைகளால் கட்டளை பிறப்பித்துக்கொண்டிருந்தாள் வத்சலா. அவளால் மட்டும் எப்படித்தான் முடிகிறதோ என்பது யோகாவுக்கு ஆச்சரியமாகத்தான் இருந்தது. யோகா முகத்தில் சம்பந்திகள்

விழித்தாலே கல்யாணம் கைகூடாதென்று முழுமையாக நம்பியிருப்பதன் பிரதிபலிப்பாக அவள் எகிறித் திரிந்தாள்.

அன்றைய தினம் வீடே கோலாகலமாக இருந்தது. யோகாவின் தம்பிகள்கூடக் கடைகளைப் பூட்டிவிட்டு வந்திருந்தனர். மட்டக்களப்பிலிருந்து சித்தி, சித்தப்பா, சித்தாண்டி மாமா எனச் செல்லமாக அழைக்கப்படும் பூவரசு மாமா, மாமி, பிள்ளைகள் எல்லோரும் வந்திருந்தார்கள். நிகழவிருப்பது திருமணப் பேச்சுவார்த்தையா, திருமணமா எனச் சந்தேகிக்கலாம் போல அத்தனை பிரமாதமான ஏற்பாடு.

தம்பிகள் அவளிருந்த அறைப் பக்கமாகத்தானும் வந்து எட்டிப் பார்க்கவில்லை. நடந்துகொண்டிருந்த அமர்க்களங்கள் யோகா மனதில் எதுவித மகிழ்ச்சியையோ ஆர்வத்தையோ ஏற்படுத்தவில்லை. தம்பிகளின் குரல் கேட்கும்போது ஓடிச் சென்று பார்க்க மனம் அவாவியது. அவர்கள் ஒரு முறையாவது இந்த அறைக்குள் வந்துபோகமாட்டார்களா என ஏங்கினாள்.

'தம்பிகள் வத்சலா அக்காவின்ட கண்காணிப்பில வளர்ந்தவையள். இப்பயும் அக்காதான் எல்லாம் என்டு நினச்சி வாழ்றவையள். அவைக்கு யோகா என்டொரு அக்கா இருந்தாள் என்டாச்சும் ஞாபகத்தில் இருக்கே ஆருக்குத் தெரியும்.'

சேலையும் அலங்காரமுமாக வந்து தன்னைக் காண்பித்தாள் கலா. அவளை மனப்பூர்வமாக ஆசிர்வதிக்கவும்கூடத் தயங்கினாள் யோகா.

"என்ட கண்ணே பட்டுடும்போல அவ்வளவு வடிவா இருக்காய், தெரியுமே..."

அவள் கண்கள் கலங்கிக் கண்ணீர் உதிர்த்தன. திடீரென்று தன்னைச் சுதாகரித்துக்கொண்டாள்.

"அக்காவும் அம்மாவும் பார்த்தாப் பேசுவீனம்... இங்க எதுக்கு வந்த நீ... போ... போடி..."

தோள்களை அழுத்தித் தள்ளினாள். நெஞ்சு கனத்தது. அழுதால் மனது ஆறும்போல உணர்ந்தாள். 'நல்லது நடக்குற நேரத்தில இழவு வீட்டில மாதிரி ஏன்டி ஒப்பாரி வைக்கிறாய்' என்று அதற்கும்தானே கேள்வி கேட்கப்படுவேன் என்று அழுகையை அடக்கினாள்.

வத்சலா – செந்தூரனினதும் எதிர்பார்ப்பு போலவே எல்லாம் சிறப்பாய் நடந்து முடிந்தன. இரு வீட்டாரும் திருமணத்திற்குப் பூரண சம்மதத்தை வெளிப்படுத்தினர்.

கலாவுக்கும் இதில் முழு சம்மதம்தான் என்பதை அவளது கண்களின் களிநடனம் காண்பித்துக்கொண்டிருந்தது. தலையைக் குனிந்தபடி புன்னகை மாறாத முகத்துடனே சிலையாக அமர்ந்திருந்தாள்.

மாப்பிள்ளை வீட்டார் சென்றதும் பெண்பார்க்கும் படலம் முடிந்து யோகாவைப் பார்க்கும் படலம் என்பது போல எல்லோரினது கவனமும் யோகாவின் பக்கம் திரும்பி யிருந்தது.

சித்தி – சித்தப்பாதான் ஆரம்பித்துவைத்தனர்.

"எல்லாம் தலைவிதி. உனக்கும் கல்யாணமாகியிருக்கணும். பிள்ளையும் குட்டியுமாச் சந்தோஷமாக வாழ்ற வயசுதான். எல்லாம் உன்ட புத்திகெட்டத்தனம் ... ம்ஹூம் ..."

யோகாவின் தலையைத் தடவி ஆறுதல் கூறுவதாக எண்ணி நெஞ்சைக் கீறிச் சென்றாள் சித்தி.

சிறுபராயத்தில் சித்தாண்டி மாமா என்றால் யோகாவுக்குக் கொள்ளை விருப்பம். வீட்டுக்கு வரும்போதெல்லாம் கொண்டு வருகிற 'சொப்பின்' பேக்கினை யோகா கையில் தான் கொடுப்பார். தும்புமிட்டாய், மாவுருண்டை, ரஸ்க் என இரண்டு மூன்று ரகமான இனிப்புகள் அதில் இருக்கும்.

"ஏன் மாமா அப்பிடியே யோகாக்கிட்ட குடுக்கிறியள் ..."

"நான்தான் பார்த்திருக்கேனெ. அது உங்களப் போல யெலாம் இல்ல. சண்டை பிடிக்காது ... கொள்ளயா எடுத்துக்கவும் மாட்டுது. சரியாப் பிரிச்சி உங்க எல்லாருக்கும் தரும் பாருங்கோவன் ..."

யோகா அப்படியேதான் செய்வாள். முதலில் எல்லாவற்றை யும் கணக்கிடுவாள். ஆறு பேருக்கு அளவாக இது அக்காவுக்கு, இது கலாவுக்கு, இது தம்பி விதுவுக்கு, இது தம்பி துஷிக்கு, இது அனந்துவுக்கு, இது எனக்கு என்று பங்குகள் பிரிப்பாள்.

"சரியா மாமா, நான் பிரிச்சது ..."

சிரித்துக்கொண்டே, மாமாவிடம் கேட்கும்போதெல்லாம் "சரியாப் பிரிச்சடா செல்லம் ... பள்ளிக்கூடத்தில கணக்குப் பாடத்தத்தான் நல்ல படிக்கிறாய்போலத் தெரியுது ..." என்று தலையை வருடிச் சிரிப்பார்.

சித்தாண்டி மாமாவின் குரல் கேட்டதும் அவரைப் பார்க்கும் ஆவல் பொங்கியது. ஓடிச்சென்று அவர் முன்னால் நின்றுவிடக் கால்கள் பரபரத்தன. பார்க்காமலே போய் விடுவாரோ என்று அங்கலாய்த்துக் கொண்டிருக்கும்போதே அவர் வந்துவிட்டிருந்தார்.

"யோகா ... செல்லம் ... எப்பிடிடா இருக்கெ ..." பாசத்துடன் நெஞ்சில் சாய்த்துக்கொண்டார்.

"ஏன் கண்ணு ... அழுது என்ன பிரயோஜனம். அதெல்லாம் கெட்ட கனவா நினெச்சி மறந்திடும்மா ... இப்பதான் ஒன்டுமில்லியே அம்மாக்கிட்ட வந்திட்டாய். அக்கா, நம்ப கலா இவையெல்லாம் இருக்கினம் ... இன்னும் என்ன ... சந்தோஷமாக இருடா ..."

சித்தாண்டி மாமா முதுகை வருடியும், தலையைக் கோதியும் ஆதரவாகப் பேசப் பேச அவளால் தாங்கிக்கொள்ளவே முடியவில்லை. அடக்கமாட்டாமல் கிடந்து தேம்பினாள். இந்த வருடலும் அணைப்பும் அவளுக்குத் தேவையாக இருந்தன. இப்படியொரு அன்புக்காக, அணைப்புக்காகவே ஏங்கிக் கிடப்பவளைப்போல அவர் நெஞ்சிலேயே சில நிமிடங்கள் சாய்ந்து கிடந்தாள்.

அம்மா, அக்கா – இவர்களெல்லாம் நடந்துகொள்வதைப் பற்றி மாமாவிடம் கூறிவிடலாமா என்ற எண்ணங்கூட எழுந்தது. அது அக்காவின் வெறுப்பை மேலும் அதிகமாக்கும் என உடனடியாக அறிவுக்குப் புரிந்துவிடவே அந்த விபரீத எண்ணத்தைக் கைவிட்டாள்.

"வீட்டுக்குள்ளெ அடபட்டுக் கிடக்கிறது கஷ்டமா இருக்குமேம்மா ... அம்மாட்டை சொல்றன். சித்தாண்டியில வந்து எங்களுட்டயும் கொஞ்ச நாளக்கி நிக்கலாமே, ஒரு மாத்தமா இருக்கும் ..."

மாமாவின் பேச்சு ஆசுவாசப்படுத்தியது. தன்னை அழைத்துக்கொண்டு செல்லுமாறு மாமாவைக் கேட்கத் தோன்றிய எண்ணத்தைக்கூட வெளிப்படுத்த விரும்பாமல் இருந்தாள்.

மாமாவின் அன்பும், அணைப்பும் அவளுக்கு உடனே சாதுரியனை நினைவுபடுத்திற்று. சாதுரியன் வந்து அழைத்துப் போனான் என்றால் இப்படி ஏங்கிக் கிடக்கத் தேவையே இருக்காது. அவனது விசாலமான அன்புக்காக எத்தனை ஆண்டுகள் காத்திருந்தாலும் தகும் என்று தோன்றியது.

அவன் எங்குதான் இருக்கிறான் ..?

என்னைத் தேடிக்கொண்டிருக்கிறானா ..?

அவனுக்கு என்னாயிற்று ..?

இறுதிப்போரில் கொல்லப்பட்டிருப்பானோ ..?

சேச்சே ... இருக்காது!

கைதியாக இருப்பானோ ..?

"ஒன்றும் யோசிக்காதம்மா ... கடவுள் பாத்துக்குவாரு ..."

அவள் எதை யோசித்துக்கொண்டிருக்கிறாள் என்று தெரியாமலேயே கூறப்பட்டவை வெறும் வார்த்தைகளாக இருந்தாலும் அது அவளை ஆறுதல் படுத்துவதாகவே இருந்தது.

சில மணி நேரங்கள் ஆரவாரமாக இருந்த வீடு எல்லோரும் சென்றவுடன் அடங்கிப்போனது.

பலகாரங்கள், இனிப்புகளைத் தட்டில் ஏந்திக்கொண்டு வந்தாள் கலா.

"சாப்பிடுக்கா, எல்லாம் வீட்டில் செஞ்சது ... நீ இதெல்லாம் சாப்பிட்டு எவ்வளவு காலமில்லியா ..."

முறுக்கைக் கடித்தவாறே யோகாவின் அருகிலேயே அமர்ந்தாள் கலா. அவளுக்கு அக்காவுடன் பகிர்ந்துகொள்ள நிறைய சேதிகள் இருந்தன. மாப்பிள்ளை, அவள் வாழப் போகும் குடும்பம், திருமணம் பற்றிய நீண்ட கதைகளைக் கதைக்கும் நோக்கிலேயே அவளருகில் பலகாரத் தட்டுடன் அமர்ந்தாள் கலா.

"உதெல்லாம் எங்களுக்குச் சாப்பிடக் கிடைச்சது அங்கே ..."

"எது பலகாரமே ... இயக்கத்தில இதெல்லாமா தருவினம் ..?"

உண்மையாகவே ஆச்சரியம்தான் கலாவுக்கு. அவளுக்குத் தெரிந்து எந்நேரமும் குறிவைக்கப்பட்டவர்களாக, எந்நேரமும் கண்காணிக்கப்பட்டுக் கொண்டிருக்கிறோம் என்ற எச்சரிக்கை யுணர்வுடன் காட்டில் கிடைத்ததைக் கொட்டிக்கொண்டு துப்பாக்கியுடன் பதுங்கிப் பதுங்கி நடந்துகொண்டும் புதர்களுக்குப் பின்னால் குப்புறப்படுத்து நீந்திக்கொண்டும் இருப்பவர்களுக்குப் பலகாரங்கள், இனிப்புகள் கிடைத்த தென்பது வியப்பாகத்தான் இருந்தது.

"இதுக்கெல்லாம் பஞ்சமேயில்லெ தெரியுமே. பால் பாயாசம் தொடங்கி எல்லா விதமான இனிப்புகளும் பலகாரங்களும் எங்களுக்குத் தருவினம். புத்தாண்டு, தைப்பொங்கல், தீபாவளிக்கு இதெல்லாம் எங்களுக்குத் தருவினம். அண்ணைன்ட பிறந்தநாளக்கு விதவிதமான வெளிநாட்டுச் சாக்லேட், இனிப்புகளெல்லாம் தனித் தனியாப் பொதி செஞ்சு எல்லாருக்கும் தருவினம். அண்ணா எப்பயாச்சும் எங்களைச் சந்திக்க வர்றதென்டாலும் இனிப்புகளுடன்தான் வருவார் ..."

“அண்ணாவே . . . அண்ணான்டால் ஆர் அக்கா?”

“நாங்க அண்ணான்டு சொல்றது எங்கடை தலைவரை . . . அவர் எல்லாருக்கும் அண்ணாதான். எல்லாரும் அவரை அப்பிடித்தான் கூப்பிடுவினம்.”

“அப்ப இயக்கத்தில இருக்கிற சில அண்ணாக்கள் சனங்கள்ட வீட்டில வந்து ஏன் சாப்பாடு கேட்கினம். வீட்டுக்குள்ள பூந்து இருக்கிற சாப்பாட்டையெல்லாம் வீட்டாக்களுக்குக்கூட இல்லாமல் அள்ளிக் கட்டிக்கொண்டு ஓடியும் இருக்கினமே அக்கா.”

“அவை எப்போதாயிலும் நடக்கிற விஷயங்கள். காட்டுக் குள்ளாலே பிரயாணம் செய்யும்போது எதிர்பாராத என்னென்னவோ நடக்கும். கையிருப்பு தின்பண்டங்கள் தீர்ந்துபோகும். இராணுவம் தாக்கினால் எல்லாத்தையும் இழந்து ஓடிவர வேண்டியும் இருக்கும். இப்படி ஏதோவொரு சூழலிலதான் இப்படிச் செய்திருப்பினம். எங்களுக்குச் சாப்பாட்டுக்கோ உடுதுணிக்கோ வேறெந்தத் தேவைகளுக்கோ ஒரு குறையும் கிடையாதங்கே.”

“ஓ . . . எனக்கென்டால் புதினமாக் கிடக்கு. அப்போ என்ன கிடைக்காதங்கெ . . .”

வெகுளித்தனமாக அவள் கேட்ட கேள்விக்கு யோகா பதில் கூறாமல் புன்னகைத்தபடியே இருந்தாள்.

“சொல்லேன் அக்கா . . . என்ன கிடைக்கல்லங்கெ?”

“எல்லாம் கிடச்சதான், நான் என்னத்துக்கு ஏங்கினெனோ அதான் கிடைக்கவேயில்லெ. அம்மாட மடி கிடைக்கல்லெ. கொஞ்சிக் கொஞ்சிப் பேசுறியெ இந்த ரத்த பாசமும், கொஞ்சலும் கிடைக்கல்லெ . . .”

குரல் குழைய நிறுத்திற்றாள்.

“என்ட அப்பனே. அக்கா! கத்தாதெ நான்தான் இசகுபிசகாக் கேட்டுட்டென் . . .”

‘வந்த விஷயத்தெப் பேசாமல் என்னத்தெயோ கதச்சி அக்காவின்ர மனசெக் கலைச்சிட்டனே . . . நல்ல காலம் அம்மா, அக்கா ரெண்டு பேரும் குசினியில இருக்கினம் . . .’

“அழாதெ அக்கா . . . அக்கா வந்துடப்போவுது . . .”

‘அக்கா வந்துடப்போவுது’ என்றதுமே, யோகா சுதாகரித்துக் கொண்டு கண்களைத் துடைத்தாள். தான் முட்டாள்தனமாகக் கேட்ட கேள்வியினால்தான் அக்கா அழுவதாகக் கலா

வருந்தினாள். அம்மாவின் மடியும் பாசமும் போராட்டத்தில் இணைய முன்பிருந்தே தனக்குக் கிடைக்காமல்போன துரதிர்ஷடத்தை எண்ணியே அவள் மனம் புழுங்கினாள்.

அன்பும், அரவணைப்பும் முழுமையாகக் கிடைத்திருந் தால் தான் போராட்டத்தில் இணைந்துகொண்டிருக்கவே மாட்டேன் என்கிற அபிப்பிராயத்திலிருந்து அவள் ஒரு அடிதானும் நகராதவளாகவேயிருந்தாள். தனது இறந்த காலத்தைத் திரும்பிப் பார்த்துத் தன்னை மன்னிக்கிறவளாக வும் தான் குற்றமற்றவள் என்ற எண்ணத்தை மறுபடியும் புதுப்பித்துக் கொள்பவளாகவுமே இருந்தாள். இயக்கத்தில் இணைந்துகொண்டதில் தனது தவறு எதுவுமில்லை என்பதாக வும் விதிவசமான அந்நிகழ்ச்சி எப்படியாகிலும் நடக்கவே செய்யும் என்றுமே நம்பினாள்.

“சரி விடுக்கா . . . இந்தச் சம்பந்தம் பிடிச்சிருக்கா வந்தவங்கள்லாம் எப்படின்டெல்லாம் கேக்க மாட்டியெ நீ . . .”

வெட்கமும், குறும்புமாக அக்காவின் எண்ணங்களைத் திருப்ப முயன்றாள் கலா. புதிய இந்த அனுபவங்களை அக்காவை விட்டால் பகிர்ந்துகொள்ள வேறு யாருமில்லை என்ற நிலை அவளது.

“அவையள்லாம் நல்ல ஆக்களாத் தெரியினம். மாப்பிள்ளை அவைக்கு ஒரே புள்ளையாம். அவரு விருப்பப்பட்ட புள்ளையக் கட்டி வக்கணுமென்டுதான் வீடுதேடி வந்து பேசிட்டுப் போயினமாம் . . . வேற பெரிய இடத்தில யெல்லாம் கேட்டும் . . . அவரு வேணாமுன்டே சொல்லிட்டாராம் . . . தெரியுமே . . .”

எதிர்காலக் கணவனையும், குடும்பத்தைப் பற்றியதுமான புராணத்தைச் சிரத்தையெடுத்து ஒப்புவித்துக்கொண் டிருந்தாள் கலா.

“உனக்கு மாப்பிள்ளைய புடிச்சிட்டே . . . அவரப் பார்த்த நீயே.”

இந்தவொரு கேள்வியைத்தான் யோகாவுக்குக் கேட்க வேண்டும்போல் தோன்றியது.

வெறுமை நிரம்பியிருந்த இதயத்தைப் புத்தகங்களால் நிறைத்துக் கொள்கிற அனுபவத்தை அறிவகம் தந்திருக்கிறது. மனதுக்குப் பிடித்த துணை அமைந்துவிட்டால் வாழ்க்கையில் எல்லாம் கைவந்தது போன்ற முடிவை அறிவிக்கிற சில நாவல்களைப் படித்திருக்கிறாள். தன்னை மீட்டுச் செல்கிறவன்

பற்றிய கனவுகளையும் தன்னை ஆணொருவனிடம் ஒப்படைப் பதற்கான தேவைகள் இருப்பதையும் சில கதைகள்தான் அவளுக்குப் புரியச் செய்தன.

தன்னை மீட்டுச் செல்கின்றவனை அவள் சந்தித்து விட்டாள். சந்தேகமேயில்லாமல் அவனிடம்தான் அவள் தன்னை ஒப்படைக்கப் போகிறாள். அப்படி ஒப்படைக்கும் மிக அற்புதமான பொழுதுக்காகவே அவள் காத்துக்கொண்டு ஏங்கியபடி கிடக்கிறாள்.

"மாப்பிள்ளயெ அக்கா, அத்தான் பாத்திருக்கினம். கோயில்ல அவர நான் பாக்கிறதுக்கு ஏற்பாடு செய்றெண்டு கதச்சவெ ... எனக்கென்னமோ இது கைகூடும்போலத் தோணுதுக்கா ... அவையள் வீட்டுல எல்லாரையும் எனக்குப் பிடிச்சிட்டு தெரியுமே. அவையளுக்கும் என்னப் பிடிச்சிட்டாம் ..."

சமையலறை வேலைகளை முடித்துக்கொண்டு உறங்கு வதற்கு அறைக்குள் வந்த அம்மாவைக் கண்டதும் தடாலடி யாக எழுந்து படுக்கைக்கு ஆயத்தமாவது போலப் பாயை உதறினாள் கலா.

"என்னடீ ... நித்திர கொள்ளாம என்ன குசுகுசுப்பு ..."

அம்மாவின் குரல் அதட்டியது. யோகாவும் கலாவும் பதில் பேசாதிருந்தனர். எதையும் பொருட்படுத்தாமல் விளக்கை அணைத்துவிட்டு பத்மா படுத்துக்கொண்டாள்.

அம்மாவைப் பின்பற்றுவது தவிர வேறு வழியின்றித் தலைசாய்த்துக்கொண்டனர் யோகாவும் கலாவும்.

கலா எதிர்காலக் கனவுகளில் மூழ்கியவளாக உறங்க முடியாமல் புரண்டுகொண்டிருந்தாள்.

யோகா என்றும் போலவே சாதுரியனின் எண்ணங்களால் விழித்துக் கிடந்தாள்.

போரில் சாதுரியன் கொல்லப்பட்டிருப்பானோ என்ற ஊகம் அவ்வப்போது ஏற்பட்டபோதும் அதனை ஒப்புவதற்கு அவள் மனம் தயாராக இல்லை.

'அவனுக்கு எதுவும் ஆகியிருக்கக் கூடாது. அவன் என்னைத் தேடி வர வேண்டும். இந்த வீட்டுக்கே வர வேண்டும். மூதேவி, சனியன் என்று மூலையில் குந்தவைத்தவர்கள் முன்னிலையில் கைகளைக் கோத்து அழைத்துச் செல்ல வேண்டும். எங்கள் வாழ்வின் ஒவ்வொரு நொடியிலும் இன்பம் சுரக்க வேண்டும். இன்பத்திற்கே எங்கள் இன்பத்தில் பொறாமை உண்டாக வேண்டும்.'

கற்பாறைகளில் மோதித் தெறிக்கும் கடல் அலையாக அவள் மனதில் அவனைப் பற்றிய எண்ணங்கள் மோதின. முதன்முறையாக அன்பைச் சொரிந்தவன். அவள் இதயத்தை யாசித்தவன்.

காத்திரு. அழைத்துப்போக வருவேனென சத்தியம் கூறிச் சென்றவன்.

அவன் வரவில்லையானால்...

யோகாவினால் ஒரு நொடியைத்தானும் எண்ணிப் பார்க்க இயலவில்லை.

இப்படியே இந்த வீட்டுக்குள் அடைபட்டு எத்தனை காலத்துக்கென்று வாழ்வது... ஒரு மனுஷியாக மதிப்பளிக்காத இந்தச் சிறையில் வாடுவதுதான் விதியா...

இல்லை. அப்படி நடக்கக் கூடாது.

கலாவுக்குத் திருமணம் ஆகிவிட்டால் அவள் கணவன், குடும்பம் என்று தனியொரு உலகத்திற்குள் பிரவேசித்து விடுவாள். இப்போதைக்கு இருக்கிற ஒரேயொரு ஆதரவு இவள். என்னை ஏறெடுத்துப் பார்க்கவும் நேரமற்ற நிலைகளை விரைவில் சந்திக்கப்போகிறாள்.

இவற்றுக்கிடையில் சாபத்தின் அடையாளமாக நான் எதற்கு இங்கே.

உறக்கம் வரவில்லை. அவள் தனக்குள்ளே அழுது தீர்த்தாள். தன் கண்ணீரைத் துடைக்கும் கைகளுக்காகக் காத்திருக்கிறாள். சோர்ந்து சாயத் தோளை அவாவினாள். இதயச் சுமைகளை இறக்கிவைக்க மடியை விரும்பினாள்.

துக்கம், ஏக்கம், ஏமாற்றம், சலிப்பு, அவமானம், தனிமை உணர்வுகளின் கலவை நெஞ்சைப் பிராண்ட உறக்கம் மட்டும் வருவதாகயில்லை.

குறட்டைவிட்டுக் கண்ணயர்ந்து கிடந்த அம்மாவையும் கலாவையும் பார்த்தாள்.

கலா வெகுளி. கள்ளங்கபடமில்லாத மனது. அப்பாவின் குணங்கள் அவளுக்கு வாய்த்திருக்கிறது.

அம்மா - பாவப்பட்ட சீவன். தன்னொரு கன்றின் நல்வாழ்வுக்காக இன்னொரு கன்றுக்குப் பால் சுரக்கவும் முடக் கன்று ஒன்றைப் பாராமுகமாக மூலையிலேயே கட்டிப் போடவும் நிர்ப்பந்திக்கப்பட்டவள்.

அம்மா – அவள் புத்திசாலியும்தான். அவளுக்குத் தெரியும். இந்த முடத்தியில் பாசம் வளர்த்து விளையப்போவது எதுவு மில்லையென்று.

எண்ணங்களின் மயக்கத்திலேயே விடியற்காலை நேரத்தில் கண்ணயர்ந்தாள் யோகா.

○

செண்பகம் அனுப்பிய கடிதத்தின்படி சகாயவதனியின் வீட்டில் நாளை கூட்டம்.

யோகா அதுபற்றி எந்த எதிர்பார்ப்பும் ஆர்வமும் இருப்பதாகக் காண்பிக்கவேயில்லை.

அக்காவைக் கூட்டத்திற்கு அழைத்துச் செல்ல வேண்டும், உடைந்துபோன அவளது செயற்கை காலுக்கு மாற்றுக்கால் பொருத்த வேண்டும் என்பதில் உறுதியாக இருந்தாள் கலா.

"அக்கா ஏதாச்சும் சொல்லும்டீ அதெல்லாம் ஒன்றும் தேவல்லெ..."

"யோகா அக்கா பாவம்மல்லே... அவாட மனசு என்ன பாடுபடும் கொஞ்சம் யோசிச்சுப் பாக்கமாட்டியே... வத்சலா அக்காக்குச் சொல்லாம, அவையள் கடைக்குப் போனத்துக்குப் பிறகு நானும் யோகா அக்காவும் போய்ட்டு வர்றமே... அடுத்த தெரு கடந்தா சந்தி. சந்தியிலயிருந்து இடப்பக்கம் எதுக்கப்போற ஒழுங்கையில நாலாவது வீடு..."

கலாவுக்கும் அம்மாவுக்குமிடையில் இப்படியொரு சம்பாஷணை நடைபெறுவதுகூடத் தெரியாமல் ஆழ்ந்த உறக்கத்தில் இருந்தாள் யோகா.

"நான் நினச்சென்டி. ராவு ரெண்டு பேரும் குசுகுசுக்கெக்கே நெனச்சென்... கூட்டமாவது மண்ணாங்கட்டியாவது. உன்ட அலுவலப் பாரு போ..."

அம்மாவின் குரல் உயர்ந்தது. பிடிவாதத் தொனியில் அவள் முடிவை அறிவித்ததும், கலா பொறுமையிழந்தாள்.

"ஏன்ம்மா... இப்பிடிக் கல்லு மாதிரி இருக்காய். உதப்பத்தி ராவு நாங்க பேசினமே, காதால கேட்ட நீயே... இவ்வளவு வெறுப்பாயிருந்தா என்னத்துக்கு அவளக் கூட்டியந்த நீ, அங்கெயே விட்டிருக்கலாமல்லே. நீயும் அக்காவுமேன் அவளப்போட்டு இந்தப் பாடு படுத்துறியள்... அப்பாக்குச் செஞ்சி குடுத்த சத்தியம் மறந்துட்டே உனக்கு. அவ வந்ததும் சேர்த்துக்கணும்டு அப்பா சொன்னதின்ட அர்த்தம் உதில்ல விளங்குதே."

ஒருநாள்தானும் கலா அம்மாவை எதிர்த்துப் பேசியதே கிடையாது. நேற்றிரவு 'அம்மாவின் மடி கிடைக்காது' என்று யோகா அழுதபோது அவள் நெகிழ்ந்துபோனாள். அனுதாபத்தை வெளிப்படுத்தினால் அவள் கவலை மேலும் அதிகமாகும் என்றேதான் பேச்சைத் திருப்பினாள் கலா. அம்மாவின் பாசத்திற்காக யோகா ஏங்கித் தவிப்பதை அவள் அறிவாள். ஒன்றுமறியாத சிறுபராயத்தில் அவள் போராட்டத்திற்குப் போய்விட்டாளென்றால் அதையே எத்தனை காலத்திற்குப் பேசிக்கொண்டிருப்பது அல்லது அந்த ஒரு தவறுக்காக எத்தனை முறைதான் அவளைத் தண்டிப்பது. அது அவளது தவறாகவே இருந்தாலும் அதற்கு அவள் மட்டுமா பொறுப்பு? அந்த நிலைக்கு அவள் இழுத்துச் செல்லப்பட்டதன் பின்னணியில் எல்லாரும் தவறு செய்தவர்கள்தான்! போரில் காலையிழந்துத் துயரப்பட்டு நொந்து தனக்கு இருந்த அதிகார சுபாவங்களை முற்றிலும் களைந்தெறிந்தவளாக, செல்லும் போது எப்படி இருந்தாளோ எப்படியான தடுமாற்றத்திலும் பதற்றத்திலும் அச்சத்திலும் இருந்தாளோ அதேவிதமாகத் திரும்பி வந்திருக்கிறாள். அவளுக்கு ஆறுதலாக இல்லையென்றாலும் கஷ்டம் கொடுக்காமலேனும் இருக்கலாமே.

கலாவின் நியாயங்களைப் பிளந்துகொண்டு விழுந்தது வத்சலாவின் குரல்.

"என்னடீ கலா வாய் கனக்கத்தான் நீளுது ... பார்த்தியே அம்மா ... ஒருநாளயில நம்மள இப்பிடி எதிர்த்துப் பேசியிருப்பாளா இவள். எல்லாம் அந்த நொண்டிச் சனியன் குடுக்கிற தைரியம் ... அவள் துணிஞ்சுதானே இப்பிடிக் குனிஞ்சி போய்க் கிடக்காள் ... ஏன்டீ இப்படி ஆட்டம் போடுறாய் ..."

அக்காவைக் கண்டதுமே வாயடைத்துப் போனது. அக்கா என்றால் பயம் என்று கலா இன்னுமொரு அர்த்தம் கொண்டிருந்தாள். அக்காவின் முன்னால் தேவைக்கு அதிகமாகப் பேசிப் பரிச்சயமில்லாதவள்.

"சொல்லுடி ... விடிஞ்சும் விடியாததுமா அம்மாவ எதுக்கு நச்சரிக்கிறாய். உன்ட பிரச்சின என்ன சொல்லுடீ ..."

கலா மௌனமாகவே இருந்தாள். விமோசனமே கிடைக்காது என உறுதியாகத் தெரிந்த பின்னரும் போராடிச் சக்தியை வீணடிப்பது சாமர்த்தியமற்ற செயல் என்று தீர்க்கமாக அறிந்தவளாக நின்றாள்.

"எங்கேயோ கூட்டம் இருக்காம் பிள்ளை ... அவளக் கூட்டிக்கிட்டுப் போகவே வேணுமுன்டு சண்டை பிடிக்காள் ...

உடைஞ்ச கால மாத்தணுமாம் ... ஏன், இப்பிடி அநியாயம் செய்யிறியள் என்டு கேக்குறாள் ...”

எரிகிற விளக்கில் எண்ணெய் விட்டு மேலும் பிரகாசிக்கச் செய்தாள் அம்மா.

இந்தக் கலவரங்களினால் யோகா விழித்துவிட்டாள். அறைக்குள் இருந்தவாறே நடக்கிற எல்லாப் புரளிகளையும் கண்ணீர் வடியக் காதுகொடுத்துக்கொண்டிருந்தாள்.

“உனக்குப் பைத்தியமே ... நேத்துதான் மாப்பிள்ளை வீட்டாக்கள் வந்து பெண் பார்த்துட்டுப் போயிருக்கினம் ... நீயும் நாளக்கி மாப்பிள்ளைய கோயில்ல சந்திக்கப் போறாய் ... நல்ல காரியங்கள் நடக்கிற இந்த நேரத்தில அந்தச் சனியனக் கூட்டிக்கிட்டு ரோட்டுல உலாப்போனா நல்லாவேயிருக்கும் ... புத்தி பேதலிச்சிட்டே உனக்கு ... அவ சொல்லுவாள்தான்டி ... அவள ...”

பற்களைக் கடித்துக்கொண்டு யோகாவின் அறைப் பக்கமாக வத்சலா ஆத்திரத்துடன் எகிறினாள்.

“வேணாம் அக்கா ... அவா என்னை ஒன்டுமே சொல்லலை ... நான்தான் பாவமேன்டு ...”

அழுகையுடன் பின்னால் ஓடினாள் கலா. அதற்குள் ளாகவே வேங்கைபோல அறைக்குள் நுழைந்த வத்சலா யோகாவின் கொண்டையைக் கொத்தாகப் பிடித்துக்கொண்டு உலுக்கினாள். கன்னத்தில் அறைந்தாள். வஞ்சம் தீர்த்துக் கொள்வதற்காகக் காத்திருந்தவளைப் போலும் வாழ்வைப் புரட்டிப் போட்ட துரோகியைச் சந்தித்து விட்டவளைப் போலுமிருந்தது அவளது செய்கை.

“வேணாம் அக்கா ... அவளை அடிக்காத நான்தான் பிழை செஞ்சிட்டன். விடு அக்கா ...”

வத்சலாவின் கால்களைக் கட்டிக்கொண்டு மன்றாடினாள் கலா. அழுகையும் ஒப்பாரியுமாக வீடு இரைந்துகொண்டிருந்தது.

“ஏன்தான் இப்பிடியெல்லாம் நடக்குதோ கடவுளே ... நிம்மதியா இருந்த வீடு இப்பிடி நிலகுலஞ்சி போய்ட்டுதே ...” பத்மாவும் தன்பாட்டில் ஒப்பாரி வைத்துக்கொண்டிருந்தாள்.

பிள்ளைகளைப் பள்ளிக்கூடத்தில் இறக்கிவிட்டு வீட்டுக்குத் திரும்பி வந்த செந்தூரன் வீதிவரைக்கும் வந்த மாமியாரின் ஒப்பாரி கேட்டுப் பதற்றத்துடன் ஓடிவந்தான். என்னமோ ஏதோவெனப் பதற்றமாக வீட்டுள் நுழைந்தவன் இது

வழமையான பிரச்சினைதான் என நிதானமாகப் பெருமூச்சு விட்டான்.

“இந்த வீட்டின்ட நிம்மதியே கெட்டுப்போச்சு . . . நாங்க எவ்வளவோ சொன்னொம் இதெல்லாம் வேணாமென்டு. ஆரு நம்மட பேச்ச மதிச்சவெ . . .”

இப்படிச் செந்தூரனின் குரல் கடுமையாகக் கேட்டது.

இத்தனை குழப்பங்கள் நடந்தும் யோகா ஒரு வார்த்தை தானும் பேசவில்லை. அடிகள் விழுந்தபோதுகூட வாய்விட்டு அழவில்லை. இதெல்லாம் தனக்கு விதிக்கப்பட்டவை என்பதுபோல இருந்தாள். அசையாமலேயே இருந்தவளை வாயில் வந்த மட்டமான வார்த்தைகளால் திட்டிக் கூச்சலிட்டாள் வத்சலா.

கலாவுக்குத் தாங்க முடியவில்லை. அக்காவையோ அம்மாவையோ அவளால் புரிந்துகொள்ள முடியவில்லை. அவர்களது செய்கையின் தொடர்பறுந்த நிலை அவளுக்குக் குழப்பமாக இருந்தது. கூட்டத்திற்குப் போக வேண்டும் என்றோ செயற்கைக் காலை மாற்ற வேண்டுமென்றோ எதிர்பார்த்து யோகா ஒரு வார்த்தைதானும் கூறவேயில்லை. அவளுக்கு உதவி செய்வதாக எண்ணி கஷ்டத்தை அதிகப்படுத்திவிட்ட குற்றவுணர்வுடன் நின்றாள் அவள்.

வத்சலா அடுத்ததாகக் கலாவிடம் கேட்ட கேள்வி மேலும் சிலரின் நிம்மதியைக் கெடுப்பதற்கான அத்திவாரமாக இருந்தது. யோகா திடீரென்று கலாவைப் பார்த்தாள். அவள் விழிகளின் கெஞ்சும் மொழியை கலாவினால் படிக்க முடிந்தது.

“கூட்டம் இருக்கென்டு இஞ்ச வந்து இவளுக்குச் சொன்னது ஆர் . . .”

செண்பகம் என்று சொன்னால், செண்பகத்தின் கணவன் யோகாவைச் சந்திக்கக் கூடாதென்று ஏலவே உத்தரவு போட்டிருக்கும் நிலையிடையே இதைத் தெரிந்துகொண்டு வத்சலா அவனிடம் ஒரு வார்த்தை சொன்னாலும் போதும், அவர்களது குடும்பத்தில் விரிசல் உண்டாகும்.

என்ன ஆனாலும் செண்பகத்தைக் காட்டிக்கொடுக்கக் கூடாதென யோகா உறுதி பூண்டாள். கலாவும் அப்படியே தான் எண்ணிக்கொண்டிருக்கிறாளா எனத் தெரிந்துகொள் வதற்குப் போல யோகா அவளையே பார்த்துக்கொண்டிருந்தாள்.

செந்தூரனும் வத்சலாவும் ஆளாள் மாறித் திட்டிக் கொண்டிருந்தார்கள். அவர்களது நிம்மதி கெட்டு வீடே நரகமாகிவிட்டதாகவும் சொல்லிக்கொண்டார்கள்.

இறுதியாகக் கொஞ்சமேனும் இரக்கமேயில்லாத கொடூர தீர்மானமொன்றை நிறைவேற்றினார்கள்.

"இப்பிடியே பொறுத்துக்கிட்டு இருக்கேலாது ... நம்மட காலையெ சுத்திவந்தவள் கலா, அவளக் கைக்குள்ள போட்டுக் கிட்டாள். நாளக்கி நம்மட பிள்ளைகளயும் அவள்ர பக்கம் இழுக்கமாட்டாளென்டு என்ன நம்பிக்கை ... இன்னும் என்னென்ன நாசம் செய்யப்போறாளென்டு ஆருக்குத் தெரியும். அதுவரைக்கும் பூப்பறிச்சிக்கிட்டு இருக்க ஏலுமே, இவள எங்கென்டாலும், அநாத இல்லத்தில சேர்ப்பம் ..."

இப்படியொரு இரக்கமற்ற இடத்திலா அவள் பிறந்தாள்? மீண்டும் எதன்பொருட்டு இங்கு வந்து சேர்ந்தாள்? யோகா போன்ற போக்கிடமற்றவைகளுக்கு அடைக்கலம் தருவதற் காகவேனும் இயக்கம் இருந்திருக்கக்கூடாதா? வார்த்தைகளுக்கு எத்துணை சக்தி! உடல் நடுங்க நனைந்த புடவைபோல நசநசக்கிற மனத்துடன் தனக்கு விதிக்கப்படுகிற தண்டனைகளை எதிர்க்கப் பலமற்றதாக்கிய காலத்தைக் கோபித்தவளாக நின்றாள் யோகா. யாராலும் புரிந்துகொள்ளவும் ஏற்றுக் கொள்ளவும் முடியாத அவளுக்கான இரக்கமற்ற தண்டனையை எதிர்க்க வழியில்லையென்றாலும் அதிலிருந்து அவள் தன்னைக் காப்பாற்றுவாள்.

எதிர்பாராத கணத்தில் அது நடந்தேறியது!

சுவரைப் பிடித்துத் துள்ளித் தாவிக்கொண்டு சமையலறைப் பக்கமாகப் பாய்ந்தோடினாள் யோகா. ஊன்றுகோலின் உதவியில்லாமல் ஒற்றைக்காலில் எத்தித் துள்ளித் தாவுகையில் தரை அதிர்ந்து சப்தமெழுப்பியது. என்ன செய்யப்போகிறாள் என்பதை அவர்கள் ஊகிப்பதற்கு முன்னராகவே பாய்ந்து கிணற்றடிப் பக்கமாகச் சென்றுகொண்டிருந்தாள் அவள்.

நடக்கப்போகிற விபரீதத்தை உடனடியாக விளங்கிக் கொண்டபோதும் கலா மட்டுமே பாய்ந்து ஓடிவந்தாள். உட்கார்ந்திருந்த இடத்திலிருந்து அம்மா எழுந்தாளே தவிர வேடிக்கை பார்த்துக்கொண்டு நின்றாள் மற்றவர்களுடன்.

"அக்கா ..." உரத்துக் கத்தினாள் கலா.

"அக்கா என்ன காரியம் செய்யப்போறாய் ..."

முந்திக்கொண்டு கலா ஓடிவந்ததில் வாழைமரத்தைப் பிடித்தபடி கிணற்றில் தாவிய யோகா தடுமாறிக் கீழே விழுந்தாள்.

"வேணாம் அக்கா ... என்ன காரியம் செய்றாய் ..."

"ஏன்டீ நான் இன்னமும் உயிரோட இருக்கணுமே . . . இப்பிடியெலாம் நடக்குமுன்டு நான் நினக்கவேயில்ல . . . கோபமோ வெறுப்போ என்னப் பெத்தவாவும், கூடப் பிறந்தவையளும் என்டெல்லே நம்பி வந்தென். நான் ஆருக்கும் சுமையா இருக்கமாட்டென். என்ன விடு நான் செத்துப் போறென் . . ."

கலாவின் பிடியிலிருந்து விடுவித்துக்கொண்டு எழ முயன்றாள்.

"கடவுள் உன்னக் கை விடமாட்டாரு . . . நம்புக்கா! இப்பிடியொரு காரியத்தைச் செய்யலாமா நீ . . . அப்பிடிச் செய்யிறதா இருந்தா, நானும் உன்னோடயே செத்திடறேன், நாம ரெண்டு பேருமாச் சாவோம் வா . . ."

"நீ எதுக்குச் சாகணும். உனக்கென்ன குறையிங்கே. நான்தான் சாபக்கேடு" மண்ணில் தலையை மோதிப் புரண்டு அழுதாள்.

அக்காவின் தீர்மானத்தைத் தளர்த்திவிட்டதாக நினைத்தவள்போல எழுந்து உள்ளே ஓடிச்சென்று ஊன்று கோலுடன் திரும்பி வந்தாள்.

"ந்தா அக்கா எழும்பு . . . உள்ளுக்கு வாக்கா. கடவுள்ர மேலெ பாரத்தைப் போடு, அவர் கைவிடமாட்டார் . . ."

தோள்களைப் பிடித்தும் ஊன்றுகோலைக் கைகளால் பிடிக்கச் செய்தும் அக்கா எழுந்திருப்பதற்குக் கலா உதவினாள்.

வத்சலாவும் செந்தூரனும் எதுவுமே நடவாததுபோலத் தயாராகி வழமைபோலக் கிளம்பிக்கொண்டிருந்தார்கள். பத்மா வாசற்படியில் அமர்ந்து அழுவதும் சீழ்க்கையடித்துச் சேலைத் தலைப்பால் துடைப்பதுமாக இருந்தாள்.

"நீ நிறயெக் கஷ்டப்பட்டுட்டாய் அக்கா. வாழ்க்க முழுதும் இப்பிடியே இருக்காது . . . நான் சொல்றென் பாரு . . . நீ நல்லாயிருப்பாய். அதற்கொரு நாள் வரும் . . ."

ஆறுதல்படுத்திக்கொண்டே யோகாவின் தலையில் இருந்த மண்ணைத் தட்டினாள்.

'அதற்கொரு நாள் வரும்'

சாதுரியன் வருகிற நாள்தான் அந்த நல்ல நாளாக இருக்க முடியும் . .!

3

“தவக்குல் இருக்காங்களா . . .”

வறுமையின் மீட்சியற்ற துயரத்தின் அடையாள உருவமாக வறண்ட மெலிந்த தேகத்தைச் சேலையில் போர்த்திய பெண் நின்றுகொண்டிருந்தாள். அவளுடன் எளிமையும் அழகுமாக இளம் நங்கையும் இருந்தாள். தாயும் மகளும் எனப் பார்த்ததும் கூறக்கூடிய பேரொற்றுமை முகத்தில் தெரிந்தது.

“நீங்க யாரு . . . உள்ளுக்கு வாங்க . . .”

குல்பர் வரவேற்றாள். டவுனுக்குச் செல்வதற்காகப் பரபரப்பாக ஆயத்தமாகிக்கொண்டிருந்தாள் அவள். தையலுக்குத் தேவையான எல்லாப் பொருள்களையும் ஒரேயிடத்தில் வாங்குவதாக இருந்தால் சன்பென்ஷி ஹவுஸிற்கோ பௌசியாஸிற்கோ செல்வதே அவளது வழக்கம். இமேஜின் டுமோரவ் என்ற ஆங்கிலப் பள்ளியில் நடக்கவுள்ள ஆண்டிறுதி விழாவில் பங்கேற்கும் குழந்தைகளின் ஆடைகளைத் தைக்கிற பெரிய ஆர்டர் அவளுக்குக் கிடைத்திருந்தது.

“யாரோ வந்திருக்காங்க றாத்தாவெப் பார்க்கிறதுக்கு . . .” என்பதாகக் கூவி அறிவித்துவிட்டுத் தனது காரியங்களைப் பார்க்கக் கிளம்பியவளை உம்மா வின் பதில் தடுத்தது.

“தவக்குல் எழும்பியிருக்கணும் . . . பாத்ரூமில சத்தம் கேட்டிச்சி. போய்ப் பாருங்க மகள் . . .”

நேற்று இரவு பெய்த மழை காலைப் பொழுதை இதமானதாக வெதுவெதுப்பானதாக மாற்றியிருந்தது. இழுத்துப் போர்த்திக்கொண்டு படுப்பதற்குச் சுகமான பொழுதாக இருந்தபோதும் பரபரப்பாக இருப்பதற்குப் பழகிப்போனவர்களாக

ஒவ்வொருவரும் அவரவர் காரியங்களில் கவனமாயிருந்தனர். வாப்பா வீட்டில் இல்லை. தவக்குல்லை அழைத்து வருவதற்கு ரயில் நிலையம் வரையும் சென்று வீட்டுக்கு வந்ததும் அப்படியே ஸுபஹுத் தொழுகைக்காகக் கிளம்பிப் போய்விட்டிருந்தார். இனி இரவுதான் அவரைக் காணலாம். ஜானா வேலைக்குச் சென்றுவிட்டாள். சனோவும் பல்கலைக்கழகத்திற்குச் சென்றிருக்க வேண்டும். வீட்டில் அவள் இருப்பதற்கான அறிகுறிகள் எதுவுமில்லை.

பயணக் களைப்பும் நித்திரைக் குறைவுமாகத் தவக்குல் அவர்கள் முன் வந்தமர்ந்தாள். இன்னும் இரவு ஆடையையே உடுத்தியிருந்தாள். வெளிர் நீலத்தில் அணிந்திருந்த பிஜாமா முழுவதும் மீன் குஞ்சுகள் நீந்தின. தலை முடியை விரல்களால் கோதிக்கொண்டே முறுவலித்தாள்.

"சொல்லுங்க... யாரு நீங்க, என்ன விஷயமா வந்திருக்கீங்க..."

கண்கள் சிவந்து உப்பியிருந்தன. கன்னங்களும் வீங்கினாற் போல... அவர்கள் தன் முகத்தையே கவனித்துக்கொண் டிருப்பதைப் பார்த்துவிட்டுத் தவக்குல் கூறினாள்,"காலையில தான் கொழும்பிலயிருந்து வந்தென். தூங்கிட்டிருந்தென்... அதான் முகம் அப்பிடி... நீங்க சொல்லுங்க..."

அவளது அணுகுமுறை பிடித்துவிட்டாற்போல அவர்கள் புன்னகைத்தனர்.

"இது என்ட மகள்..."

அந்தத் தாய் அறிமுகப்படுத்தினாள்.

"எங்களுக்குச் சரியான கஷ்டம் புள்ள. மிச்நகரில இருக்கிறம். இவங்க வாப்பா இது சின்னப்புள்ளயா இருக்கேக்குல எல்ரீரீஈ கடத்திக் காணாமப்போனெ. மையத்தும் கிடக்கெல்ல. அப்ப நாங்க நல்ல வசதியா இருந்த ஆக்கள். சுங்காவில், பள்ளித்திடல்ல எங்களுக்கு ஏக்கர் கணக்குல காணியிருந்திச்சி. வயல் செய்ய ஏலாம அந்தப் பாவிகள் செஞ்ச காரியங்களால நாங்க நடுத்தெருவுக்கு வந்திட்டம். இப்ப ஒன்டுமில்ல... இப்ப அவர்ர காணியெலாம் அவருட குடும்பத்தாக்களே கைப்பத்திக் கிட்டாங்க... உதவியில்லாம கஷ்டப்படுறம்..."

அந்தப் பெண், தன் நீண்ட துயரக் கதையை மிகச் சுருக்கமாகக் கூறினாள். அவளது மகள் தலை கவிழ்ந்திருந்தாள். கறுப்புக் குல்லாவும் ஆளையே மூடும் கறுப்பு பர்தாவும் அணிந்திருந்தாள். ஒற்றை வார்த்தையில் அவளை 'அழகி' என்று சொல்லிவிடலாம். கரிய மேல்நோக்கி வளைந்தாற் போன்றிருந்த கண்ணிமைகள் அவளின் அழகை அதிகப்படுத்து

வதாக இருந்தன. மெலிந்த நீண்ட விரல்கள், வெட்டிச் சீர் செய்யப்பட்டிருந்த நகங்களினால் நாற்காலியின் கைப்பிடி யோரத்தில் கீறிக்கொண்டிருந்தாள்.

பேசிக்கொண்டிருந்த தாயின் கண்கள் கலங்கி, உதடுகள் நடுங்கின.

"அப்பம் சுட்டுத்தான் அண்டையண்டக்கி சீவியம் நடத்துறம். ஏஎல் வரையும் புள்ளயப் படிக்கவச்சிருக்கென். கெம்பஸூம் கிடக்கெல்ல ... இதுக்கொரு வேலை எடுத்துக் கிட்டா என்ட கஷ்டம் குறையுமேன்டு நம்மட ஊரில இருக்கிற பெரிய பெரிய ஆக்கள் எல்லாருக்கிட்டயும் நடந்து நடந்து செருப்பு தேஞ்சி பெய்த்தும்மா ... நீ நம்மட சனத்துக்கு நல்லது செய்றியாம்டு இந்தப் புள்ளதான் சென்னிச்சி ... யாரோ சென்னேன்டு ... அதான்மா பார்த்துட்டுப் போவெம் என்டு வந்திருக்கம் ...

"முந்தியப் போல அடுப்படியில அப்பம் சுடயேலல்லெ ... நெஞ்சு வருத்தம். ரத்தம் ரத்தமா சத்தி வாற. கென்சர்ன்டு செல்றாங்க டாக்குதர்மாரு ... மாசத்துக்கொரு தரம் மஹரகமக்கு கிளினிக் போவணும் ... இதுக்கெல்லாம் எங்கருந்து காசி வரும் ... வசதியும் காசு பணமும் இருக்கா இல்லையான்டு பார்த்துக்கிட்டா நோய் நொடி வருவுது. ஒரு வேலையெப் பார்த்து இந்தப் புள்ளக்கி குடுத்தா ... நல்லாப் படிச்சிருக் காம்மா ... கெட்டிக்காரி ..."

கெட்டிக்காரி என்று தாய் கூறிக்கொண்டிருக்கும்போது அவள் நிமிர்ந்து சிரித்தாள்.

நிஸா கொண்டுவந்த தேநீரைத் தவக்குல் இருவருக்கும் எடுத்துத் தந்தாள்.

"உங்க பேரென்ன ..."

"சியாமா ..."

அழகி மட்டுமல்ல. இனிய குரலும் உடையவள். பெயரை உச்சரித்த அழகும், அதன்போது அவள் பற்கள் தெரியச் சிரித்ததும் அழகின் பிரதிபலிப்பாகியிருந்தன.

தவக்குல் அவர்களையே பார்த்துக்கொண்டு யோசித்தாள். உடனடியாக அவளால் பதில் கூற முடியாதிருந்தது. வெறுமனே வார்த்தைகளை விட்டெறிகிற வாக்குறுதிகளில் அவளுக்கு நம்பிக்கையில்லை. சில சமயங்களில் முடியும்போல் இருப்பது வேறு சில சந்தர்ப்பங்களில் முடியாததாய் ஆகிவிடுவதும் உண்டென்று யோசித்தாள்.

"உங்கட பிரச்சினெ கஷ்டம் எனக்கு விளங்குது. சுயதொழில் செய்றதுக்கென்டா நிறுவனங்கள்ட்ட உதவி எடுக்கலாம்.

உத்தியோகம் என்டால் அது அரசாங்கமும், அரசியல்வாதி களும் பார்க்க வேண்டிய காரியம்...”

அநிச்சயமும் நிதானமுமாக வார்த்தைகளை அடுக்கிக் கொண்டிருந்தாள் தவக்குல். தேநீரை உறிஞ்சிக்கொண்டிருந்த அந்தப் பெண் கோப்பையைத் தடாரென்று டீ பாயில் வைத்தாள். அழுத்தமான குரலில் கூறினாள்.

“அரசியல்வாதிகளா..? அவங்ககிட்டப் போறதுக்குப் பணம் வேணும். இல்லென்டாச் செல்வாக்கு வேணும். ரெண்டுமே இல்லாதவங்க நாங்க...”

“அரசாங்க வேலயெண்டால் எனக்கு முடியாண்டுதான் சொல்லணும். அப்பிடியான தொடர்புகள் எனக்குக் குறைய. சில என்ஜியோக்கள எனக்குத் தெரியும். முயற்சி செய்யலாம். அப்படி வேலெ கிடெச்சா மட்டக்களப்புக்கு உங்கட மகள அனுப்புவிங்களா...”

“டவுணுக்குத்தானெ... அதிலென்னயிருக்கு... எங்க போனா என்ன, மானம் மரியாதயோட அல்லாஹ்வுக்குப் பயந்து நம்மட வேலெய நாம பார்த்தாச் சரிதானே...”

அந்தப் பெண்ணின் வார்த்தைகள் நீண்டதொரு வாழ்வுப் போராட்டத்தின் பிரதியீடாக வருவதாகத் தவக்குல் உணர்ந்தாள். ஆனால் இந்த ஒற்றைப் பார்வை மட்டும் சமூகத்தை எதிர் கொள்ளப் போதாதென்றும் சமுதாய அறிவு அவளுக்கு மிகவும் குறைவாக இருப்பதாகவும் மதிப்பீடு செய்தாள்.

ஏறாவூரிலிருந்து மட்டக்களப்புக்கு வேலைக்குச் செல்கிற பல பெண்களில், என்ஜியோக்களில் வேலை செய்கிற பெண்கள் மிகமிகக் குறைவு. ஏறாவூரில் மட்டுமல்ல காத்தான்குடி, ஓட்டமாவடி, வாழைச்சேனை என்று எல்லா முஸ்லிம் பிரதேசங் களிலும் இதே நிலைதான்.

என்ஜியோக்கள் பெண்களை வழிகெடுக்கின்றன, கலாசாரத்தைச் சீரழிக்கின்றன என்றும் பெண்கள் மேலைத்தேய கலாசாரத்தில் மூழ்கிப்போவதாகவும் சில காலங்களுக்கு முன்னர் பெரும் புரளி எழுந்ததையும், அதனால் என்ஜியோக் களுக்குப் பெண்கள் யாரும் வேலைக்குச் செல்லக் கூடாதென்று தடுக்கப்பட்டதையும் இந்தத் தாய் அறிந்திருக்கமாட்டாள் என்றே தவக்குல் எண்ணினாள்.

இந்த வகைச் செயற்பாடுகள் அனைத்துமே பெண்களின் சமூகவெளியை மறுப்பதற்கான அடிப்படைகளைக் கொண்டது தான். 2004 டிசம்பர் சுனாமி தாக்குதலுக்குப் பின்பாகவே என்ஜியோ என்ற ஒன்றைப் பற்றிப் பெரும்பாலான மக்கள் அறிந்துகொண்டார்கள். சுனாமியினால் பாரியளவில்

பாதிப்புக்குள்ளான பிரதேசமாகக் கிழக்குப் பகுதிகள் விளங்கியமையால் அப்பகுதிகளில் என்ஜியோக்களின் இயக்கம் அப்போது தேவையாக இருந்தது. புற்றீசலாகப் பெருகிய என்ஜியோக்களின் வரவு பெண்களுக்கும் வறிய மக்களுக்கும் சில செல்வர்களுக்கும்கூட வரப்பிரசாதமாகியது. முன்னொரு போதும் பார்த்திராத கேள்வியுற்றிராத உலகத்தை என்ஜியோக்கள் கடைவிரித்துக் காட்டின. என்ஜியோக்களின் சுதந்திர உலகுக்குள் நுழைவதைப் பல பெண்கள் விடுதலையாகவே கருதினார்கள். ஆண்களையே மிஞ்சுமளவு பெண்களிடம் பணம் புழங்கியது. பெண்கள் தங்களைக் குறித்துத் தாங்களாகவே தீர்மானம் இயற்றும்படி சுதந்திரம்பெற்றுவிட்டதாக உணரத் தொடங்கினார்கள். இந்நிலை நீடிப்பதால் 'ஆண் அதிகாரத்திற்கு' ஏற்படக்கூடிய ஆபத்துக்கள் குறித்த அச்சத்தில் ஆண்கள் பல சூழ்ச்சிகளைச் செய்தனர். என்ஜியோவில் பணியாற்றும் பெண்ணொருத்தியின் முகம் நீலப்படமொன்றில் நடித்த பெண்ணின் முகத்தோடு ஒத்துப்போனது எனப் பிரச்சாரம் செய்தார்கள். அப்பெண் தற்கொலை செய்யும்வரை இந்தப் பிரச்சாரம் நீடித்தது. இப்படியாகப் பெண்கள் என்ஜியோவில் பணியாற்றுவதைத் தடுத்து 'சமூகப் புரட்சி'யில் வெற்றி பெற்றார்கள்.

காத்தான்குடியில் நடந்தவொரு சம்பவம் பெண்களின் சுதந்திரத்தில் தலையிடுவதாகவும் தடையிடுவதாகவும் இருந்ததை இந்தப் பெண் அறிந்திருப்பாளா? இரண்டு பள்ளி மாணவிகள் 'நெட் கபே' சென்றதற்காகப் பள்ளிவாசல்வரையும் ஊர்வலமாக அழைத்து வரப்பட்டனர். 'நெட் கபே'யில் நீலப்படம் பார்த்ததாக அந்த மாணவிகளில் குற்றச்சாட்டுச் சொல்லப்பட்டு ஒரு பெண்ணைக் கொண்டு அவர்கள் தும்புத்தடியால் அடிக்கப்பட்டனர். 'நெட் கபே'யில் வேறு யாரோ பார்த்துவிட்டுச் சென்றது அது என்றும், தாங்கள் வந்தது இதன் பொருட்டல்ல என்றும் அந்த மாணவிகள் முன்வைத்த நியாயத்தைப் பொருட்படுத்த அங்கு யாருக்கும் பொறுமையிருக்கவில்லை. ஊர் கௌரவம், கட்டுப்பாடு, கலாசாரம் கெட்டுவிட்டதென்பதைத் தவிர எதை ஏற்கவும் தயாரில்லை. அந்த மாணவிகளைக் காப்பாற்றவும் அவர்களின் நியாயத்தை விளங்கச் செய்யவும் மனித உரிமை அமைப்புகள், நீதிமன்ற விசாரணைகள் தேவைப்பட்டன.

ஆனபோதும், குறிப்பிட்ட மாணவிகள் மீதான சமூகத்தின் சந்தேகம் மறைந்தபாடில்லை. வாழும் காலந்தோறும் புறக்கணிக்கப்பட்டவர்களாக வாழும்படியாகத் தீர்க்கப்படாத சமூகத் தண்டனையை அனுபவிக்க அவர்கள் நிர்ப்பந்திக்கப்பட்டுள்ளார்கள்.

நீலப்படம் பார்க்கவில்லை என்பது தெரிந்தும், வேண்டு மென்றே அந்த மாணவிகள் தண்டிக்கப்பட்டார்கள் என்பதாகத் தான் தவக்குல் நம்பினாள். அவர்கள் நீலப்படம் பார்த்தார்களா இல்லையா என்பதைவிடவும், அந்தச் சிறுமிகள் 'நெட் கபே'வரைக்கும் வருவதற்கு உணர்ந்த சுதந்திரம்தான் சமூகக் கலாசாரக் காவலர்களுக்கு அதிர்ச்சியாக இருந்திருக்க வேண்டும் என்பதே தவக்குல்லின் ஊகம். இனியொருபோதும் எந்தவொரு சிறுமியும் இப்படியொரு விடுதலை உணர்வை நினைத்துப் பார்க்கக் கூடாதென்பதற்காகவே அவர்கள் ஊர் மத்தியில் அவமதிக்கப்பட்டார்கள் என்றே தவக்குல் நம்பினாள்.

இந்த லட்சணத்தில் இருக்கிற சமூகத்திலிருந்து பெண்கள் வெளியேறுவதற்குப் பலநூறு முறை சிந்திக்க வேண்டிய தேவை இருக்கிறது. இங்கு பெண்களின் சுதந்திரம் என்பது ஆண்களாலேயே வரையறை செய்யப்படுகிறது. ஆண்களே பெண்களின் எல்லாவித எல்லைகளையும் தீர்மானிக்கின்றனர். பெண்ணின் 'ஸீனத்' என்கிற அழகு ஆண்களைத் திருப்தி யடையச் செய்யவும் அவர்களை மகிழ்ச்சிப்படுத்தவுமே என்பது அவர்களின் ஒரே நிலைப்பாடு. இந்தவொரு சூட்சுமத்துக்காக வரையறை செய்யப்படுகிற சமூக ஒழுக்கத்தில் ஆணின் பாகம் பங்களிப்பு எதுவுமேயில்லை என்பதாக ஒதுங்கிக்கொள்வதும் பெண்களின் மீதே எல்லா வித உச்சபட்ச அதிகாரங்களை அழுத்தங்களைத் திணிப்பது இன்னும் தொடர்வதிலிருந்தும் ஜாஹிலியாக் காலம் முடிவுக்கு வந்துவிட்டதாகச் சொல்லப் பட்டாலும் அதன் பாதிப்புகளிலிருந்து ஆண் சமுதாயம் விடுபடவில்லை. சங்கிலித் தொடராகச் சந்ததி வழியாக அவர்கள் அதிகாரங்களைக் கடத்திக்கொண்டிருக்கிறார்கள். ஜாஹிலியாக் காலத்தின்போது பெண் சிசுக்கள் கழுத்து நெரித்துக் கொல்லப்பட்டார்கள். உயிரோடு புதைக்கப் பட்டார்கள். இப்போது பெண் சிசுக் கொலை இல்லாமலாகிப் பதிலாகப் பெண்கள் மெல்ல மெல்லச் சித்திரவதை செய்யப் படுகிறார்கள். அவளின் உணர்வுகளின் எல்லா நாளங்களையும் விலங்குகளால் இறுக்குகிறார்கள். கண்ணுக்குத் தெரியாத விலங்குகளைக் காலில் பூட்டிக்கொண்டுதான் அவள் நடக்கிறாள். கண்ணுக்குத் தெரியாத விலங்குகளுடன்தான் அவள் பார்க்கிறாள், பேசுகிறாள், சிரிக்கிறாள். விலங்கு களுடனேயே வாழ நிர்ப்பந்திக்கப்படுகிறாள்.

மௌனத்தை யார் கலைப்பதென்று தெரியாமலும் தவக்குல் பேசுவாள் என்று எதிர்பார்த்துக்கொண்டும் இரு பெண்களும் அப்படியே உட்கார்ந்திருந்தனர். நீண்ட நேரமாகி யும் தவக்குல் எதுவும் பேசவில்லை. அவள் எதையோ ஆழமாக யோசித்துக்கொண்டிருப்பதைக் கவனித்த அந்தப் பெண்

அமைதியைக் கலைக்கும் நோக்கத்துடன் போலத் தொண்டையைச் செருமினாள்.

இரு பெண்கள் தனக்கு முன்னால் அமர்ந்திருப்பதைக் கூட மறந்தவளாக இருந்துவிட்ட குற்ற மனதுடன் அவர்களைப் பார்த்துச் சிரித்தாள். என்னயிருந்தாலும் இந்தச் சின்னப் பெண் விடயத்தில் தனக்கு ஒரு பொறுப்பு இருப்பதாக அவளுக்குத் தோன்றியது. வேலைக்குச் சென்று தன்னையும் தாயையும் காப்பாற்றுகிற பொறுப்பு அவள் தலைமீது இறக்கப்பட்டிருந்தாலும் அதனைச் சுமப்பதற்கும் அவள் தொடங்கப்போகிற பயணத்தின் சவால்களை எதிர்கொள்வதற்கும் போதுமான ஆற்றலைப் பெற்றிருப்பதற்குமான தேவைப்பாட்டை விளக்கியே தீர வேண்டும் என்பதாக முடிவுசெய்தபடி சியாமாவைப் பார்த்துக் கேட்டாள் தவக்குல்.

"ஏஎலில் என்ன சப்ஜக்ட்ஸ் செஞ்சிங்க, ரிசல்ஸ் என்ன, ஓஎல் ரிசல்ஸ் எப்படி . . . சீவி கொண்டு வந்திங்களா . . ."

ஒரே தடவையில் தவக்குல் பல கேள்விகளைக் கேட்டாள். அதிகமாகச் சிந்திக்கும்போது அவள் இப்படி நிதானமற்றவளாக அவசரமாகப் பேசுவதும் செயற்படுவதும் உண்டு. ஆனாலும் சியாமா மிகத் தெளிவாகவே இருந்தாள். சிறிதும் தடுமாற்றமின்றிக் கேள்வி ஒழுங்கில் பதில் கூறினாள்.

உம்மா சொன்னதுபோலக் கெட்டிக்காரிதான் என்பது அவளது பெறுபேறுகளில் தெரிந்தது.

சீவியை உடன் எடுத்து வரவில்லை என்பதே அவளது இறுதிப் பதில்.

"என்ஜியோவில வேலெ செய்யிறது நம்மட ஊர்ல கொஞ்சம் பிரச்சினையான விஷயம். என்ஜியோக்களில் வேலெ செய்யிற பிள்ளைகளப் பத்தி நம்மட ஊருக்குள்ல நல்ல அபிப்பிராயம் இல்ல, தெரியுந்தானெ. சியாமா சின்னப் பிள்ளை . . . யோசிச்சித்தான் செய்யணும் . . . நீங்க சீவியெத் தாங்க . . . எனக்குத் தெரிஞ்சவங்களுக்கிட்டக் குடுத்து முயற்சி செய்யுறன் . . . எனக்குக் கொஞ்சம் டைம் தேவெப்படும் . . . முடிஞ்சா இன்டக்கே சீவியொன்டு அனுப்புங்க . . . இவ்வளவு தூரம் நீங்க திரும்ப வரத் தேவெல்ல. நல்ல வாய்ப்பு வந்தாக் கூப்பிடுறன் . . ."

தவக்குல் பேசி முடிக்கும் வரையிலும் காத்திருந்தவள் போல சியாமாவின் தாய் கூறினாள்.

"நம்மட சனங்கள் அப்பிடித்தான்மா . . . வாழயும் விடாதுகள், சாகயும் விடாதுகள் . . . உன்ன இதுக்கு முதல்ல நான் பார்த்ததேயில்லெ சீதேவி . . . என்ட புள்ளவந்து செல்ற

வரைக்கும் ஒன்டும் தெரியா ... இஞ்ச வாறெண்டு அப்பம் வாங்க வந்த ரெண்டு மூணுபேருக்கிட்ட சென்னென் ... வாய் கூசாம என்னமெல்லாம் சென்னாங்க தெரியுமா ... ஊடு தெரியாம இந்த ரோட்டுல ரெண்டு மூணு ஊடு தள்ளியிருக்கிற ஒரு ஊட்டுல கேட்டம் ... அங்க என்னத்துக்குப் போறிங்க ... அவங்க சொந்தமா பந்தமா ... உங்கட மகளுக்கு வேலெ எடுத்துத் தாறத்துக்கு அவ கம்பனி நடத்துறாவா, இல்லாட்டி அரசியல்ல இருக்காவா ... சிங்களவனுகளயும் வெளியூறானு களையும் கூட்டித் திரிஞ்சி கூத்தடிக்கிறவள் ... பயிற்சி, கூட்டம் என்டு கொழும்பில ஹோட்டலில படுக்கிறவள் ... இப்பிடி என்னமெல்லாம் சென்னாங்க தெரியுமா, அதெல்லாம் கேட்டதுக்குப் புறவு இந்த நிறஞ்ச ஊட்டுக்குள்ளருந்து உன்ட நிறஞ்ச முகத்தப் பார்த்து செல்றென் ... உன்னைப் பார்க்கயே வேணுமுன்டு நினச்சென் ... எப்பயும் மரத்தில பழம் பழுத்திருந்தா மனுசனுக்குக் கல்லெறிஞ்சி விழுத்துற நினப்பு வாறது இயற்கதானே ... நீ நல்லது செய்றதனாலதான் இந்த சனத்துக்கு இவ்வளவு வவுத்தெரிச்சல் என்று நெனச்சிக் கிட்டென்மா ... நீ என்ட புள்ளக்கு வேலெ எடுத்துத் தாரத்துக் காக இப்பிடிச் செல்லலை ... அகத்திட அழகு முகத்தில தெரியும் ... பொறுமையா எங்கட கஷ்டத்தெக் கேட்டு ... நிதானமா யோசிச்சு நீ பதலளிக்கிற பாங்கு ... சும்மா ரோட்டுல போறவளுக்கு இந்தப் பக்குவமும், அறிவும் வராதும்மா ...”

எதுவும் தெரியாதவள், சமுதாய அறிவில்லாதவள், ஏதோ வறுமையின் போராட்டத்திலிருந்து விடுபடுவதற்காக உணர்ச்சி பொங்கப் பேசுகிறாள் என்று சற்றுமுன் இவளை மதிப்பிட்டது எத்தனை மடத்தனமானதென்று தோன்றியது. இந்தப் பெண் எத்தனை தெளிவானவள். அசாதாரணமானவள். மனித இயல்பை யும், சமூகக் கண்ணோட்டங்களையும் எத்தனை எளிமையாக மதிப்பிடக்கூடியவள். அப்பம் விற்கிற இவளுக்கு இருக்கிற பக்குவமும் தெளிவும் நிஜமாகவே தவக்குல்லை வியப்பில் ஆழ்த்தியது.

அவர்கள் விடைபெற்று சென்ற பின்னரும் அந்தத் தாயின் குரல் காதுகளுக்குள் ஒலிக்கக் கேட்டாள். அந்தத் தாய் ஏழை ஆனால் உறுதியானவள். அவளது பேச்சில் அப்பழுக்கில்லை என்று தோன்றியது.

சிந்தனையூடே உள்ளே வந்தவள் உம்மாவும், குல்பரும் அவளையே கவனித்துக்கொண்டிருப்பதைப் பார்த்ததும் சிரித்துக் கொண்டே, “என்னம்மா ... ஏன் அந்தப் பக்கமே வரல்ல நீங்க ... அந்தப் பொம்புள கதைச்சதெக் கேட்டிங்களா ... நீ கேட்டியா குல்பர் ...”

டவுணுக்குச் செல்ல ஆயத்தமாகியிருந்த குல்பர், வந்திருந்த தாயின் வினோத உரையில் லயித்தோ அல்லது தொடரப் போகும் உம்மாவுக்கும் றாத்தாவுக்குமான உரையாடலை எதிர்பார்த்தோ அங்கேயே நின்றிருந்தாள்.

“தவக்குல் இந்த வம்பெல்லாம் உனக்கு என்னத்துக்கு. நீ ஒன்டயும் கேக்கிறாயும் இல்ல ... இந்த வழிப் பிரச்சினைகள்ள யிருந்து நீ விலகணுமுன்டு நான் அல்லாஹ்கிட்ட துஆ கேட்கிறென் ... உனக்கு அதப்பத்தி அக்கறையிருக்கிறாப் போலயே தெரியல்ல ... நேரத்தொட பட்டதெல்லாம் போதாதா உனக்கு ... பொம்புளப் புள்ளயளுக்கு வேலெ எடுத்துக் குடுத்து நாம கேட்ட கதையெல்லாம் மறந்திட்டியா ...”

வழமையாகத் தவக்குல்லைக் காண யாராவது வீட்டுக்கு வந்தால் நிஸாவும் முன்வந்து வரவேற்றுப் பேசுவாள். அறிமுகமே யில்லாதவர்களாக இருந்தாலும் முக்கியமாகப் பெண்கள் வந்தால் அதுதான் அவள் வழக்கமாகச் செய்கிற காரியம். இன்று வந்தவர்களை உபசரிக்கவே வேண்டாம் என்று தோன்றியது. வேண்டா வெறுப்பாகத்தான் தேநீரைத் தந்ததாகக் கூறவும் செய்தாள்.

“நீ ஒவ்வொரு தரமும் நல்லது நினைச்சிக்கிட்டு செய்யிற எல்லாக் காரியமும் அதாபுலதானெ முடிஞ்சிருக்கு.” நிஸாவின் அனுபவக் கணிப்பீடு ஆதங்கமாக வெளிப்பட்டது.

மாற்றுத்திறனாளிகளுக்கான கிறிஸ்தவப் பாடசாலை யொன்றில் இரு பெண்களை வேலையில் சேர்த்திருந்தாள் தவக்குல். பயிற்சியை முடித்து நல்ல சம்பளத்துடன் மன நிறைவாக அவர்கள் வேலை பார்த்துக்கொண்டிருந்தனர்.

ஒருநாள், நாலைந்து ஆண்கள் வீட்டுக்கு வந்தனர். வாப்பாவை அழைத்து கேற்றுக்கு வெளியே நின்றபடி பேசிக்கொண்டிருந்தனர்.

வாப்பாவின் தனிப்பட்ட வியாபார விடயங்களாக இருக்கும் என்று ஆரம்பத்தில் யாரும் கவனிக்கவில்லை. முதலில் மெதுவாகப் பேசியவர்களின் தொனி மெல்ல மெல்ல உயர்ந்து வாய்த் தர்க்கமாக மாறி அக்கம் பக்கத்தவர்களும் கூடி வேடிக்கை பார்க்கும் விதமாக மாறியது.

“நம்மட பிள்ளைகளெக் கிறிஸ்தவர்கள்ற இடத்துக்கு வேலைக்கு அனுப்புறது எவ்வளவு பாவம். மக்கள்ட ஏழ்மையெப் பயன்படுத்தி மதமாற்றம் செய்யத் தூண்டுற ஆக்கள்ட்ட பர்தாவெப் போட்டுக்கிட்டு வேலக்கிப் போக வெக்கிறது நம்மட கலாசாரத்துக்கே கேவலம் ...”

ஆத்திராவேசமாகக் கத்தினான் ஒருவன். எந்தக் கலாசாரத்தில் இருந்துகொண்டு அவன் அடாவடித்தனம் புரிகிறான் என்பதையும் இத்தகையச் செயல்பாட்டை அனுமதிக்கின்ற ஒரு கலாசாரம் உண்டா என்றும் யாரும் கவனித்ததாகவே தெரியவில்லை.

தலைகாட்டக் கூடாதென்ற உம்மாவின் உத்தரவை மீற விரும்பாதவளாய் தவக்குல் உள்ளேயே இருந்துவிட்டாள். சில நேரங்களில் இப்படியான குண்டர்களை ஜீரணிக்க வேண்டியே இருக்கிறது எனச் சமாதானமாகிக்கொண்டாள்.

"உங்கட முகத்துக்காகத்தான் போறம் . . . இதெல்லாம் நல்லதுக்கில்ல. மகளுக்குச் சொல்லி வைங்க. முடிவு மோசமா இருக்கும் . . ."

கத்தலும் கூச்சலுமாக அவர்கள் செல்ல அக்கம் பக்கத்தவர்களது என்ன நடந்தது, ஏன் என்ற கேள்விகளுக்குப் பதில் சொல்வது உம்மா வாப்பாவிற்குப் போதும் போதுமென்றானது. வெறுப்பைப் பெருமூச்சொன்றில் காண்பித்துக் கொண்டே வாப்பா பார்த்ததும் சடாரென்று தான் தலை குனிந்தது மறக்க முடியாத ஒன்றாக அவள் மனதில் பதிந்திருந்தது.

"நான் என்ன வாப்பா செஞ்சென்? அந்தப் பிள்ளைகள் சாப்பாட்டுக்கே வழியில்லாத நிலமயில இருந்ததுகள். படிச்ச பிள்ளைகள். வெளிநாட்டுக்கு வீட்டு வேலெக்கிப் போறதுக்கு ரெடியாக இருந்தாங்க . . . பாவமெண்டுதான் நான் அங்க வேலைக்கிச் சேர்த்தென். அந்தப் பிள்ளைகள் பர்தா போட்டு வேலெ செய்றதா அவங்களே சொல்றாங்க . . . பிறகென்ன, அங்க போனதுக்குப் புறவு பர்தாவக் கழற்றியிருந்தா அவங்கட கோபத்துல நியாயமிருக்கும். மதமாற்றம் எந்தச் சமயத்தில தான் இல்ல. வேற சமயத்தில இருக்கிற ஆக்கள் நம்மட மார்க்கத்துக்கு வந்தா நாம எவ்வளவு சந்தோஷப்படுவொமோ அதே போலதானெ அவங்களுக்கும். மார்க்கத்தில தெளிவும், அல்லாஹ்வுல ஈமானும் இருக்கிறவங்க ஏன் மாறப்போறாங்க . . . அதுகள் வேலெக்குச் சேர்ந்து பத்து மாசத்துக்கு மேலெ ஆவிட்டு . . . வேலையெப் பார்த்தமா, சம்பளத்த வாங்கினமா என்டு அதுகள்ட பாட்டில இருக்குதுகள் . . . இவங்க திடீருன்டு எங்கயிருந்து வந்தாங்க . . ."

தன்னிச்சையாக அவள் பேசியதில் நியாயம் இருந்தபோதும் எல்லோரும் நிசப்தமாயே இருந்தனர். இப்படியான காரியங்களை ஊக்குவிக்கவோ, இதன் பின்னர் நடக்கவோ அனுமதிக்கக் கூடாதென்று எண்ணித்தான் அன்று அவர்கள் மௌனமாக இருந்தார்கள்.

“விடுங்கம்மா... அந்தப் பொம்பிள சொன்னத்தக் கேட்டிங்களா, இந்த சனங்கள் நம்மளை வாழவும் விடாதுகள், சாகவும் விடாதுகள் என்டு அதுதான் உண்மை...”

விறுவிறுவென நடந்து அறைக்குள் நுழைந்து கதவைச் சாத்திக்கொண்டாள் தவக்குல்.

அன்றைய சம்பவத்தை உம்மா நினைவுபடுத்தியதிலிருந்து மீள முடியாமல் அதையே மறுபடி சிந்தித்துக்கொண்டிருந்தாள். அன்று ஏற்பட்டிருக்காத மனப் போராட்டம் இன்று அவளைப் பிடித்துக்கொண்டிருந்தது. அந்த நாலு பேரையும் இன்றுவரையிலும் அவளுக்குத் தெரியாது.

பெண்கள் செழிப்பாக வாழ்வதைப் பொறுக்காமல் புரளிகளைக் கிளப்புவதற்கென்றே சில பேர் கங்கணம் கட்டிக் கொண்டு கிளம்பிவிடுகிறார்கள். சமுதாயத்தில் இத்தனை அக்கறையிருக்கிறவர்கள், அரபு தேசத்திற்குப் பணியாளர்களாகப் பெண்கள் செல்வதை ஏன் பார்த்துக்கொண்டு இருக்கணும். இல்லை, அதைத் தடுக்கத்தான் என்ன பண்ணினார்கள்! அங்கு பணிப்பெண்கள் என்ற பெயரில் பெண்கள் பாலியல் வியாபாரம் புரிவதை இல்லையென்கிறார்களா இவர்கள்? பணிப்பெண்ணாக ‘திறந்த’ வீசாவில் செல்கிறவர்களும் பணிபுரியும் வீடுகளிலிருந்து வேலைப்பளுவாலோ பாலியல் தொந்தரவாலோ வெளியேறுகிறவர்களும் அங்கு பணியாற்றும் ஆண்களின் அறைகளைப் பகிர்ந்துகொண்டு ‘வாடகை மனைவி’யாக வாழ்வதை இந்தக் கலாசாரக் காவலர்கள் அறிய வழியேயில்லையா என்ன? தனியே சென்றவள் தாயாகிக் குழந்தையுடன் நாடு திரும்புகிற கதைகளை இல்லையென்பார் களா இந்த முட்டாள்கள்? நட்சத்திர விடுதிகளில் நடனமாடுவது, மதுவைக் குவளைகளில் ஊற்றித் தருவதென்று எல்லாவிதமான வேலைகளிலிலும் பெண்கள் ஈடுபடவே செய்கிறார்கள். இஸ்லாமியச் சட்டங்களை இறுக்கமாகக் கொண்டுள்ள நாடுகளிலேதான் இப்படியான அநாச்சாரங்கள் அதிகம் நிகழ்கின்றன.

கல் வீடும், அணிகலனும்தான் பெண்ணுக்கு மணக் கோலத்தைத் தேடித்தரும் என்றால், இதெல்லாம் கூரையைப் பிய்த்துக்கொண்டா வரும்? சில பெண்கள் ஆசிர்வதிக்கப் பட்டவர்கள், செல்வம் பிறப்பிலேயே அமைந்துவிடுகிறது. அல்லது ஏற்படுத்திக் கொடுக்கப்படுகிறது. அதிகமான பெண்களின் துரதிர்ஷ்டம், அவர்களுக்குத் தேவையானதை அவர்களே தேடும் நிலை. எத்தனை பெண்கள் தங்களுக்குத் தாங்களே வீடு கட்டி, நகை, பொருள் தேடி மாப்பிள்ளை வீட்டாருக்குத் திருமணச் செலவென்ற பெயரில் சீதனமும்

கொடுத்து, வெட்கக்கேடு . . . அன்று அந்தப் பெண்களுக்கு வேலை கிடைக்காது போயிருந்தால் இன்று சவூதியிலோ, குவைத்திலோ, அபுதாபியிலோ, கட்டார், டுபாய் என்று எங்கேனும் ஒரு தேசத்தில் அராபியனுக்காக அல்லது எதன் பொருட்டோ ஏற்றுக்கொண்டவனுக்காகத் தஞ்சமளித்தவனுக் காகச் சந்தனக் கட்டையாய் தேய்ந்துகொண்டோ அவர்களின் ஜட்டிகளில் காய்ந்திருக்கும் வெள்ளைப் பிசுக்கைத் தேய்த்துக் கழுவிக்கொண்டோ இருந்திருந்திருப்பார்கள். அந்நிய மதத்தவர்களிடம் பெண்கள் வேலைக்குச் செல்வது மட்டும்தான் இவர்கள் கண்களை உறுத்துகிறதோ . . . வந்திட்டார்கள்!

அவள் நெஞ்சம் நெருப்புக்கிடங்காய் கனன்றது. அன்று வந்தவர்களின் முகத்தைக் காண ஒண்ணாமல் போனது அவளது ஆத்திரத்தை மேலும் கிளறியது. அன்று அத்தனை பொறுமையாக எப்படியிருந்தேன் என்று தன்னையே கேட்டுக்கொண்டாள். இந்த யோசனையிலேயே சிறிது நேரம் உட்கார்ந்திருந்தாள். திடீரென சுதாகரித்துத் தலையைச் சிலுப்பிக்கொண்டு எழுந்தாள்.

அந்தக் கழுதைகள் யாராகவும் இருக்கட்டும் என்ற அலட்சியமான எண்ணத்தை வரவழைத்தவளாய் நேரத்தை வீணாக்கிவிட்டதற்காகத் தன்னையே நொந்துகொண்டு வேலைகளைக் கவனிக்கத் தொடங்கினாள்.

மாவடிவேம்பில் நடைபெறவுள்ள ஒரு குழுக்கூட்டத் திற்குச் செல்வது தவிர வேலைச் சுமையற்ற ஒரு நாள். மாற்றுத்திறன் பெண்களுக்கான தேசிய அமைப்பில் மட்டக் களப்பு ஒருங்கிணைப்பாளராகப் பணியாற்றிய காலத்தில் மேற்கொண்ட வேலைத்திட்டம். ஒவ்வொரு பிரதேசச் செயலகங்களிலும் உள்ள முக்கிய கிராமங்களிலும், சிறு சிறு அயல் கிராமங்களை ஒன்றாக இணைத்தும் பாதிக்கப் பட்ட பெண்கள் பலரைக் குழுக்களாக அமைத்து அவர்கள் மாதாந்தம் சந்தித்து சுயதொழில் முயற்சிகளின் முன்னேற்றங்கள், வீழ்ச்சிகள், தேவைப்படும் உதவிகள், ஆலோசனைகள் பற்றிக் கலந்துரையாடிப் பின் அறிக்கை சமர்ப்பிப்பார்கள்.

மாற்றுத்திறனாளிகளுக்கான தேசிய அமைப்பு இரண்டு வருடங்களில் செயல் திட்டத்தை முடித்துக்கொண்டது. நிதியில்லையென்று வேலைகளை இடைநிறுத்திக்கொண்டு ஆவணங்களையும், அறிக்கைகளையும் கட்டிக்கொண்டு கிளம்பி விட்டது. கிராமங்களில் இருந்த பெண்கள் தவக்குல்லைத் தொடர்புகொள்வதையும் பிரச்சினைகளைப் பற்றிப் பேசுவதையும் இடைநிறுத்தவில்லை. இந்நிலையில் குழுக்கள் சிதையாமலும் பெண்களின் முயற்சிகள் வலுக்குறையாமலும் இருக்க ஏனைய நிறுவனங்கள், அமைப்புகளைத் தொடர்பு

கொண்டு, சில உதவிகளைப் பெற்றுக் கொடுத்தும் அவை தொடர்ந்தும் இயங்குவதிலும் தவக்குல் சிரத்தை எடுத்துக் கொண்டுடிருந்தாள்.

சில கிராமங்களில் அந்த அமைப்புகள் தூர்ந்தேபோய் விட்டன. சிலவற்றில் பெண்கள் உற்சாகமாகத் தங்களது வேலைகளில் ஈடுபடுவதும், மாதந்தோறும் தவறாமல் சந்திப்பதும், கூட்டங்களுக்கு அவளைத் தலைமை தாங்க அழைப்பதுமாகச் சிறப்பாக செயற்பட்டுக்கொண்டிருந்தனர்.

மாவடிவேம்புக் குழுவில் போரினால் பாதிக்கப்பட்ட நாற்பத்தியாறு பெண்கள் அங்கம் வகிக்கின்றனர். தலைவி சகாயவதனி உட்படச் செயலாளர், பொருளாளர் எல்லோரு மாகச் செயற்குழு உறுப்பினர்கள் பதினொரு பேர். குழுக்களின் ஆலோசகராகவும், போஷகராகவும் தவக்குல் செயற்பட்டுக் கொண்டிருந்தாள்.

கூட்டத்திற்குச் செல்வதற்குத் தேவையானவற்றை ஆயத்தப்படுத்தி அடுக்கிவிட்டுச் சமையலறைப் பக்கமாக வந்தாள்.

எப்போதாவது ஒருநாள்தான் இப்படியான சந்தர்ப்பங்கள் அமையும். ஓய்வுக்காக ஏங்கியபடியே ஓடிக்கொண்டிருப்பவள், மிக அபூர்வமாக ஒருநாள் வீட்டுக்குள்ளே பூனைநடையும் கோழித்தூக்கமுமாக மேய்ந்துகொண்டிருப்பாள்.

அன்றைய வீட்டுச் சூழல் மனதைப் பிசைந்தது. உம்மாவிலும் குல்பரிலும் இன்னதென்று தெரியாத மாற்றத்தை அவதானித் தாள். முன்னர்போல் முகம்கொடுத்துப் பேசுகிறார்களில்லை.

"உம்மா ... உங்கள்ல என்னம்மோ வித்தியாசம் தெரியிது ... குல்பரிலயும்தான். ஏன் ... என்னோடக் கோபமா ... ஓ ... காலத்தால அந்தப் பொம்புளையும் மகளும் வந்துபோனதுக்குக் கோவிச்சிக்கிட்டிங்களெ ... அதனாலயா ..."

சிரித்துக்கொண்டு கேட்டவாறே, சமையலறைக்குள் நுழைந்தாள். அவள் இப்படி நேரே கேட்டதும் நிஸா சங்கடப் பட்டுச் சிரித்தாள்.

"இல்லை மகள். அதை நான் அப்பயெ மறந்திட்டென்."

"அப்ப என்ன பிரச்சின ... நான் காலத்தாலயும் கவனிச்சன் நீங்க ரெண்டு பேரும் ஒழுங்காப் பேசுறிங்களே இல்ல ... ஏன் ..."

அவர்களிடம் பதிலில்லை. அவளும் விடுவதாக இல்லை.

வல்லாரைக் கீரையை அரிந்துகொண்டிருந்த குல்பர் அதனை அப்படியே வைத்துவிட்டு எழுந்து உள்ளே சென்றாள்.

அவள் எதுவும் பேசாது அப்படிச் செல்லவும் தவக்குல் புரியாமல் முழித்தாள். பொருட்படுத்தாதவள்போல மீண்டும் பேச்சை ஆரம்பித்தாள்.

"உம்மா ... நான் கொழும்பில வனசுந்தர சேரைச் சந்திச்சென். நம்மட தெய்வானையிட விஷயமாப் பேசிட்டன். அவளுக்குப் பணம் தாறதுக்கு சம்மதிச்சிட்டாரு தெரியுமா, இன்னும் கொஞ்ச நாள்ல அந்தக் காசு வந்துரும் ... அவ பத்தாயிரம்தானே கேட்டா ... அவரே முந்திக்கிட்டு ஐம்பதாயிரம் தாறன் என்டு சொல்லிட்டாரு ... நான் யோசிக்கிறன் உம்மா ... அந்தப் பணத்தில ஒரு கொம்பியூட்டர், பிரிண்டர் எல்லாம் வாங்கி ஒரு சின்னக் கொமினிகேசன் திறந்தா நல்லம் ... தெய்வானைக்கு வருமானமும் வருமில்லியா ... டைப் செட்டிங், பிரிண்டிங் இதெல்லாம் செய்யலாம். தெய்வானை கெட்டிக்காரி. செய்வாள். எனக்கு நிம்மதியா இருக்குது உம்மா, காசு வந்ததுக்குப் புறவுதான் தெய்வானைக்குச் சொல்லணும் ..."

சமையலறைக்கட்டில் ஏறியமர்ந்து கால்களை ஆட்டிக் கொண்டே சாவதானமாகப் பேசிக்கொண்டிருந்தாள். அருகே காய்கறித் தட்டிலிருந்த கரட்டை எடுத்துக் கடித்தாள்.

உள்ளே சென்றிருந்த குல்பர் கடித உறையொன்றுடன் வந்து, தவக்குல்லின் கைகளில் அதனைத் திணித்தாள். எதுவும் பேசாமல் மீண்டும் வல்லாரையைக் கையில் எடுத்து அரிவதற்குத் தயாராகிக்கொண்டிருந்தாள்.

குழப்பத்துடன் புருவங்களைச் சுழித்தவாறு உறையைப் பிரித்தாள் தவக்குல்.

திருமண அழைப்பிதழ்.

"ஓ ... யாரிட இது ..."

ரோயல் தரத்திலான உறையுடன் மிகத் தடிப்பான அட்டையில் பொன்வார்த்தாற்போன்று பதிக்கப்பட்ட எழுத்துக்கள். வாய் ஓயாமல் பேசிக்கொண்டேயிருந்தவள் திடீரென கனமான யோசனையுடன் நிசப்தமானாள். அவளது முகத்தையே நிஸா உற்றுக் கவனித்துக்கொண்டிருந்தாள்.

காலையிலிருந்து உம்மாவும், குல்பரும் ஏன் முகத்தை இழுத்துவிட்டுக்கொண்டிருந்தார்கள் என்பது புரிந்தது.

அதிகாலையில் வாப்பாவும் அதிகம் பேசாதது போலத் தான் தோன்றியது. அரை நித்திரையில் எழும்பியதால் இருக்கும் என ஆறுதலடைந்திருந்தாள். வந்ததும் படுத்துறங்கிப் போனதால் மற்ற தங்கைகளோடு பேசவே கிடைக்கவில்லை.

எல்லோரும் வீட்டில் இருந்திருந்தால் இந்தச் செய்தியை அறிய இத்தனை தாமதமாகியிராது.

"இது எப்ப வந்த ..."

"நீங்க நீர்கொழும்புக்குப் போய் ரெண்டாவது நாளே வந்திட்டு ..."

குல்பர் பதிலளித்தாள். அவள் குரலில் சிறிது நடுக்கம் இருந்தது.

"அவன் நல்லவனேயில்லை றாத்தா, இல்லாட்டி காதலிச்சவள இவ்வளவு கெதியா எப்படி மறப்பான்? அவன் நல்லவனாயிருந்தா உங்கள விட்டுட்டு இன்னொருத்திய முடிக்கப்போவானா ..."

"என்ன மகள் செய்யிற ..." கண்களில் நீர் தத்தளிக்க உதடுகள் துடிக்கக் கேட்டாள் நிஸா.

"என்னம்மா அவனுக்குக் கல்யாணம் என்டா நாம ஏன் கத்திக் கூப்பாடு போடணும். அவன ஆகாதென்டு தீர்மானிச்சிட்டம். பிறகு அவன் கல்யாணம் முடிச்சா என்ன இல்லாட்டி என்ன ..."

இந்தப் பதிலை எதிர்பாராதவள் போல நிஸா அவளைப் பார்த்தாள். குல்பருக்கும் அந்தப் பதில் ஆச்சரியமளித்திருக்க வேண்டும். தவக்குல்லின் முகத்தையே ஆழமாகப் பார்த்துக் கொண்டிருந்தாள். அவள் உண்மையாகவே வருத்தமின்றித் தான் பேசுகிறாளா என்ற சந்தேகம் அவர்கள் முகங்களில் பரவியிருந்தது.

"எப்பிடி மகள் ... மூணு வருஷமா அவன மனசில நினச்சமேன்டு உனக்குக் கவலெயேயில்லியா ..."

"என்னம்மா, என்ன கத இது ... கவலெப்பட அவனென்ன நோயில பாயில கிடக்கானா ... கல்யாணம் முடிக்கப் போறான். இவ்வளவு கெதியாவான்டுதான் இன்விடேஷனைப் பார்த்துப் புதினப்பட்டென். அவன் கல்யாணம் முடிக்கிறதில எனக்கு ஒரு கவலயும் இல்ல ... இதுதான் நஸீப், நாம ஏத்துக்கத்தான் வேணும் ..."

குப்பை வாளியில் அழைப்பிதழை வீசி எறிந்துவிட்டுப் புன்னகைத்தாள். சமையலறைக் கழிவுகளுடன் கிடந்தது உயர்தர அழைப்பிதழ்.

"சாப்பாடு ரெடியா ... வெளிய போற வேலயிருக்கு ..."

சமையலறைக் கட்டிலிருந்து இறங்கிச் சென்ற தவக்குல்லையே நிஸாவும், குல்பரும் இமைக்காமல் பார்த்துக்கொண்டிருந்தனர்.

4

சகாயவதனியின் வீட்டு முற்றம்.

பாய்களில் வரிசையாகப் பெண்கள்.

சிரிப்பும், கதையுமாக இருந்தவர்கள் தவக்குல் ஆட்டோவில் இருந்து இறங்குவதைக் கண்டு அமைதியாகிப் பின், ஆளாள் மாறி அவளை நலம் விசாரித்தனர்.

சகாயவதனி தலைமையிலான இந்தக் குழு ஆக்கப்பூர்வமான செயற்பாட்டாளர்களைக் கொண்டிருந்தது.

சகாயவதனி போரினால் மாற்றுத்திறனாளி யானவள். பதினான்கு வயதில் பள்ளி சென்று வருகிற வழியில் இடம்பெற்றதொரு குண்டு வெடிப்பில் அகப்பட்டு ஒரு கையை இழந்திருந்தாள்.

இரு பிள்ளைகள். அவளை மதிக்கிற நேசிக்கிற அன்பான கணவன். அவர்கள் அன்பையும், புரிந்துணர்வையும் கண்டு தவக்குல் பல முறை வியந்திருக்கிறாள், ஒரு சாதாரண விவசாயி இவ்வளவு தூரம் மனைவியின் உணர்வுகளைப் புரிந்துகொள்ளவும், மதிக்கவும் முடியுமா என்று. மாவடிவேம்பு பெண்கள் குழு இத்தனை ஆக்கப் பூர்வமாக இருப்பதற்கு சகாயவதனியின் தலைமைத் துவமும், அவளது கணவனின் ஒத்துழைப்பும்தான் முதற்காரணம் என்றே கணிப்பீடு செய்திருந்தாள் தவக்குல்.

வன்னியிலிருந்து வந்திருந்த ஒரு பெண் அன்றுதான் குழுவில் புதிதாக இணைந்துகொண் டிருந்தாள். போரில் ஒரு கண்ணை இழந்திருந்தாள். தலைப்பகுதியில் கீறல் கீறலாக ஏழெட்டு தளும்புகள்.

“இன்னமும் தலைக்குள்ள பீஸ் இருக்கென்டு டாக்டர்மார் சொல்லினம். சிறையிலயிருக்கிற அவரு வந்ததுக்குப் புறவுதான் சத்திரசிகிச்சை செய்யணும். எப்பயும் தலெவலி, கண் எரிவு, ஒரே வருத்தம். முல்லைத்தீவில இருந்த என்ன இங்கை அவருட ஆக்களோட வந்திருக்கச் சொல்லிக் கேட்டவரு. அதான் பிள்ளைகளோட இங்கை வந்திட்டென் ...”

அவளது பெயர் சாந்தி. பருத்த அகன்ற சரீரம் அவளுக்கு. கறுப்புத்தான் என்றாலும் செம்மையான வசீகர முகம். கூட்டத்திற்கு வருவதற்கு முன் கோவிலுக்குச் சென்றவள் போல இருந்தாள். விபூதி, சந்தனம், குங்குமப் பொட்டு வைத்திருந்தாள். கழுத்தில் மஞ்சள் கயிறு இருந்தது. கழுத்துக் குழியிலும் சந்தனம், குங்குமம் தடவியிருந்தாள். தோடுகள் இல்லாமல் வெறுங்கா தோடு இருந்தாள்.

கைத்தொழில்தான் அவளது எதிர்பார்ப்பாக இருந்தது. அந்தப் பெண்ணுக்கு எப்படியான உதவியைச் செய்யலாம் என்று குழுவுடன் ஆலோசித்துக்கொண்டிருந்தாள் தவக்குல்.

“விருப்பமென்டா என்னோடவே அவா வேலை செய்யலாம். எனக்குப் பெரியதொரு ஓடர் வந்திருக்கு. முந்நூறு தட்டு இழைக்கணும். அவையள் கேக்குற நாளுக்குள்ள நான் தனியொராளா வேலை செஞ்சு ஒப்பேத்த ஏலாமக் கிடக்கும். அவாவுக்கு ஏலுமென்டா என்னோட வேலை செய்யச் சொல்லுங்கோவன் ... ஒரு தட்டுக்கு முப்பது ரூபாப்படி அவா எத்தன தட்டு இழைக்கிறாவோ அதுக்குரிய காசைக் குடுக்கிறன் ...”

மல்லிகா மார்க்கண்டாயம் குரலில்தான் எத்தனை நம்பிக்கை. தெளிவு. தனி வண்ணமாக இருந்த அவள் இன்று வானவில்லாகிவிட்டாள்!

செங்கலடிப் பிரதேசச் செயலகத்தில் முதன்முறையாகப் போரினால் பாதிக்கப்பட்ட பெண்களுக்குக் கூட்டம் நடத்திய போது, இதே மல்லிகா மார்க்கண்டாயம் அழுகையும் கண்ணீருமாக வந்தவள். விதவையாக எதிர்ப்புகளையும், நம்பிக்கைகளையும் இழந்து நின்றவள். எதிர்காலத் திட்டமிடலுக்கே திராணியற்றுக் கதறியவள்.

“வெட்கத்த உட்டுச் சொல்லுறன், எங்கடை வீட்டுல சமைச்சு ஐஞ்சாறு நாளாவுது. புள்ளயளோட பட்டிணி கிடக்கிறன். என்ட புருஷன் இருந்தவரைக்கும் உழைச்சுத் தந்தாரு. என்ட புள்ளயள் பசியால நாலு இடத்தில கைய நீட்டிருவினமோ என்டு பயமாக் கிடக்கு. அப்பிடியொரு

நில வந்தா செத்துப்போவென் நான்..." என்று தலையைக் கவிழ்த்துக்கொண்டு சீழ்க்கையடித்து அழுதவள்.

மல்லிகா மார்க்கண்டாயம் கூறியதைக் கேட்டதும் சாந்திக்குக் கொள்ளை சந்தோஷம். தான் கேட்டுக்கொண்ட படி கடவுள் வழியக் காட்டிட்டார் என்பது போன்ற பெருமிதத்தில் இருந்தாள்.

"எனக்குத் தட்டு இழைக்கத் தெரியும். கனகாலமாக புல்லைத் தொட்டுக்கூடப் பார்க்கல்ல அதான் சங்கோஜமாக் கிடக்கு..."

"அது பரவாயில்லெ... பழகினவையென்டா கெதியாப் புடிச்சிடலாம். ரெண்டு நாள்ல கை திருந்திடுமல்லே..."

சாந்தியின் தயக்கத்திற்கு மல்லிகா மார்க்கண்டாயம் சமாதானம் கூற அதுவே தீர்வாகிவிடவே, சகாயவதனி குறிப்புப் புத்தகத்தில் எழுதிக்கொண்டிருந்தாள்.

சில பெண்கள் வங்கிக் கடன் பற்றிய சந்தேகங்களைக் கேட்டனர்.

தவக்குல் அதுபற்றிய தெளிவான விளக்கம் இல்லாதவளாக இருந்தாள்.

"நாம சமுர்த்திக் கடன் எடுக்கலாம். தனியாவும், குழுவாவும் சமுர்த்திக் கடன் எடுக்க ஏலுமென்று சொல்லினம். நாம ரெண்டு மூணு பேரு சமுர்த்தி வங்கிக்குப் போய் விசாரிச்சா அதப்பத்தித் தெரிஞ்சுக்கலாம். என்ன சொல்றயேள்? ஆருக்குக் கடன் வேணும், வங்கிக்கு என்னோட வர ஆருக்கு விருப்பம் என்டு சொல்லுங்கோ..."

கூட்டத்தில் கிசுகிசுப்பு தொடங்கியதால் பள்ளி ஆசிரியைப்போல மேசையில் தட்டிக் குரலை உயர்த்தினாள் சகாயவதனி.

வேறு சில பெண்கள் தனியார் நிறுவனங்கள் சிலவற்றால் வழங்கப்படுகிற பெண்களுக்கான சுயதொழில் ஊக்குவிப்புக் கடன்கள் பற்றிச் சொல்லிக்கொண்டிருந்தனர்.

"வட்டியில்லாத கடன், பொம்புளயள்ர தொழில் முயற்சிக்குத் தாறது என்டு சொல்லிப்போட்டு சரிக்குச் சரி வட்டியல்லே எடுக்கினம். என்ஜியோக்கள் இப்ப நல்லாப் படிச்சிட்டினம். அவையளும் நம்மள வெச்சுப் பணம் உழைக்கிற வேலயத்தான் செய்யினம்."

குமுதினி அங்கலாய்க்க "ஓமோம்..." எனச் சிலப் பெண்கள் அவளை ஆதரித்தனர்.

இவர்களின் உரையாடல்களைத் திசைமாற்றுவதுபோல வேலியின் தட்டியைத் தள்ளிக்கொண்டு விர்ரென்று நுழைந்தாள் அந்தப் பெண். மெலிந்த நெடிய உடல் வாகு. வெள்ளையும், மேக நீலமும் கலந்த சுடிதார் அணிந்திருந் தாள். அவள் முகத்திற்கு நீலத் துப்பட்டா எடுப்பாய் இருந்தது. நடுவே உச்சி பிரித்து ஒற்றை ஜடை பின்னி கனகாம்பரமும் மல்லிகையும் கலந்து தலையில் சூடியிருந் தாள். குழு உறுப்பினரல்லாத புதியவள் என விளங்கவே எல்லார் பார்வையும் ஆச்சரியத்தோடு அவளிலே குவிந்திருந்தது.

விழிகளால் எல்லோர் முகங்களையும் மேய்ந்தவளாக தயங்கித் தயங்கி வந்துகொண்டிருந்தாள். அவள் விழிகள் பதற்றத்துடன் அலைந்தன. சகாயவதனியைப் பார்த்ததும், சிறு புன்னகையுடன் அவளை நெருங்கினாள். எல்லாப் பெண்களின் பார்வையும் அவளிலேயே நிலைத்திருந்தன.

"சகாயவதனி... என்னெத் தெரியாதே. நான் கலா."

"ஆர் விளங்கலையே..." சரியாய்த்தான் சொல்கிறோமா என்ற சந்தேகத்துடனேயே அவள் குரல் குழைந்தொலித்தது. அவளையே கூர்ந்து பார்த்துக்கொண்டிருந்தாள்.

"தபால் கந்தோர் வீதியில நொத்தாரிசு சண்முகத்துட வீட்டுக்கு முன்னால இருக்கிறம்..."

அடையாளம் கண்டுகொண்டுவிட்டதன் வெளிப்பாடாக முகம் மலர்ந்தாள் சகாயவதனி.

"ஓ... என்ன விஷயம்..."

"என்ர அக்கா யோகாட விஷயமாப் பேசணும்..."

"உம்மட அக்கா வத்சலாதானே... யோகா என்டும் அக்கா இருக்காவே..."

சகாயவதனியின் இந்தக் கேள்வி கலாவைச் சங்கடத்தில் ஆழ்த்தியிருக்க வேண்டும். அமர்ந்திருந்த பெண்களைத் திரும்பிப் பார்த்தாள். குடும்ப விபரம் அறிந்தவள் என்பதன் வெளிப் பாடாகத் தன்னிச்சையாகக் கேட்ட கேள்விக்கு இவள் ஏன் இவ்வளவு தயங்குகிறாள் என்ற சந்தேகத்துடன் அவள் சொல்லப் போகும் பதிலை எதிர்பார்த்தபடியிருந்தாள் சகாயவதனி. கலா பதிலளிக்கத் தயங்கியதைக் கவனித்துக்கொண்டிருந்த

தவக்குல், “சகாயவதனி நீங்க கூட்டத்தை நடத்துங்க. நான் இவங்களோடப் பேசுறேன் . . .”

எழுந்து சகாயவதனியின் வீட்டுக்குள் சென்றாள். அவள் பின்னாலேயே கலா தயங்கித் தயங்கி நடந்தாள்.

சகாயவதனியின் வீடு தவக்குல்லுக்கு மிகவும் பரிச்சய மானது. ஒரு அறையுடன் சிறிய வீடு. பராமரிப்பில் நேர்த்தியாக இருந்தது. கட்டி ஐந்தாறு வருடம் என்று சகாயவதனி கூறிக் கொண்டாலும் நேற்று கட்டியதுபோல எப்போதும் புதுப் பொலிவுடனே இருந்தது.

“எங்க அக்கா பெயரு யோகா. இயக்கத்தில இருந்தவா. பம்பைமடு முகாமில இருந்து வந்திருக்கா . . .”

மரண வாக்குமூலம் ஒப்புவிப்பதைப்போல கலா தொடங் கினாள். வவுனியாவிலிருந்து யோகா அழைத்து வரப்பட்டதி லிருந்து தற்கொலைக்குத் துணிந்தது வரையும் ஒப்புவித்தாள்.

“அவாவுன்ட உடைஞ்ச பொய்க்காலச் செய்யணும் . . .”

தவக்குல்லின் கண்களை நேராகப் பார்த்துப் பேசிக் கொண்டிருந்த கலா, பக்கவாட்டில் அடிக்கடி திரும்பிச் சுவரில் தொங்கிக்கொண்டிருந்த கடிகாரத்தில் நேரத்தையும் நோட்ட மிட்டுக்கொண்டிருந்தாள். அவளுக்கு அவசரம். மாப்பிள்ளை யைப் பார்க்கச் சென்றுவிட வேண்டுமே! அதற்காகத்தான் இத்தனை கரிசனை எடுத்து அவளைத் தயார்ப்படுத்தியிருந்தாள்.

“வீட்டில வத்சலா அக்காவும், அத்தானும் இருக்கினம். நான் கோயில்லயிருந்து போறவரைக்கும் காத்துக்கிட்டு இருப்பினம். சுணங்கினதென்டால் அதுக்கும் பிரச்சினை . . .”

கலாவின் வெளிப்படையான பேச்சு தவக்குல்லுக்குப் பிடித்தது. இங்கு வந்த கதை எந்நிலையிலும் வீட்டுக்கு தெரியக் கூடாது என்பதில் அவள் உறுதியாக இருந்தாள்.

கதையைக் கேட்டதும் முகந்தெரியாத யோகாவில் தவக்குல்லிற்குக் கொள்ளை கருணை உண்டானது. அவளைக் கட்டாயம் பார்க்க வேண்டும் என்று தோன்றியது. ஆறுதல் கூறி, அவள் கைகளைப் பற்றி அவளுக்கு நம்பிக்கை தர வேண்டும் போலிருந்து.

“எங்கடை வீடு சகாயவதனிக்குத் தெரியும். அவாவுக்கு காலெச் செஞ்சு குடுத்தியளென்டா பெரிய புண்ணியம். நான் வாறன் . . . அங்கை அவையள் காத்திக்கிட்டு இருப்பினம் . . .”

அவள் விடைபெற்றுச் செல்லும்போது, முற்றத்தில் கூடியிருந்த பெண்களின் சந்திப்பும் முடிந்திருந்தது. யாரையும் பொருட்படுத்தாமல் விறுவிறென்று நடந்தாள்.

கலா கொண்டுவந்த செய்தியைச் சகாயவதனிக்கு விபரித்தாள் தவக்குல்.

"போராளிகள் பாவம். சமூக அங்கீகாரம் இல்லாம எவ்வளவு கஷ்டப்படுயினம் தெரியுமே ... பெத்த தாய், அக்காளே இப்பிடி நடத்துறது கொடுமையல்லே. இதுக்கு நாம என்ன செய்ய ஏலும் ... வெளிய வந்தா ஏதாச்சும் உதவிக்கு வழி பார்க்க ஏலும் ... வீட்டுக்குள்ளே இருக்கிறவைக்கு நாம என்ன செய்யக்கிடக்கு. எல்லாம் இந்த இயக்கம் செஞ்ச வேலெ ... உணர்ச்சிவசமாப் பேசி மக்களெ திசைதிருப்பியதற்குப் பதிலா உருப்படியான ஒரு சமூகத்தைக் கட்டமைச்சிருக்கலாம். படிப்பிலயும் பொது அரசியலிலயும் ஈடுபடுறதுக்கு ஊக்குவிச் சிருக்கலாம் ..."

"நாம பெரிய நிறுவனமில்லெ. பணமும், பின்னணியும், செல்வாக்கும் நமக்கில்ல. ஆனா உதவணுமென்கிற எண்ணம் வந்துட்டா இதெல்லாம் தேவையுமில்ல. சில நேரம் நம்ம நேர்மையும், உழைப்பும் இதெல்லாத்தையும் நம்பளைத் தேடி வர வைக்கிறதுக்கும் சந்தர்ப்பமிருக்கு ..."

"அதெல்லாம் சரிதான் தவக்குல் ... இந்த யோகா விஷயத்துல நாம என்ன செய்ய ஏலும் சொல்லுமேன் ... எனக்குத் தெரிஞ்சு அவையள் கொஞ்சம் நல்ல நிலையில இருக்கிற குடும்பந்தான். முதல் ஒரு காலத்தில கஷ்டப் பட்டவையள் ... அவாவுட அக்கா கல்யாணம் பண்ணி யிருக்கிறவரு வசதியானவரு ... நல்ல உழைப்பாளின்டு சொல்வினம். யோகாட கால் மாற்றத்தெ அவையள் நினைச்சா சாதாரணமாச் செய்யலாம் ... அவையளுக்கு அந்த மனசில்லாம யிருக்கு ... பாருமேன் ..."

"நாம யோகா வீட்டுக்குப் போவோம் ..."

"வீட்டுக்கே ... என்ன காரணம் சொல்லி நாங்க அங்கை போறது ... கலா சொன்ன கதைகளெப் பார்த்தா அவாவுட அம்மாவும், அக்காளும் மோசமானவையள் போலக் கிடக்கு தென்ன ... தேவையில்லாத வம்பாயிடாதே ... யோகா இயக்கத்தில இருந்தவா ... புலனாய்வுப் பிரிவால அவங்கள்லாம் இன்னமும் கண்காணிக்கப்படுறதா கதைக்கினம், தெரியுமே ..."

தயக்கத்திற்கான நியாயமான காரணங்களை விபரித்தாள் சகாயவதனி. அவளில் இனம் புரியாத பயம் கவிந்திருந்தது.

சரணடைந்து புனர்வாழ்வு நிலையங்களிலிருந்து விடுதலையானவர்களின் நடவடிக்கைகள் புலனாய்வுப் பிரிவால் கண்காணிக்கப்படுவதாகவும் அவர்களது தொலைபேசி உரையாடல்கள்கூட ஒட்டுக்கேட்கப்படுவதாகவும் செய்திகள் உலாவின. விடுதலையான போராளிகள் சமூகத்துடன் இயல்பு உறவை ஏற்படுத்தவும் இது தடையாக இருந்தது. விடுதலை பெற்ற கைதிகள் தொடர்ந்தும் போராளியாகவே பார்க்கப் படுகின்றனர். சமூகத்திலிருந்து போராளிகளைப் பிரித்து விடுவதற்கும் இப்படியான உண்மைகள் அல்லது வதந்திகள் காரணமாகியிருந்தன.

சகாயவதனியின் எந்தவொரு நியாயத்தையும் காதில் வாங்கிக்கொள்ளாதவள்போலப் பிடிவாதமான சிந்தனையில் மூழ்கியிருந்தாள் தவக்குல். அவளது ஆலோசனைக்கு உடன் படவும் முடியாத மறுக்கவும் முடியாத சங்கடம் சகாயவதனிக்கு.

"நாம சந்திக்கப்போறது யோகாங்கிற ஒரு மாற்றுத் திறனாளியை . . . நாம சாதாரண பெண்கள். சமூகச் செயற் பாட்டாளர்கள் என்றிருக்கட்டுமே . . . நாம அவளச் சந்திக்கிறதில யாருக்கும் என்ன..? நாம அங்க போகணும் . . . அட்லீஸ்ட் அவளாலயும் வாழ முடியும்ங்குற நம்பிக்கையாச்சும் நாம குடுக்கணும். துவண்டு கிடக்கிற அவ மனச, நம்பிக்கெய தூக்கி நிறுத்தனும் . . . அத நாம செஞ்சாலே அவ பிரச்சினகளெ அவளே தீர்க்கிறதுக்கும், தன்ட எதிர்காலத்தை எப்பிடி அமச்சிக்கிறதுண்டு முடிவெடுக்கிறதுக்கும் அவ தயாராகிடுவா . . . இதச் செய்யிறதுக்கு யாருக்கும் ஏன் நாம பயப்படணும் . . . இதச் செய்யிறதுக்கு யாரிட உதவியோ, பணமோ, செல்வாக்கோ நமக்குத் தேவையுமில்லியே . . ."

தவக்குல் மிக உறுதியான குரலில் கூறினாள். தன் தீர்மானத்திலிருந்து அவள் இனி பின்வாங்கமாட்டாள் என்பதை ஊகித்தவளாக அரை மனதுடன் யோகாவைச் சந்திக்கச் சம்மதித்தாள்.

சகாயவதனியின் வீட்டிலிருந்து சந்திக்கு வந்து இடப் பக்கம் நேராக இரண்டு கிலோமீற்றர் வந்ததும் வலது பக்கத்தில் இரண்டு தெரு தள்ளி மணல் ஒழுங்கை. மணல் ஒழுங்கையின் முடிவில் இருந்தது யோகாவின் வீடு. ஒழுங்கையின் இருமருங்கி லும் பூவரச மரங்கள் சடைத்து நின்றன. பூவரசம் பூக்கள் சொரிந்து கிடக்கக் காற்றலையும் குளுமையான ஒழுங்கை.

புதைந்துவிடுமோ என்ற முன்னெச்சரிக்கையுடன் மிகக் கவனமாக மணலில் ஆட்டோவை இறக்கினான் அஸீம். யோகாவின் வீட்டின் முன்பாக அவர்கள் இறங்கிக்கொண்டனர்.

சகாயவதனி தயக்கத்துடன் தவக்குல்லின் பின்னால் நடந்தாள்.

முற்றத்தில் மோட்டார் சைக்கிள் ஒன்றும், துவிச்சக்கர வண்டியொன்றும் நிறுத்தப்பட்டிருந்தது. வாசல் முழுவதும் மஞ்சள் ஒளி பரவி நிழல் சாயத் தொடங்கியிருந்தது. அஸ்தமன அழகின் உச்சக் காட்சி கொள்ளை அழகையும், மனதுக்கு இதத்தையும் தருவதாக இருந்தது.

முற்றிலும் இயற்கையான சூழல் சூழ வீட்டின் வராந்தாவில் வயதான பெண் அரிசி இடித்துக்கொண்டிருந்தாள்.

இவர்கள் வருவதைக் கவனித்துவிட்டாற் போலவே உள்ளிருந்து எதிர்பட்டாள் ஒரு பெண்.

"ஆரு . . ."

மிகவும் மென்மையான தொனியில் அவள் கேள்வி இருந்தது. முக்காட்டுடன் தவக்குல்லைப் பார்த்ததுமே, அவள் முஸ்லிம் பெண்ணென்பதை அடையாளம் கண்டுகொண்டு மரியாதையாக வரவேற்பதைப் போன்றிருந்தது அவளது குரலின் நளினம்.

"உள்ளுக்கு வரலாமா . . . இருந்து பேசுவொமே . . ." தவக்குல் சிரித்துக்கொண்டே, அதே மென்மையுடன் கூறினாள்.

"ஓ . . . வாங்க . . . வாங்களேன் . . ."

அவள் வத்சலாதான் என்பதை ஊகித்துக்கொண்டாள் தவக்குல். கலா கூறியபடி, அந்த வீட்டில் நான்கு பெண்கள். கலாவைச் சந்தித்தாயிற்று. யோகா மாற்றுத்திறனாளிப் பெண். இது வத்சலாதான் என ஊகிப்பதில் அவர்களுக்கு ஒரு சிரமுமில்லை. கலாவின் சாயலும் அவள் முகத்தில் இருந்தது. கலா மெலிந்த தோற்றமுடையவள். இவள் சதைப்பற்றும், கன்னத்தசையுமாக பார்க்க எடுப்பாக இருந்தாள். சேலையணிந்து எங்கோ கிளம்புவதற்கு ஆயத்தமாகிக் கொண்டிருந்தவளாகக் காணப்பட்டாள்.

அரிசி இடித்துக்கொண்டிருப்பது இந்த வீட்டுப் பெண் களின் அம்மா என்பதைச் சொல்லாமலே தெரிந்துகொள்ள லாம். இரு பெண்கள் வந்திருப்பதையோ அவர்களை வத்சலா வரவேற்கிறாள் என்பதையோ பொருட்படுத்தாமல் அரிசி இடிப்பதிலேயே அவள் கவனமாக இருந்தாள். வேறொரு உலகில் சஞ்சரித்துக் கிடப்பவள் போன்று முகபாவனை

இருந்தாலும் இயந்திர கதியில் அவளது உடல் செயற்பட்டுக் கொண்டிருந்தது.

இந்த வீட்டு மனிதர்களை எப்படி அணுகுவது, கையாள்வது என்றெல்லாம் ஏற்கனவே தீர்மானித்தபடி தவக்குல் பேச்சை ஆரம்பித்தாள்.

"என்ட பெயர் தவக்குல். நான் கொழும்பிலிருந்து வாறென். இவ இந்தப் பகுதியிலயிருந்து எனக்கு உதவியாக வேலெ செய்யிறவ. பேர் சகாயவதனி. இதே ஊர்தான் ..."

பேச ஆரம்பித்ததும், ஒரு பையன் ஓடிவந்தான். அவனுக்குப் பத்துப் பன்னிரண்டு வயது இருக்கும். தவக்குல் பேச்சை நிறுத்திவிட்டு அவனைப் பார்த்தாள்.

"இது என்டை மகன் ... நீங்க சொல்லுங்க ..."

அவர்கள் வருகைக்கான காரணத்தை அறியும் ஆர்வம் வார்த்தைகளிலும், முகத்திலும் வெளிப்பட்டது. அவளது அணுகுமுறை கற்றுத் தேர்ந்தவர்களுடையதைப் போன்றிருந்தது.

பையனையே பார்த்துக்கொண்டிருந்தாள் தவக்குல். யோகாவைப் பற்றிய விளக்கங்கள் பிள்ளைகளுக்குத் தேவையற்றது என்பதில் வத்சலா கவனமாக இருப்பதைக் கலா மூலம் அறிந்திருந்தபடியால் தொடர்ந்து பேசுவதற்குத் தயங்கினாள். பையனிலிருந்து கண்களை எடுக்காமலே கூறினாள்.

"உங்க மகன் படிக்கிறாரா ... அவருக்கு என்னமோ தேவெ போலத் தெரியுது ... உங்களையே கவனிச்சிக்கிட்டு இருக்கார். என்னென்டு கேட்டு அனுப்பிட்டு வாங்களேன் ..."

நோக்கத்தைப் புரிந்துகொண்டாற்போல மகனை வெளியே சென்று விளையாடுமாறு அனுப்பிவைத்தாள் வத்சலா.

"சொல்லுங்க ... நீங்க முஸ்லிம்தானே ... சொந்த இடமே கொழும்புதானா ..."

இயல்பான பேச்சினாலும், அணுகுமுறையினாலும் கவரப்பட்டவள்போலத் தவக்குல் பற்றி அறியும் ஆவல் வத்சலா பேச்சில் தெரிந்தது. எதனாலோ அவசரப்படுகிறவள்போலவும் இருந்தது அவளது குரல்.

"நான் சொந்த இடம் மட்டக்களப்புதான், ஏறாவூர். கொழும்பில வேலை செய்யுறன் ... போரினால பாதிக்கப் பட்ட பெண்களப் பத்தின ஆய்வொன்று செய்யுறன்.

சகாயவதனிதான் இந்த ஏரியாவில பாதிக்கப்பட்ட பெண்கள் பத்தின தகவல்களை எனக்கு எடுத்துத் தந்திட்டிருக்கா ... இங்கயும் யோகா என்ட பெயரில ஒருத்தர் இருக்கிறதா கேள்விப்பட்டுத்தான் பார்க்க வந்திருக்கென் ..."

சகாயவதனிக்கு உடல் வியர்த்தது. தலையைக் குனிந்து தவக்குல்லின் நாவன்மையைச் செவிமடுத்துக்கொண் டிருந்தாள். ஒருபாடாக வருகைக்கான காரணத்தை ஒப்புவித்த திருப்தி இருவருக்கும்.

வத்சலாவின் முகத்தில் மழை மேகங்களின் திரட்சி. அவள் பார்வை அலைந்து வராந்தாவில் அரிசி இடித்துக் கொண்டிருந்த அம்மாவில் நிலைத்தது. அவள் அரிசியை இடித்து முடித்து மா அரித்துக்கொண்டிருந்தாள். அரிதட்டினுள் பாக்குவெட்டி மாவில் புதைந்து ஆடி சரசரவென்று இசை எழுப்பி அந்த இடத்தின் நிசப்தத்தை நிரப்பிக்கொண்டிருந்தது.

"சகாயவதனி, எங்க இருக்கியள் ... ஆருட மகள் நீர் ..."

சகாயவதனிக்குப் பேச்சே வரவில்லை.

திண்ணை சம்பாஷனை யோகாவிற்கும் கேட்டது. அவர்கள் தன்னைச் சந்திக்க வந்தவர்கள் என்பதைத் தெரிந்து கொண்டு பதற்றமடைந்திருந்தாள்.

'சீஐடியா இருக்குமோ ...'

அக்காவின் பதில் என்னவாக இருக்கும் என்ற எதிர் பார்ப்பு, அவர்களைத் திட்டி விரட்டிவிடுவாளோ என்ற ஆதங்கம், அவர்கள் யார்? எதற்கு என்னைச் சந்திக்க வந்திருப் பார்கள்? என்ற கேள்விகள் குழப்பத்தில் ஆழ்த்த தவிப்போடு விதிர்த்துப்போய் அமர்ந்திருந்தாள்.

சகாயவதனி சுருக்கமாக அறிமுகப்படுத்திக்கொள்ள, தெரியும் என்பதுபோலத் தலையை அசைத்துக் கேட்டுக் கொண்டிருந்தாள் வத்சலா.

"எனக்கு அவசரமான வேலெ. ந்தா தயாராகிக்கிட்டே இருந்தேன். உங்களோட அம்மா பேசுவா. அம்மா ... இவாக் கிட்ட பேசுமேன் ..."

கணீரென்ற வத்சலா குரல் அம்மாவுக்குக் கட்டளை பிறப்பித்தது. விருட்டென்று அறைக்குள் சென்று மறைந்தாள்.

அரிசியை இடித்து முடித்துவிட்டிருந்தாள் பத்மா. உலக்கையினை உரலின் மேலே கிடத்தி வைத்தாள். அது உருண்டு விழுவதுபோல் இரு பக்கமும் அசைந்து பத்மாவை

ஏமாற்றியது. பின் அசைவற்று நின்றது. வேண்டா வெறுப்பாக அவர்களை நோக்கினாள்.

"அம்மா... உங்கட மகள் யோகாவைப் பார்த்துப் பேசணும்... விடுவிங்களா..."

பத்மா அவர்களைத்தான் பார்க்கிறாள் என்றும், அந்தப் பார்வையிலேயே கேள்வி இருப்பதையும் புரிந்துகொண்டவளாகத் தவக்குல் கனிந்த பவ்வியமான தொனியில் கேட்டுக்கொண்டிருக்கும்போதே கலா வீட்டுக்குள் வந்து ஏறினாள்.

தவக்குல்லையும் சகாயவதனியையும் பார்த்ததும் அவளுக்கு அதிர்ச்சியாக இருந்தது.

"ஆரம்மா இவையள்..."

'இவள் நடிக்கத் தெரிந்தவள்தான், முகத்தில் கொஞ்சம் கூட மாறுதல் இல்லாமல் என்னமாய் பாசாங்கு பண்ணுகிறாள்...'

தவக்குல்லும், சகாயவதனியும் ஒருவரையொருவர் பார்த்துப் புன்னகைத்தனர்.

"உன்ட அக்காளத்தான் பாக்க வந்திருக்கினம்... என்னென்டு கேளு..."

பொறுப்பைக் கலாவிடம் கையளித்த திருப்தியுடன் மாவுச் சுளகைத் தூக்கிக்கொண்டு குசினிப் பக்கமாக நழுவினாள் அம்மா.

தவக்குல்லும், சகாயவதனியும் இன்றே வீட்டுக்கு வருவார்கள் எனக் கலா எதிர்பார்க்கவே இல்லை என்பதை அவளது முகம் காண்பித்தது.

அக்கா விடயமாக அவர்கள் பேச வந்திருக்கிறார்கள் என்று அறிந்தும் வீட்டில் யாரும் எதிர்ப்பு தெரிவிக்கவில்லை என்பது அவளுக்கு ஆச்சரியமாயும், ஆறுதலாயும் இருந்தது.

அறையிலிருந்து வெளிப்பட்ட வத்சலா திண்ணையில் அமர்ந்திருந்தவர்களைக் கவனியாதவள்போல வெளியேறிச் சென்றாள். அவளைத் தொடர்ந்து செந்தூரனும் சென்றான். அவன் இத்தனை நேரம் உள்ளேதான் இருந்தான் என்கிற வியப்பும் இவன் இந்த வீட்டில் யாராக இருக்கும் என்ற கேள்வியும் ஒருசேர தவக்குல்லும் சகாயவதனியும் குழப்பத்துடன் கலாவை ஏறிட்டனர்.

அவர்கள் செல்வதைப் பார்த்துக்கொண்டிருந்த கலா "அப்பாடா" எனப் பெருமூச்செறிந்தாள்.

“அவருதான் அத்தான் . . .”

“நீங்க வருவீங்களென்டு நினைக்கல்ல அக்கா . . . கோயிலுக்குப் போய் வந்துட்டு மாப்பிள்ளை வீட்டுக்காராக்கள் எடுத்துக் குடுத்த புடவைக்குச் சட்டை தைக்க தையல்காரிட்ட போய்ட்டென் . . .”

சமையலறைப் பக்கமாக எழுந்து சென்ற அம்மாவுக்குக் கேட்கக் கூடாதென்ற கவனத்துடன் மெதுவான குரலில் கிசுகிசுத்தாள் கலா.

“இருங்க . . . அக்காவைக் கூப்பிடறென் . . .”

பாய்ந்து எழுந்தோடினாள். அவளின் ஒவ்வொரு செயலும் முழுமையான உற்சாக வெளியிலிருந்து புறப்படுவதாக இருந்தது.

அஞ்சினாற்போல எதுவும் நிகழவில்லை என்பதைத் தவக்குல்லும், சகாயவதனியும் பார்வைகளால் பரிமாறிக் கொண்டனர்.

நேற்றைய சம்பவத்திற்குப் பின்னர் அந்த வீட்டில் சிறு மாறுதல் ஏற்பட்டிருக்கலாம் என்ற எண்ணம் தவக்குல்லின் மனதே ஓடியது. வத்சலாவும் அவள் கணவனும் பாராட்டுகிற குடும்ப கௌரவம் யோகாவின் தற்கொலையினாலும் அழிய இடமுண்டு. முகாமிலிருந்து வந்தவளை ஆதரிக்காமல், அன்பு செலுத்தாமல் தற்கொலை செய்யத் தூண்டும் விதமாக நடந்து கொண்டார்கள் என்பதும் அவமானத்திற்கும் வெட்கத்திற்கு முடையதும் – குற்றமும்கூட.

யோகாவைப் பார்த்ததும் தவக்குல்லிற்கு ஏனோ எல்லை யில்லாத அன்புணர்வு, நெடுநாள் பிரிந்த பிரியத்திற்குரியவர் களைச் சந்தித்தாற்போன்று. மெலிந்த, நெடிய கறுத்த கால் தெரிய கத்தரிப்பூ நிறத்தில் சின்னச் சின்னதாய் மல்லிகை மலர்களை அள்ளி எறிந்தாற்போலவொரு சட்டையணிந் திருந்தாள். நீண்ட ஜடை – ஒற்றைப் பின்னல். கறுப்பு ஸ்டிக்கர் பொட்டு வைத்திருந்தாள். கதிரையில் அமர்ந்துவிட்டு ஊன்று கோலைத் தரையில் மலர்த்தினாள்.

“உங்களப் பார்த்துப் பேசத்தான் வந்திருக்கம். உங்க மனசில உள்ளதெல்லாம் சொல்லுங்க. பேச நினக்கிறதெல்லாம் பேசிடுங்க. உங்க கஷ்டங்கள், ஏக்கங்கள் எல்லாத்தையும் சொல்லுங்க யோகா. அதெல்லாம் கேக்குறதுக்காகத்தான் வந்திருக்கம் . . .”

தவக்குல் பேச ஆரம்பித்தாள். வத்சலாவிடம் சொன்னது போல அல்லாமல், தான் யார் என்கிற உண்மையான விபரங்களைக் குறிப்பிட்டாள்.

இதுபோன்ற இன்னொரு வாய்ப்பு அமையாதென்றே நம்பியவளாக யோகா தன் மனக்குறைகளை எல்லாம் தயக்கமும், வெறுப்பும் சலிப்புமாகக் கொட்ட ஆரம்பித்திருந்தாள்.

“நான் என்ட கதையெல்லாம் சொல்லிட்டென். நான் வேணுமென்டு எந்தப் பிழையும் செய்யலை . . . இயக்கத்துக்குப் போகைக்கெ தனி நாட்டுக்காகப் போராடணுமென்டு நினச்சிப் போகல்லெ . . . நினச்சிட்டுப் போனதுபோலச் சாகக் கிடக்கல்லண்டு நான் மனவருத்தப்படயுமில்லெ . . . இயக்கத் தோட என்னை முழுமையாக இணைச்சிக்கிட்டு அர்ப்பணிப் போட உழைச்சேன். எங்கட வீட்டுல கிடைக்காத நிம்மதி எனக்கு அங்க கிடைச்சிது. சந்தோசம் கிடைச்சிது. எல்லாத்துக் கும் மேல எங்கட வீட்டுல என்ர சின்ன வயசுல கிடைக்காத சாப்பாடு கிடைச்சிது. எனக்கு இத்தினையும் தந்த இயக்கத்துக் காக என்ர ஒரு கால் போனதில வருத்தமே இல்ல எனக்கு. இந்த முடிவத்தான் என்னால ஏத்துக்க முடியல்ல அக்கா . . . இயக்கம் இருந்திருந்தா இன்டக்கி எனக்கு இந்தச் சீரழிவு வந்திருக்காதே. அங்கை நான் நிம்மதியா இருந்தென் தெரியுமே . . . எல்லாரும் பாழாய்ப்போன யுத்தம் நின்டுட்டு என்டு கதக்கினம் . . . எனக்கென்டா பாழாய்ப்போன அமைதி ஏன் வந்திச்சி என்றிருக்கு தெரியுமே . . .”

“தீர்மானங்கள் எல்லாமே நம்மட பாதிப்புகளயும், அனுபவங்களையும் கொண்டு எடுக்கிறம். அப்படி எடுக்கிற நம்மட எல்லாத் தீர்மானங்களும் நமக்குச் சரியாத்தான் தெரியும். எல்லாருக்கும் அப்பிடித் தெரியாது யோகா. அப்படி விளங்கனுமென்டு நாம எதிர்பார்க்கயும் ஏலாது. அது முறையும் இல்லெ. நம்மட நியாயங்களை எடுத்துச் சொல்லலாம். நீங்க உங்க நியாயங்களைச் சொல்லிட்டிங்க. அதுதான் முழுக்க முழுக்கச் சரியென்று நினைக்க ஏலாது . . . உங்களுக்குச் சாப்பாடு போட்ட, கவனிச்சிக்கிட்ட இயக்கத்துக்காகக் காலொன்றை இழந்ததை நீங்க இழப்பாக நினக்காம அர்ப்பணிப்பாக நினக்கிறீங்க. இதே இன்னொரு கோணத்தில பார்த்தா கவலையாக இருக்கும். உங்கள மாதிரி எத்தினையோ பேர் எதிர்காலத்த இழந்துட்டு நிக்கிறாங்க. நீங்க சொல்லுற மாதிரி மிக மேலோட்டமாகப் பேசுற விஷயமில்ல இது . . .”

தவக்குல் இந்தக் கருத்துக்களைக் கூறும்போது யோகாவின் விழிகள் அவளிலேயே ஊடுருவி இருந்தன.

அது, நீண்ட நேரம் பேச வேண்டிய விடயம் என்பதால் தொடர விருப்பமற்றவளாக இடைநிறுத்திப் புன்னகைத்தாள் தவக்குல்.

சிறுது நேரம் அந்த இடம் மௌனத்திற்கு ஆட்பட்டது.

"நடந்த விஷயங்களையும், அதன் சரி பிழைகளைப் பத்தியும் பேசி எதிர்காலத்தத் தொலச்சிரக் கூடாதில்லியா. ஆனா, கடந்த கால அனுபவங்களக் கொண்டு தவறுகளெத் திருத்திக்கிறது வாழ்க்கையில முக்கியமான விஷயம். யோகா நீங்க காலமெல்லாம் இப்பிடியே நாலு சுவருக்குள்ள வாழ்ந்திட ஏலாது. சமுதாயத்தோட சேரணும். சந்தோஷமா மனநிறைவோட வாழ எத்தினையோ பாதைகள் திறந்து கிடக்கு. அதிலெல்லாம் நடக்கிறதுக்கு நீங்க முன்வரணும்..."

யோகாவின் முகத்தில் புன்னகை வழிந்தது. அவள் முகத்தில் என்றுமில்லாத ஒளி தெரிந்தது. கலாவின் முகத்தை நிமிர்ந்து கவனித்துச் சிரித்தாள்.

அக்காவின் முகத்தில் இப்படியொரு புன்னகையை முன்னொருபோதும் கண்டதாகக் கலாவின் நினைவிலில்லை.

"நீங்க சொல்லுறது சரிதான் அக்கா. குடுக்கிறதத் திண்டுக் கிட்டு இப்பிடி மூலையில குந்திக் கிடக்கிறது பெரிய வேதனை. நான்தான் சொன்னேனல்லே... வெளிச்சத்தத் தேடித்தான் இங்க வந்தென். இப்பிடி இருட்டுல கிடக்கவரும் என்டு கனவுலயும் நினக்கல்ல..."

"சரி யோகா... உங்கட எதிர்காலத்தைப் பத்தி நீங்க என்ன யோசிச்சி இருக்கிறிங்க... உங்கட கனவை நனவாக்க என்ன மாதிரி உதவி, ஒத்துழைப்பு வேணுமென்டு நினக்கிறீங்க..."

சாதுரியன் நினைவுகள்தாம் முண்டியடித்து முன் வந்தன. மனப்பெட்டகத்துக்குள் பூட்டிவைத்திருக்கிற மனோரம்மிய மான காதலைப்பற்றித் தவக்குல்லிடம் கூறிவிடலாமா என்ற எண்ணம் யோகாவை உந்தியது.

'இவர்கள் என்னைப் பற்றி என்ன நினைப்பார்கள். இயக்கம் குறிக்கோளை மட்டுமே மையமாகக் கொண்டு இயங்கியது. ஆசாபாசங்களற்ற அர்ப்பணிப்புகளால் கட்டமைக்கப்பட்டது. அங்கு ஆண், பெண் உறவுக்குச் சந்தர்ப்பமில்லை என்ற கருத்துக்களைத்தான் இவர்கள் அறிந்திருப்பார்கள். என் காதலைக் கூறப்போய் அண்ணாந்து எச்சித் துப்பிய கதையாகிப் போனால்...

'வேண்டாம்

'என் காதல் மிகத் தூய்மையானது, கைபடாதது, நிருபணங்களற்ற உண்மையானது, அது எனக்குள்ளே இருந்து மணக்கட்டும்...'

“என்ன யோகா யோசிக்கிறீங்க ... சொல்லுங்க ...”

அவளையே கவனித்துக்கொண்டிருந்த தவக்குல், யோகா வின் முகத்தில் சிந்தனையின் கோடுகளைப் பார்த்தவள் போலக் கேட்டாள்.

“அக்கா ... என்ன மாதிரி கையெக் கால இழந்தவையளுக்கு ஏதாவது தங்கும் இல்லங்கள் இருந்தா என்ன அங்க கொண்டு போய்ச் சேர்த்திடுங்கோவன் ...”

யோகாவிடமிருந்து இப்படியொரு பதிலை யாருமே எதிர்பார்க்கவில்லை. சகாயவதனி ஆச்சரியத்துடன் தவக்குல்லைப் பார்த்தாள்.

“அக்கா ...”

அமுங்கிய குரலில் கலா அவளின் தோள்களை உலுக்கினாள்.

யோகாவின் கேள்வியைவிடவும் தவக்குல்லின் பதில் அவர்களுக்கு மேலும் ஆச்சரியம் அளித்தது.

“ம் ... தவறில்லெதான். அங்க உங்கள மாதிரிச் சில பேர் இருக்கும்போது பேசுறதுக்கும் பழகுறதுக்கும் வாய்ப்பு கிடைக்கும். உலகத்தில தான் மட்டுமில்ல பாதிக்கப்பட்டவங்க இன்னும் நிறையப் பேரு இருக்கிறாங்க என்டு தெரிஞ்சதும் அங்கவீனம் ஒரு குறையென்ட எண்ணம் உங்கள விட்டுப் போயிடும் ... சரிதான் ...”

“இல்லை அக்கா ... அங்கவீனத்தை நான் குறையாவே நினக்கேல்லெ ... அகழியிலயும், களத்திலயும் இருந்த காலத்தை விடவும் அதிகக் காலம் நான் அறிவகத்திலயும், புனர்வாழ்வு நிலயத்திலயும்தான் இருந்திருக்கிறன். அங்க என்னைப் போல உள்ளவை மட்டும்தான் இருந்திச்சினம். அங்கவீனம் ஒரு குறையில்ல, எங்களாலயும் முடியும்கிறதுக்காகத்தான் எங்களுக்குப் படிப்பும், பயிற்சிகளும் தந்தவையள் ...”

இப்படியொரு மாற்றுக் கருத்தை யோகாவிடமிருந்து எதிர்பார்த்தவள் போலப் புன்னகைத்தாள் தவக்குல்.

“என்ன பயிற்சி, உங்களால என்ன முடியும் சொல்லுங் களேன் ..?”

அழுது களைப்புற்ற முகத்தைத் துடைத்தெறிந்தவள்போல உற்சாகமாகப் பேச ஆரம்பித்தாள் யோகா. இலத்திரனியல் இயந்திரங்கள் பழுதுபார்த்தல் துறையில் வெளிநாட்டு நிறுவனங் களால் வழங்கப்பட்ட உயர் தரத்தினாலான பயிற்சியைப்

பெற்றிருப்பதையும், அந்தப் பயிற்சியைப் பெற்ற ஏனைய பெண் களுக்கும் தனக்குமாக இலத்திரனியல் இயந்திரங்களைப் பழுதுபார்க்கும் நிலையமொன்று கட்டப்பட்டுத் திறப்பு விழா நடக்கவிருந்த தருணத்தில்தான் இறுதிப்போர் வந்ததென்ற துர்ப்பாக்கியத்தையும் கூறினாள்.

கலாவுக்கு இவை புதிய விடயங்களாக இருந்தன. அவள் அக்காவைப் பெருமையுடன் பார்த்துக்கொண்டிருந்தாள்.

"பாருங்க ... யோகா எவ்வளவு கெட்டிக்காரி. இதொன்றும் சாதாரண திறமையில்ல ... சொந்தக் காலில நிக்கலாம். இலத்திரனியல் பழுதுபார்க்கும் இடங்களில் வேலை குடுத்தா செய்வீங்களா ..?"

தான் அடைபட்டுக் கிடந்த குகைகளின் சுவர்களிலெல்லாம் திடீரென ஜன்னல்கள் முளைத்துவிட்டாற்போல எங்கிருந்தோ அதனுள் வெளிச்சம் பரவுவதுபோல யோகா உற்சாகித்தாள்.

"செய்வென் அக்கா ... எனக்கு அப்பிடியொரு வேலை கிடைக்குமே ..."

அவளது கேள்வியில் எதிர்பார்ப்பு நிரம்பியது. பார்வையில் நம்பிக்கைஒளி ததும்பி வழிந்தது.

"கிடைக்கும், முயற்சி செய்வம். கவலைப்படாதிங்க ... நீங்க யாரோ இல்ல ... ஒரு எலக்ரோனிக் மெக்கானிக். திறமையிருக்கு. வாய்ப்புகளைத் தேடுவொம். யோகா என்னெ உங்கட கலா போலச் சகோதரியா, செண்பகம் போலத் தோழியா நினைங்க ... உங்கட மனக்கஷ்டம், தேவை எதுவா யிருந்தாலும் பேசுங்க ... உங்கட திறமையை அடையாளம் கண்டாச்சு. அடுத்தது என்ன செய்யலாமென்டு பார்ப்பம் ..."

தனது தோள்பையைத் திறந்து விலாசமும், தொலைபேசி இலக்கமும் பதியப்பட்டிருந்த அட்டையை அவள் கையில் திணித்தாள் தவக்குல்.

தவக்குல், சகாயவதனி இருவரும் இருக்கையில் இருந்து எழுந்து விடைபெற்றுக்கொண்டனர்.

மன ஆறுதலும், உற்சாகமுமாக அவர்களை வழி யனுப்பினாள் யோகா.

5

அந்தக் கடிதத்தை ஆளாள் மாறி மாறிப் படித்துக்கொண்டிருந்தனர். பதற்றமும் அறியாத உணர்வுமாக எல்லோர் முகங்களிலும் இருள் மண்டியிருந்தது.

"வாப்பா, இதப் பத்தி நாம ஏன் பொலிஸில முறையிடப் போடா . . ."

தவக்குல்லின் இந்தக் கேள்வியினால் உம்மா, வாப்பா இருவருமே அதிர்ந்தனர்.

"என்ன பேச்சுப் பேசறிங்க மகள் . . . இந்தக் கடிதத்தைப் பொலிஸில கொண்டுபோய்க் காட்டி என்ரி போட்டா நமக்குத்தான் ஆபத்தென்டு விளங்கலியா உங்களுக்கு . . . நமக்கு ஆபத்திருக் கின்டு காட்டிக்கிட்டா நாளைக்குக் கோபத்தில இருக்கிறவனுகள் எல்லானுமே சந்தர்ப்பத்தப் பயன்படுத்துவானுகள். ஊர் ரெண்டுபட்டாக் கூத்தாடிக்குக் கொண்டாட்டமுன்டு செல்வாங்க . . ."

ஒரு மொட்டைக் கடிதத்தினால் வீடே குழப்பத்தில் ஆழ்ந்திருந்தது. காலையில் அந்தக் கடிதம் கிடைத்ததிலிருந்து யாரும் எந்த வேலையி லும் முனைப்பின்றி பிரமை பிடித்தவர்கள் போல ஆழ்ந்த கவலையில் இருந்தனர். எல்லோருமே அந்தக் கடிதத்தை ஆளுக்குப் பத்து, இருபது தடவை களுக்கு மேல் வாசித்திருப்பார்கள்.

> *எச்சரிக்கை – சமூக சேவை என்ற போர்வை யில் நீ செய்கிற இஸ்லாமிய விரோதச் செயல் களை எல்லாம் கவனித்துக்கொண்டே யிருக்கிறோம். தமிழர்களின் பகுதியில் நீ விபசாரத்தில் ஈடுபடுகிறாய் என்பதை நாங்கள் அறிவோம். முஸ்லிம் சமூகத்துக்கே நீ ஒரு அவமானம். உன்னால் இஸ்லாமியச் சமூகம் தலைகுனிவதை நாங்கள் ஒருபோதும்*

அனுமதிக்கமாட்டோம். முஸ்லிம் பெண்களுக்கு நீயோர் பிழையான முன்மாதிரி. நீ வீட்டைவிட்டு வெளியேறுகிற ஒவ்வொரு கணமும் உன் மரணத்தைத் தேடிப்போகிறாய், உனக்கான குழியை நீயே வெட்டிக்கொள்கிறாய். ஞாபகம் வைத்துக்கொள் தவக்குல், இந்தக் கடிதத்தைப் பார்த்ததும் நீ உன் செயல்பாடுகளை மாற்றிக்கொண்டாயென்றால், உன்னை நாங்கள் மன்னித்துவிடுவோம். இல்லையென்றால், விளைவுகள் விபரீதமாக இருக்கும். இந்த ஆபத்திலிருந்து நீ உன்னைக் காப்பாற்றிக்கொள்ள விரும்பினால் இஸ்லாமியப் பெண்கள் அணியும் அபாயா அணிய வேண்டும். உனது நடவடிக்கைகள் அனைத்தையும் உடனடியாகக் கைவிட வேண்டும்.

இப்படிக்கு,
சமூக சீரமைப்பு இயக்கம்

எச்சரிக்கை என்ற எழுத்துக்கள் தடித்த எழுத்துக்களில் எழுதப்பட்டு அடிக்கோடும் இடப்பட்டிருந்தது. எழுத்துக்கள் செம்மையாகத் தனித்தனியாக இருந்தன. கடித உறையில் அனுப்பியவர் பெயரோ முகவரியோ இல்லை. அது எங்கிருந்து அனுப்பப்பட்டது என்பதை அறிய தவக்குல் முயன்றாள். அலுவலகத் தபால் முத்திரையை ஊன்றி ஊன்றிப் பார்த்தாள். எழுத்துக்கள் தெளிவற்றிருந்தன. தெரிந்த எழுத்துக்களைக் கூட்டிப் பார்த்தபோது ஏறாவூரிலிருந்தே கடிதம் அனுப்பப் பட்டுள்ளதென்று தீர்மானிக்கக்கூடியதாய் இருந்தது.

"தவக்குல் புறப்புடுங்க மகள். இந்த ஊரில் நீங்க கொஞ்ச நாளைக்கு இருக்காதிங்க . . . கண்டியில இருக்கிற மாமாட வீட்டில கொண்டுபோய் விடுறன் . . ."

ஹபீப் அழுத்தம் திருத்தமாக எடுத்திருக்கும் தீர்மானமே சரியென்பதாக நிஸாவும் ஆதரித்தாள்.

"வாப்பா செல்றதுதான் சரி. கண்டிக்குப் போக விருப்ப மில்லாட்டி கெக்கிராவயில சாச்சிக்கிட்ட போய் இருக்கலாம் . . ."

உம்மாவினதும் வாப்பாவினதும் தீர்மானங்கள் அவளுக்கு வெறுப்பையும், ஏமாற்றத்தையும் ஏற்படுத்தின.

"என்ன பேசுறீங்க நீங்கெல்லாரும் . . . நான் ஏன் ஒளிச்சுப் போய் இருக்கணும். பொலிஸுக்குப் போவம் என்டாலும் விடுறிங்கல்ல . . . நான் என்ன செஞ்சேன், ஓடி ஒளிக்கிறதுக்கு. தைரியமும் நேர்மையும் உள்ளவன் இப்பிடி மொட்டைக் கடிதம் எழுதிக்கிட்டு இருக்கமாட்டான். ஒளிச்சிருந்து பூச்சாண்டி காட்டுறவனுக்குப் பயந்து நான் ஒளிக்கணுமா . . ."

கிட்டத்தட்டக் கூச்சலிட்டாள். அவள் முகம் வியர்த் திருந்தது. உதடுகள் கோபத்தில் துடித்தன.

அவளது கோபாவேசத்தை மதிக்கும் நிலையில் அன்று யாருமில்லை. வாப்பா, உம்மா சொல்வதுபோலச் செய்யுமாறு தங்கைகளும் ஆலோசனை கூறினார்கள்.

“மகள் நீ எங்களுக்கு வேணும் . . . உங்களெ இழக்கவேண்டி வந்தா அல்லாஹ்வே அதைக் கற்பனையும் செய்ய ஏலாது. நீ இல்லாட்டி நாங்களும் இருக்கமாட்டம் மகள் ஹா . . .”

நிஸாவின் அழுகை ஒருபுறம். வாப்பாவின் அறிவுறுத்தல்கள் மறுபுறம் . . .

அன்புக்குரிய உம்மா, வாப்பாவின் மனம் நோக நேரும்போதெல்லாம் ஜீரணித்துக்கொள்ளவே முடிவதில்லை அவளால். எல்லோரது நிம்மதியும் கெட்டிருப்பது ஆழ்ந்த வேதனையை அளித்தபோதும், தன் நிலைப்பாட்டில் உறுதியாகவே இருந்தாள்.

ஒருவரும் இயல்பாக இல்லை. எல்லோரும் விறைத்துப் போய் இருந்த இடத்திலேயே நகராதிருந்தனர். சமைய லறைக்கும் மண்டபத்திற்குமாக ஓடித்திரியும் உம்மா, சமையல் பற்றிய எந்தப் பிரக்ஞையும் இல்லாதிருந்தது ஆச்சரியம்தான். பிள்ளைகள் நேரத்திற்குச் சாப்பிட்டுவிட வேண்டும் என்று பரபரப்பாகவே இருப்பாள். வாப்பாவும் சாய்வுநாற்காலியில் அசைவற்றுக் கிடந்தார். அவரது பார்வை சுவரிலும் விட்டத்திலு மாக அலைந்துகொண்டிருந்தது.

கடிதம் தாங்கியிருந்த கற்பனையான குற்றச்சாட்டும், விமோசனத்திற்கான வழியும் அருவருப்பளித்தன. எழுந்து உணவு மேசை அருகே சென்றாள் தவக்குல். ஜாக்கிலிருந்த தண்ணீரைக் கிளாஸில் வார்த்து மடக்மடக்கென்று குடித்தாள். தண்ணீர் உள்ளே சென்றதும் உடல் குளிர்ந்தது. அறையின் கோணரில் இருந்த சிங்கைத் திறந்து கைகளிரண்டையும் அகல விரித்து நீர் பிடித்து முகத்தில் விசிறிக் கழுவினாள். பக்கவாட்டுச் சுவரில் ஹெங்கரில் தொங்கிய டவலால் முகத்தை அழுந்தத் துடைத்தாள். இத்தனை நேரமும் பிரமை பிடித்தாற் போன்று தன்னைப் பிடித்துக்கொண்டிருந்த அமுக்குச் சைத்தானைத் தண்ணீரால் கழுவி விரட்டியதாக எண்ணிக்கொண்டாள்.

துணிவில்லாத மூதேவிகள்தான் இப்படி மொட்டைக் கடிதம் எழுதும் என்று மனதுக்குள் சபித்துக்கொண்டாள். அந்தக் கடிதம் இப்லீஸ் மாதிரி எல்லாருக்குள்ளும் புகுந்து விளையாடிக்கொண்டிருப்பதிலிருந்தும் வீட்டின் நிம்மதி,

இயல்பைக் குலைத்திருப்பதிலிருந்தும் விடுபடுவதை ஆலோசித் தாள். அது தன்னால் முடியும் என்பதாக உறுதியாக நம்பினாள்.

மேசையில் கிடந்த அந்தக் கடிதத்தையே வெறித்துப் பார்த்தாள். ஏதோ நினைப்புடன் அதனை எடுக்கச் சென்றாள். எல்லோரும் அவளையே கவனித்துக்கொண்டிருந்தனர். மேசையில் மொட்டைக் கடிதத்தின் அருகே இன்னுமொரு கடித உறை கிடப்பதைப் பார்த்தாள்.

அன்று காலை இரண்டு கடிதங்கள் வந்திருந்தபோதும், மொட்டைக் கடிதத்தின் கலவரத்தில் மற்ற கடிதத்தை யாரும் கவனித்திருக்கவில்லை என்பதை ஊகித்துக்கொண்டவளாக அவசரமாகக் கையில் எடுத்தாள். கடித உறையில் அனுப்பியவரின் விலாசம் தெளிவான கையெழுத்துக்களில் எழுதப்பட்டிருந்தது. அது கொழும்பில் வனசுந்தர பண்டாரவின் விதவைகள் புனர்வாழ்வு அபிவிருத்தி நிலையத்திலிருந்து வந்திருப்பதை அறிந்துகொண்டு கடித உறையை ஓரமாக மிகக் கவனமாகக் கிழித்துக் கடிதத்தை எடுத்தாள். மடிப்புகளை நீவிப் பிரித்துப் படித்தாள்.

அந்தக் கடிதத்தில் என்ன எழுதியிருக்கோ என்ற எதிர் பார்ப்பும் அச்சமும் எல்லோருடைய கண்களிலும் முகத்திலும் தெரிந்தன.

முகத்தில் தெளிவான உற்சாக ரேகைகள் தெரியத் திரும்பினாள் தவக்குல். கடித உறையை மீண்டும் கையில் எடுத்து விரல்களைவிட்டுத் துழாவி இன்னுமொரு தாளை இழுத்தெடுத்தாள்.

"எஸ் ..." வலக்கையின் விரல்களை மடித்து முஸ்டி பிடித்துக் குலுக்கினாள்.

"உம்மா ... இங்கப் பாருங்களென். நம்மட தெய்வானைக்கு ஐம்பதாயிரம் செக் வந்திருக்கு. அன்டக்கி நம்மட வீட்டுக்கு வந்தாரே வனசுந்தர சேர் அவருதான் அனுப்பியிருக்காரு."

அவள் முகத்தில் மகழ்ச்சியின் ரேகைகள் தாண்டவமாடின. சிறிது நேரத்திற்கு முன் நடந்ததெல்லாம் மறந்தேபோனவளாகக் குதூகலித்தாள். எதிர்வினையின்றி வெறுமனே அவளைப் பார்த்துக்கொண்டிருந்தனர் எல்லோரும்.

"என்னது ... நம்மட தெய்வானையா. அவளென்ன உனக்குக் கூடப்புறந்தவளா ... பெத்தவள் நான் உன்னெ நினெச்சி இஞ்ச கலங்கிப் போய்க் கிடக்கிறென். எவளையோ வாழவைக்கக் காசு வந்திருக்கன்டு குதிக்கிறியா. உனக்கு எங்கயிருந்துதான் இந்த நெஞ்சுரம் வந்திச்சோ அல்லாஹ்க்குத் தான் வெளிச்சம் ..."

அதிருப்தியும், பயமுமாகக் கொதித்து வந்த உம்மாவின் வார்த்தைகள் ஏமாற்றமளித்தாலும் அவளைப் புரிந்து கொண்டவள்போல அமைதியாக உம்மாவை நேராகப் பார்த்துக்கொண்டே சொன்னாள் தவக்குல்.

"நீங்களா உம்மா இப்பிடிப் பேசுறீங்க ... நீயும் என்ட புள்ள மாதிரித்தானென்டு அன்டக்கி அவளெ ஆசிர்வதிச்சிங் களே அது பொய்யா, உம்மா? என்னெ அச்சுறுத்தி வந்த கடிதம் தாற துக்கத்தவிட ஒருத்திய வாழவைக்க வந்த காசு அதிகமாகச் சந்தோஷப்படுத்துதே, நான் என்ன செய்யட்டும் ..."

"மகள் நீங்க பொம்புளப் புள்ளெ. நீங்க செல்லுறிங்களே சந்தோசம் அதுல உங்களுக்கு ஆபத்தும் இருக்கி ... இது ஒரு தரம், ரெண்டு தரமில்ல ... நீங்க சமூகத்துக்கு வேலெ செய்ய இறங்கின நாளைல இருந்து, நாம எவ்வளவு பிரச்சினகளெச் சந்திச்சிட்டம். எத்தினையோ ஏச்சுப் பேச்சுக்களெக் கேட்டுட்டம். என்னத்துக்கு இதெல்லாம்? நீங்க ஆசப்பட்ட வாழ்க்கயக்கூட இழந்துட்டு நிக்கிறிங்க மகள் ... அத நினச்சி எங்கட மனம் படுறபாடு உங்களுக்கு விளங்கலியா ..."

வாப்பாவும் அந்த உரையாடலில் இணைந்துகொண்டு அறிவுறுத்தும் அழுத்தமான தொனியில் பேச ஆரம்பித்ததும் அவள் தயக்கத்துடன் மௌனமானாள். அவர்களின் நியாயங் களை அவளால் மறுக்கவே முடியவில்லை. தன்னால் முழுக் குடும்பமும் பல வழிகளிலும் அவமானங்களைச் சந்திப்பது உண்மைதானே என்ற குற்றவுணர்வு அவளை வருத்தியது.

'எல்லாத்தையும் தூக்கி எறிஞ்சிட்டு எங்காவது போய்த் தொலைவெமா ...'

'ம்ஹூம். முடியாது.'

இந்த மொட்டைக் கடிதத்தைப் பெரியதாக அலட்டிக் கொள்ளவே தேவையில்லை என்றுதான் அவள் உள்மனம் ஆலோசித்தது.

ஒரு முகவரியிடப்படாத கடிதத்திற்குப் பயந்து, கட்டுப் பட்டுத் தன் முகவரியை மாற்றிக்கொள்ள அவள் மனம் ஒப்புவதாக இல்லை.

மறுநாள், தவக்குல் வழமையான வேலைகளில் கவனத்தைத் திருப்பி யிருந்தாள்.

ஹபீபும் வேலைகளைப் பார்க்க ஆரம்பித்துவிட்டதாகத் தெரிந்தது. முற்றத்தில் மோட்டார் பைக்கை நிறுத்தித் துடைத்துக் கொண்டிருந்தார். தங்கைகள் எவரும் தங்கள் காரியங்களை

கவனிப்பதற்கான தயார் நிலையில் இருப்பதாகத் தெரியவில்லை. உம்மா இருக்கிற பக்கமாக உட்கார்ந்து அவர்களும் சிந்தனைவயப் பட்டிருந்தனர்.

நிஸா அதிகாலையிலேயே எழுந்து பிள்ளைகளைத் தொழுகைக்கு எழுப்புவாள். சுபஹூ தொழுததும் முதல் காரியமாக எல்லோருக்கும் டீ பரிமாறுவாள். ஹபீப் தொழுகைக்குப் போகும்போதே டீ குடித்துவிட்டுத்தான் போவார். பிள்ளைகள் குளித்துத் தயாராக வருவதற்கு முன்னரே காலை யுணவு மேசைக்கு வந்துவிடும். சாப்பிட்டு முடிக்கும் போதே லஞ்ச் பாக்ஸில் வந்துவிடும். உம்மா பரபரப்பாக இருப்பதைப் பார்த்தாலே எல்லோருக்கும் உற்சாகம் வரும். நதிபோலப் பழுதின்றிக் காரியங்கள் ஓடும்.

இன்று எல்லாமே தலைகீழாக நடந்துகொண்டிருந்தது. நிஸா யாரோடும் பேசவில்லை. அவள் எத்தனை மணிக்கு உறங்கப் போனாள், எப்போது எழுந்தாள் என்றே தெரிய வில்லை. எவ்வளவு கெஞ்சியும் அசையாதிருந்த உம்மாவை விட்டுவிட்டு அறைக்குள் வந்து கதவைச் சாத்திக்கொண்டு படுத்தது தவக்குல் மனதைப் பிசைந்தது. இப்போதும் அதே சோர்வுடன் குந்தி விட்டத்தைப் பார்த்து விறைத்துக்கொண்டு சிந்திப்பதும், நெட்டுயிர்ப்பதுமாக இருக்கும் உம்மாவை என்ன சொல்லித் தேற்றுவதென்றே புரியவில்லை.

தானே சரியாகும் எனப் புரிபடாத காலத்தை நம்பியவளாக மண்டபத்திலிருந்து வெளியேறினாள் தவக்குல். படிக்கட்டுக் களில் இறங்கும்போது திரும்பி நின்று குல்பரைப் பார்த்தாள்.

“இன்டக்கி தெய்வானை வருவாள். அந்தச் செக் கரன்ட் அக்கவுண்டில டிப்போசிட் பண்ணித்தான் காச எடுக்கணும். நான் பேங்குக்குப் போய்ட்டு வாறன். அவ வந்தா இருக்கச் சொல்லுங்க . . .”

கூறிவிட்டுப் பதிலுக்குக் காத்திருக்காமல் தடதடவெனப் படிக்கட்டுக்களில் இறங்கினாள். பக்கவாட்டில் குந்தியிருந்து வாப்பா பைக்கைத் துடைப்பது தெரிந்தும் கண்டு கொள்ளாதவள் போலத்தான் நடந்தாள். அவள் செல்கிற பக்கத்தையே வெறித்துப் பார்த்துக்கொண்டிருந்தாள் நிஸா. அவள் சென்றுவிட்டதை கேற் திறந்து மூடப்பட்ட சத்தத்திலிருந்து உறுதிப்படுத்திக் கொண்டு குலுங்கிக் குலுங்கி அழுதாள். “இவள் ஏந்தான் இப்பிடி இருக்காளோ . . . இவளெப் பெத்திட்டு நெருப்பச் சுமந்துக்கிட்டு இருக்கேனெ . . . அல்லாஹ் தான் அவளுக்கு நல்ல அறிவக் குடுக்கணும் . . .” முகத்தில் இரு கைகளாலும் அடித்துக்கொண்டு பிதற்றினாள்.

"ஏன் உம்மா, உங்களெ நீங்களே இப்பிடி வருத்துறீங்க. நம்ம எல்லாருக்கும் பயமாக் கிடக்கு, வேதனையா இரிக்கு. றாத்தாக்கு அப்பிடி ஒன்டுமே இரிக்கிறாப்போலவே இல்ல. எத்தனயெப் பாத்திட்டம். றாத்தா சொல்றாப்போல அல்லாஹ்வும் றாத்தாக்கு ஆதரவா இருக்கானுன்டே நாமளும் நம்புவம் உம்மா . . ."

குல்பர் ஆறுதல்படுத்தினாள்.

"மடியில கனமிருந்தா வழியில பயமிருக்குமுன்டு சொல்வாங்க . . . றாத்த தவறான வழியில போனா, இப்பிடி அச்சுறுத்தலையெல்லாம் மீறி நடக்க தைரியம் வராதும்மா. அவங்க மனசாட்சிக்கு விரோதமில்லாம அல்லாஹ்வுக்கு நேர்மையா நடக்காங்க. அல்லாஹ்தான் அவங்களுக்குத் தைரியத்தெக் குடுக்கான். அவன் காப்பாத்துவான் . . ."

ஜானாவும் உம்மாவுக்கு ஆறுதல் கூறினாள். பிள்ளை களின் ஆறுதல் வார்த்தைகள் நிஸாவின் மனதை ஓரளவு இளகச் செய்தன.

சில மணி நேரத்திற்குள் ஹபீபும் போய்விட்டார். செல்லும் போது நிஸாவில் பரிதாபமான பார்வையை வீசிச் சென்றார். அவருக்குத் தவக்குல்லில் கோபம் கிடையாது என்பதை நிஸா அறிவாள். அவர் இலேசில் கோபப்படுகிற மனிதருமல்ல. ஆற்றாமைதான் அவரை இந்த நீட்சியான மௌனத்திற்கு ஆளாக்கி இருப்பதாகவே அவள் நம்பினாள்.

தவக்குல் வெளியே செல்லும்போது ஒருநாளும் சொல்லாமல் போனது கிடையாது. இன்று முற்றத்தில் இருந்த வாப்பாவையே கண்டுக்காமல் போனாளே என்று எண்ணும் போது நிஸா சொல்லொண்ணாத துக்கத்தை உணர்ந்தாள். 'அவள் அழுத்தக்காரி, பிடிவாதம் பிடிச்சவள். இறங்கிப் பேசினால் கெஞ்சியோ கொஞ்சியோ இசையவைத்துவிடுவோம் என்றுதான் இப்படி வீம்பாப் போறாள்' என்றெண்ணும்போது தவக்குல் மீது கோபத்திற்குப் பதில் கருணையே ஏற்பட்டது அவளுக்கு.

அவர்களது கவனத்தைத் திசைதிருப்புவதுபோல வீட்டின் அழைப்பு மணி அழுத்தப்பட்டதும், ஆளாள் முகத்தைப் பார்த்துக்கொண்டிருந்தனர். அவர்களை இனந்தெரியாத பயம் தொற்றிக்கொண்டது. வந்திருப்பது யார் என்ற எண்ணம் எல்லோர் மனதிலும் மாயாஜாலம் காட்டியது.

எவருக்குமே முன் சென்று வந்திருப்பது யார் எனப் பார்ப்பதற்கு தைரியம் வரவில்லை. பிள்ளைகள் தன்னையே பயத்துடன் பார்த்துக்கொண்டு விறைத்துப்போய் நின்றதைப்

பார்த்ததும் நிஸா எழுந்து முக்காட்டைச் சரிசெய்துகொண்டு அல்லாஹ்வின் மீது பாரத்தைச் சுமத்தியவளாக முன் சென்றாள்.

"நீங்களா மாமா ... வாங்க ... வாங்க ..."

அபுல்ஹசனை நிஸா அன்போடு வரவேற்று அமரச் செய்துவிட்டு விருட்டெண்டு மகள்களின் பக்கமாக வந்தாள்.

"நான் என்னமோ ஏதோ, யாரோ என்டு பயந்துட்டென். அது நம்மட அபுல்ஹசன் மாமா ... தேத்தண்ணீ ஊத்துங்க மகள் ..."

கலக்கத்துடன் இருந்த மகள்களிடம் தகவல் கூறி, துரிதமாக மீண்டும் மண்டபம் பக்கமாகச் சென்றாள். இதுவரையும் கவிந்து கிடந்த துயரங்கள் விலகிவிட்டாற் போலச் சற்றுப் பிரகாசித்தது அவள் முகம்.

அபுல்ஹசன் நிஸாவின் தூரத்துச் சொந்தம். நிஸாவின் உம்மாவுக்குத்தான் அவர் மாமா உறவு. சிறுபராயத்திலிருந்தே நிஸாவும், தாயைப் பின்பற்றி அவரை மாமா என்று அழைத்துப் பழகிவிட்டாள். வேடிக்கை என்னவென்றால் நிஸாவின் பிள்ளைகளும் அவரை மாமா என்றே அழைப்பதுதான்.

"என்ன மாமா, கண்ணாலக்கிப் புறவு, இந்தப் பக்கமே காணல்லியே ... எங்க போயிருந்தீங்க ..."

"இப்பதான் பிரச்சின தீர்ந்திட்டுத்தானே மகள். நம்பட வயல் பூமி கிடக்குது இலுப்படிச்சேனையில. அதச் செய்யிறன். வயலுக்குப் போனா ரெண்டு மூணு கிழமக்கு ஒருக்காத்தான் ஊருக்குள்ள வாறது. அதான் நேரமேயில்ல ..."

"இப்ப எப்பிடி மாமா அந்தப் பக்கமெல்லாம் ... பயமொன்டுமில்லியா ..."

"பயமென்ன ... நம்மட வயல் நிலத்த உழுது விதைக்கிறம். முஸ்லிம் ஆக்கள்ற சில காணி, பூமிகள்ல தமிழ் ஆக்கள் குடியிருக்காங்க. சில பேர் உரிமையானவங்க வந்ததும் உட்டுப் போட்டுப் போறாங்க. சில பேர் சண்டக்கி நிக்காங்க. எங்கட பூமின்டு உரிமை கோரிக்கிட்டும் ... அவங்களா தயாரிச்சிக் கிட்ட உறுதிகளக் காட்டிக்கிட்டும் அங்கயும் இங்கயும் ஏறி இறங்கி ... ம்ஹூம் என்னதான் செய்யிறது ... நாம எப்பிடி யெல்லாம் இருந்தம். இருபத்திரண்டாயிரம் ஏக்கர் வயல் நிலம் நம்மட ஆக்களுக்குச் சொந்தமாயிருந்திச்சி. அதுக்கும் மேல என்டும் செல்லலாம். செங்கலடி பதுளை றோட்டுல இருக்கிற விவசாயக் கிராமங்களில முக்கால் பகுதி நம்மட முஸ்லிம் ஆக்களுக்குச் சொந்தமாயிருந்ததுதானெ மகள். இப்ப

பேர்மிட் அது இதென்டும், ஒராளுக்கு ஐந்து ஏக்கருண்டும் என்னமோ சும்மா தூக்கித் தாற மாதிரி அரசியல்வாதிகள்ர மழுப்பல். சரி அதவிடுங்க மகள் ... நான் வேறொரு முக்கியமான நல்ல சேதியோட வந்திருக்கன் ...”

நிஸா வீட்டுக்குள் வளைய வருகிற முழுநேரக் குடும்பப் பெண்ணாக இருந்தபோதும் நாட்டு நடப்புகள் பற்றியும் வாழுகிற ஊரின் பெருமைகள், பாரம்பரிய மகிமைகள் பற்றியும் அறிந்தவளாகவே இருந்தாள்.

விவசாயத்திலும் பயிர்ச்செய்கை, விலங்கு வளர்ப்பிலும் ஏறாவூர் ஏற்றம் பெற்றிருந்ததையும், தொண்ணூறுகளுக்குப் பின்னர் முஸ்லிம்கள் விவசாயம் செய்ய முடியாமல் தடுக்கப் பட்டதும், அவர்களின் பொருளாதாரம் திட்டமிட்ட முறையில் இயக்கத்தால் கபளீகரம் செய்யப்பட்டதும் அவள் அறிந்த வரலாறுகளே. ஏறாவூர் மக்கள் கடுமையான உழைப்பாளிகள். பொருளாதார ரீதியாக இயக்கம் திட்டமிட்டு முடக்கிய போதும் செல்வங்கள் சூறையாடப்பட்டபோதும் பல்வேறு வழிகளிலும் அச்சுறுத்தல், அடக்குதல் மேற்கொள்ளப்பட்ட போதும் எழுந்து, நிமிர்ந்துதான் நிற்கின்றனர். பொருளாதாரத்தில் அவர்களது எழுச்சி மறுக்க முடியாதது. சிங்கள அடக்கு முறைக்கு எதிராக ஆயுதமேந்திய இயக்கம் தடம்புரண்டு போனதற்கு தம்மைவிடவும் சிறுபான்மையாக இருந்த முஸ்லிம் களை அடக்கியாளச் சூழ்ச்சி செய்ததும் அவர்களைத் திட்ட மிட்டுக் கொன்றதும் பொருளாதாரத்தைச் சூறையாடியதும் ஒரு காரணமென்றால் மறுக்கவா முடியும்?

வரலாறு பேசுவதில் அவளுக்கு ஆர்வம் இருந்தபோதும் மனநிலை ஒத்துழைக்கவில்லை. அபுல்ஹசன் மாமா முக்கிய மான நல்ல சேதியோடு வந்திருப்பதாகக் கூறவே, ஊர்க் கதைகளை வரையறுத்துக்கொண்டாள்.

“செல்லுங்க மாமா என்னமோ முக்கியமான செய்தின்டு சென்னீங்களே ...”

அபுல்ஹசன் லேசாகச் செருமிவிட்டுப் பேசத் தொடங் கினார். குல்பர் தேநீருடன் வந்தாள். திரும்பிச் செல்லும் வரையிலும் அவர் அவளையே கண்ணிமைக்காது பார்த்துக் கொண்டிருந்தார்.

“இப்ப தேத்தண்ணி கொண்டு வந்தது உன்ட இளைய மகள்தானே ... அதுட கல்யாணம் விஷயமாப் பேசுறதுக்குத் தான் வந்திருக்கேன் ...”

நிஸாவுக்குப் பகீர் என்றது. தவக்குல்லின் முகம் கண்முன்னே நிழலாடியது.

‘மூத்த புள்ளை இருக்கேக்குல்ல இளைய புள்ளைட கல்யாணத்தெப் பத்திப் பேசுறாரே ...’

“அவங்க இப்பதான் வெளிய போனாங்க. அவங்க வீட்டில் இல்லாத நேரத்தில கல்யாண விஷயமெல்லாம் நான் எப்பிடி பேசுற மாமா ... மூத்த புள்ள தவக்குல் இருக்கெக்குல்லெ இளைய புள்ளக்கி கல்யாணம் செய்யிற எண்ணமும் எங்களுக்கில்லெ ...”

“தவக்குல்லுக்குத்தான் கொழும்புல மாப்பிள்ளை பேசியிருக்குத்தானே மகள் ... நீதான் சென்னாய் அதுவும். இது என்ட பேரன் ... குவைத்திலயிருந்து வந்திருக்கான். படிச்சவன். அங்க குவான்டிட்டி சேவயரோ என்னமாம் வேலெ செய்யிறான். மூணு மாசம் லீவு. வீசாவோட வந்திருக்கான். திரும்பப் போறதுக்குள்ள கல்யாணத்தச் செஞ்சு பார்க்க எங்கட எல்லாருக்கும் விருப்பம். உன்ட உம்மாக் கிட்ட என்ட பிள்ளைகளில் ஒன்றுக்கு ஒரு பொண்ணத்தா என்டு கேட்டென் அது நடக்கல்ல. இப்ப என்ட பேரனுக்கு உன்ட மகளக் கேக்கிறன். அதுவாச்சும் நடக்குமுன்டு நம்பித் தான் வந்திருக்கென் ...”

அபுல்ஹஸன் நெத்தியடியாகப் பேசிக்கொண்டிருக்க சங்கடத்தில் நெளிந்துகொண்டிருந்தாள் நிஸா.

தவக்குல்லின் கல்யாணப் பேச்சு நின்றுபோனதையும், சுபியானின் திருமண அழைப்பிதழ் வந்த கதையையும் அவரிடம் அவள் விபரித்தபோது அவருக்கு ஆச்சரியமும் ஏமாற்றமும்.

“அல்லாஹு ஹைர் ... கவலையாகத்தான் இருக்குது மகள் ... எனக்கு இந்த விபரமெல்லாம் தெரியாமப் போய்ட்டே ...”

கைகளைப் பிசைந்துகொண்டார். நெற்றியில் சுருக்கம் விழ, சிந்திப்பவரைப் போலச் சிறிது நேரம் மௌனமாக இருந்தார்.

“எதுக்கும் தம்பி வந்ததுக்குப் புறகு நான் வந்த விஷயெத்தைச் செல்லுங்க மகள். நான் தம்பி இருக்கிற நேரமாப் பாத்து வாறன். எங்களுக்கு உன்ட இளைய மகள் குல்பர எடுக்கிறதில தான் விருப்பம் ...”

எண்ணத்தை மறுபடியும் உறுதிபடக் கூறியவராக நாற்காலியிலிருந்து எழுந்தார்.

அபுல்ஹஸன் மாமாவை வழியனுப்பிவிட்டு உள்ளே உம்மா வரும் வரை காத்திருந்தவள் போலக் கத்திக் கூச்சலிட்டாள் குல்பர்.

“என்ன உம்மா, இந்தாளுக்குப் பயித்தியமா ... நல்ல காலம் றாத்தா இல்லாத நேரமாப் பாத்து வந்துட்டாரு. றாத்தாட மனசு கஷ்டப்படாதா உம்மா. இந்த வீட்டில நடக்கிற முதல் கல்யாணம் தவக்குல் றாத்தாக்குத் தான். சொல்லிட்டேன் ...”

நான்கு பிள்ளைகளுக்குள்ளும் மிகப் பொறுமையானவள் குல்பரா இப்படிக் கத்துகிறாள். றாத்தாவில் அவளுக்கு அவ்வளவு பிரியம்.

“மகள் நம்மட கெட்ட காலத்துக்கு அபுல்ஹசன் மாமாவெக் குத்தம் செல்ல ஏலுமா ... தவக்குல்லுக்குக் கொழும்பில நிச்சயம் செஞ்சிருக்கமென்டு எல்லாருக்கும் தெரியும். அதில அவருட பிழை ஒன்டுமில்லியம்மா. வாப்பா வரட்டும் பேசுவோம் ...”

○

தவக்குல்லைக் கண்டதுமே கட்டியணைத்து முத்தினாள் தெய்வானை.

வீட்டின் சுமூக நிலை கண்டும், தெய்வானையுடன் உம்மா, தங்கைகள் கூடிப் பேசிக்கொண்டிருந்ததைக் கண்டும் ஆறுதலடைந்தாள்.

‘தெய்வானை உனக்குக் கூடப்பிறந்தவளா ...’ என்று நேற்று ஆத்திரப்பட்ட உம்மா, அவளைக் கண்டுகொள்ளாமல் இருந்தாள் என்ற தயக்கம் காலையில் வீட்டிலிருந்து கிளம்பும் போது ஏற்பட்டாலும் உம்மா மனம் மாசற்றது எனத் தவக்குல் தன்னைத் தேற்றிக்கொண்டிருந்தாள். மனித மனம் உணர்ச்சி களுக்கு ஆட்பட்டது, கரடு முரடானது. அதன் இயல்பிலிருந்து விடுபட யாருக்கேனும் முடியுமா என்ற கேள்வியோடு அவளும் அவர்களோடு இணைந்துகொண்டாள்.

“தெய்வானை உனக்கு எவ்வளவு காசு வந்திருக்கு தெரியுமா ...”

“அம்மா சொன்னவை அக்கா. ஐம்பதாயிரமெண்டு ...”

முழுப்பற்களும் வெளித்தெரியச் சிரித்துக்கொண்டே பதிலளித்தாள் தெய்வானை. அவளுடன் வந்திருந்த அக்காவின் முகம் பூரணத் திருப்தியில் பூரித்திருந்தது.

“ஓ அதெல்லாம் சொல்லிட்டாங்களா ... தெய்வானை இந்தக் காசை எப்படி, என்னத்துக்காகச் செலவழிக்கப் போறோமுன்டு திட்டமிடணும். வாங்கிற ஒவ்வொரு சாமானுக் கும் பில்லெச் சேர்த்துக்கணும். கடைசியில ரிப்போட்டோட எல்லாத்தையும் கொழும்புக்கு அனுப்பணும் ...”

“அக்கா ... அதெல்லாம் எனக்குத் தெரியாது. நீங்க காச என்டெ கையில தரத் தேவெயுமில்ல ... உங்களுக்கு

என்ன செய்யணுமோ, எப்படிச் செய்யணுமோ செய்ங்க. உங்களால எனக்கொரு கெடுதலும் நடக்கா, அவ்வளவு நம்பிக்கையிருக்கு தெரியுமே ...”

தெளிந்த மனதோடு கூறிய தெய்வானையின் பதிலைக் கேட்டதும் நிஸாவுக்குள் ஏற்பட்ட கிளர்ச்சிக்கு அளவேயில்லை. மகளின் நேர்மையில் தெய்வானை காண்பித்த நம்பிக்கை எவ்வளவு உயர்வானது.

‘வீட்டுப்பூனை போல வேலிக்குள்ளேயே சுத்திக்கிட்டிருந்த என்ட வயிற்றில இவ்வளவு நெஞ்சுரத்தோட இவள் எப்படி வந்து வாய்ச்சாள் ...’

இரு மனங்கள் நர்த்தனமாடின. ஒன்று மகளின் பெருமையினால் பூரித்தாலும் மற்றொன்று அவளை எச்சரித்து, அச்சமூட்டியது.

தவக்குல்லும் தெய்வானையும் தொழில் முயற்சிபற்றித் திட்டமிடலைச் செய்துகொண்டிருந்தார்கள். தங்கைகளும் ஒண்டியிருந்து சிற்சில ஆலோசனைகளைக் கூறிக்கொண்டிருந்தார்கள். அக்காவின் வீட்டில்தான் தொழிலைத் தொடங்குவதென்பதே தெய்வானையின் தீர்மானமாக இருந்தது.

பிரிண்டரோடு கணினியொன்றும், புத்தகங்கள் கட்டுதலுக்கான துணை மூலப்பொருள்களும் மேசை, நாற்காலி போன்ற தளவாடங்களும் கொள்வனவு செய்வதற்கான கணக்கறிக்கையொன்றை மிகத் துல்லியமாகத் தயாரிப்பதில் தவக்குல் ஈடுபட்டுக்கொண்டிருந்தாள்.

தெய்வானைக்குத் தலை, கால் புரியவில்லை. தன் கனவு இத்தனை சீக்கிரமாக நனவாகும் என்று அவள் கிஞ்சித்தும் எண்ணியிருக்காததைப் பரபரப்பில் காண்பித்துக் கொண்டிருந்தாள்.

வேலைகளை முடித்துக்கொண்டவள் போலத் தவக்குல் ஃபயில்களைச் சுருட்டிக்கொண்டு எழுந்து நகர்ந்ததும், அந்தக் கணத்துக்காகவே காத்திருந்தவர்கள் போல அவளது தங்கைகள் ஓடிவந்து தெய்வானையை வளைந்துகொண்டனர்.

“என்ன தெய்வானை அக்கா ... இப்பிடியே எஸ்கேப் ஆகிற எண்ணமா ...”

“கடை திறப்பு விழாக்கு எங்களையும் கூப்பிடணும் ...”

“சும்மா இல்லை சக்கரைப் புக்கை ஆக்கித் தரணும் ...”

மழையில் நனைந்துகொண்டிருப்பதைப் போல இதமாக இருந்தது அவளுக்கு. வாழ்ந்துகொண்டிருப்பது அனுபவித்துக்

கொண்டிருப்பது தனது வாழ்வையும் நேரத்தையுமா என்றே வியப்படைந்தாள்.

"ஏன் இப்ப, சும்மா குழப்பிக்கிட்டு ... தெய்வானை அதுவள்ட பேச்ச உட்டுப்போட்டு நான் செல்றதக் கேளுங்க ... உடனடியா பேங்குல கணக்குப் புத்தகம் திறங்க. ஒவ்வொரு நாள் வருமானத்தையும் பத்திரமா சேத்து பேங்குல போடணும். திறக்கப்போற கடை இப்பிடியே இருக்கப்படாது ... உங்கட ஊரிலேயே பெரிய கொமியுனிகேஷனா வளரணும். தெய்வானை கொமியுனிகேஷன் என்டா, அது எல்லாருக்கும் தெரிஞ்சிருக்கணும்."

தனது நிர்வாகத் திறன்களில் மிக முக்கியமானதென நம்புகிற சேமிப்பு பற்றி நிஸா கூறும்போதே தெய்வானையின் கண்கள் பலயீனமாகக் கண்ணீரைச் சொரிந்தன.

"அம்மா ... எப்பிடி உங்களால இவ்வளவு பாசம் காட்ட ஏலுது ... நீங்க சொன்னாப் போல நான் இந்தத் தொழில்ல பெரிசா வளர்ந்து நல்லாயிருப்பென். தவக்குல் அக்கா ராசியானவங்க ... அவாவெ சந்திச்சதிலயிருந்தே என்ட வாழ்க்கையில எல்லாம் நல்லதாவே நடக்குது ... என்ட மனசில எதிர்காலத்தப் பத்தி இருந்த பயமெல்லாம் ஓடிப் போயிட்டு ... என்னாலயும் இந்தச் சமூகத்துல தல நிமிர்ந்து வாழ ஏலுமுண்டு நம்பிக்க வந்துட்டு ..."

தெய்வானையின் குரல் தளர்ந்து கரகரத்தது. அவளது அக்கா ஜோதி என்ன பேசுவதென்றே தெரியாதவளாக புன்னகையுடன் இருந்தாள். அவள் இதயமும் நெகிழ்ந்து வழிவதை அவள் பார்வையும் முகமும் காண்பித்தன.

"உம்மா ..."

ஏதோ திடீரென்று நியாபகத்திற்கு வந்தவள்போலத் தவக்குல் உள்ளேயிருந்து குரல் கொடுத்தாள்.

நிஸா பதிலளிப்பதற்கு முதலாக அவளே வெளியே வந்தாள்.

"உம்மா சியாமா என்டு ஒரு பிள்ளையும் அவங்கட உம்மாவும் வந்தாங்களே ... அந்தப் பிள்ளைட சீவிய கேட்டிருந்தென், கொண்டு வந்து தந்தாங்களா ..."

தன் மகளின் தொழில் விடயமாக விண்ணப்பிக்க வந்த தாயின் முகமும் அவள் பேசிய விதமும் அவ்வளவு சீக்கிரத்தில் அவளை மறக்கச் செய்வதா என்ன?

"இல்லியே ..."

அநிச்சயத்துடன் ஒற்றையாகப் பதிலளித்தாள் நிஸா.

"தெய்வானைக்குக் கொம்பியூட்டர் வாங்குறதுக்குக் கொட்டேஷன் எடுக்கப்போன ஒரு இடத்தில வேக்கன்ட் இருக்கி. சியாமாவை இன்டர்வியூக்கு அனுப்பிப் பார்க்கலாம்..."

அவர்களுடைய தொலைபேசி எண்ணையோ தொடர்பு விபரத்தையோ சரியாகப் பெறாமல் விட்டதற்காகக் கடுமையாக வருந்துபவள் போலத் தீவிரமாக எதையோ யோசித்தபடி மௌனமானாள்.

மாவடிவேம்பில் சந்தித்த பெண் போராளி யோகா பற்றித் தெய்வானைக்குத் தெரிவித்தாள் தவக்குல்.

"யோகாவோட பார்க்கேக்கெ நானெல்லாம் கடவுளுக்கு எவ்வளவோ கடமைப்பட்டவை."

"யோகா வாழ்க்கையிலும் இனி வெளிச்சம் வரும்... காசு பணத்த விடுங்க அக்கா. நீங்க பாருங்க. யோகாவின்ட மனசுல உங்களச் சந்திச்ச பின்னால புதிய நம்பிக்கை வந்திருக்கும்... அவ சந்தோஷமா இருக்கத்தான் போறா..."

மதிய உணவுக்குப் பிறகு கிளம்பிச் சென்றாள் தெய்வானை.

மொட்டைக் கடிதமொன்றினால் அவர்களுக்கு ஏற்பட்டிருந்த இறுக்கம் தெய்வானையின் வரவினால் தளர்ந்திருந்தது. அவள் செல்லும்வரை காத்திருந்தவள் போல மகளை நெருங்கினாள் நிஸா.

"தவக்குல் என்னை மன்னிச்சிடுங்க மகள்..."

உம்மாவிடமிருந்து எத்தருணத்திலும் இரங்கலை எதிர் பாராத தவக்குல் நாற்காலியிலிருந்து துள்ளி எழுந்தேவிட்டாள்.

"என்ன உம்மா பேசுறிங்க... ஏன் உங்கள மன்னிக்கணும் என்ன நடந்துட்டு உங்களுக்கு..."

உண்மையில் குழம்பித்தான் போனாள். உம்மாவின் பதிலை எதிர்பார்த்தவளாகக் கண்களை நேராகப் பார்த்தாள்.

"அந்தக் கடிதத்தெப் பார்த்ததும் நான் பயந்துட்டென் மகள். என்னென்னமோ பேசிட்டென். மனசுக்குக் கஷ்டமா இருக்கிது... அதுதான்..."

"ஏன் உம்மா... என்னை ஏசவும் பேசவும், கண்டிக்கவும் தண்டிக்கவும் உங்களுக்கு உரிமை இல்லியா... நீங்க என்னை ஏசினதுக்காக நான் கோபமே படல்லெ உம்மா. உங்கட கோபமும் தவிப்பும் நியாயந்தானே... உங்கள மாதிரி ஒரு தாயை அடைஞ்சது என்ட பாக்கியம். நான் செய்யிற வேலை களுக்கு ஒரு ஆம்பிளப் பிள்ளயா இருந்தா எல்லார்ர வீட்டிலும் தூக்கிவச்சிக் கொண்டாடுவாங்க... நான் பொம்புளயாப்

புறந்திட்டன். இந்த வீட்டைத் தவிர, உங்களத் தவிர வேற யாரும்மா என்னக் கொண்டாட ஏலும்... உங்கட ஒத்துழைப்பும் அன்பும்தான் எனக்கு தைரியத்தைத் தருது. எதையும் முகம் குடுக்கிற, எதிர்நீச்சல் போடுற சக்தியத் தருது..."

மேற்கொண்டு அவளால் ஒரு வார்த்தைதானும் பேச முடியவில்லை. கண்கள் சிவந்து கலங்கின. குரல் கமறியது. உம்மாவை அணைத்துக்கொண்டு கேவினாள். நிஸா வாரி யணைத்துக்கொண்டாள். மகளின் முதுகை மெதுவாக வருடினாள். கூந்தலைக் கோதிவிட்டாள்.

சமூகச் செயற்பாடுகளில் தவக்குல் ஈடுபட ஆரம்பித்ததன் பிற்பாடு அந்த வீட்டின் நிலையில் அடிக்கடி தளம்பல் ஏற்படுவதும், பின்னர் நிலைக்கு வருவதும் சாதாரணமாகி விட்டிருந்தது. சீரற்றிருந்த இயல்பு நிலை அவர்கள் ஒவ்வொரு வரையும் உளச்சிக்கலுக்கும் பல்வேறு அழுத்தங்களுக்கும் ஆளாக்கியிருக்கிறது. எதிர்பாராத விதமாகப் புறப்படுகிற பிரச்சினைகள், காதுக்கு வரும் தொந்தரவளிக்கும் தகவல்கள், சவால்கள் எல்லோர் மனதையுமே பாதிக்கக் கூடியதுதான்.

உம்மாவின் மடியில் தலைசாய்த்துப் படுத்தே பலயுகம் ஆனதுபோல் உணர்ந்தாள் தவக்குல். அவர்கள் ஒவ்வொருவருக்கு மிடையில் இடைவெளி விழுந்து அவர்களே அறியாத விதமாக பிரமைச் சுவர்கள் எழும்பியிருந்தன.

நிஸாவுக்குத் தெரியும். தன் மகள் குற்றமற்றவள், நேர்மை யானவள். முடிந்தவரையில் அதன் வரம்புகளுக்குள் பயணிப்பவள். ஆயினும் என்ன, அவளுக்கு நல்லதோர் எதிர்காலத்தை ஏற்படுத்திக் கொடுப்பதும், வழிகாட்டுவதுமான தனது கடமையிலிருந்து விலகுவதென்பது ஒரு தாயாக முடியுமான காரியமா?

இரவு வீடு திரும்பிய ஹபீபிற்கும் வீட்டுச் சூழல் இயல்பாக மாறியிருப்பதைக் காண ஆச்சரியமாகத்தான் இருந்தது. காலை வீட்டிலிருந்து கிளம்பிச் செல்லும் போது இறுகிய முகத்துடன் விட்டத்தைப் பார்த்து விறைத்துப் போயிருந்த மனைவி சிரித்துக்கொண்டிருப்பதும், பிள்ளைகள் எப்போதும் போல இயல்பாக இருப்பதும் அவருக்குப் பெருமளவு நிம்மதி யளிப்பதாகவே இருந்தது. மொட்டைக் கடித விவகாரம் எப்படிச் சீர் செய்யப்பட்டது என்பதை அறியும் ஆவலுடன் பேச ஆரம்பித்தார்.

"காலையில முகத்தைத் தொங்கப்போட்டுக்கிட்டு எல்லாரும் ஆளுக்கொரு மூலையில இருந்திங்க... இப்ப பார்த்தா பாலும் தேனுமா பாசம் வழிய இருக்கிறீங்க... என்னதான் நடக்குது இஞ்ச..."

இந்த மாற்றத்தினால் அவருக்கு சந்தோஷமே. சந்தோஷம் மட்டுமே ... தவிர வேறில்லை. பற்களைக் காட்டிச் சிரித்தபடி எல்லோர் முகத்தையும் மேய்ந்தார்.

"நாங்க முடிவெடுத்திட்டம் வாப்பா ... யாருட மொட்டக் கடிதத்தையும் இனி பிரிச்சும் பார்க்கிறல்ல ... பெயர் சொல்லாமப் பேசுற யாரோடயும் போன்ல தொடர்ந்து பேசுறல்ல ... இதாலெயெல்லாம் நம்மட சந்தோஷங்களுக்கு நாமளே குழி தோண்டுறெம் ... இனி அந்த மடத்தனத்தைச் செய்யிறதில்ல ..."

வாசித்துக்கொண்டிருந்த புத்தகத்தை மூடிக்கொண்டே சனோ இப்படிச் சொன்னாள்.

"அப்பிடியா ... அப்ப என்ன நடந்தாலும் யாருக்கும் கவலையில்லெ, எல்லாத்துக்கும் துணிஞ்சிட்டிங்க ..."

இந்தக் கேள்விக்கு நிஸா பதிலளிக்க வேண்டும் என்று ஹபீப் எதிர்பார்ப்பதை அவளையே ஊடுருவிய அவரது கவனத்திலிருந்து அறிய முடிந்தது. நிஸாவும் அதைப் புரிந்து கொண்டிருந்திருக்க வேண்டும்.

"என்னதான் செய்யிற ... எவனோ மொட்டக் கடிதம் எழுதுறான். எவனோ போன் பண்ணி மிரட்டுறான் ... இதுக்காக எல்லாம் நம்மட மகள நாம கோபிச்சிக்கிறதும், கத்திக் கூப்பாடு போடுறதும் எப்பிடி நியாயம்? நம்மட மகள் அல்லாஹ் நமக்குத் தந்த நிஃமத். நம்மட மகள் மாதிரி ஒரு பொம்புளப் புள்ளய ஆக்க ஏலுமா யாராலயும் ... அது நாமலா கஷ்டப்பட்டு, பணம் செலவழிச்சி ஆக்கிறதில்ல ... அல்லாஹ்வா தாற பரக்கத். நாலுபேருக்கு நல்லது செய்யிறதுக் குண்டான மனதையும், ஆற்றலையும் அல்லாஹ் அவளுக்குள்ள வச்சிருக்கான். கண்குத்துறவங்க பின்னால நாம இனிப் போகக் கூடாதுங்க ... அல்லாஹ் நம்மளெக் கையுடமாட்டான் ..."

தவக்குல்லின் வளர்ச்சியில் நிஸாவிற்கு அதிக பங்குண்டு என்பது அவர் அறிந்ததுதான். குழந்தையாக இருந்த காலத்தி லிருந்தே அவளுக்கு நிஸா அதிக சுதந்திரம் கொடுப்பதும், அவளது வேண்டுகோள்களை நிறைவேற்றுவதிலும் மிகக் கவனமாக இருந்துவந்துள்ளாள். நான்கு பெண் பிள்ளைகளில் தவக்குல் சற்றே வித்தியாசமான பண்புக் குறிகளுடன் வயதுக்கு மீறிப் பொறுப்புணர்வும் புரிந்துகொள்ளும் திறனும் கொண்டிருந்ததை ஒரு தாயாக நிஸா எளிதாகக் கண்டு பிடித்துவிட்டிருந்தாள்.

பிள்ளைகள் தன்னைப் போல படிப்பறிவில்லாது, சமைய லறைக்குள் முடங்கக் கூடாது என்பதில் அவள் எப்போதும்

மிகக் கவனமாக இருந்ததுடன், பிள்ளைகளுக்குச் சுதந்திரமளித்து, அவர்களின் நியாயமான விருப்பங்களையும் நிறைவு செய்வதில் ஈடுபாடு காட்டியிருக்கிறாள். எல்லாப் பிள்ளைகளையும் ஒரே விதமாகத்தான் நோக்கினாள். எல்லோரது விருப்பங்களை யும் ஆசைகளையும் நிறைவேற்றவே எதிர்பார்த்தாள். ஆயினும் தவக்குல் மட்டும் நிமிர்ந்து வளர்ந்திருந்தாள், மற்ற பிள்ளை களைக் காட்டிலும்.

சாதாரண தாயாகத் தவக்குல்லின் எதிர்காலம் குறித்த அச்சம் ஏற்படும்போதெல்லாம் குழம்பித் தவிப்பதும் மகளைக் குற்றம் சொல்வதும் இது பெண்களுக்கு ஆகாத வேலை என்று கண்டிப்பதும் அவ்வப்போது நிகழ்ந்தபோதும், முற்போக்குச் சிந்தனைகளிலிருந்தும் அடிக்கிடந்த சீர் எண்ணங்களிலிருந்தும் அவளால் விடுபட முடியாதிருந்ததே உண்மை.

அபுல்ஹசன் மாமா வந்துபோன விஷயத்தைக் கணவனிடம் பேச வேண்டியிருந்தது. அதைத் தவக்குல்லிற்குத் தெரியாமல் பேச வேண்டும் என்பதாக அவள் தீர்மானித்திருந்தாள். தவக்குல் என்ன செய்கிறாள் என்பதை நோட்டமிடுவதற்காக அறைவரையும் வந்த நிஸா மகள் உறங்கிப்போயிருந்தைப் பார்த்ததும் சற்று ஆச்சரியப்பட்டுத்தான் போனாள்.

அறையில் இருந்தபடியே அலுவலக வேலைகளைச் செய்கிறாளாய் இருக்குமென்றேதான் நிஸா எண்ணிக்கொண் டிருந்தாள். நேரம் ஒன்பது மணிதானும் ஆகியிருக்கவில்லை, தவக்குல் ஆழ்ந்து உறங்கிப் போயிருந்தாள். நேற்றுக் கோபமாகக் கதவை மூடிக்கொண்டாலும் நிம்மதியாக உறங்கியிருக்க மாட்டாள் என்றும் அதனாலேதான் களைத்துப் போய் நேரகாலத்தோடே உறங்கியிருப்பாள் என்றும் எண்ணியபடி பாசம் பொங்க நெற்றியைத் தடவிக்கொண்டு சில நிமிடங்கள் அங்கேயே ஸ்தம்பித்து நின்றாள். இனம்புரியாத வேதனை அவளைத் தொடர்ந்தது. மகளின் எதிர்காலம் அச்சமும் இருளும் சூழ்ந்ததாகத் தோன்றுகிற பிம்பத்தை அவளால் விலக்க முடியாதிருந்தது.

மகளைப் போர்வையினால் போர்த்திவிட்டு அவநம்பிக்கை யான பெருமூச்சுடன் அறையிலிருந்து வெளியே வரும்போது எதிராக வந்த ஹபீப், “எங்க என்ட மகள் தவக்குல்ர சத்தத்தையே காணல்லெ . . .” என்றார்.

“சத்தம் போடாதிங்க, நம்மட மகள் இவ்வளவு நேரத்தோட படுக்கிறதே அபூர்வம், வாங்க நாம அங்காலெ போய்ப் பேசுவோம் . . .”

ரகசியமாகக் கிசுகிசுத்துக் கணவனை முன் மண்டபப் பக்கமாக அழைத்துவந்தாள். வஞ்சகமேயில்லாமல் நிலா

பொழிந்துகொண்டிருந்தது. முற்றத்தில் சூரியகாந்திகள் முகத்தை மூடிக்கொண்டு சூரியனின் ஸ்பரிசம் உண்டாக்கக்கூடிய கிளர்ச்சியை நளினமாகக் கதை பேசி அசைந்தாடிக்கொண்டிருந்தன. யாரினுடைய வீட்டிலோ எதற்காகவோ போடப்பட்ட சாம்பிராணி வாசனை காற்றில் அவர்களையும் கடந்து சென்று கொண்டிருந்தது.

அபுல்ஹசன் மாமா வந்துபோனதையும், அவர் கூறிச் சென்ற செய்தியையும் பகிர்ந்துகொண்டபோது அவர் முகத்தில் எந்த மாறுதலையும் கவனிக்க முடியாதது ஏமாற்றமாயிருந்தது.

"அது எப்படி நம்மட மூத்த மகள் இருக்கும்போது... நீங்க அவருக்கிட்ட செல்லியிருக்கலாமே..."

"நான் செல்லாமலா... ஏங்க, எனக்கு ஒரு யோசின. நம்மட தவக்குல்லுக்கு அந்த மாப்பிள்ளையப் பேசினா, என்ன..."

அவளது ஆலோசனையைப் பொருட்படுத்தாமல் அப்படியே உட்கார்ந்திருந்தார். காற்றில் அசைகிற தென்னங்கீற்றுக்களையே பார்த்துக்கொண்டிருந்தார். தென்னங்கீற்றுகளிடையே நிலவு வட்டத்தின் இரு சரிபாதிகளாகத் தெரிந்துகொண்டிருந்தது. துடைத்துவிட்டாற்போலத் தெளிவான நீல நிறத்திலிருந்த வானத்தில் காற்றடைத்த வெள்ளை பலூன்களாக மேகங்கள் நகர்ந்துகொண்டிருந்தன.

அவரை இடையீடு செய்யாமலும் அவர் தன் ஆலோசனையை ஒப்புக்கொள்ள வேண்டும் என்று எதிர்பார்த்துப் பிரார்த்தித்தபடியும் அவரது முகத்தையே பார்த்துக்கொண்டிருந்தாள்.

"நல்ல யோசனைதான். அவங்க விரும்பனுமே, அவங்கட வீட்டுக்குப் போய்த்தானே இதெப்பத்திப் பேசிப் பார்க்கணும்."

அவர் இப்படிக் கூறியது நல்ல சமிக்ஞையாகத் தோன்றியது. முதலிலேயே மறுப்புத் தெரிவித்துவிட்டால் சம்மதிக்கச் செய்வதற்குக் கடுமையான பிரயத்தனம் செய்திருக்க வேண்டும். எனக்கு உடன்பாடில்லை; உங்களுக்குச் சரியென்று தோன்றினால் செய்யுங்கள் என்பதாகச் சிலபோது ஹபீப் சொல்வது முண்டு.

"தவக்குல் இன்னும் ரெண்டு மூணு நாளுல அநுராதபுரம் போறத்துக்கு இருக்கா. அதுக்குப் புறவு ஒரு நாள் அவங்க வீட்டுக்குப் போவெம்... என்ன..?"

யோசனையுடனே சரியென்பதுபோலத் தலையசைத்தார் ஹபீப்.

6

“தெய்வானை ந்தா . . . இந்தப் பேப்பரில கடிதம் எழுது, பொருள்களைப் பெற்றேன் என்டும், என்ன என்ன பொருள்கள் என்டும் எழுதிக் கையெழுத்துப் போடு . . .”

தவக்குல் காகிதத்தினையும் பேனாவையும் நீட்டியதும் தெய்வானை கிளுக்கென்று சிரித்தாள்.

“ஏனக்கா, இப்பிடியெல்லாம் எழுதணுமே . . . பெற்றுக்கொள்றது என்ன, எடுத்துக்கிட்டே போகப்போறேனே . . .”

“விளையாடாதெ தெய்வானை, அப்பிடி யெல்லாம் சும்மா செய்ய ஏலா. விதவைகள் புனர்வாழ்வு அபிவிருத்தி நிலையம், வனசுந்தர பண்டாரவுக்கு விலாசமிட்டுக் கடிதம் எழுதி, திகதியொட கையெழுத்துப் போடு. அதெல்லாம் டாகுமென்ட்ஸ். சாமான் வாங்கின பற்றுச் சீட்டெல்லாம் இந்தா இருக்கு. நீயும் ஒருக்காச் சரியான்டு பார்த்துக்க . . .”

தவக்குல் சொல்லச் சொல்லத் தெய்வானை யின் முகம் ஏமாற்றத்தில் வெளிறியது.

“ஏனக்கா பற்றுச்சீட்டெல்லாம் சரிபாரு அது இதென்டு மனச நோக வக்கிறீயள் . . . உங்கள்ல நான் எவ்வளவு நம்பிக்கை வச்சிருக்கன் தெரியாதே, ஏன் என்னப் புரிஞ்சிக்காத மாதிரியும் யாரோ மாதிரியும் பேசுறியள் . . .”

சிரித்துக்கொண்டே நிதானமாகப் பதில் சொன்னாள் தவக்குல்.

“தெய்வானை சில காரியங்களெ அதது செய்யிற முறைப்படிதானே செய்யணும் . . . நான் இண்டக்கிப் பகல் சாப்பாட்டுக்குப் புறவு அநுராத புரம் போறன். கொழும்புக்கும் போய்த் தான்

வருவென். இதெல்லாம் எடுத்துப் போனா வனசுந்தர சேரிட ஒபிஸ்ல குடுத்துடலாம். என்னயிருந்தாலும் இது உனக்கு வந்த காசு. வேற யாருமாக இருந்தா நான் இப்பிடிச் செஞ்சிருக்க மாட்டென். எப்படியோ நீ எனக்கு நெருக்கமாகிட்டாய். பணத்தக் குடுத்தாலும் யாரிடமாவது குடுத்துத்தான் செய்வாய். மோரல் சப்போட்டா நானே இதெல்லாம் செய்யிறன். என்ன வாங்கியிருக்கு எவ்வளவு ஆகியிருக்கென்று செக்பண்ணிப் பாரு . . . அதானே முறை . . .”

“போங்க அக்கா, நீங்களும் உங்க முறையும் . . .” என்று சொல்லிவிட்டுச் சலிப்புடன் எழுதத் தொடங்கினாள் தெய்வானை.

தெய்வானையின் தாய் முதன்முறையாக வந்திருந்ததால் மிகுந்த சங்கடத்துடன் காணப்பட்டாள். நிஸா அவளுடன் பேச்சு வளர்த்துக்கொண்டிருந்தாள்.

“இப்ப எப்பிடி உங்கட பக்கத்தில நிலமைகள் . . .”

நிஸா தொடுத்த கேள்விக்குப் பதில் கூறத் தெரியாததினாலோ கூச்சத்தினாலோ அவள் சிரித்தாள். நிஸாவை நேராகப் பார்க்காமல் விழிகளை அங்குமிங்கும் உருட்டினாள்.

“என்னத்த பிள்ளை சொல்லுறது . . . யுத்தகாலத்தில இருந்த மாதிரி நெருக்குதல் ஒன்டுமில்ல ஒருபாடாக இருக்கிறம். இருந்தாலும் பயமாகத்தான் கிடக்குது . . . எங்க திரும்பினாலும் ஆமிக்கள்தானே ஊருக்கே நிக்கினம். எங்க பாத்தாலும் அவங்கட கேம்பும், கட்டுப்பாடுமாத்தானே கிடக்குது . . .”

“ஓமாங் என, தவக்குல் சென்னாதான், அவங்க உங்களக் கரச்சல் படுத்துறாங்களா . . .”

“அப்பிடியில்ல . . . மனதுக்குள்ளெ பயம். ராப்பட்டா வீட்ட விட்டு வெளியாகுறதில்ல . . . எங்களுக்கு எப்பயும் பிரச்சினதானெ பிள்ளை . . . இயக்கம் இருக்கேக்குல்லயும் சுதந்திரமில்லெ . . . இப்ப இயக்கம் இல்லண்டு நிம்மதியுமில்ல . . . முதல்ல அவங்கள்ட்ட பாஸ் எடுத்துத்தான் ஊருக்கில்லயிருந்து வெளிய வரலாம். அதுவும் ஏன் போறம், எங்க போறம், எப்ப வருவம் எல்லாம் சொல்லணும். என்ட மகள் விருப்பப் பட்டுதான் இயக்கத்துலச் சேர்ந்தவ. நிறையப் பிள்ளைகள அவை பலவந்தமாக் கொண்டுட்டல்லே போனவை . . . அது பெரிய துக்கம் தாய்மாருக்கு . . . தலையில குடலில அடிச்சிக் கிட்டுக் கத்திக்கிட்டு அலைவினம். இப்ப அந்தக் கஷ்டம் இல்ல . . . இப்ப ஆமிக்காராக்கள் கையில துவக்கத் தூக்கிக்கிட்டு நிக்கிறதக் காணக்கில்லே பயமாக் கிடக்கு. அவையள் தமிழ் ஆக்கள்

என்டாலே புலி – இயக்கம் என்ட நினப்போடதான் பார்க்கினம். நாங்கள் என்ன செய்யிறது. விருப்பமோ இல்லையோ புலிகள் எங்கடை பிள்ளைகள். அவைக்கு உதவி செய்யிறதத் தவிர்க்க ஏலுமே ... ஒரு கட்டத்திற்கு மேலே புலிகள் எங்களைக் கட்டாயப்படுத்தித்தான் காரியம் சாதிச்சவெ. உவையெல்லாம் இராணுவத்திற்குத் தெரியாது. இராணுவம் என்டாப்பல அவையள் சும்மா இருந்தவையே ... எவ்வளவு அநியாயம் செஞ்சவை எங்களுக்கு ... சும்மா திரிஞ்ச எத்தின பிள்ளைகள இயக்கமென்டு புடிச்சிக்கிட்டுப் போய் பூஸாவிலயும், வெலிக்கடயிலும் போட்டுக் குமச்சவையள். கண்ட இடத்தில சுட்டுக் கொன்றதுகளும் கொஞ்ச நஞ்சமே ... இப்பென்டாச் சும்மாதான் இருக்கினம். தங்கடை வாகனத்தில போகெக்க வரெக்கே பள்ளிக்கூடத்துக்குப் போற வாற பிள்ளைகள றோட்டுல வழியிலெ கண்டா கொண்டுவந்து விடுவினம், பேசுவினம், நல்லாத்தான் இருக்கினம் ... என்டாலும் மனதில பயமிருக்கத்தான் செய்யுது ...”

காம்பைக் கிள்ளி வெற்றிலையை உள்ளங்கையில் மலர்த்தி இரு பக்கமும் மறுகையால் நீவிக்கொண்டே கதை கூறினாள் ராசம்மாள். வெற்றிலை, பாக்கு, புகையிலை, சுண்ணாம்பு எல்லாம் பொலித்தீன் தாளில் பொட்டலம் கட்டி இடுப்பில் செருகியிருந்தாள். வெற்றிலையில் சுண்ணாம்பைத் தடவி இடித்த பாக்குத் துண்டுகள் சிலதையும், புகையிலைத் துண்டையும் வைத்து மடித்துக் கொடுப்புக்குள் திணித்து மென்று கொண்டிருந்தாள். அவளது செய்கையை நிஸா உன்னிப்பாகக் கவனித்துக் கொண்டிருந்தாள்.

வேலைகளை முடித்துக்கொண்ட தெய்வானையும், தவக்குல்லும் இவர்கள் பக்கமாக வந்தனர். இவர்களது சம்பாஷணையை ஏற்கனவே கவனித்துக்கொண்டிருந்த தெய்வானைச் சலிப்போடு இப்படிக் கூறினாள்.

“எனக்கென்டா இதுகளப் பத்திப் பேசுறதுக்கே வெறுப்பாக் கிடக்குது ... முதல்ல இயக்கம் நல்லெம், இராணுவம் மக்களைக் கொல்லுறவையள் என்டுதான் நினைச்சன் நான். இப்பென்டா இவைகள்ல நல்லவை கெட்டவை என்கிற பேச்சுக்கே இடமில்ல என்டுதான் சொல்லுவென் ... எல்லாமே சந்தர்ப்ப சக்திகள். தாக்குதலின்ட பிரதான நோக்கமே எதிரிய அழிக்கிறது. ‘எதிரியை அழிக்காவிட்டால் நீ அழிக்கப்படுவாய்’ என்டு சொல்வினம். எதிரியை அழிப்பதென்டால் அவனை நிராயுதபாணியாக்கிறது, எதிர்க்கிற ஆற்றலெ அவனிட்டயிருந்து பறிமுதல் செய்யிறது. நம்மட நாட்டில நடந்தது யுத்த தர்மங்களை மீறின முழுக்கப்

புறக்கணிச்ச பழிவாங்கலோ கொலையோதான். ரெண்டு தரப்பும் மக்களச் சாகடிச்சல்லே பலத்தை நிரூபிச்சவை . . .”

ராசம்மாளுக்கும் நிஸாவுக்கும் தெய்வானை கூறியது புரியவில்லை. ஏதோவொரு புரட்சி வகுப்பிற்கு முதன்முறையாக வந்துவிட்ட சிறுமிகளுடையதாக அவர்கள் கண்கள் மிரட்சியில் இருந்தன.

மாற்றுக் கருத்துடையவள் போன்ற தலையசைப்புடன் ஏதோ சொல்லத் துவங்கினாள் தவக்குல். ஆனால் தெய்வானை யுடன் ஒத்துப்போகிறவளாகத்தான் இருந்தாள்.

“எல்லோருமே சந்தர்ப்ப சக்திகள் என்டு நீ சொன்னதை ஒத்துக்கொள்ளுறென் தெய்வானை. போரில கடைப்புடிக்க வேண்டிய மனிதாபிமான நடவடிக்கைகள், ஒழுங்குகள், விதிகள் நிறைய இருக்கு. இதுகள ரெண்டு தரப்பாரும் தாராளமா மீறியிருக்காங்க. குற்றம் செஞ்சிருக்காங்க . . . இரண்டு பக்கத்தாலயும் மக்களுக்கு அநீதிகளும், பாரபட்சங்களும் நடந்திருக்கு, மறுக்கவே ஏலாது . . . ஆனாலும் இறுதிப் போரென்பது படுமோசமான சந்தேகமில்லாம இன அழிப்பு நடவடிக்கைதான். இதில இன்னொரு விஷயத்தையும் கவனிக்கணும். நம்மட அரசியல் வரலாற்றில ‘இனசுத்திகரிப்பு’ என்ற ஒரு விஷயத்தை முதன்முறையாகக் கையாண்டது இயக்கம்தான். வடக்கிலிருந்து முஸ்லிம்களை வெளியேற்றியது, முஸ்லிம்கள் வாழ்ந்த விவசாயக் கிராமங்களை ஆக்கிரமிச்சி அங்கிருந்து மக்களை அப்புறப்படுத்தியது, திட்டமிட்டு முஸ்லிம்களைக் கொன்றது என்றெல்லாம் பல உதாரணங் களைச் சொல்லலாம். ஒரு யுத்தத்தின் வெற்றியும் தோல்வியும் இரு தரப்புகள்ற இராணுவ, அரசியல், பொருளாதார நிலைமை களால் நிர்ணயிக்கப்படுறதாச் சொல்லப்படுது. ஆனாலும் இவைகள் மட்டும்தான் யுத்தத்தின் வெற்றி தோல்வியைத் தீர்மானிக்கும் என்டு முழுமையாச் சொல்ல ஏலாது . . . யுத்தமொன்டில இருதரப்பின்டயும் அகத்திறமைக்கும் முக்கிய பங்கிருக்கென்டு நான் நினைக்கிறென்.”

பேச்சு தீவிரமான கோணத்தில் வளரும் நிலையைக் கண்டதும் அதனைத் தவிர்க்க விரும்பியவளாக “ஏன் நமக்கு இந்தப் பேச்சு . . .” எனச் சிரித்தபடி எழுந்தாள் நிஸா. அரசியல் உரையாடலைத் தொடர்ந்து செவிமடுப்பது சலிப்பை ஏற்படுத்தியிருக்க வேண்டும் அல்லது வீட்டுக்குள் அரசியல் முரண்பாடு வேண்டாம் என்றோ தெய்வானைக்கும் மகளுக்கு மிடையில் மனக்கசப்பு வந்துவிடலாம் என்று அஞ்சியோ அவள் பேச்சைத் திசைமாற்றினாள்.

“தவக்குல் சாப்பாடு எடுத்துக்கிட்டுப் போறதா . . . சாப்பிட்டுப் போறதா . . .”

“சாப்பிட்டுட்டே போகலாம் உம்மா. ஒபிஸ் வான் அநுராத புரத்திலயிருந்து அம்பாறைக்கு ஒரு வேலையா வந்திருக்காம். அது திரும்பி வரும்போதுதான் அதுல நானும் போவேன். அதனால நிறைய நேரமிருக்கு . . .”

தெய்வானையின் பக்கமாகத் திரும்பி, “சரி எப்ப தெய்வானை திறப்பு விழா?” கண்கள் மினுங்கச் சிரிப்பை மாற்றாமலே கேட்டாள் தவக்குல்.

“திறப்பு விழாவெல்லாம் ஒன்டும் வேணாம் அக்கா, சும்மா . . .”

உதட்டைப் பிதுக்கி முகத்தைக் கோணலாக்கி இழுத்து நிறுத்தினாள் தெய்வானை.

“என்ன பேசுறாய் . . . பூசை செய்து உங்கட ஆசாரப்படி நல்ல நாள் பார்த்துத்தான் கடையைத் திறக்கணும் . . .”

தெய்வானையும், அவள் தாயும் ஆச்சரியத்துடன் தவக்குல்லைப் பார்த்தனர்.

“நீங்களும் நல்ல நாள் பார்த்துதான் காரியம் துடங்கிறதோ . . .”

தெய்வானையின் தாய் மனதில் தோன்றியதைப் பளிச்சென்று கேட்டுவிட்டாள்.

“ச்சேச்சே . . . நாங்க அப்பிடியெல்லாம் சடங்கு, சம்பிரதாயங்கள், நாள் நட்சத்திரங்கள் பார்க்கிறல்லெ. உங்கட ஆசாரத்தெத்தான் சொன்னென். ஏன் அந்தக் குறை . .? அம்மா, இப்பிடித்தான் தெய்வானை ஏதாவது பேசுவா. அதெல்லாம் கண்டுக்காம பெரிய பூசையாப் போட்டு நாலு சனத்தக் கூப்பிட்டு நல்லபடியாக் கடைத் திறப்பைப் பண்ணுங் கம்மா . . . என்னையும் கூப்பிடுங்க நானும் வருவென் . . .”

தெய்வானையின் தாய் காவிப் பற்கள் தெரியச் சிரித்தாள். வெற்றிலை மென்று கொண்டிருந்த அவள் உதடுகள் சிவந்திருந்தன.

“நீங்க வருவியளே அக்கா?” ஆர்வம் மேலிடப் பரவசத்துடன் கேட்டாள் தெய்வானை.

“நான் அநுராதபுரம் போய், கொழும்புக்குப் போய் வாறதுக்கு நாலு நாளாயிடும் தெய்வானை . . .”

"பரவாயில்லெக்கா ... நாலு நாள் பிந்தித் திறக்கிறதாலெ என்ன பாதிப்பு வந்திடப் போவுது, நீங்க வந்ததுக்குப் பிறகு ... ஆ ... வார வெள்ளிக்கிழமை அன்டக்கே கடையெத் திறப்பமே ..."உற்சாகத்தில் கூவியது தெய்வானையின் குரல்.

"ஓம் பிள்ளை, நாளெல்லாம் ஒன்டும் பார்க்கத் தேவை யில்ல, நீர் வாற நாளப் பார்த்தே கடையத் திறப்பம் ... பூசையத் திறக்கக்குள்ள போடலாம்."

"இல்ல அம்மா ... அது ..." தவக்குல்லை இடைமறித்தாள் நிஸா.

"ஏன் மகள் அவங்கதான் விருப்பத்தோட செல்லுறாங் களே, வெள்ளிக்கிழமைக்கு இன்னும் ஆறு நாள்தானே இருக்கு ... நீங்க வந்த பிறகே திறக்கட்டுமே ..." புரியாமல் உம்மாவை அண்ணாந்து பார்த்துக்கொண்டே சரி எனத் தலையசைத்தாள் தவக்குல்.

"இது என்னோட கிப்ட் ..."

தவக்குல் சிறிய பார்சலை நீட்ட கடுமையாகச் சங்கடப் பட்டாள் தெய்வானை. சதுர அமைப்பிலான அந்தச் சிறிய பார்சல் சிவப்பு நிறப் பளபளக்கும் தாளில் பொதி செய்யப் பட்டிருந்தது. திருப்புகிற பக்கமெல்லாம் மினுங்கிக் கண்களைப் பறித்தது.

"எவ்வளவு செய்திட்டிங்க அக்கா, எதுக்கு இது ..." தெய்வானையின் குரல் குழைந்து உருகியது.

"எங்களுக்கும் தெரியாம, தெய்வானை, அதுல என்ன தான் இருக்கென்டு பிரிச்சிப் பாரும்மா ..."

"ஏனும்மா ..."

தவக்குல் செல்லமாகக் கெஞ்சினாள்.

"வேணாம் தெய்வானை நீ வீட்டுக்குப் போய் பாரு ..."

"இல்லெ நான் அதைப் பார்க்கணும், தெய்வானை நீ பிரிச்சிரும்மா ..."

சிறுபிள்ளைபோல உம்மா பார்சலைப் பிரிப்பதில் ஆர்வம் காண்பித்ததும் தவக்குல் வெட்கித்துப்போனாள். அம்மா பிள்ளை சண்டையைக் கண்டுகொள்ளாமல் தயக்கத்துடனே பார்சலைப் பிரிக்க ஆரம்பித்திருந்தாள் தெய்வானை. சுற்றியிருந்த சிவப்புத் தாள் கிழிந்துவிடக் கூடாதென்ற கவனத்துடன் மிக நுணுக்க

மாகச் சலோடேப் ஒட்டியிருந்த இடங்களைப் பார்த்து நகத்தினால் சுரண்டி மெல்லக் கழற்றினாள்.

சிரித்த முகம் மாறாமலே பார்த்துக்கொண்டிருந்தாள் தவக்குல். நல்லவேளை தங்கைகள் வீட்டில் இல்லை, இருந்திருந் தால் இன்னும் அதிகமாகக் கலாய்த்திருப்பார்கள் என்றெண்ணிக் கொண்டாள்.

கைபேசியொன்றை அந்தப் பெட்டி தனக்குள் தாங்கியிருந்தது. தெய்வானைக்குத் தாங்க முடியாதளவு சந்தோசம்.

"என்னக்கா இதெல்லாம், இதுக்கெல்லாம் நான் என்ன கைமாறு செய்வென் . . ."

தெய்வானையின் முகத்தில் நன்றி உணர்வுப் பெருக்கெடுத்தது.

"இதொன்றும் பெரிய போன் இல்ல தெய்வானை, ரெண்டாயிரத்து ஐநூறு ரூபாதான். ஐநூறு ரூபாக்கு 'ரீலோட்' பண்ணியிருக்கென். அது நீ சும்மா பேசி விளையாடுறத்துக்கு இல்ல . . . தெய்வானைட கொமியூனிகேசனில டைப் செட்டிங் பிரிண்டிங் பைண்டிங் எல்லாம் செய்யலாம், அதோட 'ரீலோட்'டும் செஞ்சா எவ்வளவு நல்லாயிருக்கும். 'இங்கே டயலொக் அழைப்புகளுக்கான 'ரீலோட்' கிடைக்கும்' என்டு சின்ன போர்ட் எழுதித் தொங்கவிடு, சரியா"

திடீரெனப் பாய்ந்து தவக்குல்லைக் கட்டியணைத்துக் கொண்டாள் தெய்வானை.

○

தவக்குல் அநுராதபுரத்தை வந்தடைந்தபோது இரவு ஒன்பது மணியாகியிருந்தது.

சமூகக் கூட்டமைப்புக்கான ஒன்றியத்தின் தலைமைக் காரியாலயம் அநுராதபுரத்தில்தான் அமைந்திருந்தது. இந்த அமைப்புடன் பணியாற்றுவதை வரப்பிரசாதம் என்பதாகவே கருதினாள் அவள். மட்டக்களப்பில் இந்த அமைப்புக்கென்று எந்தவொரு கிளை அலுவலகமும் இல்லை. பணி நேரம் என்றோ, வேலை தினம் – விடுமுறை தினம் என்றோ எந்த வரையறையும் கிடையாது.

செயல்திட்டத்தின் இலக்குகளைக் கவனத்திற் கொண்டு சுதந்திரமாக வேலை செய்யலாம். திட்டமிட்ட கால எல்லைக்குள் திட்டமிட்ட இலக்குகளை அடைய வேண்டும், மதிப்பீட்டறிக்கைகளைச் சமர்ப்பிக்க வேண்டும். பெறுபேறுகள்

துல்லியமானதாக, குறித்த இலக்கை வரையறை செய்யத்தக்கதாக இருத்தல் வேண்டும். அலுவலக நேரம் என்ற பெயரில் கட்டடத் திற்குள் அடைபட்டுக் கதிரையே கதியெனக் கிடக்க வலியுறுத் தாத நெகிழ்வுத் தன்மையுடைய நிறுவனத்தில் பணிபுரியக் கிடைத்ததனாலேயே தன் எல்லைகளை விரிவுபடுத்திப் பல தளங்களில் செயற்பட முடிகின்றதென்ற நிம்மதி அவளுக்கு.

அநுராதபுரம் நகரில் இருந்து ஏழு கிலோமீற்றர் தூரத்தில் ஆற்றோரமாக இருந்தது அந்த நட்சத்திர விடுதி. நிகழ்வு களுக்கான ஒழுங்கும் தங்குவதற்கான அறைகளும் அங்கேயே ஏற்பாடு செய்யப்பட்டிருந்தன. சமூகக் கூட்டமைப்புக்கான ஒன்றியத்தின் வெவ்வேறு மாவட்டங்களில் பணியாற்றும் செயல்திட்ட இணைப்பாளர்களும் உத்தியோகத்தர்களும் வருகை தந்திருந்தனர். களப்பணி அனுபவங்களையும் அதன்போது அடையாளம் கண்ட பிரச்சினைகள், இதுவரை மேற்கொண்ட பணிகள், இனி மேற்கொள்ளத் திட்டமிட்டுள்ள நடவடிக்கை களுடன் கணக்கறிக்கைகளைச் சமர்ப்பிப்பதற்கென ஒவ்வொரு இணைப்பாளர்களுக்கும் முப்பது நிமிடங்கள் ஒதுக்கப் பட்டிருந்தன.

சமூகக் கூட்டிணைப்பிற்கான ஒன்றியத்தின் தலைவர் றுவான் அலகமவின் தலைமையில் நிகழ்வுகள் ஆரம்பமாகின. சிங்களக் கலாசார முறையில் குத்துவிளக்கேற்றி அவர் நிகழ்வு களை ஆரம்பித்துவைத்தார். பெண்கள் சார்பாக விளக்கேற்று மாறு தவக்குல் கோரப்பட்டாள். றுவான் அலகம எரியும் மெழுகுவத்தியைக் கைமாற குத்து விளக்கிலிருந்த வெள்ளைத் திரியிலொன்றை அவள் எரியச் செய்தாள்.

பொலநறுவை, புத்தளம், கண்டி, பதுளை, அநுராதபுரம், மொனறாகலை, திருகோணமலை, மட்டக்களப்பு மாவட்டப் பிரதிநிதிகள் இந்நிகழ்வில் பிரதமப் பங்குபற்றுநர்களாகக் கலந்து கொண்டிருந்தனர். சில மாவட்ட இணைப்பாளர்கள் தங்களது பவர்பாய்ன்ட் வழங்கல்களைச் சமர்ப்பித்து முடித்திருந்தனர். தனக்கான நேரம் வந்ததும் வழங்கலைச் சமர்ப்பிக்க ஆரம்பித்தாள் தவக்குல்.

சமர்ப்பித்து முடித்து அவள் இருக்கையில் சென்று அமரும் வரைக் கரகோசம் ஒலித்தது. றுவான் அலகம திருப்தி முகத்தில் பிரதிபலிக்க அவளுடன் கைகுலுக்கினார். ஆழமான கண்ணோட் டத்துடன், அடிமட்டத்திற்கே சென்று பிரச்சினைகளை அடையாளம் கண்டுள்ளதாகச் சிலாகித்தார்.

திருகோணமலை, அம்பாறை, மட்டக்களப்பு ஆகிய மூன்று மாவட்டங்களிலும் முதன்முறையாகவும் போருக்குப்

பின்னராகவும் தங்கள் நிறுவனம் வேலைத்திட்டங்களை முன்னெடுத்திருப்பதால் அம்மாவட்ட இணைப்பாளர்களிட மிருந்து தான் அதிகமாக எதிர்பார்த்ததாகவும் தவக்குல் வழங்கிய அறிக்கை மட்டுமே திருப்தியாகவும் எதிர்பார்த்ததற்கு மேலதிகமான தகவல்கள் செறிந்ததாகவும் காணப்படுவதாக றுவான் அலகம அதிருப்தியுடன் கூறினார்.

"தவக்குல், நீங்கள் முன்னெடுக்க விரும்புகிற செயல் திட்டங்களை பட்ஜட்டோடு சமர்ப்பியுங்கள். நிச்சயமாக நான் பூரண ஒத்துழைப்பு தருவேன்" என்றார்.

"தவக்குல் செய்த வழங்கலைப் பார்த்திங்களா, சரியான புள்ளிவிபரங்களுடன் நீங்கள் மறுபடியும் அறிக்கை தயாரிப்பதுதான் நல்லது ..."

இவ்வாறு திருகோணமலை, அம்பாறை மாவட்ட இணைப்பாளர்களைப் பார்த்து மிக வெளிப்படையாகவும் ஆதங்கத்துடனும் அவர் கூற வேண்டியதாகிவிட்டது.

"இதுக்காக நான் இரண்டு வாரங்கள் அவகாசம் தரலாம் ..." என்பதைச் சற்றுக் கடுமையாகவே சொன்னார்.

முதல்நாள் நிகழ்வுகள் நிறைவுபெறும்போது இரவு போசனத்துக்கான நேரம் நெருங்கியிருந்தது. நிகழ்வு இடம் பெற்ற மண்டபத்திலிருந்து அனைவரும் நேராக இராப்போசனத் திற்கே சென்றனர்.

றுவான் அலகம, சாந்தனி, முனசிங்ஹ மூவரும் ஒரு மேசையில் அமர்ந்திருந்தனர். தவக்குல் வெஜிடேரியன் உணவு களைத் தேர்வு செய்து சாப்பிடுவதைக் கவனித்த சாந்தனி, "நொன் வெஜ் சாப்பிடமாட்டியா?" எனச் சந்தேகத்துடன் கேட்டாள்.

"சாப்பிடுவேன். இங்க ஹலால் புட்டா இல்லையா என்று சந்தேகம். அதான் வெஜ் புட் எடுத்திட்டேன்" என்றவாறு அவர்களுடனே இருக்கையில் அமர்ந்தாள்.

ஹலால் புட் என்றால் என்ன என்று சாந்தனி கேட்டு விடுவாளோ என்று தயங்கியபடியிருந்தாள் தவக்குல். அது பற்றித் தெளிவானவளைப் போல எதுவுமே கேட்கா திருந்ததில் தவக்குல் நிம்மதியடைந்தாள். முன்னர் ஒருமுறை முனசிங்ஹ, றுவான் அலகம உட்பட்ட வேறொரு குழுவுடன் விருந்துக்குச் சென்றபோது ஹலால் ஹராம் விளக்கமளிக்கப் போய் அவர்கள் கேட்டுக் குடைந்த கேள்விகளால் தவக்குல் கடுமையாகச் சங்கடப்பட்டுப் போனாள். இஸ்லாமிய

முறைப்படி அல்லாஹ்வின் திருப்பெயரால் அறுக்கப்பட்டதையே முஸ்லிம்கள் உண்ண முடியும் என்று அவள் சாதாரணமாகவும் மிக எளிமையாகவும் கூறிவிட்டிருந்தாள். அவர்களுக்குத்தான் அதில் எத்தனை சந்தேகங்கள் கேள்விகள்! பௌத்த நல்லொழுக்கங்கள் ஐந்தில் ஒன்றாக எந்தவொரு உயிரையும் கொல்வதைத் தவிர்த்தல் இருப்பதாகக் கூறிக்கொண்டு முஸ்லிம்கள் உயிர்வதை செய்வதாகக் குற்றம் சொல்வதில் அவர்கள் சொல்ல முடியாத பூரணத்துவமிக்க மகழ்ச்சியை அடைகின்றனர்.

ஹராம் – ஹலால் என்பதில் அவளுக்கேகூட சந்தேகங்கள் இருந்தன. ஹராம் – ஹலால் என்பது இஸ்லாமிய அடிப்படைக் கோட்பாட்டில் மிக முக்கியமான விவகார மென்றே அவள் அறிந்துவைத்துள்ளாள். ஹராம் – ஹலால், பிராணிகளை அறுப்பதற்குரிய ஒன்றாக மட்டுமே சமூகக் கட்டமைப்பில் பார்க்கப்படுகிறது. உண்மையில் ஹராம் – ஹலால் கலாசாரத்திலும் பொருளாதாரத்திலும் பார்க்கப்பட வேண்டியது. ஹராமான வழியில் சம்பாதித்துப் பெற்ற பிராணியை ஹலாலான முறையில் அறுத்துவிட்டால் மட்டும் அது ஹலால் ஆனதாக ஆகிவிடாது. இந்த நூதனத்தை உள்வாங்கி விளங்கியவர்களா இன்றைய முஸ்லிம்கள் என்பதில் தவக்குல் சந்தேகம் கொண்டிருந்தாள்.

மிகவும் சோர்வாக இருந்த அவர்கள் சில நிமிடங்கள் உணவருந்துவதிலேயே கவனமாக இருந்தனர். சில நேர அமைதிக்குப் பின் சற்று பசி குறைந்துவிட்ட பிறகு அவர்கள் பேசத் தொடங்கினார்கள். பேச்சு போருக்குப் பின்னரான வடக்கு கிழக்கு நிலைமைகள் பற்றியதாக இருந்தது.

சிங்கள மக்கள் குறித்த தமிழ் மக்களின் அபிப்பிராயங் களில் மாற்றங்கள் ஏற்பட்டுள்ளதா என முனசிங்ஹ கேட்ட போது தவக்குல் சிறிது மௌனம் காத்துப் பின் பதிலளித்தாள்.

“தவறான அபிப்பிராயங்கள் மாற வேண்டுமாக இருந்தால் தவறுகள் திருத்தப்பட வேண்டாமா?”

தவக்குல் இந்தக் கேள்வியை எழுப்பியபோது அவள் றுவான் அலகமவை நேராகப் பார்த்து பின் முனசிங்ஹவின் பக்கமாகத் திரும்பி அவனையே ஊன்றிக் கவனித்தாள். முள்கரண்டியில் நூடில்ஸைக் கொத்தாக அள்ளி வாயருகே கொண்டு சென்றவள் நிறுத்திவிட்டுக் கூறினாள்.

“முடிவடைந்துவிட்டதாகச் சொல்லப்பட்டபோதும் போர் உருவாகுவதற்குப் பின்புலமாக இருந்த காரணிகள்,

பிரச்சினைகள், நியாயப்படுத்தல்கள் அப்படியேதானே இருக்கு. பிறகெப்படி ..? தற்போது நிலவுகிற போரற்ற அமைதியை விடவும் சிறுபான்மை தமிழ் மக்களின் கோரிக்கைகளும், உரிமைக் குரல்களும் நசுக்கப்பட்டுள்ளன என்ற குற்றச் சாட்டுக்கள் பரவலாகப் பேசப்படுவதை நீங்கள் கேட்காமலா இருந்திருப்பீங்க . . ."

கேள்வியாகவே பதில் கூறப்பட்ட அவளது பதிலுக்குப் பிறகு அங்கு மீண்டும் மௌனமே நிலவியது. அவர்களின் முகங்களைக் கூர்ந்து பார்த்தாள். எந்தச் சலனத்தையும் காண முடியாத அவர்களின் முகங்களைப் பார்த்தபடியே மீண்டும் தொடர்ந்தாள்.

"யுத்தம் இனங்களுக்கிடையில் பாரிய பிளவுகளை, தவறான அபிப்பிராயங்களை ஏற்படுத்தியிருப்பது உண்மைதான். இடிந்து, சிதிலங்களாகிக் கிடக்கும் அதே பாதையில்தான் நாங்களும் நடப்போம் என்று பிடிவாதமாக இருப்பது முட்டாள்தனமில்லையா. ஒரு இனத்தை இன்னொரு இனம் புரிந்துகொள்வதென்பதும், இனங்களுக்கிடையிலான அமைதி என்பதும் மரியாதையில் தங்கியிருப்பதாகவே நான் கருதுகிறேன். ஒரு இனத்தை இன்னொரு இனம் மதித்தல், புரிந்துகொள்தல் இதெல்லாம் சீராக இருக்குமாக இருந்தால் எந்தப் பிரச்சினைக்குமே இடமிருக்காது . . . அப்படியொரு புரிந்துணர்வுமிக்க, மதிப்புமிக்க சமுதாயம் கட்டியெழுப்பப்பட வேண்டும். புதிய சந்ததிகளுக்கு அதில் வாழ கிடைக்க வேண்டும், அதற்கான பாதையை நம்மைப் போன்றவர்கள்தான் அமைக்க வேண்டும் . . ."

அவர்கள் எல்லோருமே ஆகர்ஷித்துக் கேட்டுக் கொண்டிருந்தனர். றுவான் அலகம கோழியின் கால் துண்டொன்றுடன் மல்லுக்கட்டிக்கொண்டிருந்தார்.

"தவக்குல் சொல்வது உண்மைதான். இனப்பிரச்சினைக்கு முக்கிய காரணமே மொழிதான். எதிர்காலத்தில் சிங்களப் பாடசாலைகளில் தமிழ் மொழியைக் கட்டாயமாக்கி, அனைத்து சிங்களவர்க்கும் தமிழும், அனைத்துத் தமிழருக்கும் சிங்களமும் தெரிந்திருக்க வேண்டும் என்றும், அப்படித் தெரிந்தவர்களுக்கு மாத்திரம்தான் நியமனங்கள், உத்தியோகங்கள் வழங்கப்பட வேண்டும் என்றும் சட்டம் கொண்டுவர வேண்டும். தமிழர் களால் சிங்களம் பேச முடியும். சிங்களவர்கள் எம்மால் தமிழ் பேச முடிகிறதா ... முரண்பாடுகளின் சரியான கோணங் களைப் புரிந்துகொள்வதற்கு மொழி முக்கியமான ஊடகம்.

பெரும்பான்மை இனத்தைச் சேர்ந்தவர்கள் என்ற திமிர் சிறுபான்மை மக்களின் மொழியைப் பேசவும் கற்கவும் விடாமல் நம்மைத் தடுக்கிறதா என்ன..?"

அனோமா சாந்தினியும், றுவான் அலகமவும் முனசிங்ஹ கூறியதை ஏற்றுக்கொண்டு தலையசைத்தனர். அனோமா கூறினாள், "உண்மதான் முனசிங்ஹ, யுத்தம் முடிந்ததை மட்டும்தான் நாம் அறிந்துள்ளோம். அங்கு நடந்த அவலம் தெரியாத கதைகளாகவே உள்ளன. சர்வதேசத்திலிருந்து வருகிற கதைகளைக் கேட்டுவிட்டுப் பொய் என்றும் புரளி என்றும் நாட்டுக்கு எதிரான சக்திகளின் குற்றச்சாட்டு என்றும் தீர்மானித்துவிடுகிறோம். உள்நாட்டுத் தமிழ் ஊடகங் களை நாம் படிப்பதில்லை. தமிழ் மக்களின் பிரச்சினைகளை அறிய முயல்வதில்லை. சிங்கள ஊடகங்கள் அனைத்துமே சிங்கள வாதத்தையே தூக்கிப் பிடிக்கின்றன. சிங்கள தமிழ் உறவின் பாலமாக ஊடகங்கள் இருக்க வேண்டியதன் அவசியம் இங்கு புரிந்துகொள்ளப்படவில்லை. இந்த நிலை மாற வேண்டுமாக இருந்தால் இரு மொழியும் இரு இனத்தவருக்கும் தெரிந்திருப்பது கட்டாயமே."

இரவு போசனத்தை முடித்து அறைக்குத் திரும்பும்போது தவக்குல் களைப்பை உணர்ந்தாள்.

ஹோட்டலில் அதிக வெளிச்சம் தரக்கூடிய மின் விளக்குகள் அணைக்கப்பட்டு மென்நீல வெளிச்சம் தரும் விளக்குகளே எரிந்துகொண்டிருந்தன. நீல வெளிச்சத்தில் ஹோட்டல் அற்புத அழகுடன் காட்சியளித்தது.

'நெலும் பொக்குன' எனும் பெயருக்குப் போலவே ஹோட்டலைச் சூழ குடா அமைப்பில் தாமரைத் தடாகம் இருந்தது. இயற்கை ஆற்றில் தாமரைகளும், நீர்ச்செடிகளும் வளர்த்துப் பராமரிக்கப்பட்டிருந்தன. திறந்து கிடந்த தாமரைத் தடாகத்தின் நீர்ப்பரப்பில் விழுந்து கிடந்தது நிலவு. அதன் ஒளியில் நீரின் மேற்பரப்பு வெள்ளியாய் உருகியோடியது. ஆற்றோரக் குடை மரங்கள் பென்சுகள் மின்விளக்குகள் யாவும் அறைக்கு நடந்த அவளின் கால்களை இழுத்துக்கொண்டன.

சிறிது நேரம் அந்தக் காட்சிகளையே பார்த்தபடி மெய்மறந்து நின்றாள். எவ்வளவு நேரம் அங்கேயே அப்படி லயித்திருந்தாள் எனத் தெரியாமல் நின்றாள்.

தடாகத்தின் நடுப்பகுதியில் படகொன்று மிதப்பதைக் கண்டு, அதையே உற்றுக் கவனித்தாள். படகில் இருப்பவர்கள் மது அருந்துவதை உறுதியாகக் கவனித்தாள். காதலிலும்

மதுவிலும் திளைத்திருந்த அவர்கள் பிரான்ஸ் அல்லது சீனாவைச் சேர்ந்தவர்கள் என்று ஊகித்தபடி அவர்களையே பார்த்துக்கொண்டிருந்தாள். இறுகிய பானமாகத் தெரிந்த ஆற்றின் நீரில் அவளது கடந்த காலம் மிதந்து வருவதாகத் தோன்றியது. இந்த இரவு வாழ்வின் கடைசியானது என்பது போல அனுபவித்துக்கொண்டிருக்கிற அவர்களில் அவள் முதன்முறையாகப் பொறாமை கொண்டாள்.

இந்த இனிய இரவும் தனிமையும் இப்படியே தொடரக் கூடாதா என்ற அநிச்சயமற்ற எண்ணங்களின் ஆக்கிரமிப்பில் அங்கே நின்று கொண்டிருந்தாள். தன்னிச்சையாகப் படகுப் பக்கமாகவே அலைந்தது பார்வை. அவர்கள் முத்தமிட்டுக் கொண்டிருந்ததைக் காண நேரிட்டதும் உடனடியாகப் பார்வையை வேறு பக்கம் திருப்பினாள். இதமான இரவும், ஆற்றிலிருந்து வந்த குளிர்காற்றும் அவளைத் தொந்தரவு செய்தன. மூண்டெழுந்த நினைவுகளால் உடல் பனிக்குகையாகிக் கிளர்ந்தது.

சுபியானின் முகம் தடாகத்தில் விழுந்த நிலவின் நிழல் போல அசைந்தது. நீயா நானா என்ற போராட்டத்தில் அர்த்தமிழந்த காதலின் பின்னூட்டங்கள் அருவருப்பையும், வெறுப்பையுமே அளித்தன. அவனது இல்லாமை குறித்துத் தான் வருந்தக் கூடாதென்றும் அவன் இருந்தபோது நடக்காத விஷயங்களுக்கான மனதின் புகார்களை நிராகரித்தபடியும் தன்னை ஆசுவாசப்படுத்தினாள். வாழ்வில் மகிழ்ச்சியையும் திருப்தியையும் தராத காதல் உறவிலிருந்து தப்பிக்கக் கிடைத்த நிம்மதியுடன் வானத்தை அண்ணாந்து பார்த்துப் புன்னகைத்தாள். காதல் மிகவும் எளிமையான விஷயமென்றும் காதலே இல்லாமல் தன்னால் வாழ முடியும் என்றும் குறைந்தபட்சம் துரோகத்தனமான காதலே இல்லாத ஒரு காதலை மறப்பதற்கான வலிமை தனக்கு இருக்கிறதென்றும் உறுதி செய்தாள்.

சூழலும் படகில் இருந்த காதல் ஜோடியும் அவர்களின் முத்தமும் தன்னை எந்த விதத்திலும் குழப்பவோ தடுமாறவோ செய்யவில்லை என்று நம்பியவளாக அலையும் ஒற்றைச் சிறகு போலவும் தனது சொந்தக் காலடிச் சத்தம் கேட்கவும் அறையை நோக்கி நடந்தாள். புறாவைப் போல மிக மெதுவாக அடிகளை எடுத்துவைத்தாள். விருந்தினர்கள் உறங்கிவிட்டதை ஹோட்டலின் முக்கால்வாசி அறைகளின் விளக்குகள் அணைக்கப்பட்டதிலிருந்து ஊகிக்க முடிந்தது.

சற்றுத் தொலைவாகச் சிலரின் சிரிப்பொலிகளும் பேச்சும் கேட்டது. அவள் தனது அறையை நெருங்க நெருங்க அந்த ஒலிகள் மிக அருகாகக் கேட்டன.

அவளது அறைக்குச் சற்றுத் தள்ளினாற்போலவிருந்த வராந்தா நாற்காலிகளை நிறைத்துக்கொண்டு அவர்கள் அமர்ந்திருந்தனர். அவர்கள் தம்மோடு பணியாற்றுபவர்கள், நிகழ்வில் கலந்துகொள்ள வந்தவர்கள் என்பதை அறிய அவளுக்கு நேரமெடுக்கவில்லை.

அறைச் சாவியை எடுக்கத் தோள் பையினுள் கையை விட்டுத் துழாவிக்கொண்டிருந்தவள் கண்ணிமைக்கும் கணத்தில் அங்கே வராந்தாவில் பேசிக்கொண்டிருந்தவர்கள் கூட்டமாக எழுந்து அவள் பக்கமாக வந்துவிட்டிருந்தனர்.

"ஓ . . . ரனுக்க என்ன! நீங்கள்லாம் தூங்கலியா. இங்க என்ன செய்யுறீங்க".

குழப்பத்துடனும் வியப்புடனும் கேட்டுக்கொண்டே சாவியைக் கதவின் துவாரத்தில் செருகச் சென்றபோது, ரனுக்க திடீரெனப் பாய்ந்து கதவில் சாய்ந்து நின்றுகொண்டான்.

அம்பாறை மாவட்ட இணைப்பாளராகப் பணியாற்று கிறவன் ரனுக்க. அகம்பாவம் பிடித்த அவனது முகம் பல்பின் மஞ்சள் வெளிச்சத்தில் சற்றேனும் பதற்றமின்றித் தெரிந்தது. அதிகாரத்தோடும் விசாரணை செய்யும் நோக்கத்துடனும் அவனை முறைத்துப் பார்த்தாள். அவன் அவசரமின்றியும் அசராமலும் நின்றுகொண்டிருந்தான். அவனுடன் திருகோண மலை மாவட்ட இணைப்பாளராகப் பணியாற்றுகிற பௌஸானும் களஉத்தியோகத்தர்கள் சிலரும் வேறு செயல் திட்டங்களில் பணியாற்றுகிற இருவரும் இருந்தனர். அவர்கள் எல்லாமாக ஏழோ எட்டுப் பேர்.

"பாருங்கப்பா நடுராத்திரியில வந்திருக்கா. எங்கே போய் வந்திருப்பா சொல்லுங்க பார்க்கலாம். பெரிரிய்ய்ய்ய . . . சாரைத் திருப்திப்படுத்தப் போயிருப்பா. ஹே தவக்குல், எத்தனை அப்பொயின்ட்மன்ட் சொல்லும்மா ப்ளீஸ் . . ."

இப்படிக் கேட்டுக்கொண்டே அவளை நெருங்கினான் ரனுக்க. அவனைக் கழுத்தைப் பிடித்துத் தள்ளிவிடவும் கால் செருப்பைக் கழற்றி இரண்டு கன்னங்களிலும் மாறி மாறி அறைந்து அங்கிருந்து அப்புறப்படுத்தவும் முடியும் என்று கணத்தில் தோன்றியது. ஆனாலும் திகைப்புடனும் ஒருவிதக் குழப்பத்துடனும் அறைக்கதவைத் திறக்கவிடாமல் மேலும் தகராறு செய்துகொண்டிருந்த அவனிடம் வெறுமனே கேள்வி கேட்டாள்.

"வட் யூ மீன் . . ."

அவளது குரலில் தற்காலிகமான ஒரு பலக்குறைவு உண்டாகியிருந்தது.

"என்ன தவக்குல் நாங்கள்லாம் பேசினா வட் யூ மீன் சொல்றீங்க ... றுவான் சேர் பேசினா மட்டும் பட்டுண்டு புரிஞ்சிக்கிறீங்களே ... அது எப்படி எங்கட ரிப்போர்ட் திருப்தியா இல்லாமப் போச்சு. திரும்பத் தயாரிக்கணுமாமே ... திரும்ப ..! உங்கட ரிப்போர்ட்தானே அவருக்குத் திருப்தியாம். எத்தனை அப்பொயின்மென்ட், எத்தனை முறை அவரைத் திருப்திப் படுத்தினுங்களென்று ..."

ரனுக்க ஒவ்வொரு வார்த்தையாய் கோக்கக் கோக்கப் பௌசான் சிரித்துக்கொண்டேயிருந்தான். மற்றவர்களும் கூ போடுவதும், சத்தமிட்டுச் சிரிப்பதும், கைகொட்டுவதுமாக வெறித்தனமாகத் தங்களது அரைவேக்காட்டுத்தனத்தை வெளிப்படுத்திக்கொண்டிருந்தார்கள்.

"நோன்சன்ஸ் ... உண்மையா வேலை செய்திருந்தா உங்களையும் அவரு பாராட்டியிருப்பாரு ... நேருல போய்ப் பார்த்திருந்தால் உண்மையான பிரச்சினை தெரிந்திருக்கும். நீங்களும் நல்ல ரிப்போர்ட் தந்திருக்க முடியுமாக இருந்திருக்கும். கண் துடைப்புக்கு வேலை செய்தாலோ அற்பக் காசைக் குடுத்து நமக்குப் பதிலா ஆக்கள அனுப்பித் தகவல் சேகரிச்சாலோ இப்பிடித்தான் நடக்கும் ..."

"இடியட்ஸ் ..."

தற்காலிகமாக அல்லது எதுவிதத் தீர்மானமும் இல்லாதவளாக அந்த இடத்திலிருந்து விலகிச் செல்லவே அவள் விரும்பினாள். ஆணின் பிரியத்தை மரியாதையைச் சம்பாதிப்பதென்பது எத்தனை விபரீதத்திற்கு ஒரு பெண்ணை இட்டுச் செல்கிறது! ஆனால் வாழ்வு விபத்துக்களால் நிரம்பியதுதான். தத்ரூபமாக சந்தேகமேயில்லாமல் அவளுக்குக் கொஞ்சமும் தொடர்பில்லாததாக இந்தப் பழிசுமத்தல் இருந்தபோதும் அது ஒரு தீ போலும் அதனை அரக்கப் பரக்க அணைக்கவும் வேண்டும் என்பதாக ஆலோசித்தாள்.

கண்கொள்ளாக் காட்சி எதையோ கண்டு ரசிக்கக் கிடைத்தாற்போல அவனது கூட்டாளிகள் கும்மாளமிட்டுச் சிரித்துக்கொண்டிருந்ததைத் தனக்குக் கிடைத்த வெற்றியாகக் கருதிக்கொண்டு அவளின் முன்னாலும் பின்னாலுமாகப் பாய்ந்து அவளை நகரவிடாது தடுப்பதில் ஈடுபட்டிருந்தான் ரனுக்க.

"ரனுக்க ப்ளீஸ், நீ வேணும்டே பிரச்சினை பண்ணுறாய், இது நல்லாயில்லை ..."

"அதேதான் நாங்களும் சொல்றம்... நீ செய்யிறதும் நல்லாயில்லை... றுவான் சாரைக் கைக்குள்ள போட்டுக் கிட்டு நீ செய்யிறது மட்டும் நல்லாயிருக்கா..."

அவனது கேள்விக்குப் பதில் சொல்வது முட்டாள்தனம் என்று தோன்றியது. அவனது மட்டமான எண்ணங்களுக்குத் தான் பொறுப்பில்லை என்று எண்ணியவளாக நகர நினைத்தவளை மறுபடியும் தடுத்தான்.

இப்போது ரனுக்கவுடன் பௌசானும் இணைந்து கொண்டான்.

"என்ன தவக்குல்... பத்தினி வேஷம் போடுறாய்... ரனுக்க சொல்லுறதில என்ன தப்பு..."

பொறுமையை இழந்துவிட்டிருந்தாள். ஆத்திரம் தலைக்கேறிக்கொண்டிருந்தபோதும் நிதானத்தைப் பல வந்தமாகக் கடைப்பிடித்தாள். 'இந்த மடையர்களிடம் ஏன் அல்லாஹ் என்னைச் சிக்கவைத்தாய்... என்னைக் காப்பாற்று...' என்பதாக எல்லா மனிதர்களையும் போலப் பலயீனத்துடன் நிச்சயமாக வேண்டினாள்.

அதிசயமாக, அவளது அழைப்பை அல்லாஹ் உடனடியாக அங்கீகரித்துக்கொண்டதாக அவள் நம்பும்படி விடுதிப் பணியாளர்கள் இருவர் அங்கு வந்தனர்.

கூக்குரல்களும் சிரிப்புச் சத்தங்களும் ஹோட்டலில் தங்கியிருக்கும் விருந்தினர்களுக்கு இடைஞ்சலாக இருக்குமென அவர்கள் சுட்டிக்காட்டினர். பின்னிரவில் இந்தப் பெண், இவர்களோடு என்ன செய்கிறாள் என்பது போலப் பணியாளன் ஒருவன் அவளை ஏற இறங்கப் பார்த்தான்.

இந்தக் கோணங்கிகளிடமிருந்து தப்பித்துக்கொள்வதற் காகவே அல்லாஹ் அளித்த அனுகூலத்தைக் கெட்டியாகப் பிடித்துக்கொண்டவளாகத் தைரியமாகக் கொஞ்சமும் கலக்க மற்றவளாகக் கூறினாள். அறைக்குச் செல்லவிடாமல் அவர்கள் தகராறு செய்வதை முறையிட்டாள்.

"என்ன சேர்... படிச்சவங்க நீங்க. இப்படி நடந்துக்கலாமா..." என்றான் பணியாளர்களில் ஒருவன்.

"சும்மா விளையாட்டுக்கு. தவக்குல் நீ சீரியஸாவா எடுத்துக்கிட்டாய்... ஹூய்... ஏய், தவக்குல் நம்மட விளையாட்டச் சீரியஸா எடுத்துக்கிட்டாடா..."

முன்னரை விடவும் சத்தமாய்க் கூக்குரலிட்டான் ரனுக்க.

"நீங்க போங்க மிஸ்..."

பணியாளன் அவளை உள்ளே செல்லுமாறு கேட்டான். அறையைத் திறப்பதற்குப் பதில் அவள் விர்ரென்று அங்கிருந்து அகன்றாள். அவள் எங்கே செல்கிறாள் என்று தெரியாத குழப்பத்துடனும் இயலாமையுடனும் அவளையே பார்த்தபடி அவர்கள் நின்றிருந்தனர்.

'விளையாட்டாகவா . . .'

'ச்சே . . . நிச்சயமாக இல்லை . . . திட்டமிட்டுத்தான் என் அறைக்கு எதிராக வராந்தாவில் காத்துக்கொண்டிருந் திருந்தார்கள். ரனுக்கவும் பௌசானும் இத்தனைத் துணிச்சலாக நடந்துகொண்டதைப் பார்த்தால், அவர்கள் இதன் பின்னும் தொந்தரவு செய்ய முன்வரமாட்டார்கள் என்பதில் என்ன உத்தரவாதம் . .? ம்ஹூம் இன்று தனியாக அறையில் தங்கவே கூடாது.'

'ச்சே . . . ஏன் இத்தனை மோசமாக, நாகரிகமற்று நடந்துகொள்கிறார்கள்'. அவர்களின் செய்கை ஆச்சரியமளிப்ப தாக நிச்சயமாக அவளுக்குத் தோன்றவில்லை. புறவெளியில் இயங்குகிற பெண்களுக்கு இருக்கிற பொதுவான பிரச்சினை களில் மிக எளியதுதான் இது என்பதிலோ இது ஒன்றும் வினோதமானதில்லை என்பதிலோ அவளுக்கு எதுவித சந்தேகமும் கிடையாது. அவள் சிந்தித்ததெல்லாம் . . . 'இவர் களுக்கு இந்தத் துணிச்சல் எப்படி வருகிறது? பெண்ணென்றால் மலிவானவள் என்று இவர்களுக்கு யார் சொல்லிக் கொடுத்தார்கள்? காதலும் காமமும் இல்லாமல் பெண்ணை ஆண் பாராட்டவே முடியாதென்று இவர்கள் நம்பிக்கொண் டிருக்கிறார்களா? இது இந்த இரண்டு பேரின் குற்றமா? காலங்காலமாகத் தொடர்கிற இந்தப் பாரபட்சம் இந்த மனோபாவம் ஒருபோதும் மாறக் கூடியதில்லையா? ச்சே . . . எத்தனை மட்டமான கற்பனை இவர்களுக்கு . .? எனது உத்தியோகக் கடமையைச் சரியாகச் செய்தேனென்று பாராட்டியதற்காக றுவான் சேருடன் இணைத்துப் பேசுகிற இவர்களை என்ன செய்தால் தகும் . . .' என்பது பற்றித்தான்.

அழைப்பு மணியை அழுத்திய பத்துப் பதினைந்து நிமிடங்களின் பின்னர்தான் அனோமா கதவைத் திறந்தாள். அனோமாவின் அறையை நோக்கிக் கால்கள்தான் அவளை இழுத்துவந்ததா? நிச்சயமாகத் தான் எப்படி வந்தேன் என்று புரியாத தடுமாற்றத்தில் இருந்தாள் தவக்குல். அவளை அங்கு எதிர்பாராத அனோமா அரைத் தூக்கத்தில் மலங்கமலங்க விழித்தபடி கழுக்கத்தில் ஊன்றுகோலைச் செருகி இறுகப் பிடித்தபடி நின்றிருந்தாள். ஜப்பானியர்கள் அணியும் கிமோனா

போன்ற நைட்டியில் இருந்தாள். இடுப்புப்பட்டி வழுவி விழுந்து விடும்போல இறுக்கமின்றியிருந்தது. கிராப்ட் செய்யப்பட்ட நரை முடிகள் நிறைந்த அவளது கேசம் அதன் கட்டுப்பாட்டை இழக்காமல் அப்போதுதான் வாரியதுபோலக் காணப்பட்டது.

"ஓ ... தவக்குல்! நீயா? என்ன இந்த நேரத்தில் ..."

"இப் யூ டோன்ட் மைன்ட் நானும் உங்கட றூமை ஷெயர் பண்ணலாமா ப்ளீஸ் ..."

அனோமா கதவைத் திறந்ததும் அனுமதியில்லாமலேயே உள்ளே நுழைந்தாள். ரனுக்க அவளை கலாட்டா செய்த போது இல்லாத பதற்றத்தையும் குழப்பத்தையும் இப்போது உணர்ந்தாள். அவர்கள் அவ்வாறு நடந்துகொண்டார்கள் என்பதைவிடவும், அவர்கள் பயன்படுத்திய உத்திகள், பேசிய விதங்களைத்தான் சகித்துக்கொள்ள முடியாமல் புழுங்கினாள். முகத்து வியர்வையைத் தாவணியில் ஒற்றினாள். எதன் பொருட்டாக என்று அர்த்தப்படுத்த முடியாமல் புன்னகைக்கவும் செய்தாள்.

"வை வட் ஹெப்பன்ட். எனி ப்ராளம் இன் யூவ றூம் ..?"

"நோ ... நோ, நதிங் டூ வொரி ... எனக்குத் தனியா இருக்கப் பயமா இருக்கு ..."

"பயமா ... ஓ நோ ... நான் நம்பமாட்டன். தவக்குல் நீ துணிச்சலான பெண். உன்ட றூமுல கதவ மூடிக்கிட்டுப் படுக்கிறதுக்கு என்ன பயம் ... இல்லை, நீ எதையோ மறைக்கிறாய். உன்னுடைய முகம் சொல்லுறது என்னமோ நடந்திருக்கென்டு. தவக்குல் நீ எங்களோட வேலை செய்யிறவள் மட்டுமல்ல, இப்போது எங்களோட கெஸ்ட், எதுவாயிருந்தாலும் தயங்காம சொல்லு டியர். ப்ளீஸ் ..."

அவளைப் புரிந்துகொண்டதாக அனோமா காண்பித்ததைப் போன்று அனோமா பற்றியதொரு மதிப்பீட்டைத் தவக்குல் கொண்டிருக்கவும் செய்தாள். வயதில் மூத்தவளாக இருந்த போதும் வயது வித்தியாசமோ, வேறெந்தப் பாகுபாடோயின்றி மரியாதையுடனும், அன்புடனும் எளிதில் பழகக்கூடியவள். கடமையில் கண்ணானவள், கண்ணியமிக்கவள், கட்டுப் பாடானவள்.

வேறு வழியின்றி நடந்த சம்பவங்களை அவள் அனோமா விடம் ஒப்புவிக்க வேண்டியதாக இருந்தது.

"நோன்சன்ஸ், இவ்வளவு நடந்திருக்கு. ஒன்றுமில்லை யென்று மழுப்பப் பார்த்தியே ... இதை இப்பிடியே விடக் கூடாது ..."

அனோமாவின் முகம் சிவந்துவிட்டிருந்தது. அவளது எதிர்வினை தவக்குல் எதிர்பார்த்ததற்கு மாறாக இருந்தது. அவள் கடுமையான ஆத்திரமும் எரிச்சலும் அடைந்திருந்தாள். இது காலம் தாழ்த்துகிற காரியமே கிடையாதென்பதாக மிக அவசரமாகச் செயற்பட்டாள். தொலைபேசியைக் கையில் எடுத்து இலக்கங்களைச் சொடுக்கினாள். அவள் செய்து கொண்டிருப்பதைக் கிரகித்தானும் முடியாதவளாக இருந்தாள் தவக்குல். அவர்களது நடவடிக்கை புறக்கணிக்கத்தக்கதல்ல என்றாலும் இத்தனை வேகமான நடவடிக்கையையோ அது எத்தகையதாக இருக்க வேண்டும் என்பதையோ அவளால் அறுதிசெய்ய முடியாதிருந்தது.

"ப்ளீஸ் இப்பவே வேணாம்... நாளைக்குக் காலையில பேசிக்குவோம்..." சமையலறையிலோ மதிய வெளியிலோ புழுக்கமான இடத்திலோ இருப்பவளைப் போல நெற்றியிலும் கன்னத்திலும் வியர்வைத் துளிர்த்திருக்க வெள்ளைத் துணி போர்த்திய சோபாவில் அப்படியே அமிழ்ந்து கிடந்தபடி கலவரமான குரலில் கூறினாள்.

"இத அப்பிடித் தள்ளிப்போட முடியாது. அவங்க தங்கியிருக்கிறது ஆபிஸ் காசில. அவங்களப் போலதான் நீயும். உன்னிடம் தகராறு செய்தது நாகரிகமற்ற செயல் மட்டுமில்ல, மனிதாபிமானமற்ற செயலும்கூட."

அவள் தொலைபேசியில் கூப்பிட்டுப் பேசிக்கொண்டிருக்கிற மறுமுனைக்குரியவர் தலைவர் றுவான் அலகம என்பது உறுதிபடத் தெரிந்ததும் தவக்குல் மேலும் கலக்கமடைந்தாள். அவரைத் தூக்கத்திலிருந்து உலுப்பி எழுப்புகிற தேவையும் அவசரமும் உண்டா என்றே சிந்தித்துக்கொண்டிருந்தாள். கண்ணிமைப்பதற்குள் எப்படி இப்படியெல்லாம் நடந்துவிடுகிறதென்பது வியப்பாக இருந்தது. விபரங்கள்கூறிப் பேச்சை நீட்டாமல் உடனே புறப்பட்டு வரும்படி கேட்டுக் கொண்டாள் அனோமா.

றுவான் அலகமவின் வீடு அநுராதபுரம் நகரத்தில்தான் இருந்தது. அனோமாவும் அநுராதபுரத்தைச் சேர்ந்தவள்தான். வதிவிடப் பயிற்சிகள், கூட்டங்களின்போது பயண அசௌகரியம் கருதி, ஏனைய பங்குபற்றுநர்களைப் போலவே அவளும் விடுதியில் தங்குவதை வழக்கமாகக் கொண்டிருந்தாள்.

சமூகக் கூட்டிணைப்புக்கான ஒன்றியத்தில் அனோமா பதினெட்டு வருடங்களாகப் பணிபுரிகிறாள். இலிகிதர் நிலையிலிருந்து இப்போது தவிசாளர்வரை உயர்ந்திருக்கிறாள். தனித்து

வாழ்கிற மாற்றுத்திறனாளிப் பெண். போலியோவின் தாக்கத்தினால் அவளது கால்கள் இரண்டும் பலம் குறைந்ததாகி விட்டிருந்தன. இந்தக் குறைபாட்டினால் திருமணப் பந்தத்தில் இணைந்துகொள்ளாமலேயே இதுவரை காலத்தை ஓட்டியிருந்தாள். இறுதிக்காலம்வரையும் இப்படியே வாழ்வதே அவளது விருப்பமாக இருந்தது.

கடிகாரத்தையே அடிக்கடிப் பார்த்துக்கொண்டாள் தவக்குல். நடந்ததைவிடவும் நடக்கப்போவதைப் பற்றிய எண்ணங்களால் அவள் நிசப்தத்தில் இருந்தாள். அறையின் குளிர் அவளை எதுவும் செய்யவில்லை.

'பேசாமல் றூமில போய்ப் படுத்திருக்கலாமோ ...' என்றும் தோன்றிற்று.

நேரம் ஒன்று முப்பதைக் காட்டியது.

அனோமாவின் கண்களில் தூக்கத்தின் சாயல்கூட இல்லை. இரண்டு கைகளையும் மார்புக்குக் குறுக்காக மடித்துத் தோள்களைப் பற்றியபடி மௌனமாக அதேநேரம் எல்லையற்ற எரிச்சலில் இருந்தாள் அவள்.

அரை மணி நேரமும் ஆகியிருக்காது றுவான் அலகம அங்கு வந்துவிட்டார். அரைக்காற் சட்டையும் வெள்ளை பெனியனும் அணிந்து இருந்தார். வியப்பளிக்கும் விதமாக அவர் மிக நிதானமாகவும் அமைதியாகவும் இருந்தார். அவரது நீண்ட தடித்த கால்களில் மயிர்கள் நீண்டு வளர்ந்திருந்தன.

தவக்குல்லுக்கு நேர்ந்த அனுபவத்தைக் கிட்டத்தட்ட தனக்கு நேர்ந்ததுபோல அணுப்பிசகாது ஒப்புவித்தாள் அனோமா. ஐம்பத்தைந்து வயதாகியும் கட்டுக்குலையாத அவரது தேகம் சூடேறிக் கனன்றதன் அடையாளமாகக் கண்கள் சிவந்து முகத்தின் பாவம் மாறியது.

அவர்களது அறை இலக்கங்களை அனோமாவிடம் கேட்டுக்கொண்டு அவசரமாக விரைந்தார்.

"சேர், பிரச்சினை வேணாமே ..."

மிக இணக்கமான குரலில் கூறினாள் தவக்குல். றுவான் அலகம அவளது வேண்டுகோள் தனக்குக் கேட்கவில்லை என்பதைப் போல அல்லது அதனைப் பொருட்படுத்தாதவரைப் போல நின்றிருந்தார். ஏதோவொரு திசையை வெறித்தபடி சில விநாடிகள் நின்றார். பின் நிதானமாகக் கூறினார்.

“தவக்குல், இதில என்னோட தன்மானமும் அடங்கி யிருக்கு . . . என்ன தைரியம் அவங்களுக்கு. அதுமட்டுமா இந்தச் செயல்திட்டமே பெண்கள் தொடர்பானது. பெண் களுக்காக வேலை செய்யிற எந்த யோக்கிதையும் அவனுகளுக் கில்லை. பெண்களை மதிக்கத் தெரியாத அவனுகள் இந்த வேலைக்கே தகுதியில்லாதவனுகள். இவனுகளுக்கு ஏன் ஹோட்டல் காசு நாங்க கொடுக்கணும். போக்குவரத்து, அலவன்ஸ் அது இதென்று நாற்பத்தைந்து, ஐம்பதாயிரம் சம்பளம் தாறோம் . . . என்னத்துக்கு . . .? இல்லை! இதற்கு உடனடியாக முடிவுகட்ட வேண்டும் . . .”

அவளையோ அனோமாவையோ திரும்பியும் பாராமல் முன்னரைவிடவும் விரைவாக நடந்தார்.

7

மூன்று நாள் நிகழ்வுகளுமே சிறப்பாக என்று கூறத்தக்கதாக நடந்து முடிந்தன. அந்த ஹோட்டல் சூனியத்தில் மூழ்கிக் கிடப்பதுபோலக் காட்சி யளித்தது. தவக்குல் முன்னர் இருந்த உற்சாகத்தை யும், மன அமைதியையும் இழந்துவிட்டிருந்தாள். விரும்பத்தகாத அசௌகரியமான அனுபவம் அவளை உத்வேகமிழக்கச் செய்திருந்தது.

பௌசான், ரனுக்க குழுவை வேலையில் இருந்து நிறுத்தியதும், ஹோட்டலிலிருந்து பின்னிரவில் அவர்கள் வெளியேற்றப்பட்டதும் அவளைக் கடுமையாகப் பாதித்திருந்தன.

அவளது கவலை அர்த்தமற்றதென றுவான் அலகமவும், முனசிங்ஹவும் அடித்துக் கூறினர். அவர்களுக்கு எடுக்கப்பட்ட நடவடிக்கை கொஞ்ச மும் பிசகில்லாதது என அவர்கள் திடமாக நம்பினார்கள்.

சமூகக் கூட்டிணைப்பிற்கான ஒன்றியம் புதிதாக நிர்மாணித்துத் திறந்துவைத்ததொரு பெண்களுக்கான இல்லமொன்றைப் பார்ப்பதற் காகவே அவர்கள் பயணித்துக்கொண்டிருந்தனர். பயணத்தில் அனோமா சாந்தனி இணைந்து கொள்ளவில்லை.

"உடன் படிக்கையில் தெளிவாகக் குறிப்பிட் டுள்ளோம்... நிறுவனத்தையும், வேலைத் திட்டங் களையும் மீறுகிற, அவமதிக்கிற நடவடிக்கைகளில் ஈடுபட்டதாக அறிந்தால் நிறுவனம் மேற்கொள்ளும் நடவடிக்கைகளுக்கு கட்டுப்பட வேண்டும் என்று, அதை எல்லாம் வாசித்து விளங்கித்தானே எல்லாரும் ஒப்பந்தத்தில் கையெழுத்திடுகிறார்கள். கடமையைத்தான் செய்திருக்கிறோம். நீங்க ஏன் வீணாகக் கவலைப்படணும். அடுத்த மாதம்

கூட்டத்திற்கு வரும்போது வேறு இணைப்பாளர்களை அறிமுகப்படுத்திவைப்போம். யோசிக்க வேண்டாம்...”

றுவான் அலகமவின் குரலில் லேசான எரிச்சல் இருப்பதாகத் தென்பட்டது. அவளை நேராக நோக்கியபடி அர்த்தம் நிறைந்ததாகப் புன்னகைத்தார். அவர்களைப் போன்று தன்னால் ஏன் அலட்சியமாக விடுபட முடியாதிருக்கிறது என்பதை அவளால் புரிந்துகொள்ள முடியவில்லை.

வாய்ப்புகளை உதாசீனம் செய்கிறவர்கள் கடமையை மதிக்கத் தெரியாதவர்கள் என்றெல்லாம் அவர்களைக் குற்றம் கூறினான் முனசிங்ஹ. இப்படிப்பட்டவர்களை இழக்க நேர்ந்ததற்காகச் சந்தோசப்படுவதுதான் நியாயம் என்றான்.

அன்றைய நாளின் பிரகாசமான வெளிச்சத்தையும் காற்றின் தழுவலையும் கொஞ்சமும் அனுபவிக்கிற நிலையில் அவள் இல்லை. வழிநெடுகிலும் இருமருங்கிலுமாக மூன்று நான்கு ஆட்களை உருப்படியாக மறைத்துவிடக்கூடிய அடிபெருத்ததும் வானத்தை மறைக்கிறதுமான கிளைகளுடன் மரங்களிருந்தன. சூரியனின் உஷ்ணமான பிரகாசக் கதிர்களை யும் மீறிய குளுமையான காலநிலை அற்புதமாக வாய்த்திருந்தது.

அதுவொரு மே மாதமாகவும் பௌர்ணமி தினத்திற்கு ஓரிரு நாட்களே இருந்தபோதிலும் வீதிகளில் தோன்றும் வெஸாக் அலங்காரக் கூடுகளும் அதன் மின்சார வெளிச்சங் களும் பன்சலைகளில் நிரம்பி வழியும் எண்ணெய் விளக்கு களும் பிரமிப்பூட்டுவதாய்த் தோன்றிக் காட்சி தருகிறதும் புத்தரின் பிறப்பு துறவு மரணம் ஆகிய மூன்றையும் வெகு பிரம்மாண்டமாகவும் கோலாகலமாகவும் கொண்டாடு கிறதுமான ‘வெஸாக்’ பண்டிகைக்காகச் சிங்களவர்கள் பரபரப்புடன் ஆயத்தமாகிக்கொண்டிருந்தனர். ‘பன்சலை’யில் ‘பிரித்’ ஓதுவது நகரமெங்கும் ஒலித்துக்கொண்டிருந்தது. சிங்களப் பாரம்பரியமும் பழைமையும் வரலாற்றுச் சிறப்பம்சங்களும் பொருந்தியதாகக் கூறப்படுகிற அநுராதபுரம் நகரத்தின் வீதிகளில் பாரம்பரிய உடையான வெள்ளை ஜாக்கட்டும் லுங்கியும் அணிந்த பெண்களும் வெண்ணிறச் சட்டையும் லுங்கியும் அணிந்த ஆண்களும் வெண்ணிற, ஊதா நிறத் தாமரைகளையும் வேறு மலர்களையும் தட்டுக்களில் ஏந்திப் ‘பன்சலை’ நோக்கிப் போய்க்கொண்டிருந்தனர்.

‘தன்சல’ எனப்படுகிற அன்னதானத்திற்கான ஒழுங்குகளில் பலர் ஈடுபட்டிருந்தார்கள். வீதியோரங்களில் தென்னங்கீற்று களில் வேய்ந்தும் தற்காலிகத் தகரக் கொட்டகைகளாலும் வசீகரமான நிழற்கூடாரங்களை அவர்கள் நிர்மாணித்துக்

கொண்டிருந்தார்கள். 'வெஸாக்' அலங்காரக் கூடாரங்களை அமைப்பதிலும் வாகனங்களை வழிமறித்துப் பிரயாணிகளுக்குக் குளிர்பானங்கள் அளித்து 'வெஸாக்' பண்டிகையை வரவேற்பதிலும் ஆண்களும் பெண்களும் குதூகலமாக ஈடுபட்டிருந்தார்கள். அடர்ந்த நிழல் மரங்களுக்குக் கீழே விரிக்கப்பட்ட விரிப்புகளில் அமர்ந்து 'கிரிபத்' மற்றும் பலகாரங்கள் உண்டபடியும் குழந்தைகள் அங்குமிங்கும் ஓடி விளையாடியபடியும் அந்த நகரம் முற்றிலும் வசீகரிக்கும் காட்சிகளுடன் இயங்கிக்கொண்டிருந்தது.

உத்தேசமாகக் கூற முடியாத சிந்தனைகளுடன் சுவாரசியமற்றவளாக இருந்தாள் தவக்குல். அவள் எந்த விதக் கேள்வியும் எழுப்பாமல் அமைதியாக இருப்பது ஆச்சரியமளிப்பதுபோல றுவான் அலகமவும் முனசிங்கஹவும் அவளை அடிக்கடி திரும்பிப் பார்த்தனர். எந்தக் காட்சியைப் பார்த்தாலும் எதைப் பற்றிச் சிந்திக்க முற்பட்டாலும் முடிவில் அதிருப்தியுடனும் அவநம்பிக்கையாகவும் இம்சிக்கிற நியாபகங்களை மட்டும் விட்டுச் சென்றவர்களைப் பற்றியே எண்ணியபடி இருந்தாள். நிலவறைபோல இருண்ட ஆண்களின் இதயங்களைப் பற்றியும் சுயநலமும் ஆதிக்கமும் மேலோங்கிய அவர்களில் சிலரின் நட்பையும் காதலையும் பற்றியும் அவளுக்குத் தோன்றிய எதுவும் உவப்பாக இருக்கவில்லை. ஹோட்டலில் நடந்ததை விடவும் மோசமான அனுபவங்களைக் கடந்துவந்தவள் என்றபோதும் அது ஏனோ மிகுந்த ஏமாற்றத்தையும் துயரத்தையும் கூட்டுவதாக இருந்தது. தொன்மத்தின் விறைப்பான சூழல் அவள் இதயத்தை எதன்பொருட்டோ மேலும் கனமாக்கிக் கொண்டும் புலம்பச் செய்துகொண்டுமிருந்தது. உச்சஸ்தாயியில் ஒலித்துக்கொண்டேயிருந்த 'பிரித்' மர்மமான பீதியை ஏற்படுத்துவதாகத் தோன்ற அறியாத துயரத்துடன் இருந்தாள் அவள்.

அவர்கள் அங்கு சென்று சேர்ந்தபோது அது மதிய உணவு வேளையாக இருந்தது. கைவிடப்பட்ட, அநாதரவான பெண்களுக்கான அந்த இல்லத்தின் கட்டுமான அமைப்பும் சுற்றுச்சூழலும் பிரம்மாண்டமான மிடுக்கோடு இருந்தது. வெயில் இல்லாத காட்டைத் தேவையானளவுக்கு மாத்திரம் வெட்டிச் சீர் செய்த சுற்றுச்சூழல் குளுமையை, இதமான காற்றை வாரியிறைத்தது.

இதுவரை அலுப்பூட்டுகிற எண்ணங்களில் மூழ்கிக் கிடந்த தவக்குல் திடீரென்று உற்சாகமாகிவிட்டாள். காட்டுக்குள் வழிதவறிய மான்கன்றுபோல அப்பக்கமும் இப்பக்கமும்

ஓடியோடி எதையோ கவனித்தாள். கடிகாரம் போல இயங்குகிற அந்த இல்லத்தின் ஒவ்வொன்றும் அவளைப் பரபரப்பில் ஆழ்த்தியது.

புதிய இல்லம் என்பதால் பன்னிரண்டு உறுப்பினர்களே தங்கி இருந்தனர். அவர்களில் மாற்றுத்திறனாளிகள், விதவைகள், உளநோயாளிகள் காணப்பட்டனர். அவர்களில் சிங்கள, தமிழ், முஸ்லிம் பெண்கள் இருந்தனர். வன்னி இறுதிப் போரில் பாதிக்கப்பட்ட பெண்கள் இருவரையும் சந்திக்க முடிந்தது. போரில் குடும்பத்தை இழந்திருந்த அந்தப் பெண்கள், நிராதர வான நிலையில் சில அமைப்புகளின் உதவியோடு இந்த இல்லத்தை வந்தடைந்ததாகக் கூறினார்கள்.

இல்லத்தின் கட்டட அமைப்பு, குளியலறை, சமையலறை எல்லாமுமே மாற்றுத்திறனாளிகளின் தேவைகளைக் கவனத்திற் கொண்டு நேர்த்தியாக நிர்மாணிக்கப்பட்டிருந்தன. சக்கர நாற்காலிகளில் இலகுவாக எல்லா அறைகளையும் அடையக் கூடிய விதத்தில் தரை சமாந்தரமாக, கதவுகள் அகன்றும், குளியலறையில் நீர்க்குழாய், பேசின்கள் சக்கர நாற்காலியில் அமர்ந்தவாறே கைகளால் எட்டக் கூடியதாகவும் கனகச்சிதமாக இருந்தன. சமையலறையில் நினைத்த உடன் தாங்களே தேநீர் தயாரித்துப் பருகுவதற்கு ஏதுவாக எல்லாமே கைக்கெட்டும் தூரத்தில் இருந்தன. அவர்களைக் கவனித்துக்கொள்வதற்கும், சமையல் வேலைகளுக்குமாகச் சில பெண்கள் இருந்தார்கள்.

வெறுமனே குந்தியிருந்து கடந்ததை எண்ணிக் கலங்கிக் கொண்டிருக்கவோ அலுப்பூட்டும் தனிமை உலகில் தனித்து விடப்பட்டிருப்பது போல வருந்திக்கொண்டிருக்கவோ அவர்களுக்கு நேரமிருக்கவில்லை. பென்னம் பெரிய பரப்பில் அமைக்கப்பட்டிருந்த கட்டட வளவில் பயிர்கள் செய்கை பண்ணப்பட்டிருந்தன. கிழங்குகள், காய்கறிகள், கீரைச் செய்கை யில் மாற்றுத்திறனாளிகள் பங்களிப்புச் செய்யவும் பயிற்றுவிக்கப் பட்டிருந்தனர். பயிர்ச்செய்கை உற்பத்திகள் இல்லத்தின் நாளாந்த தேவைகளுக்குப் பயன்படுத்தப்படுவதாகத் தெரிந்தது. அவர்களுக்கு உணவு காட்டிலிருந்தும் இயற்கையாகவும் கிடைத்துக்கொண்டிருந்தது. முக்கியமாக அவர்கள் சுத்தமான நீரைப் பருகும் வரப்பிரசாதம் பெற்றவர்களாக இருந்தார்கள்.

கற்றல், கற்பித்தல் செயல்பாடுகள் இடம்பெறும் பகுதிக்கு றுவான் அலகம அவளை அழைத்துச் சென்றார். தையல், கைவேலைகள், இசை, நடனம், மொழி வகுப்புகள் நடந்தன. சிங்களமொழியில் கற்பிக்கப்படும் பாடங்கள் தமிழில் மொழி பெயர்ப்பட்டன. அதற்காகக் கண்டி நகரத்தைச் சேர்ந்த

தமிழும் சிங்களமும் சிறப்பாகப் பேசக்கூடிய எழுதவும் வாசிக்கவும் முடியுமான ஒரு பெண் நியமிக்கப்பட்டிருந்தாள். எப்போதும் மழைபெய்கிற குளிரும் கதகதப்புமான சூழலில் வாழ்ந்து பழகிய ஒல்லியான அவ்வளவு உயரமில்லாத அவளைத் தவக்குல் வியப்புடன் பார்த்தாள்.

சில மணி நேரங்கள் தவக்குல் தன்னை மறந்திருந்தாள் என்றே கொள்ளலாம். முற்றிலும் புதிய லோகத்திற்குள் பிரவேசித்திருப்பதாகப் பிரமிப்பில் இருந்தாள்.

"இந்த மாதிரி ஒரு இல்லத்தெ நான் பார்த்ததே கிடையாது. வொன்டபுள் சேர், இதுட அமைப்பையும், நேர்த்தியையும் பார்த்தா மாற்றுத்திறனாளிகளின் தேவைகளை முழுசாப் புரிஞ்சவங்க, அவர்களின் மனதைப் படிச்சவங்களால்தான் இப்படி வடிவமைக்க ஏலும்..."

"நீங்க சொல்றது சரிதான் தவக்குல். அனோமா சாந்தனியின்ட பங்களிப்பினால்தான் இவ்வளவு நேர்த்தியான மாற்றுத்திறனாளிகளின் சௌகரியங்களுக்காக மட்டுமேயான இந்தக் கட்டடத்தைப் பார்க்க முடிகிறது. அனோமா சாந்தினி எங்களோட இருக்கிறது பெரிய ப்ளஸ் தெரியுமா. ஒரு பாதிக்கப்பட்ட ஆளாலதானே இன்னொரு பாதிக்கப் பட்ட ஆளைப் புரிஞ்சுக்க ஏலும்"

"எதிர்காலத்தில் இந்த இல்லத்தின் வளர்ச்சிக்கு ஒவ்வொரு மாவட்ட இணைப்பாளர்களும் பங்காற்ற வேண்டும். நீங்களும் உங்களால முடியுமான வழிகள்ல இந்த இல்லத்தின் வளர்ச்சிக்கு உதவணும்."

அவளுக்கு உடனே யோகாவின் யோசனையே வந்தது. வேதனையிலும் ஏமாற்றத்திலும் குற்றவுணர்விலும் வெதும்பிக் கிடக்கிற அவளுக்கு இந்தச் சூழல் நிச்சயமாகப் பெரும் மாறுதலாக இருக்கக்கூடியதுதான்.

'அவளை இந்த இடத்தில் சேர்த்துக்கொள்வார்களா ...'

"ஓ யெஸ்... இந்த இல்லமே பாதிக்கப்பட்ட பெண் களுக்குத்தானே. நீங்க அந்தப் பெண்ணை இங்க அழைத்துவர முடியுமாக இருந்தால் நமது செயல்திட்டத்திற்குக் கிடைத்த பெரிய வெற்றியாகவும் அது அமையும்..."

செயல்திட்ட இணைப்பாளராக மட்டுமன்றி தனிப்பட்ட ரீதியாகவும் தவக்குல் யோகாவில் அதிக ஈடுபாட்டுடனிருந் தாள். சுபீட்சமான இந்த இல்லத்தில் இடம் கிடைக்குமாக இருந்தால் நிச்சயமாக வாழ்வின் ஆசிர்வாதத்தை வென்ற

இந்தப் பாதிக்கப்பட்ட பெண்களில் யோகாவும் ஒருத்தியாகி விடுவாள்.

"அவள் போராளிப் பெண்ணென்றாலும் சேர்த்துக் கொள்ள முடியுமா, சேர்."

தயக்கமாக இருந்தாலும், எந்தத் தவறுமில்லை என்ற உறுதியோடு நேரடியாகவே கேட்டுவிட்டாள்.

"எக்ஸ் கார்டர்ஸ்... இங்க அவங்கள எப்படிச் சேர்த்துக்க முடியும் தவக்குல்? அவங்க பாதிக்கப்பட்டவர்களா இருந்தாலும், இங்கு இருக்கிற பாதிக்கப்பட்ட பெண்களுக்கும், அவங்களுக்கும் நிறைய மனநிலை வேறுபாடு இருக்குமே... பெண்களுக்கிடையில் மன ஒத்திசைவு இல்லையென்றால் ஏற்படக்கூடிய முரண்பாடுகள் பாரதூரமாக இருக்குமே..."

தவக்குல்லின் கேள்வியில் இருந்த நியாயம் அவரது தயக்கத்திலுமிருந்தது.

இல்லத்தில் பிந்திய வாழ்வை அமைதியாக வாழ்ந்து கொண்டிருக்கிற மிகச் சாதாரண பெண்களுக்கும், போராளிப் பெண்ணுக்குமிடையே உளவியல் ரீதியான மாறுபாடுகள் இருப்பதாக அவர் கூறுவதில் அவளுக்கும் மாற்றுக் கருத்தில்லை தான். ஆனால் அவர்களால் ஒத்திசைவு காணவே முடியா தென்பதில் அவளால் உடன்பட முடியாதிருந்தது.

ஆனபோதும், யோகாவின் எதிர்கால நல்வாழ்வு குறித்த அக்கறையை வெளிப்படுத்துவதில் அவள் உறுதியாக இருந்தாள்.

யோகா போர்முனையில் இருப்பின் இந்த இல்லத்திற்கு வரத் தேவையென்ன? இரத்தமும் – காயமும், மரணமும் – புதைகுழியுமாகப் பளுவில் இருப்பின் இல்லத்தில் ஏன் அடைக்கலம் கோரப்போகிறாள்?

துப்பாக்கியைத் தோளிலிருந்து அவள் இறக்கிட்டாள். நெற்றிப்பொட்டையோ, நெஞ்சுக்குழியையோ, பின் மண்டையையோ, ஓடும் கால்களையோ அவள் குறி பார்ப்ப தில்லை. அவள் சீருடையைக் களைந்திட்டாள். வரைபடங் களை மேசையில் பரப்பி எதிரி முகாம்களின் திசையை, எதிரியை, எதிரி அரண்களைத் தகர்க்கும் திட்டங்களை மதி நுட்பமாக அவள் மேற்கொள்வதுமில்லை. அவளது போராளி மதி மங்கி நெடுநாளாகிவிட்டது. அவள் இப்போது யோகா என்கிற பெண் மட்டுமே. மெய்யினால் போராடிக் களைத்து, மானசீகமாக இன்னமும் போராடிக்கொண்டிருக்கிற பெண்

அவள். இப்போது அமைதியை விரும்புகிறாள். அவள் அமைதியை விரும்பக் கூடாதா? மக்களின் அமைதியைச் சீர்குலைத்த கூட்டத்தில் உறுப்பினராக இருந்தாள் என்பது அவளது குற்றம் மட்டுமில்லையே! முடிவுக்கு வந்துவிட்ட ஒரு விடயத்தைப் பற்றியே பேசுவதால் முடிவாகாத வாழ்வை வாழ இருப்பவர்களைப் புறந்தள்ளுவது நியாயமாகுமா?

சாதாரண பெண்கள் அனுபவிக்கிற இயல்பான வாழ்வை அவள் அவாவுவதில் எந்தத் தவறுமில்லை. நிச்சயமாக இல்லை! பாதிக்கப்பட்ட ஏனைய பெண்களோடு இணைந்தாயினும், அமைதியான, திருப்தியான வாழ்வை அவள் வாழ வேண்டும் என்பதே தவக்குல்லின் எதிர்பார்ப்பாக இருந்தது.

அவளது வாதத்தில் இருக்கும் உண்மையை நியாயத்தைப் புறக்கணிக்க முடியாமல் அப்படியே அவள் கூறுவதையே கேட்டபடியும் எதையோ சிந்தித்தபடியும் இருந்தார் றுவான் அலகம.

“அந்தப் பெண் யோகா எலக்ரோனிக் மெக்கானிக் படிச்சிருக்கா . . . இது ஒரு ப்ளஸ். அந்த வேலையைத் தொடர்ந்து செய்யிறதுக்கு வழியேற்படுத்திக் குடுத்தா அவ பாட்டில் காலம் கடத்துவாளே சேர். பியூச்சரில அவள வச்சு நீங்க ஏனைய பெண்களுக்கும் எலக்ரோனிக் படிச்சுக் குடுக்கலாம் . . . நாம பொசிட்டிவா யோசிப்பமே. அதுதானே நாம் செய்கிற வேலையும்கூட.”

பயிர்ச்செய்கை, தோட்டங்கள், தையல் கலைகளில் ஈடுபட அவள் விரும்பமாட்டாள் அல்லது அவளுக்குப் பொருத்தமாக இருக்காது என்பதையும் தவக்குல் விளக்கினாள். யோகாவை இங்கு சேர்த்துக்கொண்டு இலத்திரனியல் பழுதுபார்த்தல் வேலையில் அவள் ஈடுபடுவதற்கான வாய்ப்பினையும், வளமான எதிர்காலத்தையும் ஏற்படுத்திக் கொடுக்க வேண்டும் என்றும் றுவான் அலகமவை மிக மன்றாடிக் கேட்டுக்கொண்டாள்.

“என்னால உடனடியாகப் பதில் சொல்ல முடியாது தவக்குல். இந்த விஷயமாக நான் போர்டில் பேசுறேன். எங்கள் அக்டின்படி எக்ஸ் கார்டர்ஸைச் சேர்த்துக்க முடியாதென்றுதான் தோன்றுகிறது. போர்டில் பேசிட்டுச் சொல்றேன் . . .”

“சாதகமான பதில் வரும் என்று நான் எதிர்பார்க்கிறேன்”

பாஸிட்டிவ் மனது நீண்ட தூரம் நம்பிக்கையோடு பயணிக்கச் செய்வது. எத்தகைய உயரத்தையும் எட்டிப் பிடிக்கக் கைகளை உயர்த்த வல்லது.

மறுநாள் காலை கொழும்பு நோக்கிப் பயணித்தாள் தவக்குல். முனசிங்ஹ அவளுக்கு ரயில் இருக்கை பதிவு செய்திருந்தான். ரயில் நிலையம் வரைக்கும் அவளை வழியனுப்பி வைப்பதற்காக வந்திருந்தான். தனிப்பட்ட அளவில் அவளுடன் சிறிது நேரம் உரையாடினான்.

"எங்களோடு வேலை செய்யிற முஸ்லிம் பெண் நீங்க ஒருத்தர்தான். றுவான் சேருக்கு உங்கள்ல நிரம்ப மரியாத இருக்கு . . ."

அவளை முனசிங்ஹ பிரமாதமாகப் புகழ்ந்தபோதெல்லாம் இந்தப் புகழ்ச்சிகளுக்குரிய அடைவுகளை தான் சந்தித்தவள் தானா என்பதில் அவளுக்குக் கேள்விகள் எழுந்தன. முனசிங்ஹ மீது அதனைக் காட்டிலும் நிரம்ப மரியாதை அவளுக்கு இருந்தது. அவனை அவள் மதிக்கவும் போற்றவும் நிறைவான சான்றிருந்தது. அவனோடு பேசிக்கொண்டிருக்கிற ஒவ்வொரு நிமிட நேரத்தையும் மிகப்பெறுமதியானதென்றும் கருதினாள்.

முனசிங்ஹ சமூகவியல் துறையில் முதுகலைப் பட்டம் பெற்றவன். செல்வமும், செல்வாக்கும் நிறைந்த குடும்பப் பின்னணியையும் கொண்டிருந்தான்.

சமூகக் கூட்டிணைப்புக்கான ஒன்றியத்தில் முனசிங்ஹ செயல்திட்ட ஒருங்கிணைப்பாளராக இணைந்துகொண்டதன் பிற்பாடு அவனுக்குள் நிகழ்ந்த மாறுதல்கள் அளப்பரியதாக இருந்தன. நிதானப் போக்குடையவன் என்று எல்லோராலும் பொதுவாகப் பாராட்டப்பட்ட அவன், கடந்த வருடம் மாற்றுத்திறனாளிப் பெண்ணொன்றை மணமுடித்து எல்லோரையும் திகைப்பில் ஆழ்த்தினான்.

அவனது இந்தக் காரியத்தை எல்லோரும் தியாகம் என்ற கண்ணோட்டத்தில் பார்த்தபோது தவக்குல் மட்டும் இதுவே ஒரு ஆண் செய்யக்கூடிய உச்சக்கட்ட துணிவான செய்கை என்று கருதினாள்.

மாற்றுத்திறனாளிப் பெண்களை, விதவைகளை மணந்து கொள்கிற ஆண்கள் இல்லாமலில்லை. அவர்கள் செல்வம், கல்வி போன்ற பின்னணிகள் உடையவர்களாக இருப்பதென்பது அரிதென்றே நம்ப வேண்டியிருக்கிறது. அல்லது அவர்களும் ஏதேனும் குறைபாடு உடையவர்களாக இருப்பார்கள். இதை யெல்லாம் கடந்து முனசிங்ஹ ஒரு மாற்றுத்திறனாளிப் பெண்ணை தனது துணையாக ஏற்றுக்கொண்டு தன்னையும்

தன் வாழ்வையும் அவளிடம் ஒப்படைத்தது அவனது துணிச்சலான சாகசமே!

பிறப்பிலேயே அவளது வலது கால் சூம்பலாயிருப்பதனால் முண்டியிழுத்து வளைந்து துவண்டுதான் நடப்பாள். முதுகின் வலது பக்கம் மேடாகி நரம்பு துருத்திக்கொண்டிருக்கும். அகன்ற பெரிய வாயும், இடைவிழுந்த பற்களுமாக எடுப்பான தோற்றத்திலிருந்து எட்டாத தூரத்தில் இருந்த அவளை முனசிங்ஹ மணந்துகொள்ளத் தீர்மானித்தபோது பெற்றோர்களிடமிருந்து கடுமையான எதிர்ப்புக் கிளம்பியது. செல்வத்திற்கும் புகழுக்கும் உரிய ஒரே வாரிசின் இந்தத் தீர்மானத்தினால் தங்களது சந்ததி தழைக்காமல் போய்விடும் என்ற துயரமான நம்பிக்கையிலிருந்து எதன்பொருட்டும் அவர்களால் விடுபட முடியவில்லை. எந்தவொரு வார்த்தையும் அவர்களை ஆறுதல்படுத்தவில்லை. அலுவலகத்திலும், வெளியிலும்கூட நண்பர்கள் கேலி செய்தனர். "ஏன்டா..? ஆர் யூ ஆல் ரைட்..." என்று ஒரு பைத்தியக்காரனைப் பார்ப்பதுபோலப் பார்த்தனர்.

சந்தையில் மந்தையைத் தெரிவு செய்வதைப் போல வாழ்க்கைத் துணையைத் தேர்வு செய்வதில் அவனுக்கு உடன்பாடில்லை. அழகும் படிப்பும் பெண்ணினதும் உத்தியோக லட்சணமோ செல்வமோ செல்வாக்கோ ஆணினதும் தகுதியாகவும் இருந்தால் மட்டுமே தாம்பத்யம் சாத்தியம் என்ற மாய வரம்பைத் தகர்க்க விரும்பினான் அவன். அதற்கான பரீட்சார்த்த காரியத்திலும் இறங்கிவிட்டிருந்தான். இளமை வேகத்தினாலோ புதுமை மோகத்தினாலோ செய்த ஒரு காரியமாகப் பாதியிலே கழற்றிவிட்டுப் போகிற ஒரு பந்தமாக இந்தப் பரீட்சை அமையக் கூடாதென்பதிலும் அவன் கவனமாக இருந்தான். இதற்காகப் பலமுறை பல கோணங்களில் சிந்தித்து ஏதோவெல்லாம் அசைபோட்டான்.

"நான் சும்மா சொல்லலை தவக்குல். அவளுக்கு உடம்பில் தான் ஊனம். மனம் தங்கம். நான் சந்தோஷமாக இருக்கிறேன். எனது கண்களுக்குள்ளாக அவள் உலகத்தைத் தரிசிக்க விரும்புகிறாள். இருண்ட உலகத்தின் எண்ணங்களிலிருந்து நாம் வாழும் உலகத்திற்கு அவளை இழுத்துவர முயல்கிறேன் நான்... அழகான வாழ்க்கை... இப்போது மியூசிக் கிளாசுக்குப் போகிறாள். ஆங்கிலம் டிப்ளோமா பரீட்சை முடிவு இன்னும் வரவில்லை. அவளது அறிவுக்கும், சிந்தனை, செயல்பாட்டுக்கும் உடற்குறைபாடு தடையாக இருந்துவிடக் கூடாதில்லையா..?"

ஒரு பெண்ணுக்குரிய எந்தத் தகுதியையும் அவள் இழந்து விட்டிருக்கவில்லை. ஒரு அழகான படித்த பெண்ணால் எதை அவனுக்குத் தர முடியுமோ அதையே அவனுக்குத் தந்தாள் அவள். தனது வாழ்வைப் பேரின்பத்துடனும் முழுமையான திருப்தியுடனும் அவன் வாழ்ந்துகொண்டிருக்கிறான் என்பதற் கும், தனது தீர்மானத்திற்காக அவன் கொஞ்சமும் வருந்தினா னில்லை என்பதற்கும் எப்போதைக்குமான உற்சாகமும் சுவாரசியம் இழக்காத பேச்சுமாக வலம் வரும் அவனிலேயே நிறைய சான்றுகளைக் காணமுடிந்தது.

நேர்த்தியாக உடையணியவும், நண்பர்களுடன் பேச்சுக் களில் கலந்துகொள்ளவும்கூட அவளைப் பயிற்றுவித்திருந்தான். திருமண வீடுகள், நண்பர்களின் வீடுகளுக்குப் பெருமிதத் துடன் கைகளைக் கோத்தபடி அழைத்துச் சென்றான். அவள் துவண்டு துவண்டு நடக்கும்போது அவளது தோளில் ஒரு கையை வளைத்துப் போட்டுக்கொண்டு அவளுடனேயே தானும் மெதுவாக நடந்தான்.

முனசிங்ஹவில் தான் வைத்திருக்கக்கூடிய மரியாதை இதன் பொருட்டே பன்மடங்கானது என்பதைத் தவக்குல் ஒருபோதும் அவனிடம் வெளிப்படுத்தியது கிடையாது. அதனை அவன் விரும்பவில்லை என்பதனாலேயே தவிர அவனைப் பாராட்டுவதிலும் அவனை மதிப்பதாகச் சொல்வதிலும் அவளுக்கு எதுவிதத் தடையுமிருக்கவில்லை.

"கவனத்தைப் பெறுவதற்காக இல்லை, என் மனதுக்கு இசைவானதைத்தான் செய்திருக்கிறேன். இதில் பாராட்ட என்ன உள்ளது..?"

முனசிங்ஹ வீட்டில் அவனது திருமணத்திற்குப் பின்னர் வெளிமாவட்ட நண்பர்களுக்கு நடந்த விருந்தில் அவன் தனது மனைவியை எல்லோரிடமும் அறிமுகப்படுத்திய பின்னர் நண்பன் ஒருவன் அவனுடைய தியாகத்தை மெச்சியபோது முனசிங்ஹ இப்படித்தான் பதிலளித்தான்.

அவனது பதிலில் இருக்கிற நியாயத்தையும் உண்மையையும் புரிந்துகொண்டு தவக்குல் அவனை நேராகப் புகழவோ பாராட்டவோ செய்வதற்குப் பதில் அவர்களை வாழ்த்தினாள். அவர்களிலிருந்து உருவாக இருக்கிற சந்ததி செழிப்பான மாற்றங்களை உருவாக்குவதாக இருக்க உண்மையாகவே வேண்டிக்கொண்டாள்.

ரயில் சீழ்க்கையடித்துக்கொண்டு தண்டவாளத்தில் நகரும்வரையிலும் முனசிங்ஹ அங்கே நின்றுகொண்டிருந்தான்.

இறுதியாக ஹோட்டலில் ஏற்பட்ட அசௌகரியமானதும் மனதைப் பாதித்ததுமான நிகழ்வுக்கான வருத்தத்தை மீளத் தெரிவித்தான். அவன் அங்கேயே நின்றிருக்க ரயில் கொழும்பு நோக்கி அவளைக் கொண்டு சென்றது.

○

இயற்கையில் விளைந்த பிரமாண்ட மரங்களையும் வழித்தடங்களோ பாதைகளோ எதுவுமில்லாத நூற்றாண்டு களாகப் படிந்த இலைதழை அடுக்குகளால் நிரம்பிய வனங்களையும் திகைப்பூட்டும் ரகசியம் நிறைந்ததுபோன்ற அடர்ந்த காட்டுப்பூக்கள், பசிய புல் வெளிகள், புராதன இயற்கையின் தேவாலயங்களையும் கடந்து ரயில் தடதடத் தோடியது.

தவக்குல்லின் நெஞ்சு கதகதப்பூட்டும் எண்ணங்களால் நிரம்பிக்கொண்டிருந்தது. அற்புதமான மனிதர்களை முற்றிலுமாக இந்த உலகம் இழந்துவிடவில்லை. அவர்களைச் சந்திப்பதும், வாழ்வின் யதார்த்தப் போக்கையும் தத்துவார்த்தங்களையும் புரிந்துகொள்வதென்றால் அது பயணங்களாலும், பரந்து விரிந்த உறவுகள், நட்புகளினாலும்தான் இயலும்!

பள்ளிக்கூடத்தில், பல்கலைக்கழகத்தில் படிக்காத படிக்கவும் முடியாத பலதையும் பயணங்கள், சந்திப்புகள் ஊடாக அவள் கற்றுக்கொண்டிருந்தாள். படிப்பறிவும், அனுபவ அறிவும் பாரிய இடைவெளிகளையும், அதேநேரம் ஒன்றில் ஒன்று தழுவிய ஒற்றுமைகளாலும் ஒருங்கமைந்த தென்பது அவள் அபிப்பிராயம்.

வசீகரமிக்க இந்த மாய உலகம் ஒருபோதும் இன்னது தான் என்று அறிய முடியாத ரகசியங்களால் மூடப்பட்டுக் கிடக்கிறது. உலகின் சுழற்சி காலடியில் எதையும் கொணர்ந்து சேர்ப்பிக்காது. எது தேவையோ அதை நோக்கிய தேடல் அவசியமாகிறது.

பயணத்தின்போதான வாசிப்பு புதுமையான எண்ணங் களை அவளிடம் கொண்டு வருவதாகத் தோன்றியது. வழி நெடுகிலும் கடக்க நேரும் வானுயர்ந்த வனாந்தரங்களிலும், வயல் வெளிகளிலும், நதிகளிலும், சிகரங்களிலும் தாவி அலைந்தாள். ரகசியமிக்க ஏதோவொன்று இந்த வனங்களுக்குள் அவளுக்காகக் காத்திருப்பதாகத் தோன்றியது. மரத்தின் கிளையொன்றில் பெயரற்ற ஒரு பறவையாக மாறிப் பழங்களைக் கொத்திக்கொண்டிருப்பது போன்று கற்பனை செய்தாள்.

கடந்து செல்கிற மரங்களை யோசித்தாள். அவற்றைக் கடந்து செல்கையிலும், அவை கண்களில் மறைந்தோடுகையிலும் இனம்புரியாத ஆற்றாமை தொற்றிக்கொள்ள உணர்ந்தாள். இயற்கையோடு தனக்கு இடையறுக்க முடியாத தொடர் பிருப்பதாக நம்பினாள். இயற்கையில் என்றுமில்லாத நேசம் பெருக்கெடுப்பதாகத் தோன்றியது. மரங்களோடு பேசுவதுகூட அவளுக்குப் பிடிக்கும். ஆற்றாமை தருகிற ஒருபோதும் திருப்தி கொள்ளாத மனதின் பேரவலம் நிறைந்த கொடுமையான உணர்வுகளை இறைவனோடும், இயற்கையோடும் பகிர்ந்து கொள்கையில் கிடைக்கத்தக்க திருப்தி அளவிலாதது. சில கணங்கள் அவள் மரமாகிப்போனாள். அவளது கிளைகள் மிகுந்த பசுமையாகப் பரந்து விரிந்திருந்தன. திணறும் இதயங் களை இழுத்தணைக்கும் பாசக்கரங்களாக அவை செழித்திருந்தன.

மதிய வேளையில் கொழும்பை வந்தடைந்தாள். அநுராத புரத்தில் இருந்ததைவிடவும் வெம்மை குறைவாக இருந்ததில் சற்று நிம்மதியடைந்தாள்.

விதவைகள் புனர்வாழ்வு அபிவிருத்தி நிலையத் தலைவர் வன சுதந்தர பண்டார மிகுந்த இன்முகமும் உற்சாகமுமாய் அவளை வரவேற்றார்.

"வாங்க தவக்குல்... உங்களைத்தான் காத்திருக்கிறேன், ஒரு நல்ல செய்தியோடு..."

நல்ல செய்தி என்றதும் அதை அறியும் ஆவலுடன் இமைகள் படபடக்கப் பிரகாசிக்கும் விழிகளுடன் அவரைப் பார்த்தாள்.

"டோனர்ஸ் மீட்டிங் நடத்தினோம். உங்களையும் கூப்பிட்டிருக்கலாம் என்று பிறகு நினைத்தேன். விரிவாகப் பேசுவோம், உட்காருங்க..."

கல்கிசைக் கடற்கரைப் பக்கமாக அதியற்புதமான எழில் பொருந்திய இடத்தில் விதவைகள் புனர்வாழ்வளிப்பு நிலையம் அமைந்திருந்தது. அழுகையா, ஆனந்தச் சிரிப்பின் கூவலா எனப் பிரித்தறிய முடியாத கடலலையின் ஓசை பின்னிசை யாகக் கொண்டமைந்த சூழலும், வானம் உடுத்தியிருந்த பழுப்பு நிற சேலைகளை இழுத்தபடி கடலுக்கு அடியில் மறையும் மேகங்களுமாய் மாலை மயங்கும் அந்திப்பொழுதில் உப்புக்காற்று வீசிக்கொண்டிருந்தது.

முதுமையின் முக்கால் அடையாளங்களை அடைந்து விட்ட வனசுந்தர பண்டார முழுதும் வெள்ளைத் தலைமுடியும், நெஞ்சை நிமிர்த்திய தேஜஸான தேகமுமாய் நிமிர்ந்து அவளை

நோக்கியபடி உட்கார்ந்திருந்தார். சந்தன நிறக் குர்தா அணிந் திருந்தார். தொளதொளவென்றிருந்த குர்தா அவர் மேனியோடு அப்பியிருந்த உள்பனியனைக் கண்ணாடிபோலக் காண்பித்துக் கொண்டிருந்தது.

“ஒரு ஜப்பான் நிறுவனம், நாங்கள் ரெண்டு மூன்று புரப்போசல் குடுத்திருந்தம். அவங்க மட்டக்களப்பு புரபோசலைத்தான் ஓகே பண்ணியிருக்கிறாங்கள் . . .”

அவள் முகத்தில் பிரகாசம் பரவியது. வாழ்வின் நிச்சயமான அடையாளமென்று அவள் கற்பனை செய்துகொண்டிருக்கிற அவளுக்கே புதிரான ஒரு ஒளியாக அந்தப் பிரகாசமிருந்தது.

“நான் நினைக்கிறேன், பியூச்சரில உங்கள் உதவிகள் நிறையத் தேவைப்படும். புரொஜக்ட் பிளானிங் மீட்டிங்கிற்கு உங்களைக் கூப்பிடுவோம் . . . வர முடியும்தானே . . .” என்று அவளையே உற்றுக் கவனித்தபடி கேட்டார்.

விழிகளை மேலுயர்த்திச் சிந்திக்கும் தோரணையோடுத் தோள்களைச் சற்று உயர்த்தியபடி சொன்னாள்.

“இப்பவே சொல்ல முடியாது சேர் . . . மீட்டிங்கிற்குக் கொஞ்சம் நாள் முதல்லே எனக்கு இன்போம் பண்ணினால் பிளான் பண்ணலாம். மட்டக்களப்பில நீங்க புரொஜக்ட் ஆரம்பிக்கிறதுக்கான எல்லா ஒத்துழைப்பும் முடிஞ்சவரையில செய்வேன் . . .”

“நான் முடிவுபண்ணிட்டேன், மட்டக்களப்பு செயல் திட்டத்திற்குப் பாட்னர் நீங்கள்தான்.

“மறுபடியும் சொல்றன், நீங்க ஒரு நிறுவனத்தைப் பதிவு செய்யணும் . . . எதிர்க்கிறவங்கள விட்டுட்டு ஆதரவு தரக்கூடியப் பத்துப் பதினைஞ்சு பேரோடு பதிவு செய்யுங்க . . . நாளடைவில எல்லாம் சரியாகப் போயிடும் . . .”

அவளுக்குப் பலராலும் பல முறை சொல்லப்பட்ட ஆலோசனையாக இது இருந்தபோதும் அந்தத் தோல்வி யடைந்த முயற்சியைப் பற்றி அவள் ஏனோ அலட்டிக் கொள்ளாமல் இருப்பதையே நிம்மதியாக உணர்ந்தாள்.

முதன்முறையாக இந்த எண்ணம் உண்டாகிப் பெண்களை அழைத்துக் கூட்டம் நடத்தியதும் கிளர்ந்தெழுந்தவர்களையும் தவக்குல் பெண்களை வழிகெடுக்கப்போகிறாள் என்று கோஷமிட்டவர்களையும் கடந்து செல்வது அத்தனை சிரமமான காரியமில்லை என்றாலும் அதற்கான காலவிரயத்தில் ஈடுபடுவதிலிருந்து விலகியிருக்கவே அவள் விரும்பினாள்.

இந்த ஏமாற்றமான காலத்தில் அன்னை தேராச கூறிய ஒன்றே அவளைத் திடப்படுத்துவதாக இருந்தது. *'If you can't feed hundred people then feed just one.'*

முடிந்தவரை செயல்பட எண்ணித் தனியே இறங்கியவள் தான் நினைத்துப் பாராத நெடுந்தூரத்தைக் கடந்துவிட்டிருந்தாள். *'A Single Bangle Never Jingles'* எனச் சொல்லப்படுவதுபோல் தனியொருத்தியாக எந்தவொரு மாற்றத்தையும் நிகழ்த்திவிட முடியாதென்ற அவநம்பிக்கை தோன்றி அவளைச் சோர்வடையச் செய்வதுமுண்டு. ஆனாலும் தனித்து இயங்குவதில் இருக்கிற சுதந்திரம் மனநிறைவைத் தருவதாக இருந்தது. எல்லாம் அவளது கட்டுப்பாட்டில் இருக்கிற திருப்தி அவளுக்கு. விரும்பியதைச் செய்யவும், விருப்பமற்றதை ஒதுக்கவுமான அதிகாரம் தனக்கு மட்டுமேயென நம்பினாள். செய், செய்யாதே என்ற ஏவல் விலக்கல்களிலிருந்து தான் தனித்தவள், தப்பித்தவள் எனத் தன்னிறைவடைந்தாள். அமைப்பாக இயங்குகிறபோது பல்வேறு விதமான நன்மைகள் உண்டாகவும் சமூக எதிர்ப்புகள் குறைவதற்கும் வழியிருக்கலாம். அப்படியே, விதிகள் ஒழுங்குக ளென்ற வழியில் நியாயங்களைப் புறந்தள்ளவும், மனசாட்சிக்கு விரோதமான காரியங்களைக்கூடக் கடமையென அமல் படுத்தவும் நேரும் என்ற ஐயமும் அவளுக்கிருந்தது.

வனசுந்தர பண்டாரவுடன் இதயபூர்வமானதோர் சந்திப்பை நிறைவுசெய்திருந்தாள். தெய்வானையின் வாழ்வாதார உதவிக் கான பற்றுச்சீட்டுகள், அறிக்கை இரண்டையும் ஒப்படைத்தாள்.

"நீங்க கேட்டதுபோல யுத்தத்தினால் பாதிக்கப்பட்ட மேலும் சில தமிழ் – முஸ்லிம் பெண்களுக்கு வாழ்வாதார உதவிகளை வழங்குற செயல்திட்டத்தைக் கவனத்தில் எடுத்திருக்கம். விரைவில அது தொடர்பாகப் பேசுறேன் . . ."

வாக்குறுதியளிக்கும் தோரணையில் அவர் கூறினார். அநுராதபுரத்தில் நிகழ்ந்த மனச்சரிவு கொழும்பில் சீர்செய்யப் பட்ட திருப்தி அவளுக்கு.

○

"என்ன தவக்குல் ஆளையே காணோம் . . ."

குட்ஷி அஹமட் கனிவோடு அவளை வரவேற்றார்.

"எப்பிடிக் காணுவிங்க சேர். நீங்கதான் நாட்டில இருக்கிறதேயில்ல. போன மாதம் நான் கொழும்புக்கு வந்த நேரம் உங்களைச் சந்திக்க முயற்சி பண்ணினேன். நீங்க சிங்கப்பூர் போய்ட்டதாச் சொன்னாங்க . . ."

'பஷீர் பவுண்டேஷன்' நிறுவனத்தின் ஸ்தாபகத் தலைவர் குட்ஷி அஹமட். கல்விக்கு மட்டுமே உதவும் நோக்கில் பணியாற்றுபவர். இரக்க சுபாவமும், உதவும் மனமும் இயல்பில் பெற்ற மனிதர். பெருஞ்செல்வர். தந்தையின் நினைவாகவே குட்ஷி அஹமட் இந்த பவுண்டேஷனை ஆரம்பித்திருந்தார். செல்வத்தின் பெரும் பகுதியை மனக்குறையின்றிச் செலவு செய்பவர். தனது செல்வத்தின் ஒவ்வொரு ரூபாய் பணமும் கடின உழைப்பாலும் நேர்மையாலும் சேர்ந்ததென்று நம்புகிறவர்.

மூன்று வருடங்களாக ஏறாவூரில் உள்ள இருபது அநாதைச் சிறார்களின் கல்விக்கு பஷீர் பவுண்டேஷன் அனுசரணை வழங்கி வருகிறது.

"விஷயமில்லாம எங்களைப் பார்க்க வரமாட்டிங்களே, வேலையெல்லாம் எப்பிடிப் போவுது ..?"

"நான் முதலே பேசின விஷயம்தான் சேர், ஏறாவூரில உங்கட உதவியால இருபது பிள்ளைகள் படிக்கிறாங்க. அந்த எண்ணிக்கையை அதிகப்படுத்தணும். யுத்தத்தில தகப்பன இழந்த பிள்ளைகள் நூற்றுக்கணக்கில இருக்காங்க. நீங்க குறைஞ்சது ஐம்பது பிள்ளைகளுக்கென்டாலும் உதவலாமே ..."

"இதை நான் அப்பவே ஓகே பண்ணிட்டேன் தவக்குல். அடுத்த வருஷத்தில இருந்து தொடங்கிடலாம் ..."

இந்தப் பயணத்தின் எல்லா முயற்சிகளுக்குமான பச்சைக் கொடி அவளைப் பிரமிக்கச் செய்வதாக இருந்தது. அவளை நீண்ட தூரத்திற்கு அழைத்துச்செல்லக் கூடிய உத்தேசமற்ற ஒரு சமிக்ஞையாகவே இந்த கிரீன் சிக்னல் தோன்றியது.

ஏறாவூர் பற்றுப் பகுதியில் உள்ள பாடசாலை சிலவற்றைத் தெரிவுசெய்து, வசதி குறைந்த மாணவர்களுக்குப் பாடசாலைச் சப்பாத்துக்கள் வழங்கும் நிகழ்வைக் கடந்த ஆண்டு அவள் ஏற்பாடு செய்திருந்தாள். நிகழ்ச்சி முடிவில் பெற்றார், ஆசிரியர் சந்திப்பில் அறியக் கிடைத்த செய்திகள் அதிர்ச்சியளிப்பவையாக இருந்தன.

பாடசாலைச் சப்பாத்துக்கள் மட்டுமல்ல, பற்பசை வாங்குவதற்கும் வழியற்ற மாணவர்கள் இருக்கிறார்கள் என்பதைத் தெரிந்துகொண்டபோது இந்த மக்களிடமிருந்து தான் எவ்வளவு தூரத்திலிருக்கிறேன் என்ற எண்ணம் அவளை மிகுந்த துயரத்திற்கு இட்டுச் சென்றது.

“புருஷனில்லாத பொம்பிளைம்மா நாங்க ... அதச் செஞ்சி இதச் செஞ்சி பொறுக்கிறது வயிறு கழுவுறத்துக்கே காணாத நிலமை ... இதில புள்ளைகளுக்கு சப்பாத்துக்கும் சுகாதாரத் துக்கும் காசுன்டா என்னதான் செய்யிற.”

“பள்ளிக்கூடத்தில என்ட மகன் மயக்கம் போட்டு விழுறான் இருந்தாப்போல ... நான் ஆசுவத்திரிக்குக் கொண்டு போனென். டாக்குதர் ஐயா செல்லுறாரு புள்ளக்கி போசாக்கு காணான்டு ... போசாக்கான சத்துணவு குடுக்கட்டாம். காலத்தாலயில தேத்தண்ணியும் வட்டரும் குடுக்கிற. பகலையில சோறு எதுண்டான கறியோட ... ராவையில அடிச்சோறு கிடந்தா, அதக் குடுக்கிற இல்லாட்டிப் பாணும் தேத்தணியும் ... இதுக்கு மேலயும் குடுக்க வசதியில்ல உம்மா. அவங்க வாப்பா மௌத்தாயிப்போய் பத்து வருசமாவிட்டு. மாட்டு யாவாரம் செஞ்ச மனுஷன், மாடு வாங்கப் போனவரக் காசோட இயக்கம் கடத்திட்டு ... ஊட்டுல மாஇடிச்சிக் குடுத்துத்தான் அவன வளர்க்கிறன், பள்ளிக்கூடத்துக்கு அனுப்புறன் ... எப்பாடு பட்டாச்சும் படிக்கவைக்கத்தான் விருப்பம். நாலு எழுத்தப் படிச்சிட்டான் என்டா நல்ல காலம் தானா வந்திடுமே ...”

ஒவ்வொரு தாயின் கதையும் காலத்தால் ஆறாத வரலாற்றுக் காயங்களாக இருந்தன. பிள்ளைகளின் எதிர்காலத்தைக் கல்விதான் தீர்மானிக்கும் என்பதில் அவர்களில் யாருக்கும் மாற்றுக் கருத்தில்லை. தளர்வும், சவாலுமான பொருளாதாரச் சூழலில் பிள்ளைகளைப் படிக்கவைப்பது குடும்பத் தலைமைத் தாய்மாருக்குக் கொடுமையான போராட்டம்.

பொருளாதார ரீதியாக நலிவடைந்த இந்தப் பிள்ளை களின் வெளிச்சமான எதிர்காலத்திற்காகச் செயல்படுகிற ‘பஷீர் பவுண்டேஷன்’ நிறுவனத்தின் ஸ்தாபகத் தலைவர் குட்ஷி அஹமட் அவரது சாமர்த்தியமான முகம் ஆடம்பர மில்லாத பேச்சு எல்லாமும் அவளுக்குப் பிடித்திருந்தது.

“அல்ஹம்து லில்லாஹ் ... நான் பிள்ளைகளிட தகவலை உங்களுக்கு அனுப்புறேன் சேர் ...”

“கட்டார் நிறுவனமொன்று ஆயிரம் ஸ்கூல் பேக்குகளை அன்பளிப்பாகத் தருது தவக்குல். அதுல நூறு பேக்கை உங்களுக்குத் தரலாம். செகர்ட்டிக்குக் கிடைக்கிறாப்போல ஒரு கடிதம் அனுப்புங்க. பேக்குகள் வந்ததும் பேசுறன் ...”

“நான் சொல்ல முடியாத சந்தோசத்தில இருக்கேன். இந்தப் பயணத்தில எல்லாமே நல்ல செய்திகளாகவே கிடைச்சிக்கிட்டு இருக்கு ...”

“நல்ல எண்ணங்களுக்கும் செயல்களுக்கும் அல்லாஹ் எப்பயும் துணையிருப்பான்மா. நானும் கவனிக்கிறேன்தான். எப்ப பேசினாலும், பார்த்தாலும் யாரோடயாவது குறையத் தான் எடுத்து வாறிங்க. உங்க குறையை அல்லாஹ் நிவர்த்திப்பான், அவன் நம்மட செயல்களைக் கவனிச்சிக்கிட்டு இருக்கான். தூய நோக்கங்களும், சுயநலமற்ற காரியங்களும் நேர் பாதைக்குரியவை.”

அவரது வார்த்தைகள் அளவற்ற உற்சாகத்தையும் நம்பிக்கையையும் ஏற்படுத்துவதாக அது ஒரு தீர்க்கதரிசியி னுடையதென்றும் நிச்சயமாகப் பலித்துவிடும் என்றும் நம்பியவளைப் போல மகிழ்ச்சியாக உணர்ந்தாள்.

8

கல்யாணப் பேச்சுக்கள் கைகூடிய நிலையில் யோகாவைத் தவிர ஏனையவர்கள் பரபரப்பாக இயங்கிக்கொண்டிருந்தார்கள்.

புதிய வீட்டின் நிர்மாண வேலைகள் பூர்த்தி யடைந்துவிட்டதனால் வத்சலாவும் செந்தூரனும் கிரகப்பிரவேசத்திற்கான ஆயத்தங்களிலும், கலாவின் கல்யாண ஏற்பாடுகளிலும் மும்முரமாக இருந்தனர்.

"கலாட கல்யாணத்துக்கு முன்னால புது வீட்டுக்குப் போயிடாத புள்ள. எங்களத் தனியா விட்டுட்டுப் போனா நட்டாத்தில விட்ட மாதிரி, நான் எப்படித் தனி மனுஷியா இவள் கல்யாணத்தை நடத்திப் பார்ப்பன் ..."

எப்போதும் தன்னால் சாத்தியமானதும் மிக பழகிப்போனதுமான பாணியில் மூக்கைச் சிந்துவதும், அழுதுவடிப்பதுமாக இருந்தாள் பத்மா.

"ஏன் அம்மா சும்மா கிடந்து புலம்புறாய், நாங்க என்ன கடல் கடந்தா போகப்போறம் ... நினச்சா ஓடிவாற தூரம்தானே ... கலாக்குக் கல்யாணமாகிட்டா இந்த வீட்டில இடவசதியும் போதாதே அம்மா ... அதக் கொஞ்சம் யோசிக்க மாட்டேன்றியே ..."

"அதெல்லாம் நியாயந்தான் ... நான் என்ன சொல்றன் என்டா பிள்ளை ... கல்யாணத்தை முடிச்சிட்டு அடுத்த நாளென்டாலும் பரவாயில்ல போங்கோவன் ... இப்பவே போவ வேணாமெண்டு தான் ..."

வத்சலாவும் அம்மாவும் நீண்ட நேரமாக இணக்கமற்ற முறையில் உரையாடிக்கொண் டிருப்பதை அறையில் இருந்தவாறே கேட்டுக்

கொண்டிருந்த செந்தூரன் சரிபார்த்துக்கொண்டிருந்த கடைக் கணக்குப் புத்தகங்களை மூடிவிட்டு இவர்களது சம்பாஷணையில் இணைந்து கொண்டான்.

"அம்மா சொல்றதும் நியாயந்தானே... நாங்கள் கலாட கல்யாணத்தை முடிச்சிட்டுப் பிறகு புதுவீட்டுக்குப் போவமே... கலாட கல்யாணத்தை நாங்கதானே நின்டு நடத்தி வைக்கணும்... என்னயிருந்தாலும் இங்க இருந்து செய்யிற மாதிரி வராதில்லே... அங்க போயிட்டா வீடு, வேலையென்டு அந்த அலுவல்களப் பார்க்கவே நேரம் சரியாயிடும்..."

"தம்பியே சொல்லிட்டுது..."

கணவன், அம்மா இருவரும் ஒருமித்த நிலைப்பாட்டிற்கு வந்துவிட்டதைப் பார்த்ததும் அரைமனதுடன் அவள் இணங்க வேண்டியதாக இருந்தது.

"சரி... இவ்வளவு நாள் பொறுத்திட்டம் இன்னும் கொஞ்ச நாள்தானே..." என்பதாகச் சமாதானமடைந்தாள் வத்சலா.

வத்சலாவைச் சம்மதிக்கச் செய்ததில் பத்மாவுக்கு ஆறுதல். அவள் லேசில் எதற்கும் இணங்குவது கிடையாது. எண்ணியதைப் பலிதம் அடையச் செய்வதில் கண்ணும் கருத்துமாய் இருக்கிறவள். செந்தூரன் தலையிட்ட காரணத்தினால்தான் அவள் சம்மதித் தாள் என்பது பத்மாவுக்குத் தெரியும்.

யோகாவை வவுனியா முகாமில் இருந்து அழைத்து வருவதற்கான பிரச்சினையின்போதுகூட, 'சரி அம்மா விரும்பும் போது நாம் ஏன் தடுக்கணும்...' என்று செந்தூரன் பச்சை காண்பித்ததினால்தான் வத்சலா வாயை மூடிக்கொண்டாள்.

'உங்களுக்கு ஒன்டும் தெரியாது... அவள் சின்னப் பெட்டையாய் இருக்கேக்குல்லையே... தன்ட காரியத்தைச் சாதிக்கிறதில கெட்டிக்காரி. அம்மா, அப்பாவைக்கூட மதிக்காதவள். அப்பா போய்க் கூப்பிட்டும் செத்தாலும் வரமாட்டேன் என்டு சொன்னவளாம்' என வாயாடிக் கொண்டேதான் இருந்தாள்.

அப்பாவுக்குச் செய்தளித்த சத்தியத்தை நிறைவேற்ற வேண்டுமென்ற அம்மாவின் ஒப்பாரி, கலாவின் கெஞ்சல், கணவனின் போனால் போகட்டும் ஏன் – என்ற சமாதானம் இதனாலெல்லாம்தான் யோகாவை அழைத்துவர அவள் ஒத்துக்கொள்ள வேண்டியதாய்ப் போனது.

கலாவின் கல்யாணத்தின் பின்னர்தான் கிரகப்பிரவேசம் என்ற அம்மாவின் கோரிக்கைக்குச் செந்தூரன் ஒத்திசைவாகப்

உம்மத்

பேசவும் சரியென்று தலையசைத்தவள் அடுத்ததாக எதற்கோ பீடிகை போட்டாள்.

"எனக்கு ஒரு யோசனை . . ."

குவியலாகக் கிடந்த துவைத்த துணிகளை ஒவ்வொன் றாகப் பிரித்து அடுக்கிக்கொண்டிருந்தவள் வேலையில் கண்ணாய் இருந்தவாறே, நிமிர்ந்து நோக்காமல் கூறினாள்.

"கலாட கல்யாணம் முடியிறவரெ அவள . . . அந்த நொண்டியத்தான், நம்மட சித்தாண்டி மாமாட வீட்டில நிப்பாட்டினா என்ன . . ."

வத்சலா நஞ்சுக் கணையை வீசியெறிந்து நெடுநேரமாகியும் ஒருவரும் பதிலளிக்கவில்லை.

இவ்வளவு நேரமும் இதெல்லாம் தனக்குச் சம்பந்த மில்லாதவை, அவர்களாகப் பேசி எந்தவொரு தீர்மானத்திற்கு வந்தாலும் ஏதுமில்லை என்று தீர்மானித்தவளாகவும் அதே நேரம் என்ன பேசிக்கொள்கிறார்கள் என்பதில் கவனத்தைக் குவித்துக்கொண்டும் யோகாவுடன் பின்னறையில் அமர்ந்திருந்த கலா எகிறிக்கொண்டு வெளியே பாய்ந்தாள்.

பலவீனத்தின் அடையாளமே தனது உடமை என்பது போல அவளைத் தடுக்காமல் பார்த்துக்கொண்டு ஒருவிதத் தன்னிலையிழந்த உணர்வுடன் அமர்ந்திருந்தாள் யோகா.

"ஏன் அக்கா . . . நம்மட வீட்டுல நடக்கப்போற நல்ல காரியம். நம்ம வீட்டு விசேஷம் ஒன்டையுமே அவள் பார்த்ததே யில்ல. அக்கா இஞ்சை இருக்கட்டுமே . . . இப்பிடித்தானே மூலையில இருக்கப்போறா . . ."

உறங்கிக்கொண்டிருந்தவளின் காதில் போன்று கலாவின் குரல் கேட்கத் திணுக்குற்றுக் கவனித்தாள் யோகா. நான்தான் இவளை ஏவிவிட்டேன் என்று திட்டப்படுவேன் என்று உறுதியாகத் தெரிந்துகொண்டு அடாப்பழி நேராது காப்பாற்று என்று விநாயகரை இறைஞ்சினாள்.

"வாடி . . . என்ன இன்னும் காணலியேன்டு நினச்சென். வந்துட்டாடியம்மா . . . புது வீட்டுக்குக் குடிபோற கலவரம் நடந்திச்சிங்கெ. அக்கா, என்ட கல்யாணத்த நீங்கதான் இருந்து நல்லபடியா நடத்தி வைக்கணும் . . . போகாதிங்க, என்டு ஒரு வார்த்தை சொல்ல மனசு இளகல்ல இவளுக்கு . . . அந்த மூதேவியப் பத்தி எப்ப என்ன கதச்சாலும் மூக்க நுழைக்க வந்துருவாளே . . ."

யோகா எதிர்பார்த்தபடியே பேச்சு அலைமாறி மோதியது.

‘கடவுளே ... கலா ஏன்டி எனக்காக இப்படி முட்டிக் கொள்கிறாய் ... எல்லாம் என்ட தலையிலதான் இடியா இறங்குமென்டு தெரியாமலா இவள் இப்பிடிச் செய்யுறாள் ...’

எப்போதும் இருள் கவிந்து கிடக்கும் அந்த அறைக்குள் கிடந்து புழுங்கினாள் யோகா. வத்சலா வீட்டில் இருக்கின்ற நேரங்களில் அறையைவிட்டு வெளியேறுவதை அவள் முழுமை யாகவே தவிர்த்துவிட்டிருந்தாள். அவசரத் தேவைகளுக்குக் கூடச் சமையலறைப் பக்கமாகச் சென்று சத்தமில்லாமல் வந்துவிடுவாள்.

யோகாவைக் காணுகிறபோதுதான் வத்சலா பொருமு வதும், திட்டுவதுமாக இருந்தாள். அவள் கண்ணில் படாமல் இருப்பதுதான் ஏச்சுப் பேச்சுகள் வசைகளிலிருந்து ஒதுங்கி யிருக்க ஒரே வழியெனக் கண்டறிந்த உத்தி சிறப்பாக உதவியது. யோகா என்கிற ஒரு அதிர்ஷ்டம் கெட்டவள், முடத்தி அந்த வீட்டில் இருக்கிறாள் என்பதையே மறந்துவிட்டவள் போல வத்சலா இயல்பாக இருக்கவும் செய்தாள்.

“ஏன் அக்கா எது பேசினாலும் தப்பாவே நினைக்கிறியள். யோகா என்ன பாவம் செஞ்சவா. ஏன் இவ்வளவு வெறுப்பக் கொட்டுறியள். பாவம். அது நம்ம எல்லார் மேலயும் நிறையப் பாசம் வச்சிருக்கு ... அப்பிடித்தான் குத்தம் செஞ்சிருந்தாலும் மன்னிச்சிடுவம் ... இப்படித் தினம் தினம் நோகாடிக்காதியும் ...”

முன்னைய அதே இணக்கமான குரலில் தொடர்ந்தும் ஸ்திரமாகப் பிடிவாதமாகக் குழைந்துகொண்டிருந்தாள் கலா. பொறியில் அகப்பட்ட கிளியின் சிறகுகள் போல மனம் படபடக்க இருந்த யோகாவுக்கு அவளில் தற்காலிக எரிச்சல் உண்டாகியது. செய்வதறியாமல் இருந்தாள்.

“கேட்டிங்களே இவள் பேசுறத, இத்தின நாள் இவளப் பார்த்துக்கிட்ட நம்மளவிட அவள் முக்கியமாகிட்டாள். இவள் கல்யாணத்த நடத்த நாம இஞ்சை இருக்கணுமே? அந்த நொண்டிய முன்னுக்கு வச்சே இவள் கல்யாணத்த முடிச்சிக்கட்டும் நாம போயிடுவம் ...”

அழுவதுபோலப் பாசாங்கு செய்துகொண்டே மூக்கைச் சிந்திக் கண்களைக் கசக்கினாள் வத்சலா.

“கலா நீ போடி அங்காலெ ... வந்திட்டாள் வக்காலத்து இழுக்க ... எங்களுக்குத் தெரியும் எது செய்யணும் என்டு ...”

கலாவின் ஈரமனதைச் சூறாவளி வார்த்தைகள் வீசி உலர்த்த முயன்றாள் பத்மா.

"நீ கத்தாதெ பிள்ளை . . . நீ சொன்னாப் போலயே செய்வம். சித்தாண்டி மாமா வீட்டிலதானே, விட்டுடலாம், அந்த அலுவல நான் பார்க்கிறன் . . ."

கலாவுக்கு ஏமாற்றம் பொறுக்கவில்லை. நெஞ்சு புடைத் தெழும்ப விம்மிக்கொண்டு ஓடினாள்.

யோகாவுக்கோ இரட்டைச் சம்மதம். சித்தாண்டி மாமாவை அவளுக்கு மிகப் பிடிக்குமே. 'மாறுதலுக்கு வீட்டிற்கு வா . . .' என்றுதானே அன்றொரு முறை கூறிச் சென்றார்.

கண்களைக் கசக்கிக்கொண்டே, யோகாவின் அருகாகப் பாயில் துவண்டு விழுந்தாள் கலா.

"கேட்டியே அக்கா. உன்னச் சித்தாண்டி மாமா வீட்டுக்கு அனுப்பப் போயினம் . . ."

கண்ணீர் மடையை உடைத்துக்கொண்டு கன்னத்தில் வழியக் குரல் தளுதளுத்தது.

"விடுடி . . . சித்தாண்டி மாமா வீடுதானே . . . எனக்கு சந்தோஷந்தான் . . ."

"அக்கா நீ என்ட கல்யாணத்தப் பார்க்க நிக்க மாட்டியே உனக்கு ஆசையில்லியே . .?"

"உன்ட கல்யாணத்தப் பார்க்க ஆசையில்லாமலே . . . நான் இஞ்சை இருந்தாலும் இப்பிடித்தானே மூலையில கிடப்பன். என்னத்தப் பார்க்க விடப்போயினம் என்னை. அதவிட அங்கை போறதில எனக்குக் கஷ்டமேயில்லடி . . ."

யோகா தெளிவாகக் கூறியதும் கண்ணீரைத் துடைத்துக் கொண்டே "உனக்கு விருப்பம் என்டா எனக்கும் சரிதான் . . ." என்று குழந்தை போல ஒப்புக்கொண்டு சிரித்தாள் கலா.

கலாவின் கல்யாணப் பேச்சுகள் தொடங்கிய நாள் முதல் யோகாவின் மனப்போராட்டங்கள் பன்மடங்கு அதிகரித் திருந்தன. யாரிடமும் திறந்து காட்டாத மனப்பெட்டகத்தின் சுமையை இன்னும் எத்தனை காலத்திற்கு இழுத்துச் சுமப்பதென்ற கேள்விக்கு அவளிடம் பதிலேதுமில்லை.

சாதுரியனின் எண்ணங்கள் அவள் மனவெளியில் சுதந்திரமாகச் சிறகடித்து அவளைச் சிறகொடித்துக்கொண் டிருந்தது. உன்னை அழைத்துச் செல்ல வருவேன் என்று

சாதுரியன் கூறிச் சென்று ஆறு வருடங்களாகியிருந்தபோதும், அனுதினமும் அவனுடன்தான் வாழ்ந்துகொண்டிருந்தாள். தன் உள்ளத்தை எந்நேரமும் அவனோடு பகிர்ந்துகொண்டே யிருந்தாள். அன்பு கனிந்த அவனது முகம் நெஞ்சிலிருந்து நீங்காதிருக்கும்படியாகக் காதல் எண்ணங்களால் அரணிட்டிருந் தாள். இதயத்தில் பொதிந்து கிடக்கும் அவனது நியாபகங் களை மென்மையான விதத்தில் மீட்டுக்கொண்டிருப்பதே அவளுக்கு நிறைவுணர்வளிப்பதாக இருந்தது. அவனைப் பற்றி எண்ணியே தனக்குள்ளாக ஒடுங்கி இறுகிச் சமைந்திருந்தாள்.

அவனை அடைந்துவிடும் சாத்தியப்பாடுகள் என அவள் எண்ணுகிற அனைத்தும் இதோ நடந்துவிடப்போவது போன்ற கனவுலகுக்குள் இழுத்து அவளைத் தடவி ஆறுதல்படுத்திக் கொண்டேயிருந்தது.

ஆறு வருடங்கள் என்பது அவளுக்கு நீண்ட கால இடைவெளியாகக்கூடத் தெரியவில்லை.

'என் அன்புக்குரிய சாதுரியன் பூஸாவிலோ வெலிக்கடை சிறையிலோ வாடிக் கிடக்கலாம்... கடிதம் எழுத என் விலாசம் தெரியாதுபோனாலும், விடுதலையானதும் என்னைத் தேடுவான். நான் என் சொந்த ஊரில் இருக்கிறேன் என்பதைத் தெரிந்துகொண்டு மாவடிவேம்புக்கு வருவான். இந்தச் சின்னக் கிராமத்தில என்னைத் தேடிப்பிடிக்கிறதில சாமர்த்தியனான சாதுரியனுக்கு ஒரு சிரமமும் இருக்காது. என்னைத் தேடி வருவான்...'

சாதுரியனின் நினைவுகள் ஏற்படும்போதெல்லாம் அவன் எழுதிய கடிதங்களை நினைத்துப் பார்ப்பாள். இறுதிப் போரின் போது உயிர் தப்பினாற்போதும் என்ற நிலையில் புறப்பட்டு வந்தபோது அவனது கடிதங்களைக்கூட எடுத்துவர முடியாமல் போன போதாமைக் காலத்தை எண்ணி மனம் நொந்தாள். அந்தக் கடிதங்கள் இருந்தால் மனதுக்கு இன்னமும் ஆறுதலாக, நம்பிக்கையாக இருக்கும் என்பதாக உருகினாள். அவனது கடிதங்கள் கையில் இல்லனவே தவிர அவன் எழுதிய ஒவ்வொரு எழுத்தும் அவள் நியாபகத்தில் நின்றன.

பிறந்தநாள் பரிசாக அவன் அன்பளித்த மோதிரத்தைத் தவிர அவனுடையவை எதுவும் இப்போது அவளிடத்திலில்லை.

இறுதிப் போரின்போது, இராணுவம் அண்மித்து வந்து விட்ட செய்தியறிந்து கிளிநொச்சி பெண்கள் புனர்வாழ்வு நிலையத்திலிருந்த போராளிகள் அனைவரும் இடம்பெயர்ந்து செல்வதென தீர்மானித்தபோதுதான் சாதுரியன் அன்பளிப்புச்

செய்த அந்த மோதிரத்தை அவள் முதன்முறையாக அணிந்து கொண்டாள். இக்கட்டான அந்தச் சூழ்நிலையில் அசாத்திய மாக அப்படியொரு எண்ணம் எப்படி ஏற்பட்டதென்பது இன்றுவரையும் புதிராகவே இருந்தது.

சித்திரை, தைப்பொங்கல், தீபாவளி என்று எந்தப் பண்டிகையாக இருந்தபோதும் போராளிகள் அனைவருக்கும் புதுத்துணி கிடைக்கும். பண்டிகைகள் எல்லாமே விமரிசையாகக் கொண்டாடப்படுவதும், உறுப்பினர்களுக்குப் புதுத்துணிகள், பலகாரங்கள், அன்பளிப்புகள் வழங்குவதும் இயக்கத்தின் வழக்காறுகளில் பிரதானமானதாக இருந்தது.

ஒருமுறை பொங்கலுக்குச் சாதுரியன் அவளுக்குப் புதுத்துணி எடுத்துத் தந்திருந்தான். இரண்டொரு தடவைகள் அந்த வண்ணத்துப்பூச்சிச் சட்டையை அணிந்ததாக அவளுக்கு நினைவு. வெள்ளையும், மஞ்சளும் கோடுகளுக்கிடையில் பல வண்ண நிறத்தில் சின்னஞ்சிறு வண்ணத்துப்பூச்சிகள் நிறைந்த 'சீத்தை'யில் தைக்கப்பட்ட சட்டை.

"யோகா இந்தத் துணியைப் பார்த்தவுடனே எனக்குப் புடிச்சிட்டு ஏன் தெரியுமே ...

"எனக்கு வண்ணத்துப்பூச்சிகளெப் புடிக்கும். அதின்ட கலர் கலர் சட்டைகள் புடிக்கும். வண்ணத்துப்பூச்சிகள் மாதிரி உன்ட மனசு வண்ணமா இருக்கணும் ... சந்தோஷமா இருக்கணும் ... வண்ணத்துப்பூச்சிகளக் கவனிச்சுப் பாரேன். எவ்வளவு சுறுசுறுப்பா ஆனந்தமாக இருக்குது ..."

சாதுரியன் பேசிய வார்த்தைகள் அவள் காதுக்குள் கேட்பது போலவும், வண்ணத்துப்பூச்சிகளைக் காணும்போ தெல்லாம் அவனையே காணுவது போலவும் உணர்ந்தாள். கடந்த காலத்தின் மடிப்புகளுக்குள் தொலைந்துவிடாத காதல் உலகில் தினமும் அவனுடன் அவள் கதை பேசிக்கொண் டிருந்தாள்.

பல சமயங்களில் தன் காதல் கதையைக் கலாவிடம் கூறத் தோன்றிய எண்ணத்தை மாற்றிக்கொண்டிருந்தாள். காதலென்றதும் அவள் என்ன எண்ணிக்கொள்வாளோ என்ற தயக்கத்தினாலேயே அப்படிச் செய்தாள்.

'சாதுரியன் என்னைத் தேடி வரும்வரை ஆருக்கும் இது தெரியத் தேவையில்லெ. மிடுக்கும், கம்பீரமுமா வந்து நின்டு என்ட கைகளை அவன் பிடிச்சிக் கூட்டிப்போறதை இவையள் எல்லாரும் பார்க்க வேணும். இவளுக்கு இப்பிடி யொரு ராஜகுமாரனா என எல்லாரும் வியக்கணும் ...'

யோகாவைப் பொறுத்தவரையில் சாதுரியன் ராஜகுமாரனாகவே தெரிந்தான். செல்வச் செழிப்பு இல்லையாயினும், ராஜகுமாரனுக்குரிய மிடுக்கும், துடிப்பும், கம்பீரமும் அவனுக்கு வாய்த்தே இருந்தன.

சித்தாண்டிக்குச் செல்வதற்கு யோகா தயாராகிவிட்டிருந்தாள். அம்மாவும், கலாவும் அவளை அழைத்துச் செல்வதாக முடிவாகியிருந்தது.

சித்தாண்டி மாமாவுக்கும் தொலைபேசியில் தகவல் தெரிவிக்கப்பட்டிருந்தது.

அவளது செயற்கைக் கால் உடைந்து மாதக்கணக்காகிவிட்டது. செயற்கைக் காலில் நடக்கும்போது மாற்றுத்திறனாளி என்ற நினைவறுந்து நடப்பாள். கோலில் ஊன்றி எடுத்து வைக்கிற ஒவ்வொரு அடியும் ஊனம், ஊனம் என எதிரொலிப்பதாக அவளுக்குப் பிரமை.

உறங்கச் செல்கையில் செயற்கைக் காலைக் கழற்றிவைத்துவிட்டுக் காலையில் எழுந்து காலைக்கடன்களை முடிக்கிற வரையிலும் ஊன்றுகோலிலே நடந்தாலும் பின் செயற்கைக் காலைப் பொருத்திக்கொள்வாள். அதைப் பொருத்திய பின்னர்தான் அவளுக்கு முழுமையாயிருக்கின்ற திருப்தி உண்டாகும்.

வராந்தாவில் அமர்ந்திருந்தவளின் மனம் எத்திசைக் கெல்லாமோ பறந்து செல்வதும், திரும்ப வருவதுமாக இருந்தது. எவ்வளவு முயன்றாலும் நியாபகத்திலிருந்து அழிக்க முடியாத நினைவுகளில் ஒரு நிலையான தூரத்தில் அவள் மிதந்துகொண்டிருந்தாள்.

‘தவக்குல் அக்காவிடமிருந்தும் ஒரு தகவலுமில்லை . . .’

‘சித்தாண்டிக்குப் போனாப் பிறகு அந்த அக்கா இஞ்சை வருமோ, வந்தாலென்ன கலாதான் இருப்பாளே எனக்கு எப்படியாச்சும் தகவல் சொல்லுவாள் . . .’

பெண்களின் பேச்சொலிகள் கேட்டு யோகா சுதாகரிப்பதற்குள் அவர்களே படலையைத் திறந்து உள்ளே வந்துகொண்டிருந்தார்கள். அவர்கள் அருகாக வந்துவிட்டதும் “இப்பதான் அக்கா உங்களெ நினைச்சென் . . .” என்றபடி பூரித்த முகத்துடன் அவர்களை வரவேற்றாள்.

“அப்பிடியா, என்ன நினச்சிங்க சொல்லுங்களேன் . . .”

தவக்குல்லும் சகாயவதனியும் வராந்தாவில் கிடந்த நாற்காலிகளில் யோகாவுக்கு எதிரில் அமர்ந்துகொண்டனர்.

வராந்தாவில் பேச்சொலிகள் கேட்டு கலா புன்னகையுடன் வந்தாள்.

“வாங்க, அக்கா. நல்லாயிருக்கிறியளே ...”

“ம். நான் நேற்றுப் பின்னேரம்தான் கொழும்பில இருந்து வந்தென். யோகாக்கு சந்தோஷமான செய்தி கொண்டு வந்திருக்கேன் ...”

“சொல்லுங்க அக்கா, எங்கட அக்காக்கு நல்லது நடக்கணும் என்டுதான் நான் எந்த நாளும் விநாயகரைக் கும்பிடுறன் ...”, புன்னகை மாறாத முகமும் கனிந்த குரலுமாகக் கலா கூறினாள்.

“ம் ... சொல்லத்தானே வந்திருக்கென். அதுக்கு முதல் நாங்க இஞ்ச வரக்குல்லெ யோகா என்னமோ என்னெப் பத்தி நினச்சதா சொன்னாங்க. அத முதல்ல சொல்லட்டும் ...”

யோகா பற்கள் தெரியச் சிரித்தாள். வீட்டுக்கு வந்த இத்தனை நாட்களில் அவள் இந்தளவு சிரித்ததே கிடையாது.

“என்ன அக்கா நீங்கள் ... நான் சும்மாதான் அக்காவைக் காணமே ... சித்தாண்டிக்குப் போனதுக்குப் பிறகு வந்தா என்ன செய்யிறதென்டு நினச்சென் ...”

சற்றுத் தடுமாற்றத்துடனானாலும் மகிழ்ச்சியுடன் சித்தாண்டிக்குச் செல்லவிருக்கிற செய்தியை மெல்ல அவள் ஒப்புவித்தாள்.

வவுனியா முகாமிலிருந்து வீட்டுக்கு வந்ததன் பிற்பாடு வீட்டைவிட்டு வெளியே செல்லுகிற முதல் சந்தர்ப்பமாகவும் இது இருந்தது.

“சித்தாண்டிக்குப் போறிங்களா, ஏன் ...”

பேச வேண்டும் என்பதற்காகவே சகாயவதனி இப்படிக் கேட்டிருந்தாலும் தேவையான கேள்விதான்.

யோகாவோ கலாவோ உடனடியாகப் பதிலேதும் கூற வில்லை. கலா யோகாவின் முகத்தைப் பார்க்க, யோகா நிலத்தைப் பார்த்தாள். பின்னர் கதவின் நிலையில் ஏதோவொரு எதிர்பார்ப்புடன் முன்னால் செல்கிற எறும்பைப் பின்பற்றி வரிசையாகச் சென்றுகொண்டிருந்த எறும்பின் அணிவரிசையில் கவனத்தைக் குவித்தபடி இருந்தாள்.

வத்சலாவும் அம்மாவும் வீட்டில் இல்லாத காரணத்தி னால் கலாவே சுதந்திரமாக நடந்தவற்றையெல்லாம் விபரித்தாள்.

சித்தாண்டி மாமா சொன்ன அலுவலொன்றை முடித்துக் கொண்டு வருவதற்காக அம்மா வெளியே சென்றிருந்தாள் என்றும் அவள் வந்துவிட்டாளென்றால் கிளம்புவதற்கு ஆயத்தமாகவேதான் யோகாவும் கலாவும் காத்திருப்பதையும் அவள் கூறியவற்றிலிருந்து அறிந்துகொள்ள முடிந்தது.

யோகாவில் ஏற்பட்ட அளவிட முடியாத கருணையைக் காண்பித்துக்கொள்ளாமலே தவக்குல் தொடர்ந்தாள்.

"யோகாட ஆர்ட்டிபிஷல் லெக் மாத்துற விஷயமா ஹென்டிகப் நிறுவனமொன்றுக்கிட்டக் கதச்சேன். அவங்க மாத்தலாமுன்டு சொல்லியிருக்காங்க ... நீங்க சித்தாண்டிக்கு இன்டக்கே போவணுமா? ஏன் கேக்குறேனென்டா, நான் இங்க வாறத்துக்கு முதல்ல அந்த ஹென்டிகப் நிறுவனத் தோட கதச்சிட்டுத்தான் வாறன். அவங்க இன்டக்கே கூட்டி வந்தாலும் பரவாயில்லைன்டு சொன்னாங்க. காலை அளவெடுத்து ஓடர் பண்ணணுமாம் ... அதுக்குப் புறவுதான் லெக் தருவாங்களாம் ... அப்படியா யோகா ..."

வருகையின் நோக்கத்தை விளக்கிவிட்டு யோகாவை நோக்கிக் கேள்வி கேட்கும் தோரணையில் பேச்சை முடித்தாள் தவக்குல்.

"நீங்க சொல்றது சரிதான். காலை அளவெடுத்து ஓடர் பண்ணித்தான் எடுத்துத் தருவினம். உடனே தரமாட்டினம் ..."

தவக்குல்லின் கருத்துச் சரியானதுதான் என்பதை அனுபவத்தினூடாக அறிந்திருந்த யோகா மீள் உறுதி செய்தாள்.

சித்தாண்டிக்குச் செல்வதைக் காட்டிலும், செயற்கைக் கால் பொருத்துவது யோகாவுக்கு முக்கியமான காரியமாகத் தோன்றியபோதும் இதற்கு அம்மா சம்மதிப்பாளா என்பது சந்தேகமாகவும் அதற்கு அவளிடம் அனுமதி கோருவதே அச்சமூட்டுகிற ஒரு விடயமாகவும் தோன்றியது.

வாசல்தேடி வந்திருக்கும் இந்தச் சந்தர்ப்பத்தை நழுவ விட்டால் அக்காவுக்குக் கால் பொருத்துவது இனியொரு போதும் நடக்காது என்றும் இதற்கு அம்மாவை எப்படிச் சம்மதிக்கச் செய்யலாம் என்றும் யோசித்துக்கொண்டிருந்தாள் கலா.

அநுராதபுரம் விஜயம் பற்றியும், அங்கு பார்வையிட்ட பாதிக்கப்பட்ட பெண்களுக்கான இல்லம் குறித்தும் தவக்குல் எடுத்துக் கூறினாள்.

"பொதுவா இல்லங்கள் என்டாலே நேரத்துக்குச் சாப்பிடுறதும், எழும்புறதுமாகத்தான் இருக்கும். அங்க

எல்லாருமே செயல்படுறாங்க ... எதையாவது படிக்கிறாங்க ... புத்தகங்கள் வாசிக்கிறாங்க ... ஆடுறாங்க ... பாடுறாங்க ... தோட்டம் செய்யிறாங்க ... அந்த இடம் யோகாக்குப் பிடிக்கும். அதுவும் இல்லாம அங்கேயே யோகா விரும்புற மாதிரி ரிப்பேயரிங் வேலை செய்யிறதுக்கும் ஏற்பாடு செய்து தரக் கேட்டிருக்கேன். நல்ல பதிலே வரும் இன்ஷா அல்லாஹ் ...”

கலாவையும் யோகாவையும் மாறி மாறிப் பார்த்தபடி இதனைக் கூறிக்கொண்டிருந்தாள் தவக்குல். இல்லத்திற்கு அக்கா செல்வதில் தனக்கு உடன்பாடில்லையாயினும், அவளது நிம்மதிக்குத் தான் குறுக்கே நிற்கக் கூடாதென்ற எண்ணத்திலும் வேறு மாற்று வழிகள் இல்லையென்று உறுதியாகத் தெரிந்ததினாலும் கலா மௌனமாக இருந்தாள்.

“உங்க பேச்சைக் கேட்டாலே என்ட மனதுக்குத் தெம்பு வருது அக்கா ... அந்த இடத்துக்கே என்னெ அனுப்பிடுங்க ளென். இப்பிடியே சாக்குல கிடக்குற பதர் போல எத்தினை காலத்துக்குக் கிடக்கிற, அங்கை நீங்க சொன்னாப் போல தோட்டம், காய்கறி நாட்டினாலும் மனதுக்கு ஆறுதல் கிடெக்கும் ...”

“பார்க்கலாம் ... அவங்களுக்கிட்டயிருந்து பதில் வரட்டும். அதுக்கு முதல் உங்களுக்கு லெக் பொருத்துற விஷயத்தைப் பார்க்கணும். சித்தாண்டிக்குப் போனா எப்ப திரும்ப வருவீங்க ...”

தானே திட்டமிட்டுத் தொடங்கிய பயணமெனில், எப்போது வருவது என்பதை முன்கூட்டியே அறிந்திருப்பாள். யார் யாரினதோ திட்டமிடலுக்கும், அட்டவணைக்கும் இயங்கிக் கொண்டிருக்கிற அவள் எப்படி அறிவாள்? எப்போது திருப்பி அழைக்கப்படுவேன் அல்லது அழைக்கப்படுவேனா மாட்டேனா என்ற எந்தக் கேள்விக்கும் அவளிடம் பதில் கிடையாது.

தவக்குல் ஒரு ஆலோசனை முன்வைத்தாள்.

“யோகா என்னொட வாங்க, நான் மட்டக்களப்புக்குக் கூட்டிப் போறன், ஹென்டிக்கப் நிறுவனத்துக்குப் போய் லெக் அளவு குடுக்கலாம். அவங்க சொல்றதை வச்சு அடுத்த முடிவை எடுப்பம். சித்தாண்டிக்கு வேறொரு நாள் போகலாமே ... தேவைப்பட்டா கால் பொருத்துறவரைக்கும் யோகா எங்கட வீட்டுலெ தங்கலாம். யோகாவுடைய கால் மாத்துறது முக்கியமான விஷயம்.”

இந்த ஆலோசனை கலாவுக்கு மிகச் சரியாகவும் சந்தோஷ மளிப்பதாகவும் பட்டது. சித்தாண்டி மாமா வீட்டுக்குச்

செல்லவிருக்கிற இந்தப் பயணம் யோகாவின் சொந்த விருப்பத்தினால் தொடங்கிய பயணமல்ல என்பதனாலும் இந்தப் பயணத்தைத் தற்காலிகமாகத் தள்ளிப்போடுவதனாலோ கைவிடுவதனாலோ யாருக்கும் எதுவிதப் பாதகமும் இல்லை யென்றும் அவள் யோசித்தாள். வத்சலாவுக்கு வேண்டிய தெல்லாம் யோகா வீட்டில் இருக்கக் கூடாது! மற்றபடி அவள் எங்கிருந்தாலும் என்னதான் ஆனாலும் கவலையில்லை. தவக்குல் அக்காவுடன் சென்றால் யோகா அக்கா மன நிறைவோடு இருப்பாள் என்றே சந்தேகமறக் கலா நம்பினாள்.

தவக்குல்லின் ஆலோசனை விருப்பமாக இருந்தபோதும் அம்மாவைக் கேளாமல் எந்தத் தீர்மானமும் எடுக்க முடியாது என்பதில் உறுதியாக இருந்தாள் யோகா. அம்மா வந்ததும் கலாதான் பேச்சை ஆரம்பிக்க வேண்டும் என்றும் அவள் கேட்டுக்கொண்டாள்.

வத்சலாவின் மகுடிக்குப் படமெடுத்தாடும் பாம்பு அம்மா. கல்லுக்குள்ளும் ஈரம் போல அம்மாவின் நெஞ்சுக்குள் பாசம் இருக்கும் எனப் புரிந்துகொள்ள முற்பட்டு யோகா களைத்துப் போனாள். வறண்ட பாறையாகவே மாறிவிட்டிருக் கிறது அம்மா மனது.

யோகா தற்கொலைக்கு முயன்றபோதுகூட எந்த வித உணர்வுகளையும் வெளிப்படுத்தாமல் வெறுமனே பார்த்துக் கொண்டிருந்தவளாயிற்றே அவள்!

அம்மா இப்படி இரும்பாக நடந்துகொள்வது எத்தனை பிசகானது எனும் எண்ணம் கலாவின் மனதை உறுத்திய போதும், அதுபற்றி மூச்சுவிட முடியுமா அவளால்?

அம்மா வந்தபோது தயங்கித் தயங்கி இந்த விபரங்களை யெல்லாம் கூறினாள் கலா. கலாவின் விவரணத்தை நின்று நிதானமாகக் கேட்ட பத்மா, தவக்குல்லையும் சகாயவதனியை யும் நோக்கி முறைப்பான பார்வையை வீசியவளாக உள்ளே சென்று மறைந்தாள்.

பத்மாவின் இந்தச் செயல்பாடு பெரும் ஏமாற்றமாக இருந்தது. உணர்வுகளுக்குள் சிக்காத புதுமைத் தாயென்று எண்ணினாள் தவக்குல். 'இந்த அம்மா ஏன்தான் இவ்வளவு வெறுப்பை வீசுதென்றே தெரியலியே... என்னதான் கோபமிருந்தாலும் இப்படியா கொடுமையாக நடந்து கொள்வார்கள்? தன் மகளுக்கொரு விமோசனம் கிடைப்பதைக் கூடவா ஒரு தாயால் புரிந்துகொள்ள முடியாமல் போகும்..?'

அறைக்குள்ளிருந்து அடித்து வீழ்த்துவதுபோலப் பத்மா குரல் கொடுத்தாள்.

"பிள்ளை கலா ... கேளும் அவையள்ட்ட ... அலுவல் முடிஞ்ச உடனெ அங்க சித்தாண்டிக்கெ போக ஏலுமே யெண்டு ..."

கலாவை நோக்கி விடப்பட்ட வேண்டுகோள் என்றாலும், அவளுக்கு வேலையே இல்லாமல் செய்வதுபோலப் பத்மாவின் குரல் உரத்தேதான் வந்தது.

தவக்குல் சிறிது நேரம் சிந்தித்துப் பின் பதிலளிக்க முற்படுவதற்குள் முந்திக்கொண்டு யோகா யோசனை கூறினாள்.

"சித்தாண்டி மாமாக்குக் கோல் எடுத்துப் பேசட்டே. அவருட்டதான் வான் இருக்கல்லே கலா ... தவக்குல் அக்கா வீட்டுக்கு வந்தென்னைக் கூட்டிட்டுப் போக மாட்டாரே ..."

"ஓம் அக்கா, நீ கூப்பிட்டா அவரு கட்டாயம் வருவாரு ..."

கலா ஆமோதிக்க யோகாவின் அந்த யோசனையே ஏகமனதானது.

தவக்குல்லுடன் செல்வதென முடிவாகிவிட்ட பின்னர் யோகா அம்மாவிடம் விடைபெறுவதற்காகச் சென்றபோது அவள் முகத்தை மறுபக்கமாகத் திருப்பிக்கொண்டு இருந்தாள்.

'அம்மாவைப் பொறுத்தவரை நான் எப்போதோ செத்திட்டேன், மனதளவில் அவள் என்னைப் புதைத்தே விட்டாள், சத்தியம் அவளை நிர்ப்பந்தத்திற்கு ஆளாக்கி விட்டது.'

அப்பாவின் மீது இரக்கமும், சேர்ந்தாற்போலக் கோபமும் கொப்பளித்தன.

'அவர் மடத்தனமா ஒரு சத்தியத்தெக் கேட்காம போயிருப்பார் என்டா, வவுனியாக்கு அம்மா வந்திருக்கவே மாட்டா. எப்பிடி என்டாலும், எனக்கு வேற வழிகள் திறந்திருக்கும். அதையும் இல்லாமல் மூடிவிட்டார் அப்பா. முன்னே வறுமை, பாதுகாப்பு என்டு என்னெக் கொண்டு முன்பின் தெரியாதவையள்ட வீட்டில வேலெக்கி விட்டிச்சினம். இப்ப, என்ன எப்படியாச்சும் மூட்ட கட்டினாப் போதுமெண்டு தவக்குல் அக்காவொட அனுப்பினம் ...'

மூன்று

இருள்நீங்கி இன்பம் பயக்கும் மருள்நீங்கி
மாசறு காட்சி யவருக்கு

திருக்குறள், 352

1

"அஸ்ஸலாமு அலைக்கும்..."

ஆண் குரல் அழைப்புக் கேட்டதும் முக்காட்டைச் சரி செய்துகொண்டாள் நிஸா.

கைகளில் அப்பியிருந்த பலாப்பசையை எண்ணெய் தடவித் துடைத்துக்கொண்டிருந்தவள் எண்ணெய்ப் பிசுக்குப் போகாமலிருக்கவே உள்ளங்கையில் 'விம்' தேய்த்து சிங்கில் கைகளை அலம்பிக் கிச்சன் டவலில் துடைத்தாள். நேற்றிரவு ஹபீப் கொண்டுவந்து போட்ட பலாப்பழத்தின் மணம் வீடு முழுக்கப் பரவி எந்த வேலையும் செய்யவிடாமல் செய்துகொண்டிருந்தது. எந்தப் பக்கம் போனாலும், எதைச் செய்தாலும் பலாப்பழம் அதன் பக்கமே இழுத்தது. வீட்டு வேலைகளை முடித்துக்கொண்டு ஒரு கை பார்த்திடலாம் என்ற எண்ணத்துடன் அமர்ந்திருந்தாள். உறுகாமத்துப் பலாப்பழம் நல்ல ருசியாக இருக்கும் என்று ஆசையோடு கொண்டு வந்திருந்தார் ஹபீப். அவர் கூறியது போலவே பலாச்சுளைகள் இளம் ஆரஞ்சு நிறத்தில் தேனில் அமிழ்த்தினாற்போல இனிப்பாய் இருந்தன. சதைப்பற்றான சுளைகளிலும் உப்பிப் பெருத்த பலாக்கொட்டைகளிலும் சில மணி நேரங்களாகத் தன்னையே மறந்திருந்தாள். விதைகளையும் சுளைகளையும் வேறாக்கி வைத்தால் பிள்ளைகளுக்குச் சாப்பிட இலகுவாக இருக்கும். அப்படியிருந்தால்தான் அவருக்கும் பிடிக்கும் என்ற எண்ணங்கள் அவளை மேலும் சிரத்தையுடன் அவ்வேலையில் ஈடுபடச் செய்துகொண்டிருந்தன.

"அஸ்ஸலாமு அலைக்கும்!"

மறுபடியும் அதே ஆண் குரல் அழைத்தது. சேர்ந்தாற்போல அழைப்புமணியும் விடாப் பிடியாக அலறிக்கொண்டிருந்தது.

‘பிச்சைக்காரர்கள் தொல்லை தாங்க முடியல்ல. காலிங்பெல்லில் கூப்பிட்டுப் பிச்சை கேட்கிற அளவுக்கு வந்திட்டு. கொஞ்சம் விட்டால் செல்போனில் கூப்பிட்டுப் பிச்சை கேட்பார்கள்.’

சலிப்புடன் அவசர அவரசமாகக் கதவருகே சென்றவள் திரும்பிச் சமையலறையை நோக்கி ஓடினாள். சமையலறை அலமாரியைத் திறந்து பிளாஸ்டிக் சின்னக் கலன் ஒன்றில் கைகளை விட்டுத் துழாவினாள். பத்து ரூபா நோட்டை எடுத்துக்கொண்டு மீண்டும் ஓடினாள்.

அழைப்புமணி இடைவெளியில்லாமல் அலறிக்கொண்டே யிருந்தது.

‘ச்சே இன்றைக்கு நாலு வார்த்தை நல்லாக் கேட்டிட வேண்டியதுதான்.

‘முந்தாநாள்தான் வந்து போனான். வந்ததுமில்லாம அவசரம் வேற . . .’

வாரத்தில் இரண்டு மூன்று முறை வந்து இம்சைப் படுத்துகிற ஒரு பிச்சைக்கார மனிதனை நினைவுபடுத்திக் கடிந்துகொண்டு எரிச்சலுடன் கதவைத் திறந்தாள்.

ஆடு, மாடுகளை அடித்துச் சாப்பிட்டு வளர்ந்தாற் போலத் திடமான தேகக்கட்டில் நால்வர் நின்றிருந்தனர். சற்றுப் பருத்த தேகக்கட்டுடன் இருந்தாலும் வாலிபர்கள் என்று ஊகிக்கக்கூடியதாக இருந்தது அவர்களது தோற்றம். ஒருவனைத் தவிர மற்றையவர்கள் தாடி வளர்த்து மிக நேர்த்தியாக உடை அணிந்திருந்தார்கள். அவர்கள் மோட்டார் பைக்கில் வந்தததற்கான அடையாளமாகத் திறந்து விரிந்து கிடந்த கேற்றுக்கு வெளியே இரண்டு பைக் வண்டிகள் நிறுத்தப் பட்டிருந்தன.

“யாரு நீங்க . . .”

நினைத்தற்கு மாறாக ஆட்களைப் பார்த்ததும் திகிலடைந்து புருவங்களை நெளித்துக்கொண்டு கேட்டாள். அவர்களை அவள் இதற்கு முன்னர் பார்த்ததுமில்லை. அவர்களது பார்வையும் தோற்றமும் சந்தேகமூட்டுவதாகவும் மர்மமானதாகவும் தோன்றின.

“யாரு நீங்க . . . எங்கயிருந்து வாறிங்க . . .” முன்னைய கேள்வியுடன் இன்னுமொரு கேள்வியையும் இணைத்துக் கேட்டாள்.

“இது தவக்குல்ட வீடுதானே . . .”

இவர்கள் நிச்சயமாகத் தவக்குல்லுடன் வேலை செய்யக் கூடியவர்களோ நண்பர்களோ இல்லை என உறுதிபட ஊகித்தாள். பஞ்சாயத்துப் பணியைப் போட்டியின்றியும் யாரினுடைய அனுமதியோ அங்கீகாரமோயின்றியும் ஏற்றுக் கொண்டவர்கள், மார்க்கத்தையும் ஸுன்னாவையும் நாங்கள் மட்டுமே சரியாகப் பின்பற்றுகிற சத்தியவான்கள் என்று அறிவித்துக்கொண்டிருந்தது அவர்களது தோரணை. இவர்கள் வில்லங்கத்தை அழைத்து வந்திருக்கும் அழையாத விருந்தாளிகள் என்று தோன்றவே தொடர்ந்து பேசுவதற்குத் தயங்கியபடியும் இணக்கமாகவும் பதில் கூறினாள். வீட்டில் யாருமில்லாதது அவளுக்கு நிம்மதியாய் இருந்தது.

“ஓ, இது தவக்குல்ட வீடுதான். என்ன விஷயம்...”

“உங்கட மகள்தானே தவக்குல், அவரு எங்க, தவக்குல்ட வாப்பா...”

‘என்ன இது... வந்த விஷயத்தைக் கக்கித் தொலைக்காம ஒவ்வொரு ஆளா விசாரிக்கானுகள்...’

“அவங்க இல்லியே, நீங்க யாரு... என்ன விசயமாக வந்திருக்கிங்க...”

அவளது குரல் சற்றுக் கடுமையாக எரிச்சலுடன் ஒலித்தது.

“என்ன உம்மா... ஏன் பதற்றப்படுறீங்க... பொம்புளைப் புள்ளைகளப் பெத்துட்டா மட்டும் போதாது... அதுகள நல்லா வளக்கிறதுக்கும் தெரிஞ்சிருக்கணும்... அவுத்துட்ட ஆட்டுப் பொட்ட போல உங்கட மகள் திரியுறத நீங்க தட்டிக் கேக்காட்டி, நாங்க கேப்பம்.”

“தம்பி... மெதுவாப் பேசுங்க, அக்கம் பக்கத்துல இருக்கிற ஆக்கள்ர காதுல விழுந்துறப் போவுது... நாங்க மானம் மரியாதயொட வாழுற ஆக்கள்.”

கனிந்த குரலில் அவசர அவசரமாகக் கெஞ்சினாள்.

“என்னது நாங்க கத்துறமா, மானம் மரியாதயொட வாழுறிங்களா. அது எப்பிடியிருக்கும் செல்ல ஏலுமா. தவக்குல்லாம் தவக்குல் அவளும் அவள் பேரும். உங்களுக்கு இப்பிடிப் பேசினாலெல்லாம் ஏறாதுன்டு இப்பதானே விளங்குது. விளங்குற விதத்தில பேசுறம் கேளுங்க. உங்கட மகளெ இழுத்துக் கிட்டுப்போய் பள்ளி வளவுல வச்சி மொட்டையடிக்கத்தான் வந்திருக்கம். பச்சக் கருக்குப் பனைமட்டை வெட்டியடுக்கி இருக்கு அவள்ட தோலை உரிக்க. அவளுக்கென்ன அடங்காத திமிரு ஹா... ஆண் மூச்சுக்காரி, கண்ட இடத்தில அஸிட்

அடிக்க ரோட்டுல ஆள் வச்சாச்சு, அவள் நாசமாப்போற நேரம் வந்திட்டு . . .”

அவர்களில் கறுப்பாகவும் உயரமாகவும் இருந்த ஒருவன் கறாரான குரலில் உரக்கக் கத்தினான். அவனது எச்சரிக்கைக் குரலைக் கேட்டதும் நிஸா நிலைகுலைந்துபோனாள். கால்கள் நடுங்கின. எச்சரித்தவன் முதலில் கேற்றைத் திறக்க மற்றைய மூவரும் பின்னால் சென்றனர்.

‘யா அல்லாஹ் என்ன சோதனை இது? ஏன் இந்த இப்லீசுகளுக்கு என்ட குடும்பத்தில கண் . .?’

மனம் இருப்பிழந்தது. வேகமாகத் துடிக்கிற இதயத்தை அவளால் எதுவும் செய்ய முடியவில்லை. வீட்டுக்குள் அங்குமிங்கும் நடந்தாள். நடக்கவே முடியாதபடி கால்கள் பின்னி இழுத்தன. சுவரில் சாய்ந்து சரிந்து விழுந்தாள். கால்களை நீட்டிக்கொண்டு வெறுந்தரையில் இயக்கமற்றுக் கிடந்தாள்.

கணவனுக்குப் பிள்ளைகளுக்குப் போனில் தகவல் கூற முந்திய எண்ணத்தை நாசூக்காக நிராகரித்துப் பின்போட்டாள்.

‘அவர்கள் எப்போதும்போல வரட்டும் . . .’ என மனதை ஆசுவாசப்படுத்தினாள்.

‘தவக்குல் மாவடிவேம்புக்குப் போயிருப்பாளே . . . அல்லாஹ்! வழியில மறிச்சி இவனுகள் வம்பிழுத்தா அவள் கோபக்காரியாச்சே . . . ம்ஹூம் . . , அவளை உடனே வீட்டுக்கு வரச்செல்லுவொம் . . .’

எதைச் செய்வது, எதை விடுவதென்று தெரியாத தடுமாற்றத்தில் இருந்தாள். எழும்பவே முடியாதவாறு உடல் சோர்ந்துவிட்டிருந்தது. ஒருவாறாகச் சக்தியை மொத்தம் கூட்டிக் கொண்டு எழுந்து ரீசிவரைக் கையில் எடுத்தாள். அவளது மாநிற முகம் சிவந்துவிட்டிருந்தது. மூக்கு நுனி ஈரலித்திருந்தது. தவக்குல்லின் மொபைல் இலக்கங்களை அழுத்தினாள். 2, 3, . . ., 10, 28 முறைகளெனத் தொடர்ந்து அழைத்துக் கொண்டேயிருந்தாள். எத்தனை முறை அழைத்தும் அவளிட மிருந்து பதிலில்லை. மணியடித்துக்கொண்டேயிருந்தது.

‘ஏன் இவள் பேசுகிறாளில்லெ . . . என்ன நடந்திச்சோ . .? இவள் எத்தினை ஆபத்தான வழியில போய்க்கிட்டிருக்காள், அல்லாஹ்வே! நீதான் அவளெக் காப்பாத்தணும். அவளுக்கு நல்லறிவையும், நேரான பாதையும் காண்பிக்கணும். என்ட மகளுக்கு ஒன்டும் நடக்கப்போடாது. அவளெப் பத்திரமா கொண்டு வந்து சேர்த்திரு நாயனே . . .”

தன்னிலையிழந்து கண்ணீர் மல்க இறைஞ்சினாள். அந்த எச்சரிக்கைக் குரல் மீண்டும் மீண்டும் காதுகளுக்குள் ஒலித்து அவளை மருட்டியது. மீண்டும் முன்னர் போலவே அமர்ந்தாள். தரையில் கால்களை நீட்டிச் சுவரில் சாய்ந்து கொண்டாள். நீட்டி அகட்டிய கால்களுக்கு நடுவே தொலை பேசியை வைத்திருந்தாள். என்றைக்குமில்லாமல் மின்விசிறி அனல் காற்றை வாரியிறைத்துக்கொண்டிருந்ததில் வியர்த்து முதுகுச்சட்டை நனைந்துவிட்டிருந்தது. இடுப்பில் வியர்வை முத்து முத்தாய் வடிந்துகொண்டிருந்தது. பரபரப்புடன் மகளின் இலக்கங்களைச் சுழற்றிக்கொண்டேயிருந்தன அவளது விரல்கள்.

'அஸீமின்ட ஆட்டோவில்தானெ போனெ. அவனுக்கு எடுப்பம் . . .'

இருட்டிலும் ஊசியைக் கண்டுபிடித்த திருப்தியுடன் தொலைபேசி இலக்கங்கள் குறிக்கப்பட்டிருந்த நோட்டுப் புத்தகத்தை எடுத்துப் புரட்டி அஸீமின் இலக்கங்களைத் தேடி, எண்களை அழுத்தினாள்.

'ச்சே . . . இவன்ட போன் நிறுத்தப்பட்டிருக்காமே . . .'

வீட்டின் அழைப்புமணி அழைத்தது.

மலை உச்சியில் இருந்து யாரோ அவளை அடிவாரத் திற்குத் தள்ளிவிட்டாற்போல இடிந்து போனாள்.

'இது யாராயிருக்கும் . . .'

இரண்டாம், மூன்றாம் முறைகளும் மணி ஒலித்தது.

வழமையில் 'டிங்டொங்' என்றொலிக்கும் மணியோசை இன்று மிகப் பயங்கரமான பேரிரைச்சலாக மாறிவிட்டிருந்தது.

'கதவெத் துறப்பமா வேணாமா . . .'

கதவோரமாக நின்றுகொண்டு சாவியில் கைகளை வைப்பதும், எடுப்பதுமாக மெய் விதிர்க்க நின்றாள். யார் என்று கேட்பதற்கும் நா எழவில்லை.

'திறக்காம விட்டா ஊரே புதினம் பார்க்கக் கலாட்டா பண்ணிட்டானுகள் என்டா, திறந்தாலும் சத்தம்போட்டுக் கத்துறானுகளே.

'சரி வீட்டிலதான் ஒருத்தருமில்லியெ. என்ன வேணும்டா லும் கத்தட்டும், செய்யட்டும், அல்லாஹ் இருக்கான் . . .'

உயிரையே அர்ப்பணிக்கத் தயாரானவள் போலக் கதவுகளைத் திறந்தாள்.

“என்ன உம்மா ... இவ்வளவு நேரம், என்ன செய்யுறிங்க உள்ளுக்கு ...”

குல்பரைக் கண்டதும் அடக்கிக்கொண்டிருந்த உணர்வலைகள் பீறிட்டுப் பாய்ந்தன. மகளைக் கட்டியணைத்து அழுதாள். அவள் கைகள் நடுங்கின.

“குல்பர் ...”

“உம்மா ... என்ன நடந்திச்சி, ஏன் கத்துறிங்க, சொல்லுங்க ளென் ... உம்மா ...”

உம்மாவின் பீதிக்கும் பதற்றத்துக்குமான காரணம் தெரியாமல் குல்பர் தடுமாறிப் போனாள்.

○

தவக்குல்லின் தினப் பணிகளை அறிந்தவன் அஸீம் மட்டும்தான். நாளை எங்கு செல்வதென்ற நிகழ்ச்சி நிரலை அவனிடம்தான் தெரிவிப்பாள்.

அவள் பற்றிய தவல்களை அவனிடமிருந்து அறிந்து கொள்ளப் பலர் முயன்றனர்.

“எனக்கு ஒன்டும் தெரியா. வீட்டுக்கு வாங்க. பயணம் போவணும் என்டு தவக்குல் கோல் எடுப்பாங்க ... நான் அவங்க வீட்டுக்குப் போவென். அதுக்குப் புறவுதான் எங்க போறென்டே செல்லுவாங்க ...” என்று தற்காலிகமாகத் தப்பித்துக்கொண்டாலும் அவனது கைபேசி இலக்கங்களைப் பெற்றுக்கொண்டு ‘நாங்கள் கேட்கிறபோது இருக்கிற இடத்தைச் சொன்னால் போதும் ...’ என்ற கட்டளையோடு அவர்கள் புறப்பட்டதில் அஸீம் நடுங்கித்தான் போனான். அந்த பயத்தினாலேயே தொலைபேசியை நிறுத்தியும் வைத்திருந்தான்.

அடுத்த நாளைக்கான பயணம் எங்கென்பதை முதல் நாள் முன்கூட்டியே தவக்குல் தெரிவித்தாலும்கூட அதைப் பற்றி வீட்டில்கூட மூச்சுவிடுவதில்லை அவன்.

அந்தக் கும்பல் அஸீமின் உம்மாவையும் விட்டார்களில்லை.

“அதெல்லாம் எங்களுக்கிட்டச் செல்லமாட்டான் தம்பி. காலையில போனானுன்டா மஹரிக்குப் புறவுதான் வருவான். தூரம்போகாட்டிப் பகலைக்குச் சாப்பாட்டுக்கு வருவான் ...”

ஏமாற்றத்துடனே அலைந்தது அந்தக் கும்பல். அவர்களில் சில முகங்கள் அஸீம் அறிந்தவைதான்.

“தம்பி காலத்தால போனா பின்னேரம்தான் வாறாய்... உன்னெத் தேடி எத்தின பேரு வாறாங்க தெரியுமா. அவங்களுக்குப் பதில் செல்லியே என்ட நாக்கு தேஞ்சிட்டு... எங்க போறாயென்டு செல்லிட்டுப் போவன் புண்ணியமாப் போவும்...”

“நாக்குத் தேயாது. அப்பிடித்தான் தேஞ்சாலும் நீ மௌளத்தாயிடமாட்டா, யாரு வந்து கேட்டாலும் தெரியாதுன்டே செல்லு உம்மா...”

தவக்குல் ஊரில் இல்லாத நாலைந்து நாட்களில் இடம்பெற்ற சம்பவங்கள் பல விபரீதமாகத்தான் இருந்தன. அவளைத் தண்டிப்பதென்ற கங்கணத்துடனே ஒரு கோஷ்டி சேர்ந்திருந்தது. அதற்கான தடயங்களாகப் பல சம்பவங்கள் நடந்திருந்தன.

தினமும் வீட்டில் இருந்தபடியே அஸீமின் ஆட்டோவில் புறப்பட்டுச் செல்வதனாலும், பயணங்கள் அனுமானிக்க முடியாதளவு மாறுபட்டதாக இருப்பதாலும், வெளியிடங்களில் சந்தித்து நடுத்தெருவில் நிறுத்திக் கேள்வி கேட்க முடியாது போனதாலும்கூடத் தவக்குல்லில் சிலருக்கு ஆத்திரம் அதிகமாகியிருந்தது. கோபத்தைத் தணித்துக்கொள்வதற்கான வழிகள் அமையாததனால் அவர்களுக்கு வெறி முற்றிற்று என்றே அஸீம் நம்பினான்.

இதைப் பற்றியெல்லாம் தவக்குல்லுடன் மாவடிவேம்புக்குப் போகும்போதே அஸீம் பேசியிருந்தான்.

வழமைபோல் இல்லாமல், புன்னைக்குடா வீதியால் ரயில் நிலையம் பக்கமாகத் திரும்பி, இடப்பக்கச் செங்கலடி சந்தை வீதிக்கு வந்து, செங்கலடிப் பிரதான பாதையில் அஸீம் ஆட்டோவை ஓட்டிக்கொண்டிருந்தான். உடன்பிறந்த சகோதரிக்கே ஆபத்து வந்துவிட்டதைப் போல அவதானத்திலிருந்தான். திரும்பி வரும்போது வேறு வழிகளால் எப்படி வருவதென்று சிந்தித்துக்கொண்டே ஆட்டோவை ஓட்டினான்.

“என்ன அஸீம்... வேற வேற வழியால்யெல்லாம் போறீங்க... லைசன்ஸக் காணாமத்திட்டிங்களா...”

கேலியாகச் சிரித்தாள் தவக்குல். அவளது சிரிப்பு அவனுக்குப் பரிதாபமான குழறலாகக் கேட்டது.

‘எத்தினை நாளைக்குத் தவக்குல் இப்பிடி வாழப் போறாங்க... தன்னெப் பணயம் வைச்சி இப்பிடியெல்லாம் செய்யலை என்டாப்போல என்னயாம்... அல்லாஹ் கேள்வி கேட்கவா போறான்...’

தவக்குல்லின் கேள்விக்கு அவன் பதிலளிக்காமல் எதையோ யோசித்துக்கொண்டிருந்தான்.

"என்ன அஸீம் முகமெல்லாம் இறுக்கமா இருக்கு ... என்ன பிரச்சினை. எப்பயும் போல இன்டக்கியும் உம்மாவொட சண்டையா ..."

'இந்தத் தவக்குல் மட்டும் ஏன் இப்பிடி முறி போகாத வெள்ளைப் புடவை போல ... அந்த வெள்ளைப் புடவையை அழுக்காக்கிச் சேற்றுல புதக்கணுமென்டு எத்தனபேர் கங்கணம் கட்டித் திரியுறானுகள் ... அவனுகளை எதிர்க்கவும் முடியாதே, கொலைகாரனுகளாச்சே ...'

அவன் மனம் அற அவர்கள் கொலைகாரர்கள்தான். ஏறாவூரில் மிகப் பிரதானமாக இரண்டு அரசியல் கட்சிகளே செல்வாக்குப் பெற்றிருந்தன. இந்த இரு கட்சிகளினதும் கையாட்கள் அரசியல் பலத்தைத் தற்காப்பாகக் கொண்டிருந்தவர்களாகவும் அட்டூழியம் புரிவது தவிர வேறெந்தவிதத் தகுதிகளும் எதிர்பார்க்கப்படாத அராஜகக் குழுக்களுக்குத் தலைவர்களாகவும் இருந்தார்கள். ஊரை ஒழுங்குபடுத்துவது இஸ்லாமிய ஒழுக்கங்களை நடைமுறைப்படுத்துவதென்று அதிகாரங்களை அவர்களாகவே கையில் எடுத்துக்கொண்டு தம் இஷ்டப்படி எதைஎதையோ செய்துகொண்டிருந்தார்கள்.

இந்த இரு குழுக்களில் ஒன்று முஸ்லிம்களை அதிகம் – அதிகம் என்பதைவிட முஸ்லிம்களை மட்டுமே பிரதி நிதித்துவம் செய்கிற கட்சியொன்றுடன் மிக நெருக்கமாகத் தொடர்புபட்டிருந்தது. மற்றையது அழுக்கு உடையில் இருக்கும் குழந்தைகளையும் தோல் சுருங்கிய கிழவிகளின் கன்னங்களையும் முத்தமிட்டு, வாழ்நாளில் முன்னொருபோதும் பார்த்திராத ஒருவனுக்காகச் சாவு வீட்டில் கண்கள் கலங்கி நின்று தனது எளிமைத்துவத்தை மண்ணின் மைந்தன் என்ற மகத்துவத்தை நிரூபணமாக்குவதற்கும் நாடகமாடுகிற ஓர் உள்ளூர் அரசியல் கோமாளியின் கையாட்களைக் கொண்டது.

இந்த இரு அரசியல் குழுக்களும் அவர்கள் பிரதிநிதித்துவம் செய்த கட்சிக்குத் தெரிந்தோ தெரியாமலோ எண்ணற்ற அயோக்கியத்தனங்களைச் செய்தார்கள். தொலைகாட்சி பார்ப்பது இஸ்லாத்திற்கு முரணானது என்றும் தொலைகாட்சி இருக்கிற வீடுகளில் இப்லீஸ் இருப்பதாகவும் பிரசாரம் செய்து முல்லாக்களினதும் முட்டாள்கள் பலரையும் முன்னாள் திருடர்கள் சிலரையும் கொண்டியங்கிக்கொண்டிருந்த ஊர் ஜமாஅத்தினதும் நல் அபிப்பிராயங்களை வென்று தாங்கள் இஸ்லாத்தின் அடிமைகள் என்பதாகக் காண்பித்துக்

கொண்டார்கள். இதற்காக அன்டெனாக்களை உடைத்தார்கள். சீடிக்கடைகளுக்குத் தீவைத்தார்கள். இசை மற்றும் களியாட்ட நிகழ்ச்சிகளை நடத்த விடாமல் செய்தார்கள். எல்லாப் பெண்களும் அபாயா அணிய வேண்டும் என்றும் முகத்தை மூட வேண்டும் என்றும் பிரசாரம் செய்து துண்டுப் பிரசுரங் களை வெளியிட்டுப் பலவந்தமாக அதனை நடைமுறைப் படுத்தினார்கள். அபாயா தொளதொளவென்று இருக்க வேண்டும். இடுப்பின் அமைப்பையோ பிருஷ்டத்தின் அமைப்பையோ காட்டுவதாக இருக்கக் கூடாதென்றார்கள். இடுப்பின் அமைப்பு தெரிய அபாயா அணிந்திருப்பதாக அடையாளம் கண்ட பெண்கள் சாலையில் இறங்கி நடக்கும் போது பைக் வண்டிகளில் வேகமாக வந்து பிரம்பால் பிருஷ்டத்தில் அடித்தார்கள். பெண்கள் என்ஜியோக்களில் வேலை செய்தால் விழிப்புணர்வு சார்ந்த அறிவைப் பெறுவதுடன் சமூகத்தையும் அதன் போலி எல்லைகளையும் இனம் கண்டு கொள்வார்கள் என்பதால் என்ஜியோ வேலைக்குப் பெண்கள் செல்லக் கூடாதென்று தடைவிதித்தார்கள். இதற்காகப் பல கட்டுக்கதைகளையும் ஏற்கனவே பணியாற்றிக்கொண் டிருந்த பெண்கள் பற்றிய அவதூறுகளையும் எல்லையில்லாமல் உருவாக்கிப் பரவச் செய்தார்கள்.

இந்த வரம்புகளை மீறுகிற பெண்களைத் தண்டிப்பதைக் குரூர வெற்றியாகக்கொண்டாடினார்கள். ஒரு பெண்ணை எப்படியெல்லாம் துன்புறுத்தலாம் என்பதற்கும் அவளது துவாரங்களின் தொடர்புகள் எப்படியானதென்று ஆராய் வதற்கும் நீண்ட, துவளக்கூடிய தடிகளைப் பெண்ணுறுப்பின் துவாரம் வழியாக உட்செலுத்தலாம், வாய் வழியாக வெளியேற்றலாம் என்பது போன்ற கண்டுபிடிப்புகளையும் இவர்கள் நிகழ்த்திப் பார்த்தார்கள். இந்தப் பரீட்சார்த்த முயற்சிகளைச் செய்து பார்ப்பதற்குப் பெண் ஒழுக்கம் கெட்டவள், சோரம் போனவள், இஸ்லாத்தை விட்டு விலகியவள் போன்ற காரணங்கள் அவர்களுக்குத் தேவையாக இருந்தன.

ஆனால் விபசாரத்தில் ஈடுபடுகிற, போதைப் பொருள் பாவிக்கின்ற ஆண்களை அவர்கள் எதுவும் செய்யவில்லை. மனைவியை சவூதி அரேபியாவுக்கு பணிப்பெண்ணாக அனுப்பிவிட்டுச் சொந்த மகளிடம் வல்லுறவு செய்கிற வாப்பாக்களையும் அவர்கள் எதுவும் செய்யவில்லை. இஸ்லாம் வன்மையாகத் தடை செய்திருக்கிற வட்டியைத் தொழிலாகச் செய்பவர்களையும் போதை வஸ்துத் தயாரிப்பாளர்களையும் அவர்கள் கண்டுகொள்ளவேயில்லை. வீடுகளில் நடக்கும் குர் ஆன் மதரஸாக்களிலும் அரபிக் கல்லூரிகளிலும் சிறுமி

களுடன் ஹஸரத் செய்கிற பாலியல் சேஷ்டைகளையும் மௌலவிகளின் ஊத்தையான கபட நாடகங்களையும் அயோக்கியத்தனங்களையும் கடைசி வரையிலும் அவர்கள் கண்டுபிடிக்கவேயில்லை.

இவற்றையெல்லாம் அறிந்திருக்கக்கூடியவள்தான் தவக்குல் என்றபோதும் ஞாபக அடுக்குகளின் ஆழத்தில் புதைந்து கிடக்கும் கடந்தகால கொடிய அவலங்கள் அஸீமை அலைக்கழித்துக் கொண்டேயிருந்தன.

“தவக்குல் நம்மட ஊர் இருக்கே நல்லதெ யாரு செஞ்சாலும் இன்னும் . . . இன்னும் . . . என்டு எடுத்துக்கும். கெட்டதை யாரு செஞ்சாலும் ஏனென்டும் கேக்கமாட்டு . . . நல்லாப் படிச்சிருக்கிங்க. சந்தோஷமாக வாழுற வழியப் பாருங்க. அடுத்தவங்களுக்கு நல்லது செஞ்சி நீங்க அடஞ்சது ஒன்டுமில்ல. ஊரெப் பகைச்சதுதான் மிச்சம். நம்மட கலாசாரத்தைச் சமயத்தில உள்ள கட்டுப்பாட்டையெல்லாம் மீறின குற்றவாளியாக, தண்டிக்கப்பட வேண்டிய ஒரு ஆளாப் பாக்கப்படுறீங்க . . . பொதுவெளிக்கு வந்திட்டா, அந்தப் பெண்களை நம்மட சமூகம் அங்கீகரிக்காது. உங்கட வீட்டுல எல்லாரும் உங்களுக்கு ஒத்துழைப்பா, ஆதரவா இருக்காங்க . . . உங்களால அவங்களுக்கு ஒரு ஆபத்து வந்தா, என்ன செய்வீங்க . . .”

அஸீமின் வார்த்தைகளில் இருந்து புறப்பட்ட நியாயங் களால் அவள் பதிலொன்றும் பேசாமல் மௌனமாகவே இருந்தாள். அவனது குரலில் இருந்த ஆதரவும் மன்றாடலும் அவளைக் கட்டிப்போட்டன. இச்சிக்கலான தருணத்தில் தான் கூறிய கருத்துக்கள் அச்சம் தருவதாக இருந்தபோதும் தேவையானதென்பதாக உறுதியாக நம்பினான் அவன். தவக்குல் எதையாவது யோசித்துக்கொண்டிருந்தாளா என்பதைக்கூட ஊகிக்க முடியாமல் சலனமின்றி இருந்தாள்.

“என்ன தவக்குல் முகம் அதைத்துப்போயிருக்கு . . . சுகமில்லியா . .? அநுராதபுரம், கொழும்பு பயணமெல்லாம் எப்பிடி . .?”

சகாயவதனியுடனும் வழமைபோல அவளால் உறவாட முடியவில்லை. அஸீம் கேட்ட கேள்விகள் அவளை ஸ்தம்பிக்கச் செய்திருந்தன.

‘வீட்டில எல்லாரும் உங்களுக்கு ஒத்துழைப்பா, ஆதரவா இருக்காங்க. உங்களால அவங்களுக்கு ஆபத்து வந்தால் . . .’

‘வந்தால் . . .’

‘அவர்கள் ஏன் தண்டிக்கப்படணும்? என்னில் அன்பு காட்டியதற்கா ..? என்னை ஆதரித்ததற்கா? என்னைச் சுதந்திரமாகச் செயல்படவிட்டதற்கா ..?’

என்னதான் குழம்பிய மனதுடன் சென்றாலும் யோகாவின் வாசலுக்குச் சென்றதுமே, நிதானம் இயல்புற நடந்து கொள்ள அவளால் முடியுமாக இருந்தது.

மட்டக்களப்புக்குச் சென்று யோகாவின் செயற்கைக் கால் பொருத்தும் ஆரம்ப வேலைகளை முடித்துக்கொண்டு வீடு திரும்பிக்கொண்டிருந்தாள்.

அஸீம் கவனத்திலேயே கண்ணாக இருந்தான்.

கடற்கரைப் பக்கமாக உள்ள பிரதான வீதியில் ஆட்டோவை ஓட்டிக்கொண்டு வந்தான்.

தவக்குல் தவிர மற்ற பிள்ளைகள் எல்லோரும் வீட்டுக்கு வந்துவிட்டிருந்தனர். நடந்ததை ஒவ்வொருவருக்கும் விபரித்தாள் நிஸா. அந்தப் பீதியிலிருந்து இன்னும் விடுபடாமலே இருந்தாள் அவள். மரணம் சம்பவித்த வீடுபோல எல்லோரும் துயரத்தில் துவண்டு கிடந்தனர். இன்னும் எத்தனை நாளைக்கு இந்தப் போராட்டம் என்ற கேள்வியே எல்லோருக்கும் மிஞ்சியிருந்தது.

அபுல்ஹசன் மாமா கொண்டுவந்த திருமண சம்பந்தத்தைத் தவக்குல்லுக்காகப் பேசச் சென்ற இடத்தில் நடந்த அவமானத்தி லிருந்தே அவர்கள் இன்னும் விடுபடவில்லை. அதற்குள்ளாக இன்னொரு இடியென்றால் எப்படித்தான் தாங்குவதென்று நிஸா யோசித்துக்கொண்டிருந்தாள்.

தவக்குல்லுக்குத் தெரியாமல் பேசிய சம்பந்தமென்பதால் அவமானப்பட்டதும் கேட்ட வசைகளும் அவளுக்குத் தெரியாமலே இருக்கட்டும் என்பதாக அவர்கள் யாரும் வாய் திறக்கவில்லை.

அவளை அல்லாஹ்விடம் பாரம் சுமத்திவிட்டதாக முன்னர் எடுத்த தீர்மானத்திலிருந்தும் அல்லாஹ் நல்ல வாழ்வை அவளுக்குக் கொடுப்பான் என்ற நிச்சயமான நம்பிக்கையி லிருந்தும் விலகாமலேயே இருந்தாள் நிஸா. அவமானங்கள், அச்சுறுத்தல்களால் மனம் அலைக்கழிந்தாலும் மனதைத் திடப்படுத்தவும் நம்பிக்கையூட்டவும் முடிந்தது அவளால்.

மகளும் அஸீமும் கைபேசிக்குப் பதிலளிக்காதது மிகப் பெரிய குழப்பத்தை அச்சத்தை விளைவிப்பதாக இருந்தது. காத்திருப்பு சித்திரவதையாக மாறிவிட்டது போலவும்

நோய்ப்பட்டவளைப் போலவும் சிணுங்கிய உம்மாவைப் பார்த்துப் பிள்ளைகள் கலக்கமடைந்தார்கள்.

“றாத்தா சைலன்ஸ் மோடுல போட்டிருப்பாங்க. கவனிக்கலையா இருக்கும் உம்மா, குழம்பாதிங்க ...” என்பதை ஒவ்வொருவரும் மாறி மாறிச் சொல்லிக்கொண்டிருந்தார்கள். பிள்ளைகளின் ஆறுதல் மன ஆயாசத்தைச் சற்றுத் தணித்த போதும் தவக்குல்லைக் காணும்வரை இந்தப் பரபரப்பு குறையாது என்று அறிவிப்பதுபோலத் தொடர்ந்து சிணுங்கிக் கொண்டேயிருந்தாள்.

“உங்கள் மகள் குல்பரைத் தாறதா இருந்தா மேற்கொண்டு பேசுவொம் ... தவக்குல்தான் சமூக சேவை அது இதென்று ... அந்தப் புள்ளைட பேர்தான் கெட்டுக் கிடக்கேக்குள்ள என்ன நம்பிக்கையில் இப்பிடிப் பேசுறிங்க ... பெரிய இடத்தில பேசி நிச்சயெம் முடிஞ்ச கல்யாணத்தயே நடத்த உடாம கலச்சிப்போட்டுத் திரியுறாளாமே. குடும்பத்தப் பத்தி எங்களுக்குத் தெரியும். பண்பான ஆக்கள். உங்கட மூத்த மகள்ர போக்குத்தான் சரியில்லிய ... என்ன செய்யிறது குடும்பத்துக்கு ஒன்ட அல்லாஹ் அப்பிடி வெக்கத்தான் செய்யிறான். ஒரு குலையில இருக்கிற எல்லாத் தேங்காயும் ஒரே விதமாவும் நல்லாவுமா இருக்குது. ஒன்டு ரெண்டு முட்டுக்காயும் இருக்கத்தானே செய்யுது ...”

வேதனை செய்யும் இந்த வார்த்தைகளிலிருந்து என்றாவது விடுபட முடியுமா என்றே தெரியாமல் அதை மீண்டும் மீட்டிக்கொண்டிருந்தாள்.

“நாக்கு இருக்கிறதுக்காக எல்லாம் பேசாதிங்க. அல்லாஹ்வை மறந்துட்டுப் பேசுறிங்களே ... எங்கட மகள் தவக்குல்ல நீங்கக் கண்ணாலப் பார்த்தாச்சும் இருக்கிறீங்களா ... யாரோ சென்னதைக் கேட்டு இப்பிடி வாய்கூசாமப் பேசுறிங்களே ...”

அன்பு மகளை விட்டுக்கொடுக்க முடியாமல் ஹபீப் ஆவேசத்துடன் பேசியதால் அந்தச் சந்திப்பே மனக்கசப்பில் முடியும்படியாகிப் போனது. அபுல்ஹசன் மாமா சமரசம் ஏற்படுத்த முயன்றும் எந்தப் பலனும் ஏற்படவில்லை.

“உங்களுக்கு இருக்கிறது நாலும் பொம்புளப்புள்ளைகள் ஹபீப், நினைப்புல வச்சுக்குங்க ... இப்பிடி வாய்பாடினா கடைசில ஒன்டுக்கும் மாப்பிள்ளை எடுக்கமாட்டிங்க. காலமெல்லாம் வீட்டில வச்சி சாம்பிராணிப்புகைக் காட்டி அழகு பார்க்க வேண்டியதுதான் ...”

மாப்பிள்ளையின் வாப்பா ஹஸனுடைய வார்த்தைகள் நெஞ்சைத் தைப்பதாக எரிச்சலூட்டுவதாக இருந்தன.

"இருக்கட்டும், நாங்க ஒன்டும் உங்களுக்கிட்ட கையேந்த மாட்டெம். படியளக்கிறவனுக்குத் தெரியும் யாருக்கு எப்ப என்ன செய்யணும் என்டு..."

நிஸாவை அழைத்துக்கொண்டு அவர் வெளியேறி நடந்த போது அபுல்ஹசன் மாமா பின்னாலேயே ஓடிவந்து அவர்களைச் சமாதானப்படுத்த முயன்றார்.

"என்ன மாமா அவங்க வாய்க்கு வந்தபடி பேசுறாங்க... இளையமகளக் கேட்டுவந்திங்க... மூத்தமகள் இருக்கெக்குல்ல இளையவளுக்குக் கல்யாணம் செய்ய ஏலான்டு பேசிப் பார்க்க வந்தா... கொஞ்சமும் மனசாட்சியில்லாமப் பேசுறாங்க... விருப்பமில்லாட்டி இல்லென்டு செல்றத உட்டுட்டு இப்பிடியா பேசுற... அல்லாஹ் எங்களக் காப்பாத்திட்டான். இளையவளக் குடுத்தாலும் இவங்க றாத்தா, தங்கச்சியப் பிரிச்சு அவளைத் தனிமைப்படுத்தியிருப்பாங்க..."

"கோவிச்சுக்காதம்மா... நான் ஆறுதலாப் பேசிட்டு ஊட்ட வாறன். கலங்காமப் போம்மா..."

நடந்த நிகழ்ச்சி சங்கடப்படுத்தியதன் அடையாளமாக அவரது குரல் நடுங்கியது.

ஏதேதோ எண்ணங்கள் சுழற்சியாகத் தோன்றி மனதைக் கிளற, நிஸா மிகுந்த தடுமாற்றத்தில் இருந்தாள். பிள்ளைகளின் எதிர்காலத்தின் கதவுகள் மூடப்பட்டு, வெறும் இருட்டாய் இருப்பதாகவே அவளால் எண்ணிப்பார்க்க முடிந்தது. தவக்குல்லை விட்டுவிட்டு மற்றப் பிள்ளைகளுக்குக் கல்யாணம் நடத்துவது முறையா? அதன் பின்னர் அவளுக்குக் கல்யாணமே நடக்காமல் போனால்...

கேள்விகள் நெஞ்சை மோதிப் பெயர்க்க இயலாமையுடன் நொறுங்கிப்போய் அமர்ந்திருந்தாள்.

○

வாசலில் ஆட்டோ சத்தம் கேட்டதுமே, துவண்டு கிடந்த எல்லோருமே துள்ளிக்கொண்டு வாசலுக்கு ஓடினர்.

"கவனமாப் பார்த்து..."

யோகாவை ஆட்டோவிலிருந்து இறக்கிக்கொண்டிருந்தாள் தவக்குல். ஊன்றுகோலில் நின்றிருந்த யோகாவிடம், "இது எங்கட உம்மா... அவங்க எல்லாரும் தங்கச்சிமார்..."

உம்மா, தங்கைகளின் பக்கமாகத் திரும்பி, "உம்மா, நான் சொன்னேன்தானே, யோகா இவங்கதான், வீட்டில கொஞ்ச நாளைக்குத் தங்கப்போறாங்க..."

நிஸாவும், தவக்குல்லின் தங்கைகளும் பிரமை பிடித்தவர்களாக நின்றனர்.

"உனக்கு எத்தின தரம் கோல் எடுக்கிற, ஆன்சர் பண்ணமாட்டியா..."

ஒரு குறையுமில்லாமல் மகளைப் பார்த்துவிட்டது நிம்மதியைத் தந்தாலும், அவளது செய்கையைப் பொருட்படுத்தாமல் கோபத்துடன் கேள்வியை வீசிய உம்மாவை இளைய மக்கள் பரிதாபமாகத் திரும்பிப் பார்த்தனர், 'வேண்டாமே...' என்பதுபோல அவர்களது கண்கள் கெஞ்சின.

தவக்குல் புன்னகை கலையாத முகத்துடன் கைப்பையைத் திறந்து கைபேசியை எடுத்தாள். புருவத்தை நெளித்துக்கொண்டு வியப்பாகத் திரும்பினாள்.

"ஏன் உம்மா, நாப்பது தடவைக்கு மேல கோல் எடுத்திருக்கீங்களே... என்ன நடந்திச்சி... ஏன்..."

முதன்முறையாக அவளது விழிகளில் பயத்தையும் குரலில் பதற்றத்தையும் காண முடிந்தது.

அஸீம் கூறியதுபோல,

'என்ன நடந்திருக்கும்...'

"சொல்லுங்களென்... ஏன் கோல் எடுத்த... வாப்பா எங்க..."

"அதொன்றுமில்லை றாத்தா... சும்மா ஒரு தரம் கோல் எடுத்தம். நீங்க ஆன்சர் பண்ணாததினால உம்மா டென்ஷனாகி எடுத்துக்கிட்டேயிருந்தாங்க..."

எல்லோரினுடைய முகத்தையும் தன் விழிகளால் மேய்ந்தாள் தவக்குல். அவர்கள் கண்கள் பொய் சொல்லுவதாகவும் ஏதோ அசம்பாவிதம் நடந்துவிட்டதாகவும் திட்டமாக ஊகித்தாள்.

"பொய் சொல்லாதெ சனோ... சொல்லுங்க உம்மா, இங்க என்ன நடந்திச்சு, நீங்க எல்லாரும் ஏன் ஒருமாதிரியா இருக்கிறீங்க..."

யோகாவுக்கு அந்தச் சூழ்நிலை முற்றிலும் குழப்பமாக இருந்தது. கசப்பான சூழலிலிருந்து விடுபட்டு, இன்னுமொரு வலையில் சிக்கிக்கொண்டாற்போல விழிகள் பிதுங்கி நின்றாள். தவக்குல் மீதேற்பட்ட நம்பிக்கையினாலும், உளப்பூர்வமாக அவளில் ஏற்பட்ட நெருக்கத்தின் சாட்சியாகவும் தான் அவர்களின் மண்டபத்தில் அவள் அமர்ந்திருக்கிறாள். இஸ்லாமியர்களோடு பழகிய முன்னனுபவம் இல்லாததும் சங்கடத்தில் ஆழ்த்தியது.

அடியெடுத்துவைத்தவுடன் தனது சாபம் இவர்களின் வீட்டையும் சிதைக்க ஆரம்பித்துவிட்டதோ என்ற அவநம்பிக்கை யுணர்வு மேலோங்கி அவளைக் கலங்கடித்தது. இவர்களைப் பார்த்தால் அருமையானவர்களைப் போலத் தெரிகிறார்கள். ஆனால் குழப்பத்தில் அல்லவா இருக்கிறார்கள் என்றும் எண்ணக்கூடியதாக இருந்தது.

யோகாவைத் திரும்பிப் பார்த்தாள் தவக்குல். அவளது மன ஓட்டத்தைப் படித்தவள்போல, “நீங்க வாங்க . . .”

அவளை அழைத்துக்கொண்டு அறைக்குள் சென்றாள். தெய்வானை தங்கிச் சென்ற அதே அறை. தவக்குல்லின் வீட்டில் இருக்கிற ஒரேயொரு விருந்தினர் அறையும் அதுதான்.

அறை ஒழுங்குபடுத்தப்பட்டுச் சுத்தமாக இருந்தபோதும், படுக்கை விரிப்பு சரி செய்யப்படாமலும் தலையணைகள் உறைகளின்றியும் குழம்பிக் கிடந்தன. அவசரம் அவசரமாக அவற்றைச் சரி செய்தாள் தவக்குல். சில புத்தகங்கள், பத்திரிகை களை எடுத்துக் கொடுத்தாள்.

“யோகா நீங்க இங்கேயே இருங்க . . .”

வசதிகள் கூடிய சிறைக்குத் தான் உயர்த்தப்பட்டிருப்பதாக ஏதோவொரு அவமானகரமான உணர்வு எழுந்து அவளைத் துயரத்திற்கு இட்டுச் சென்றது. கழுவிச் சுத்தம் செய்தாற் போன்ற அறையின் ஜன்னல்கள் திறந்து கிடக்க வெளியே தெரிந்துகொண்டிருந்த சாம்பல் இருட்டை வெறித்துப் பார்த்துக் கொண்டிருந்தாள்.

உம்மாவுடன் பேசியே தீர வேண்டும் என்ற நிலையில் பரபரத்தாள் தவக்குல். அஸீம் கூறிய விடயங்கள் அவள் மனதைக் கிலேசமடையச் செய்திருந்தது.

“சொல்லுங்க உம்மா, என்னவா இருந்தாலும் மறைக்காமச் சொல்லுங்க . . .” மிகக் கனிவான கெஞ்சுகிற குரலில் கேட்டாள்.

"பயமாயிருக்குதும்மா, யாரோ நாலு பேர் வந்தாங்க... யாரென்டு நான் எத்தின முறை கேட்டும் செல்லெல்ல. உங்களுக்கு அஸிட் அடிப்பாங்களாம், பள்ளிவாசல் வளவுல இழுத்துப்போய் வச்சி மொட்டை அடிச்சி, பனை மட்டையால அடிப்பாங்களாம்... இப்ப வீட்டில இருந்திருந்தா இழுத்திக்கிட்டுப் போயிருப்பமுன்டு சென்னாங்க"

"சனோ அந்தக் கடிதத்தையெல்லாம் கொண்டந்து றாத்தாக் கிட்ட காட்டும்மா..."

திடீரென தன் உடலின் முழு சக்தியும் உறிஞ்சப் பட்டதைப்போல உணர்ந்தாள் தவக்குல்.

இரண்டு கடிதங்களைக் கொணர்ந்து நீட்டினாள் சனோ.

முன்னர் வந்திருந்த எச்சரிக்கை கடிதம் போலதான் இவையும். மிகச் சுருக்கமாக எழுதப்பட்டிருந்த ஒவ்வொரு கடிதத்தின் கையெழுத்தும் வேறுபட்டதாக இருந்தன.

இரண்டு கடிதங்களில் ஒன்று, இரத்தத்தைக் குச்சியினால் தொட்டு எழுதப்பட்டிருந்தது. காய்ந்து சிதிலடங்கிய அதன் வாடை அது மனித இரத்தமே என மெய்ப்பித்தது.

இஸ்லாமிய கலாசாரத்தையும், சமூகக் கட்டுப்பாடுகளை யும் மீறிய உனக்கான தண்டனைகள் எங்களது நீதிமன்றத்தில் தீர்க்கப்பட்டுவிட்டது என்பதாக இரு கடிதங்களும் அச்சுறுத்தின.

இரத்தம் தோய்ந்த கடிதமே நேற்று முன்தினம் இறுதியாக வந்ததென்றும், முன்னையது தவக்குல் அநுராதபுரம் சென்ற மறுதினம் வந்ததென்றும் நிஸா கூறினாள்.

ஏன் இதை முன்னரே காண்பிக்கவில்லை என்று கேட்கத் தோன்றவில்லை அவளுக்கு. தலைவலித்தது. பின்மண்டை விறைத்துப் போனாற்போலிருந்தது. போர்க் குற்றவாளி போலத் தானும், தீவிரவாதியினது போலத் தன் குடும்பமும் மாறியிருக்கிற அவலத்தை அவளால் ஜீரணிக்கவே முடியவில்லை.

இரவு எட்டு மணியாகியிருந்தது. எப்போது பெய்யத் தொடங்கியதென்று அவர்களில் ஒருவரும் கவனிக்காத மழை ஓய்வொழிச்சலின்றிப் பெய்துகொண்டேயிருந்தது. மழையை மேலோங்கியதாக வந்த காற்று ஜன்னல்களை நொறுக்கிவிடும் போலக் காட்டுத்தனமாக அறைந்தது. மழையும் காற்றும் அவர்களை மேலும் துயரத்தில் மூழ்கடிக்கச் செய்வதுபோல விருந்தது.

தேம்பியழுவதிலேயே பெரும்பகுதி நேரத்தைக் கடத்திக் கொண்டிருக்கும் உம்மாவை எப்படித் தேற்றுவதென்று அவர்கள் யாருக்கும் புரியவில்லை. வந்துசென்ற அந்த 'புனிதர்கள்' பற்றியும் மொட்டைக் கடிதம் எழுதிய 'உத்தமர்கள்' பற்றியுமே அவர்கள் எல்லோரும் திரும்பத் திரும்பப் பேசிக்கொண் டிருந்தார்கள். முடிவற்ற தீர்வுகளைப் பற்றி உபயோகமற்ற விதமாகப் பேசிப் பேசி சலிப்படைந்து போயிருந்தார்கள்.

அறையிலேயே இருந்து அலுத்துப்போன யோகா வெளியே தலைநீட்டிப் பார்த்ததைக் கவனித்த தவக்குல் அவளை வெளியே வருமாறு அழைத்தாள். வீட்டில் சில நாட்கள் தங்கப் போகிறவள் என்பதால் சங்கடங்களைக் குறைக்க இங்கு நடப்பவற்றை அவள் தெரிந்திருப்பதுதான் சிறந்தது என உடனடியாகத் தவக்குல் முடிவு செய்தாள். நடந்ததையும் நடந்துகொண் டிருப்பதையும் எல்லாம் அவள் விபரிக்க விபரிக்க யோகா திடுக்கிட்டுப் போனாள்.

ஹபீப் வந்தபோது எல்லோரும் இயல்பாக இருப்பது போலப் பாசாங்கு காண்பிக்க முயன்று தோல்வி யடைந்தனர். வீட்டைவிட்டுச் செல்லும்போதெல்லாம் மூட்டையைச் சுமந்து கொண்டு செல்வது போலச் சுமையுடன் சென்று திரும்புகிற பரிதாபத்துக்குரிய மனிதராக அவர் மாறிவிட்டிருந்தார்.

நிஸா ஓவென அழுதுகொண்டு நடந்ததை அவரிடமும் ஒப்புவித்தாள். அவர் வரும் வரையும் காத்திருந்ததுபோலக் கதவுகளை இழுத்து மூடினாள்.

"வாப்பா ..."

இணக்கமான பக்குவம் நிறைந்து வழியும் குரலில் அழைத்தாள்.

"என்ன வாப்பா ... நாம ஏன் பயப்படுறம்? இது நம்மள்ல உள்ள கோபத்தில, எரிச்சலில செய்யிறாங்கன்டு தெரியுது. நாம பொலிஸுக்குப் போவெம் வாப்பா ..."

தவக்குல்லின் இந்தக் கேள்விக்கு நிஸா முந்திக்கொண்டு பதிலளித்தாள்.

"அல்லாஹ்வே! இல்ல மகள், அந்த முடிவுக்கு நாம வரவே கூடாது ... பொலிசுக்குப் போறது ஆபத்திலதான் முடியும் ..."

அவள் எல்லையற்ற பதற்றத்தில் இருந்தாள். அவளது உடல் வியர்த்துக் கொட்டியது.

"உம்மா செல்றதுதான் சரி மகள். பொலிசு நம்மளப் போல சாதாரண ஆக்களுக்கு உதவுறதுக்கில்லம்மா ... அதிகாரமும், செல்வாக்கும் உள்ள ஆக்களுக்குச் சேவகம் செய்யிறதுதான் பொலிசு. நாம பொலிசுக்குப் போனா வீணான கஷ்டங்களத் தேடிக்கவேண்டி வரும். அந்த எண்ணத்தெக் கைவிடுங்க மகள். நாலு பொம்புளப்புள்ளகள் நீங்க வீடு நிறஞ்சாப்போலக் கண்ணுக்கு லச்சணமா இருக்கிறீங்க. நாளக்கி பொலிசுக்காரனுகளே நமக்கு ஏதாச்சும் அநியாயம் செஞ்சு போட்டு நாம முறைப்பாடு செஞ்சவன்ட மேல பழியப் போடுவான். யாருட பேருல நாம முறைப்பாடு செய்ய ஏலும், யாரென்டே தெரியாத ஆக்கள் என்டுதானே ... அவனும் அந்தப் பதிலத்தான் நமக்குத் திரும்பச் செல்லுவான் ..."

தலைக்கு மேலே பாய்ந்துவிட்ட வெள்ளத்திற்கு இனி அணைபோட முடியாதென்று முடிவு செய்தவராகத் தாழ்ந்து அமிழ்ந்த குரலில் கூறித் தவக்குல்லின் தலையை வருடிவிட்டார்.

மக்களுக்கு எதிரான அநீதிகளின் பின்னணியில் பொலிசும், இராணுவமும் இருந்த எத்தனையோ கதைகள் வரலாறு நெடுகிலும் கிடப்பதை மறுக்க அவளுக்குத் திராணியில்லை.

'இந்தப் பிரச்சினைக்கு என்னதான் தீர்வு ...' என்பதையே அவள் சிந்தித்துக்கொண்டிருந்தாள். 'எனக்கான நியாயத்தை, பாதுகாப்பை நான் எந்த நியாய சபையில போய்ப் பெற ஏலும் ..? நான்தான் ஒரு குற்றமும் இழைக்கலியே ... என்னைக் குற்றவாளியாக்கும் பார்வையிலேயே கவனித்துக்கிட்டிருக்கிற ஆக்களாலதான் இந்தப் பிரச்சினை ... என்ட எல்லாமே குற்றமாகத் தெரியுது ... நான் என்ன செஞ்சால் இப்பிடியான ஆக்களுக்கு என்னைப் புரியும்? என்ட உண்மை விளங்கும்? வீட்டுக்குள்ள அடங்கியிருந்தாலா? வீட்டுக்குள்ள மறைஞ்சி இருந்துக்கிட்டு இஸ்லாம் தடுத்திருக்கிற காரியங்கள மெய்யாகவே செய்கிறாங்களே, அவங்களைக் கண்டிக்கிற யாரு? மெய்யாகவே குற்றம் செய்தாலும் தண்டிக்கிற அதிகாரத்த யார் இவங் களுக்குக் குடுத்த? எந்த வித விசாரணையுமில்லாம நிரூபணங்கள் இல்லாமல் தண்டனை வழங்குறதுக்கு எந்தச் சட்டத்தில எந்தச் சமயத்தில எந்த மனுதர்மத்தில அனுமதிச்சிருக்கி ...' கேள்விகள் புரண்டெழுந்தன.

நிம்மதியிழக்கச் செய்யும் இந்தத் துயரமான கணங்களைச் சுமப்பதற்குரிய எந்தத் தவறையும் தான் செய்துவிடவில்லை என்பதே அவளைப் பெரிதும் பாதிப்பதாக இருந்தது. தன்னைத்

தண்டிக்க ஆசைப்படுகிறவர்கள் எப்பேர்ப்பட்டவர்களாக இருப்பார்கள்? நேர்மையானவர்களாகவா? உண்மையானவர்களாகவா? இறைபக்தர்களாகவா? அவர்கள் எப்படி வேண்டுமானாலும் இருந்துவிட்டுப் போகட்டும். நேர்மையான உண்மையான அல்லாஹ்வுக்கு மாறு செய்யாத தன்னைத் தண்டிக்க அவர்களுக்கு மெய்யாகவே யோக்கிதை இருக்கிறதா என்ற கேள்வியைத் தனக்குள்ளேயே கேட்டபடி நிசப்தமாக அமர்ந்திருந்தாள்.

அவசரமாக ஆட்கொள்ளும் அவநம்பிக்கையிலிருந்து தன்னைக் காப்பாற்றுகிற பொறுப்பு தனக்கிருப்பதாகக் கருதிக் கொண்டு கவனத்தை வேறு பக்கம் திருப்ப முயன்றாள்.

மேசையை ஒழுங்குபடுத்தி இரவு போஜனத்துக்கான உணவுகளைப் பரப்பிக்கொண்டிருந்தாள் நிஸா. குல்பரும் ஜானாவும் உம்மாவுடன் ஒத்தாசை புரிந்துகொண்டிருந்தார்கள். கலங்கிய கண்களைத் தாவணியால் ஒற்றியபடி யாரும் கவனித்து விடக் கூடாதென்ற எச்சரிக்கையுணர்வுடன் அவர்கள் இயங்கிக் கொண்டிருந்ததை மண்டபத்திலிருந்து கவனித்துக்கொண்டிருந்தாள் தவக்குல். அது அவளை எல்லையில்லாத வேதனைக்கு இட்டுச்செல்வதாக இருந்தது. சாரமும், வெள்ளை பெனியனுமாகப் பாத்ரூமிலிருந்து வந்த வாப்பாவை நிமிர்ந்து பார்க்க முடியாமல் அப்படியே சோபாவில் இயலாமையுடன் சரிந்து கிடந்தாள். இரண்டு மூன்று நாட்களாகச் சவரம் செய்யாததினால் வாப்பாவின் கன்னத்தில் வெள்ளை மயிர்கள் துளிர்த்திருந்தன. தலைமுடியைக் கைகளால் சிலுப்பி விட்டுக் கொண்டே சாப்பாட்டு மேசையருகாகச் சென்றார்.

“எல்லாரும் வாங்க சாப்பிடுவெம் . . . அந்தப் பிள்ளையையும் கூட்டிக்கிட்டு வாங்க மகள் . . .”

குரல் கொடுத்த வேகத்தில் நாற்காலியை இழுத்துப் போட்டுக்கொண்டு சௌகரியமாக உணவு மேசையின் முன்னால் அமர்ந்துகொண்டார். கடுமையான பசியில் இருப்பதன் வெளிப்பாடுகளாக இருந்தன அவரது ஒவ்வொரு செய்கையும். யாரையும் எதிர்பாராமல் ரொட்டியைப் பிய்த்து மீன்குழம்பில் தொட்டு மென்று சாப்பிட ஆரம்பித்திருந்தார்.

அதே இடத்திலேயே உட்கார்ந்திருந்தாள் தவக்குல்.

அவளைச் சுற்றி நடக்கிற எதிலுமே அவள் கவனம் லயிக்கவில்லை. எந்தக் காரியத்தைச் செய்யவும் அவள் மனம் முனைப்பாய் இல்லை. அவள் எண்ணமெல்லாம் இந்தப் பிரச்சினைக்கு எப்படி முடிவு காண்பது என்பதிலேதான் இருந்தது.

சடுதியாக அவளுக்கு ஞாபகம் வந்தது, அனீஸ் மௌலவி!

'ஊரில பெரியவர், நடுநிலையானவர், நல்ல காரியங் களை முன்னின்று நடத்தி வைப்பவர், எல்லாராலும் மதிக்கப் படுகிற ஓர் ஆள், அவரிடம் இதைப் பற்றிப் பேசினால் என்ன... பொலிசுக்குப் போவதற்குத்தான் பயம்... அனீஸ் மௌலவி பொதுவான மனிதர் அவரிடம் சொன்னால் என்ன...'

"வாப்பா, எனக்கொரு யோசினெ..."

பாதி ரொட்டியைச் சாப்பிட்டு முடித்திருந்தார் ஹபீப். ஆட்டா மா ரொட்டி என்றால் அந்த வீட்டில் எல்லோருக் கும் மிகப் பிடிக்கும். ஹபீப் ரொட்டியை ஜைத்தூன் எண்ணெ யில் தொட்டுச் சாப்பிடுவதும் உண்டு. ஜைத்தூன் எண்ணெய் உடம்புக்கு நல்லது, நெஞ்சுறுதியைக் கூட்டுவது, இதய நோய்களை இல்லாமல் பண்ணுவது என்றெல்லாம் நம்பி யிருந்தார். பாதி ரொட்டியை மீன் குழம்பில் சாப்பிட்டவர், மீதியை ஜைத்தூன் எண்ணெயில் தொட்டுத் தோய்த்துச் சாப்பிட்டுக்கொண்டிருந்தார்.

"செல்லுங்க மகள்..."

ரொட்டியைக் கொடுப்புக்குள் நாக்கினால் இடம் மாற்றிக்கொண்டே கேட்டார். வேலைப்பளுவினால் மதியச் சாப்பாட்டைத் தவறவிட்டிருந்தார். அதனால் வீட்டுச் சூழல், சிக்கல்கள், பிரச்சினைகள் எல்லாவற்றையும் ஓரங்கட்டிவிட்டுச் சாப்பிடுகிற வேலையில் உஷாராகி அதிலேயே கவனமாக இருந்தார்.

"வாப்பா, அனீஸ் மௌலவி... அவருதானே ஊரில நடக்கிற நல்லது கெட்டதிலெல்லாம் தலையிடுற ஆள்... அவரைப்போய்ப் பார்த்து இந்தப் பிரச்சினைய எடுத்துச் சொன்னா அவரொரு வழிசொல்ல மாட்டாரா..."

"மகள் முதல்ல இஞ்ச வாங்க... இப்பிடிருந்து சாப்பிடுங்க... அதுக்குப் புறவு பேசுவம்."

தவக்குல்லிற்குச் சுரீரென்று கோபம் வந்தது. வாப்பாவின் நிதானம் அவசியமற்றதென்றும் அதனை அலட்சியமான வெளிப்பாடென்றும் முடிவு செய்தவள் எரிச்சலுடன் கூச்சலிட்டாள்.

"என்ன வாப்பா நீங்க... நானே மனக் குழப்பத்தில இருக்கென் நீங்க ஏன் இவ்வளவு அலட்சியமாப் பதில் சொல்றீங்க... எனக்கு என்ன ஆவினாலும் உங்களுக்குக் கவலையில்லெப் போல இருக்கி..."

வாயருகே கொண்டுசென்ற ரொட்டித்துண்டு கவனக் குறைவினாலோ, அவரே கைவிட்டதனாலோ நழுவி ஜைத்தூன் எண்ணெய் இருந்த கோப்பையில் விழுந்து அமிழ்ந்தது.

அவர் மௌனமாக நிஸாவைத் திரும்பிப் பார்த்தார்.

"நம்மட மகள் என்ன செல்லுது கேட்டியா . . . முளையிலேயே நாம எவ்வளவு சென்னம் அப்பயெல்லாம் நம்மட மகளுக்கு உறைக்கல்ல . . . தலைக்கு மேலால வெள்ளம் பாயும் போது அணைகட்டுவம் வாங்கென்று கூப்பிடுறா . . . இந்தப் பாழாய்ப்போன வேலைய ஆரம்பிச்ச நாளையில இருந்து தலையில அடிச்சிக்கிறம் . . . இது வேணாம், நமக்கு ஒத்துவராது, நம்ம சமூகம் அங்கீகரிக்காது என்டு கிளிப்புள்ளைக்குச் செல்றாப் போல சென்னம் . . . தலைகால் புரியல்ல . . . இப்ப எங்களக் குத்தம் செல்றிங்களா மகள்? இப்பிடிக் கேக்கிறதுக்கு நாக்கு உசந்திச்சா உங்களுக்கு?"

வாப்பாவின் ஒவ்வொரு வார்த்தைகளும் அவளை நிலைகுலையச் செய்தன. அவள் ஒரேயடியாகக் கலங்கிப்போய் நின்றாள். அவளுடைய மனக்குழப்பத்திற்கு காரணம், ஆபத்து எதுவாக இருந்தாலும் தனக்கு நேருவதைப் பற்றியதல்ல. தன் குடும்பத்திற்கு நேரக் கூடாது என்பது. தன்னால் தனது தீர்மானங்களால், அது சரியா பிழையா என்பதற்கு அப்பால் குடும்பத்தில் எந்த வித விரிசலோ கீறலோ விழக் கூடாது என்பதைப் பற்றியது.

அஸீம் கூறியதுபோல 'குடும்பத்துக்கு ஆபத்து வந்தால் . . .'

'ஆபத்து வந்துட்டே . .!' அதற்காகத்தானே அவள் வருந்துகிறாள்.

குழப்பங்கள் அதிகமாகி அவநம்பிக்கையானதும் சலிப்பூட்டுவதுமான எண்ணங்கள் அவளை ஆக்கிரமிக்கத் தொடங்கியிருந்தன. அவசரமாகவும் குழப்பத்திலும் எடுக்கப் படுகிற தீர்மானங்களின் எதிரொலிப்பு கோணலாக அமைவதே இயல்பானது. மிக அபூர்வமாக அதிர்ஷ்டவசமாக நேராக அமைவதுண்டு. தவக்குல் விஷயத்தில் நேர்மறையான விளைவு களையே காணக்கூடியதாக இருந்தது.

'எத்தனையோ பிரச்சினைகளின்போது தோள்கொடுத்த வாப்பா, மிக முக்கியமான பிரச்சினை, எதிர்காலம் சம்பந்தப் பட்டதன் போதும்கூட நிச்சயிக்கப்பட்ட மாப்பிள்ளையும், அவன் குடும்பத்தினரும் நெஞ்சுக்கு நேராக விரல் நீட்டிக் குற்றம் சொன்னபோதுகூடச் சிரித்த முகத்துடன் எதிர்கொண்ட வாப்பா! அவசரப்பட்டுவிட்டேனே . . .' என அவள் வருந்திக்

கொண்டிருந்தாள். வழமைக்கு மாற்றமாக உயர்ந்த தொனியில் உண்மை நிலவரத்தைப் புரியவைக்க முயன்றுகொண்டிருந்தார் வாப்பா.

"அனீஸ் மௌலவி யாரு . . . நமக்குச் சொந்தமா பந்தமா மௌலவிண்டு பேரெ வச்சிக்கிட்டா அவங்கள்லாம் நமக்கு உதவுவாங்க என்டு நம்பிட ஏலுமா . . . யாரு நல்லவங்க – கெட்டவங்க, யாரு உண்மையானவங்க – பொய்யானவங்க என்டு ஒன்டுமே தெரியாத காலத்தில இரிக்கம். மௌலவிய மௌலவி ஏசுற காலம். அவரு செல்ற கருத்த இவரு பிழன்டு செல்றாரு . . . இவர அவரு விமர்சிக்கிறாரு அவங்களுக் குள்ளேயே வாதப் பிரதிவாதம் . . . இவங்கள்ட்டயெல்லாம் போனா நம்மட பிரச்சினை தீராது. புகையிரதப் பத்தவுட்டு அதுல நாம எப்படிக் குளிர் காயலாம் என்டு யோசிக்கிற மனுசனுகள் வாழுற உலகத்தில இருக்கிறம் . . ."

அவரது ஒவ்வொரு வார்த்தைகளும் தடித்து வீழ்ந்தன.

"ஏனுங்க . . . நிப்பாட்டுங்களென். அதுக்கும் மனக்குழப்பம், இதுக்குப் போய் நீங்களும் கோவிச்சிக்கிட்டு . . ."

"நிப்பாட்டுறிங்களா நீங்க. எல்லாம் நீங்க குடுத்த இளக்காரம். இப்பிடித்தான் எச்சரிக்க, மொட்டைக் கடிதம், ஏச்சுப்பேச்சு வந்தா மட்டும் தலையில குடலில அடுச்சுக்குவிங்க. அடுத்த நாளே எல்லாம் சரியாகிடும். எவனோ முகம் தெரியாதவன் விரட்டுறத்துக்கு நாம என்ன செய்யிறது என்டு சமாதானம் ஆகுவிங்க . . . தவக்குல் செய்ற எல்லாக் காரியங் களுக்கும் உங்களத் தண்டிக்கணும் முதல்ல . . ."

ஹபீபின் கோபம் நிஸாவின் பக்கமாகத் திரும்பியதும் தவக்குல் ஏமாற்றத்தோடும், தீராத கவலையோடும் அவர்களைப் பார்த்தாள்.

சாப்பிடுவதற்காக வந்திருந்த யோகா ஊன்றுகோலில் நின்று வேடிக்கை பார்த்துக்கொண்டிருந்தாள். அவள் வந்ததி லிருந்தே அந்த வீடு சண்டையும், சச்சரவுமாகவே இருப்பது அவளுக்கு மிகக் குழப்பமாக இருந்தது. 'இவர்கள் வீட்டில் நடப்பதைப் பார்த்தால் எங்கட வீடு பரவாயில்லப்போல. இக்கரை மாட்டுக்கு அக்கரைப் பச்சை என்கிற கதை சரியாத் தான் இருக்கு . . .' என்றெண்ணிவாறு நின்றிருந்தாள்.

இப்படியே பார்த்துக்கொண்டு நின்றால், நிலைமை மோசமாகிவிடும்போல் உணர்ந்தாள் தவக்குல்.

விடாப்பிடியாக வாதம் செய்துகொண்டிருந்தாள் நிஸா, "முகம் தெரியாதவங்கட அச்சுறுத்தலுக்கு நாம ஏன் பயப்படணும் . . ."

"அதேதான் நானும் கேக்குறன். ஏன் எல்லாரும் இப்ப கவலைப்படுறீங்க, சோர்ந்து போறிங்க . . . சிரிச்சி சந்தோசமா இரிங்களேன் . . ." ஏளனம் தொனிக்கக் கூறினார் ஹபீப்.

"அப்பிடி இப்போ இருக்க ஏலா . . . மொட்டக் கடிதம் வேற விஷயம். இன்டக்கி ஊட்டுக்கே வந்து விரட்டிட்டுப் போனவனுகளப் பத்தித்தான் பயப்படுறம் . . . கடிதம் அனுப்புறவனுகளுக்கும், வீட்டுக்கு வந்தவனுகளுக்கும் சம்மந்தம் இருக்குமா இல்லையா . . . இப்பிடியெல்லாம் குழம்பாம, யோசிக்காம இருக்க ஏலுமா . . ."

"உம்மா நிப்பாட்டுங்க . . ." அதிர்ந்த குரலில் கத்தினாள் தவக்குல். உம்மாவில் ஒருபோதும் இல்லாத எரிச்சல் தோன்றியது அவளுக்கு.

"வாப்பா அல்லாஹ்வுக்காக என்ன மன்னிச்சிடுங்க, எல்லாம் என்னாலதான், நான்தான் எல்லாத்துக்கும் காரணம் . . . என்னை மன்னிச்சிடுங்க வாப்பா. என்னால நீங்க ரெண்டு பேரும் வாக்குவாதப்படாதிங்க. நான் எது நடக்கக் கூடாதுன்டு நினக்கிறேனோ அதுவே நடந்திடும்போலப் பயமா இரிக்கு . . . அல்லாஹ்வுக்காக நிப்பாட்டுங்க . . ."

அழுதுகொண்டே அங்கிருந்து நகர்ந்து திரும்பினாள்.

"மகள் !"

ஹபீபும் – நிஸாவும் கலக்கமடைந்த குரலில் ஒருமித்து அழைத்தனர். பொருட்படுத்தாமலோ, காதில் விழாமலோ அறைக்கதவுகளைப் படார் என அடைத்துக்கொண்டாள்.

"ச்சே . . ."

தான் அதிகப்படியாக ஆத்திரமடைந்துவிட்டதாகவும் நிதானமாக நடந்துகொண்டிருக்கலாம் என்றும் சலித்துக் கொண்டார் ஹபீப்.

உணவுமேசையில் எல்லாம் பரப்பப்பட்டவாறே இருந்தன. யோகாவும், பிள்ளைகளும் நிசப்தமாக மண்டபத்தில் அமர்ந்திருந்தனர்.

அவர்களைச் சாப்பிட வருமாறு அழைத்தாள் நிஸா. மலங்க விழித்தபடி தயங்கிய யோகாவைப் பார்த்ததும் நிஸாவுக்குப் பரிதாபமாக இருந்தது.

"மகள், ஒன்டும் பிழையா நினக்காதிங்க. இது எங்களுக்குச் சோதனைக் காலம். சாப்பிட வாங்க மகள்..."

"தவக்குல் அக்காவயும் கூப்பிடுங்களென்..."

"உடுங்க அவவைக் குழப்ப வேணாம்..."

இவர்கள் ஒருவரில் ஒருவர் அதிக அன்பும், அக்கறையும் கொண்டிருப்பதுதான் இங்கு நடந்த பிரச்சினைகளுக்கெல்லாம் காரணம் என்பதாகத் தோன்றியது யோகாவுக்கு.

'அன்பு இல்லாத இடத்திலும் பிரச்சின, இருக்கிற இடத்திலும் பிரச்சின... இவர்கள் நிச்சயமாக நிறைந்த அன்புகொண்ட ஆக்கள்தான். கோபத்திலகூட அவர்கள் வார்த்தைகளைக் கையாளுகிற விதங்கள், இத்தனை வாதப் பிரதிவாதங்கள் இடம்பெற்றும், தவக்குல் அக்கா மன்னிப்பு கேட்டதும் அடங்கிக் கலங்கித் தங்களைத் தாங்களே சுதாகரித்துக்கொண்ட விதம்... இதெல்லாம் அன்பு அதிகமாக இருக்கிற இடத்தில் நடக்கக்கூடியதே. எல்லாத்திற்கும் மேலாகத் தவக்குல் அக்காவின் அம்மா எவ்வளவு அன்பானவங்க. மகளை எவ்வளவு புரிஞ்சு நடந்துக்கிறாங்க. தாய்க்குரிய நிலையில குழம்பினாலும், தடுமாறினாலும் அவங்க பாசத்தில குறைவில்லை... கோபித்துக்கொண்டு கதவைச் சாத்திய மகளை யாரும் தொந்தரவு செய்யாதிங்க என்று கேட்டுக்கொள்வதற்கும் புரிந்துணர்வு வேண்டும்தானே...'

யோகா யோசனையுடனே சாப்பிட்டுக்கொண்டிருந்தாள். ஜானா அவளருகிலேயே அமர்ந்திருந்து பரிமாறித் தானும் உண்டாள்.

"யோகா தயங்காமச் சாப்பிடுங்கம்மா. என்ன சமைக்கிற தென்டே விளங்காத அவசரத்தில செஞ்ச ரொட்டியும், கறியும்..."

நெட்டுருகும் குரலில் கொஞ்சிக்கொண்டே யோகாவின் தட்டில் கறியை எடுத்து வைத்தாள் நிஸா.

"போதும், அம்மா. அதெல்லாம் பரவாயில்லை, நல்ல ருசியா இருக்கு..."

யோகா நெளிந்தாள். அவளுக்கு மிகவும் சங்கடமாக இருந்தது. சற்று நேரத்துக்கு முன்னர் பெய்ந்தோய்ந்த மழையை விடவும் குளிர்ச்சியானதாக நிஸாவின் பாசத்தை உணர்ந்தாள் யோகா.

"தவக்குல் சாப்புடல்லத்தானே..."

ஹபீபின் கேள்வியில் துயரம் நிரம்பி வழிந்தது. மகளில் அளவில்லாத பாசத்தைச் சுமந்தலைகிற சீவன் அவர். பசியும், களைப்பும், கவலையும் அவரை நிலைதடுமாறச் செய்திருந்தன.

ஆட்டா மாவு ரொட்டி, தவக்குல்லுக்கு மிகப் பிடித்த மானது. முக்கோண வடிவத்தில் வெட்டி பட்டர் தடவி, மிளகுத் தூளையும் தூவி இரண்டு துண்டுகளையும் ஒன்றில் ஒன்று கவியச் சேர்த்துக் கடித்துச் சாப்பிடுவாள்.

"ம் சாப்பிட்டுப் பாருங்களேன் . . . எப்படியிருக்கு தெரியுமா . . ."

வாப்பா, உம்மா, தங்கைகளை வம்புக்கு இழுப்பாள். பட்டரும், மிளகுத் தூளும் மட்டமான காம்பினேஷன் என்பது அவர்களது அபிப்பிராயம். அவளே சாப்பிட்டுத் தம்பட்டம் அடிக்கட்டும் என்று வயிறெரியப் பார்த்துக்கொண் டிருப்பதும், சகிக்காமல் வம்புச் சண்டைகள் செய்வதுமாக வாப்பாவும் தங்கைகளும் அவளைக் குழப்புவார்கள்.

அவள் வெளியூருக்குச் சென்றுவிட்டால், அவள் பற்றிய நினைவூட்டலிலேயே பாதி நேரம் கழிந்துவிடும் அவர்களுக்கு. இது றாத்தாக்குப் பிடிக்கும், இது பிடிக்காது என்று தங்கை களும், சாப்பிட்டாளோ – இல்லையோ என்று உம்மா வாப்பா வும் அவளைப் பற்றியேதான் பேசிக்கொண்டிருப்பார்கள்.

யோகாவின் அறைக்குத் தண்ணீர் கொண்டுவந்தாள் குல்பர். 'தனியே படுக்கப் பயமில்லையா' என்றாள். எதுவானா லும் தயங்காமல் கூப்பிட்டுக் கேட்குமாறு கூறினாள்.

யோகா கட்டிலில் சாயும்வரையும் பார்த்திருந்து மின்விளக்கை அணைத்து, மங்கிய வெளிச்ச இரவு விளக்கை முடுக்கினாள்.

குழப்பங்களுடனும், விடை தேடும் வினாக்களுமாக எல்லோரும் படுக்கைக்குச் சென்றனர்.

2

திறப்பு விழா ஏற்பாடுகளில் தெய்வானையின் வீடு விழாக்கோலத்தில் இருந்தது. அவள் விரும்பியும், விரும்பாமலும் கோலாகலமான ஏற்பாடுகளைத் தெய்வானையின் அம்மா, அக்கா செய்திருந்தனர்.

"பிள்ளை தெய்வானை, தவக்குல்லுக்குக் கோல் பண்ணி நினவுபடுத்து. மறந்து வேறெங்காவது போயிடப் போவுது . . ."

அம்மாவின் நம்பிக்கையற்ற வார்த்தைகள் தெய்வானைக்கு எரிச்சலை ஏற்படுத்தின.

"ஏன்மா இப்பிடிச் சொல்லுறே . . . தவக்குல் அக்கா, அப்பிடியெல்லாம் மறக்கிறவா இல்ல . . . காரியத்தில கண்ணா இருக்கிறவா."

தவக்குல் குடும்ப சகிதம் சர்க்கரைப் பொங்கல் சாப்பிட வருவாள் என்ற கனவுடன் பொங்கலுக்கான ஏற்பாடுகளில் வீட்டின் பின் வாசலில் ராசம்மாளும் ஜோதியும் மும்முரமாயிருந்தனர்.

"அம்மா, பொங்கலில கொஞ்சத்தைப் பூசைக்கு எடுப்பம் எல்லாத்தையும் வேணாம் . . ."

"என்ன மடக்கதை கதைக்கிறாய். கோயில்ல பொங்கினாப் பாக்கிசமா இருந்திருக்கும். வேணாம் வீட்டில பொங்குவம் என்டாய். இப்ப கொஞ்சத்த மட்டும் பூசைக்கு எடுப்பம் எல்லாம் வேணாம் என்டு சொல்லுறாய். விசரே உனக்கு."

"சும்மா கத்தாதம்மா . . . தவக்குல் அக்கா முஸ்லிம். சாமிக்குப் படச்ச பொங்கலச் சாப்பிடாமெ விட்டினம் என்டா, அதனாலதான் சொல்றென். அவையளுக்கு வேறயா எடுத்து வெப்பம் என்டு . . ."

"அது சரிதான். என்டாலும் . . . சாமி குத்தம் ஆயிடும்டி . . . சாமிக்குப் பொங்குற பொங்கலப்

பூசைக்கு வக்காம எடுக்கிறது குத்தம்டி ... தவக்குல் அக்காக்குச் சொல்லு, அவங்களுக்குப் பிரிச்சுத்தான் பண்ணினது என்டு, சாமிக்குப் படச்சது வேற என்டு. அவையள் என்ன பார்த்துக் கிட்டா இருக்கினமிங்க ..."

தெய்வானை முகம் கோபத்தில் சிவந்தது. அம்மாவை வெட்டி விழுங்குவதுபோல் பார்த்தாள்.

"அம்மா ... மடக்கதை கதைக்காதே. தவக்குல் அக்காக் கிட்டே பொய் சொல்லுறதே, நான் நல்லாயிருக்கிறதுக்குக் கஷ்டப்பட்டவையள்ட்ட பொய் சொல்லவே கேக்கிறாய் ... பொங்கலும் வேணாம், பூசையும் வேணாம், தூக்கி மூலையில போடு ... அக்கா வரட்டும் ரிப்பன் வெட்டச் சொல்லிக் கடையெத் திறக்கிறன். உனக்குத் தெரியாதும்மா, என்னெப் போலக் கஷ்டப்படுறவையளுக்கு வேலை செய்யிறதால அந்த அக்கா படுற கஷ்டம். அவையள் முஸ்லிம், நம்பள மாதிரி நினச்சாப்போல வீட்ட விட்டுக் கிளம்பேலாது தெரியுமே, அதெல்லாம் மீறி வேலை செய்யிறதால அந்த அக்காவ எதிர்க்கிறதுக்குன்டே சில கூட்டம் இருக்குது ..."

"உண்மையே நீ சொல்லுறது ..."

"நான் அவங்க வீட்டில தங்கியிருக்கேக்குல்ல மொட்டக் கடிதமெல்லாம் வந்திச்சி தெரியுமே. பாவம், அவையள் எல்லாருமே நல்லவை. நல்ல மனசுதான் அவையளுக்குப் பிரச்சினெயே. அப்பிடிக் கஷ்டப்பட்டு நம்மட நல்லதுக்குப் பாடுபடுறவையளுக்கு நாம குடுக்கிற ஒரேயொரு சந்தோஷம் உண்மையா இருக்கிறதுதான். சொல்லுறதக் கேளு ... பொங்கல வேறாக்கி அவங்களுக்கு எடுத்து வச்சிடு, அம்பட்டுத்தான் ..."

தெய்வானை கட்டளையிடும் தொனியில் கூறினாள்.

"சரிடியம்மா ... நீ இம்பட்டு சொல்லெக்குள்ளே ... எனக்கென்ன, சாமி குத்தம் ஆத்தாள் குத்தமாயினா நீயே பார்த்துக்க தாயி ..."

"ஆ அதெல்லாம் ஒன்டும் ஆகாது ... சாமிக்குப் புரியும், உனக்கும் புரிஞ்சாச் சரி ..."

காலை பதினொரு மணி கடந்தும் தவக்குல் வராதுபோகவே தெய்வானை கைகளைப் பிசைந்துகொண்டே வாசலுக்குச் செல்வதும் உள்ளே வருவதுமாக என்ன செய்கிறோம் என்று தெரியாமலே நடந்துகொண்டிருந்தாள். தவக்குல் அக்காதான் வந்து கொம்பியூட்டரை இயக்கித் தர வேண்டும், முதல் பிரதியைப் பிரின்ட் எடுத்துத் தரணும், ரிப்பன் கட்பண்ணனும்

என்றெல்லாம் அவளுக்குப் பல கற்பனைகள். 'அம்மா சொன்னதுபோல மறந்திருப்பாங்களோ ... அக்கா அப்பிடிப் பொறுப்பில்லாம இருக்கிறவங்க இல்லியே ...'

குழப்பமும் யோசனையுமாகத் தவக்குல்லின் இலக்கங்களைக் கைபேசியில் அழுத்தினாள். தவக்குல் கொழும்பிலிருந்தபோது கடைசியாகப் பேசியிருந்தாள்.

"சும்மா பேசிக் காசை வீணாக்காதே தெய்வானை. அவசரத்திற்கு மட்டும் கூப்பிட்டுப் பேசினால் போதும் ..." என்ற தவக்குல் அக்காவின் அன்பும் கரிசனையுமான மதி உரையை மீறக் கூடாது என்று உறுதி செய்து கொண்டதனாலேயே அதன் பிறகு பேசாமல் இருந்துவிட்டாள்.

இரண்டு, மூன்று தடவைகள் அழைத்தும் தவக்குல்லிடமிருந்து பதில் இல்லாமல் போனதும் அவளுக்கு மிகுந்த சங்கடமாக இருந்தது. சில நிமிடங்கள் செய்வதறியாமல் யோசித்துவிட்டு வீட்டு இலக்கத்திற்கு அழைக்கலாம் என்று முடிவு செய்தாள். இந்த யோசனை தனக்கு முன்னரே தோன்றாமல் போனதற்காகத் தன்னை சொற்பகமாகக் கோபிக்கவும் செய்தாள்.

மணியடித்துக்கொண்டிருந்தது. 'எடுத்திரணும், எடுத்திரணும் ... கடவுளே ...' எனக் கண்களை மூடி அவள் வேண்டிக்கொண்டிருந்தபோது ரிசிவர் எடுக்கப்பட்டது. மறுமுனை குரல் சனோவினுடையதென அடையாளம் கண்டு கொண்டு திடீரெனப் பிரவாகித்த உற்சாகக் குரலில் கேட்டாள்.

"சனோ ... தவக்குல் அக்கா எங்க. நீங்க எல்லாரும் எத்தினெ மணிக்கு வாறியள். சக்கரப் பொங்கல், நீங்க கேட்ட பலகாரம் எல்லாம் செஞ்சிருக்கம் தெரியுமே ..."

ஒரு சிறுமியினுடையதைப் போன்ற தெய்வானையின் குரலின் உற்சாகத்திற்கு ஈடுகொடுக்கும் பதில் சனோவிடமிருந்து வரவில்லை. அவள் என்ன கிணுகிணுத்தாள் என்பதைக் கூடச் சரியாகக் கிரகிக்க முடியாதிருந்தது. சனோ கூறியது ஏமாற்றத்தை, எல்லையற்ற கவலையை அளிக்கவே போனை நிறுத்திவிட்டுப் பின்பக்கம் ஓடிவந்தாள். அவளது வேகத்திற்கு ஈடுகொடுத்துச் செயற்கைக் காலும் இயங்கியது.

அடுப்பை ஊதிக்கொண்டிருந்த ஜோதி அரக்கப்பறக்க ஓடி வருகிற தெய்வானையைப் பதற்றத்துடன் பார்த்தாள். பிழிந்த தேங்காய்ப்பூவைக் கூட்டில் அடைக்கப்பட்டிருந்த

கோழிகளுக்குத் தீனியாகப் போட்டுக்கொண்டிருந்த ராசம்மாள் ஒருவித விசாரணைத் தோரணையில் அவள் பக்கமாகத் திரும்பினாள்.

"இண்டக்கி கடெ திறக்கிறதில்ல ..." என்ற மிக அழுத்த மான தெய்வானையின் அறிவிப்பு அவர்களைக் கலங்கடிக்கச் செய்வதாக இருந்தது. ஜோதி ஊதித் தூண்டியதில் தென்னை யின் காய்ந்த பாளைகள் பிரகாசமாக எரிந்துகொண்டிருந்தவை.

"தெய்வானை உனக்கு என்னதான் நடக்குது, நேரத்துக் கொரு கதை கதக்கிறாய் ..." என எரிச்சலுடன் ஜோதியும், "அதானே ... இவளுக்கு விசர். நம்பளயும் பயித்தியமாக்கப் பாக்கிறாள் ..." என அம்மாவும் கூறுவதைப் பொருட் படுத்தாமல் அவள்பாட்டில் பரபரத்தாள்.

"தவக்குல் அக்காக்குச் சுகமில்லயாமே ... அவை இன்டக்கி வரமாட்டினமாம் ... இப்பதான் போன் பண்ணிப் பேசினேன் ..."

தெய்வானையின் செய்தி அவர்களுக்கும் அதிர்ச்சியாகத் தான் இருந்தது.

"அதுக்குத்தான். கோல் பண்ணுடின்டு நேரங் காலத்தோடவே சொன்ன நான்."

"அவங்க மறந்திருப்பாங்க என்டுதானே கோல் பண்ணச் சொன்ன நீ. அதையே நான் தேவலை என்டென் ..."

"அக்கா பொங்கல் பலகாரத்தையெல்லாம் எடுத்துக்கிட்டுப் போய் தவக்குல் அக்காவைப் பார்த்திட்டு வருவம் ..."

"தெய்வானை ... நாம கட்டாயம் தவக்குல்லப் பார்க்கப் போகத்தான் வேணும். அத்தானை வரச்சொல்லி ஆட்டோ புடிச்சித் தரச்சொல்றன், அம்மாவையும் கூட்டிக்கிட்டு எல்லாருமாப் போய்ப் பார்ப்போம். நான் சொல்லுறதக் கொஞ்சம் கேளுடி ..."

"தவக்குல் கஷ்டப்பட்டு நீ நல்லா இருக்கனும் என்டு செஞ்ச உதவிய நாம மறக்கக் கூடாது. என்டாலும், நாம திட்டம் போட்டாப்போல கடைய இன்டக்கித் திறப்பம் ... நாளக்கிக் காலமை அவாவைப் போய்ப் பார்ப்பம் ..."

ஜோதியின் சாஸ்வதமான பேச்சைக் கேட்டுக்கொண் டிருப்பதே நேர விரயம் என எண்ணிய தெய்வானை முழுமையாகவே நிதானமிழந்திருந்தாள்.

"நாளைக்குக் காலமையே . . . நான் இப்பயே போகணும் . . . தவக்குல் அக்காவப் பார்த்ததுக்குப் புறவுதான் மத்தது எல்லாம் . . ."

அவள் மிகப் பிடிவாதமாகப் பதில் சொன்னாள்.

"அக்கம் பக்கத்தில உள்ளவையெல்லாம் கூப்பிட்டு இருக்கிறம், நல்லதில்லடி . . . அக்கா சொல்றாப்போலக் கடையத் திறப்பம் முதல்ல. அக்காவப் பிறகு போய்ப் பார்ப்பம்டி . . ."

அவர்களைத் திட்டித் தீர்க்க ஆத்திரத்துடன் உதட்டை மடித்துக்கொண்டு எத்தனிக்கையில் கைபேசி சிணுங்கியது.

"தவக்குல் அக்கா . . ."

பற்களைக் காட்டிச் சிரித்துக்கொண்டுக் கைபேசியை முடுக்கினாள்.

"அக்கா உங்களுக்குச் சுகமில்லயாமே . . . என்னக்கா உங்களுக்கு. உங்களப் பார்க்க வாறதுக்குத்தான் பேசிக்கிட்டு இருக்கேன் . . ."

"நான் நல்லாயிருக்கேன் தெய்வானை. உடம்புக்கு ஒன்டுமில்ல . . . மனசுக்குத்தான் . . . சரி அதவிடு . . ."

நழுவிய தவக்குல்லை நிறுத்தினாள் தெய்வானை.

"என்னக்கா உங்கடை மனசுக்கு என்ன கஷ்டம். எனக்கு விளங்குதுக்கா. எதுவாருந்தாலும் தூக்கிப்போடுங்க அக்கா."

"சரிதான் தெய்வானை. எங்களால கடை திறப்புக்கு வர ஏலாத நிலை. கவலைப்படாமெ எல்லாத்தையும் நல்லபடியா முடிக்கணும், என்ன . . . எங்கட எல்லாரிட பிரார்த்தனை எப்பயும் உனக்கு இரிக்கும். நீ விரும்பினாப்போல தலெநிமிர்ந்து வாழுறதுக்குச் சின்ன வழியப் போட்டிருக்கம். நீதான் அத விஸ்தரிச்சுக் காட்டணும். மணல்பாதையத் தார்ப் பாதையா உறுதியாக மாத்தணும். நான் ஏதாவது உதவி கேட்டாக்கூடச் செய்வாய்தானே தெய்வானை . . ."

மனக்கஷ்டங்களுக்குச் சோர்ந்துபோகிற ஆளில்லையே அக்கா. இது தலபோற பிரச்சினையா இருக்குமோ. கடவுளே, என்னதான் பிரச்சினையாக இருந்தாலும், அதெல்லாம் சுவடில்லாமப் போயிடணும் . . . அவாக்கு ஒரு கஷ்டமும் வரக் கூடாது . . .'

"என்ன தெய்வானை பதில் பேசாம இரிக்காய் . . . நான் கேட்டா உதவி செய்யமாட்டியா . . ."

மறுமுனையில் மறுடியும் தவக்குல் முன்னர் கேட்ட அதே கேள்வியைத் திரும்பிக் கேட்டாள். ஸ்தம்பித்துப் போயிருந்த தெய்வானை சுதாகரித்துக்கொண்டு சொன்னாள்.

“ஏன் அக்கா அப்பிடியெல்லாம் பேசுறியள். உங்களுக்கு ஒரு குறையும் வராது. என்னெக் கேக்கிற நிலமெ உங்களுக்கு வரவே வராது அக்கா. அப்பபடித்தான் என்டாலும் என்டை உடல், பொருள், ஆவி எல்லாம் தருவென் உங்களுக்கு. எனக்கு உங்களைப் பார்க்க நினைக்குது. கடைத்திறப்பைப் பிறகு செய்யட்டே . . .”

“ம்ஹூம் . . . நோ . . . நோ, அப்பிடி நினக்கவும் கூடாது. எனக்குச் செய்யிற பெரிய உதவி அதுதான் தெய்வானை. கடைய நல்லபடியா திறந்து, வேலையத் தொடங்கு, புரியுதா. ஏலுமென்டா வேறொரு நாளைக்கு வந்து பார்க்கிறன். சந்தோஷமா இரு தெய்வானை . . . இனிமேல் உன்ட வாழ்க்கையில எல்லாம் சந்தோஷமாவே நடக்கும். என்ட பிரார்த்தனைகளில நீயும் இருப்பாய் . . .”

தவக்குல் அழைப்பைத் துண்டித்த பிறகும் பிரமித்துப் போய் நின்றாள். அழுகை முட்டிக்கொண்டு வந்தது. நெஞ்சத்தைத் தடவிக் கோதுகிற கதகதப்பூட்டுகிற ஒரு நட்பை வாழ்நாளில் இதற்கு முன்னர் ஒருபோதும் சந்தித்ததே கிடையாது.

அவள் சொல்லப் போவதை எதிர்பார்த்திருப்பதுபோல் முகத்தையே பார்த்துக்கொண்டிருந்தனர் ஜோதியும் அம்மாவும்.

“அக்கா சொன்னவை கடையெத் திறக்கட்டாம் . . .”

சன்னமான குரலில் ஒருவித மகிழ்ச்சியுமின்றிக் கூறினாள் தெய்வானை.

ஆறுதலான செய்தி கிடைத்துவிட்ட திருப்தியுடன் அவர்கள் தொடர்ந்து வேலைகளைக் கவனிக்க ஆரம்பித்தனர்.

இன்னமும் அதே இடத்திலேயே நின்று கொண்டிருந்தாள் தெய்வானை.

தவக்குல்லின் கைகளினால் வியாபாரத்தை ஆரம்பிக்க வேண்டும் என்ற கனவு கைமீறிப்போன உண்மையை ஏற்பதற்கு அவள் மனம் மிகக் கஷ்டப்பட்டது. அவளது மனதைப் படித்தவள்போல ராசம்மாள் கூறினாள்.

“தெய்வானை . . . பிள்ளை யோசிக்காத தாயே. அக்கா சொன்னாப்பொல நாம கடையத் திறந்துட்டு பிறகு போய்

ஒரு எட்டுப் பார்த்திட்டு வருவம்... கவலைப்படாதெ... இன்டயிலேர்ந்து நீ முதலாளிடி... முகத்த 'உம்'மென்று வச்சிக்கிட்டிருக்காமச் சிரிடி..."

○

இரவுத் தூக்கம் கெட்டதன் அறிகுறியாலும் கடுமையான தலைவலியினாலும் தவக்குல்லின் கண்கள் வீங்கிப் புடைத் திருந்தன. கண்ணுக்குக் கீழே அவசரமாகக் கருவளையங்கள் தோன்றியிருந்தன. நேற்று இரவு பூட்டிய அறைகளின் கதவுகளை அவள் இன்னமும் திறக்கவில்லை. தனிமை தேவையாயிருப்பதாக உணர்ந்தவள்போல அறைக்குள்ளேயே இருந்தாள்.

ஒரு ஆளின் செயற்பாடு குடும்பத்தைச் சேர்ந்த ஏனையவர் களை எப்படியெல்லாம் பாதிக்கிறது என்ற சிந்தனையிலிருந்து கவனத்தை விலக்க முடியவில்லை அவளால்.

இரவு முழுவதும் சிந்தித்துச் சிந்தித்து, தனக்குள்ளே பல விசாரணைகளை நடத்தி அவள் ஒரு தீர்மானத்திற்கு வந்துவிட்டிருந்தாள்.

எந்த நிலையிலும் குடும்பத்தைச் சேர்ந்தவர்களுக்குப் பாதிப்புகள் ஏற்படுவதை அவளால் பொறுத்துக்கொள்ளவோ, ஏற்றுக்கொள்ளவோ முடியாதெனத் தோன்றியது.

'ஒரு குற்றமும் இழைக்கவில்லை என்பது எனது வாதம் தானே... எனக்காக வாதிக்க என்ட உம்மா, வாப்பாவையும் தங்கச்சிகளையும் தவிர யாருமில்லெ. இந்த ஊரில எத்தின பேருக்குத் தெரிஞ்சும் தெரியாமலும் நான் உதவிகள் செஞ்சிருக்கென். அவங்கள்ல யாராது சொல்வாங்களா... தவக்குல் நல்லவள், குற்றமற்றவள் என்டு. எந்த உதவியக் குடுத்தாலும் எடுப்பாங்க. பிரச்சின வந்தா ஒதுங்கிடுவாங்கென்டு அஸீம் சொன்னது எவ்வளவு உண்மை. வெளியே சொல்லவும் விரும்பாம, பொலிசுக்குப் போகவும் அனுமதிக்காம இந்தப் பிரச்சினையை முடிக்கிறதுக்கு உம்மாவும், வாப்பாவும் விரும்பறாங்க... அது எப்படி ஏலும்...'

உங்களப் பத்தி எனக்கிட்ட விசாரிச்ச ஆக்கள் மோச மானவனுகள், கொலைகாரனுகள், எதையும் செய்வானுகள் என்று அஸீம் சொன்னதும் அவளை அடிக்கடி பயமுறுத்திக் கொண்டேயிருந்தது.

கதவுகளைத் திறந்து அவள் வெளியே வந்தபோது முன் வராந்தாவில் உம்மாவும், தங்கைகளும், யோகாவும் அமர்ந் திருந்தார்கள்.

தவக்குல்லின் கண்கள் யோகாவில்தான் நிலைத்தது.

'இவள் என்ன பாவம் செய்தாள்? இந்தக் குழப்பங்களைப் பார்த்துக் கலங்கிக்கொண்டிருக்க இவளுக்கென்ன தேவை' எனக் கவலை கொண்டாள். இவளுடைய செயற்கைக் கால்கள் வருவதற்கு ஒரு வாரமாகும் என்ற எண்ணம் அவளை அயர்ச்சி அடையச் செய்தது.

"தவக்குல் என்னம்மா ... கண்ணெல்லாம் இப்பிடிச் சிவத்திருக்கு ..."

நிஸா அன்போடு கேட்டாள். அருகே வந்து தலையைக் கோதிவிட்டாள். முதுகை வருடினாள்.

"கொஞ்சம் தலைவலிக்குது. வாப்பா எங்க உம்மா, போய்ட்டாங்களா ..."

அவளது விழிகள் அடுத்த அறைகளையும், உணவறையையும் மேய்ந்து திரும்பின.

"இப்பதான்மா மார்கெட்டுக்குத்தான் போறாங்க, வந்திடுவாங்க ..."

யோகாவின் பக்கமாக மீண்டும் திரும்பிய தவக்குல், "ரியலி சோரி யோகா ... உங்களுக்கும் தேவையில்லாத கஷ்டத்தக் குடுத்திட்டன். எங்கட வீட்டில கொஞ்ச நாளக்கி நீங்க நிம்மதியாச் சந்தோஷமா இருப்பீங்க என்டு நினச்சன் ..."

"என்ன அக்கா நீங்க, எனக்கு விளங்காமலே ... ஒரு மனக்கஷ்டமும் இல்ல ... ஒவ்வொருத்தருக்கும் ஒவ்வொரு விதமான பிரச்சினை. எங்களுக்கு இப்பிடியெல்லாம் செய்யப் போய்தானே உங்களுக்கு இந்த நிலை வந்திருக்கு ..."

மறுபடியும் போராளியாக ஒரு சந்தர்ப்பம் வாய்க்காதா என்றிருந்தது யோகாவுக்கு. ஈழத்திற்காக அல்லாமல் பெண்களின் சுதந்திரத்திற்குக் குறுக்கீடாக இருக்கிறவர்களைக் கொன்றொழிப்பதற்காக மீண்டும் போராளியாகுவதில் தவறில்லை!

சில நொடிகளுக்குள் யோகா போராளியாக மாறியிருந்தாள்.

கைகள் கட்டப்பட்டு அணியணியாகப் பலர் நிறுத்தப் பட்டிருக்கிறார்கள். இவர்கள் எல்லாம் பெண்களை இம்சிப்பவர்கள். பெண்களின் எல்லைகளை நிர்ணயிப்பவர்கள். பெண்களின் ஒழுக்கத்தை அளவீடு செய்கிறவர்கள். சமூகத்தில் இவர்கள் மட்டும்தான் பேசுகிறார்கள். பெண்களைப் பேசவிடுவ தில்லை. அவர்களின் கருத்துக்களைக் கேட்பதில்லை. பெண்கள்

எது கூறினாலும் தப்புத்தப்பாவே விளங்கிக்கொள்கிறார்கள். பெண்களைக் கன்னாபின்னாவென்று விமர்சித்துக் குமைகிறார்கள். இனி இவர்கள் பேசத் தேவையே கிடையாது! அவர்களது வாய்களும் துணியால் கட்டப்பட்டிருந்தன!

"விசாரணை எதுவும் வேணாம். இவர்களைச் சுட்டுத் தள்ளுங்கள்!"

தோழிகளுக்குக் கட்டளையிட்டாள் யோகா.

"பொறுங்கள் தோழிகளே! இவர்களைச் சும்மா சுட்டுத் தள்ளக் கூடாது. நிர்வாணமாக்கி அவயங்களை அறுத்தெறிய வேண்டும். இவர்களில் யாருமே உண்மையானவர்கள் இல்லை. பெண்களின் ஒழுக்கத்தை அளவீடு செய்கிறார்கள், ஏன்? இவர்களில் ஒருவருக்கும் ஒழுக்கம் கிடையாது. இவர்களுக்குக் கற்பு கிடையாது. கண்ணால், பேச்சால், செய்கையால் இவர்கள் செய்திருக்கும் விபசாரங்களுக்குக் கணக்கில்லை. முதலில் இவர்களின் கட்டுக்களை அவிழ்த்துவிட்டுக் கால்களில் சுடுவோம். கொஞ்ச நேரம் கதறவிடுவோம். என்ன செய்து, எப்படிக் கதறச் செய்ய விருப்பமோ அப்படிச் செய்யுங்கள். உங்களுக்கு முழு சுதந்திரம் தரப்படுகிறது. உச்சபட்சமாக யார் கதறச் செய்கிறார்களோ, அவர்களுக்கு விசித்திரமான மகிழ்ச்சியளிக்கும் அன்பளிப்புகள் உண்டு. சிறப்பான சித்திரவதைக்கும் பரிசுகள் தரப்படும். இவர்களின் முகங்கள் அடையாளமே தெரியாமல் சிதைக்கப்பட்டிருக்க வேண்டும். கண் இருக்கும் இடத்தில் கால்விரல் இருக்கட்டும். இறுதியாக இவர்கள் மூளை சிதறிச் சாக வேண்டும்."

"ஆரம்பியுங்கள் வேட்டையை . . ."

கட்டளையிட்டுக்கொண்டிருந்தாள் யோகா.

கொலை செய்வது பழிவாங்குவதெல்லாம் எந்தவொரு பிரச்சினையையுமே தீர்க்கக்கூடியதல்ல என்பதையும் இந்த வகை எதிர்வினை மேலும் உக்கிரமான வன்மத்தையும் சுமூகமற்ற முரண்பாட்டையும் அதிகரிக்கும், அழிவுக்கு இட்டுச் செல்லும் என்பதையும் போரியல் வாழ்வு அவளுக்குக் கற்பித்திருந்தபோதும் இதனை எண்ணிப் பார்ப்பது சுகமாக இருந்தது.

எந்தவித வரம்புகளின்றிச் சிந்தித்துக்கொண்டிருந்த அவளை "அஸ்ஸலாமு அலைக்கும் . . ." என்ற குரலோசை இயல்புக்கு இழுத்து வரச்செய்தது. உறக்கத்திலிருந்து விழித்தவளைப் போலத் திணுக்குற்று வெளியே பார்வையைச் செலுத்தினாள்.

“உள்ளுக்கு வாங்க, றாத்தா இருக்காங்க ...”

சனோ வரவேற்றுக்கொண்டிருந்தாள். சியாமாவும் அவளது தாயும் வந்திருந்தனர். அவர்கள் முகத்தில் நன்றிப் பெருக்கு நிரம்பியிருந்தது.

“வாங்க சியாமா ...”

புன்னகையுடன் வரவேற்றாள் தவக்குல்.

“அஸ்ஸலாமு அலைக்கும் றாத்தா ...”

அவள் குரல் உற்சாகச் சிகரத்திலிருந்து வந்தது. எதையோ சாதித்தவள் போலப் பெருமையில் பிரகாசித்துக்கொண்டிருந்தாள்.

“வ அலைக்குமுஸ்ஸலாம் ... என்ன சியாமா சந்தோஷமாக இருக்கிறாப்போலத் தெரியுது ...”

“சந்தோஷமான செய்திதான் றாத்தா. அன்டக்கி வந்தம். நீங்க அநுராதபுரத்துக்குப் போய்ட்டிங்க. உங்கட உம்மா சொன்னபடி நான் அந்தக் கம்பியூட்டர் இன்ஸ்டியூட்டுக்கு இன்டர்வியூக்குப் போனென். எனக்கு அங்க வேலை கிடச்சிரிக்கு. ஆறு மாசம் புரபோஷன் பிரியட்டாம். ஆரம்பத்திலப் பத்தாயிரம் சம்பளம் தாறாங்க. ஆறு மாசத்துக்குப் புறவு கூட்டித்தாரென்டு சொல்லியிருக்காங்க ...”

“அல்ஹம்துலில்லாஹ் ... நல்ல செய்திதான். பத்தாயிரம் சம்பளத்திற்கு நீங்க ஒத்துக்கிட்டிங்களா ... அது குறைய இல்லியா சியாமா ...”

நாசூக்காகக் கேட்டாள் தவக்குல்.

“எனக்கு வேலெயில முன்னனுபவம் இல்ல. இதான் என்ட முதல் வேல. பத்தாயிரம் அப்பிடியொன்றும் சின்னக் காசு இல்லியே றாத்தா, எங்களுக்கு அது தலக்கி மேலெ ...”

சியாமா பற்கள் தெரிய வெட்கத்துடன் சிரித்தாள்.

எதுவுமே பேசாமல் இருந்த சியாமாவின் உம்மா பக்கமாகத் திரும்பினாள் தவக்குல். தன்னைத்தான் கேள்வி கேட்கப் போகிறாள் என்பதைப் புரிந்துகொண்டவள் போல அவள் பேச ஆரம்பித்தாள்.

தேநீர் தட்டுடன் வந்து எல்லோருக்கும் பரிமாறிக் கொண்டிருந்தாள் குல்பர்.

“நீங்க ரெண்டு பேரும் பேசிக்கிட்டு இருந்திங்க. குறுக்காலப் பேசப்போடான்டு பார்த்துக்கிட்டு இருந்தன்மா ... நீ எங்களுக்குச்

செஞ்சது லேசான உதவியில்ல மகள் ... அல்லாஹ் உனக்கு ஈருலகத்திலயும் புண்ணியத்தத் தருவான் மனே ... சியாமா செல்லிட்டு, இனி என்ன எந்த வேலையும் செய்யப் போடாதாம், அப்பம் சுடவும் தேவலியாம் ... படிச்சதனால அதுட நிழலில குந்துற பாக்கிசத்த அல்லாஹ் தந்திருக்கான் பாத்தியா மனே ...”

தேநீரை ஊதுவதும், உறிஞ்சுவதுமாக அவள் குடித்துக் கொண்டிருந்தாள்.

நடந்துகொண்டிருந்த சம்பாஷணையைக் கவனித்துக் கொண்டிருந்த யோகாவுக்குத் தவக்குல்லில் விபரிக்க முடியாத மரியாதை உண்டாயிற்று. வியப்புடன் அவளையே பார்த்துக் கொண்டிருந்தாள். நேற்றிரவு இந்த வீடே அதிரும்படியாகக் கூச்சலிட்டவளா இங்கு இத்தனை குழைவாக இணக்கமாக உரையாடுகிறாள் என்று அவளால் நம்ப முடியாதிருந்தது. இவளை மூலைக்குத் தள்ளிவிட எண்ணிக்கொண்டு இந்த ஊரிலுள்ள சிலர் மோசமாகச் செயற்பட்டுக்கொண் டிருக்கிறார்கள் என்றால் அதுதான் உலகத்தின் நியதி. அதிலிருந்து தப்பிப்பது முடியாத காரியம். ஒரு பெண் எப்படியிருக்க வேண்டுமென்று இவர்கள் எதிர்பார்க்கிறார்களோ அதற்கு முற்றிலும் மாற்றமான ஒரு உதாரணமாக இருக்கிற இவளை ஏதாவது பண்ணிக் குரூரமான வெற்றியை அனுபவிக்கும்வரை முடிவுறாத அச்சுறுத்தலும் எச்சரிக்கையும் நிறைந்த பயணமாகத்தான் தவக்குல்லின் வாழ்வு அமையும் என்கிற அசௌகரியம் நிறைந்த எண்ணங்களைத் தவிர்த்துக் கொள்ள வழி தெரியாமல் தடுமாறியவளாக யோகா அங்கே அமர்ந்திருந்தாள்.

சியாமாவும் அவள் தாயும் சென்ற பின்னர் அந்த இடத்திலேயே கனத்த இதயத்துடன் தவக்குல் சிந்தனைவயப் பட்டிருந்தாள். தான் எடுத்திருக்கிற தீர்மானத்தின் பின்னால் எல்லாமே இருள் கவிந்ததாகத்தான் தெரிந்தது. மனதின் உளைச்சல்களின் பிடிமானமற்ற எண்ணங்கள் அவளை வதைத்துக்கொண்டிருந்தன. தான் விரும்பிய சுதந்திரமான வாழ்வு நழுவிப்போக இருக்கும் துயரத்தைத் தவிர வேறெதை யும் சிந்திக்க முடியாதவளாக இருந்தாள். தான் எதற்காகவும் இத்தனை சோர்ந்து குந்தியவள் கிடையாதென்று எண்ணும் போதே சப்தமிட்டு அழ வேண்டும் போலிருந்தது. எப்பேர்ப்பட்ட கவலை, பிரச்சினை என்றாலும் சமூக வேலையில், தனது முயற்சியில் உதவி பெறுகிறவர்களின் சிரிப்பில் மறந்து விடுகிறவளாகத் தான் இனியொருபோதும் இருக்க முடியா

தென்பது உயிரையே பறித்துவிடக்கூடிய ஒரு வாதைபோலப் பலவீனப்படுத்துவதாக இருந்தது.

"ராத்தா . . ."

சனோ அவள் பக்கமாக வந்து அமர்ந்தாள். அடுத்தாற் போல குல்பர், ஜானா இருவரும் வந்து ஒண்டினர்.

"நீங்க கவலையா இருக்கிறதப் பார்த்தா எங்களால தாங்கவே ஏலாம இரிக்கி . . ."

மேற்கொண்டு பேச முடியாமல் நிறுத்தினாள் சனோ. கண்ணீர் முட்ட தொண்டை கமறியது.

"நீங்க உங்கட மனசுக்கு ஆறுதல் தார வேலெய செய்யுங்க ராத்தா. அல்லாஹ்வுக்குப் பொருத்தமானதெத்தான் செய்றன். அவன் கையுட மாட்டானுன்டு சொல்ற நீங்க இப்பிடி வாடிப் போய் இருக்கிறதெப் பார்த்தா மனம் தாங்கல்லெ . . ." தளதளத்த குரலில் குல்பர் சொல்லிக்கொண்டிருந்தாள்.

ஜானா எதுவும் பேசாமல் தவக்குல்லையே பார்த்துக் கொண்டிருந்தாள். அவளது கண்களில் கண்ணீர் தத்தளித்தது.

தவக்குல் எதுவும் பேசாமல் இருந்தாள். அழுதுவிடக் கூடாதென்று கடுமையாகப் பிரயத்தனம் செய்தாள். இந்த அன்புதான் தன்னைக் கட்டிப்போடுவதாகத் தோன்றியது. அன்பு சிறகுகளைத் தருவதா, சிறையைத் தருவதா என்றே புரிந்துகொள்ளத் தெரியவில்லை அவளுக்கு. ஆர்வத்தைத் தூண்டுகிற மகழ்ச்சியான தனது வாழ்வு முடிவுக்கு வருவதற் கான எல்லா நிலைகளையும் அடைத்துவிட்டதாகவே எண்ணிக் கொண்டிருந்தாள்.

இப்படியொரு குடும்பத்தில் பிறக்கக் கொடுப்பினை யில்லாமல் போனதே என யோகா தன்னையே நொந்து கொண்டாள்.

'துணிஞ்சு வீட்டுக்கே வந்து அச்சுறுத்தியிரிக்கினம், அப்படியிருந்தும் துக்கம் தாளாம குந்தியிருக்கிற அக்காளிடம் உங்கட மனதுக்குப் பிடிச்சதைச் செய்யுங்க ராத்தா என்டு சொல்லுகிற தமக்கைகள் – அதுக்குப் பின்னால இருக்கிற ஆபத்தெப் புரியாமலே அவை இப்படிச் சொல்லினம். இல்லவே. அக்காள்ல இருக்கிற பாசத்தில சொல்லினம். மனதுக்கு இசைவானதைச் செய்ய முடியாமப் போகேக்க அவள் துவண்டு உட்கார்ரதெப் பார்க்கச் சகிக்காமச் சொல்லினம் . . .'

யோகாவுக்கு எல்லாமே வியப்பாகவும், இந்தப் பாசத்தின் வலை மிக அற்புதமானதாகவும் இதற்கு முன்பொருபோதும் பார்த்திராததாகவும் இருந்தன. அன்பையும் பிணைப்பையும் பார்க்கிறபோதெல்லாம் அவளுக்குச் சாதுரியன் நினைவுகளே வந்தன. அவன் காண்பித்த கலப்பில்லாத, எதையும் எதிர் பாராத அன்பு அவளைத் தடவிக் கொடுத்தது, இறுக அணைத்து ஆறுதல்படுத்தியது.

ஹபீப் மார்க்கெட்டிலிருந்து வந்துவிட்டிருந்தார். அவரது கைகளில் இருந்து பேக்குகளை நிஸா வாங்கிக்கொண்டு சமையலறைப் பக்கமாகச் சென்றாள்.

தவக்குல்லின் முகம் வழமைக்கு மாறாக இருள் மூடியிருக்கக் கண்டதும் நெஞ்சு பிசைந்தது. அதிகாலையிலேயே எழுந்து குளித்து, தொழுது தனது வேலைகளைப் பார்க்கக் கிளம்பிவிடுகிற மகள் இன்று சோர்ந்து குந்தியிருப்பதை ஜீரணிக்கவே முடியவில்லை அவரால். அவளருகே வந்து தலையைத் தடவினார்.

"மகள், வாப்பாவ மன்னிச்சிடுங்க..."

எந்தவித மனக்கசப்பும் தனக்கில்லை என்பதை ஒரே நொடியில் நிரூபிக்க விரும்பினாற்போல இருந்தது அவரது வேண்டுதல். தவக்குல் திடுதிப்பென்று எழுந்து நின்றாள்.

"என்ன வாப்பா... நீங்க எதுக்கு இப்பிடியெல்லாம் பேசுறிங்க..."

அவளது குரல் தளர்ந்தது. இத்தனை நேரம் கடும் பிரயத்தனத்தோடு பிடித்துவைத்திருந்த அழுகை உடைத்துக் கொண்டு புறப்பட்டது.

குடும்பத்தின் அத்திவாரம் புரிந்துணர்விலும் பாகுபாடற்ற அன்பிலும் உறுதிசெய்யப்படுகிறதென்றும், மகளிடம் மன்னிப்புக் கோருவதில் எந்தவிதத் தாழ்வுச்சிக்கலும், தன்மானப் பிரச்சினையுமில்லை என்றும் கருதினார் ஹபீப். குற்றம் காணவும் தட்டிக்கேட்கவும் எவ்வளவு உரிமை இருக்கிறதோ அதே அளவு இறங்கிப் போகவும் இருப்பதாக நம்பினார். என் பிள்ளையிடம் எனக்கென்ன கௌரவம் என நினைத்தார்.

"சின்னப்புள்ள நீங்க, அப்பிடி ஒரு வார்த்தெ கேட்டதுக் காகப் பெரியவன் நான் அந்தளவுக்குக் கோபப்பட்டிருக்கத் தேவையில்ல... மடத்தனமான என்ட கோபத்தால உங்கட மனசு எவ்வளவு கஷ்டப்பட்டிருக்கும் என்டு புரிஞ்சுக்க

முடியாதவன் இல்லம்மா நான் . . . நீ எங்கெட பொக்கிசம். இந்த வீட்டிட அமைதியும், சந்தோஷமும் உன்னச் சுத்தித்தான்மா இருக்குது . . .”

“நான் அதப் புரிஞ்சிக்கிட்டென் வாப்பா . . . அதனால தான் நான் ஒரு முடிவு எடுத்திருக்கன்.”

வாப்பாவின் நெஞ்சில் சாய்ந்துகொண்டு குழந்தையைப் போலக் கேவினாள். நேற்றிரவு அணிந்திருந்த பிஜாமாவிலேயே இருந்தாள். முகம் வெளிறி இழுபட்டிருந்தது. கேசத்தை இழுத்து வாராமலே ஹேர்பேண்ட் போட்டிருந்தாள்.

மனம் ஒப்புக்கொள்ளாத தீர்மானங்களுக்குத் தள்ளப்படுவதும் வாழ்வில் இயல்பானதுதான் என்பதை மனக்கசப்புடன் ஏற்றுக்கொண்டவளாக அழுகையை நிறுத்திக் கண்களைத் துடைத்தாள்.

அவளது தீர்மானம், முடிவு என்ன என்பதை எல்லோருமே ஆவலாக எதிர்பார்த்து அவள் முகத்தையே கவனித்துக் கொண்டிருந்தனர்.

கடைசிச் சிறகடிப்பில் இருக்கிற பறவையினதுபோல அவள் மனம் பரிதவித்தது.

“நான் என்ட வேலைகள்லர்ந்து விலகுறென் வாப்பா, நீங்க சொல்றபடி கேக்கிறேன்.”

நிமிர்ந்து வாப்பாவின் முகத்தை நேராக நோக்கினாள். அவள் கண்கள் சிவந்திருந்தன. வாப்பா – உம்மா – எல்லோருமே சந்தோஷித்துக் கட்டி யணைத்து முகர்வார்கள் என்று அவள் எதிர்பார்த்ததுபோல் அவர்கள் செய்யவில்லை. விருப்பத்திற்கு மாறாகத் தவக்குல் எடுத்த தீர்மானம் இதுவென்று அவர்களுக்குத் தெரியாதா என்ன? சந்தர்ப்பச் சூழ்நிலைகளை, சாபக்கேட்டை உள்ளூரச் சபித்தனர். சுதந்திரங்களையும், எல்லைகளையும் தானே தீர்மானித்துக்கொண்டு சுற்றித் திரிந்தவள் இந்த முடிவுக்கு வருவதற்கான காரணிகளால் எல்லையற்று வருந்தினர். காதலையும், எதிர்காலக் கணவனையும்கூடப் பொருட்படுத்தாதவள் இன்று குடும்பத்திற்காகச் சந்தோஷங்களைத் துறக்க முன்வந்திருப்பது அவர்களுக்கு வேதனையளிப்பதாகவே இருந்தது.

இந்தத் தீர்மானத்தை அவள் தெளிந்த மனதோடும் தீர்க்கமான சிந்தனையுடனும்தான் எடுத்தாளா என்பதே பிரதானமான சந்தேகமாக இருந்தது அவர்களுக்கு. இந்தவொரு

தீர்மானம்தான் அவளைக் காப்பாற்றக் கூடியதென அவர்கள் நம்பியதால், மகளை மெச்சத் தோன்றியபோதும் முனைப்பின்றி நின்றனர்.

"கவலைப்படாதேம்மா ... உன்ட மனசைப் படைச்சவன் அறிவான். எல்லாம் நல்லதுதான் நடக்கும் ..."

வாப்பா மீண்டும் அவளை நெஞ்சோடு அணைத்துக் கொண்டார்.

"ஒரு சின்ன வேண்டுகோள் வாப்பா ..."

"செல்லுங்க மகள் ..."

"யோகாக்கு நான் உதவி செய்யிறனுன்டு வாக்கு குடுத்திட்டன் வாப்பா. என்ட வேலகள்லர்ந்து நான் பின்வாங்கலாம். குடுத்த வாக்குலர்ந்து பின்வாங்க ஏலாதே, யோகாக்கு ஆர்ட்டிபிஷல் லெக் பொருத்தணும். அதுவரைக்கும் ஒரு கிழமை அவ இங்க இருக்கட்டுமே ... அநுராதபுரம் இல்லத்துக்குப் போறதுக்கு ஹெல்ப் பண்ணுறென்டும் சொல்லிட்டென். அதையும் நான் செய்யணும். செய்யலாமா வாப்பா ..."

இப்படி ஓரேயடியாகக் குழந்தையாகிப் போனாளே, என்னதான் தைரியத்தைச் சுமந்திருந்தாலும் அன்புக்கு இத்தனை அடிமையானவளா என் மகள். அவளது ஒவ்வொரு வார்த்தையும் அவரை நெகிழ வைப்பதாக இருந்தது. இன்னும் தாமதித்தால் அவரே அழுது விடுவார்போல் தோன்றியது. ஓரக்கண்களால் நிஸாவைப் பார்த்தார் ஹபீப். அவளது கண்களும் கலங்கியிருந்தன.

விடுவிக்கக்கூடியதென்று எத்தனையோ வழிகளைச் சிந்திக்கக்கூடியதாக இருந்தாலும் பெற்றோரின் அன்புக்கு நடுவில் சிக்குண்டு கரைந்துகொண்டிருந்தாள் தவக்குல். தனிமையை விரும்புபவள்போல அறைக்குள் சென்று கட்டிலில் சாய்வதும், மேசைக்கு முன் நாற்காலியில் உட்கார்ந்து கொள்வதும், புத்தகங்களை எடுத்துப் புரட்டுவதும், வாசிப்பதும், தூக்கிப்போடுவதுமாகச் செய்வதையே திரும்பத் திரும்பச் செய்துகொண்டிருந்தாள்.

'ஏன் எனக்கு இத்தனை கொடுமையான தண்டனை. இந்தத் தண்டனையை எனக்குத் தீர்மானித்தது யார், எது ..? எத்தனை நாட்களுக்கு நான் இப்படி இருக்கப்போகிறேன் ... ஒரு நாளைக்கூட கடத்த முடியலியே ... பிழையான

தீர்மானத்தை எடுத்துவிட்டோமோ.' என்ற குழப்பமான எண்ணங்களின் சுழற்சியும் பல நூறு பெண்களின் அழுகையும், சிரிப்பும், பேச்சொலிகளும் அவள் காதுகளுக்குள் இரைந்தன.

'எத்தின பெண்கள் ... எத்தின விதமான இழப்புகள், கவலைகள், துக்கங்கள் இதெல்லாத்தையும் என் ஒருத்தியால மாத்த ஏலாது ... மாற்றத்துக்கு செயற்படுற ஆக்கள்ல நானும் ஒருத்தியா இருக்க விரும்புறன் ... நான் அப்படி என்னதான் பாவம் செஞ்சென், என்னெ எதிர்க்கிற ஆக்கள் யாரு ... எனக்குக் கடிதம் எழுதுறவங்களும் வீடு தேடி வந்து விரட்டுற ஆக்களும் யாரு, இவங்களுக்கு நான் செஞ்ச அநியாயம் என்ன, இவங்க எனக்கிட்ட என்னத்தெ எதிர்பாக்காங்க ...

'கல்யாணம் குலைஞ்ச நேரம் கடிதம் வந்தபோது, அது சுபியான்ட வேலதான் என்டு எல்லாரும் நினைச்சாங்க ... அதுக்கு முதலும் எனக்கு இப்பிடிக் கடிதங்கள் வந்திருக்கே ... அதெல்லாம் இதைப் போல தீவிரமான எச்சரிக்கைக் கடிதங் களில்லெ ... சும்மா தூஷிக்கிற கடிதங்கள் ... இந்தக் கடிதங்களின் வீரியத்தைப் பார்த்தா இதுக்கும் சுபியானுக்கும் சம்பந்தம் இருக்க வாய்ப்பே இல்ல, இது வேற யாரோ ... சிலநேரம், உண்மையாகவே இஸ்லாத்தை நேசிக்கிற ஆக்களோ என்னம்மோ, குர்ஆன் வசனங்களை மடத்தனமாக விளங்கிக் கிட்டு நீதியெக் கையில எடுத்தவங்களா இருக்கலாம் ... என்னெப்போலத் துடிப்பான பொம்பிளைகளெ அடக்கிட்டா, அழிச்சிட்டா முழு சமுதாயமுமே சீராயிடும் என்டு நம்புற கூமுட்டைகளா இருக்கலாம் ... என்னெக் கொல்றதுக்கு நான் விபசாரம் செஞ்சேனா. ஓ ... அவங்க அப்பிடித்தான் நினைக்கிறாங்க. சமூகத்துக்குள்ளெ மண்டிக் கிடக்கிற அநீதி களையும், அக்கிரமங்களையும் கண்டுக்கவக்கில்லெ, பொம்பிளைகளுக்கிட்ட மறைஞ்சி நின்டு வீரத்தெக்காட்டுறது எவ்வளவு வெக்கக்கேடு ... இந்த மானம் கெட்டவர்களின் பேச்சுக்குப் பயந்து அடங்கி நடக்க வேண்டிய கேவலமான நிலை எனக்கு ... ப்ச் ...

தொழில்நுட்பம், கல்வி என்று சமுதாயம் எவ்வளவுதான் முன்னேறினாலும் அடிப்படையான கண்ணோட்டங்கள் மாறுபடாமலேதானே இருக்கிறது. பெண்களைக் கிள்ளுக்கீரை யாக மதிக்கிற, பெண் அடங்கிப்போக வேண்டியவள், அதிகாரவெளி அவளுக்கு மறுக்கப்பட்டதென்ற மூன்றாம் நிலைக் கருத்துக்கள்தானே இன்னமும் உள்ளன. ஒருபோதும் இன்னதுதான் என்று பார்க்கவும் அறியவும் உணரவும் முடியாத

கற்பைப் பற்றி, பெண் ஒழுக்கம் பற்றி முட்டாள்தனமான அறிவுக்குத் தொடர்பில்லாத கற்பிதங்கள் இன்னும் எத்தனை காலத்துக்குத் தொடரப்போகிறது?

நிலையில்லாமல் மனம் தடுமாறிக்கொண்டே இருந்தது. தீர்மானத்தை மறுபரிசீலனை செய்தால் என்ன என்றும் தோன்றியது அவளுக்கு.

மனப்போராட்டத்துடனே அன்றைய பொழுதைக் கழித்தாள் தவக்குல். நாளை என்பது இருள் கவிந்த ரூபமாக அவளது மனக்கண்ணில் நின்றது.

3

தெய்வானையின் முன்னறிவித்தல் இல்லாத வரவினால் தவக்குல் உள்ளடங்கலாக வீட்டில் உள்ள அனைவரும் சற்றே இயல்பு நிலைக்குத் திரும்பியிருந்தனர்.

“உங்களுக்குச் சுகமில்லையென்டதும் எனக்கு எப்படியிருந்திச்சி தெரியுமே அக்கா. நீங்க சொன்னதுக்காகத்தான் கடைத் திறப்பையே நடத்தினோம் . . .”

“தெய்வானை, நாங்க எல்லாருமே வந்து கடைத் திறப்ப நடத்தி வைக்கத்தான்மா விரும்பினம் . . . என்னென்னமோ நடந்துபோச்சி . . . யாவாரமெல்லாம் எப்படி . . .”

நிஸா வியாபாரத்தைப் பற்றிக் கேட்டதும் தெய்வானை நெளிந்து சிரித்தாள்.

“நேற்றுத்தானே கடை திறந்தம் . . . நேத்து அன்பளிப்பாத்தான் ரெண்டாயிரத்து ஐநூறு ரூபா கிடச்சிது . . . இனித்தான் யாவாரம் பாக்கணும். இன்டக்கிக் கடை திறக்கிறதுக்கு முதல்லெயே அக்காவப் பாத்திடணும் என்டுதான் ஓடி வந்துட்டேன் . . . ஆறு மணிக்கே அங்கயிருந்து புறப்பட்டுட்டம் . . .”

“எனக்கு ஒன்டுமில்ல தெய்வானை. போன்லேயே சொன்னென் தானே . . .”

“அதேன்மா கேக்குறியள் . . . இந்தப் பொடிச்சி பட்டபாடு . . . தவக்குல் அக்கா வரல்லாட்டி கடைத் திறப்பு செய்யிறதேயில்லன்டு நின்டுட்டாள் . . . நீ டெலிபோன் எடுக்காட்டி அப்பிடித்தான் நடந்திருக்கும் . . . ராவு நித்திரகொண்டாளா என்டே தெரியல்லெ . . . எழும்புறயும், லைட்டப் போடுறயும், நேரத்தைப் பார்க்கிறயும் . . . நாலு மணிக்கே எழும்பிக் குளிச்சிப் புறப்பட்டுக்கிட்டு

நின்டாள் தெரியுமே... தவக்குல் அக்காவப் பார்த்திட்டு வந்துதான் யாவாரம், மத்ததெல்லாம் என்டு ஒரே புடி..."

ராசம்மாள் அவளுக்கேயுரிய பாணியில் விபரிக்க எல்லோரும் லயித்துக் கேட்டுக்கொண்டிருந்தனர்.

தாமதமாக எழுந்த யோகா குளித்து மெழுகி அறையில் இருந்து அப்போதுதான் வெளிப்பட்டாள். கூந்தலிலிருந்து சொட்டிய ஈரத்தில் அவளது பின் இடுப்புச் சட்டை நனைந் திருந்தது. இயக்கத்திலிருக்கும்போது வளரவே விடாமல் கிராப் பண்ணப்பட்ட தலைமயிர் இப்போது கத்தரிக்கப் படாமல் இடுப்புக்குக் கீழேவரையும் நீண்டு வளர்ந்திருந்தது.

ஊன்றுகோலில் நடந்துவந்த அவளையே தெய்வானை கவனித்துக்கொண்டிருந்தாள்.

தவக்குல்லைப் பார்த்து,

"இவா அக்கா..." என விசாரித்தாள்.

"இவதான் யோகா... நான் முதல் சொன்னேன்... நான் உங்களுக்கு புதுத் தோழிய அறிமுகப்படுத்துறன் இஞ்ச வாங்க யோகா... இது தெய்வானை. கொக்கட்டிச்சோலையி லிருந்து வந்திருக்கா. நேத்துத்தான் அவங்கட ஊரில கொமினி கேஷன் ஒன்டு திறந்து சுயமா தொழில் ஆரம்பிச்சிருக்கா..."

கொக்கட்டிச்சோலை என்றதும் யோகாவுக்குள் மின்சாரம் பாய்ந்தது. தவக்குல் கூறிய வேறெதுவும் அவளுக்குக் கேட்கவோ புரியவோ இல்லை. தன்னைப் பார்த்துப் புன்னகைத்த தெய்வானையை என்ன செய்கிறோம் என்று தெரியாமலேயே புன்னகைத்ததாக நம்புகிற ஒரு செயற்கைப் பாவனையோடு எதிர்கொண்டாள்.

"கொமினிகேஷன் நானாகத் திறக்கல்ல... அக்காதான் எனக்கு உதவி செஞ்சவை. இந்த வீட்டுக்குள்ள வந்தாலே எனக்குக் கால் இல்லேங்கிற குறையே மறந்துபோகுது... உங்களுக்கும் நல்ல காலம் ஆரம்பிக்கப்போகுது என்டுதான் நினக்கிறன். நான் இஞ்சை இவையளோட ஒரு நாள் ரெண்டு நாளில்ல... ரெண்டு கிழம இருந்திருக்கன்... ஒவ்வொரு நாளும் சந்தோஷமா இருக்கும்..."

தெய்வானை தன் அனுபவ மீட்டலை ரத்தினச் சுருக்கமாக எடுத்துக்கூறி, யோகாவை உத்வேகமடையச் செய்தாள்.

கனவில் போன்ற பிரமையில் இருந்தாளே தவிர தெய்வானை கொக்கட்டிச்சோலையைச் சேர்ந்தவள் என்பதே

தலைப்புச் செய்தியாகி சாதுரியனே வந்துவிட்டதுபோல மனதுக்கு இறக்கை முளைத்துவிட்டிருக்க அதன் பின்னாலேயே பறந்துகொண்டிருந்தாள் யோகா.

"எல்லாம் இருக்கட்டும்! புக்கை, பலகாரம் எல்லாம் செஞ்சிருக்கம் என்டு நேத்து போனில சொன்னிங்களே... அதெல்லாம் எங்க..."

காரியத்தில் கண்ணாக இருந்த சனோ தனது பீரங்கிக் குரலில் கேட்டுவைத்தாள். எதை மறந்தாலும் வயிற்றுக்கு மட்டும் வஞ்சகம் பண்ணாதவள் அவள். எதையாவது வாயில் போட்டு மென்றுகொண்டேயிருக்க வேண்டும் அவளுக்கு. பணம் பொருள் நகைநட்டுக்கூட வைத்த இடத்திலேயே இருக்கும். ஆனால் பலகாரம் இனிப்பு தின்பண்டங்களை எவ்வளவுதான் மறைத்து வைத்தாலும் காணாமல் போய்விடும். அவளுக்குத் தெரியாமல் அப்படியான எதையும் மறைத்து வைக்கவே முடியாது.

"ஆ... அதெல்லாம் மறப்பமா... எல்லாம் எடுத்துத்தான் வந்திருக்கம். பொங்கலைச் சூடாக்கி எடுத்து வந்திருக்கம். நேத்தே சாப்பிட்டிருந்தா நல்லாயிருந்திருக்கும்... இப்ப எப்படியிருக்குமோ என்னம்மோ..."

முகத்தைக் கோணிக்கொண்டு கவலையுடன் கூறினாள் தெய்வானை.

"எங்க பார்ப்பம்..."

அவள் சமையலறைப் பக்கமாக ஓடினாள். பொங்கல் சட்டி திறக்கப்பட்டு ஏற்கனவே உம்மாவினால் ருசி பார்க்கப் பட்டிருந்தது.

"எப்பிடி உம்மா..."

"நல்லாயிருக்கு... நேத்து செஞ்சாப் போலயே இல்ல... புதுசாப் பண்ணினதுபோலப் பால் மணக்குது... சாப்பிட்டுப் பாருங்களென்... மகள் குல்பர் கோப்பை எடுங்க, வாப்பாக்கும் குடுப்பம்."

நிஸா முன்னர்போல உற்சாகமாகச் சமையலறை வேலையில் மூழ்கியிருப்பதை ரகசியமாக நோட்டமிட்டுக் கொண்டிருந்தாள் தவக்குல். என்னதான் மகளின் சுதந்திரத்தை விரும்புகிற தாயாக இருந்தாலும் மகளின் நிம்மதியான அச்சுறுத்தலற்ற வாழ்வுக்கே முன்னுரிமையளிக்கிறவளாக தவக்குல்லின் நேற்றைய தீர்மானம் அவளுக்கு நிம்மதியான பாதுகாப்பான எல்லாப் பெண்களுக்கும் போன்ற இயல்பான

வாழ்வைக் கொண்டுவரும் என்று நம்பிவிட்டவளாக உம்மா இருப்பது அவளால் புரிந்துகொள்ளக்கூடியதாக இருந்தது.

தெய்வானை அந்த வீட்டில் ஒருத்தியைப் போல மேய்ந்து தவழ்ந்தாள். அம்மாவென நிஸாவைக் கட்டிப்பிடித்தாள். தங்கைகளைக் கன்னங்களில் முகர்ந்தாள். அங்கிள் என்று ஹபீபை வளைய வந்தாள். அந்த வீட்டின் சூழ்நிலையையே மாற்றிக்கொண்டிருந்தாள். மாற்றுத்திறனாளி என்ற தொய்வுகளுக்கான அடையாளத்தினை அவளிடம் காணவே முடியவில்லை.

இதையெல்லாம் பார்த்துக்கொண்டு பொறாமைப்படாமல் இருப்பதற்கு முடியாதவளாக உணர்ந்தாள் யோகா. இப்படியொரு பாசத்தை, உறவை ஏற்படுத்திக்கொள்ள முடியுமா என்பதே கனவில் நிகழ்வதுபோலவிருந்தது. ‘இவையள் ஏன் இப்பிடிக் கொண்டாடினம் இவளை ... நானுந்தான் இருக்கேனே? என்ட சனி எங்கதான் விட்டுவச்சது ... நான் போறதுக்கு முதல்லெயே என்னப் புடிச்ச சனி போய் குடியேறுது ... நான் வந்த நேரம் இந்த வீட்டில பெரிய கலவரமாக் கிடந்தது. தெய்வானையைப் பாருங்கோவன் ... எப்படித் திரியுறாள் ... எல்லாத்துக்கும் ஒரு குடுப்பின வேணும்தான் ...’ இப்படி அங்கலாய்ப்பது தன்னைப் பலவீனப்படுத்துகிற செயல் என்பதாகவும் உணர்ந்தாள். பொறாமைப்படுவது அப்படியொன்றும் தவறானதோ இயல்பற்ற காரியமோ அறிவுக்குப் புறம்பான செயலோ அல்ல என்பதாகத் தன்னையே தேற்றிக்கொண்டிருந்தாள்.

“யோகா, தவக்குல் அக்காவோடக் கொக்கட்டிச் சோலைக்கு வாரும் ஒருநாள் ...”

தெய்வானையின் இந்த அழைப்புக்குப் பதில் பேசாதிருந்தாள் அல்லது என்ன பேசுவதென்று சிந்தித்துக்கொண்டிருந்தாள். அவளது உடல் திடீரென வியர்த்தது.

‘கடவுள் இருக்கார்தான். அவர் கண்ணைத் திறந்திட்டார். இந்த யோகாவில அவருக்குப் பச்சாதாபம் வந்திட்டுது. கடவுளின் அனுக்கிரகத்தினால்தான் தெய்வானையின் அறிமுகம் கிடைத்திருக்க வேணும் ... இது கடவுளின் ஏற்பாடுதான். நிச்சயமாக இது கடவுளின் ஏற்பாடுதான்! இவள்தான் என் சாதுரியனை என்னிடம் சேர்க்கப் போகிறவளோ ... கடவுளே ... என்ன செய்வேன், எப்படிக் கேட்பேன் ...’

யோகாவின் கால்கள் நடுங்கின. ஊன்றுகோலில் மேலும் நிற்க முடியாதவள்போல அருகே கிடந்த நாற்காலியை

இழுத்துப்போட்டு அமர்ந்துகொண்டாள். அவளுக்குள் விழித்திருக்கிற அந்தக் கனவை எண்ணிப் பார்ப்பதிலிருந்து அவளால் விடுபட முடியவில்லை. கனவொன்றை நினைத்துக் கொண்டிருப்பது கேடு விளைவிக்கிற செய்கை இல்லை என்று உறுதிபடத் தெரிந்தவளாக மீட்ட ஆரம்பித்தாள். அவளது கனவு இதுதான்: சூரியகாந்தி மல்லிகை செம்பருத்தி மலர்களின் காட்டின் நடுவில் இருக்கும் ஓலைவேய்ந்த களிமண் வீட்டில் அவள் சாதுரியனுடன் வாழ்வாள். கிணற்றைச் சூழ வானத்தை நோக்கி வளர்ந்து நிற்கும் கமுகு மரங்களிலிருந்தோ தென்னை மரங்களின் வட்டுக்குள் மறைந்துகொண்டோ குயில்கள் இடையின்றிக் கூவிக்கொண்டிருக்கும். அவளது மடியில் தலைவைத்துக்கொண்டு சாதுரியன் புத்தகங்கள் படிப்பான். பூக்களின் நிறங்கள் அதன் மணம், குயிலோசை அனைத்தையும் மறந்து கவனம் குவித்திருப்பாள் அவள். ஒரு கவிதை பாடும்படி கேட்பான் அவன். அவள் ஒரு கவிதை சொல்வாள்.

மாதுளங் கனித்தோட்டமே
கமுகுச் சோலையே
செம்பருத்தி மலர்களே
என் பாடலைக் கேளுங்கள்
ஓ பறவையே என் சிறகுகளைத் திருடாதே
ஓ சூரியகாந்தியே எனது அழகைக் கேளாதே
நான் இளமையானவள்
மிக இளமையானவள்
மர்மங்கள் நிரம்பியவள்
நான் காதலில் வீழ்ந்து கிடக்கிறேன்
ஓ என் உயிரே என்னை விட்டுப் பிரியாதே
நான் காதலில் வீழ்ந்து கிடக்கிறேன்.

ஒரு சுவாசம் அவளுக்காகக் காத்திருக்கிற திருப்தியுடன் அவள் பாடியபடியே இருப்பாள். மீண்டும் பிறந்தவர்களைப் போலப் புத்துணர்வுடன் சந்தோஷமாய் நீரை இறைத்து விளையாடிபடியே அவர்கள் வாழ்வார்கள்.

தெய்வானைக்கும் ராசம்மாளுக்கும் கடைத்திறப்புக்கு வர முடியாமல் போன காரணத்தைத் தவக்குல் கூறிக்கொண் டிருந்தாள். சமூக வேலைகளிலிருந்து ஒதுங்கிக்கொள்ளப் போவதாகவும் உதவி பெறுகிற கடைசிப் பெண் யோகாதான் என்பதாகத் தான் எண்ணுவதாகவும் கூறினாள்.

“ச்சே ... ஏன் இப்பிடியெல்லாம் செய்யினம் ... சமூக வேல செய்யிறதுக்கு நிறயப்பேர் இருக்கினம்தான். அவையள் எல்லாம் உங்கள மாதிரி இல்லியே அக்கா. கஷ்டப்படுறவங்க

மனச நீங்க அப்பிடியே படிச்ச மாதிரி நடக்கிறியள் தெரியுமே... கேக்காமலே அவையளுக்கு என்ன தேவயோ அதெச் செய்யிறியள்... உங்கடை ஆக்கள் ஏன் இவ்வளவு பெரிசு படுத்தினம்..."

தனது ஆதங்கத்தை இப்படியாகக் கொட்டினாள் தெய்வானை. 'உங்கடை ஆக்கள்' என்ற குறியீட்டுடன் முழு முஸ்லிம் சமூகத்தையுமே அவள் குற்றஞ்சாட்டினாள்.

"யாரோ ஒன்டு ரெண்டு பேர் செய்யிற பிழைக்கு எல்லாரையும் குற்றம் சொல்ல ஏலாது தெய்வானை. சமயங்கள் தீர்மானிச்ச எல்லைகளைவிட சமூகம் தீர்மானிச்ச எல்லைகள் ஆழமாக இருக்கு... இதில ஒன்டு ரெண்டு நியாயங்கள் இல்லாமலும் இல்லை... அதுக்காக எல்லாத்தையும் ஒத்துக்கவும் ஏலாது, எல்லாத்தையும் மறுக்கவும் ஏலாது. எங்கட ஊருல மட்டுந் தான் இந்த வன்முறைக் கலாசாரம் என்டா நினைக்காய்..? எல்லா முஸ்லிம் ஊரிலேயும் இதே நிலைதான். முஸ்லிம் ஊர்கள் எதுல வேறுபட்டாலும் இந்த மாதிரி சமூகத்தைத் திருத்துற ஊருக்குப் பத்து ஆக்கள வச்சிருக்கிறதில ஒத்துப் போயிடும்..."

பேசப் பேச மனச்சுமை அதிகரிப்பதைப்போலும் தோன்றுகிற கேள்விகளுக்குப் பதில் தேட முயன்றே பைத்தியம் பிடித்து விடும்போலும் உணர்ந்தாள் தவக்குல். தெளிவற்ற ஏக்கம் முழுமை கொள்ள நிசப்தமாக இருந்தாள்.

சில நிமிடங்கள் எல்லோருமே தேவையற்ற மௌனத்தின் பிடியில் இருந்தார்கள். காரணமற்ற நிசப்தம் மேலும் தொந்தரவு செய்வதாக உணர்ந்து மீண்டும் அவளே பேச்சைத் தொடங்கினாள்.

"ஏன் தெய்வானை, வன்னியிலதானெ நீயும் இருந்தாய்... யோகாவைப் பார்த்ததேயில்லியா..."

தவக்குல்லின் கேள்விக்கு அவர்கள் சொல்லப்போகும் பதிலைக் கேட்க அந்த வீட்டில் எல்லோருக்குமே ஆர்வம் இருந்தது. தவக்குல் அறியாத்தனமாக ஏதையோ கேட்டுவிட்டாள் என்று நினைக்கும்படியாகத் தெய்வானை சிரித்தாள்.

"இல்லை அக்கா... நாங்களென்ன, ஒருத்தர் ரெண்டு பேரே... அவ்வளவு கெதியில ஆளை ஆள் தெரிஞ்சிருக்க ஏலுமே... எங்கட எண்ணிக்கை லட்சங்களைத் தாண்டியதல்லே அக்கா..."

"நீர் பம்பைமடுவில இருந்தீரே..."

தெய்வானையின் நட்பு தனக்கு இன்றியமையாத ஒன்றாக அமையப்போவதாக நம்பிக்கொண்டிருக்கும் யோகா எதையாவது பேச வேண்டும் என்ற கட்டாயத்துடன் கேட்டாள்.

"இல்ல யோகா ... சமாதான ஒப்பந்த காலத்தில விடுமுறை தந்தவையல்லோ, ஊருக்கு வந்திட்டு திரும்பிப் போகேல்ல நான், சரணடையவும் இல்ல... கடசிப்போரில நடந்த அக்கிரமங்களப் பாக்கவுமில்ல..."

சலிப்போடு பதிலளித்து, அதைத் தொடர்ந்தாற்போலக் கேள்வியையும் கோர்த்தாள்.

"சிங்கள ஆமிக்கிட்டச் சரணடையக்கே பயமா இருக்கல்லயே ..."

"பயமில்லாம இருக்குமே, அதைவிடப் பயங்கரத்தை யெல்லாம் கடைசிப்போரில பார்த்ததினால இந்தப் பயத்தை அந்தப் பயம் விழுங்கிட்டு ... நம்மட அண்ணாக்கள்தான் முதலில சரணடைஞ்சவை. நானும் இராணுவம் எங்களச் சுட்டுக் கொல்லும் என்டுதான் நினச்சென் ..."

"நீர் பெண் போராளி. காலக் கைய இழந்து விசப்பல்லு கழற்றின பாம்புட நிலைதான் நம்மடையும்... ஆண் போராளிகள் நிறயெப் பேர அவை விசாரணைக்கென்டு கொண்டுபோய் என்ன செஞ்சினம் என்டே தெரியாமப் போன கதை உமக்குத் தெரியலை என்டு நினக்கிறன். சரணடைஞ்ச அண்ணை எல்லாரையும் அவை சுட்டுக் கொண்டுபோட்டினம். களத்தில கடைசிவரையும் நின்ட அக்காமாரெல்லாம் ... சொல்லவே வாய் கூசுது. கெடுத்துக் காட்டுத்தனமாப் பழிவாங்கியிட்டினம் ... ஆமிக்கிட்ட சரணடைஞ்சாப் புறவு காணாமப்போன போராளிகள் நிறையப் பேர் ... சரணடைஞ்சவை வெளியால சடலமாக் கண்டெடுக்கப்பட்டும் இருக்கினம். அவை இராணுவத் தினாலெ சித்திரவதை செய்யப்பட்டுக் கொல்லப்பட்டவை ... அவையள்ட தாய்மார், பொஞ்சாதி பிள்ளைகள் படுற கஷ்டம் இருக்கே அது பெரிய துன்பக் கதை ..."

தெய்வானையின் அசல்தன்மையான இந்தப் பதில் யோகாவுக்கு முற்றிலும் புதிய தகவல்களாகவும் தான் இது வரைக்கும் அறிந்திராத பல விஷயங்களை உணர்த்துவதாகவும் உணர்ந்தாள். விசித்திரமான இனம்புரியாத துயரம் உடனடி யாகத் தொற்றிக்கொண்டு அவளைத் துன்புறுத்தியது. இத்தனை காலம் இதையெல்லாம் தெரிந்துகொள்ளாமல் இருந்து விட்டதற்காக அழுதுதீர்க்கத் தோன்றியது.

‘இவள் என்ன சொல்கிறாள் . . . என்ட சாதுரியனுக்கு என்ன ஆகியிருக்கும் . . . இவள் சொல்றதப்போல சரணடைஞ்சு காணாமல்போன ஆக்கள்ல என்ட சாதுரியனும் இருந்து விட்டால் . . .’

தெய்வானை செல்வதற்கு ஆயத்தமாகிக்கொண்டிருந்தாள்.

“நேரம் ஒன்பதாகப் போவுதே அக்கா . . . இப்ப போனாத்தான் பத்தரைக்கென்டாலும் கடையைத் திறக்கலாம். அக்காக்கிட்ட சொல்லிட்டுத்தான் வந்திருக்கேன். அது கடையைத் திறக்கும் . . . நான் இல்லாம அதுக்கு ஒரு வேலையும் ஓடாது . . . திங்கக்கிழமை டிஎஸ் ஒபிஸ், பள்ளிக்கூடம் என்டு ஊரில இருக்கிற முக்கியமான இடத்துக்கெல்லாம் போய் பைன்டிங், பிரிண்டிங்கெல்லாம் நம்மட கடையில செய்யலாம் என்டு சொல்லப்போறன். டைப்பிங் பழகணும் அக்கா. அத்தானுக்குக் கொம்பியூட்டர் தெரியும். அவருக்கிட்டத்தான் கேட்டுப் படிக்கணும் . . .”

“நீ கெட்டிக்காரி நல்ல நிலைக்குக் கெதியா வந்துடுவாய் . . .” என்றாள் தவக்குல்.

தெய்வானை விடைபெற எழுந்ததும் அவளுடனே சென்று விடத் தயாராகிவிட்டவளைப்போல என்னையும் உன்னுடன் கூட்டிப்போ என்று பிடிவாதமாக அழுகிற குழந்தைபோல யோகாவும் நாற்காலியிலிருந்து எழுந்துகொண்டாள்.

உணவு மேசையில் பொங்கலைக் காலை ஆகாரமாக அருந்திக்கொண்டிருந்த ஹபீபிடம் சென்று அவரை எழுந்து நிற்க மல்லுக்கட்டி ஆசிர்வாதம் பெற்றாள். நிஸாவிடமும் அதே பாங்கில் ஆசி பெற்றாள்.

“அக்கா . . . நீங்க வந்தாலும் இல்லாட்டியும் நான் உங்களைப் பாக்க வருவேன் . . .” என்றபடி தனது கன்னத்தில் முத்தமிட்டவளின் தோள்களை தடவிக்கொடுத்தாள் தவக்குல்.

இனி தெய்வானைக்கு யார் உதவியும் தேவைப்படாது என்ற நம்பிக்கை அவளைப் பூரணமாக உணரச் செய்தது. தெய்வானை தைரியமான முயற்சியுடைய சாகசங்கள் புரிய விரும்புகிற வேகமுடைய பெண். எல்லாவற்றிற்கும் மேலாக நல்ல மனங்கொண்டவளாக இருந்தாள்.

“யோகா கவலையேபடாதிங்க, இனி எல்லாம் நல்லதே நடக்கும் பாருங்க . . .”

தெய்வானை கூறுவதில் உண்மை இருப்பதுபோல் உணர்ந்தாள் யோகா. சாதுரியனைப் பற்றி இதுவரை காலமும்

எதுவுமே தெரியாது இருந்தவள் இன்று அவன் ஊரைச் சேர்ந்த தெய்வானையைச் சந்தித்திருக்கிறாள் என்றால் நல்ல சமிக்ஞையாகவே தென்பட்டது.

‘இப்போதே வேண்டாம்... இத்தனை வருடங்கள் பொறுமையாக இருந்துவிட்டேன். தெய்வானை இந்தக் குடும்பத்தில் உள்ள எல்லோராலும் கவரப்பட்டிருக்கிறாள். இந்தக் குடும்பத்தோடு அவளின் தொடர்பு இன்றோ நாளையுடனோ அறுந்துபோகப் போவதில்லை... கேட்பேன்... பொறுமையாகச் சாதுரியனைப் பற்றிக் கேட்பேன்...’

புத்தம்புதிய காற்றைச் சுவாசிக்கிறவளாக அவளுக்குள் புது உத்வேகம் ஊற்றெடுத்துப் பாய்ந்தது. சாதுரியனை நெருங்கிவிட்டதாகவே மனக்கூத்தாடினாள். கொக்கட்டிச் சோலை ஒரு கிராமம், மாவடிவேம்பு போல, சித்தாண்டி போல, இந்த ஏறாவூரைப் போல... ஆட்களுக்கிடையிலான அறிமுகங்களும் அதிகம். தெய்வானைக்கு சாதுரியனைப் பற்றிய தகவல்கள் தெரிந்திருப்பதற்கு நிறைய சாதக வழிகள் உள்ளன.

‘ஆனால்...

‘தெய்வானை கூறியதுபோலச் சாதுரியனுக்கு ஏதேனும் ஆபத்து நேர்ந்திருந்தால்...

‘இவள் சொல்வதில் உண்மையிருக்குமா... நாங்கள் சரணடைந்தபோது தாகசாந்தி அளித்து, எங்களைப் பாதுகாப்பான இடத்தில் தங்கச் செய்து காப்பாற்றிய இராணுவத்தைப் பற்றி இவள் சொல்கிற கதையில் உண்மை இருக்குமா...

‘இருக்கும்! இந்த உலகத்தில் எல்லாமும் சாத்தியம்தான். இத்தனை அனுபவங்களை நான் சந்தித்த பின்னரும், மனிதர்களின் இன்னொரு அருவருக்கத்தக்க பக்கம் குறித்து நான் சந்தேகிக்கவே கூடாது. விரும்பியபடியெல்லாம்! விரும்பியபடியெல்லாமுமே! பரீட்சார்த்த காரியங்களைச் செய்த அருவருக்கத்தக்க குரூரத்தனமான இராணுவ வெற்றி மிக மர்மமான முறையில் அவளைத் துயர்கொள்ளச் செய்தது. தெய்வானை சொன்னதுபோல மனிதாபிமானத்தை உலகுக்கு அறிவிக்க, அமைதியை ஏற்படுத்திவிட்டதாக நம்பச்செய்ய குரூரத்தின் அடையாளங்களை அழித்து சாட்சியங்களை மறைக்க என்னைப் போலப் பலமிழந்தவர்களைப் பாதுகாப்பது அவர்களுக்குத் தேவையாக இருந்திருக்கலாம்...

‘வினை விதைத்தால் அறுத்துத்தானே ஆக வேண்டும்! பலத்தை நிரூபிப்பதும், வெற்றியை நிலைநாட்டுவதும் தவிர

எதைப் பற்றியும் அக்கறைப்படாத ஒரு இறுதிப்போரை இந்த மண் சந்தித்துள்ளது. இந்தக் களத்திற்குப் பல பக்க முகங்கள் உண்டு. தப்பித்தலும் வெளியேற்றமும் சாத்தியப்படாத இப்படி யொரு சரணாகதி நிலைவரும் என்று நாங்கள் ஒருபோதும் எதிர்பார்த்துக்கொண்டு சமர் செய்ததில்லை. இராணுவனை இலக்குவைத்து நாங்கள் துவக்கு விசையை அழுத்தும்போது அது பாய்ந்து சென்று அவன் நெஞ்சிலோ கழுத்திலோ நெற்றியிலோ துளைத்துக்கொண்டு வெளியேறும்போது நாங்கள் ஒருபோதும் சிறிதேனும் வருந்தியதில்லை. நாங்கள் எத்தனை இராணுவனைக் கொல்கிறோம் எத்தனை சிங்களவனைக் கொல்கிறோம் எத்தனை பொதுமக்களைக் கொல்கிறோம் எத்தனை பொதுச்சொத்துக்களை அழிக்கிறோம் என்றெல்லாம் ஒருபோதும் கணக்குப்பண்ணியது கிடையாது. எவ்வளவு முன்னேறியிருக்கிறோம் எந்த முகாமையை கைப்பற்றி யிருக்கிறோம் எந்த எல்லையில் இருக்கிறோம் சிங்கள அரசை நெருக்கடிக்குள்ளாக்கும் எந்த திட்டத்தை அமல் நடத்துகிறோம் என்று மட்டுமே நாங்கள் கவனித்து வந்திருக்கிறோம். சமரசத் திற்கோ இணக்கத்திற்கோ தயாரில்லாத புரட்சி செய்தோம். ஜனநாயகத்திற்கு முற்றிலும் புறம்பானதென்றபோதும் ஆயுத வல்லமையால் மட்டுமே ஈழம் உருவாக முடியும் என்று இறுதிவரை நம்பியிருந்தோம். அவர்கள் சாதித்துவிட்டார்கள். நினைத்தபடி எல்லாமும் செய்துவிட்டார்கள். ஆம் எல்லாமும்!!! எங்கள் பெண்களின் உடல்களை வாழைப்பழத்தின் தோல் களைப்போல வீசி எறிந்துவிட்டார்கள். எங்கள் விரல்களே எங்கள் கண்களைக் குத்தும்படி செய்துவிட்டார்கள்.'

தெய்வானை கூறிச் சென்ற செய்திகள் அவளைத் தீர்க்கமான சுய விசாரணைக்கும் கடந்த காலத்தை அலசிப் பார்ப்பதற்கும் தூண்டுவதாக இருந்தன. என்னதான் சிந்தித்த போதும் அவளது இதயத்தை நேசிக்கின்ற அவளைத் தனதாக்கிக் கொள்ளத்தக்க, அவளை ஒப்படைக்கத் தகுதியான ஒருவனைப் போராளியானதினால்தான் சந்திக்க நேர்ந்ததாகத் தீரமாக நம்பினாள். ஏனைய பங்கம் பற்றிய எண்ணங்களைப் புறந்தள்ளி விட்டுக் 'கடவுளே, எது எப்படியோ என் சாதுரியனை என்னிடம் சேர்த்துவிடு ...' என்று கண்களை இறுக மூடிப் பிரார்த்தித்தாள்.

திடீரெனக் காதுகளில் பாய்ந்த மணியோசை அவளைச் சுயநினைவுக்குக் கொண்டுவந்தது. வெறும் கற்பனையிலோ பிரமையினாலோ மணியோசை போன்ற ஓர் ஒலியைத் தான் கேட்டதாகவும் அதனைத் தனது பிரார்த்தனையைக் கடவுள் அங்கீகரித்ததன் சமிக்ஞை என்பதாகவும் நம்ப விரும்பினாள்.

எதையும் சிந்திக்காமலும் நிச்சயமாகக் கண்களைத் திறந்து கொண்டு இருக்கும்போதுகூட ஒரு மணியோசை கேட்பதாக உணர்ந்து காதுகளைக் கூர்மையாக்கினாள்.

அது தபால்காரனின் சைக்கிள் மணி!

எல்லோருமே சமையலறைப் பக்கமாக இருந்தார்கள். தெய்வானை கொண்டுவந்தளித்த பலகாரங்களை ருசிபார்ப்பதிலும், பொங்கல் சாப்பிடுவதிலும் அவர்களுக்குத் தபால்காரனின் அழைப்பு கேட்டிருக்காது என்றெண்ணிக்கொண்டு தானே சென்று கடிதத்தைப் பெற்றாள்.

நீளமானதும், அகலமானதுமான கடித உறையாக இருந்தது.

"யோகாவைக் காணல்ல எங்க..." என்று சமையலறையிலிருந்து வந்த குல்பரின் குரலைத் தொடர்ந்து "யோகா... யோகா..." என்று குரல் தந்தாள் தவக்குல். அரிசி மா முறுக்கைக் கடித்துக்கொண்டு சமையல் கட்டில் அமர்ந்திருந்தாள் அவள்.

"இதென்ன கையில கவர்..."

ஊன்றுகோலும் கையில் கவருமாக வந்த யோகாவிடம் இந்தக் கேள்வி ஒரே நேரத்தில் இரண்டு மூன்றுபேரால் கேட்கப்பட்டது. பேயறைவது போன்ற பீதியைக் கடிதங்களால் சந்தித்த அனுபவத்தின் பதற்றமான வெளிப்பாட்டை அவர்கள் பாகுபாடின்றிக் காண்பித்தனர்.

யோகாவின் கையில் இருந்த கடித உறையைக் கிட்டத் தட்ட பறிப்பது போன்றே பெற்றாள் குல்பர்.

"இதில ஃப்ரம் அட்ரஸ் இல்ல..."

தடதடவென்று கடிதவுறையைக் கிழிக்க சில புகைப்படங்கள் கீழே விழுந்து எல்லோரையும் கலவரமடையச் செய்தது.

"இதென்ன பொம்புளைகள் மாநாடா இவடத்தில..."

ஹபீப் சிரித்துக்கொண்டே அவ்விடம் வந்தார். அவரின் நகைச்சுவையான கேள்விக்குப் பதில் கூறாத அவர்களின் முகங்களில் தெரிந்த பதற்றம் அவரையும் அதே நிலைக்கு இட்டுச்செல்ல...

"கடிதம் யாருக்கு... என்ன அந்த போட்டோ..."

எல்லோரும் ஆளாள்மாறி நிழற்படங்களைப் பார்த்தார்கள்.

ஒரு படத்தில் குத்துவிளக்கேற்றிக்கொண்டிருந்தாள் தவக்குல். இன்னொன்றில் றுவான் அலகமவுடன் கைகுலுக்கிக் கொண்டிருந்தாள். மற்றையவற்றில் றுவான் அலகம, முனசிங்ஹ ஆகியோருடன் தன்னை மறந்து சிரித்துக்கொண்டிருந்தாள்.

நிழற்படங்களுடன் இருந்த கடிதத்தில் பின்வருமாறு எழுதப்பட்டிருந்தது.

நீ குத்துவிளக்கு ஏற்றிய அன்றே உனது வாழ்க்கை இருண்டுவிட்டது. சிங்களவனின் கையைப் பிடித்து கதைத்துப் பேசிய நாளே உன்னைத் துன்பம் துரத்தத் தொடங்கிவிட்டது. பொறுத்திருந்து பார், ஊர் உன்னைக் காறி உமிழும். நடுவீதியில் நிறுத்தி உனக்குக் கல் எறிகிற நாள் விரைவில் வரும், அந்த நாளை உன்னிடம் சேர்க்கும்வரை ஓயமாட்டோம் . . .

கணினியில் கொட்டை எழுத்துக்களில் தட்டச்சு செய்த கடிதம். இது ரனுக்க, பௌஸானின் காரியம் என உறுதியாக ஊகித்தாள் தவக்குல். அன்று அவர்களுக்கு நேர்ந்த கதி சந்தேகமில்லாமல் அவமானத்திற்குரியதாகவே இருந்தது. அதனை லேசில் அவர்கள் மறக்கமாட்டார்கள். அந்தக் காயத்தை ஆற்றிக்கொள்ள அவமானத்தின் தகிப்பைக் கொஞ்சம் அணைத்துக்கொள்ள இந்த போட்டோக்களை அவர்கள் ஆயுதமாகப் பயன்படுத்தியிருக்கிறார்கள்.

அநுராதபுரம் நிகழ்வில் தவக்குல் குத்துவிளக்கு ஏற்றியதும், அங்கு நடந்த அசம்பாவிதங்களும் இங்கு யாருக்கும் தெரிந்திருக்கவில்லை. ஆகவே இந்த நிழற்படங்களின் பின்னணி அறிமுகத்தை அவள் தர வேண்டியதாய் இருந்தது.

“ஏன் மகள் நீங்க குத்துவிளக்கு ஏத்தினிங்க . . . அது நம்மட கலாசாரத்தில இல்லாதது என்டு தெரியாதா உங்களுக்கு . . .”

ஏமாற்றமும் சலிப்பும் தோயக் கேட்டார் வாப்பா.

“விளக்குத்தானெ வாப்பா ஏத்தியிருக்கேன், விகாரைக் குள்ள போய் புத்தரைக் கும்பிட்டு அரசமரத்தைச் சுத்தினது போல இருக்கு இவனுகள்ட சித்தரிப்பு . . .”

“ஏக்கனவே இஞ்ச பத்தியெறியிது, இவனுகளும் எண்ணெய ஊத்துறானுகளா . . . இது என்ன அதாபென்டே தெரியல்ல . . .”

எப்போதும் போலவே ‘அதாபை’க் குற்றம் கூறித் தொணதொணத்தாள் நிஸா.

“றாத்தா நீங்க கொஞ்ச நாளக்கி கொழும்பில போய் இருங்களன் . . .”

சிக்கல்களிலிருந்து தற்காலிகமாகத் தப்பிக்கவும் பாதுகாப்பாக இருக்கவும் குல்பர் வழி கூறினாள்.

"ஓ றாத்தா ... இந்த போட்டோவ அவனுகள் யார் யாருக்கு அனுப்பியிருக்கானுகளுன்டு தெரியலியே ... ஊரே காறித்துப்ப வப்பெம், கல்லெறியச் செய்வெம் என்டெல்லாம் எழுதியிருக்கிறானுகளே! இந்தப் போட்டோவ நம்மட ஊருப் பள்ளிவாசல்களுக்கு அனுப்பினா பெரிய பிரச்சினயாகும், எல்லாரும் நம்மளக் கேள்வி கேப்பாங்க ... நமக்கு இதில ஒரு குத்தமும் இல்லாத மாதிரித் தெரிஞ்சாலும் இஸ்லாமியக் கண்ணோட்டத்தில இதெல்லாம் பிழையென்டு நிரூபிக்க வழியிருக்கே ... அந்நிய ஆக்களோட சகஜமா சிரிச்சுப் பேசிக்கிட்டு இருக்கிறத இந்த போட்டோக்கள் அப்பட்டமாகக் காட்டுது குத்துவிளக்கு ஏத்தினதுக்கு முர்தத் என்று பத்வா தந்தாலும் ஆச்சிரியப்பட ஏலா ... நீங்க கொஞ்ச நாளக்கி ஊருல இருக்காம உடுறதுதான் நல்லம் ..."

சனோவின் இந்த ஆலோசனைக்கு மௌனமாகச் சில தலைகள் அசைந்தன.

தனது பார்வையில் அந்த நிழற்படங்கள் தவறாகத் தெரியவில்லை என்றாலும் சனோவின் ஆலோசனை சரியென்றுதான் பட்டது யோகாவுக்கும்.

'ஏன் ஓடி ஒளியணும், என்னைத் தண்டிச்சித்தான் கலாசாரத்தைக் காப்பாற்ற வேணுமென்டால், தண்டிக்கட்டும். ஒரு நிலையான அவமானத்தை எனக்கு நானே ஏற்படுத்திக்கொள்ளச் சொல்றிங்களா. ஓடியொளிந்தவள் என்ட பழிச்சொல்லை நானே தேடிக்கணுமா? இந்த உம்மாவும், வாப்பாவும் ஒன்டும் சொல்லாம இருக்கிறதப் பார்த்தா, அல்லாஹ்வே!'

"இல்ல ..! தவக்குல் எங்கேயும் போகத் தேவையில்ல ... எது நடந்தாலும் நம்மளோடயே இருக்கட்டும் ... இப்பதான் வேலெ செய்யிறல்லன்டு முடிவுக்கு வந்துட்டாதானே ..."

உம்மாவின் இந்த அறிவித்தல் அவளுக்குப் பெரும் ஆறுதலை அளித்தது. உம்மாவும் வாப்பாவும் முன்னர் ஒருமுறை தலை மறைவாகக் கூறியதுபோல இப்பவும் சொல்வார்களோ என்று அவள் மனம் பதைபதைத்துக்கொண்டிருந்தது.

நிஸாவின் அறிவித்தலுக்கு ஹபீப் எந்த வித மறுப்பும் தெரிவிக்காததிலிருந்து அவரும் அதை ஏற்றுக்கொண்டுள்ளார் என்று தெரிந்தது.

“அல்லாஹ் இருக்கான் ...”

பெருமூச்சுடன் அந்த இடத்தை விட்டகன்றார்.

யோகாவுக்கு எல்லாமே விசித்திரமாய் இருந்தது. சமயங்களும் கலாசாரங்களும் பெண்களுக்கு மட்டும்தானா?

‘சமயத்தைக் காரணம் காட்டித் தவக்குல் அக்காக்கு இருக்கிற இதே பிரச்சினை எந்தச் சமூகத்திலதான் இல்ல, மொட்டைக் கடிதம் அனுப்புறது, இட்டுக்கட்டி கேவலமாப் பேசுறது ... ஒழுக்கம் கெட்டவள் கோயிலுக்குள்ள வரப்போடா என்டு சொல்றது எல்லாம் எங்களுக்கும் நடக்கிறதுதான் ... பொம்பிளையாப் புறந்திட்டா இந்தப் பழிகளையெல்லாம் ஏத்துத்தான் ஆகணுமா? ... ஆம்புளை என்னமும் செய்யலாம் ... செஞ்சிட்டு நெஞ்ச நிமித்திக்கிட்டுத் திரியலாம் ... தண்டனை பொம்பிளைக்குத்தான். ஆம்புளையோடக் கதைச்சிப் பேசினா ஒழுக்கம் கெட்டுப் போயிடுமே ... இந்த சமூகம் எதை அளவுகோலா வெச்சிப் பொம்புளைட நடத்தையத் தீர்மானிக்கு தென்டே விளங்கல்ல ...’

யோசித்து மனச்சோர்வடைந்தாள் யோகா. தவக்குல் அதிர்ந்தாலும் அவள் முகத்தில் அவ்வளவு பெரிய மாறுதல் ஏற்பட்டிருக்கவில்லை. காலையில் இருந்ததுபோன்றே பளிச்சென்று இருந்தாள். அவளுக்கு இப்போது இதெல்லாம் பழக்கமாகியிருந்தது. அவள் மட்டுமல்ல, வீட்டில் உள்ள எல்லோரிலும் அந்த நிலையை அவதானிக்க முடிந்தது. எல்லோரும் இயல்பாக அவரவர் வேலைகளைப் பார்க்க ஆரம்பித்திருந்தனர்.

○

சாதுரியன் பற்றியும் காதல் விவகாரத்தையும் தவக்குல் அக்காவிடம் கூறுவதற்கான அவகாசத்தை எதிர்பார்த்துக் கொண்டிருந்தாள் யோகா. சொல்லலாமா வேண்டாமா என்று தீர்மானிக்க முடியாத குழப்பத்தைக் கைவிட்டு சொல்லியே தீர்வதெனச் சபதம் எடுத்திருந்தாள்.

“என்ன யோகா, எப்பப் பார்த்தாலும் ஒரே யோசனையாவே இருக்கிறிங்க ...”

வாசித்துக்கொண்டிருந்த புத்தகத்தை மூடிக்கொண்டே அவள் அருகாக வந்து அமர்ந்தாள் தவக்குல்.

“சொல்லுங்க யோகா என்ன யோசிக்கிறீங்க ... சிவனே என்டு வீட்டுல நிம்மதியா இருந்தம் ... இங்க வந்து ஒரே பயமும், குழப்பமுமா இருக்கே என்டா ...”

“ஐயோ இல்ல அக்கா, நான் சந்தோஷமா இருக்கென். எனக்கு சாபம் விடுறத்துக்கும் திட்டித் தீர்க்கிறத்துக்கும் இஞ்சை ஆருமேயில்லல்லே ... நேரத்துக்குச் சாப்பிட்டு, படுத்து நிம்மதியா இருக்கிறென், தெரியுமே. உங்களை நினச்சுத் தான் கவலையாக் கிடக்குது எனக்கு ...”

“என்னை நினைச்சா, ஓ ... விடுங்க யோகா. அதெல்லாம் பழகிட்டு ... மொட்டக் கடிதம் வாறது ... வாசலுக்கு வந்து ஏசுறது இதெல்லாம் எனக்குப் பழகிப்போனதுதான் ... கல்லெறிவொம் கொல்லுவம் இதான் புதுசு ...”

“இந்தப் பிரச்சினைக்கு முடிவே இல்லையா அக்கா ...”

ஆற்றாமையுடன் யோகாவிடமிருந்து வெளிப்பட்டது இந்தக் கேள்வி.

“காலந்தான் முடிவெக் கொண்டுவரணும் ... நான் அல்லாஹ்வெ நம்புறென். அவன்தான் எல்லாத்துக்கும் நல்ல தீர்வை ஏற்படுத்தணுமுன்டு ‘துஆ’ச் செய்றென் ...”

வராந்தாவின் சுவர்ப் பூக்கல்லுக்கிடையே இருந்த அணில் கூட்டிலிருந்து ‘கீச்கீச்’ என்றெழுந்த சத்தம் அவர்களின் உரையாடலைத் தடை செய்தது. தவக்குல் பேச்சை நிறுத்தி விட்டு அதனையே கவனித்தாள். தாய் அணில் குஞ்சுகளுக்கு எதையோ ஊட்டிக்கொண்டிருந்தது.

சிறிய மௌனத்தின் பின் மீண்டும் தொடர்ந்தாள்.

“நீங்க ஏதோ யோசனையில இருந்திங்க ...”

“அப்பிடி ஒன்டும் இல்ல அக்கா ... ஒவ்வொருத்தருக்கும் ஒவ்வொரு பிரச்சினை ... எனக்கொரு பிரச்சினை என்டால் உங்களுக்கு வேற மாதிரிப் பிரச்சினை ...”

“உங்கட பிரச்சினைக்குத் தீர்வு வரும் யோகா ... றுவான் அலகம சேர்கிட்டருந்து கோல் வரும் வரையும் பார்த்துக் கிட்டிருக்கன் ... எனக்கு நம்பிக்கை இருக்கு ... அவங்கட இல்லத்தில உங்களச் சேத்துக்குவாங்க ...”

சாதுரியன் விவகாரத்தை விபரிப்பதற்கு இதுபோலவொரு இசைவான சந்தர்ப்பம் வாய்க்குமா என அவள் உள்மனம் பரிசீலித்துக்கொண்டிருந்தது. இந்த அற்புதமான வாய்ப்பை இழந்துவிடக் கூடாதென்று தீர்மானித்தவளாக அழுத்தமான தொனியில் கூறினாள்.

“அக்கா நான் உங்களுக்கிட்டப் பேசணும், நீங்க தப்பா எடுத்துக்கமாட்டிங்களே ...”

யோகாவின் கண்களை நேராகப் பார்த்தாள் தவக்குல். அவளது அகன்ற பெரிய விழிகளை நேரே பார்க்கத் திராணி யில்லாதவளாக வேறு பக்கம் திருப்பினாள் யோகா.

"இல்ல ... யோகா நான் ஏன் தப்பா எடுக்கப்போறென், என்னென்டாலும் தயங்காமப் பேசுங்க ..."

"அக்கா ... அது வந்து ..."

ஒரு வார்த்தைதானும் வரவில்லை. அசாதாரணத் தயக்கம் அவளை இறுகப் பூட்டியது. இதுவரை காலமும் பூட்டிக்கிடந்த அவளது காதல் முதுசம் முதன்முறையாகப் பிறிதொரு நபருக்காகத் திறக்கப்படுவது பேரளவில் தடுமாறச் செய்வதாக இருந்தது.

"சொல்லுங்க யோகா ..."

மனத் தந்தத்தில் செதுக்கிய சாதுரியனின் காதலை வரிவரியாய் ஒப்புவித்தாள். ஒவ்வோர் அசைவிலும் கிளர்ச்சி யுடன் உற்சாகத்துடன் குதித்து நீராடுகிற இளம்பறவையாய் பரவசித்தாள். நொய்மையான மகரந்த வாசமொன்று காற்றில் இதமாகக் கலந்திருப்பதாகப் பிரகாசமான வண்ணங்களில் வண்ணத்துப்பூச்சிகள் சிறகடிப்பதாக விபரிக்க முடியாத நெகிழ்ச்சியை உணர்ந்தாள். இறக்கிவைக்க முடியாத சுமையை முதுகில் சுமந்துகொண்டு தவழ்கிற ஆமையைப்போல இத்தனை நாளும் சாதுரியனின் நினைவுகளைச் சுமந்தலைந்தவளின் நெஞ்சுக்குள் வண்ணத்துப்பூச்சிகளின் வண்ணக்கோலம் திணறடிக்கச் செய்தது.

"தெய்வானை கொக்கட்டிச்சோலையச் சேர்ந்தவா என்டு தெரிஞ்சதும்தான் இதப்பத்தி உங்களுக்கிட்ட சொல்ற எண்ணமே வந்திச்சி."

துயரம் தருவதாக மாறியிருந்த அழகிய நினைவுகளை மீட்டதில் இறுகக் கட்டிய பஞ்சு மூட்டையாக இருந்த மனதின் ஏக்கங்களை அவிழ்த்துப் பரப்பியதில் சிறு புறாவினைப் போன்று சுமையற்ற ஒருவளாகத் தன்னை உணர்ந்தாள் யோகா. காதல் பவித்திரமான உணர்வு. அந்த உணர்வின் பவ்ய அணைப்பில் தான் யோகா குளிர்காய்ந்து கிடக்கிறாள் என்பதில் தவக்குல்லுக்கு ஒரு ஆச்சரியமும் இல்லை. இந்த உலகத்தில் காதல்தான் எல்லாம். காதல்தான் உலகத்தின் விசை; நெம்பு கோல். எல்லோருமே யாராவது ஒருவரை ஏதாவது ஒன்றைக் காதலிக்கிறார்கள். அதற்காகவே வாழ்கிறார்கள். ஒவ்வொரு மனிதனினதும், சுழற்சிக்கும் மீட்சிக்கும் காதல்தான் அடிப்படை. எந்தவொரு வேதனையையும் வெல்லக்கூடிய அசாத்தியமான

வல்லமை காதலுக்கு இருக்கத்தான் செய்கிறது. அது மடத்தன மானதென்று சொல்கிறவர்களும் உலகில் இருக்கிறார்கள். காதலின் மர்மங்களையும் அதன் விசித்திரங்களையும் மிகத் துல்லியமாக நுட்பமாகக் கண்டறிந்தவர்கள் ஒருவரும் இல்லை.

என்னதான் என்றாலும் சாதுரியன் தேடிவருவான் என்ற அவளது காத்திருப்பு எதார்த்தத்திற்குப் புறம்பான ஒன்றாகவே தோன்றியது. அவளது அறியாமையை அல்லது இயலாமையைப் புரியவைப்பதற்கு எடுக்கிற முயற்சி அவளையே நொறுங்கச் செய்வதாகிவிடுமோ என்ற அச்சம் காரணமாகத் தவக்குல் மௌனமாக இருந்தாள். ஒருவேளை அவன் உயிரோடு இருந்துவிட்டால் அவள் நம்பிக்கொண்டிருப்பது போலப் பூஸா வெலிக்கடை என்று ஏதோவொரு சிறையி லிருந்து வெளியாகித் திரைப்படங்களில் காண்பிப்பதுபோலத் தோற்றம் சிதைந்தோ முதுமைக்கு ஆட்பட்டோ வந்து அவளெதிராக நின்றுவிட்டால் . . .

“ஏனக்கா, ஒன்டுமே பேசாம இருக்கிறியள் . . .”

அவளது கள்ளங்கபடமில்லாத முகமும் பார்வையும் தவக்குல்லைக் கடுமையாகத் தொந்தரவு செய்தன. அர்த்த மில்லாதது என்று நம்பிய வார்த்தைகளால் மௌனத்தின் இடைவெளிகளை நிரப்பினாள்.

“சாதுரியன் கிடெச்சால் உங்கட வாழ்க்கையில ஏற்படப் போற மாற்றத்தெ நினைச்சாலே பிரமிப்பா இருக்கு யோகா . . . தெய்வானைக் கிட்ட சொல்லிச் சாதுரியனப்பத்திக் கேட்பெம் . . . தெய்வானை துடிப்பானவெ . . . அவளுக்கு நேரடியாத் தெரியாட்டிலும் நாலுபேருக்கிட்ட விசாரிச்சாவது சொல்வா . . .”

யோகாவுக்குள் உண்டாகிய எண்ணங்களைக் கணக்கிடவே முடியவில்லை. அவளுக்கென்றால், சாதுரியன் கிடைத்து விட்டாற்போலதான். அவன் முகம் கண்ணெதிரே தோன்றியது. அவள் பட்டாம்பூச்சியாகிப் படபடத்துப் பறக்க அவன் துரத்திக் கொண்டிருந்தான்.

“யோகா புறவு ஏன் நீங்க அநுராதபுரத்திற்குப் போவணும் . . .”

தவக்குல்லின் கேள்வி யோகாவின் தியானத்தைக் கலைத்தது. காதல் உணர்வுகளும், அதனால் ஏற்படுகிற இன்பங்களும் தியானம்போலதான். காதலின் தனிமை ஒரு தியானம். சுற்றிலும் ஆட்கள் நிரம்பிய கூட்டத்திலும் அரங்கிலும் காது களைக் கிழிக்கும் இரைச்சல்களையும் கடந்து தனிமையை

உணரச் செய்வதும் தியானத்தை நோக்கி நகர்த்திச் செல்வது மான அதிசயமானதொரு உணர்வு காதல். காதல் தனிமையின் ஆழ அகலங்களைக் கற்பித்துத் தருகிறது. தனிமை புரிதலற்ற தொரு தியானத்தை நோக்கி அழைத்துச் செல்கிறது.

"ஆறு வருசமா என்ட சாதுரியனுக்காக நான் காத்துக் கிடக்கிறன். எங்கட வீட்டு நிலமெதான் உங்களுக்குத் தெரியுமே. நான் அநுராதபுரத்துக்குப் போறதுக்கு முதல்ல சாதுரியனப் பத்தி தெரிஞ்சுக்கிட்டா என்ட அதிர்ஷ்டம் . . . இல்லாட்டியும் எனக்குத் தெரிய வராமலா போகும் . . . சாதுரியன் எங்கட வீட்டுக்குத் தேடிப்போனா கலா இருக்காள்தானே, அவள் என்னைப் பத்தின விபரங்கள அவருக்குச் சொல்லுவாள் . . . அதனால நான் அநுராதபுரத்திற்குப் போறதில மாத்தமில்ல . . . எனக்கு கால் இருக்குமா இருந்தா இப்படி ஒவ்வொரு இடத்துல யும் குட்டை போலத் தேம்பிக் கிடக்கமாட்டன், தெரியுமே. ஒவ்வொரு இடமா அவரத் தேடிப் போய்க்கிட்டு இருப்பேன். சாதுரியனை மட்டும் என்னால மறக்க முடியாதக்கா. நான் நல்ல நிலமையில இருக்கேக்குல காதலிச்சு, அவரப்பத்தி அறிய முடியாமப் போயிருந்தாக் கவலப்படமாட்டென். இப்ப நான் முடமாயிட்டென், முதல்போல என்ன விரும்புவாரோ என்னம்மோ, எங்கயிருந்தாலும் நல்லாயிருக்கட்டும் என்டு இருந்திடுவன். என்ட சாதுரியன் அப்பிடியில்லியே அக்கா, முடமாயிருந்த என்னத்தான் அவரு விரும்பினாரு. நான் உன்னக் கூட்டிப்போக வருவேன், காத்துக்கிட்டு இரு என்டு நம்பிக்கையோட சொல்லிட்டுப் போனாரு . . . எப்படி அக்கா மறப்பேன் . . ."

நெடுங்காலமாக மனதை அழுத்திக்கொண்டிருந்த சுமையை இறக்கிக்கொண்டிருந்தாள். தொண்டையில் இறுகிப் பலநாளாக இம்சித்த கெளுத்தி முள்ளை எடுத்துவிட்டாற்போல நிம்மதியாய் உணர்ந்தாள்.

"யோசிக்காதிங்க யோகா. உண்மையான உங்கட காதலை சாதுரியனாலெயும் மறக்க ஏலா. அவரும் உங்களெப்போல தான் தவிச்சிக்கிட்டு இருப்பாரு. நீங்க இருக்கிற இடத்தை அவரு தேடி வருவாரு . . . இல்லாட்டி நீங்க அவருட இடத்தைத் தேடிப்போறதுக்கு வழி திறக்கும் . . ."

4

தவக்குல் தனித்திருந்தாள்.

சில தினங்களாக மனங்களை ஆட்டுவித்த அசம்பாவித எண்ணங்களைக் களைந்தெறிந்து விட்டு, எல்லாரும் வேலைகளைக் கவனிக்கத் தொடங்கியிருந்தனர்.

தவக்குல் புத்தகங்களை வாசிப்பதும், கண்களை மூடிக்கொண்டு சாய்ந்து யோசிப்பதும், பெருமூச்சு விட்டபடி எழுந்து குறுக்கும் நெடுக்கும் நடப்பதும், மறுபடி உட்கார்ந்து புத்தகத்தைப் புரட்டுவதுமாக ஒரே வேலையை மாறி மாறிச் சலிப்புடன் செய்து கொண்டிருந்தாள். யாரோ சிலரினது சதித்திட்டங் களுக்காக இந்த உலகமே தனக்கெதிராகச் சிந்திப்ப தாகத் தீர்மானித்துவிட்டதைப் போன்று அடைந்து கிடப்பது அவளது இத்தனை கால சுதந்திரத்தை, தைரியத்தை, தன்னம்பிக்கையை, கூருணர்ச்சியை, மொத்தமாக அவளையே கேள்வி கேட்பதாக இருந்தது. தனது சொந்தச் சிந்தனையைப் பின்பற்ற முடியாத இயலாமை அவளைப் பெரிதும் சோர்வடையச் செய்வதாக இருந்தது.

நிஸா வேறு வேலைகளில் ஈடுபட்டிருந்தாலும் தவக்குல்லின் செய்கைகளை உன்னிப்பாகக் கவனித்துக்கொண்டிருந்தாள்.

'எந்த நேரமும் சுறுசுறுப்பாக கலகலப்பாக இருப்பாள். பட்டாம்பூச்சியப் புடிச்சி கண்ணாடி போத்தலுக்குள்ளெ அடச்சாப் போல . . . அவள் மனசு எவ்வளவு கஷ்டப்படும் . .? என்ன செய்யிறது இவள் மட்டுமா? அடுக்கடுக்கா இன்னும் மூணு பொட்டப் புள்ளைகளெப் பெத்துத் தொலச்சிட் டேனே . . . எல்லாப் புள்ளைகளுட எதிர்காலமும் பாதிக்கப்படும்போல இல்லியா இரிக்கு . . . இவளுக்கு ஒரு கல்யாணத்தப் பண்ணி வைக்கலாம்

என்டா அதுவும் ஏலாமக் கிடக்குது ... ம்ஹூம் ... அல்லாஹ் நீதான் எங்களுக்கு நல்ல வழி காட்டணும் ...'

யோகாவும் வீட்டில் இல்லை. செயற்கைக் கால் பொருத்திக் கொண்டு வரச் சென்றுள்ளாள்.

தவக்குல் வீட்டைவிட்டு வெளியேற முடியாதபடி பாதகமான ஆபத்து இருக்கிறதென்ற நிலைப்பாட்டில் ஹபீபும், நிஸாவும் உறுதியாக இருந்தனர். இந்த நிலையில் யோகாவை யாருடன் மட்டக்களப்புக்கு அனுப்புவது என்பதும் கடுமையாக யோசிக்கப்பட்டுதான் நடந்தேறியது. எத்தகைய முடிவெடுத் தாலும் அதற்குக் கட்டுப்படக் கடமைப்பட்டவளென்ற பரிதாபத் தோரணையில் யோகா நின்றிருந்தாள்.

தவக்குல் வீட்டில் ஐந்து நாட்களைக் கடத்திவிட்டிருந்தாள். இந்த வீட்டிலான யோகாவின் அனுபவம் நிஜமாகவே பல வழிகளில் அவளைச் சீர் செய்திருந்தது. முக்கியமாக நதிபோல ஓடிக்கொண்டிருக்கிற ஒரு குடும்பம் அவளை வசீகரித்திருந்தது. கல் வீசப்படும்போது சிறுநொடி சலசலப்பு சலனம் தென்படும். ஆனால் இயல்பிலிருந்து மாறாது, சீராக ஓடிக்கொண்டே யிருக்கும். இந்த அழகான நதியில் நீந்தக் கிடைத்ததைத் தன் வாழ்வில் அடைய முடிந்த அரும் பாக்கியம் என்ற உயர்ந்த எண்ணத்தில் இருந்தாள் யோகா. வன்னியிலிருந்து வந்ததன்பின் தவக்குல்லின் வீட்டில்தான் நிறைவான காற்றைச் சுவாசித்திருந் தாள். நிம்மதியாக உறங்கினாள். அவர்கள் வீட்டிலேயே நிலையாகத் தங்கிவிட முடியாதென்றறிந்தும், அங்கிருந்து செல்வதை நினைப்பதுகூட மனதை வருத்தியது.

"நீங்க அந்த அண்ணாட ஆட்டோவ வர சொன்னா நானே தனியெப் போவேன் அக்கா. அதில ஒன்டும் பிரச்சினையில்ல ..."

உதவி செய்வதாக அழைத்துவந்துவிட்டு அவளைத் தனியே அனுப்புவது தனது கடமையின் ஒழுக்கத்தை மீறுகிற காரியம் என்பதாகக் கருதியோ என்னமோ தவக்குல் ஒப்பாதிருந்தாள்.

"யோகா அக்கா சொல்றது சரி. ஏன் நம்மட தெய்வானை அக்கா தனியாத்தானே பயிற்சிக்குப் போய் வந்தாங்க. இவங்களை நம்மட அஸீம்ட ஆட்டோவிலேயே அனுப்பிவெச்சா என்ன, அவங்களே போறேன் என்டுதானே சொல்றாங்க ..."

யோகா சொல்வது சரிதான் என்பதாக குல்பர் மணி கட்டினாள்.

யோகாவைத் தனியாக அனுப்புவது தவிர வேறு வழி யில்லை என்பதிலேயே எல்லோரும் உறுதியாக இருந்தார்கள். சங்கடமாக இருந்தாலும் தவக்குல் அதனை ஏற்றுக்கொள்ள வேண்டியதாக இருந்தது. செயற்கைக் கால் பொருத்துவதே முக்கியமாகக் கவனத்திற்கொள்ளப்பட வேண்டியதென்பதால் அஸீம் நெடுநாள் பழகியவனும், பிரச்சினைகளை அறிந்தவனும் என்பதாலும் அவனை ஒத்தாசைபுரியக் கேட்பதில் தவறில்லை என ஊகித்தும் யோகாவைத் தனியே அனுப்பச் சம்மதித்தாள் தவக்குல்.

“யோசிக்க ஒன்டுமில்ல அக்கா. நான் தனியாப் போய் வருவென். உங்களுக்கு ஒரு பிரச்சினையும் இல்லாட்டி நீங்க என்னோட வந்திருப்பியள் என்டு தெரியாதே எனக்கு? நான் ஒன்றும் பிழையா நினைக்கவுமில்ல. எனக்குத்தான் நிலமை விளங்குதில்லே ... நீங்க இந்தளவு என்னப் பத்தி யோசிக்கிறதும், என்னில அன்பு காட்டுறதுமே எனக்கு எம்பட்டு நிறைவாக இருக்கு தெரியுமே ...”

தவக்குல்லின் தயக்கத்தை விளங்கிக் கொண்டவளாக அந்த வார்த்தைகளை ஒப்புவித்தாள் யோகா.

தெய்வானை அளவுக்கு யோகா கலகலப்பானவள் இல்லை, அளவாகத்தான் பேசுவாள் என்பது தவக்குல் வீட்டிலுள்ளவர் களின் புரிதல். இயல்பில் யோகா அப்படியொன்றும் அளந்து பேசுபவள் கிடையாது. அவளது மனதுக்குள் சாதுரியன் வாழ்ந்துகொண்டிருக்கிறான். அவனோடு பேசுவதற்கும் அவனைப் பற்றி நினைப்பதற்குமே அவளுக்கு நேரம் சரியாகி விடுகிறது. வெளியுலகத்தில் அவள் நடமாடுகிறாளே தவிர, கனவுலகிலேதான் வாழ்ந்துகொண்டிருக்கிறாள்.

“என்னெயும் கிளாஸில இறக்கி உடுங்க அஸீம் நானா ...”

இத்தனை நேரம் நடந்துகொண்டிருந்த அமளியின்போது எங்குதான் இருந்தாளோ, அரக்கப்பறக்க ஓடிவந்து ஆட்டோவில் ஏறினாள் சனோ.

“அஸீம் தம்பி, நீங்க வேலய முடிச்சிட்டு வாறதுக்கு முதல் சனோக்கு கோல் எடுத்துப் பாருங்க ... கிளாஸ் முடிஞ்சிருந்தா கையோட கூட்டிவாங்க என்ன ...”

நிஸா, கடமையுணர்வுடன் அஸீமை அறிவுறுத்தியதும் சனோ விழிகளை உருட்டி அஸீமைப் பார்த்துக் கண்ணடித்தாள்.

“சனோ ... இன்டக்கி நல்லா மாட்டினாய், ஐஸ்கிறீம் கடை, சைவ ஹோட்டல் இது ஒன்டுக்கும் போக ஏலா. நேரத்தோட வீட்டுக்கு வந்து சேரு ...”

ஜானா கிண்டலாகச் சிரித்தாள்.

"என்னது ஐஸ்கிறீம் கடை, சைவ ஹோட்டல் ... என்ன சனோ, இதெல்லாம் வேற நடக்குதா ... கிளாஸுக்குப் போனமா வந்தமா என்டு இருக்கணும் ... தேவையில்லாத பிரச்சினகளெ இழுத்துக்கிட்டு வந்தியென்டா படிப்புக்கு முழுக்குப் போடவரும், செல்லிட்டென் ..."

"என்னம்மா நீங்க ... ஜானா ராத்தாக்கு வேற வேலயே இல்ல ... அவங்கட கதையக் கேட்டு நீங்களும் ... நீங்க எடுங்க நானா நாம போவம் ..."

விழிகள் பிதுங்கப் புருவங்களை நெளித்துப் பயந்தவள் போலப் பாசாங்கு செய்தாள் சனோ. அவளது செய்கை கண்டு எல்லோரும் சிரித்தார்கள்.

"அஸீம் ... யோகாவப் பார்த்துக்குங்க ... இருந்து பத்திரமா கூட்டிவாங்க. எதுவும் பிரச்சினையின்டா எனக்கு கோல் எடுங்க ..."

தவக்குல் இந்த அறிவுறுத்தலைப் பத்துப் பதினைந்து தடவைக்கு மேல் வழங்கியிருப்பாள்.

"டெலிபோன் அடிக்கிறதுகூடக் கேக்காம என்ன மகள் செய்யுறிங்க ..."

உணவு மேசையில் கிடந்தபடி நீண்ட நேரமாக சிணுங்கிக் கொண்டிருந்த தவக்குல்லின் கைபேசியை எடுத்துக்கொண்டு முன் மண்டபத்துக்கு வந்தாள் நிஸா.

"என்ன மகள் ... போன் அடிக்குற கேக்கலியா ..."

சாய்வு நாற்காலியில் படுத்து உறங்கியிருந்தாள் தவக்குல். கண்களைக் கசக்கிக்கொண்டு எழுந்து, உம்மாவின் கைககளிலிருந்த போனை வாங்கிக்கொண்டே, "சோரி உம்மா ... தூங்கிட்டேன் ..." என்றாள்.

அதற்குள் மணியடித்து ஓய்ந்துவிட்டிருந்தது.

"ஓ ... இது றுவான் சேருக்கிட்டயிர்ந்து வந்த கோல் ... மூன்று தடவ எடுத்திருக்காரே உம்மா ..."

"பாத்ரூமில உடுப்புக் கழுவிக்கிட்டு இருந்தன் மகள். எனக்கும் கேக்கலை ..."

சேலை முகப்பில் கைகளைத் துடைத்துக்கொண்டே நிஸா நகர்ந்தாள்.

எழுந்து சோம்பல் முறித்தாள். வீட்டில் யாருமே இல்லையென்பதால் அன்றையப் பொழுது மிக மோசமானதாக இருந்தது.

றுவான் அலகமவை மீளக் கூப்பிட்டாள். இனி, அவர்களுடன் வேலை செய்வதில்லை என்பதை எப்படி அறிவிப்பதென்ற குழப்பமும் அவளுக்கிருந்தது. யோகாவை அங்கு சேர்ப்பித்த பின்னர்தான் அதைப் பற்றிப் பேச வேண்டும் என்ற எண்ணத்தில் அந்த யோசனையைக் கைவிட்டிருந்தாள்.

"பீமேல் காடர்ஸ் ஒருவரை நம்மட இல்லத்துல சேர்க்கக் கதச்சிங்க இல்லியா, அதப்பத்தித்தான் பேசுறதுக்கு கோல் எடுத்தன். கொமிட்டீயில அப்புறூவல் கிடச்சிட்டுது ... பட் அவங்க சில டொகுமென்ஸ் தர வேண்டியிருக்கும். அவங்கட பேர்த் செர்ட்டிபிகட், ஜிஎஸ்ட செர்ட்டிபிகேஷன், அய்டின்டி கார்ட், மெடிகல் செர்ட்டிபிகட், பொலிஸ் கிளியரன்ஸ் ... இதெல்லாம் கொண்டுவந்தா ... இன்டக்கேகூட அவங்கள இல்லத்தில சேர்த்திடலாம் ..."

"எல்லாம் சரி சேர். பொலிஸ் கிளியரன்ஸ் எதுக்கு ... அவங்கதான் காடர்ஸ் என்டு தெரியுமே ... பொலிஸ் கிளியரன்ஸ் எடுக்கிறது கஷ்டமே சேர் ... சாதாரணமானவங்களுக்கே பொலிஸ் கிளியரன்ஸ் எடுக்க ஒரு வாரம், பத்து நாளாகும் ... இது எனக்கென்னமோ லேசாத் தெரியல்ல சேர் ... கொஞ்சம் யோசிச்சுப் பாருங்களென். பாதிக்கப் பட்டவங்கள சேத்துக்கிற இல்லம் இது. உங்களுக்கு அவங்களால பாதிப்பு வரக்கூடாதென்டு நீங்க முன் பாதுகாப்பா இருக்கிறது நல்லதுதான். இருந்தாலும் இது அதிகமாப்படுதே. அந்தப் பெண் ஆர்ட்டிபிஷல் லெக் பொருத்துற விஷயமா இங்கதான் என்னோட வீட்டில தங்கியிருக்கா ..."

"அப்படியா ... நல்லதாப் போச்சு ... அவங்களுக்குக் கவுன்சிலிங் தேவப்படும் என்டு நினக்கிறன். என்னதான் இருந்தாலும் அவங்க காடர்ஸ். அவங்க விஷயத்தில் நாம கவனமாத்தான் நடந்துக்கணும். அவங்க வந்து இருக்கப்போறது முழுக்க முழுக்க சிங்களவர்கள் வாழுற பிரதேசத்தில ... அப்பிடியொரு சூழலுல வாழுற மனப்பக்குவம் அவங்களுக்கு இருக்குதான்டு முதல்ல பாக்கணும். சிங்களவர்கள் மோசமானவங்க என்ட ப்ரைன்வொஸ் அவங்களுக்கு இயக்கத்துக்கிட்டயிருந்து கிடச்சிருக்கும். அதில இருந்து அவங்க இன்னமும் மீளாம இருந்தா எல்லாமே மோசமா யிடும் தவக்குல். காடர்ஸ் என்டபடியா அவங்களுக்குப் பொலிஸ் கிளியரன்ஸ் எடுக்கணும் என்பது கொமிட்டியோட

தீர்மானம். நீங்க ட்ரை பண்ணுங்க. முடியாமப் போனா மேற்கொண்டு என்ன செய்வதென்று பேசலாம்..."

"கவுன்ஸிலிங் தேவைப்படுற நிலையில அவங்க இல்ல... எனக்குத் தெரிஞ்சி பிரக்டிக்கலா, தெளிவா நிதானமாக இருக்கிறாங்க... பொலிஸ் ரிப்போர்ட் விஷயந்தான் சிக்கலா தெரியுது... எதுக்கும் ட்ரை பண்ணிட்டுப் பேசுறேன்..."

சாதுரியன் தேடி வருவானோ இல்லையோ அநுராதபுரம் இல்லத்திற்கு யோகா செல்வது உறுதி என்றே நம்பினாள் தவக்குல்.

O

கால் பொருத்திக்கொண்டதிலிருந்து நிறைந்த முகத்துடன் வளைய வந்தாள் யோகா. அநுராதபுரம் இல்லத்தில் அனுமதி கிடைத்த இரட்டிப்பு மகிழ்ச்சியில் முகம் முழுமையாய் பிரகாசித்துக்கொண்டிருந்தது.

முன்னர் தீர்மானித்தவாறே, கால் பொருத்துகின்ற வேலை முடிந்துவிட்டதால் அழைத்துச் செல்ல வருமாறு சித்தாண்டி மாமாவுக்குத் தொலைபேசியில் செய்தி கொடுத்திருந்தாள்.

கார்த்திகைப் பூக்கள் மலர்ந்து சொரிந்து கிடப்பதுபோல மனமெங்கும் இதமான உணர்வு அவளை ஆகர்ஷித்திருந்தது.

செயற்கைக் கால் பொருத்தியாயிற்று. இதன் பின்னரும் ஏதேனும் திருத்தங்கள், மாற்றங்கள், பிரச்சினைகள் என்றால் தொடர்ந்து அங்கேயே சிகிச்சை பெறலாம் என்றும் சொல்லி விட்டார்கள். அநுராதபுரம், பெண்கள் இல்லத்தில் இணைத்துக் கொள்ளலாம் என்ற செய்தியும் கிடைத்திட்டு. எல்லாத்துக்கும் மேலாகத் தெய்வானையிடம் சாதுரியனைப் பற்றி விசாரிக்கும் படியும் தெரிவித்தாயிற்று.

மனதில் அடுக்குண்டு கிடந்த மூட்டைகள் எல்லாம் ஒவ்வொன்றாய் இறக்கியாயிற்று...

அநுராதபுரம் பெண்கள் இல்லத்திற்குச் செல்வதற்கு ஒரு காரணி தடையாக இருந்தது.

அதைப் பற்றி நேற்றிரவுதான் தவக்குல் விரிவாகப் பேசியிருந்தாள்.

'பிறப்புப் பதிவு இருக்கிறது, வைத்திய அறிக்கை உள்ளது, கிராம சேவகர் நற்சான்றிதழ் எடுத்துவிடலாம். கிராம சேவகர் அம்மாவுக்குப் பழக்கமானவர்தான். அம்மா எடுத்துத் தரவில்லையென்றாலும், சகாயவதனியிடம் கூறி எடுத்துக்கலாம்

என்று தவக்குல் அக்கா கூறியிருக்காங்க. அதுவும் பிரச்சினை இல்லை. பொலிஸ் அறிக்கைகூட இருக்கிறது. பம்பைமடு முகாமில இருந்து விடுதலையாகும்போது தரப்பட்டது.'

இல்லாமல் இருப்பது அடையாள அட்டை மட்டுமே!

தவக்குல் இந்தச் செய்தியால் ஒன்றும் அதிர்ச்சியடைய வில்லை. பொலிஸ் கிளியரன்ஸ் இருப்பதாக யோகா கூறியதே பெரும் ஆறுதலாக இருந்தது. அது ஒரு திருகலான காரியம் என்பதாக எண்ணியிருந்தவளுக்கு இப்போது யோகாவை இல்லத்தில் சேர்ப்பித்துவிட்ட திருப்தி உண்டாகியிருந்தது.

போராளிகளில் முக்கால்வாசிப் பேருக்கு அடையாள அட்டை இல்லை! கள விஜயங்களின்போது அடையாளத்தை இழந்த, அடையாள அட்டை இல்லாத போராளிகள் பலரைத் தவக்குல் சந்தித்திருக்கிறாள். அவர்கள் போராளி என்பதைத் தவிர வேறெந்த அடையாளமும் இல்லாமலிருந்ததை அவள் நேரிடையாகவே கண்டிருக்கிறாள்.

சித்தாண்டி மாமாவைக் கேட்டு அடையாள அட்டை எடுத்துக்கொள்ளலாம் என்பதாகப் பின்பு ஆலோசித்திருந்தாள் யோகா. மாமாவிடம் தவக்குல் அக்காதான் இதைக் கூற வேண்டும் என்றும் கோரிக்கைவிட்டிருந்தாள்.

சித்தாண்டி மாமா தூய வெள்ளைச் சட்டையும் வெள்ளைச் சாரமும் அணிந்து, எடுப்பான இளமையான தோற்றத்தில் இருந்தார். தலையின் முன்பகுதியில் வழுக்கை விழுந்திருந்தது. வெட்டிக் கத்தரித்த மீசையும், சடைத்த புருவங்களுமாக வயதை மிஞ்சிய மிடுக்குடன் சுறுசுறுப்பாகக் காணப்பட்டார். நேரான கூர்மூக்கை அவரது வலக்கை தன்னிச்சையாகவே அடிக்கடி நீவிக்கொண்டிருந்தது. மிக இயல்பாகவும், சினேக பூர்வமாக எல்லோருடனும் உறவாடினார். யோகாவின் முகத்தில் தெரிகிற மாறுதல்கள் மன நிம்மதியைத் தருவதாகக் கூறினார்.

"அங்கிள் யோகாவுக்கு அய்டென்டி கார்ட் இல்ல... நீங்கதான் ஹெல்ப் பண்ணி எடுத்துக் குடுக்கணும்..."

"ஓ செஞ்சிடலாமே, இப்ப அய்டென்டி கார்ட்டுக்கு என்ன அவசரம்..."

வீடே கதியென்று கிடப்பவளுக்கு அடையாள அட்டை என்னத்துக்கு, இப்படிக் கேட்டது நியாயமான கேள்விதானே என்பதுபோல் சிரித்தார்.

"இல்லமொன்டுக்கு யோகா போகப்போறா. அங்க அய்டென்டி கார்ட் கட்டாயம் வேணும் என்டு கேக்குறாங்க..."

“இல்லத்துக்கா ..? ஏன், யோகா. இதப்பத்தி நீ அம்மாட்டப் பேசினியே ... கடல் மாதிரி நம்மட குடும்பத்த விட்டுப் போட்டு எதுக்கு இல்லத்துக்கு போகணும் ...”

யோகாவின் நெருக்கடியான நிலையைக் கொஞ்சமும் அறிந்திராத அவரது ஆதங்கம் இயல்பாக இருந்தது.

மாமாவோடு மனம்விட்டுப் பேச இது போன்ற சந்தர்ப்பம் இனிக் கிடைக்கவேமாட்டாது என்று நினைத்து எல்லாம் கொட்டித் தீர்த்தாள்.

“அம்மாட்ட என்னத்த மாமா பேசச் சொல்றியள். அவாவுக்கு நான் வேண்டாத சுமை தெரியுமே. அக்கா என்னக் கண்டாலே எரிஞ்சு விழுது. நான் அங்கயே இருந்து என்னதான் செய்யப் போறென் ... கலாதான் எனக்கு ஆறுதல். அவளுக்கும் கல்யாணம் ஆகப்போவுதல்லே, அதுட வாழ்க்கையிலெயும் என்னால குழப்பம் வரணுமே ..?

“உங்கட வீட்டுக்கு என்ன அனுப்புறதுகூட, வீட்டுல நல்ல காரியம் நடக்கைக்கே நான் இருக்கிறது அபசகுனமெண்டு தான் ...

“நான் உங்களுக்கிட்ட இப்படியெல்லாம் சொன்னேன் என்டு, அம்மாவுக்குத் தெரியப்படுத்தாதியும் மாமா ... என்னால ஆருக்கும் எந்தக் கஷ்டமும் வர வேணாம் ... அங்கே யென்டாலும் கொஞ்சம் நிம்மதி கிடைக்கும் என்ட நம்பிக்கையில தான் இல்லத்துக்கு போகப் போறன் ...”

“ச்சே ... மனதுக்குக் கஷ்டமா இருக்குதும்மா ... இந்த வத்சலா இவ்வளவு சின்னத்தனமாக நடப்பாளென்டு என்னால நம்பவே ஏலாமல்லே இருக்கு, பத்மாக்கு வயசுபோனதோட அறிவு கெட்டுப்போயிட்டே என்ன ...”

“தவக்குல் உங்களுக்கு எப்படி நன்றி சொல்றதென்டே தெரியல்ல மகள், இந்தப் பொடிச்சி இவ்வளவு மனப்பாரத் தோட இருக்குதென்டு எனக்குத் தெரியவே தெரியாது, இல்லாட்டி நான் எப்பவோ என்ட வீட்டுக்குக் கூட்டிட்டுப் போயிருப்பன் ... ஏதோ கடவுள்தான் எல்லாருக்கும் நல்ல வழி காட்டணும் ... எங்கட வீட்டிலயும் நாலைஞ்சு பிள்ளைகள், ஆட்கள் கூடின இடம். இவளுக்கு எல்லாரும் எப்படி எப்படி மதிப்புக் குடுப்பினமென்டு என்னால கணக்கிட ஏலாது. ஏதோ கொஞ்ச நாளக்கி இருக்கட்டும். நிரந்தரமா இருக்கிறது மனக்கஷ்டத்திலதான் முடியும். அப்படிப் பார்க்கைக்கே இல்லத்துக்குப் போறதுதான் சரியென்டு நினக்கிறன். ஒத்த

பிரச்சினைகள் உள்ள ஆக்கள் இருக்கிற சூழல் மனதுக்கு அமைதியாத்தான் இருக்கும் . . .”

சித்தாண்டி மாமா மிக இயல்பாக நடைமுறை விடயங்களை மிக ஆழமாக விளங்கிக் கொள்பவராகவும், வெளிப்படை யானவராகவும் இருந்தார்.

“யோகா எவ்வளவு கெதியா ஏலுமோ, அவ்வளவு கெதியா அய்டென்டி கார்டை எடுத்துருங்க . . . எல்லாம் சரியாகும் . . .”

யோகாவின் முதுகை வருடி ஆறுதல்படுத்தினாள் தவக்குல்.

“ஏன் யோகா அக்கா கத்திக்கிட்டே போறீங்க . . . யாராவது பார்த்தா நாங்க உங்களக் கொடுமப்படுத்தினமென்டோ வீட்ட விட்டு விரட்டிட்டம் என்டோ நினக்கப்போறாங்க . . .”

சனோ வழமையான தன் குறும்புடன் கூறினாள். யோகா லேசாகப் புன்னகைத்தவாறே கண்ணீரைத் துடைத்துக் கொண்டாள்.

“அங்கிள் உங்களுக்குச் சித்தாண்டி என்டு பேரு வெச்சது யாரு . . .”

“ஏய் சனோ, என்னயிது மரியாதயில்லாம . . .”

உம்மா அதட்ட, வீட்டுக்கு வந்த மனிதரை, முன் பின் அறியாத ஒருவரை இப்படி வம்பிழுக்கலாமா என்று குல்பரும் அவளைப் பார்வையால் முறைத்தாள். சனோவின் குறும்புத் தனங்கள் சில வேளைகளில் எல்லோரும் நகைக்கும்படியாக இருந்தாலும் பொம்புளைப் பிள்ளைக்கு அது அழகில்லையென அவளை யாராவது கண்டித்துக்கொண்டேயிருப்பார்கள்.

“ஏனம்மா பிள்ளைய அதட்டுறியள் . . . எங்க அப்பா எனக்கு வச்ச பேரு பூவரசு. நான் இருக்கிற ஊரு சித்தாண்டி. இந்த யோகா பெட்டதான் எனக்குச் சித்தாண்டி மாமா என்டு முதல்ல பேரு வச்சது . . . இப்ப என்னடான்டா, மாவடிவேம்புல இருக்கிற உறவுக்காரக்காள் அத்தனை பேரும் என்னைச் சித்தாண்டி மாமா என்டே சொல்ல ஆரம்பிச் சிட்டினம் . . . நீங்க என்னெப் பூவரசு மாமா என்டும் சொல்லலாம், புடிச்சிருந்தா சித்தாண்டி மாமா என்டும் சொல்லலாம் . . .”

“பூவரசு . . . பூ சக அரசு . . . நீங்க பூக்களின் அரசன் . . .”

சனோ மேலும் உளறிச் சிரித்தாள்.

“சனோ . . .”

தவக்குல் அதட்டவும் சனோவின் முகம் வெளிறிச் சிறுத்தது. றாத்தாவை முறைத்துத் தலையைக் கவிழ்த்தாள்.

“சனோ ... துடுக்கான பிள்ளை. இந்தக் காலத்துப் பிள்ளைகள் இப்பிடித்தான் ... இப்பிடித்தான் இருக்கவும் வேணும் ... சனோ படிக்கிறியாம்மா ...”

“ம் ... பிஏ செகன்ட் இயர் ...”

“ஓ ... நல்லது ... நல்லது ... பிள்ளைய அதட்டாதிங்க ... முகம் வாடிப்போயிட்டு பார்த்தியளே ...”

பூவரசு கலகலப்பான பாத்திரம். அவர் விடைபெற்றுச் சென்ற பின்னரும் தவக்குல்லும் தங்கைகளும் அவர்களைப் பற்றியே பேசிக்கொண்டிருந்தனர்.

“இந்த சைத்தான் அங்கயும் இங்கயும் கிடந்து கத்திக்கிட்டே யிருக்கு ...”

ஆத்திரத்துடன் தவக்குல்லின் கைபேசியோடு வந்தாள் நிஸா.

“ஏன் உம்மா, இப்பிடி சலிச்சிக்கிறிங்க ...”

“போன் பாவிக்கிற நாம கவனமா இருக்கணும் ... எனக்குத் தலைக்கு மேல வேலை. இத்தின பொம்புளைப் புள்ளைகள் இருந்தும் ஒரு வேலைக்கு ஆகாது ...”

தவக்குல்லின் கையில் கைபேசியைத் திணித்துவிட்டு முணுமுணுத்துக்கொண்டே நகர்ந்தாள்.

“உம்மாவுக்குத் திடீர் என்டு இப்பிடித்தான். என்ன நடக்கிற என்டே தெரியா ... நாங்க என்ன வேல செய்யாமலா ... என்ன செய்யணும் என்டு சொல்லாம இழுத்துப்போட்டுக் கிட்டு செய்யிறது, ஏலாமப் போவக்குள்ள புலம்புறயும், எங்களக் குற சொல்லுறயும் ...”

உம்மாவின் பின்னாலேயே தொணதொணத்துக்கொண்டு சென்றாள் குல்பர். சனோவும், ஜனாவும் சிரித்துக்கொண்டு வேடிக்கை பார்த்தபடி இருந்தனர்.

“ஏய் சத்தம் போடாதிங்க வெளிநாட்டுக் கோல் ...”

போனை முடுக்கிப் பேச ஆரம்பித்தாள் தவக்குல்.

கடந்த சில நாட்களாக இருந்த மனக்குழப்பத்தில் அவள் கணினியை முடுக்கி ஒரு வேலைதானும் பார்க்கவில்லை. இணையவழி வேலைகளோ மின்னஞ்சல்களுக்குப் பதில்களோ,

எதிலுமே முனைப்பின்றியேதான் முடங்கிக் கிடந்தாள். வேலை செய்வதில்லை என்ற தீர்மானத்திற்கு வந்ததன் பின்னர் அதிலெல்லாம் அவளுக்கு எந்த ஈடுபாடும் வரவில்லை.

மின்னஞ்சல்களுக்குப் பதில் தரவில்லையென்று அவளைக் கடுமையாகக் கோபித்துக்கொண்டான் சுவாஷ். எல்லாவற்றை யும் விட்டுச் சிறையில் இருப்பதுபோல வீட்டுக்குள் முடங்கிக் கிடப்பதாக வருத்தப்பட்டாள் தவக்குல். கடந்த ஆண்டு கலாசார பகிர்வு நிகழ்வொன்றுக்காக மலேசியா சென்றிருந்தபோதே நேபாளத்திலிருந்து வந்த சுவாஷைச் சந்தித்திருந்தாள். இணைய வழியூடாக வளர்ந்திருந்தது அவர்களது நட்பு. எப்போதாவது தொலைபேசியிலும் கூப்பிட்டுப் பேசுவார்கள்.

சுவாஷ் சட்டம் படித்தவன். மனித உரிமைகளுக்கான நிறுவனமொன்றின் பிரதம நிறைவேற்று ஆலோசகர், மனித உரிமைகளுக்கான செயற்பாட்டாளர்.

எதிர்ப்பவர்கள் பற்றியும் அவளைப் பலிவாங்கத் துடிப்பவர்கள் குறித்தும் பேச்சுவாக்கில் பகிர்ந்துகொண்டாள் தவக்குல்.

"உங்கள் நாட்டில் மட்டுமில்லை தவக்குல். உலகம் முழுவதும் பெண்களுக்கு இந்தப் பிரச்சினை இருக்கு. அதெல்லாம் எதிர்த்து தகர்த்தெறிந்த பெண்கள்தான் தலை நிமிர்ந்து நிற்கிறார்கள். எதிர்த்தல் லேசுபட்டதல்ல. அதற்கு வலிய மனம் வேண்டும். தைரியம் வேண்டும். எதிர்ப்புகள் எப்படியெல்லாம் வரும் என்று நாம் எதிர்பார்த்துக் கொண்டிருக்க முடியாது. அது எந்த வடிவத்திலும் வர முடியும் . . . நீ தைரியமான பெண். சமூகம், சுதந்திரம் என்று நம்மை நாமே அழித்துக்கொள்ளக் கூடாது . . . அதனால் கவனமாக வேலை செய் . . . எந்நேரத்திலும் எந்த உதவியாக இருந்தாலும் என்னோடு பேசு. என்னால முடியுமான உதவிகளை நான் கண்டிப்பாச் செய்வேன் . . .

"ஊர்ல வேலை செய்ய முடியாத சூழ்நிலை என்றால், நீ வீட்டுக்குள்ளே முடங்கிக் கிடக்கப்போறியா . . . வீட்டுக்குள் குந்தியிருந்து உனக்கு நீயே அநியாயம் செஞ்சிக்காத. அது உன்னைப் புதைக்க நீயே குழி வெட்டுற மாதிரி. உங்க ஊர்க் காராக்கள் எதிர்த்தா, நாட்டில வேற இடமா இல்ல . . . வேறெங்காவது போய் வேலை செய். மேற்கொண்டு படிக்கிற விஷயங்கள்ல கவனம் செலுத்து. எவ்வளவோ இருக்கு தவக்குல். உலகம் சின்னது. ஆனா தேடுறதுக்கு நிறைய விஷயம் இருக்கு. நீ அங்கயிருந்து வெளியாகிடு. சமூகத்த எதிர்க்கவும் வேணாம்,

ஒத்துப் போகவும் தேவையில்லை. நடுநிலைமையா இருப்பம். நடுநிலைமையா வாழ்றதுக்கு நீ இன்னும் மேலே உயரணும். எல்லாத்தையும் ஓரங்கட்டி வச்சிட்டுப் படி தவக்குல். நான் சொல்ல நினைச்சதச் சொல்லிட்டன். முடிவ நீதான் எடுக்கணும். யோசி, நல்லா யோசி . . .”

நட்போடும், அன்போடும், உண்மையான கரிசனையோடும் சுவாஷ் பேசியதெல்லாமே மிக முக்கியமான ஆலோசனைகள் என்பதில் சந்தேகமேயில்லை அவளுக்கு. இதுவரையில் யாருமே கூறாத ஆலோசனையினைத்தான் அவன் சொல்லியிருக்கிறான். தனக்கொரு பிரச்சினை எனும்போது வாதாடுகிற சமூகம் பிறருக்கொரு பிரச்சினையெனும்போது நீதியின் இடத்திலிருந்து தீர்ப்புச் சொல்ல வருகிற வேடிக்கையான ஆனால் உண்மையான நிகழ்ச்சியை அவளால் புரிந்துகொள்ள முடியவில்லை.

‘எல்லாரும் என்னை ஒரு பெண்ணாக மட்டும்தான் பார்க்கிறாங்க . . . என்னை என் இயல்புகளோடு அங்கீகரிக்க இந்தச் சமூகத்துக்கு விருப்பமில்லை. அதுக்காகக் கவைக்குதவாமல் வாழ்ந்து மண்ணோடு உக்கிப் போவதா. சுவாஷ் சொல்றது எவ்வளவு உண்மை, இந்த ஊரை விட்டா, நாட்டுல, உலகத்தில எனக்கு வேற இடமா இல்ல . . .’

“என்ன றாத்தா வெளிநாட்டு கோல் என்டு சொன்னிங்கே, திடீரென்று கடுமையான யோசனைக்குப் போய்ட்டிங்க . . .”

ஜானா ஆர்வத்துடன் அவளருகில் வந்தமர்ந்தாள்.

“ஜானா, நேபாளில இருக்கிற என்ட ப்ரண்ட் சுவாஷ்தான் போனில் பேசினது, அவன் சொல்ற விஷயங்கள்ல இருக்கிற நியாயங்களெ யோசிக்கிறென் . . .”

“றாத்தா பிரச்சினைக்கு வீட்டுக்குள்ள அடஞ்சி கிடக்கிறது தற்காலிகத் தீர்வுதான். இதுவே நிரந்தரமில்ல . . . இந்தச் சந்தர்ப்பத்தில நீங்க எடுக்கிற முடிவுதான் உங்கட முழு வாழ்வையும் தீர்மானிக்கும் . . .”

ஜானா எத்தனை தெளிவாகப் பேசுகிறாள். குழப்பத்திலிருந்துதானே தெளிவுவர முடியும்!

❍

இரவு – உணவு மேசையில் எல்லாரும் அமர்ந்திருந்தார்கள்.

கோதுமைப் பிட்டு, கத்தரிக்காய் குழம்பு, முட்டைப் பொறியல் என எல்லோருமே விரும்பி சாப்பிடுகிற மெனுவில் நிஸா உணவு தயார்படுத்தியிருந்தாள்.

கோதுமை மாவைப் பொன்னிறத்துக்கு வறுத்து தேங்காய்ப்பூ கலந்து தயாரிக்கும் பிட்டு அந்த வீட்டில் எல்லோருக்கும் கொள்ளைப் பிரியம். வாரத்தில் ஒன்றிரண்டு நாள் இரவு போசனத்துக்கு நிஸா இந்த மெனுவைத் தயாரிப்பது உண்டு.

"மகள் தவக்குல் இன்டக்கெல்லாம் வீட்டிலதானே இருந்திங்க, என்னம்மா செஞ்சிங்க . . ."

அவளது விரல்கள் பிட்டைக் கத்தரிக்காய் குழம்புடன் பிசைந்துகொண்டிருந்தன. அவள் பதில் பேசாமல் வாப்பாவைப் பார்த்துப் புன்னகைத்தாள்.

"நானும் யோசிச்சுப் பார்த்தன். வீட்டுக்குள்ள இருக்கிறது, வேலைக்குப்போன உங்களுக்குக் கஷ்டம். நீங்க விரும்பினா கொழும்பில போய் வேலை செய்ங்க. கொழும்புதான் உங்களுக்கு நல்லாப் பழகின இடமாச்சே . . ."

"ஓ . . . நானும் அப்பிடித்தான் யோசிச்சென். என்ட புள்ளை வீட்டுக்குள்ள முடங்கிக் கிடக்கிறதப் பாக்கிறதுக்கே கஷ்டமா இருக்கு . . . கொஞ்ச நாளக்கிக் கொழும்பில போய் வேல செய்யட்டும் . . . காலம் கண்ண மூடியிருக்க ஓடிடும் . . . அதுக்குப் புறவு ஒரு கல்யாணத்தெப் பண்ணினா எல்லாம் சரியாப் போவும் . . ."

பெண்பிள்ளைகளைக் காலாகாலத்தில் நல்லவன் கையில் பிடித்துக்கொடுத்துவிட வேண்டும் என்று எல்லாத் தாய்மாருக்கும் இருக்கும் சராசரிக் கவலையும், ஏக்கமும் நிஸாவுக்கும் இருந்தது.

"அதப் பத்தி யோசிக்கிறன் வாப்பா . . ."

உம்மாவின் கல்யாணக் கதைக்குரிய பதிலைத் தவக்குல் தணிக்கை செய்திருந்தாள்.

சுபியானிடம் கிடைத்த அனுபவத்தின் பின்னர் அவள் திருமணத்தைப் பற்றிய பேச்சுக்களில் கலந்துகொள்ளாமல் விலகி நடப்பதையும், அது பற்றி எதுவுமே பேசாமல் மௌனித்து இருப்பதையும் நிஸா கவனித்தே வந்தாள். ஒரு அனுபவம் மோசமானதாக இருந்துவிட்டதற்காக முழு வாழ்வையும் வீணடிக்கத் துணிகிற முட்டாள்தனம் காதலில்தான் நிகழ முடியும். அந்த முட்டாள்தனத்தைச் செய்கிற ஒருத்தியாகத் தனது மகள் இருக்கக் கூடாதென்று நிஸா மனமார மௌனப் பிரார்த்தனை செய்துகொண்டாள்.

அன்றிரவு போசன நேரம், நீண்ட நாட்களுக்குப் பின்னர் வழமையானதாக இயல்பானதாக இருந்தது.

அவர்கள் நீண்ட நேரம் சம்பாஷணைகளில் ஈடுபட்டனர். தவக்குல் அத்தனை கலகலப்பாக இல்லை என்றாலும் எல்லோருடனும் அமர்ந்திருந்தாள். சிரமத்துடனும் சிந்தனை வயப்பட்டவளாகவும் எதிலும் சிரத்தையின்றியும் இருந்தாள்.

ஹபீப் காணியொன்றை வாங்குவது சம்பந்தமாகக் கலந்துரையாடிக்கொண்டிருந்தார். அவர் செல்வர் இல்லை யென்றாலும் மனைவி மக்களைத் தன்னிறைவுடன் வாழவைக்க பாடுபடுகிற சராசரி மனிதராகக் கடுமையான உழைப்பாளியாக இருந்தார். அவர் பற்றி முக்கியமாகக் கூற வேண்டியது மகள் களின் திருமணத்திற்காக சீதனம் கொடுப்பதில்லை என்று தீர்க்கமாக எண்ணிக்கொண்டிருக்கும் புதுமைத் தந்தை என்பதே.

'பிள்ளைகளெப் படிக்க வெச்சிப் பண்பாடாகவும், நாலு விஷயத்தத் தெரிந்தவங்களாகவும் வளர்த்திருக்கென் ... பின்னே ஏன் மாப்பிள்ளெ வாங்கிற மடத்தனத்தைச் செய்யணும் ...'

அவர் மிகச் சாதாரண மனிதர்தான். மார்க்க ஞானம் படைத்தவரோ, கார்ள் மார்க்ஸையும் காந்தியையும் படித்துத் தேர்ந்தவரோ, பாரதியாரையோ பெரியாரையோ படித்து மகளிர் புரட்சி, புதுமைக் கருத்துகளால் நிமிர்ந்தவரோ சேகுவேரா லெனின் பற்றியெல்லாம் தெரிந்தவரோ அல்ல. யதார்த்தத்தை விளங்கிக்கொண்டவராகத் தனது சூழல் அனுபவங்களைக் கொண்டு இயல்புகளை விளங்கிக்கொள்ள முற்படுகிறவராக எதார்த்தத்திற்கு முரணற்ற மாற்றங்களை செயற்படுத்துவதில் தவறொன்றுமில்லை என நம்புகிறவராக இருந்தார்.

நிஸாவும் அப்படித்தான். சீதனத்தை அடியோடு வெறுப்பவளாக இருந்தாள். அது இஸ்லாத்திற்கு முற்றிலும் முரணானது என்று வாதிடுவதில் அவளுக்கு ஒரு தயக்கமும் இல்லை. சீதனம் பெற்றுத் திருமணம் செய்கிற ஆண்களை மானங்கெட்டவர்கள் என்று தூஷித்தாள்.

இவர்களது பிள்ளைகளைச் சொல்லவும் வேண்டுமா ..?

சீதனம் கொடுத்துத்தான் திருணம் முடிக்க வேண்டுமாக இருந்தால் அந்தத் திருமணமே தேவையில்லை என்றும், பணத்தையும் செல்வத்தையும் கொடுத்து ஆம்பிள்ளையை வாங்குகிற வெட்கம்கெட்ட வாழ்க்கையை வாழ்வதேயில்லை என்று சபதம் எடுத்துக்கொண்டிருந்தனர்.

வருமானத்தில் எஞ்சியதைச் சேமித்து, பிள்ளைகளுக்குக் காணித்துண்டுகளை வாங்கியோ, பொருள்களைத் தேடியோ வைத்தால் வாப்பாவின் அன்பளிப்பு என்று காலத்திற்கும்

பிள்ளைகள் போற்றுவார்கள், அது அவர்களின் எதிர்காலத் திற்கும் ஏதேனும் வழியில் உதவும் என்று ஹபீப் நம்பினார்.

இப்போது வாங்கப்போகிற புதிய காணியை சனோவின் பெயரில் எழுதிவைப்பதே அவரது விருப்பமாக இருந்தது. குறும்புத்தனமும் துருதுருப்புமான சனோ இந்தச் செய்தி யால் தலைகால் புரியாமல் கெக்கலித்தாள். தான் பணக்காரியாகிட்டேன் என்று கூவினாள்.

அவளை எல்லோரும் கேலி பேசினர்.

“நீ சம்பாதித்துச் சொந்தப் பணத்தில் வாங்கினால்தான் பணக்காரி . . .”

குல்பர் இப்படிச் சொன்னதும் அவளுக்குக் கோபம் வந்துவிட்டது.

“அப்பிடியா . . . வாப்பா . . .”

வாப்பாவின் கழுத்தைக் கட்டிக்கொண்டு செல்லம் கொஞ்சினாள், சிணுங்கினாள்.

“இவ்வளவு வளர்ந்தும் இன்னும் பாப்பாக்கள்ன்ட நினெப்பு, நேரம் பன்னிரண்டாவது . . . எல்லாரும் எழும்புங்க . . .”

நிஸா பிள்ளைகளைக் கலைத்தாள். தாமதமாகித் தூங்கினால், சுப்ஹூத் தொழுகைக்கு அவர்களை எழுப்புவது மலையை நகர்த்துவதுபோல என்று அவளுக்குத் தெரியும்.

5

சாதுரியன் உயிரோடில்லை ..!

தெய்வானைக்கு இச்செய்தியில் அதிர்ச்சி யடைய ஏதும் இருப்பதாகத் தெரியவில்லை.

போராளிகளின் எண்ணிக்கை லட்சங்களிலிருந்து ஆயிரங்கள் என்ற நிலைக்கு இறங்கியது உயிரிழப்பினால்தானே!

சக்திவேல் தேடியறிந்து அவளுக்குத் தெரியப்படுத்திய செய்தி இது! இது வெறும் ஊகம் அல்ல, உறுதிப்படுத்தப்பட்ட உண்மை. சாதுரியனின் தாய், அக்கா, தங்கை இவர்களைப் பற்றிய தகவல்களைக்கூடத் தெள்ளத் தெளிவாகக் கூறியிருந்தான் சக்திவேல்.

சாதுரியன் வீரவேங்கையாக இருந்து 'இன்டலிஜென்ஸ் விங்' புலனாய்வுப் பிரிவில் முக்கியப் பதவியிலிருந்திருக்கிறான்.

வெறும் ஒரு பெயரை வைத்துக்கொண்டு ஒரு போராளியைப் பற்றிய தவல்களைத் தேடியறிவது சாத்தியமற்றதும், நேர விரயமான காரியமும் என முன்பு சக்திவேல் அவநம்பிக்கை கொண்டிருந்தான்.

போராளிகள் இயற்பெயர் கொண்டு அழைக்கப்படுவதில்லை. அவர்களுக்கு இயக்கப் பெயரும், வெவ்வேறு காரணங்களுக்காக வெவ்வேறு பெயர்களும் இருக்கும்.

சாதுரியனின் இயற்பெயர் என்னவென்று தெரியவில்லை.

சாதுரியன் இயக்கத்தின் எந்தப் பிரிவில், என்ன செய்துகொண்டிருந்தான் என்றும் தெரிய வில்லை.

குறைந்தபட்சம் அவன் எந்தக் காலகட்டத்தில் இயக்கத்தில் இணைந்துகொண்டான் என்றும் தெரியவில்லை.

சாதுரியன் குறித்த தகவல்கள் எல்லாமே பூச்சியமாக இருக்கிற நிலையில், ஊகத்தின் அடிப்படையில் ஒரு உண்மை யைக் கண்டறிய முயல்வது வீண் என சக்திவேல் கருதியதில் தவறொன்றுமில்லை என்றேதான் தெய்வானையும் கருதினாள்.

தவக்குல் அக்கா ஒப்படைத்த ஒரு பணி இது என்பதும், யோகாவை நேரில் சந்தித்திருந்தபடியாலும் தன்னைப் போலவே அவளும் பாதிக்கப்பட்ட போராளி என்ற பொதுக்குறியினாலும் இந்தப் பணியை முன்னெடுக்க வேண்டிய பொறுப்பிலிருந்து தன்னை விலக்கிக்கொள்ளவும் அவள் மனம் இடமளிக்கவில்லை. அதுமட்டுமன்றி, முகம் தெரியாத சாதுரியனில் அவளுக்கு இனம்புரியாத மரியாதையும்கூட ஏற்பட்டிருந்தது. மாற்றுத் திறனாளிப் பெண்ணுக்கு வாழ்வளிக்க முன்வந்தவன் என்பதால் ஏற்பட்ட மரியாதையாக அது இருக்கக்கூடும்.

அங்கக் குறைபாடு எதுவுமில்லாத பெண்களைச் சீதனம் பெறாமல் திருமணம் செய்வதையே தியாகம் என்று கருதுகிற ஆண்கள் மத்தியில், செல்வமும் செல்வாக்குமில்லாத, மாற்றுத் திறனாளி ஆதரவற்று நிர்க்கதி நிலையில் இருந்த யோகாவில் சாதுரியன் காட்டிய அன்பில் சந்தேகத்துக்கும், சங்கடத்திற்கும் ஏது இடம் என்பதில் தெய்வானை தெளிவடைந்திருந்தாள்.

தெய்வானையின் நெருக்குதல் தாங்காமலும், போராளி யாக இருந்தவள் என்ற அடிப்படையில் சில உறுப்பினர்கள் குறித்து அவளால் தெரிவிக்கப்பட்ட தகவல்களை மையமாகக் கொண்டும், சக்திவேல் விசுவாசத்திற்குரிய நண்பர்களூடாக இயக்கத்தின் நம்பிக்கைக்குரியவர்களாகச் செயற்பட்ட ஆனால் போராளிகள் அல்லாத சிலரிடம் சாதுரியன் பற்றி விசாரணைக்கு விட்டிருந்தான்.

கடும் பிரயத்தனத்தின் பயனாகச் சாதுரியனைப் பற்றிய தகவல்கள் நாளுக்கொன்றாக கிடைத்துக்கொண்டேயிருந்தன.

சாதுரியன் கணிதத்துறை பட்டதாரி என்பது சக்திவேலை வியப்பில் ஆழ்த்தியது.

"இதில வியக்கிறதுக்கு என்னயிருக்கு... இயக்கம் என்னெப்போல அரைகுறையாப் படிச்சவையளையும், அறவே படிக்காதவையளையும் கொண்டதில்லியெ... சாதுரியன் மாதிரி ஆயிரக்கணக்கான பட்டதாரிகள், துறைசார் வல்லுநர்களையும் கொண்டிருந்ததுதானே."

இயக்கத்தோடு நேரடியாகவும் மறைமுகமாகவும் தொடர்பு பட்டிருந்தவர்கள் யாராக இருந்தாலும் எளிதில் இனங்காணக் கூடியளவுக்குச் சாதுரியன் முக்கியமானவனாகவும், எல்லோரினாலும் அறியப்பட்டவனாகவும் இருந்தான். அவனது இயற்பெயர் நேசன், அப்பாவின் பெயர் அருமை நாயகம் என்பதிலிருந்து அவனைப் பற்றிய எல்லாத் தகவல் களையும் கோவையாகக் கொணர்ந்திருந்தான் சக்திவேல்.

இரண்டாயிரத்து எட்டின் ஆரம்ப காலப்பகுதியில் சாதுரியன் மட்டக்களப்பு பகுதியில்தான் இருந்துள்ளான். கிளிநொச்சியிலிருந்து கிடைத்த அவசர அழைப்பின்பேரில் மணலாறு ஊடாக நெடுந்தீவுக்குச் சென்று அங்கிருந்து அவன் வெள்ளைமுள்ளிவாய்க்காலுக்குச் சென்றதுடன், பூநகரியை இராணுவம் கைப்பற்றிய பின்னர் இயக்கத்தின் தலைவர் முக்கியப் பிரதானிகளுடன் நடத்திய கலந்தாலோசனையின் போதும் சாதுரியன் இருந்துள்ளான். சரணடைவது குறித்த கலந்துரையாடல்கள் வரைக்கும் அவன் இருந்ததாகவும்கூடச் சிலர் ஊகம் வெளியிட்டனர்.

இயக்கத்தின் தலைவர் உட்பட கேனல்கள், கெப்டன்கள், மேஜர்களுக்கு விசுவாசமானவனாக அறியப்பட்ட சாதுரியன் உயிரோடு இருக்கிறான் என நம்புவதற்கு ஒரு வீதம்தானும் சாத்தியமில்லை என்பதே இந்தத் தேடலினூடாக சக்திவேல் அறிந்த உண்மை.

“சக்தி, நீ என்ட உசுருக்கு உசிரான நண்பன் என்டதால இதெல்லாம் உனக்கிட்ட சொல்றேன்டா, ஆருக்கிட்டயும் உளறித் தொலச்சிறாதே, என்ட உசுருக்கே வினையாப்போயிடும் சொல்லிட்டென். சாதுரியன் உசிரோட இருக்கிறதுக்கு ஒரு சதவீதமும் சான்ஸ் இல்லடா மச்சான் ... ஏன் தெரியுமே, கிளிநொச்சியில இராணுவம் கால்பதிச்ச புறவு முதல் செஞ்ச வேல முக்கியமான ஆக்கள இலக்கு வச்சதுதான். கடைசி நேரத்தில தலைவரோட இருந்து தப்பினவங்க ஆருமில்லடா. தப்புறதுக்கு வழியுமில்லை புரிஞ்சுதே ... இராணுவத்துக்கு ஆக்களைக் காட்டித் தருகிற துரோகிகளாக மாறினவை மட்டும் தான் தப்பிச்சிருக்கினம். சாதுரியன் உண்மையான போராளி, எதற்காகவும் அவன் துரோகியாக மாறியிருக்கவே மாட்டான். இயக்கம் அழிஞ்சதுக்கு நம்மடைவனுகள் காட்டிக்கொடுப் பானா துரோகியா மாறினதுதான் முக்கியமான காரணம் புரியுதே ... இல்லையென்டால் மசிரைக்கூட இராணுவம் தொட்டிருக்க ஏலுமே? சரி உதைவிடு. நானென்ன சொல்ல வாறென் என்டாப் பெரிய தலகளெக்கூட இராணுவம்

◆ 378 ◆ ஸர்மிளா ஸெய்யித்

கொன்டுட்டென்று நமக்குத் தெரியுதல்லே இதில சாதுரியன் உசிரோட இருக்க வழியிருக்கே யோசி..."

குமரன் தெரிவித்த இந்தத் தகவல்கள் நூறுவீதம் நம்பத் தகுந்தவை எனச் சக்திவேல் கூறிக்கொண்டிருந்தபோது நம்பிக்கை, நம்பிக்கையீனம் ஏதுமற்ற காலத்தின் முன்னே நாமெல்லாம் மண்டியிட்டுக் கிடக்கின்றோம் எனும் வலியின் தீவிரம் தெய்வானையின் மனதில் பரவத் தொடங்கியது.

'சாதுரியன் படிச்சவன், பட்டப்படிப்புவரை படிச்சிருந்தும் படிச்சவன் என்டு ஏன் யோகாவிடம் சொல்லாமல் விட்டான்? யோகாவுக்கு இதெல்லாம் தெரிஞ்சிருக்கிற மாதிரி தெரியலியே... தெரிஞ்சிருந்தா யோகா அதையும் சொல்லியிருப்பாளே. சாதுரியன் பண்பானவன். அதனாலதான் தனது பெருமைகள் எதனையும் யோகாவுக்கு அவன் சொல்லலை... அதெல்லாம் தெரிஞ்சால் யோகா காதலைச் சந்தேகப்படுவாள், ஏத்துக்க மாட்டாள் என்ட எண்ணம் சாதுரியனுக்கு இருந்திருக்கலாம்... கல்யாணத்தின் பின்னர் அவளுக்கு இதையெல்லாம் சொல்லி திகைப்பில் ஆழ்த்த சாதுரியன் கனவு கண்டிருப்பானோ...

'இந்தச் செய்தியை யோகாவிடம் தெரிவிப்பதுதான் எத்தனை கொடுமையான அனுபவம்...'

வாழ்வின் போக்கை அவளால் புரிந்துகொள்ள இயலவில்லை. மனித சக்திக்கு அப்பாற்பட்ட விசித்திரமான புலன்களுக்குத் தரிசனமாகாத ஒன்று இருக்கத்தான் வேண்டும் என்று தோன்றியது.

காலத்தின் தண்டனை யார் யாருக்கு எதற்காக, எப்போதென்று கூற முடியாது. குற்றமிழைத்தற்காக அல்ல வாழ்வை மாற்றுப் பாதைக்கு அழைத்துச் செல்வதற்காகவே அவை தீர்க்கப்படுகின்றன.

ஒருபோதும் மறக்க முடியாத வாழ்வனுபவங்கள் ஆழமானவை. அவை இன்பங்களாக, காயங்களாகப் பல்வேறு கோணங்களில் மனித இதயங்களுக்குள் படிமங்களாகக் கிடக்கின்றன.

கூடிச்சேரும் இருண்ட மேகங்களின் குளிர்ச்சியாக, இன்னும் பெய்யாத மழையாக, பூர்த்தியடையாத தவிப்பாக தன் இதயத்தின் அறைகளுக்குள் பூட்டப்பட்டுக் கிடக்கும் காதலை மறைத்துக்கொள்ள சக்தி பெற்றவளாகிப் போனதில் ஆச்சரியம்தான் தெய்வானைக்கு.

‘சொல்லாத காதலாய் இருந்தாலும் சமிந்தவை என்னாலேயே மறக்க முடியல்ல ... காத்திரு உன்னக் கூட்டிப் போக வருவன் என்டு சொன்ன சாதுரியனை யோகா எப்படி மறப்பாள். அவன் செத்திட்டான் என்டு தெரிஞ்சா அவள் மனசு என்ன பாடுபடும் ...’

சொல்ல முன்னர் சமாதியாகிக் கல்லறைக்குள் சரிந்த காதலை இன்னும்தான் அவள் யாருக்கும் திறந்து காட்டினா ளில்லை. திறந்து காட்ட வேண்டிய தேவையும், அதனால் பயனுமில்லையென்பதால் அதைத் தனக்கு மட்டுமேயான ரகசியமாக உலகின் வெளிச்சத்திலிருந்தே மறைத்துவிட்டிருந்தாள்.

சாதுரியனின் மறைவு யோகாவுக்குள் ஏற்படுத்தக்கூடிய வலியை அவளால் உணர முடிந்தது. யோகாவுக்காகவோ, அவளுக்காகவோ அவள் கண்கள் கண்ணீரைச் சொரிந்தன.

இரண்டாயிரத்து இரண்டில் ஏற்பட்ட சமாதான உடன் படிக்கையினால்தான் அவள் வாழ்வில் அந்தக் கண்ணாமூச்சித் திருப்பம் நிகழ்ந்தது.

எதிரியின் ஆடையைப் போர்த்திக்கொண்டிருந்த வீரனில் காதல் ஏற்பட்டதை இன்னமும்கூட அவளால் நம்ப முடிய வில்லை. ஆயினும் அது நிகழ்ந்தது.

துப்பாக்கியைத் தோளில் சரியச் சாய்த்துக்கொண்டு அவளையே குறிபார்த்துக்கொண்டிருக்கும் இரண்டு கண்களை துறையடி முகாமைக் கடக்கிற ஒவ்வொரு கணமும் இப்பொழு தும் அவள் காணுகிறாள்.

“ஏன் அக்கா, சிங்கள இராணுவன் ஒருவனை நான் கல்யாணம் செஞ்சா என்ன ...”

“என்னடி ... விசர்க் கதை கதைக்கிறாய் ... நீயா இப்பிடிக் கேக்கிறாய்? நீ ஆரென்டு மறந்திட்டே உனக்கு? உனக்குப் பைத்தியம் என்டு சொல்லுவினம். நம்மட சாதி சனம் காறித்துப்புன்டி ... நம்மடை சனங்களக் சாவடிக்கிறவங்களோட சம்பந்தம் வச்சிக்கிட்டா நம்மள குடும்பத்தோட விரட்டி அடிப்பினம் ... போராளியா இருந்த உன்ன எந்தச் சிங்களவன் கல்யாணம் செய்வான் என்டு நினக்கிறாய் ... கல்யாணத்தச் செஞ்சி உன்ட கழுத்த நெறிச்சிக் கொல்வான்டி அவன் ...”

விளையாட்டாக கேட்ட கேள்விக்கு ஊகங்களை எதிர்வு கூறிக் கடுமையாக எச்சரித்தாள் ஜோதி. கல்யாணம் முடித்துப் பின்னர் கொன்றுவிடுவான் என்ற ஜோதியின் பயங்கரமான

ஊகம் மனதை நெருட அது அவளின் வெறித்தனமான கற்பனையாக இருக்கட்டும் என அப்புறப்படுத்திவிட்டு மனம் ஆற்றினாள் தெய்வானை.

சமூக எதிர்ப்புகளும், ஊகங்களும் எதார்த்தமானதாகவோ எதார்த்தத்திற்கு முரணானதாகவோ இருந்துவிடும் என்று கூற முடியாது. சமூகத்திற்கு ஒழுங்குபடுத்தப்பட்ட நெறிப்படுத்தப் பட்ட தன்மைகள் எதுவும் கிடையாது. அது இயல்பிலிருந்து மாறிக்கொண்டேயிருக்கும். எத்தகைய பொருள்கோடலாலும் சமிந்தவின் கண்களில் தெறித்த தாகத்தின் ஈரத்தைப் புறந்தள்ள அவளுக்கு சக்தியிருக்கவில்லை.

கொக்கட்டிச்சோலை துறையடி முகாம் இராணுவன் சமிந்தவில் அவளுக்கேற்பட்ட காதல், அவளிலும் அவனுக்கு ஏற்பட்டிருக்கும் என்றுதான் இன்றுவரையிலும் அவள் நம்பு கிறாள். அவனது கண்கள் பேசிய வார்த்தைகள் ஒவ்வொன்றி லும் காதல் சைகைகளை மட்டும்தான் அவள் அடையாளம் கண்டிருந்தாள்.

பல்லாயிரம் உயிர்களும், பல கோடிச் சொத்துக்களும் அழிவதற்கு ஏதுவான யுத்தத்தின் தோற்றுவாயாக அமைந்த மொழிதான் அவர்களது காதலினிடையேயும் இடையீடு செய்தது. என்னென்னவோ பேசத் தோன்றியபோதும், எதையுமே பேச விடாமல் மொழி தடை செய்தது.

புற மொழி உள்ளும் புறமும் இறந்துகிடந்தபோதும் விழிகளின் அக மொழி விழிப்புடன், உயிர்ப்புடன் வெவ்வேறு மரங்களின் வேர்களை ஒன்றிணைக்கும் பணியை வெகு கச்சிதமாகச் செய்துகொண்டிருந்தது.

அக மொழியாலே காத தூரம் கடந்துவிட்ட பிறகுதான் அவளின் பெயரை அறியும் துணிவு அவனுக்கு வந்தது.

காதல், கோழையை வீரனாக்குமென இலக்கியங்கள் மொழிகின்றன.

இங்கு, இரு வீரர்களுடன் காதல் கண்ணாமூச்சி விளையாடியது.

“மம சமிந்த ஒயாகே நம மொகத்த . . .”

தவக்குல் துறையடியைக் கடக்க நேர்ந்த ஒரு நாளில் கன்னத்தில் குழிவிழச் சிரித்துக்கொண்டே சமிந்த கேட்ட அந்தக் கணத்திலேயே, அரண்களின் அடியைப் பெயர்த்துக் கொண்டு வேர்கள் இடம்மாறிய அதிசயம் நிகழ்ந்தது.

“தெய்வானை . . .”

நாணத்தினாலோ திராணியின்மையினாலோ அவளது விழிகள் நிலத்தையே நோக்கியிருந்தன. அவளது பெயரை அவன் இரண்டு, மூன்று முறை உச்சரித்துச் சரிசெய்துகொண்டான்.

“தெய் . . . வானை . . . தெய்வானை . . .”

அவள் புன்னகைத்தவாறே நகர்ந்தாள்.

அவள் போராளி!

அதிஉச்சப் போர் பயிற்சி பெற்ற போராளி. நெஞ்சை நிமிர்த்தி நின்று களத்தில் சமர் செய்து எதிரிகளை வீழ்த்தியவள்.

சமிந்த, அவள் வீழ்த்திய, வீழ்த்த வேண்டுமென சபதம் எடுத்துக்கொண்ட எதிரிகள் கூட்டத்தில் ஒருவன்.

அவள் சுமந்திருந்த துப்பாக்கிகள் ரவைகளைக் கக்கி, உயிர்களைச் சல்லடை செய்ததுதான், ஆனபோதும் வளர்த்துக் கொண்ட போர்க்குணங்களால் பிறப்பில் வந்த பெண்மைக்கு எவ்வித பங்கமும் ஏற்பட்டிருக்கவில்லை. பெண்மைப் பண்புக் குறிகள் அவளுக்குள் பத்திரமாக பேணப்பட்டிருந்ததை அவளும் அன்றுதான் உணர்ந்தாள். போர் உடை தரித்ததனால் துப்பாக்கி களால் எதிரிகளை வீழ்த்தும் சமரிட்டதனால் அவளது பெண்மை பெருமையையும், பூரிப்பையும் பெற்றிருந்ததே தவிர, எதுவித குறைவையும் அல்லவே.

அவன் . . .

வீரன்! இராணுவ வீரன்.

நாட்டுக்காக உயிர்த் தியாகம் செய்வதாக சபதமிட்டவன்!

தெய்வானை போராளி என்ற உண்மையையும், மாற்றுத் திறனாளியெனத் தன்னைப் பறைசாற்ற விருப்பமற்றவள் என்பதையும், மாற்றுத்திறனாளியாக யாரும் தன்னை எளிதில் அடையாளம் கண்டுகொள்ளக் கூடாது என்பதில் மிகுந்த அக்கறையுடன் நடந்துகொள்கிறாள் என்பதையும் சமிந்த அறிந்திருந்தான்.

சமாதான காலத்தில் விடுமுறையில் வந்தவள் மீளச் செல்லாமல் சுற்றிக்கொண்டிருக்கிறாள் என்பதும் அவனுக்குத் தெரிந்தே இருந்தது. எந்தச் சூழ்நிலையிலும் கடமையை அவளில் பிரயோகிக்க அவனது காதல் மனம் இடம்தரவில்லை.

‘நான் என்ன காரியம் செய்றென். சமிந்தவில எனக்குக் காதல் வரலாமே . . . நான் இப்ப காலில்லாம நொண்டியாக

நிக்கிறதுக்குக் காரணமானவையில் எனக்கு எப்படிக் காதல் வரலாம் . . .'

கேள்விகள் சுடராக எழுந்து எரித்தபோதும், காதல் நெருப்பு கேள்விகளை எரித்தது. நெருப்பை எரிக்கும் நெருப்பாகி யிருந்தது காதல்.

'நான் போராளி அல்ல. அவன் இராணுவத்தினன் கிடையாது. நான் தெய்வானை. அவன் சமிந்த. நான் பெண். அவன் ஆண். தெய்வானை என்கிற நான் சமிந்த என்கிற அவனைக் காதலிக்கிறேன் . . . இதில் என்ன தவறு இருக்கே லும் . . . நாங்கள் ஒருவருக்கொருவர் எதிரிகள் என்டு வரலாறு சொல்கிறது. சந்தர்ப்பங்களும், சாட்சியங்களும் உறுதிப்படுத் தட்டும் அதை . . . ஆனபோதும் எங்கெட இதயங்கள் ஒன்டோ டொன்று உறவாடுதே. ஒன்று ஒன்றின் அணைப்புக்கு ஏங்குது . . . இதில் எந்த தவறும் இருக்கிறாப்போல எனக்குத் தெரியல்லை. தவறேதான் என்டாலும் இந்த இதமான உணர்விலிருந்து என்னை விடுவித்துக்கொள்ளவும் எனக்கு விருப்பமில்லை . . .'

சமிந்தவை உளப்பூர்வமாகக் காதலிப்பதிலிருந்து தன் மனதை அவளால் தடுக்க முடியவில்லை.

சில நிமிடப் பார்வை, உதட்டோரப் புன்னகை. இவை இரண்டும்தான் அவர்களது காதலின் உரம்.

போர் அலைகள் ஓய்ந்துவிட்டன. இனி ஒரு பயமில்லை என எல்லோரும் எண்ணிக்கொண்டிருந்த வேளையில்தான் நினையாப் புறத்திலிருந்து மீண்டும் போர் புகைய ஆரம்பித்தது உக்கிரமாக.

சமாதான உடன்படிக்கை அமுலில் இருந்த காலத்தில் விடுமுறையில் ஊருக்குத் திரும்பியவள் திரும்பிச் செல்லாமல் இருந்ததுக்கு சமிந்தவின் மீதான காதலும் காரணம் அல்லாமலா? காதல்தான் அவளைக் கட்டிப்போட்டது. இயக்கத்தின் கட்டுப் பாடுகள் விதிகளை மீறச்செய்தது. தகர்த்தெறிந்தது.

இப்போது மீண்டும் போர். அதுவும் மேலும் உக்கிரமாக.

இதயத்தில் அச்சம் அட்டணக்கால் போட்டு அமர்ந்து கொண்டிருந்தது. விடுமுறை முடிந்து மீளத் திரும்பிச் செல்லாதது ஒழுங்கை மீறிய குற்றம். அதற்காக இயக்கம் அவளைத் தண்டித்து விடலாம், இராணுவம் கைது செய்யலாம்.

இரத்தம் சூடேறிக் கொதித்தபோது போராட்டத்தில் தனது பங்கை இன்றியமையாததாக ஆக்கிக்கொண்டிருந்த

தெய்வானை, இப்போது அதிலிருந்து விடுபட யோசித்துக் கலங்கினாள்.

ஒரு இரவு முழுதும் தூங்காமல் விழித்துக் கிடந்து தன்னைத் தானே சுய விசாரணை செய்ததில் அவள் ஓர் இறுதித் தீர்மானத்திற்கு வந்தாள்.

நாளை ... நாளையே சமிந்தவிடம் காதலைக் கூறிவிட வேண்டும். இனியும் தாமதிக்கக் கூடாது.

'போர் மேகங்கள் மீண்டும் பெரும் மழையை இழுத்து வருவதற்குள் நாம் எங்காவது ஓடிப்போவோம்; நமக்கு மொழி வேண்டாம், நீயா நானா என்ற பேதமும், போட்டியும் வேண்டாம். உன்னை நான் மதிக்கிறேன். என்னை நீயும் மதிப்பாய் என நம்புகிறேன். உன் கண்கள் என்னிடம் அப்படித் தான் உறுதியளித்துள்ளன. நாம் எங்காவது ஓடி மறைவோம். யுத்தமும், சத்தமும் இல்லாத தூரத்திற்குச் செல்வோம். விழிகளால் பேசுவோம் ... இப்போது போலவே ...'

போர்க்கால இலக்கியங்களும், போர்க்கால தொலைக் காட்சி நாடகங்களும் காண்பிக்கிற சிங்கள ஆணுக்கும், தமிழ்ப் பெண்ணுக்குமான காதல்போலக் கட்டுக்கதையில்லை இதென்று தெய்வானை துணிந்து நம்பினாள். இரு வேறு இனத்தவர்களின் காதலும், திருமணமும் போரை முழுவதும் முடிவுக்குக் கொண்டு வந்து, சமாதானப் புறாக்களைப் பறக்க விடும் என்றே பல போர்க்கால இலக்கியங்கள் கூற முற்பட் டிருக்கின்றன. பல தொலைக்காட்சி நாடகங்கள் அப்படியாகத் தான் காண்பித்தன. ஆழக்கால் பதித்திருந்த குரோதத்தையும், வன்மத்தையும் காதல் எடுத்தெறிந்துவிட்டதாகவும், மனம் இப்போது சுதந்திரம் பெற்றுவிட்டதையும் புரிந்துகொண் டிருந்தாள் தெய்வானை.

'அவன் புரியாத எனது மொழியில் நான் சொல்லப்போகிற காதல் அவனுக்குப் புரியுமா ..?'

புரியும்! நான் சொல்லப்போவது என் காதலை ... எனது அன்பை!

நிம்மதியாக உறங்கினாள்.

காலை நேரகாலத்தோடு எழுந்து குளித்து, சாமி கும்பிட்டு நெற்றியில் விபூதி இட்டாள். காதலைச் சொல்லப் போகிற எனக்கு இந்த அடையாளம் என்னத்துக்கு என

எண்ணியவளாக விபூதியை உள்ளங்கையால் தேய்த்து அழித்தாள். கண்ணாடி அவள் தோற்றத்தை மெருகு கூட்டிக் காண்பித்தது. மாநிற வட்ட முகம் சிவந்து கன்னங்கள் பளிச்சென்று பூரித்துக் கண்கள் புது உற்சாகத்துடன் மினுங்க அவள் பேரழகியாகி விட்டிருந்தாள். சந்தேகமற இத்தனை நாள் அழகியாய் இருந்த அவள் அன்று பேரழகியாகப் பிரகாசமாகத் தோன்றினாள்.

கூந்தலைப் பின்னி முடிந்து முதுகுப் பக்கம் தூக்கிப் போடும் போது அம்மா வந்தாள். அவளை ஏற இறங்கப் பார்த்தாள்.

"எங்க போகப்போறாய் பிள்ளை ... வெளியே போகாதெ ... விடியச்சாமம் ஆமியின்ட ரெக் ஒன்டு கிளைமோர்ல அகப்பட்டு ஆறு பேர் செத்திட்டனமாம். நிலமை மோசமாக் கிடக்குது ..."

பூமி வாயைப் பிளந்து அவளை மெல்ல இழுத்துக்கொண்டது போல பிரமையில் ஆழ்த்தியது அம்மாவின் குரல்.

'கடவுளே ஏன் இந்தச் சோதனை, சமிந்த! அவனுக்கு என்ன ஆயிட்டோ தெரியாதே ... நான் போக வேணும். இப்பவே போய் பார்க்க வேணும் ...'

அம்மாவைப் பொருட்படுத்தாமல் கால்களில் செருப்பை அணிந்து கேற்றைத் திறக்க, சக்திவேல் வந்தான்.

"எங்க போகப்போறாய் தெய்வானை ... நீ இயக்கத்தில இருந்து வந்த பெட்டை என்டு எல்லாருக்கும் தெரியுமென்ன. இப்ப வெளிய போறது நல்லமில்ல ... வெளிய என்ன நடந்திருக்கென்டு தெரியுமே ..."

"தெய்வானை நான்தான் சொன்னேனல்ல ... உள்ளுக்கு வா பிள்ளை ..."

சக்திவேலின் சத்தத்திற்கு அம்மாவும் வெளியே வந்து அவளைத் தடுத்தாள்.

"அந்தத் துறையடி கேம்பில இருக்கிற ஆமிக்கள்தான் செத்திருக்கினம்போல ..."

'இருந்திருந்து என்ட மனசுல முதல்முதல்ல ஒரு காதல் பூத்தது. அதச் சொல்லப்போற நேரத்தில கேக்குற செய்திகளெல்லாம் இப்பிடியா இருக்கணும்.'

வெட்டிப் பிளந்த மரமாக ஊமையாய் அழுதாள். மனதின் அவஸ்தையைப் புறந்தள்ளவே முடியவில்லை அவளால்.

ஒரு வார காலம் வீட்டுச் சிறையில் இருக்க நிர்ப்பந்திக்கப் பட்டாள்.

உடல் குறை இருப்பதும் சில நேரங்களில் கைகொடுக்கும்! மனதின் வலியைக் காலில் குத்துகிறது, குடைகிறதென வெளிப்படுத்தியதன் பயனாக மட்டக்களப்பு பெரிய ஆஸ்பத்திரிக்கு மோட்டார் சைக்கிளில் அழைத்துச் செல்ல அக்காவின் கணவன் சக்திவேல் சம்மதித்தபோது அவன்தான் அவளின் அன்றைய கடவுளாகத் தென்பட்டான்.

வீட்டிலிருந்து புறப்பட்டவளுக்குத் துறையடி முகாம் வரை செல்வதற்குள்ளாகவே ஒரு யுகம் போலிருந்தது. இன்றைக்குப் பார்த்து சக்திவேல் ஓட்டாமல் பைக்கைத் தள்ளிக்கொண்டு செல்வதாக அவனில் எரிச்சல் உண்டானது. எவ்வளவு முன்னே சென்றாலும் துறையடி முகாம் தள்ளித் தள்ளிச் செல்வதுபோலத் தோன்றியது.

சமிந்த ...

'கடவுளே அவனை என்ட கண்களில் காட்டு ... கன்னத்தில் குழிவிழ என்னைப் பார்த்து புன்னகை வீச அவனை முகாமில நிறுத்திவை ...'

துறையடி முகாம்.

தெய்வானையின் விழிகள் வலை வீசி அலசியது.

சமிந்த ..! அவனைக் காணவில்லை.

"இந்த கேம்புல இருந்த பழைய ஆக்களை வேறே இடத்துக்கு மாத்திட்டினம்போல ..."

சக்திவேல் தையல்காரனாக இருந்தாலும் சுற்றிவர நடக்கும் நடப்புகளும் நாலு விடயங்களும் நன்கு அறிந்தவன் என்ற நம்பிக்கையுடன் கதை தொடுத்தாள்.

"இல்ல தெய்வானை ... இந்தக் கேம்புல இருந்தவனுகள் தான் அன்டக்கி கிளைமோரில செத்துப்போனது ..."

அவளது இதயத்தில் யாருக்கும் கேட்காத எத்தனையோ கிளைமோர்கள் வெடித்தன. தலைவிரிகோலமாகக் கிடந்து மண்ணில் அடித்துக்கொண்டு அழுது புரண்டது அவளது இதயம்.

இரக்கமற்ற காலத்தை என்னவென்பது!

இரவை அணைத்துக்கொண்டும், அதன் தோள்களில் சாய்ந்து கிடந்தும் அழுதழுது சோர்ந்து களைத்துப் போனாள்.

வாழ்வில் இருந்த பிடிப்பு முழுவதும் அற்றுப்போக எஞ்சியுள்ள நாட்களைக் கடத்துவதெப்படி என்றே தெரியாமல் அவஸ்தைப்பட்டுக்கொண்டிருந்தபோதே அந்த வாய்ப்புக் கிடைத்தது.

தெரேசா இல்லத்தில் உதவியாளர் வெற்றிடம் இருப்பதாக அறிந்து நேரில் சென்றபோது அது அவளுக்காகவே காத்திருந்த, காலத்தால் விதிக்கப்பட்ட வெற்றிடம்போல் வரவழைத்துக் கொண்டது.

சமிந்தவின் குறுகுறுக்கும் காதல் விழிகளையும், மிதந்து முறுவலிக்கும் உதடுகளையும் மறப்பதற்கு நீண்ட காலம் தேவைப் பட்டது. குழந்தைகளோடு பேசியும், விளையாடியும் அவர் களோடு கதைகள் பேசியும் பாடியும், ஆடியும் தன் ஏமாற்றத்தை பூத்த புதுநிறம் மாறாமலே உதிர்ந்த காதல் பூவைச் சமாதியாக்கி யிருந்தாள்.

இன்றும்கூடத் துறையடி முகாமைக் கடக்கும்போதெல்லாம் சமிந்த அவளைக் கூர்ந்து கவனிப்பதுபோலவொரு உணர்வு அவளையறியாமலே பின்தொடரத்தான் செய்கிறது.

'சொல்லாத காதலே இத்தனை வலியானதென்றால் யோகா அவள் எப்படித் தாங்குவாள் ..?

'ஊகத்தின் அடிப்படையில் வாழ்க்கையை கொண்டுசெல்ல முடியாத எதார்த்தத்தை யோகாவுக்கு விளக்க வேண்டிய கட்டாயமல்லவா இது. இந்த வேலையைத் தவக்குல் அக்காவினால்தான் சரியாகச் செய்ய முடியும். சாதுரியன் இறந்துவிட்டான் என்ற செய்தி தவக்குல் அக்காவினால் மட்டும்தான் யோகாவுக்குச் சொல்லப்பட வேண்டும்...'

எதார்த்தத்தையும், ஏமாற்றத்தையும் ஏற்றுக்கொண்டு மாற்றுப் பாதையில் வாழுகிற பக்குவத்தைக் கடவுள் யோகாவுக்கு அளிக்க வேண்டும் எனப் பிரார்த்திப்பது மட்டுமே தன்னால் முடியுமென எண்ணினாள் தெய்வானை.

உலகத்தின் வெளிச்சத்தைத் தரிசிக்காத காதல் நினைவுகள் கிளறப்பட்ட வலியில் தெய்வானையின் இதயம் அழுது கொண்டே உறங்கியது.

6

“அல்லாஹ் என்னது . . .”

“இஞ்ச ஓடியாங்களென் . . .”

வீட்டின் விட்டங்கள் அதிரக் கத்தினாள் நிஸா.

படுக்கையில் இருந்தவர்கள் எல்லோருமே பதறியடித்து எழுந்தனர்.

சுபஹுத் தொழுகைக்காக எழுந்த நிஸா திடீரென்று கதறியதில் அக்கம் பக்கத்தவர்களும் விழித்துக்கொண்டார்கள்.

“மகள் தண்ணி கொண்டு வாங்க . . .”

முழந்தாளிட்டு அமர்ந்த ஹபீப், மயங்கிக் கிடந்த நிஸாவின் தலையை உயர்த்தி மடியில் கிடத்தினார். குல்பர் தண்ணீரை அவள் முகத்தில் தெளித்தாள்.

“என்ன வாப்பா, உம்மாக்கு என்ன . . .”

எல்லோரும் பதற சனோ அழ ஆரம்பித்து விட்டாள்.

“ஏன், இப்பிடி உம்மா கத்தினாங்க . . .”

“தெரியலியே மகள் . . . நிஸா . . . நிஸா . . .”

அவளது கன்னங்களைத் தட்டி எழுப்பினார்.

லேசாகப் புருவங்களை நெளித்தாள் அவள். உதடுகள் துடித்தன. முகத்தில் வியர்வைத் துளிகள் திரண்டெழுந்தன.

“நிஸா . . . கண்ணத் திறங்க . . .”

“உம்மா, என்னம்மா உங்களுக்கு . . .”

“யாரு கத்தின, என்ன நடந்த் . . .”

விசாரணைக் கேள்விகளுடன் அக்கம் பக்கத்தவர்களும் வந்து குழுமினார்கள்.

"உள்ளுக்குத் தூக்குங்க தம்பி ..."

பக்கத்து வீட்டுக்காரர் ஹனீபா கூறினார்.

ஹபீபும் பிள்ளைகளும் சேர்ந்து நிஸாவைத் தூக்கிச் சென்று கட்டிலில் கிடத்தினர்.

அயலவர்கள் வீட்டின் மண்டபத்தில் விறைத்துப் போய் சூழ்ந்திருந்தனர். நிஸாவின் மயக்கத்திற்கான காரணங்களை ஆளுக்கொரு ஊகமாக வெளியிட்டுக்கொண்டிருந்தனர்.

நிஸா கண்களைப் பயத்துடன் திறந்தாள். அவளது கண்கள் யாரையோ தேடின. தவக்குல்லைக் கண்டதும் பாய்ந்து எழுந்து அவளை அணைத்துக்கொண்டாள்.

"அல்லாஹ், என்ட மகளக் காப்பாத்து நாயனே ..."

அவளது செய்கை எல்லோருக்கும் வியப்பைத் தருவதாக இருந்தது. தவக்குல் மிரட்சியோடு வாப்பாவைத் திரும்பிப் பார்த்தாள். அவள் முகம் கலவரமடைந்திருந்தது. அவளது உதடுகளும் நடுங்கின.

"ஏன் உம்மா, என்ன நடந்திட்டு உங்களுக்கு ..."

"அல்லாஹ்! நீங்க ஒத்தருமே பார்க்கலியா அத ..."

"என்னத்தை நிஸா, நீங்க எதைப் பார்த்திங்க ..."

கலவரத்துடன் சிலர் வாசலுக்கு ஓடிச் சென்று பார்த்தனர். அவர்கள் கண்களுக்கு எதுவும் தெரியவில்லை.

"என்னம்மா அங்க ஒன்டுமில்லியெ ..."

"அல்லாஹ் கிணற்றடிப் பக்கமாப் பாருங்க மா மரத்தில ..."

கண்களை இறுக மூடி அழுதாள்.

"ஆ ... அல்லாஹ்வே ..!"

வெட்டிச் சாகடிக்கப்பட்ட வெள்ளாடொன்று இரத்தம் சொட்டச் சொட்ட மா மரத்தில் தொங்கிக்கொண்டிருந்தது.

அதன் கால்களில் அட்டையொன்றும் கட்டிவிடப் பட்டிருந்தது ... கோணல்மாணலாக இரத்தம் வழியும் கொட்டை எழுத்துக்களில் 'இந்த நிலைதான் தவக்குல்லுக்கும்' என்ற வாசகம் எச்சரிக்கை செய்தது.

“என்ன தம்பி இதெல்லாம். யார் இப்பிடிச் செஞ்ச, தவக்குல்லுக்கு என்ன பிரச்சினை . . .”

ஹனீபா விழிகள் பிதுங்க ரகசியக் குரலில், ஆனால் அங்கிருக்கும் எல்லோருக்கும் கேட்கும்போலவே கேட்டார். எல்லோரும் தவக்குல்லைத் திரும்பிப் பார்த்தனர்.

தவக்குல்லின் கால்கள் விறைத்து நகர முடியாதிருந்தன. கண்கள் வெளிறி முகத்தில் பதற்றமும் அச்சமும் ஒருசேர நின்றாள். எல்லோரும் தன்னைக் கவனிக்கிறார்கள் என்ற உணர்வு அவளைச் சங்கடத்திற்கும் ஆழ்ந்த துயரத்திற்கும் இட்டுச் சென்றது.

நிர்ப்பந்தம் காரணமாகவும் மூடிவைக்கிற விவகாரமில்லை என்று அவசரமாக உணர்ந்ததினாலும் சுருக்கமாகப் பிரச்சினைகளை விபரித்தார் ஹபீப்.

“நான் நினச்சேன் தம்பி இப்பிடியெல்லாம் நடக்குமுண்டு, உங்கட மகள் யாரு ஊர் வேலைய இழுத்துப்போட்டுச் செய்ய. அடக்க ஒடுக்கமா இருந்திருந்தா நம்மள எதிர்த்துப் பேச எவனுக்காச்சும் நாக்கு உசருமா . . .”

நாக்கைப் பிடுங்கிப் போடுவதுபோல நான்கு வார்த்தை நெஞ்சுக்கு நேரே கேட்டுவிட வேண்டும் என்று ஏங்கிக் கிடந்த அக்கம் பக்கத்தவர்கள் அற்புதமான சந்தர்ப்பம் அமைந்துவிட்ட திருப்தியில் பேசிக்கொண்டேயிருந்தார்கள்.

“பொலிசுக்குப் போங்க தம்பி . . .”

எதிர்வீட்டு செய்லாப்தீனின் மனைவி முந்தானையினால் தலையை இழுத்துப் போர்த்திக்கொண்டு நின்றாள். நசல்பிடித்த கோழியினுடைதைப் போன்றிருந்த அவளது குரலும் குளிர் தாக்குவதுபோன்று பாசாங்கு காண்பித்துக்கொண்டிருந்த அவளது தோற்றமும் எரிச்சல்படுத்தியபோதும் பதில் பேசா திருந்தார் ஹபீப்.

“ஆ . . . வேணாம் ஹபீப், குமரு விஷயம் பொலிசுக்குப் போய் வெல்லமாட்டிங்க . . . நாமளே தெருவுல போய் நார்ற நிலமயாப் போயிடும் . . . ஒன்டா, ரெண்டா நாலு பொம்பிளைப் புள்ளைகள வெச்சிருக்கீங்க. மருந்துக்கும் ஆம்புளைப் புள்ளை இல்லாத நீங்க எதிர்த்துக்கிட்டு நின்டா பொல்லுக்குடுத்து அடிவாங்கின கதையிலதான் முடியும் . . . கொஞ்ச நாளக்கி நீங்க எல்லாரும் ஊரவிட்டுப் போயிருங்க.”

வாக்குவாதங்களையும் உரையாடல்களையும் செய்வதற்கான தருணமோ அவகாசமோ இல்லை என்பதாக உணர்ந்துகொண்டு அவர்கள் எல்லோரும் மௌனமாகவே இருந்தனர்.

ஊரே விடிந்துகொண்டிருக்கும் பொழுதில் அவர்கள் வீட்டில் மட்டும் இருள் கவிந்திருந்தது.

சாரத்தை மடித்துக் கட்டிக்கொண்டு குழி வெட்டிக்கொண்டிருந்தார் ஹபீப். அதிகாலைக் குளிரிலும் அவர் உடல் வியர்த்ததில் வெள்ளை பெனியன் நனைந்து தெப்பமாகியிருந்தது. யாரினுடையதோ, யாரோ சாகடித்த ஆட்டைப் புதைப்பதற்குக் குழி வெட்டுகிற கட்டாயம் அவரைத் தாங்கவியலாத துயரில் ஆழ்த்தியது. வியர்வையைக் காட்டிலும் அதிகமாக அவரது கண்கள் அழுது வடித்தன. நெஞ்சின் பாரம் அவரையே குழிக்குள் வீழ்த்திவிடும்போல் தள்ளியது.

சுபஹு தொழுதுகொண்டிருந்தாள் நிஸா. பதற்றமும் நடுக்கமுமாக என்ன தொழுகிறோம், எப்படித் தொழுகிறோம் என்பதே புரியவில்லை அவளுக்கு. ரத்தம் சொட்டுகிற ஆடுதான் கண்ணெதிரே தொங்கிக்கொண்டிருந்தது.

தவக்குல் தொழ ஆயத்தமாகிக்கொண்டிருந்தாள்.

'ஆட்டைக் கொன்றதன் சமிக்ஞை என்ன என்றுதான் தெளிவுபட எழுதியிருந்ததே . . . என்ன மடத்தனம். எவ்வளவு இழிவான காரியம். சும்மா சொறிஞ்சே காயத்தை உண்டாக்கிற கதையாக. இது தலிபானிசம்! தலிபானிசம் தலிபானில் மட்டுமல்ல எல்லா முஸ்லிம் ஊருக்குள்ளேயும் ஊடுருவி இருக்கிறது. வன்முறையைத் தூண்டும் பிரத்தியேக இரத்தம் இவனுகள் உடம்பில் பாய்கிறதா, வாங்கி ஏற்றிக்கொள்கிறானுகளா . . .

'யா அல்லாஹ் . . . உன்னைத் தவிர எங்களுக்கு யாருமே உதவியில்ல. அக்கம் பக்கத்திலுள்ளவர்கள் சும்மா புதினம் பார்க்க மட்டும் இருக்கிறவங்க. எங்கட நெருக்கமான சொந்தக்காராக்களும் ஓடிவந்து உடனே உதவப் பக்கத்தில இல்ல . . . எங்களைக் காப்பாற்று யா அல்லாஹ் . . .'

கண்ணீர் வழியப் பிரார்த்தித்தாள்.

தினமும் எத்தனை முறை அவனை இறைஞ்சிக் கெஞ்சுகிறோம், இருந்தாலும் ஒரு மாற்றத்தையும் காணோமே என்று மனம் சலித்தபோதும் ஈமானைத் தளரவிடக் கூடாது என்று திடப்படுத்திக்கொண்டாள். அல்லாஹ் கைவிட மாட்டான் என்று தனக்குத் தானே பலமுறை கூறிக்கொண்டாள்.

“மகள் தவக்குல் விடிஞ்சுட்டும்மா . . . எல்லாரும் புறப்புடுங்க . . .”

ஆட்டைப் புதைத்துவிட்டு வியர்த்துப்போய் வந்த ஹபீப் அவசரப்படுத்தினார்.

“என்ன சொல்றீங்க, எங்க போற . . .”

நிஸா தடுமாற்றத்துடன் கேட்டாள்.

“ஹூம் நம்மள ஆதரிக்கிற கைகளே இல்லெண்டு நினச்சிட்டியா . . . எல்லாரும் புறப்பட்டு ஓட்டமாவடிக்குப் போங்க. சுபைர் சாச்சாட வீட்ட . . .”

“நாங்க மட்டுமா, நீங்க . . .”

“கேள்வி கேட்டு நேரத்தெக் கடத்தாதிங்க நிஸா, புள்ளைகளக் கூட்டிக்கிட்டு நீங்களும் போங்க . . . எனக்குச் சின்னச் சின்ன வேலைகள் இருக்கு . . . அதுகள முடிச்சிட்டு வாறன் . . .”

இப்படியொரு இக்கட்டான சூழலில் எல்லோருக்கும் ரத்தமும் சதையுமாக இருக்கிற ஒரு சீவனை மட்டும் விட்டுப் போவதென்றால் எளிதான காரியமா? நிஸா பிடிவாதமாக மறுத்துக்கொண்டேயிருந்தாள். செல்வதாக இருந்தாலும் எல்லோரும் செல்ல வேண்டும் என்றாள்.

“மகள் தவக்குல் இஞ்ச வாங்க . . . உம்மாவெப் புறப்புட வைங்க . . . செக்கொன்டுக்குக் காசுபோடுற வேலெ இருக்குது மகள். அதச் செய்யாம வந்தா . . . அதுக்காவன்டித்தான் ஊரவிட்டு ஓடிட்டனுண்டு ஊரவன் கதப்பான் . . . அஸீமுக்குக் கோல் எடுத்து வேன் ஒன்ட ஹயருக்கு எடுத்துவரச் செல்லுங்க . . . எல்லாரும் அதில போங்க நான் வேலெய முடிச்சிட்டுப் பத்து மணியப்போல பஸ்ஸில ஏறி வாறன் . . .”

அவளுக்கு எந்தச் சிந்தனையும் ஓடவில்லை. மனமும் மூளையும் விறைத்துக் கிடந்தன. நடப்பதை விளங்கிக் கொள்ளத்தானும் அவள் அறிவு பயன்படவில்லை. முடுக்கிவிட்ட பொம்மைபோல இயங்கிக்கொண்டிருந்தாள்.

அஸீம் பத்துப் பன்னிரண்டு தடவை போனில் பேசிட்டான். ஒவ்வொரு இடமாகப் பார்த்துவிட்டு, இல்லை என்றே பதில் கூறிக்கொண்டிருந்தான். அவர்களது நேரம் அப்போதைக்குப் பார்த்து ஒரு வாடகை வாகனம்தானும் ஊரில் இல்லை.

நேரம் எட்டு மணியாகிவிட்டிருந்தது.

வாகனத்தின் இரைச்சல் கேட்டதும், அஸீம்தான் வருகிறான் என எல்லோரும் நினைத்துக்கொண்டிருந்தனர்.

பூட்ஸ் கால்களின் சத்தங்கள் கேட்டதும் வெருண்டடித்து வாசலுக்கு வந்தார் ஹபீப்.

"நீங்கதான் ஹபீப் ஹா ..."

"ஓம் சேர் ..."

"உங்கட மகள் தவக்குல் ..."

"ஏன் சேர், என்னென்டு செல்லுங்க ..."

"தவக்குல்லுடன்தான் பேசணும்... புலனாய்வுப் பிரிவிலயிருந்து வாறம், அவங்களை விசாரிக்கணும் ..."

புலனாய்வு, விசாரணை என்ற சொற்களைக் கேட்டதுமே, ஹபீபிற்குக் கிறுகிறுத்தது. புலனாய்வு விசாரணை செய்கிற அளவுக்கு அவள் என்ன குற்றம் செய்திட்டாள் என்று அவசரமாக அவரது மண்டை துருவி ஆராய்ந்தது.

சம்பாஷணையை உள்ளிருந்து கேட்டுக்கொண்டிருந்த தவக்குல் அவர்கள் முன்னே வந்தாள். நெஞ்சில் கைகளை அழுத்திக்கொண்டு விம்மினாள் நிஸா. அவளது இதயம் நின்றுவிடப்போவது போல் படபடத்துக்கொண்டிருந்தது.

"நான்தான் தவக்குல் ..."

மண்டபத்தில் அவர்களை உட்காரக் கேட்டு, அவர்கள் உட்கார்ந்த பின் தானும் அமர்ந்துகொண்டாள்.

"சொல்லுங்க சேர், என்ன விஷயமா நீங்க என்ன விசாரிக்க வந்திருக்கீங்க ..."

அவள் முகத்தில் எந்த சஞ்சலமும் இல்லை. அவளது வார்த்தைகள் ஒவ்வொன்றும் மிகத் தெளிவாகத் தெறித்தன. 'நான் உண்மையானவள் ...' என்பதில் அவளுக்கிருந்த உறுதி கண்களில் ஒளியாய் அமர்ந்திருந்தது. நெற்றிக்கு நேரே வந்து விட்ட பிறகு முகம் கொடுப்பது தவிர்க்க முடியாதது என்ற எதார்த்தத்தை அவள் புரிந்துகொண்டிக்க வேண்டும். அதிகாலையில் இருந்த பதற்றமும் அச்சமும் முழுமையாக நீங்கி கழுவிய மேகம்போலத் தெளிவாக, பிரகாசமாக இருந்தது அவள் முகம்.

"இயக்கத்தை ரீபோம் பண்ணுறதுக்காக நீங்க வேலை செய்யிறதா எங்களுக்குத் தகவல் வந்திருக்கு ..."

"அல்லாஹ்! இது அபாண்டம் சேர், என்ட மகள் அப்பிடியல்லாம் ..."

"ஷ் ... யாரும் பேசக் கூடாது ..."

வந்திருந்தவர்களில் ஒருவன் ஹபீபை அதட்டினான். அவர்கள் எல்லோருமே வாட்டசாட்டமான தோற்றத்தில் கம்பீரமாக, நேர்த்தியான உடையில் இருந்தார்கள்.

"சேர் உங்களுக்கு யாரோ பிழையான இன்போமேஷன் குடுத்திருக்காங்க என்டு நினக்கிறன். சமூகக் கூட்டிணைப்புக் கான ஒன்றியத்தில மட்டக்களப்பு மாவட்டத்திற்கான பிரதம இணைப்பாளராக வேல செய்யிறென். சமூகத்தில அக்கறையும், பாதிக்கப்பட்டவங்கள்ல பச்சாதாபமும் இருக்கிறதால வேற சில நிறுவனங்களைத் தொடர்புகொண்டு என்னால முடிஞ்ச பொதுவேலைகளும் செஞ்சிருக்கன் ..."

அண்ணாந்து நோக்கி அல்லாஹ்வைப் பிரார்த்திப்பதும், நிஸாவைத் திரும்பி பார்ப்பதுமாக நின்றிருந்தார் ஹபீப். இடைவிடாது கண்ணீரைச் சொரிந்தாள் நிஸா. யாரும் எதிர்கொண்டு வெளியே வரக் கூடாது என்ற உம்மாவின் உத்தரவை மதித்துப் பிள்ளைகள் மூவரும் கட்டிலில் வரிசையாக அமர்ந்தவாறே சம்பாஷணைகளைக் கேட்டுக் கொண்டிருந்தனர். அவர்களது கண்களில் பயம் புகுந்திருந்தது உதடுகள் துடிக்க விம்மிக்கொண்டிருந்தாள் சனோ.

"நீங்க அடிக்கடி விடுவிக்கப்பட்ட பகுதிகளுக்குப் போய் போராளிகளெச் சந்திக்கிறீங்களே, அது ..."

கறுத்த நிறமும் உயர்ந்த தோற்றமும், திரண்ட புயங்களுமாக முரட்டுத் தோற்றத்திலிருந்த மற்றொருவன் கேட்டான்.

"போரில் பாதிக்கப்பட்ட பெண்களை மீளமைக்கும் திட்டமொன்றைத்தான் எங்கட அமைப்பு இப்பச் செயற்படுத்திக்கிட்டு இருக்கு. அதனால மாவட்டத்தில இருக்கிற எல்லாப் பிரதேசச் செயலகங்களுக்கும் கிராமங்களுக்கும் போறன். பாதிக்கப்பட்ட எல்லாப் பெண்களையும் சந்திக்கிறேன் ..."

"உங்கட வீட்டுல சில போராளிகள் தங்குறதுக்கு இடம் கொடுத்தது ..."

"அவங்கள நான் போராளிகளாப் பார்க்கலை. போரில பாதிக்கப்பட்ட பெண்களாகத்தான் பார்க்கிறன். அவர்களின் தொழில், மருத்துவத் தேவைகளுக்கு நான் உதவி செஞ்சேன்.

அது சமூக நீரோட்டத்தில அவங்களை இணைப்பதற்கு நான் செய்த உதவி, மீண்டும் போராடுறதுக்கு இல்ல . . .”

“இந்த வேலக்கி உங்களுக்கு எந்த நிறுவனம் பணம் உதவி செய்யுது . .? அல்லது சம்பளம் தருது . .?”

“எந்த நிறுவனமும் இல்ல. பல பெண்களுக்குத் தனிப்பட்ட விருப்பத்தின் பேரிலதான் உதவி செஞ்சிருக்கேன். சமூகக் கூட்டிணைப்புக்கான நிறுவனத்திடமிருந்து நான் ஒவ்வொரு மாசமும் சம்பளம் எடுக்கிறன். அது அந்த நிறுவனத்தின் ஒருங்கிணைப்பாளரா இருக்கிறதுக்கான சம்பளம். நிறுவன ஒருங்கிணைப்பாளரா மட்டுமில்லாம சமூகச் செயல் பாட்டாளராவும் செயற்படுறேன் . . .”

“நீங்க வேலை செய்யிற நிறுவனம் உங்களுக்கு ஐடென்டி கார்ட் தந்திருக்கிறார்களா . . .”

“குடுத்திருக்காங்க சேர் . . .”

“அத நாங்க பார்க்கலாமா . . .”

“காட்டுறென் சேர், அதுக்கு முதல் நீங்க சீஅய்டி என்டு சொன்னீங்க, உங்கட ஐடென்டி கார்டை நான் பார்க்கலாமா ப்ளீஸ் . . .”

மிகத் தாழ்ந்த தொனியில் மரியாதையாகத் தவக்குல் இந்தக் கேள்வியை எழுப்பியதும், அவர்கள் ஒவ்வொருவரும் ஆளாள் மாறிப் பார்த்துக்கொண்டனர். அவர்களது முகத்தில் மாறுதல் எதனையும் காண முடியவில்லை. வரும்போது இருந்ததைப் போலவே தொடர்ந்தும் முகத்தை இறுக்கமாக வைத்திருந்தனர்.

“அது உங்களுக்குத் தேவையில்லாதது, கேக்கிற கேள்விக்கு மட்டும் பதில் சொல்லுங்க . . .”

“மகள், ஐடென்டி கார்டை எடுத்து வந்து காட்டுங்க . . .”

மிகப் பரிதாபமாகக் குழைந்திருந்தது ஹபீபின் குரல்.

“சேர், நீங்க சீஐடி என்டு சொன்னதை நம்பி நான் இத்தன கேள்விக்கும் பதில் சொல்லியிருக்கென். ஐடென்டி கார்டையும் காட்டமாட்டேன் என்டு சொல்லலை. நான் சீஐடிக்குத்தான் பதில் சொல்றென் என்ட உறுதி எனக்கு இருக்கனுமில்லியா சேர், ப்ளீஸ் தவறா நினைக்காதிங்க . . . சிவில் ரெஸ்ஸில இப்பிடி வேறவங்களும் வரலாம் இல்லையா . . . நாலு பேருக்கு நல்லது செய்யப்போய், கொஞ்ச நாட்களா நாங்க நெருக்கடியான நிலையில இருக்கிறம்.”

சொல்லிவைத்தாற்போன்று அவர்கள் ஒரே நேரத்தில் நாற்காலிகளை விட்டு எழுந்தார்கள்.

ஐடென்டி கார்டைக் காண்பித்துத் தொலைக்கலாம், எதுக்கு இவ்வளவு பேசுகிறாள்? அவர்களுக்குக் கோபம் வந்து ஏதாவது பண்ணித் தொலைத்தால்? அவள் அதிகப்பிரசங்கித் தனம் செய்வதாக அடக்க முடியாத கோபமும் எரிச்சலும் உண்டானது நிஸாவுக்கு.

"உங்கட நிலமை புரியுது தவக்குல். இட்ஸ் ஓகே. நாங்க உங்கள நம்புறம். ஆனா உங்களத் தொடர்ந்தும் கண்காணிச்சிக் கிட்டேதான் இருப்போம். சில நேரம், நீங்க எங்கட மட்டக் களப்பு ஒபிசுக்கு விசாரணைக்காக வர வேண்டியிருக்கும் . . ."

பூட்ஸுகள் நிலத்தில் உதைக்க அவர்கள் கிளம்பிச் சென்றார்கள்.

அவர்கள் வெளியேறிச் செல்லும்வரைக் காத்திருந்தது போல அயலவர்கள் சிலர் ஓடிவந்து புகுந்தனர். அவர்களுக்குப் பதில் சொல்வது அவசியமற்றதாக எரிச்சலைத் தூண்டுவதாக இருந்தாலும் சகித்துக்கொண்டு, ஹபீபும் நிஸாவும் பதில் கூறிக்கொண்டிருந்தனர். அந்த இடத்தில் நிற்பதற்கு விருப்பமற்று நகர்ந்து உள்ளே வந்தாள் தவக்குல்.

"ஹபீபுட நிலமையப் பாருங்க, பொம்புளைப் புள்ளை ஆம்புளை மாதிரி வேல செய்யப் போய் வந்திருக்கிற சீலத்தை . . ."

"யாருக்கும் இந்த நிலமை வரக்கூடாது பொம்புளைய சீஐடி விசாரிக்கிற அளவுக்கெண்டா கேஸ் எப்படிப் பாரம் பாருங்க . . ."

அவர்கள் வார்த்தைகள் இதயத்தில் அறைந்தன.

"ஏன் மகள் ஐடென்டி கார்டக் காட்டாம உட்டிங்க. வேல செய்யிற ஒபிஸ்டதத்தானெ கேட்டாங்க . . ."

"வாப்பா அவங்க சீஐடி இல்ல என்டு நான் நினக்கிறென். சீஐடியா இருந்தா அவங்கட ஐடென்டிட்டிய உறுதிப்படுத்தி யிருக்கலாமே! என்னைப் பத்தி, முக்கியமா என்னோட பீல்ட் பத்தின இன்போமேஷன்தான் இவங்களுக்கு அதிகமாக தெரிஞ்சிருக்கு. இதெவச்சிப் பார்த்தா, இது அநுராதபுரத்தில என்னோட பிரச்சினைப்பட்ட ரணுக்க, பௌசானுட வேலயா இருக்குமோ என்டு சந்தேகப்படுறேன் . . ."

“உங்கள மாட்டிவிட அவனுகள் சீஐடிக்குத் தகவல் குடுத்திருக்கலாம் மகள். ஆனா இவங்க சீஐடிதான். இவங்க எல்லாரும் தலைமுடி வெட்டியிருக்கிறதையும், விரிஞ்ச நெஞ்சை யும், நடையையும் பார்த்தா நிச்சயமாகப் பயிற்சி எடுத்த சீஐடிதான். சில நேரம் உத்தியோகப் பற்றில்லாம வந்ததனால அய்டென்டிட்டிய உறுதிப்படுத்தத் தயங்கிப் போறாங்களோ என்னமோ . . .”

“ஓ மகள் வாப்பா செல்றதுதான் உண்மையா இருக்கும். அவங்கட பேச்சையும், செயலையும் பார்த்தா சீஐடி மாதிரி புறப்பட்டுவந்த ஆக்களாத் தெரியல்ல, மெய்யான சீஐடிதான் . . .”

“ஆண்டவா இன்னும் என்ன குதரத்தத்தான் எங்களுக்குக் காட்டப்போறியோ . . .”

கைகளிரண்டை உயர ஏந்தி இறைஞ்சினாள் நிஸா.

“அல்லாஹ் இருக்கான் எல்லாத்துக்கும். புறப்படுங்க . . .”

ஹபீப் அவசரப்படுத்திக்கொண்டேயிருந்தார். இந்தப் பிரச்சினையை விட்டு ஒதுங்கிச் செல்லுவதே உத்தமம் என்ற கருத்திலிருந்து அவர் விலகாதிருந்தார். நீதி, நியாயம் என்று வெளியேறினால் மகளின் எதிர்காலம் வீணாகப் போய்விடும் என்றும் மீண்டும் ஒழுங்குபடுத்த முடியாத ஒன்றாகச் சீர்குலைந்து விடும் என்றும் எண்ணினார்.

“அஸீம் பேசினான் வாப்பா வான் ஒன்டும் இல்லியாம் . . . கொழும்புக்கு ஹயர் போன ஒரு வான் வர இருக்காம். அது ஒரு மணிக்குப் புறவுதான் வருமாம் . . . என்ன செய்யிற . . .” தடுமாற்றத்திலிருந்து மீளாதவளாக அமிழ்ந்த குரலில் கேட்டாள் குல்பர்.

“என்னங்க, நான் நிக்கிறன். புள்ளைகள அஸீம்ட ஆட்டோவில அனுப்புவமே . . .”

நிஸாவின் யோசனை சந்தர்ப்பத்திற்குப் பொருத்தமாக இருந்தாலும் பிள்ளைகளைத் தனியே அனுப்புவது தயக்க மளிக்கிற தீர்மானமாக இருந்தது. பிள்ளைகளும் உம்மா வாப்பாவை விட்டுச் செல்ல விரும்பவில்லை. இது விருப்பு வெறுப்புகளைப் பற்றிய தீர்மானங்களுக்கான பொழுதல்ல என்பதை அவர்கள் எல்லோருமே அறிந்திருந்தபடியால் தத்தம் எண்ணங்களை வெளியிடத் தயங்கியவர்களாகக் காணப் பட்டார்கள்.

பீதியுணர்வு நீங்கி அவர்கள் சற்றுத் தணிந்திருந்தனர்.

"வாப்பா வந்திடுங்க . . ."

தவக்குல் கையைப் பிடித்துக்கொண்டு கூறினாள்.

"உம்மாவோட வருவன் மகள் . . . பத்திரமாப் போங்க. போய்ச் சேர்ந்த உடனே கோல் எடுங்க . . ."

ஆட்டோவில் ஏறச் சென்ற தவக்குல் திரும்பி வந்தாள்.

"என்ன மன்னிச்சிடுங்க வாப்பா . . ."

அவள் உதடுகள் துடித்தன.

"இல்லடா . . . இதெல்லாம் அல்லாஹ்ட சோதின . . . இதிலயிருந்து நாம யாருமே தப்ப ஏலாது, அனுபவிச்சுத்தான் ஆகணும். நம்மட அந்தஸ்துகள உயர்த்துறதுக்காகத்தான் அல்லாஹ் சோதனை செய்யுறான் . . . நீ என்ட மகள் . . ."

அவளின் தலையைத் தடவினார்.

"என்னால உங்களுக்கு எவ்வளவு கஷ்டம். எவ்வளவு கெட்ட பெயர், அவமானம் . . . என்ன மன்னிச்சிடுங்க வாப்பா . . ."

"மகள் . . . மன்னிக்கிறதுக்கு நீங்க ஒரு பிழயும் செய்யல்ல. என்ட மகள் தவக்குல் எப்பயும் தைரியமா இரிக்கணும். தலை குனியப்போடா, எல்லாரும் சொல்லிட்டா நாம குற்றவாளின்டு அர்த்தமில்ல மகள். அல்லாஹ்ட நீதிக்கு முன்னால நாம நிரபராதிகள் . . . கண்ணைத் துடைங்க . . ."

நிஸாபும் ஹபீபும் மகளை அணைத்து முதுகைத் தடவி விட்டார்கள்.

அடைந்தவற்றின் பயமும் அடையாத துயரத்தின் பதற்றமுமாகத் தவக்குல் விடைபெற்றாள்.

ஒரு ஆட்டோவில் நான்கு பேர் அமர்ந்திருப்பது சற்று நெருக்கமாக இருந்தது. அதனைப் பொருட்படுத்தும் நிலையில் யாருமில்லை. இறுகிய மனங்களுடன் மௌனப் பிரயாணிகளாக அமர்ந்திருந்தனர் நால்வரும்.

ஊர் எல்லையை மிக வேகமாகக் கடந்துகொண் டிருந்தான் அஸீம். அவர்களது நிலை மிகப் பரிதாபமாக இருந்தது அவனுக்கு.

பின்தொடர்வார்களோ என்ற பயத்தில் சில நாட்களாகவே வீட்டில் ஆட்டோவை நிறுத்துவதில்லை அவன். ஒவ்வொரு

நாளும் ஒவ்வொரு இடத்தில் போட்டுவைத்தான். இப்போது கூட கம்மிங்குடாவில் பெரியம்மா வீட்டில் இருந்துதான் வந்திருந்தான்.

எப்போதும் சிரித்துப் பேசிக்கொண்டு கலகலப்பாக இருக்கிற சகோதரிகளை அவன் இன்றுதான் முதன்முறையாக இப்படிப் பார்க்கிறான்.

சமூகத்தின் எதிர்த்தலுக்கு ஆளாவதென்பது எத்தனை விபரீதமானது என்ற அனுபவத்தை அவனும் பெற்றிருந்தான்.

“கவலைப்படாதிங்க... அல்லாஹ் கையுடமாட்டான்...”

இதையேனும் கூறி அவர்களை ஆறுதல்படுத்த வேண்டும் என விரும்பியவனாக அவன் இப்படிக் கூறினான்.

சித்தாண்டியைக் கடக்கும்போது தவக்குல்லுக்கு யோகாவின் நினைவுகள் வந்தன.

நேற்றிரவு டெலிபோனில் பேசும்போதே தெய்வானை கூறியதையும் நினைத்துப் பார்த்தாள்.

‘சாதுரியன் உயிரோடில்லை என்ற செய்தியை யோகா தாங்கவே மாட்டாள். ஐடென்டி கார்ட் கிடைச்சதும் எனக்குப் போன் பண்ணுவாள். அநுராதபுரத்திற்கு அவளை அனுப்பிய பிறகுதான் சாதுரியன் பற்றிய உண்மையச் சொல்ல வேண்டும்...’

பெரும் மழையைச் சுமந்த கருமேகங்களால் அவள் இதயம் இருண்டு கிடந்தது.

7

இதமான தென்றல் காற்று தழுவும் இள மஞ்சள் மாலையில் இளம்பச்சை நிற வாழை மரங்கள் நிரம்பிய தோட்டமொன்றில் யோகா சாதுரியனுடன் அமர்ந்திருந்தாள். சூழவும் பூக்களும் செடிகளும், கிளிகள் குருவிகளின் கீச்சொலிகளு மாக மர்மங்களற்ற கானகமல்லாத அற்புதமான தோட்டமாக இருந்தது அது. இன்னதென்று அடையாளம் தெரியாத மலர்களின் வாசனை ஈரம் கசிகிற காற்றில் நிரம்பியிருந்தது. யோகாவின் கைகளைப் பற்றிக்கொண்டு அவள் காதில் கிசுகிசுக்கிறான் சாதுரியன். கவிதையைப் போன்ற மிருதுவான மிக அந்தரங்கமான எதையோ கேட்டு விட்டவளாக வெட்கத்துடன் சிரித்துக் கொண்டிருந்தாள்.

குங்குமம், மஞ்சளுக்குள் முக்கியெழுந்தது போல் பளிச்சென மினுங்கும் சட்டையில் கறுப்பு, நீலக்கோடுகளை வரிவரியாக அணிந்து ரீங்காரித்த வாறே சிறகடித்துப் பறந்தது ஒரு வண்ணத்துப்பூச்சி.

“அய் வண்ணாத்திப்பூச்சி . . .”

யோகா குழந்தையாகவே மாறிவிட்டிருந்தாள்.

“உனக்கது வேணுமே, புடிச்சித் தரட்டே . . .”

“இல்ல . . . அது எவ்வளவு அழகா சுதந்திரமா சந்தோஷமா பறக்கிது பார்த்தியளே, அதைப் புடிச்சி சின்னாபின்னப்படுத்துறது பாவம் . . .”

“சரியாய் சொன்னாய் யோகா. நானும் உன்னைப் போலத்தான் நினக்கிறென். பறவை களைக் கூட்டில அடைச்சி வளர்க்கிறதையும் நான் விரும்புறதில்லை. பறவையின் இயல்பே பறக்கிறது, அதச் செய்யவிடாம கூட்டுக்குள்ள அடச்சிவக்கிறது எவ்வளவு பெரிய பாவம். அப்பிடிப் பாவங்களைச்

செய்யிறதில மன சந்தோஷம் இல்லாமலும் இல்ல... சில பாவங்கள் மனதுக்குப் பெரிய சந்தோஷங்களைத் தரக் கூடியது தெரியுமே உனக்கு ..?"

"நம்மட மனதுக்கு சந்தோசமா இருந்தாலும் பாவம் என்டு தெரிஞ்சா அதிலயிருந்து ஒதுங்கி நடக்கிறதுதான் கெட்டித்தனம் தெரியுமே ..."

"இப்பிடியே ஆயுள் முழுதும் உன்டை கைகளைப் புடிச்சிக் கிட்டே, கதைச்சிக்கிட்டு இருக்கலாம் போல இருக்குது யோகா ..."

"எனக்கும்தான் ... அந்த வண்ணாத்திப்பூச்சி மாதிரி நாமளும் மாறிட முடியாதா? சிறகடிச்சிக்கிட்டே இந்த உலகமெல்லாம் பறக்க முடியாதா ..."

"என்ட கைகளை இறுக்கமாப் பிடி யோகா. உன்ன நான் கைவிடமாட்டேன். உன்னை நான் என்னுடனே கொண்டு செல்லப் போகிறேன். நீ என்ர யோகா ... யோகா ..."

வறண்ட ஆனால் குளிர்ச்சியான கைகள் அவளது கன்னத்தை நெற்றியைத் தடவிக்கொண்டிருந்தன. காதல், கனவுகளின் மௌனப் பந்தல். கனவுப் பாலம் அவளிடம் சாதுரியனைக் கொணர்ந்து சேர்ப்பித்துவிட்டதோ, திடுக்கிட்டுக் கண் விழித்தாள் யோகா.

பூவரசு அவளருகே அமர்ந்து நெற்றியை வருடிக்கொண் டிருந்தார்.

"மாமா நீங்களே ..! எப்ப வந்தியள் ..?"

பதற்றத்துடன் விலகிக் கிடந்த சட்டையைச் சரிசெய்து கொண்டே எழுந்திருக்க முயன்றாள்.

"ஏனம்மா அவதிப்படுகிறாய். நான் மாமாதானே வந்திருக்கேன் ..."

சித்தாண்டி மாமா வீட்டில் யோகா மகிழ்வாகவே நாட்களைக் கடத்திக்கொண்டிருக்கிறாள்.

"எங்கே மாமா, அவையளும் வந்திட்டினமே ... மாமி, தாட்சாயிணி ..."

அவளுக்கு வார்த்தைகளே வரவில்லை. உறங்கிக்கொண் டிருந்தவளின் அருகில் அமர்ந்து மாமா நெற்றியை வருடிக் கொண்டிருந்தது மிகுந்த சங்கடத்தைத் தோற்றுவித்தது.

“அவையெள் வரல்லம்மா ... நாளக்கி வாறதாச் சொல்லி நின்டுட்டினம். நான்தான் ஓடியாந்தேன். நீ இங்க தனியா இருப்பியே. இந்த மாமா மட்டும்தான் உன்ன நெனக்கிறன். வேற ஆர் இருக்கா உன்ன நினைக்கெ ...”

அவரது கடைசி வரிகளில் அவள் அருவருப்பை உணர்ந்தாள்.

“கலா எப்படி மாமா ... கல்யாணக் கோலத்தில எப்பிடி யிருந்தாள்? எனக்கு அவளைப் பார்க்க முடியல்லியே என்டு கவலையாக் கிடக்குது ...” அவரில் உண்டான எரிச்சலைப் புறக்கணித்துவிட்டு இணக்கமான குரலில் அங்கலாய்த்தாள்.

“ஆ ... அவளுக்கென்ன லட்சணமா இருந்தாள் தெரியுமே ... எனக்கு உன்னை நினைச்சித்தான் கவலையாக்கிடக்குதம்மா ...”

“ஏன் மாமா, எனக்கென்ன நான்தான் நல்லா இருக்கேனல்லே. இஞ்சை எனக்கு ஒரு குறையுமில்லெ தெரியுமே ...”

“ச்சே ... போம்மா புரியாத பெட்டையா இருக்கிறியே ... உன்ன ஒரு குறையுமில்லாம வச்சிக்கத்தான் எனக்கும் ஆசயாக் கிடக்கு. பெண்ணாப் பிறக்கிறதில தனி சிறப்பே இருக்குதம்மா ... யோகா ... லஷ்மி ...”

அவரது முகம் அவள் இதுவரை பார்த்திராததாக அவரது குரல் அவள் இதுவரை கேட்டிராததாக மாறிவிட்டிருந்தது. அவளது கைகளைப் பிடித்து விரல்களை நீவினார். அவரது குரல் குழைந்து கிறங்கிச் சங்கடப்படுத்துவதாய் இருந்தது. வீட்டில் யாருமில்லாத நேரத்தில் ஏன் இப்படி நடந்து கொள்கிறார் என்று புரியாமல் குழப்பத்துடன் நெளிந்தாள். இதற்குமுன் அவளது அறைக்குள் பிரவேசித்திராத அவரின் ஒவ்வொரு செய்கையும் பேச்சும் புதிராகவே தெரிந்தன.

“வழுவழென்டு எவ்வளவு மென்மையா இருக்குது இந்தக் கைகள் தெரியுமே. இந்தக் கையால துவக்குத் தூக்கினாய் என்டால் நம்பவே ஏலாது ...”

விரல்களை நீவிக்கொண்டிருந்த அவரது கைகள் மெல்ல அவளது கரங்களுக்கும் நகர்ந்தது.

சித்தாண்டி மாமாவா இப்பிடியெல்லாம் பேசுகிறார் என்பதே அவளுக்கு ஆச்சரியமாக அவளால் நம்பவே முடியாத தாக இருந்தது.

தவக்குல்லின் வீட்டிலிருந்து நேராகப் பூவரசு மாமா வீட்டிற்கு வந்து எத்தனையோ வாரமாகிவிட்டது. தற்காலிக

மாகத் தங்க வந்தவள் என்பதனாலோ, அந்த வீட்டில் எல்லோருமே பாசத்தைப் பொழிந்தார்கள். நேசமாக நடந்துகொண்டார்கள்.

பூவரசுக்கு ஆறு பிள்ளைகள். நான்கு ஆண்கள். இரண்டு பெண்கள். கடைசிப் பெண் தாட்சாயிணி யோகாவைவிட வயதில் இளையவள். யோகாவில் அதிக நட்புப் பாராட்டுகிறவள். 'அக்கா . . .' என்ற அன்புக் குரலுடன் எப்போதும் சுற்றிவந்தாள்.

கலாவின் கல்யாணத்திற்கு யோகாவையும் அழைத்துச் செல்வதுதான் அவர்கள் எல்லோரினதும் விருப்பமாக இருந்தது. மங்கள காரியம் நடக்கிற இடத்தில் அமங்கலமாக இருக்கக் கூடாதென்றுதான் அவளை இங்கு மூட்டை கட்டி அனுப்பி யிருக்கிறார்கள் என்பது பூவரசைத் தவிர யாருக்கும் தெரியாது.

"ஒரேயிடத்தில் அடைந்து கிடக்க விரும்பாமல் நம்மடை வீட்டிலும் கொஞ்ச நாள் தங்கிப் போகத்தான் வந்திருக்காள்" என்றுதான் பூவரசு கூறியிருந்தார்.

யோகாவுக்கு அவரில் இருந்த அன்பும், மரியாதையும் இருமடங்கு அதிகரித்திருந்தன. அவமானமோ, தலைகுனிவோ ஏற்பட்டுவிடக் கூடாதென்பதில் மாமாவின் கவனத்தை மனதுக்குள்ளே மெச்சினாள்.

மாமாவைக் கொண்டு யோகா முடித்துக்கொள்ள நினைத்த மிக முக்கியமான காரியம் கிடப்பிலேயே கிடந்தது. தவக்குல் லிடம் 'அது என் பொறுப்பு' என்று பூவரசு வாக்களித்திருந் தாலும் இங்கு வந்த பிறகு அது அவர் ஞாபகத்தில் இருந்ததாகவே தெரியவில்லை. யோகாதான் அடிக்கடி அவருக்கு நியாபகப் படுத்திக்கொண்டேயிருந்தாள்.

"என்ன மாமா, என்ட அய்டென்டி அலுவலச் செஞ்சு தரமாட்டியளே . . ."

யோகா நேற்றும் செல்லமாகக் கோபித்துக்கொண்டாள்.

"பொறும்மா அந்த வேலயெயும் பாத்துக்கிட்டுத்தான் இருக்கேன். விதானையப் பாத்துப் பேசிட்டேன். உன்ட போட்டோ வேணுமென்டாரு. கலாட கல்யாணம் முடியு மட்டும்தான் பார்த்துக்கிட்டு இருந்தேன். அது நல்லப்படியா முடிஞ்சுப்போச்சு. இனியென்ன உன்னெக் கூட்டிப்போய் போட்டோ எடுத்து அந்த வேலைய முடிச்சித் தந்துடறென் . . ."

'அய்டென்டி கிடைத்திட்டால் இல்லத்திற்குப் போய்டலாம் . . .'

‘என்ட சாதுரியனப் பற்றித் தெய்வானையோட பேசினவையோ தெரியல்ல. நாளக்கித் தவக்குல் அக்காக்கு ஒரு கோல் பண்ணிக் கேட்டிட வேண்டியதுதான் ...’

நேற்று முன்தினம் வந்திருந்த அம்மாவில் யோகா மாறுதலைக் கவனித்து சற்று நிம்மதியடைந்திருந்தாள்.

“என்ன பிள்ளை செய்யிறே ... பிடிச்சிருக்கே இஞ்சை...”

‘அம்மாவின் மனசு மாறிவிடும். கலா சொன்னதுபோல வத்சலா அக்கா தனியாகிப் போனதும், அம்மா என்னட்ட இயல்பாக இருப்பா போலதான் தோணுது ...’

கல்யாணத்தை முன்னே நின்று நடத்தித் தர நேரகாலத்தோடு வர வேண்டும் என்று மாமாவின் குடும்பத்தை அழைத்த போது, ஓரக்கண்ணால் யோகாவைப் பார்த்து அம்மா பெருமூச்செறிந்ததையும் கால் பொருத்திக்கொண்டிருப்பதையும் அம்மா கவனித்ததைத் தன்னிச்சையாகப் பார்த்திருந்தாள் யோகா. அம்மா முகத்தில் ஒரு நிறைவு தெரிந்ததையும் உணர்ந்தாள்.

அம்மாவின் ஒவ்வொரு அசைவையும் யோகா கவனித்துக்கொண்டேயிருந்தாள்.

மாமா வீடென்பதால் அம்மா பாசாங்கு செய்திருக்கலாம் என்ற சந்தேகம் ஏற்பட்டாலும் அப்படி இருக்காதென்றும் உண்மையாகவே அம்மா மாறிக்கொண்டு வருகிறாள் என்றும் மனதைக் கட்டாயமாக ஏற்கச் செய்தாள். வாழ்வின் இன்பக் கதவுகள் திறக்கப்படும் நாட்கள் நெருங்கிவருகிற கனவில் மிதந்துகொண்டிருந்தாள். கங்காருவாக அடிமடியில சுமந்து கொண்டிருக்கும் காதலும் விரைவில் கைகூடும் எனக் கனவில் பனி வீடு கட்டிக்கொண்டிருந்தாள்.

“நல்ல காரியம் நடக்கிற இடத்தில நான் வந்து என்ன செய்யப்போறேன் ...”

தானே மறுப்பதுபோலத்தான் கல்யாணத்திற்குச் செல்வதிலிருந்தும் விலகினாள்.

“என்ன அக்கா, இப்பிடிச் சொல்றியள். உங்கள ஆர் என்ன சொல்லப் போயினம். கலா கல்யாணத்தப் பார்க்க உமக்கு ஆசையில்லையே ...”

தாட்சாயிணி விடாப்பிடியாக இருந்தாள். கலாவின் கல்யாணத்தைப் பார்ப்பதில் விருப்பமில்லாமலா ..? ஏமாற்றத்தை

யும் துன்பத்தையும் வெளிப்படுத்தக் கூடாதென்பதை வாழ்தலின் தண்டனை என்றே நம்பிவிட்டிருந்தாள் யோகா.

"அந்தப் புள்ளக்கித்தான் வர விருப்பமில்லாட்டா விடுவமே ... அதுக்கு மனசுல என்ன குறையோ கஷ்டமோ ..."

பூவரசு இப்படிச் சொன்னதும் யோகாவை அழைத்து வற்புறுத்துவதிலிருந்து எல்லோரும் விலகிக்கொண்டார்கள்.

மாமாவின் பிடியிலிருந்து கைகளைப் பலவந்தமாக இழுத்தாள்.

"யோகா ... உனக்கு அம்மா சாப்பாடு தந்தனுப்பினவ ... எழும்பி வா. வந்து சாப்பிடு ..."

"இல்லை மாமா எனக்குப் பசியில்லெ. நீங்க போய்ப் படுத்துக்கொள்ளுங்கோவன். எனக்கும் நித்திரை ..."

மாமியும், பிள்ளைகளும் அங்கேயே தங்குவார்கள் என்று யோகா கிஞ்சித்தும் எண்ணியிருக்கவில்லை. அவர்கள் எல்லோரும் காலையிலேயே புறப்பட்டுச் சென்றுவிட்டார்கள். மதியச் சாப்பாட்டை மாமாவின் இளைய மகன் தர்ஷன் கொணர்ந்து தந்தான். தர்ஷன் பல்கலைக்கழகத்தில் படித்துக் கொண்டிருந்தான். எதனாலோ யோகாவில் அதீத மரியாதை அவனுக்கு.

பூவரசின் மூத்த மகன்மார் இருவரும், மகளொன்றும் திருமணமானவர்கள். மகள் மட்டக்களப்பு நகரிலும், மகன்மார் இருவரும் இதே வீட்டிலும்தான் வாழ்கிறார்கள். நாலைந்து குடும்பங்களுக்குப் போதுமென்ற பெரிய வீடு. கூட்டுக் குடும்பம். சண்டை சச்சரவுகள் அவ்வப்போது ஏற்பட்டாலும் சீக்கிரமே ஒன்றுபட்டுவிடுவார்கள். பேரப்பிள்ளைகளைப் பிரிய முடியாதென்று கட்டாயப்படுத்தி மகன்களை இதே வீட்டிலேயே பூவரசு வைத்துக்கொண்டிருந்தார்.

இரவு ஒன்பது கடந்தும் அவர்கள் யாரும் வரவில்லை. சாப்பாடும் வரவில்லை என்றதும் ஏமாற்றத்தோடேயே யோகா படுக்கைக்கு வந்திருந்தாள்.

'அது எவ்வளவு அழகான கனவு ... சாதுரியன் கைகளைப் பிடித்து வருடிக்கொண்டே பேசிக்கிட்டிருந் தான் ... ச்சே இந்த மனுஷன் வந்து கலைச்சுப்போட்டானே ...'

"யோகா ... இந்த மாமாட அன்பை ஏன்மா தட்டிவிடுறாய் ..."

“மாமா . . . நீங்க இங்கயிருந்து போங்கோ . . . உங்கடை பேச்சும் செய்கையும் எனக்குப் பிடிக்கேல்லெ விளங்குதே . . .”

பிடிவாதமும் ஆத்திரமும் அவள் குரலில் கலந்திருந்தன.

கைகளைத் தட்டிவிட்டதும் பூவரசு அவளது காலை வருடத் தொடங்கினார்.

ஊன்றுகோலை எடுத்துக்கொண்டு எழும்புவதற்கு அவள் எத்தனித்தாள். பூவரசு அவளது ஊன்றுகோலைப் பறித்துத் தூர வீசினார்.

“ஏன்மா புரிஞ்சிக்கிறாய் இல்ல . . . இந்த மாமா உன்னில நிரம்ப அன்பு வச்சிருக்கென் . . .”

அவளைப் பாய்ந்து அணைத்துக்கொண்டார்.

மேற்சட்டையில்லாமல் இருந்த பூவரசின் நெஞ்சு அவளது முலைகளை அழுத்த மூச்சுத்திணறினாள்.

“மாமா . . . என்ன விடுங்கோவன் . . . நான் உங்கள்ல மரியாதையும், பாசமும் வச்சிருக்கென். என்ட வாழ்க்கையை அழிச்சிடாதயும் . . .”

அவளால் அசையத்தானும் முடியவில்லை. அவளது பேச்சையும், கெஞ்சலையும் பொருட்படுத்தும் மனநிலையில் பூவரசு இல்லை. அவளை இறுக அணைத்து உடல் முழுவதும் நீந்தத் தொடங்கியிருந்தன அவர் உதடுகள்.

“மாமா . . . என்ன விடுங்கோ . . . விடுங்கோ . . .”

முலையில் பற்களைப் பதித்துக்கொண்டே அவள் உடைகளை ஆவேசத்துடன் கழற்றினார். கைகளை இடுப்புக்குக் கீழே பரவவிட்டு, பூதம்போல அவளைப் போர்த்திக் கிடந்தார்.

“வேணாம் மாமா . . .”

“விடுங்கோ . . .”

“மாமா . . .”

“ஆ . . . என்ன விடு . . .”

அவமானமும் ஏமாற்றமும் அவளை இயலாமையுடன் முனங்கச் செய்தன. கண்களை இறுக மூடிக்கொண்டு விம்மிய படியே கிடந்தாள். தனது வாழ்வின் கட்டுப்பாட்டை இழந்து விட்ட அவமானமும் தனது வாழ்வின் எந்தவொரு பிரச்சினைக்கும் இணக்கமாகத் தீர்வை எட்ட முடியாமல்போன ஆசைப்பட்ட எதனையும் அடைய முடியாமல்போன ஏமாற்றத்துடன் கிடந்தாள். வக்கிரமாகத் தன்னில் கவிந்துகிடப்பது

ஏதோவொரு சுமை மூட்டை என்பதாகவும் உணர்ச்சியற் றிருந்தாள்.

"யோகா இந்த இன்பத்தெ என்டக்கியும் மறக்கமாட்டேன் ... இந்த வீட்டிலயே உன்னக் காலமெல்லாம் ராணி மாதிரி வெச்சிக்குவேன். கவலைப்படாதே ..."

கலைந்துகிடந்த அவளது கூந்தலைக் கோதினார். நிர்வாண மாய்க் கிடந்த அவள் உடலைப் போர்வையால் போர்த்தி விட்டார். மல்லாந்து கிடந்தவளைத் தூக்கி நிமிர்த்த முயன்றார்.

திடீரென துணிச்சல் வந்தது அவளுக்கு. வலிமையை வரவழைத்துக்கொண்டு அவரது நெஞ்சில் கையை ஊன்றிப் பின்னால் தள்ளிவிட்டாள். திறந்த மேனியுடன் நின்ற அவரைப் பார்க்க முடியாமல் மீண்டும் கண்களை இறுக மூடிக் கொண்டாள். அருவருப்பும் பதற்றமுமாகக் கத்தினாள்.

"போடா ... போ. முன்னுக்கு நிக்காமப் போ ..."

பூவரசு சிறிது திகைத்தாலும், நிதானித்து அவளை மெல்ல நெருங்கி ஏதோ பேச முனைந்தார். ஆத்திரம் மேலும் அதிகமாக அவரது முகத்தில் காறி உமிழ்ந்தாள். அவரது முகத்தில் எச்சில் வழிவதைக் குரூரமானதொரு திருப்தியுடன் பார்த்துக்கொண் டிருந்தாள்.

"என்னடீ பத்தினி நாடகம் ஆடுறாய் ... இயக்கத்தில சும்மாவெ இருந்த நீ. அத நம்புறதுக்கு நானென்ன செக்குமாடே ஹா? இயக்கத்தில எத்தனை பேரோடப் படுத்திருப்பாய் ... பஞ்சையும் நெருப்பையும் பக்கத்தில வச்சிப் பத்திக்கக் கூடாதென்டு சட்டம் வச்சாப்போலெ அது பத்திக்காம இருக்குமே? பம்பைமடுவில எத்தன ஆமிக்கு உன்னெக் குடுத்திருப்பாய் ..."

தலை விறைத்து வார்த்தைகள் வர மறுத்தன.

கைகளால் தலையில் அடித்துக்கொண்டு அழுதாள். மீதி இரவை இவனோடு எப்படிக் கழிப்பதென்ற பயம் உண்டானது.

பலவீனம் யாரைத்தான் விட்டது. மீண்டும் தன்னை ஆசுவாசப்படுத்திக்கொண்டு பூவரசு அவளருகில் வந்தார்.

"யோகா நான் பேசினத பெரிசுபடுத்தாதம்மா ... கோபத்தில அப்பிடிப் பேசிட்டென். மாமா முகத்தில நீ துப்பலாமா ..."

'உன்ட முகத்தில துப்பினதுக்கே உனக்கு இவ்வளவு கோபம் வருமென்டால், என்னையே எச்சிப்படுத்தினதுக்கு

எனக்கு எவ்வளவு கோபம் வரணும் . . .' என்று கேட்க நினைத்த போதும் குரல் இறுக மௌனமாகத் தேம்பினாள். முகத்தில் தானே அறைந்தாள். தலையைக் கட்டிலில் முட்டினாள். உடலின் ஒவ்வொரு செல்லிலும் வலியை உணர்ந்தாள். உடல் வலித்தது. சரியாக எந்த இடத்தில் என்று சொல்ல முடியாதவாறு வலித்துக் கொண்டேயிருந்தது. இப்படியொரு கறுப்பு இரவைச் சந்தித்ததைத் தனது சாபக்கேடென்பதாகத் தன்னையே குற்றம் கண்டாள்.

சாதுரியன் முன்னால் நிற்பதுபோல் பிரமை உண்டானது. சாதுரியனுக்கு என்ன பதில் சொல்வது என்றும் எதுவுமில்லாத தன்னைக் காதலித்த அவனுக்குத் தீண்டாத இளமையைக் கூடத் தரவியலாதவளாகிப் போனதற்காகவும் அழுதாள்.

பூவரசு மறுபடியும் அவள் பக்கமாக வந்தார்.

"இன்னும் என்னத்துக்கடா இஞ்சை நிக்கிறாய் . . . போ போடா . . ."

வெறிபிடித்துக் கத்திய அவளை ஒருவிதப் பயத்துடன் பார்த்துக்கொண்டிருந்துவிட்டு அறையை விட்டு வெளியேறினார்.

ஒவ்வொரு முறையும் துயரப்படுவதைவிடவும் சீக்கிரமாக ஒரு முடிவுக்கு வந்துவிட வேண்டும் என்றெண்ணினாள்.

காலை மடக்கிக் குத்த வைத்து உட்கார்ந்திருந்தாள். முழங்கால் அவளது முகத்தைத் தாங்கியிருந்தது. கூச்சத்தால் உடலைக் குறுக்கிக்கொண்டாள். எண்ணங்கள் மனஅவசத்தை, குற்றவுணர்வை உண்டாக்கின. ஆணின் முதல் ஸ்பரிசம் சாதுரியனுடையதாக இருக்க வேண்டும் என்ற இத்தனை வருடக் கனவு சில நொடிகளில் சிதைந்துபோன ஏமாற்றத்தி லிருந்து விடுபட முயன்று தோற்றாள். நடந்ததை உதறித் தள்ளச் சில மணி நேரம் போராடினாள்.

சாதுரியன் முகம் மனக்கண்ணிலிருந்து நீங்காமலேயே இருந்தது. அவனது குரலைக் காதுகளுக்குள் கேட்டாள். இதன்பின் சாதுரியனின் அன்பு உலர்ந்துவிடுமா என்ற கேள்வியைத் தன்னிடம் கேட்டாள். தூசி மண்டிய, காவியடைந்த தன் வாழ்வின் பக்கங்களைத் தடதடவெனப் புரட்டினாள்.

'நான் எப்போதோ செத்திருக்க வேண்டியவள். இத்தனை காலம் பொல்லாத இந்த உலகத்தில் கோரமான ஒரு வாழ்வை வாழ்ந்து தொலைத்துவிட்டேன். ஓரேயொரு ஆறுதல், என்

மனதைத் தாலாட்டுகிற ராகம் என் சாதுரியன். அவன் என்னைத் தேடிக்கொண்டிருப்பான் ...'

கட்டிலில் இருந்து எழுந்திருக்க முயன்றாள். பூவரசு ஊன்றுகோலைத் தூக்கித் தூர எறிந்ததினால் எழுந்து நடக்க முடியவில்லை. சுவரைப் பிடித்துக்கொண்டு ஒற்றைக்காலில் உந்தி நகர்ந்து வீசப்பட்டுக் கிடந்த சட்டையை அணிந்தாள்.

சுவரைப் பிடித்துக்கொண்டு மெல்ல நகர்ந்தாள். அவளால் நடக்கவே முடியவில்லை. உடல் உதறியது. தரையில் அமர்ந்து மடிகாலில் பின்னங்காலை ஊன்றிப் பிருஷ்டத்தால் நகர்ந்து ஊன்றுகோலை அடைந்தாள். வேதனை, வெறுப்பு, ஏமாற்றம், அவமானம் என அவள் மனம் சொல்லொண்ணாத துயரில் மூழ்கியிருந்தது.

அறையிலிருந்து சாவித்துவாரத்தினூடாக வெளியே எட்டிப் பார்த்தாள். எல்லாப் பக்கமும் இருள் சூழ்ந்திருந்தது.

பூவரசு நித்திரைக்குச் சென்றுவிட்டிருக்க வேண்டும். கதவுகளுக்குக் கீழாக அவரது அறையில் மெல்லிய நீல வெளிச்சம் தெரிந்தது.

'ச்சே ... ஏன் இப்பிடியொரு கேவலமான புத்தி இவனுக்கு வந்திச்சு ... எங்கெங்கோ தொலைவிலெல்லம் இருக்கையில எனக்கு நேராத ஆபத்து நாலு சுவத்துக்குள் ... மாமாவினால் ... ச்சீ இவன் என்ன மாமா ... வக்கிரப்புத்தி படைச்சவன். என்னைக் கெடுத்ததுமில்லாமல் நீ கெட்டுப்போனவள்தானே என்டும் சொல்றானே ...'

தண்ணீர் தாகமெடுத்ததும் சமையலறைப் பக்கமாக நகர்ந்தாள். தரையில் ஊன்றுகோலை ஊன்ற டக்டக் என்று சத்தம் எழுந்தது. பூவரசு எழுந்துவிடக் கூடாதென்ற அவதானத்துடன் மிக மெதுவாக நகர்ந்தாள். சுவர்க்கடிகாரத்தின் முட்கள் நகரும் ஓசையும், எங்கோ தூரத்தில் சில்வண்டுகளின் இரைச்சலும் மட்டுமே கேட்டன.

சமையலறைக்குள் வந்தவள் குடத்திலிருந்து தண்ணீரை வார்த்துக் குடித்தாள். வாயில் நிரம்பிக் கழுத்து வழியே நீர் வழிந்தது. முடிந்த மட்டும் குடித்தாள். ஆத்திரத்துடன் பிளாஸ்டிக் போச்சியைத் தூக்கித் தூரமாக எறிந்தாள். அதிர்வற்ற ஓசையுடன் அது வீழ்ந்து, நொண்டித் தவழ்ந்தது. சுவரோரமாகக் கவிழ்த்திருந்த உரலில் அமர்ந்துகொண்டாள். கழிந்துபோன வாழ்வின் நினைவுகள் எல்லாம் ஒன்றன்பின் ஒன்றாக வந்து போயின.

எத்தகைய சமாதானத்தையும் அவள் இதயம் ஒப்புக் கொள்வதாய் இல்லை. ஆற்றாமை நெஞ்சை அடைக்கச் சிறிது நேரம் அழுது வடித்தாள். கண்கள் சோர்ந்து மயங்குவதுபோல் உணர்ந்தாள்.

'இந்தச் சண்டாளனுக்கு இப்போது குளிர்விட்டுப் போயிட்டு. இனி இந்த அவஸ்தையிலிருந்து நான் எப்படித் தப்புவது . . .

'இதைவிடவும் ஒரு அவமானம் நேர முடியுமே எனக்கு? போராளிப் பெண் என்டால் அவையளுக்கு இது புதிசில்லை என்டு இவனைப் போலதான் எல்லாரும் நினைக்கினமா? இவையளின் ஊகங்கள்தாம் எத்தனை கொடுமையானவை? எவ்வளவு இழிவான கற்பனை? இயக்கத்தில் இருந்த காலத்தில் ஒரு கணம்கூட விரச உணர்வு ஏற்பட்டதேயில்லியே. போராளி யாக இருந்த காலத்திலும், காயமுற்றுக் கல்லூரியில் இருந்த போதும்கூட . . . இல்லவே இல்லியே . . . அங்கே காதலுக்கு இடமிருந்தது. புரிந்துகொண்ட இதயங்கள் இணைந்து வாழ்வைத் தொடங்குவதற்கு வழியிருந்தது. இப்படிக் கேவலமான விரசத்திற்கேது இடம் . .?

'பம்பைமடு முகாமில் பெண் பேராளிகள் மட்டும்தானே இருந்தம். பெண் இராணுவத்தினர்தான் காவலுக்கு இருந்திச்சினம். ஆண் இராணுவத்தினர் அத்துமீறி நுழையவும், எங்களைப் பலவந்தப்படுத்தவோ விரும்பி உறவுகொள்வதற்கோ அமைவானதொரு சூழலே இருக்கல்லயே . .! அப்படி ஒரு காலக்கொடுமையிலிருந்து நான் தப்பித்திருந்தாலும் என்ர கண்ணுக்கும் அறிவுக்கும் அகப்படாத கொடுமைகள் நடந்தும் இருக்கென்டு தெய்வானை சொன்னவள்தானே . . . வெளி உலகின் பார்வை இப்படித்தான் இருக்குமே . .? நாங்கள் எல்லாம் சோரம் போனவர்கள் என்பதுதானா அவர்களது பார்வை . . .

'ச்சே . . . நான் எவ்வளவு பாசம் வைச்சிருந்தேன்? மாமா என்டு எத்தினை மரியாதெ கொண்டிருந்தென்? பேரப்பிள்ளை களையும் பார்த்து நரை தட்டின வயதில . . . தங்கை மகளென்ன, தன்டை மகளென்ன, அவனுக்கெப்படி இந்த வக்கிர எண்ணம் வந்திச்சி? கெஞ்சியும் கதறியும் இரக்க மில்லாமல் என்னை . . . அவனுகள்ர மண்ணாங்கட்டிச் சாமான் எந்தப் பொம்புளையப் பார்த்தாலும் எழும்புமே இப்பிடி . . .

'அம்மா . .!

'அவளால்தான் இதெல்லாம் . . .

'முன்பு வத்சலா வாழ வேண்டும் என்டு என்னை வேலைக்கு அனுப்பினாள். இன்று மூன்றாவது மகள் கலா வாழ வேண்டும் என்டு என்னைப் புறந்தள்ளினாள் ... அவள் மட்டும் என்னைப் பாசக்குடைக்குள் இழுத்தணைத்திருந்தால் இப்படியொரு நிலை வந்திருக்குமே ...

'பாவம் ... அவளை ஏன் நோகிறேன். கடைசியாக இஞ்ச வந்தபோது அன்பு வழிய என்னைப் பார்த்தாளே ... அவளும் தான் என்ன செய்வாள். கால் முடமாகிப்போன என்னை இடுப்பிலச் சுமந்துக்கிட்டு, உனக்கு எல்லாம் வளமாத்தானே இருக்கு எங்காவது போய்ப் பிழைத்துக்கொள் என்டு கலாவைத் துரத்த ஏலுமே ... எல்லாம் காலத்தின் கோலம் ... இதுதான் கடவுளின் சித்தம். நான் துர்தேவதைகளின் வழி வந்திற்றேன் ...'

எதிரேயிருந்த மண்ணெண்ணெய் அடுப்புத் தற்செயலாகக் கண்ணில் பட்டது. மண்ணெண்ணெய்ப் போத்தலும் அதனருகாகவே தீப்பெட்டியும் இருக்கக் கண்டாள்.

கண்களைத் துடைத்துக்கொண்டு எழுந்தாள்.

'எத்தனையோ காலமாக ஆசையோடு அழைத்தேன், விலகிவிலகி ஓடியது. இன்று விட முடியாது ...'

சாவதற்கான வெறியுடன் ஆரையம்பதியில் ஆற்றங்கரையோரமாக நடந்து சென்றதை எண்ணிப் பாரத்தாள். எழுந்து நின்று கண்களை மூடிப் பிரார்த்தித்தாள். சாதுரியனின் சிரித்த முகம் மனக்கண்ணில் நின்றாடியது.

'என்னை மன்னியுங்கள். என்னைத் தேடிவந்து எனக்கு நேர்ந்த இந்த அவலத்தைத் தெரிந்துகொண்டால் என் கல்லறையில் மலர்ச்செடிகளை நட்டுவையுங்கள். அதில் தினமும் வண்ணாத்திப்பூச்சிகள் வந்தமர்ந்து நம் கதைகளைப் பேசட்டும் ...'

கதவுகளைத் தாளிட்டாள்.

இருள் அடைத்திருந்த வீடு சுடர்ந்தெரியும் தீயில் பிரகாசித்தது.

8

கட்டுநாயக்கா விமான நிலையம்!

சோர்ந்து விழுபவள் போலிருந்தாள் தவக்குல். முன்னொருபோதும் இப்படி அழுததே கிடையாது அவள். தேகம் மெலிந்து முகம் வெளிறியிருந்தது. கன்னத்துத் தசைகள் வற்றி, கண்கள் அமிழ்ந்து முழு வசீகரத்தையும் இழந்திருந்தாள்.

"கத்தாதிங்க மகள் ... துக்கமும் சந்தோஷமும், இழப்பும் ஏமாத்தமும் சேர்ந்ததுதானம்மா வாழ்க்கை. மனப்பாரத்தையெல்லாம் இங்கேயே இறக்கிட்டுப் போயிடு ... அங்க தனியே போய்க் கஷ்டப்படுவாய் ..."

"தாங்கவே முடியலியே சாச்சா. வாப்பாட முகம் என்ட கண்ணுக்குள்ளேயே இருக்கு. என்னால ... என்னாலதானே சாச்சா ... உசுரயே குடுத்திட்டாங்களே. தலைதலையா அடிச்சுக் கிட்டாங்க. நான்தான் கேக்காமப் போயிட்டேன். இப்ப எங்க வந்து முடிஞ்சிருக்கு பாருங்க. நான் பாவி சாச்சா ..."

கண்ணீர் சொரிய, துடித்துக் கோணும் உதடு களுடன் நின்றார்கள் சனோவும், ஜானாவும்.

"உம்மாவைப் பார்த்துக்கொள்ளுங்க சாச்சி ..."

கண்களைத் துடைத்துக்கொண்டாள். கைக்குட்டை தொப்பலாக ஈரலித்திருந்தது.

"சனோ, ஜானா ... நான் போய்ட்டு வாறன், உம்மாவப் பாத்துக்குங்க. உங்களையெல்லாரை யும் இந்த நிலைக்கு ஆளாக்கின என்னை மன்னிப்பிங்களா ..."

"ராத்தா ..."

பாய்ந்து அணைத்துக்கொண்டாள் ஜானா. சாச்சியின் தோளில் துவண்டு கிடந்தாள் சனோ. இயலாமை உணர்ச்சிகளை உக்கிரமாக்கியது. மந்தமான இறுக்கத்தினால் அவர்கள் உடல்கள் வியர்த்துக் கொட்டிக்கொண்டிருந்தன.

பிள்ளைகளை ஆறுதல்படுத்தும் இக்கட்டில் சகோதரனை இழந்த ஆழ்ந்த துயரத்தை வெளிப்படுத்தவும் முடியாதவராகி யிருந்தார் சுபைர். அவர்கள் முன்னிலையில் அழுதுவிடக் கூடாது என்ற வைராக்கியத்துடன் அடிக்கடி திரும்பிக் கண்ணீரைத் துடைத்துக்கொண்டார்.

“மகள் டிபார்ச்சராகிற நேரமாகிட்டு. கலங்காமப் போம்மா அல்லாஹ் இருக்கான். உனக்கு ஒரு குறையும் வைக்க மாட்டான். இது உன்ட வாழ்க்கைட முடிவு இல்ல, ஆரம்பம். இந்த அனுபவங்களைக் கொண்டுதான் நீ எதிர்காலத்த வாழப் போறாய் . . .”

“சாச்சி நான் போய்ட்டு வாறேன் . . .”

“அல்லாஹ்ட அமானம். உம்மா, தங்கச்சிகளைப் பத்திக் கவலைப்படாத தங்கம். நாங்க பாத்துக்கிறோம். அல்லாஹ் இருக்கான். தைரியமாப் போம்மா . . .”

அணைய எத்தனை யுகங்களாகும் என்று யூகிக்கவே முடியாத நெருப்பை நெஞ்சில் சுமந்திருந்தாள் தவக்குல். கொடுமையான ஈடுசெய்யவே முடியாத அனுபவம் சடுதியில் அவளைக் கடந்து சென்றுவிட்டது.

ஓட்டமாவடி சாச்சா வீட்டுக்குப் புறப்படும்போது, வாப்பாவின் கைகளைப் பற்றிப் பேசும்போது, என்னை மன்னித்துவிடுங்கள் என்று மன்றாடும்போது இதுதான் இறுதிச் சந்திப்பு என்று தோன்றாமல் போனதை இன்னும்தான் நம்ப முடியவில்லை.

‘வாப்பாவின் ஜனாஸாவைப் பார்க்க முடியாததைவிடப் பெரிய தண்டனை இருக்க முடியுமா? என் வாப்பா என்னில் உயிரைச் சுமந்திருந்த வாப்பா. எனக்காவே என்னாலேயே உசிரை விடும்படியாயிற்றே.’

தன் நியாபகத்திலிருந்து வாப்பா இல்லாமல் போகிற ஒரு காலத்தை அவளால் கற்பனை செய்தேனும் காண முடியாதிருந்தது.

சுங்கப்பிரிவு மற்றும் இதரக் காரியங்களை முடித்துக் கொண்டு விமான வாசல் இன்னும் திறக்கப்படவில்லை யென்று அறிந்ததும் லொப்பியில் அமர்ந்துகொண்டாள்.

நினையாத பயணமொன்றிற்கு அவள் தயாராகி விட்டிருந்தாள். துக்கத்திலிருந்து விளங்கிக்கொள்ள முடியாத விடுதலையை உணர்ந்தாள்.

எந்தவித முன்யோசனை இல்லாமலும், தற்செயலாகவும் அந்நிய நாடொன்றுக்குள் பிரவேசிப்பதற்கு அவள் தயாராகி யிருந்தாள்.

அல்லாஹ்! யாவற்றையும் அறிந்தவன். அவன் தீர்மானித்தது தான் இதெல்லாம் என்றே உறுதியாக நம்பிக்கொண்டிருந்தாள் இன்னும்.

ஹபீப் வேலைகளை முடித்துக்கொண்டு ஓட்டமாவடி செல்லத் தயாராகுவதற்குள் மதியமாகிவிட்டது.

வீட்டுக் கதவுகளை இழுத்து மூடுவதற்குள் அது நிகழ்ந்தது.

திடீரென்று ஆட்டோவில் வந்து இறங்கிய பயமுறுத்தும் குண்டர்கள் சிலர் கதவைப் பூட்டவிடாமல் எத்திக்கொண்டு உள்ளே பாய்ந்தனர். அவர்கள் கண்கள் மட்டும் தெரிய கறுப்புத் துணியால் முகத்தை மறைத்துக் கட்டியிருந்தார்கள்.

"யாரு நீங்க, உங்களுக்கு என்ன வேணும்..."

ஹபீப் உரக்கக் கத்திக்கொண்டே தானும் அவர்கள் பின்னால் சென்றார்.

"அல்லாஹ்வே! இதென்ன அக்கிரமம்..."

ஒரு அடிதானும் நகர முடியவில்லை நிஸாவினால். நாக்கு தொண்டைக்குள் மடிந்து அடைத்துக்கொண்டது. வாசலுக்கு வந்தவள் கேற்றைத் திறந்துகொண்டு வெளியே ஓடினாள்.

"யாரு நீங்களெல்லாம் அல்லாஹ்வுக்காக வெளிய போங்க..."

"ஹேய் எங்கடா உன்ட மகள், அந்தக் குஞ்சு முளைச்ச சிறுக்கி..."

ஒருவன் தனது கையில் இருந்த கருங்காலிப் பொல்லால் ஹபீபின் நெஞ்சில் குத்தினான்.

"ஆ... என்ட அல்லாஹ்வே..."

நெஞ்சைப் பொத்திக்கொண்டு சரிந்தார் அவர். தலையைப் பிளப்பதுபோல வலியெடுத்தது. வலிமையான கைமுஷ்டி வேகமாகப் பாய்ந்து முகத்தில் குத்துவதுபோல உணர்ந்தார். ஆனால் அவரால் எதனையும் இப்போது பார்க்க முடிய வில்லை.

“யா அல்லாஹ் என்ட புள்ளைகளக் காப்பாத்து, ரஹ்மானே . . !”

அவர்கள் வீட்டின் ஒவ்வொரு அறையாகச் சென்று துளாவினார்கள். பைத்தியகாரத்தனமாகவும் கொஞ்சமும் பொருத்தமற்ற விதமாகவும் இருந்தது அவர்களது தேடுதல்.

“அவளிட சாவு எங்கட கையாலதான். யாரு பேச்சயும் கேட்கமாட்டாளா அவள். பார்ப்பம் அவளுட திமிற. இவளுக்குக் குடுக்கிற தண்டனையில இந்த ஊரில ஒருத்திக்கும் துணிச்சல் வரப்பொடா. சமூக சேவை செய்யிறாளா அவள் . . . அவளை . . .”

இந்தத் துஷ்டத்தனத்தின் தலைவனாக இருப்பதற்கு தகுதிவாய்ந்த ஒருவன் இப்படிச் சொல்லிக்கொண்டிருந்தான். தூஷண வார்த்தைகள் அவன் வாயிலிருந்து குபீரென்று பாய்ந்து வந்தன. ஒரு குற்றத்தைச் செய்துகொண்டிருக்கிறோம் என்றும் இதனை எதிர்த்துக் கேள்வி கேட்பதற்குத் துணிந்தவர்கள் இந்த ஊரில் யாருமே கிடையாதென்றும் அப்படியே இருந்தாலும் அவர்களை என்ன செய்யலாம் என்றும் சட்டத்தை எதிர் கொள்ள நேர்ந்தால் அதனை முறியடிப்பது எப்படி என்று எல்லாமும் தெரிந்த சுத்த ஒழுங்கு கெட்டவனாக அவன் இருந்தான்.

மிகுந்த அப்பாவித்தனமாகப் பக்கத்து வீடுகள் ஒவ்வொன்றுக்கும் ஓடிக்கொண்டிருந்தாள் நிஸா. இந்த முயற்சி பயனற்றது எனவும் சூழ்ந்துள்ள அபாயத்திலிருந்து காப்பாற்றக் கூடியதல்ல எனவும் உள்மனதுக்குத் தெரிந்த போதும் அவளது கால்களைத் தடுத்து நிறுத்தச் சக்தியற்றிருந் தாள் அவள். வாழ்நாளில் இதுபோன்று முன்னொருபோதும் அவளது குரல் கலக்கமடைந்திருந்ததில்லை.

“ஹனீபா நானா கொஞ்சம் வாங்களேன். இந்த அக்கிரமத்த வந்து கேளுங்களேன் . . .”

“என்ன, என்ன பிரச்சினை . . .”

சாப்பிடுவதற்கு அப்போதுதான் பாயில் குந்திய ஹனீபா, நிஸாவின் பரபரப்பைப் பார்த்துப் பதற்றத்துடன் எழுந்தார்.

"யாரன்டே தெரியா நானா, முகத்த மூடின நாலைஞ்சு பேர் வீட்டுக்குள்ள பூந்து பிரச்சினைப் படுத்துறாங்க. வாங்க நானா..."

"முகத்த மூடின ஆக்களா..."

"இதில நாங்க எப்படித் தலையிடுற. உங்களுக்கு யாரு எதிரி, எந்தப் பக்கத்தில எத்தனெ எதிரியென்டே தெரியல்லி யம்மா..."

அவரது பதில் முழுமையாக நிதானமாகக் கேட்பதற்குரிய பொறுமையை இழந்திருந்தாள். அவர் பேச்சை முடித்தாரா இல்லையா என்பதைக் கவனிக்காது அடுத்த வீட்டுக்கு ஓடினாள்.

இப்படியாக நாலைந்து வீடுகளுக்கு ஓடிவிட்டு ஒப்பாரியும் ஏமாற்றமுமாக வீடுநோக்கித் திரும்பி வரும்போது வீட்டின் முன்னால் நிறுத்தப்பட்டிருந்த ஆட்டோக்கள் திரும்பிச் சென்றுகொண்டிருந்தன.

தங்கள் வீட்டின் கேற்றுக்குள் உடலை மறைத்துத் தலைநீட்டிப் பார்த்துக்கொண்டிருந்த அக்கம் பக்கத்தவர்கள் ஆட்டோக்கள் திரும்பிச் செல்வதைப் பார்த்ததும் அக்கறையும் பொறுப்புணர்வுமற்ற மனிதாபிமானமேயில்லாத வெறும் உடல்களை வெளியே இழுத்துக்கொண்டு ஓடிவந்தார்கள்.

"இஞ்ச, எங்க இருக்கிறீங்க..!"

"அல்லாஹ்வே! அவங்கட சத்தத்தையே காணலியே..."

நெஞ்சு படபடக்கப் பரபரப்புடன் ஒவ்வொரு அறையாக ஓடினாள். ஏதோ அசம்பாவிதம் நடந்துவிட்டதுபோல அவள் குரல் நடுங்கியது.

சாப்பாட்டறையின் இடப் பக்கமாகச் சுவரோடு சாய்ந்து கிடந்தார் ஹபீப். அவரது வலக்கரம் நெஞ்சை அழுத்திப் பிடித்திருக்க மூக்கிலும் வாயிலுமிருந்து இரத்தம் வழிந்து கொண்டிருந்தது.

"அல்லாஹ்... இதென்னது?. இவருக்கு என்னாயிட்டுன்டு தெரியலியே..."

வீட்டையே அதிரச் செய்தது அவளது ஒப்பாரி. அவள் உடல் அசந்தர்ப்பமாக நடுங்கியது. தொட்டமாத்திரத்தில் சில்லென்று இருந்த அவரது உடலின் சமிக்ஞை அவளை உடனடியாக நொறுங்கச் செய்வதாக இருந்தது. தலைக்கு மேல் ஏதோ பாரியவொன்று சரிந்து விழுவதைப் போன்று உணர்ந்தாள்.

எல்லாரும் ஓடிவந்து ஹபீபைத் தூக்கினார்கள்.

"சீவனில்லை . . ."

நாசியில் கையை வைத்துப்பார்த்த ஹனீபா, ஹபீபின் கண்களை மூடிவிட்டார்.

"இன்னாலில்லாஹி வயின்னாயிலைஹி ராஜிஊன்."

"நாசமாப்போனவனுகள். ஏன் இந்தப் பாதகத்தச் செஞ்சானுகள் என்டே தெரியலியே . . . நாங்க யாருக்கு என்ன கெடுதல் செஞ்சம் யா அல்லாஹ் . . .

"என்ட புள்ளைகளுக்கு எப்படி இத நான் செல்லுவென் . .? வாங்க வாப்பான்டு கையப்புடிச்சிச் செல்லிட்டுப் போன என்ட மகளுக்கு எப்படிச் செல்லுவென் . .?

"எதுக்கும் பொறுமையா நிக்கிற மனுசன இப்பிடிப் பொட்டுண்டு போகவெச்சிட்டானுகளே சன்டாளனுகள் . . ."

மனித பூதங்களின் உக்கிர வெறியாட்டத்தில் ஹபீப் கொல்லப்பட்ட அறிவித்தல் ஓட்டமாவடி சுபைர் சாச்சாக்கு வந்தபோது, தன்னை அழைத்துவர வேண்டாமென்றும், அவளது வரவு வெறியர்களால் எதிர்பார்க்கப்படுகிறது என்றும் உம்மா அறிவித்திருப்பது தெரிந்ததும் தவக்குல் நொறுங்கிப்போனாள்.

"வாப்பா எங்கட தங்க வாப்பா . . ."

சனோவை யாராலும் கட்டுப்படுத்தவே முடியவில்லை.

"சாச்சா . . . எனக்கு என்ன நடந்தாலும் பரவாயில்லை. அல்லாஹ்வுக்காக என்னெக் கூட்டிப்போங்க. நான் வாப்பாவைப் பார்க்கணும் சாச்சா . . ."

சாச்சாவின் கழுத்தை இறுகக் கட்டிக்கொண்டுக் கதறினாள் தவக்குல்.

சகோதரனின் திடீர் மரணத்தின் தாக்கத்தைவிடப் பிள்ளைகளை எப்படித் தேற்றுவதென்று தெரியாமலும் அவர்களின் அழுகையையும் கூச்சலையும் நிறுத்த முடியாமலும் திண்டாடிக்கொண்டிருந்தார் சுபைர்.

“தவக்குல் நீதான்மா இந்த நேரத்தில தைரியமா இருந்து தங்கச்சிகள ஆறுதல்படுத்தணும். இந்தக் குடும்பத்துக்கு நீதான் இப்ப இருக்கிற தூண். செல்றத்தக் கேளுங்க தங்கம். நாங்க உடனே அங்க போவணும். ஜனாஸா எடுக்கிற காரியங்களைச் செய்யணும். உம்மாவ இத்தாவில வைக்கணும். சுணங்க ஏலாது. கொஞ்சம் உன்னத் திடப்படுத்திக்கம்மா . . .”

“அல்லாஹ் . . . எப்படி சாச்சா. என்ட வாப்பாட முகத்த மண்ணுக்குள்ள வக்கிறதுக்கு முதல் பார்க்காட்டி என்ட உசிரே போயிடும்போல இருக்கே நினச்சாலே. என்னெக் கூட்டிப்போங்க சாச்சா.. அல்லாஹ்வுக்காகக் கூட்டிப்போங்க . . .”

.தெரிஞ்சே ஆபத்தை தேடிப் போக முடியுமா ..? எத்தனை ஆத்திரமும் வெறுப்பும் இருந்திருந்தால் ஹபீபின் பாவமற்ற நெஞ்சை அவர்கள் தாக்கியிருப்பார்கள்? அத்தகைய வெறியர்களின் கையில் தவக்குல்லை அகப்படச் செய்யலாமா என்ற குழப்பம் சுபைருக்கு.

“மாரடைப்பு வந்து மௌத்தாப் போனென்டு சொல்லுங்க. பொலிஸ் கேஸ் என்டு ஆகினா உங்களுக்குத்தான் கஷ்டம். பொம்புளைப் புள்ளைகள வெச்சிக்கிட்டு தனி மனுஷியா என்ன செய்ய ஏலும் உங்களால . . .”

“களவெடுத்தவன்கூட நின்டு உலாவின கதையாகத் தவக்குல் வாறாளா என்டு கவனிச்சிக்கிட்டு திரியுவானுகள் . . . நினைச்சத முடிக்காம விடமாட்டானுகள் . . .”

பையித்தியமே பிடித்திடும்போல் ஒரு கணம் அஞ்சினாள் நிஸா. உறைந்த பிம்பமாக ஹபீபின் ஒவ்வொன்றும் நினைவில் வந்து அவளை மேலும் உக்கிரமான துயரத்தில் மூழ்கச் செய்து கொண்டிருந்தது. பிள்ளைகள் ஓடிவந்து அணைத்துக்கொண்ட பிறகுதான் உயிர் வந்தாற்போல் உணர்ந்தாள்.

“உம்மா, தவக்குல் றாத்தா பாவம் . . . அவங்கள சாச்சா கூட்டி வரல்ல . . .”

“என்ன மகள் செய்யிறது. இந்தச் சனங்கள் வாய்கூசாமப் பேசுற கதைகளைக் கேட்டா என்ட புள்ள சீவனையே உட்டுடுவாள் . . .”

“யாரும்மா நினச்சம் இப்படி நடக்குமுண்டு ... அல்லாஹ் நம்மளெத் தண்டிச்சிட்டானே ... நாம எவ்வளவு நம்பியிருந்தம் நம்மெளக் கைவிடமாட்டானுண்டு ... வாப்பா நீங்க இல்லாம நாங்க எப்படி வாப்பா, நினைக்கவே ஏலுதில்லியே ...”

புத்தம் புதியதாகப் பிரகாசமாக இருந்த வாப்பாவின் முகத்தையே பார்த்துக்கொண்டு அவர்கள் அழுதார்கள். அவருடைய முகம் மூடியிருந்த கண்கள் நெஞ்சுக்குக் குறுக்காக வைத்துக் கட்டப்பட்ட கைகள் எல்லாமும் அவர்களை வேதனை செய்வதாக இருந்தன.

ஒரு கரப்பான்பூச்சியை, பல்லியைப் பார்த்துவிட்டு வீறிட்டுக் கூப்பாடு போட்டால்கூடப் பதறியடித்துக்கொண்டு ஓடிவருகிற வாப்பா இத்தனை அழுதும் கூப்பிட்டு மன்றாடியும் அசூசையற்றுக் கிடப்பதை அவர்களால் ஜீரணிக்க முடியாதிருந்தது.

மையித்தில் கிடந்தழுத அவர்களை வந்து இழுத்தார்கள் சிலர்.

“அந்தப் பிள்ளைகளெப் பிடிங்க. ஜனாஸாவில் விழப் போடாது.”

“கத்தாதிங்க மக்காள் ... நம்மட கையில என்னயிருக்கு ...”

“எல்லாம் அந்தத் தவக்குல்லாலதான் ..! பொம்பிளை எப்பயும் பொம்பிளையா நடக்கணும், ஆம்பிளையா நடக்கப் போனா இப்பிடித்தான். பொம்பிளைட திமிரு ஆம்பிளைட உசிரெயே பறிச்சிட்டே ...”

யாரினுடையதோ இந்தக் குரலை நிஸாவினால் பொறுக்கவே முடியவில்லை. கூடியிருந்த சனங்கள் இரைச்சலின் மத்தியில் எண்ணியதையெல்லாம் கொட்டித் தீர்த்துக்கொண்டிருந்தார்கள். இரக்கமற்ற அவர்களது குரல்களால் தூண்டப்பட்டு அவர்களுக்குப் பதிலளிக்கக் குறைந்தபட்சம் ‘வெளியே போங்கள்’ என்று விரட்டுவதற்காகச் சீறிக்கொண்டு குல்பர் எழுந்தாள்.

“வேணாம், ஸபூர் செய்யுங்க மகள் ...” என்று மகளை அமைதிப்படுத்தினாள் நிஸா.

ஜனாஸா நல்லடக்கத்தை முடித்த கையோடு சுலைஹாவிடம், “தவக்குல்லுக்கு வாப்பாவில உசிர். என்னாலதான் வாப்பாக்கு இப்பிடி ஆவினென்ட குத்த

உணர்ச்சி வந்திடப் போடா. அல்லாஹ்ட நாட்டம் இப்பிடித்தான் நடக்கணும்ண்டு இரிக்கி. என்ட புள்ள ஒரு பாவமும் செய்யல்லெ... தனியக் கிடந்து யோசிச்சே உசிர உட்டுடுவாள்... நீங்கதான் எப்பிடியாச்சும் சமாதானப் படுத்திக் கொழும்புக்கு அனுப்பிடுங்க. ஊருக்கு இப்போதைக்கு வராம இருக்கிறதுதான் நல்லது. அங்க நாலு பேரோட சேர்ந்து வேலை செய்யக்குல்ல மனசு கொஞ்சம் கொஞ்சமா ஆறிடும். நான் சென்னேன் என்டால் கேட்பா. இந்த ஊருக்கு வந்தா சனங்கள் பேசிப் பேசியே கொன்றுபோட்டுடுங்கள்..." எனக் கூறினாள் நிஸா.

"கவலெப்படாதிங்க, இப்பகூட றாத்தாட புள்ளைகளோட தான் ஊட்டுல வச்சிட்டு வந்திருக்கம்... நீங்க மனசத் தளரவுடாதிங்க... நாங்க பேசி சமாதானப்படுத்திறம்."

வாப்பாவின் முகமும் அவரது செய்கைகளும் மட்டுமே சுழற்சியாகத் தோன்றி வதைத்துக்கொண்டிருக்க இடைவெளி யின்றி அழுதுகொண்டேயிருந்தாள் தவக்குல். சுபைர் சாச்சாவும் சுலைஹா சாச்சியும் குழந்தைபோல அவளைக் கவனித்துக் கொள்ள வேண்டியதாய் இருந்தது.

"சோறுதண்ணியே இல்லாமக் கிடக்கிறியே தங்கம். உன்ட வாப்பாட விருப்பம் நீ இப்பிடிச் சுருண்டுபோய்க் கிடக்கிறதென்டு நினச்சியாம்மா..."

வாப்பா என்றாலே துவண்டுதுவண்டு அழத் தொடங்கி விடுகிறவளாக மாறியிருந்தாள். சில நேரங்களில் தான் தேறி விட்டதுபோல், சகஜநிலைக்கு வந்துவிட்டதுபோல் காண்பித்துக் கொள்ள அவள் முயன்றாள். அப்படியொரு பாசாங்குத் தனத்திற்கு அவள் பரிச்சயப்பட்டிருக்கவில்லை.

றுவான் அலகமவிடமிருந்து அழைப்பைப் பார்த்ததும் போனை எடுத்துவந்து தவக்குல்லிடம் நீட்டினார் சாச்சா. போனையே பார்த்துக்கொண்டிருந்துவிட்டு ஆன்சர் பொத்தானை அழுத்தினாள்.

அவளது தொலைபேசியைச் சில நாட்களாக சுபைர் சாச்சாதான் பாவித்துக்கொண்டிருந்தார். தொலைபேசி முழுநாளும் கிடந்து அடித்தாலும் திரும்பியும் பாராமல் பித்துப் பிடித்தவளைப் போல இருப்பதைக் கவனித்துவிட்டு அவர் அதைக் கையில் எடுக்கவேண்டியதாயிருந்தது. தவக்குல்லின் நண்பர்கள் அறிந்த தெரிந்தவர்களின் எத்தனையோ அனுதாபம்

தெரிவிக்கும் அழைப்புக்கள் வந்துகொண்டேயிருந்தன. சிலர் தொடர்ச்சியாக அவளை விசாரித்துக்கொண்டேயிருந்தார்கள். அவள் ஏன் பேசுகிறாளில்லை என்றும் அவளைத் தைரியமாக இருக்கும்படியும் சிலர் கரிசனையுடன் கூறினார்கள்.

ஆன்சர் பொத்தானை அழுத்திவிட்டுச் சில நிமிடங்களாக காதிலேயே வைத்துக்கொண்டிருந்தாள். பேசுவதற்கான வார்த்தைகளே வராமல் விம்மிக்கொண்டிருந்தாள்.

"எப்படி, என்ன கூறி உங்களை ஆறுதல்படுத்துவதென்றே தெரியல்லை . . ."

எல்லோரும் கூறுவது போன்ற பதில்தான் அவரிடமிருந்தும் வந்தது.

"தவக்குல், நீங்க மனசு உடைஞ்சுபோய் இருக்கிற நேரத்தில கேட்கக்கூடாத செய்திதான், என்டாலும் பேச வேண்டிய கட்டாயம். எங்கட ஓர்கனைஷேசனில இருந்து உங்களை நிப்பாட்டுறதுக்கு முடிவெடுத்திருக்கம் . . ."

ஏன் என்று கேட்க விரும்பியபோதும் ஆர்வமில்லாதவளாக இருந்தாள். சமூகக் கூட்டிணைப்பிற்கான ஒன்றியத்திலிருந்து விலகுவதென்று எப்போதோ அவள் தீர்மானித்துவிட்டிருந்தபோதும் பணிநிறுத்தம் செய்ய அவர்களே தீர்மானித்திருப்பதாகச் சொல்லப்பட்டதும் நிஜமாகவே அதிர்ச்சியடைந்தாள்.

"தவக்குல் தெரிஞ்சோ தெரியாமலோ உங்களைப் பத்தின முறைப்பாடுகள் சீஐடி வரைக்கும் போயிருக்கு. விசாரிச்சும் இருக்காங்க. வேற சில எதிரிகளும் உங்களுக்கு இருக்கிறாங்க என்டு தெரியுது . . . இவ்வளவு பிரச்சினையிருக்கிற நீங்க எங்களோட வேலை செய்யிறது எங்க நிறுவனத்திற்கு நெருக்கடியாக இருக்கலாம் என்டு நாங்க யோசிக்கிறம் . . . உங்க ஓராளுக்காக எங்கட நிறுவனத்திட எதிர்காலத்தை இழக்க முடியாதில்லையா . . ."

சமூக ஒருங்கிணைப்புக்கான நிறுவனத்தின் தலைவர் ஒரு பெண்ணுக்கும், குடும்பத்திற்கும் நேர்ந்த அநீதி கேட்டு இப்பிடியொரு தீர்மானத்தை எடுத்தது அவளைத் திகிலூட்டியது. உலகைப் புது விதமாகக் காணச் செய்யும் வாழ்வின் கோர முகங்களை எதிர்கொள்ளும் தருணத்தில் தான் இருப்பதைப் புரிந்துகொண்டு அவர் கூறியதையெல்லாம் எதுவுமே சொல்லாமல் மிக இயல்பாகச் செவிமடுத்துக்கொண்டிருந்தாள்.

பணி நிறுத்தத் தீர்மானமும் அதற்கான காரணமும் அது தெரிவிக்கப்படுகிற சூழ்நிலையும் வியப்பளித்தாலும் அதிலொரு துக்கமுமில்லை என எண்ணி மனதைத் திடப் படுத்திக்கொண்டாள். எதார்த்தத்தின் முகம் பயங்கரமானது குரூரமானது என்பதைவிட அருவருப்பானது என்றெண்ணி னாள். சுயநலத்திற்காக எதார்த்தத்தின் ஒழுக்கத்தைக்கூடக் கொன்றுவிடுகிற மனிதர்களை என்ன சொல்வதென்று தெரியாதவளாக எந்நேரமும் எதையாவது சிந்தித்துக் கொண்டேயிருந்தாள்.

இதே அனுபவத்தை வனசுந்தர பண்டார, மார்ஷல், ஷெலின் என எல்லாத் தரப்பிலிருந்தும் பெற நேர்ந்தபோது கடுமையாக அதிர்ந்து போனாள். அருவருப்பு நிறைந்த ஈடுபாடற்ற இன்னதென்று தெரியாத உணர்வு ஆக்கிரமிக்க மனிதர்களில் அவளுக்கு வெறுப்பும் ஆத்திரமும் உண்டானது. அப்படித் தோன்றிய எண்ணத்தை உடனடியாக மாற்றிக் கொள்ளவும் செய்தாள். அன்புக்குரிய ஒழுக்கத்திற்குரிய தந்தையின் மகளானவள் அப்படிப் பொதுமைப்படுத்துவது தவறானதென்று முடிவு செய்தாள். அவளுக்கான ஒரு பாதை ஒரு பயணம் ஒரு வாழ்வு காத்திருப்பதாக மட்டுமே நம்ப விரும்பினாள்.

சிலகாலம் கொழும்பில் தங்கியிருக்க விரும்புவதையும் உடனடியாக வேலைவாய்ப்பொன்றை எதிர்பார்ப்பதையும் எல்லோருக்குமே மின்னஞ்சலில் தெரியப்படுத்தியிருந்தாள் தவக்குல். அப்படிக் கோருவதற்கான சகல உரிமையும் தனக்கிருப்பதாக அவள் நம்பியிருந்தாள். எந்நேரத்திலும் கூப்பிடலாம், விரும்பும்போது எங்களோடு வேலை செய்ய வரலாம் என்ற வாக்குறுதிகளை வாரியிறைத்து அவளுக்கு அந்த நம்பிக்கையை உரிமையை அவர்கள்தான் வளர்த்து விட்டவர்கள்.

மனநிலையும் விருப்பமும் இருக்காதபோதும், உம்மாவினதும் சாச்சாவினதும் தூண்டுதலினால் அவள் அதைச் செய்ய வேண்டியதாய் இருந்தது.

எந்நேரமும் சுருண்டு படுத்துக்கொண்டும் சோர்ந்து உட்கார்ந்து விறைத்துப்போன நிலையிலும் இருக்கும் அவளைப் பார்க்க அச்சமாக உணர்ந்தார் சுபைர்.

சமூக எதிர்ப்பு உண்மையிலேயே குற்றமிழைத்தவர்களுக்கு எதிராகக் கலாசாரத்தைச் சமூக விழுமியங்களை மீறியவர் களுக்கு எதிராக மட்டுமே ஏற்படுகிற ஒன்றல்ல என்பது

அவரது எண்ணம். எதிர்க்கப் பலமற்ற சக்திகளையும் சமூகம் எதிர்க்கும். அபார ஆற்றல்களும், திறமைகளும் நிரம்பியிருக்கிற சக்தியான இந்தப் பெண் சமூகத்தின் கவனத்தைப் பெறுகிற விதமாக இருப்பதை அசௌகரியமாகத் தங்களுக்குப் பெருந் தொந்தரவான ஒன்றாக உணர்ந்தவர்கள் எரிச்சலடைந்த வர்கள் எதிர்க்கப் பலமற்ற அவளது குடும்பப் பின்னணியைப் பயன்படுத்திக் கொண்டதால்தான் இத்தனை பெரிய விபரீதம் நடந்தது. தவக்குல் பலமான பின்னணியையும், செல்வாக்கையும் கொண்டிருந்தால் இத்தகைய விபரீதமான இழப்பு நேர்ந்திருக் காது என்று உறுதிபட நம்பினார் அவர்.

"தவக்குல் நீ இப்படியே சோர்ந்துபோகக் கூடாது உம்மா. தங்கத்தைப் பாரு அது சுடச்சுடத்தான் பிரகாசிக்கும். மரணம் யாருக்குத்தான் இல்ல ... நாம எல்லாருமே ஒரு நாள் மரணிக்கப் போறவங்கதான். நிமிஷத்துக்கு லட்சம் பேர் மௌத்தாகிறாங்க. அதுக்காக மத்தவங்க அதையே எண்ணிச் சோர்ந்து கிடக்கிறதில் லம்மா. உன்ட கதையை முடிச்சாச்சு, இனிமேல் நீ மட்டுமில்ல உன்னப் போலயும் யாரும் வரயேலான்டு நினச்சிக்கிட்டு இருக்கிறவங்களுக்கு நீ செய்ய வேண்டியது இப்பிடி சோர்ந்து கிடக்கிறது இல்ல ... நெருங்கவே முடியாத சக்தியா நிமிர்ந்து நிக்கிறதுதான். அது உன்னால் முடியும். அல்லாஹ் அந்த நிலைக்கு உன்னை உயர்த்துவான். அதுக்கான அனுபவம்தான் இதெல்லாம் ..."

அவரது வார்த்தைகளின் உத்வேகத்தில் ஓரளவு எழுந்து உட்கார்ந்து இயல்பாக இருப்பதற்கு முயன்றபோதும் வாப்பாவின் இழப்பு தன்னால் நேர்ந்தது என்ற குற்றவுணர்வு வதைப்பதிலிருந்து விடுபட முடியாது வருந்தினாள். தனது சாகச முயற்சிக்கு வாப்பாவின் உயிரையே அகாலமாகப் பறிகொடுத்து நிற்பதென்பது ஒரு காலத்திலும் தீர்க்க முடியாத பெரும் கடனாகத் துயரமாக அவளைத் தொடர்ந்துகொண்டே யிருந்தது.

மனிதர்களின் போக்குகள் அவநம்பிக்கையை மட்டுமே மிச்சப்படுத்தும்போது எதிர்காலத் திட்டமிடலும் நம்பிக்கையும் தன்னைத் தானே ஏமாற்றுகிற செயல்கள் என்றே எண்ணினாள்.

மனித உரிமைகளுக்காகப் போராடுகிற மார்ஷல் அனுப்பிய இமெயில் இப்படிக் கூறியது.

உன் தந்தையின் மரணச் செய்தி உண்மையில் வேதனை யளிக்கிறது. இந்தச் சந்தர்ப்பத்தில் நீ பாதுகாப்பாக வீட்டில், உனது தாய் சகோதரிகளுக்குத் துணையாக

இருப்பது பொருத்தமானதென்று நினைக்கிறேன். உன்னை வேலையில் சேர்த்துக்கொள்ளும்போது எங்கள் நிறுவனத்திற்கும் பாதிப்புகள் ஏற்பட வாய்ப்புள்ளது. சீஐடியினர் உன்னைக் கண்காணித்துக்கொண்டிருக்கின்றனர். மேலும் விசாரணைகளுக்காக அழைக்கவும் கூடும், இவையெல்லாம் எங்கள் நிறுவனத்தைப் பாதிக்கும். இந்தச் சந்தர்ப்பத்தில் உனக்கு உதவி செய்ய முடியாமைக்கு வருந்துகிறேன் . . .

கொழும்பு அலுவலகத்துக்கு வேலைக்கு வருமாறு முன்னொரு சமயத்தில் அழைத்த வன்சுந்தர பண்டாரவின் கடிதமும் மார்ஷல் கூறியதற்கு ஒத்ததாகவே இருந்தது.

'மனித உரிமைகள், பெண்கள் வலுவூட்டல், சஸ்டெயினபிளிட்டி என்றெல்லாம் இவர்கள் வாய் கிழியப் பேசுவது இவ்வளவுதானா ..? பணிக்கொடை நிறுவனங்களுக்கு அறிக்கை எழுதுவதற்காக மட்டுமே பேசப்படுகிற வார்த்தைகள்தானா இவையெல்லாம்? களத்தில் இறங்கி வேலை செய்தபோது என்னை இவர்கள் பாராட்டினார்கள். இவர்களுக்கு நான் தேவையாக இருந்தேன்.

'இவர்களெல்லாம் என்னைப் பயன்படுத்தியவர்கள். என்னைக் கொண்டு தங்கள் காரியங்களைச் சாதித்துக் கொண்டவர்கள், சாதிக்கவும் திட்டமிட்டவர்கள் . . . குரலைப் பதிவுசெய்து பணம் சம்பாதித்தவர்கள் . . . நான் தூய மனதோடு படம்பிடித்துக் காட்டிய மக்களின் துயரங்களை அறிக்கைகளாக்கி விற்றவர்கள் . . . நியாயமாக இவர்கள் எல்லாம் எனக்காகக் குரல் தந்திருக்க வேண்டும், என்னைப் பாதுகாத்திருக்க வேண்டும் . . .

'குரல்தானே தருவார்கள்!! ஒரு வெளிநாட்டு நிறுவனம் நிதியளிக்குமாக இருந்தால் குரலென்ன குரல், எதுவும் செய்வார்கள். வீதிக்கு இறங்கிக் கோஷமும் போடுவார்கள் . . .

'என்ட வாப்பா எவ்வளவு உண்மையான மனுஷன். இந்த உலகத்தப் பத்தி அவருக்கிருந்த தெளிவுதான் எத்தனை உண்மை. யாரும் நமக்கு உதவுவாங்க என்டு எதிர்பார்க்க ஏலாது. நம்மட பிரச்சினையெ நாமளே பாத்துக்க வேண்டியது தான் என்ட அவருட வார்த்தைகள் எவ்வளவு உண்மையானவை . . .'

திரும்பத்திரும்ப ஒரே விதமாக யோசித்துக்கொண்டிருக்கிற மனச்சலிப்பும் கடந்துவிட்ட நிகழ்ச்சிகள் உண்டாக்கிய ஏமாற்றமும் விரக்தியாகி மனதின் போக்கை நாளுக்கு நாள்

வெவ்வேறாகப் புரட்டிக்கொண்டேயிருந்தன. இல்லாததை இருப்பதாகவும் இருப்பதை அதீதமாகவும் நம்பிக்கொண்டு செயலாற்றுகிற சமூகத்தின் பித்துக்குளித்தனம் எரிச்சல்படுத்திக் கொண்டேயிருந்தது.

ஓரளவுக்கென்றாலும் ஆறுதல்படுத்திய குரல் என்றால் அது சுவாஷினுடையதுதான்! தொலைவில் இருந்துகொண்டு பறவையின் இறகால் தடவுவதுபோல் அவனால் மட்டுமே இந்தக் கணத்தில் பேச முடிந்தது.

“எதுவும் நமது கையில் இல்லை. கைமீறிப் போனவை களைப் பற்றிப் பேசிப் பிரயோசனமும் இல்லை. கவலைப் படாதே தவக்குல். நீ நேபாள் வாறதுக்கான எல்லா ஏற்பாட்டையும் நான் செய்யுறன். ஆயத்தமாயிரு. இன்னும் மூணு நாள்ல நீ நேபாளில இருப்பாய். நீ அங்கு இருக்க வேணாம். இப்போதைக்கு இடமாற்றம் உனக்கு முக்கியம் . . .”

ஆம்! அவள் இடமாற்றத்தை விரும்பினாள். இடம்பெயர்வ தொன்றும் தவறான பழிப்புக்குரிய காரியமல்ல என்ற நம்பிக்கையுடன் இடமாற்றத்திற்குத் தயாராகிக்கொண் டிருந்தாள். தனது வாழ்வை மாற்றிய அனுபவமாக மட்டுமே கடந்த காலம் இருக்க வேண்டும் என்றும் கடந்த காலம் வாழ்வின் பழைய வரலாறாக அல்லது தனது சுய வரலாற்றின் முற்றுப்பெற்ற ஒரு அத்தியாயமாக இருக்க வேண்டும் என்பதாக வும் சுமைகளைத் தூக்கியெறிந்துவிட்டு வாழ்வுக்கு இன்றியமையாத, தன்னைப் பூரணமாகத் திருப்தியடையச் செய்து மனதை ஆத்மாவை நிரப்பக் கூடியது எதோ அதன் வழிகளில் எதிர்காலத்தை நிர்மாணிப்பதென்றும் துணிவாகத் தீர்மானம் செய்தாள்.

சுவாஷினது மனைவியும் இரண்டு மூன்று தடவைகள் போனில் பேசினாள். அவள் ஒரு மருத்துவர் என்பதனால் மன ரீதியாகத் தவக்குல் சரிந்துவிடக் கூடாதென்பதில் மிகக் கவனமாக வார்த்தைகளை உதிர்த்தாள்.

தவக்குல் நேபாளம் செல்வதற்குத் தீர்மானித்துவிட்டது கவலையடையச் செய்தாலும் அவளைத் தடுப்பதில்லையென்று முடிவு செய்தாள் நிஸா. நீரூற்றாக இருக்கிற தனது மகள் தடையின்றி வழிந்தோட அனுமதிப்பதே சிறப்பானதென்று எண்ணினாள். புதிய வாழ்வை உருவாக்குவதற்கான சந்தர்ப்பத்தை அதற்கான சகுனத்தை அடைந்திருக்கும் அவளை உச்சிமுகர்ந்து அனுப்பிவைப்பதே ஒரு தாயாக இச்சந்தர்ப்பத்திற்குப் பொருத்தமானதென்று கருதினாள்.

காலம் மாற வேண்டும் என்று விரும்புகிறவர்கள் மாற்றத்தின் சூத்திரதாரியாக ஏன் பிள்ளைகளை ஊக்குவிப்ப தில்லை! சுதந்திரத்தை விரும்புகிறவளை இனியும் தடை செய்வதில்லையென்றும் சமூக நீதிபதிகளால் தண்டிக்கப் பட்ட இறுதியானவராக ஹபீப் மட்டுமே இருக்க வேண்டும் என்றும் மிகத் தீர்க்கமான முடிவுக்கு வந்துவிட்டிருந்தாள் அவள்.

தவக்குல் கொழும்புக்கு வந்த அன்று, ஹபீப் மரணமடைந்து பதினொரு நாட்களாகியிருந்தன. இந்த பயணத்திற்கு முன்பு இரவோடு இரவாக சாச்சா, சாச்சியுடன் உம்மாவைப் பார்க்கச் சென்றிருந்தாள்.

நிஸாவின் கண்களுக்கு மகளும், தவக்குல்லின் கண்களுக்கு உம்மாவும் உருக்குலைந்து தெரிந்தனர். மகளின் ஒளிநிறைந்த கண்களில் பூத்திருந்த சாம்பலும் பிரகாசமான முகத்தில் பரவியிருந்த துயர நிழலும் நிஸாவை வருத்துவதாக இருந்தன. கழுத்து நரம்புகள் வெளித் தெரிகிறபடியாக மெலிந்து ஆழத்தில் கிடப்பதுபோல அமிழ்ந்த கண்களுடன் உம்மாவைப் பார்த்ததும் இயலாமையுடன் விம்மினாள்.

"உம்மா . . ."

"உங்களை இப்பிடி ஆக்கிட்டேனே உம்மா . . . இந்த வீட்டிலயிருந்து வாப்பாட சத்தத்தைப் பறிச்சிட்டேனே . . . அல்லாஹ் . . ."

திரண்டுவந்த கண்ணீரைக் கட்டுப்படுத்திக்கொண்டாள் நிஸா. புதிய வாழ்வுக்கான புதிய மாற்றத்திற்கான பயணத்தை அவள் நிம்மதியாகத் தொடங்க வேண்டும்.

"நடந்தது நடந்திட்டு . . . நல்லபடியாப் போய்ட்டு வாங்க மகள். அல்லாஹ் இருக்கான் எல்லாத்தையும் அவனுக்கிட்ட தான் நான் பாரம் சுமத்தியிருக்கேன். . . ."

மகளை வாரியணைத்து நெற்றியில் முத்தமிட்டாள்.

வாப்பாவின் அறைக்குச் சென்று அவரது கட்டிலில் சில நிமிடங்கள் கண்களை மூடி அமர்ந்திருந்தாள் தவக்குல். எப்பேர்ப்பட்ட இக்கட்டான தருணத்திலும் தலையைக் கோதி ஆறுதல்படுத்துகிற மென்மையான அர்த்தமுள்ள பனிக்கட்டி போன்ற அன்பு மட்டுமே தெரிந்த வாப்பாவின் கனிவான, குறும்புத்தனமான, அனுபவபூர்வமான முகங்கள் அணியணி யாய் வருவதாகத் தோன்றியது.

அலுமாரியைத் திறந்து பார்த்தாள். அடுக்கப்பட்டிருந்த வாப்பாவின் உடைகளைக் கைகளால் தடவி முகர்ந்தாள். திடீரென்று நுழைந்த ஏதோவொரு கனமான உணர்வு அவளை நினைவிழக்கச் செய்துவிடும்போல் இருந்தது.

"வாங்க மகள் . . ."

அவளது தடுமாற்றத்தைக் கவனித்துவிட்டவராக சுபைர் சாச்சா தோளை அணைத்து அவளை வெளியே அழைத்து வந்தார்.

O

நெற்றிக்கு நேராக விபரங்களைக் காட்டிக் கொண்டிருந்த கணினித் திரையில் விமான வாசல்கள் திறக்கப்பட்ட அறிவித்தலைப் பார்த்ததும் எழுந்து நடந்தாள் தவக்குல்.

❖

அரபு சொற்கள்

ஹஜ்	–	முஸ்லிம்களின் மக்காவுக்கான புனித யாத்திரை
ரப்பே	–	இறைவன் / படைத்தவன்
ளுஹர்	–	மதிய நேரத் தொழுகை
யா அல்லாஹ்	–	அல்லாஹ்வே
சுபஹ்	–	அதிகாலைத் தொழுகை
குர் ஆன்	–	முஸ்லிம்களின் புனித நூல்
அபாயா	–	கறுப்பு அங்கி
ஹிஜாப்	–	முஸ்லிம் பெண்கள் அணியும் தலைக்கவசம்
ஜம்மியத்துல் உலமா சபை	–	இஸ்லாமிய மார்க்க அறிஞர்களைக் கொண்ட சபை
மௌலவி	–	இஸ்லாமிய மார்க்க அறிஞர்
ஷரீஆ	–	மார்க்கச் சட்டம்
யா ரஹ்மானே	–	அளவற்ற அருளாளனே
துஆ	–	பிரார்த்தனை
அதாபு	–	வேதனை
ஈமான்	–	இறை நம்பிக்கை
நஸீப்	–	தலை விதி
அல்லாஹு ஹைர்	–	இறைவனால் நலவாகட்டும்
பறக்கத்	–	அபிவிருத்தி
நிஃமத்	–	அருள்கொடை
அல்ஹம்துலில்லாஹ்	–	எல்லாப் புகழும் அல்லாஹ்வுக்கே

ஸுன்னா	– முஹம்மத் நபி வழி
குதரத்து	– அல்லாஹ்வின் அற்புதம்
மஹரிப்	– மாலைத் தொழுகை
அஸ்ஸலாமு அலைக்கும்	– உங்கள் மீது சாந்தியும் சமாதானமும் உண்டாகுவதாக
வ அலைக்கு முஸ்ஸலாம்	– உங்கள் மீதும் சாந்தியும் சாமாதானமும் உண்டாகுவதாக
ஜனாஸா	– பூதவுடல்
இத்தா	– கணவன் இறந்தமைக்காகத் துக்கம் அனுஷ்டிக்கும் காலம்
மௌத்து	– மரணம்
மையித்து	– பூதவுடல்
ஸபூர்	– பொறுமை
ஜைத்துன்	– ஓலிவ்
அமானம்	– பாதுகாப்பு
ஜாஹிலியா	– அறியாமை
ஹஸரத்	– இஸ்லாமிய மதப் போதகர்
ஹராம்	– தடுக்கப்பட்டது
ஹலால்	– அனுமதிக்கப்பட்டது
முர்தத்	– மதம் மாறியவர்
பத்வா	– மார்க்கத் தீர்ப்பு
இன்ஸா அல்லாஹ்	– அல்லாஹ் நாடினால்
இன்னலில்லாஹி வயின்னாயிலைஹி ராஜிஊன்	– அல்லாஹ்விடமிருந்தே வந்தோம் அவனிடமே செல்கிறோம்

வட்டாரச் சொற்கள்

செல்லுங்க	– சொல்லுங்க
சென்னேன்	– சொன்னேன்
ஊடு	– வீடு
விதானை	– கிராம அதிகாரி
றாத்தா	– அக்கா

சாச்சா	–	தந்தையின் சகோதரன் அல்லது தாயின் சகோதரி கணவன்
சாச்சி	–	தந்தையின் சகோதரன் மனைவி அல்லது தாயின் இளைய சகோதரி
நானா	–	மூத்த சகோதரன்
புக்கை	–	பொங்கல்
பிசகு	–	தவறு
விசர்	–	கிறுக்கு
காணா	–	போதாது
காணாமத்தல்	–	தொலைத்தல்
பிந்தி	–	தாமதம்
சுணங்கி	–	தாமதம்
கெதியா	–	விரைவு
புதினம்	–	வேடிக்கை
குமரு	–	வயதுக்கு வந்த பெண்
சூத்து	–	பிருஷ்டம்
கரச்சல்	–	தொந்தரவு

சிங்களச் சொற்கள்

கிரிபத்	–	பால்சோறு
பன்சலை	–	பௌத்த ஆலயம்
தன்சல	–	அன்னதானம்
வெஸாக்	–	மே மாத பௌர்ணமி நாளன்று பௌத்தர்களால் கொண்டாடப் படும் பண்டிகை
நெலும் பொக்குன	–	தாமரைத் தடாகம்
பிரித்	–	சமய ஆராதனை

சில ஆங்கில பிரயோகங்கள்

ஓஎல்	–	கல்விப் பொதுத்தர சாதாரணதர பரீட்சை
ஏஎல்	–	கல்விப் பொதுத்தர உயர்தர பரீட்சை

சிஐடி – புலனாய்வு உத்யோகத்தர்கள்
டிஎஸ் – பிரதேசச் செயலாளர்
என்ஜிஓ — அரசு சாரா நிறுவனம்/ தொண்டு
நிறுவனம்

❖